ಕೇಶವ ಮಳಗಿ

ಎಂಬತ್ತರ ದಶಕದಲ್ಲಿ ಬರೆಯಲಾರಂಭಿಸಿದ ಲೇಖಕರಲ್ಲಿ ಕೇಶವ ಮಳಗಿ ಕನ್ನಡದ ಪ್ರಮುಖ ಕಥೆಗಾರ ಮತ್ತು ಅನುವಾದಕ. ಹುಟ್ಟಿ, ಬೆಳೆದದ್ದು, ಶಿಕ್ಷಣ ಪಡೆದಿದ್ದು ವಿಜಾಪುರ, ಬಳ್ಳಾರಿ ಮತ್ತು ಕಲಬುರಗಿ ಜಿಲ್ಲೆಗಳಲ್ಲಿ ಹೀಗಾಗಿ ಆ ಪ್ರದೇಶದ ಭಾಷೆ, ಸಂಸ್ಕೃತಿಗಳ ಬನಿಯನ್ನು ತಮ್ಮ ಕಥನದಲ್ಲಿ ಹಿಡಿದಿಡಲು ಮಳಗಿ ಪ್ರಯತ್ನಿಸಿದ್ದಾರೆ. ಹೊಸ ಬಗೆಯ ಅಭಿವ್ಯಕ್ತಿ ಶೈಲಿ, ವಸ್ತು ಮತ್ತು ನಿರೂಪಣೆಗಳು ಮಳಗಿ ಅವರ ಕಥಾನಕದ ವಿಶಿಷ್ಟಗುಣವಾಗಿದೆ. ಕಥೆಗಳ ಗುಣಾತ್ಮಕತೆ ಮತ್ತು ಸಾತತ್ಯಗಳ ದೃಷ್ಟಿಯಿಂದಲೂ ಸಮಕಾಲೀನ ಕಥೆಗಳಲ್ಲಿ ಕೇಶವ ಮಳಗಿ ಅವರ ಕಥೆಗಳು ಪ್ರತ್ಯೇಕವಾಗಿ ನಿಲ್ಲುತ್ತವೆ.

ಈವರೆಗೆ ಮಳಗಿ ಐದು ಕಥಾ ಸಂಕಲನ, ಎರಡು ಕಾದಂಬರಿ ಮತ್ತು ಮಹತ್ವದ ಅನುವಾದ ಪುಸ್ತಕಗಳನ್ನು ಪ್ರಕಟಿಸಿದ್ದಾರೆ. ಅವರು ಪ್ರಕಟಿಸಿರುವ ಸಾಹಿತ್ಯ ವಾಚಿಕೆಗಳು ಮಳಗಿಯವರ ಪರಿಶ್ರಮ ಮತ್ತು ಕ್ರಿಯಾಶೀಲತೆಯ ದ್ಯೋತಕವಾಗಿವೆ.

ಮೂರುವರೆ ದಶಕಗಳಿಂದ ಪುಸ್ತಕ ಪ್ರಕಾಶನ (ಓರಿಯಂಟ್ ಲಾಂಗಮನ್), ಪತ್ರಿಕಾವೃತ್ತಿ (ಪ್ರಜಾವಾಣಿ, ಟೈಮ್ಸ್ ಆಫ್ ಇಂಡಿಯಾ), ಸಾಮಾಜಿಕ ಅಭಿವೃದ್ಧಿ (ನೊರಾಡ್ ಹಾಗೂ ಅಜೀಂ ಪ್ರೇಮ್‌ಜೀ ಫೌಂಡೇಶನ್) ಮತ್ತು ಶಿಕ್ಷಣ ಕ್ಷೇತ್ರ(ಸೃಷ್ಟಿ ಮಣಿಪಾಲ್ ಇನ್ಸ್ಟಿಟ್ಯೂಟ್) ಗಳಲ್ಲಿ ಕಾರ್ಯಪರಿಣತಿಯನ್ನು ಮಳಗಿ ಹೊಂದಿದ್ದಾರೆ. ಕಥಾಸ್ಪರ್ಧೆಗಳಲ್ಲಿ ಬಹುಮಾನ, ಮೂರು ಬಾರಿ ಕರ್ನಾಟಕ ಸಾಹಿತ್ಯ ಅಕಾಡೆಮಿ ಬಹುಮಾನ ಹಾಗೂ ಕೇಂದ್ರ ಸಂಸ್ಕೃತಿ ಇಲಾಖೆಯ ಸಿನಿಯರ್ ಫೆಲೋಶಿಪ್ ಮಳಗಿ ಪಡೆದುಕೊಂಡಿದ್ದಾರೆ.

D9900581

ಕುಸುರೆಳ್ಳು

ಕಥಾಸಂಕಲನ

ಸಂಪಾದಕರು

ಕೇಶವ ಮಳಗಿ

ವೀರಲೋಕ

ವೀರಲೋಕ ಬುಕ್ಸ್ ಪ್ರೈ.ಲಿ.

207, 2ನೇ ಮಹಡಿ, 3ನೇ ಮೇನ್, ಚಾಮರಾಜಪೇಟೆ

ಬೆಂಗಳೂರು–560018. ಮೊಬೈಲ್: 70221 22121

ಇಮೇಲ್: veeralokabooks@gmail.com

ವೆಬ್‌ಸೈಟ್: www.veeralokabooks.com

KUSURELLU

A collections of stories edited by **Keshava Malagi**

Published by:

VEERALOKA BOOKS PVT. LTD.

207, 2nd Floor, 3rd Main
Chamarajpet, Bengaluru-560018

Mobile: +91 7022122121
E-mail: veeralokabooks@gmail.com
Website: www.veeralokabooks.com

© **Publisher**

Price: Rs. 320/-
Pages: x + 258 = 268
First Impression: March 2024

Paper used: 70 GSM NS Maplitho
Book size: 1/8th Demy

ISBN: 978-93-94942-67-7

ಜೀವಲೋಕ crew

Anand Rach
Anantha Kunigal
RajVishnu
Govind Vishnu
Vishwajith
Mamatha
Parvathi
Sai Raghav

Cover page illustration by:
Kiran Madalu

Inner pages design by:
Vijaya Vikram

ಸಂಪಾದಕರ ಮಾತು

'ಕುಸುರೆಳ್ಳು' ಸಂಕಲನದ ಇಪ್ಪತ್ತು ಕಥೆಗಳ ಬೇರುಗಳು **ಕಥಾಸಂಕ್ರಾಂತಿ–2024** ಕಥಾಸ್ಪರ್ಧೆಯಲ್ಲಿವೆ. ಅಂದರೆ ನೆಲದಾಳದಲ್ಲಿ ಹರಡಿ, ಭೂಮಿಯ ಕಸುವನ್ನು ಹೀರಿ ನೆಲದ ಮೇಲೆ ರೆಂಬೆಕೊಂಬೆಗಳೊಂದಿಗೆ ನಳನಳಿಸಿ ಚಿಗುರು, ಹೂಹಣ್ಣುಗಳನ್ನು ನೀಡುವ ಮಹತ್ವಾಕಾಂಕ್ಷೆಯನ್ನು ಹೊಂದಿವೆ. ಆ ಕಾರಣವಾಗಿಯೇ ಈ ಕಥೆಗಳು ಸ್ಪರ್ಧೆಯ ಅಂತಿಮ ಹಂತದವರೆಗೂ ಸಾಗಿಬಂದಿದ್ದವು. ಯಾವುದೇ ಸ್ಪರ್ಧೆಯು ನಮ್ಮ ಮಹತ್ವಾಕಾಂಕ್ಷೆ, ಸಾಮರ್ಥ್ಯ, ಕಸುವು ಪರೀಕ್ಷಿಸಿಕೊಳ್ಳುವ, ಚಾಕಚಕ್ಯತೆ, ಕಾಲಪ್ರಜ್ಞೆಗಳನ್ನು ನಿರುಕಿಸಿಕೊಳ್ಳುವ, ನಿಕಷಕ್ಕೊಡ್ಡಿಕೊಳ್ಳುವ ಪರಿಕರಗಳೇ ಹೊರತು ಅವೇ ಅಂತಿಮವಲ್ಲ. ಸ್ಪರ್ಧೆಯಲ್ಲಿ ಅಂತಿಮವಾಗಿ ಆ ಕ್ಷಣದಲ್ಲಿ ಗೆಲುವು ಸಾಧಿಸುವವರು ಮೂವರು ಮಾತ್ರವೆಂದು ಭಾಗವಹಿಸುವವರಿಗೆಲ್ಲ ಅರಿವು ಇರುತ್ತದೆ. ಆದಾಗ್ಯೂ, ನಮ್ಮೊಳಗಿನ ಛಲವಂತಿಕೆ, ಮಹತ್ವವಾದುದನ್ನು ಸಾಧಿಸಬೇಕೆಂಬ ಮನುಷ್ಯ ಸಹಜ ಮನೋಭಾವ ಪೈಪೋಟಿಯಲ್ಲಿ ಭಾಗವಹಿಸುವಂತೆ ಮಾಡುತ್ತದೆ.

ಈ ಕಥಾಸ್ಪರ್ಧೆಯ ಕುರಿತೇ ನಿರ್ದಿಷ್ಟವಾಗಿ ಹೇಳುವುದಾದರೆ, ಮೂರು ಬಹುಮಾನಿತ ಹಾಗೂ ನಿರ್ಣಾಯಕರು ಒಪ್ಪಿದ ಏಳು ಕಥೆಗಳ ಸಂಕಲನ ಪ್ರಕಟಿಸುವುದು ಮೊದಲೇ ನಿರ್ಧರಿತವಿತ್ತು. ಆದರೆ, ಹತ್ತು ಕಥೆಗಳ ನಂತರ ಉಳಿದ ಸುಮಾರು ಇಪ್ಪತ್ತೈದು ಕಥೆಗಳ ಗುಣಾತ್ಮಕತೆ, ಸಹಜ ಚೆಲುವು, ಕೆಲವಡೆ ಅವು ತೋರುವ ಸಂವೇದನಾಶೀಲತೆ, ಭಾಷಾ ಬಳಕೆ, ಭಾವಗೀತಾತ್ಮಕತೆ, ವಸ್ತುವನ್ನು ನಿರ್ವಹಿಸುವಲ್ಲಿ ಕಥೆಗಳು ತೋರುವ ಸೂಕ್ಷ್ಮತೆ ಗಮನ ಸೆಳೆಯುವಂತಿತ್ತು. ಇಷ್ಟೊಂದು ಚೆಲುವಾದ ಕಥೆಗಳು ಚದುರಿ ಹೋಗಬಾರದು ಎಂಬ ಆಶಯದಿಂದ ಸ್ಪರ್ಧೆಯನ್ನು ಆಯೋಜಿಸಿದ ವೀರಕಪುತ್ರ ಶ್ರೀನಿವಾಸ ಅವರಲ್ಲಿ ಒಂದು ಪ್ರತ್ಯೇಕ ಸಂಕಲನದ ಪ್ರಸ್ತಾಪವನ್ನು ಮಾಡಿದಾಗ ಅವರು ತಕ್ಷಣವೇ ಒಪ್ಪಿಕೊಂಡರು. ಕಥೆಗಳ ಕುರಿತು ನನಗಿರುವ

ವ್ಯಾಮೋಹ, ವೀರಲೋಕ ಶ್ರೀನಿವಾಸ್ ಅವರ ತೆರೆದ ಮನಸ್ಸು 'ಕುಸುರೆಳ್ಳು' ಸಂಕಲನ ಪ್ರಕಟವಾಗುವಂತೆ ಮಾಡುತ್ತಿದೆ. ಈ ಸಂಕಲನದ ಎಲ್ಲ ಕಥೆಗಳನ್ನು ಓದಿದಾಗ ಬರಹಗಾರರು ಸಾಧಿಸಿದ ವಸ್ತುವಿಷಯ ವೈವಿಧ್ಯತೆ, ಒರಿಜಿನಾಲಿಟಿ ಕಣ್ಣಿಗೆ ಗೋಚರಿಸುತ್ತವೆ. ಆ ಅರ್ಥದಲ್ಲಿ ಈ ಸಂಕಲನವು ಹೊಸ-ಹಳೆಯ ತಲೆಮಾರಿನ ಓದುಗರಿಗೆ ಅನನ್ಯ ಅನುಭವವನ್ನೇ ನೀಡುವುದು. ಪ್ರತಿ ಕಥೆಯಲ್ಲಿಯೂ ಒಂದಲ್ಲ ಒಂದು ಅಂಶವು ಉಲ್ಲೇಖಾರ್ಹವಾಗಿಯೇ ಇದೆ. ಕಥನಗಾರಿಕೆಯಲ್ಲಿ ಈಗಾಗಲೇ ಕೈಪಳಗಿರುವ ಲೇಖಕರಂತೆಯೇ ಈಗಷ್ಟೇ ಬರಹಕ್ಕೆ ಅಂಟಿಕೊಳ್ಳುತ್ತಿರುವ ಯಶಸ್ ನಗರ ಥರದ ತರುಣರಿದ್ದಾರೆ.

ಗ್ರಾಮೀಣ ಬದುಕಿನಲ್ಲಾಗುತ್ತಿರುವ ಭಾವುಕ ಪಲ್ಲಟಗಳು, ಬಿರುಕು ಬಿಡುತ್ತಿರುವ ದಾಂಪತ್ಯ, ಬಾಲ್ಯಕಾಲದ ಗೆಳತಿಯ ಬದುಕು ಅಪ್ಪುವ ದುರಂತ, ಸೈಕಲ್ ಸವಾರಿಯ ಮೋಜು ಅದು ಸೃಷ್ಟಿಸುವ ಪಡಿಪಾಟಲು, ಮುಗ್ಧಳೊಬ್ಬಳ ಬದುಕು ವೇಶ್ಯಾವಾಟಿಕೆಯಲ್ಲಿ ಮೂರಾಬಟ್ಟೆಯಾಗುವುದು, ಗಾಳಿ ಸುದ್ದಿಯಲ್ಲಿ ಸುಟ್ಟು ಹೋಗುವ ಬದುಕಿನ ಕ್ರೂರವ್ಯಂಗ್ಯ, ರಮ್ಯಲೋಕ ಕಥನ ಮಾದರಿಯಲ್ಲಿ ಕಳೆದುಹೋಗುವ ಅಪ್ಪ ಹೀಗೆ ಇಲ್ಲಿನ ಕಥಾ ವೈವಿಧ್ಯತೆ ಹರಡಿಕೊಂಡಿದೆ.

ಇಲ್ಲಿನ ಕಥೆಗಳನ್ನು ಓದಿದವರು ಒಂದುಕ್ಷಣವಾದರೂ ಬಹುತ್ವ ಮತ್ತು ವೈವಿಧ್ಯಗಳ ಲೋಕದಲ್ಲಿ ಹಾದು ಬರುವರು.

ತಮ್ಮ ಕಥೆಗಳನ್ನು ಬಳಸಿಕೊಳ್ಳಲು ಅನುಮತಿ ನೀಡಿದ ಎಲ್ಲ ಲೇಖಕ/ಕಿಯರಿಗೆ ಕೃತಜ್ಞತೆಗಳು.

–ಕೇಶವ ಮಳಗಿ

ಪ್ರಕಾಶಕರ ಮಾತು

ಇಲ್ಲಿನ ಕಥೆಗಳ ಬಗ್ಗೆ ಈಗಾಗಲೇ ಸಂಪಾದಕರಾದ ಕೇಶವ ಮಳಗಿ ಅವರು ವಿವರವಾಗಿ ಹೇಳಿದ್ದಾರೆ ಮತ್ತು ತೀರ್ಪುಗಾರರ ಟಿಪ್ಪಣಿಗಳೂ ಇಲ್ಲಿವೆ. ನಾನು ಮತ್ತದೇ ಮಾತುಗಳನ್ನು ಆಡುವುದಕ್ಕಿಂತ ಈ ಕಥಾಸಂಕ್ರಾಂತಿಯ ಮೂಲಕ ನಾವು ಸಾಧಿಸಲು ಹೊರಟಿದ್ದೇನು ಎಂಬುದನ್ನು ಒಂದೆರಡು ಮಾತುಗಳಲ್ಲಿ ಹೇಳಲು ಇಚ್ಛಿಸುತ್ತೇನೆ. ಕನ್ನಡ ಸಾಹಿತ್ಯ ಲೋಕ ಒಂದು ಭ್ರಮೆಗೆ ಸಿಲುಕಿದೆ. ಅದು ನಮ್ಮಲ್ಲಿ ಓದುಗರಿಲ್ಲ ಎಂಬುದು! ಕನ್ನಡ ಚಿತ್ರರಂಗ ಮಾಡಿದ ತಪ್ಪನ್ನೇ ಸಾಹಿತ್ಯ ರಂಗವೂ ಮಾಡಿತು ಎಂಬುದು ನನ್ನ ಅಭಿಪ್ರಾಯ. ಸಿನಿಮಾದವರೂ ಸಹ ಕೋಲಾರದಲ್ಲಿ ಕನ್ನಡ ಸಿನಿಮಾ ಓಡುವುದಿಲ್ಲ, ಬಳ್ಳಾರಿಯಲ್ಲಿ ಸಿನಿಮಾ ಓಡುವುದಿಲ್ಲ, ಬೀದರಿನಲ್ಲಿ ಓಡುವುದಿಲ್ಲ ಎಂಬಂತಹ ನಿರ್ಧಾರಗಳಿಗೆ ಬಂದು ತಮ್ಮ ಮಾರುಕಟ್ಟೆಯನ್ನು ತಾವೇ ಕುಗ್ಗಿಸಿಕೊಂಡುಬಿಟ್ಟರು. ಸಾಹಿತ್ಯಲೋಕದಲ್ಲೂ ಅದೇ ಆಗಿದ್ದು; ಓದುಗರಿಲ್ಲ, ಓದುಗರಿಲ್ಲ ಎಂಬ ಮಾತನ್ನು ಪದೇಪದೇ ಹೇಳುತ್ತಾ ಪುಸ್ತಕಗಳನ್ನು ಗ್ರಂಥಾಲಯ ಸಲ್ಲಿಕೆಗೆ ಮಾತ್ರ ಮುದ್ರಿಸುವ ಸಂಸ್ಕೃತಿಯನ್ನು ಕನ್ನಡ ಸಾಹಿತ್ಯಲೋಕ ತನಗರಿವಿಲ್ಲದೆಯೇ ಒಪ್ಪಿಕೊಂಡುಬಿಟ್ಟಿತು. ಇದರಿಂದಾಗಿ ನಮ್ಮಲ್ಲಿ ಯಾವ ಪುಸ್ತಕ ಬಿಡುಗಡೆಯಾಗುತ್ತಿದೆ? ಯಾವ ಪುಸ್ತಕ ಚೆನ್ನಾಗಿದೆ? ಯಾವ ಪುಸ್ತಕ ಓದಲೇಬೇಕು? ಎಂಬಂತಹ ಯಾವ ಮಾಹಿತಿಯೂ ಓದುಗನಿಗೆ ದಕ್ಕದೇ ಹೋಯಿತು. ಪುಸ್ತಕ ಲೋಕವು ಸೇವಾ ಕ್ಷೇತ್ರವಾಗಿ ಉದ್ಯಮಶೀಲತೆಯನ್ನು ಕಳೆದುಕೊಂಡುಬಿಟ್ಟಿತು. ಆ ಕಾರಣದಿಂದ ಇಲ್ಲಿ ಹೊಸತೆಂಬುದು ಹುಟ್ಟಲೇ ಇಲ್ಲ. ಹಾಗೆ ನಿಂತ ನೀರಾದ ಜಾಗದಲ್ಲಿ ತುಸು ಹರಿವನ್ನು ತರುವ ಕೆಲಸವನ್ನು ಅನೇಕ ಹೊಸತನದ ಕೆಲಸಗಳ ಮೂಲಕ ವೀರಲೋಕ ತುಂಬಾ ಶ್ರದ್ಧೆಯಿಂದ ಮಾಡುತ್ತಿದೆ. ಅದರಲ್ಲಿ ಈ ಕಥಾಸಂಕ್ರಾಂತಿಯು ಒಂದು.

ಕನ್ನಡ ಪುಸ್ತಕಗಳು ಓದುವವರಿಲ್ಲ ಎಂಬ ಮಾತಿಗೆ ಬದಲಾಗಿ ಕನ್ನಡ ಪುಸ್ತಕಗಳನ್ನ ಬೇರೆ ಭಾಷೆಗಳಿಗೂ ತಲುಪಿಸಿ ನಮ್ಮ ಮಾರುಕಟ್ಟೆಯನ್ನು ವಿಸ್ತರಿಸುವ ಮತ್ತು ಕನ್ನಡ ಸಾಹಿತ್ಯಕ್ಕೆ ಓದುಗರನ್ನು ಹೆಚ್ಚಿಸಿಕೊಳ್ಳುವ

ಪ್ರಯತ್ನವೇ ಈ ಕಥಾ ಸಂಕ್ರಾಂತಿ. ಇಂತಹದ್ದೊಂದು ಪ್ರಯತ್ನಕ್ಕೆ ಹೆಗಲಾಗಿದ್ದು ಖ್ಯಾತ ಕಥೆಗಾರರಾದ ಕೇಶವ ಮಳಗಿ ಅವರು. ಈ ಕಥಾ ಸ್ಪರ್ಧೆಯ ಹೊಸ ನಿಯಮಗಳನ್ನು ರೂಪಿಸಿದ್ದು ಕೂಡ ಅವರೇ. ಆ ಕಾರಣದಿಂದಲೇ ಹೊಸ ಕಥೆಗಾರರು ಸ್ಪರ್ಧೆಯಲ್ಲಿ ವಿಜೇತರಾಗಲು ಸಾಧ್ಯವಾಗಿದ್ದು. ನಮ್ಮ ನಾಡಿನ ಬರಹಗಾರರ ಕಥೆಗಳ ಬಗ್ಗೆ ನನಗೆ ಅಪರಿಮಿತ ನಂಬಿಕೆ ಇದೆ. ಆ ನಂಬಿಕೆಯಿಂದಲೇ ಈ ಕಥೆಗಳನ್ನು ನಾವು ಪರಭಾಷೆಗಳಿಗೆ ಅನುವಾದಿಸುವ ಧೈರ್ಯ ಮಾಡಿದ್ದೇವೆ. ಇದುವರೆಗೆ ಸಿನಿಮಾರಂಗದಲ್ಲಿ ಇದ್ದಂತಹ ಪ್ಯಾನ್ ಇಂಡಿಯಾ ಪರಿಕಲ್ಪನೆ, ಕನ್ನಡ ಸಾಹಿತ್ಯ ಲೋಕಕ್ಕೂ ಬಂದಿದೆ ಎಂಬುದನ್ನು ಹೆಮ್ಮೆಯಿಂದ ಹೇಳಲು ತಿಳಿಸುತ್ತೇನೆ. ಅದು ವೀರಲೋಕದ ಮೂಲಕವೇ ಆಗಿದೆ ಎಂಬುದು ಮತ್ತೊಂದು ಹೆಮ್ಮೆ.

ಕಥಾಸಂಕ್ರಾಂತಿ ಸ್ಪರ್ಧೆಯ ವಿಜೇತ ಕತೆಗಳ ಗುಚ್ಛ ಒಂದೆಡೆಯಾದರೆ.. ಸ್ಪರ್ಧೆಗೆ ಬಂದಿದ್ದರಲ್ಲಿ ಮೌಲ್ಯಯುತ ಕತೆಗಳು ಹೆಚ್ಚಿದ್ದರಿಂದ, ಟಾಪ್ 20 ಕತೆಗಳನ್ನು ಪ್ರಕಟಿಸೋಣ. ಹೊಸಬರ ಕತೆಗಳನ್ನು ಹಲವರು ಓದಬೇಕಾಗಿದೆ ಎಂಬ ಸಂಪಾದಕರ ಸಲಹೆಯ ಮೇರೆಗೆ ಕುಸುರೆಳ್ಳು ಸಂಕಲನ ನಿಮ್ಮ ಮಂದೆ ಇದೆ. ಇಲ್ಲಿನ ಕಥೆಗಳು ಖಂಡಿತವಾಗಲೂ ನಿಮ್ಮನ್ನು ನಿರಾಸೆಗೊಳಿಸುವುದಿಲ್ಲ.

ಓದುವ ಸುಖ ನಿಮ್ಮದಾಗಲಿ.

ವೀರಕಪುತ್ರ ಶ್ರೀನಿವಾಸ
ಪ್ರಕಾಶಕ, ವೀರಲೋಕ ಬುಕ್ಸ್

ಪರಿವಿಡಿ

ಮಹಿಷಿ

ಅನುಪಮಾ ಬೆಂಚಿನಮರಡಿ

ಬೆಳಗಿನ ದಿನಕರ ರಂಗೇರುವುದನ್ನು ನೋಡಲು ದಡಪಡಿಸಿ ಏಳುವ ನಾನು, ಅದಕ್ಕೂ ಮೊದಲೇ ಬೆಳಕಾಗುವ ಮುನ್ಸೂಚನೆಯನ್ನು ನವಿಲು ಕೂಗುವಿಕೆ, ಪಕ್ಷಿಗಳ ಚಿಲಿಪಿಲಿ ಕೊಟ್ಟಿರುತ್ತವೆ. ಅದಕ್ಕೂ ಮೊದಲು ನಮ್ಮ ಕೊಟ್ಟಿಗೆಯಲ್ಲಿರುವ ಎಮ್ಮೆ ಹೊಇಂಕ್ ಎಂದು, ಅದರ ಗೊರಸಿನ ಸದ್ದು ಹಾಲು ಹಿಂಡಲು ಬರುವ ಬಸ್ಯಾಗಾಗಿ ತಾನು ಸರಿದು ನಿಂತಿದ್ದನ್ನು ತನಗೆ ಗೊತ್ತಿಲ್ಲದೇ ಬೇರೆಯವರಿಗೆ ಖಚಿತ ಪಡಿಸಿರುತ್ತದೆ. ಇನ್ನೂ ತರು ಬಿಟ್ಟಿರದೆ ಇರುವುದರಿಂದ ಬಸ್ಯಾ ಅದಕ್ಕೆ "ನಿಮ್ಮವ್ವನ್" ಎಂದು ಒದರಿ ದೊಪ್ಪ ಅಂತ ಒಂದೇಟು ಹಾಕಿದ ಸದ್ದು, ಅದರ ಜೊತೆಗೆ ಮುಸುರೆ ನೀರನ್ನು ಹೀರುವ ಸದ್ದೂ, ನಂತರ ಹಾಲು ಕರೆಯುವ ಸದ್ದೂ, ಅತ್ಯಂತ ಕ್ರಮಬದ್ಧವಾಗಿ ಚಾಚೂ ತಪ್ಪದೆ ದಿನ ಬೆಳಕಾಗುವುದರ ಜೊತೆಗೆ ಅಷ್ಟೇ ಸಹಜವೆಂಬಂತೆ ನಡೆದುಕೊಂಡ ಬಂದ ಸಂಗತಿಗಳಿವು. ಇವಿಷ್ಟು ಘಟಿಸಿದ ಮೇಲೆಯೇ ಸೂರ್ಯ ಕೆಂಪೇರುತ್ತಾನೆ ಎಂದೇ ನಂಬಿರುವ ನಾನು, ತದ ನಂತರ ಟೆರೇಸಿನ ಮೇಲೆ ಗುಬ್ಬಿಗಳಿಗೆ ಕಾಳು ಹಾಕಿ, ಅಂಗಳಕ್ಕೆ ನೀರು, ರಂಗೋಲಿ ಹಾಕಿ ನನಗೆ ಗ್ರೀನ್ ಟೀ ತರುತ್ತೇನೆ. ಇದರ ಮಧ್ಯೆ ಕೆಲ ಬಾರಿ ಪಕ್ಕದ ಮನೆಯ ರಾಧಾಜ್ಜಿ ಅಥವಾ ಸುಮಾ ಕಾಕು 'ಎದ್ದಿ ಏನವಾ' ಎಂದು ಕೇಳಿದರೆ 'ಹುನ್ರಿ. ನಿವೇದ್ರಿ? ಚಾ ಆಯ್ತ್ರಿ?' ಎಂದು ಕೇಳುತ್ತೇನೆ ಅಷ್ಟೇ. ಅಷ್ಟರಲ್ಲೇ ನಾನು ಅವತ್ತಿನ ಆಫೀಸಿಗೆ ಲಾಗಿನ್ ಮಾಡುವ ಸಮಯ ಆಗಿ ಬಿಟ್ಟಿರುತ್ತದೆ. ಮೊದಲನೇ ಮಹಡಿಯಲ್ಲಿರುವ ನನ್ನ ಆಫೀಸು ಕೋಣೆಗೆ ಹೋಗಲು ಮೆಟ್ಟಿಲೇರುವಾಗ ಇವತ್ತು ರಂಗೋಲಿ ಹಾಕುವಾಗ, ಎಂದಿನಂತೆ ಡೈರಿಗೆ ಹಾಲು ಹಾಕಲು ಹೋಗುತ್ತಿದ್ದ ಪಾರವ್ವಾಯಿ ಯಾಕೋ ಮಾತನಾಡಿಸಲೇ ಇಲ್ಲವಲ್ಲ! ಏನಾಗಿರಬಹುದು ಎಂಬ ಯೋಚನೆಯೊಂದು

ನುಸುಳಿ ಹೋಯಿತು. ಏನೋ ಮರೆತಿರಬೇಕು ಅಂತ ಅನ್ನಿಸಿದರೂ ಆಕೆ ಸುಖಾ ಸುಮ್ಮನೆ ಮಾತನಾಡಿಸದೆ ಇರಲು ಸಾಧ್ಯವೇ ಇಲ್ಲ ಅಂತ ನನ್ನ ಮೆದುಳು ಹೇಳಿತು. ಬಹುಷಃ ಮನೆಯಲ್ಲಿ ಮಗನ ಜೊತೆ ಜಗಳವಾಗಿರಬೇಕು ಅಥವಾ ಮೈ ಸರಿಯಿಲ್ಲದಿರಬಹುದು; ಎಷ್ಟು ವೇಗವಾಗಿ ಮನಸ್ಸು ಏನೇನು ನೆಪ ಹುಡುಕಲು ಹವಣಿಸುತ್ತಿತ್ತೋ ಅಷ್ಟೇ ವೇಗವಾಗಿ ಮೆದುಳು ಅದನ್ನು ತಳ್ಳಿ ಹಾಕಿ ಬಿಡುತ್ತಿತ್ತು. ಅಷ್ಟಕ್ಕೂ ಆಕೆ ಮಾತನಾಡಲಿಲ್ಲವೆಂದರೆ ಜಗತ್ತು ಮುಳುಗಿ ಹೋಗುವುದಿಲ್ಲವಲ್ಲ ಅಂತ ಮನಸ್ಸು ವಿರುದ್ಧ ನೆಪ ಹುಡುಕಿದರೆ ಅದಕ್ಕೆ ತದ್ವಿರುದ್ಧವಾಗಿ ಮೆದುಳು, ಜಗತ್ತು ಮುಳುಗುವುದಿಲ್ಲವಾದರೂ ಅದು ಮೊದಲಿನಂತಿಲ್ಲ ಏನೋ ಘಟಿಸಿದೆ ಅಂತ ಪದೇ ಪದೇ ನೆನಪಿಸುತ್ತಿತ್ತು. ಇಷ್ಟು ಯೋಚಿಸುವ ಹೊತ್ತಿಗೆ ನನ್ನ ಲ್ಯಾಪ್ ಟಾಪ್ ನಿದ್ದೆಯಿಂದ ಪೂರ್ತಿ ಎದ್ದು ಅವತ್ತಿನ ದಿನ ಇರಲಿರುವ ಮೀಟಿಂಗ್, ಪ್ರೆಸೆಂಟೇಷನ್‌ಗಳ ಬಗ್ಗೆ ಸಣ್ಣದಾಗಿ ಕೂಗುತ್ತ ಜ್ಞಾಪಿಸಹತ್ತಿತು. ನಾನು ಕೂಡ ಕ್ರಮೇಣ ಪಾರವ್ವಾಯಿ ಬಗ್ಗೆ ಮರೆತೆ.

ನಾನು ಮತ್ತೆ ಇಹಲೋಕಕ್ಕೆ ಮರಳಿದ್ದು ಕರೆಂಟ್ ಹೋಗಿ ನೆಟ್ವರ್ಕ್ ಕೂಡ ಹೋದಾಗ. ತಿಂಡಿ ತಿನ್ನುತ್ತಾ ಕಿಟಕಿಯ ಹೊರಗೆ ಕಣ್ಣಾಡಿಸಿದಾಗ ಮನೆ ಎದುರಿಗೆ ಇರುವ ಹಳೇಮನಿ ಅವರ ಮನೆಗೆ ಓಣಿಯಲ್ಲಿನ ಹೆಂಗಸರೆಲ್ಲ ಹೋಗಿ, ಬಂದು ಮಾಡುತ್ತಿದ್ದರು. ಕೆಲ ಗಂಡಸರು ಅಲ್ಲೇ ಕಟ್ಟೆಯ ಮೇಲೆ ಕುಳಿತು ಎಂದಿನಂತೆ ಹರಟುತ್ತಿದ್ದರೂ ಇವತ್ತು ಅವರೆಲ್ಲ ಚಾ ಕುಡಿದು ಬಟ್ಟಲುಗಳನ್ನೆಲ್ಲ ಅಲ್ಲಲ್ಲೆ ಇಟ್ಟಿದ್ದರು. ಎಂದಿನ ಹಾಗೆ ಹರಟೆ ಇದ್ದಿದ್ದರೆ ಅವಾಗ ಇಲ್ಲದ ಚಾ ಇವತ್ತು ಯಾರು ಮಾಡಿ ಕೊಡುತ್ತಿದ್ದರು? ಈ ಓಣಿಯ ಹೆಂಗಸರು ಅಷ್ಟೇ. ಒಂದು ಸಣ್ಣ ಪೂಜೆಗೆ ಉಡಿ ತುಂಬಿಸಿಕೊಳ್ಳಲು ಕರೆದರೂ ಲಿಪ್ ಸ್ಟಿಕ್ ಹಚ್ಚಿಕೊಂಡು ಸಣ್ಣದಾಗಿ ಮೇಕಪ್ ಮಾಡಿಕೊಂಡು ಬರುತ್ತಾರೆ. ಮದುವೆಯಾದ ಹೊಸತರಲ್ಲಿ, ನಾನು ಇದೇನು ಸಣ್ಣ ಹಳ್ಳಿಯಲ್ಲವೇ ಆಡಂಬರ ಸರಿಯಲ್ಲ ಎಂದು ಸಣ್ಣ ಅಂಚಿನ ಸೀರೆ ಉಟ್ಟಾಗ, ಓಣಿಯ ಕೊನೆಯಲ್ಲಿ ಇರುವ ಪ್ರೇಮಾ ಕಾಕು ನನಗೆ ಕೇಳಿಸಲಿ ಎಂದೇ "ಅಯ್ಯ ಇಕೆಂಥಾ ಇಂಜಿನಿಯರ್ ವಾ ವೈಣಿ ಕಣ್ಣಿಗಿ ನೆಟ್ಟಂಗ್ ಕಾಡಿಗಿ ಸಹಿತ ಹಚ್ಕೊಂಡಿಲ್ಲ. ಏನ್ ದುಡದ ಏನ್ ಗಳಿಸಿ ಉಪಯೋಗ್ ಬಿಡವಾ. ಲಿಪ್ ಸ್ಟಿಕ್ ತೊಗೊಳಕ್ ರೊಕ್ಕ ಇಲ್ಲಂದ್ರ" ಅಂತ ಕಿಸಕ್ಕನೆ ನಕ್ಕಿದ್ದಳು. ಈಗ ಉಟ್ಟ ಸೀರೆಯಲ್ಲೇ ಇವರ ಮನೆಗೆ ಹಣಿಕಿ ಹಾಕುತ್ತಿದ್ದಾರೆ ಅಂದರೆ ಏನೋ ಕೆಟ್ಟದ್ದೇ ಸುದ್ದಿ ಇರಬಹುದು ಎಂದು ಯೋಚಿಸಿದೆ. ಹೌಷಕ್ಕ ಆಯಿ ಎಲ್ಲೆರೆ ಸತ್ತಾಳೇನೋ ಅಂತ ದಿಗಿಲುಗೊಂಡೆ ಆದರೆ ಆಕೆ ಅಲ್ಲಿಯೇ ಕಟ್ಟೆಯ ಮೂಲೆಯಲ್ಲಿ ಕುಳಿತು ಎಂದಿನಂತೆ ತನ್ನ ಇಬ್ಬರು ಸೊಸೆಯಂದಿರನ್ನು ಬಯ್ಯುತ್ತಾ ಗೊಣಗುತ್ತಿದ್ದಳು! ಆಕೆಯ ಗೊಣಗುವಿಕೆಯನ್ನು ಮಾತ್ರ ಲಕ್ಷ್ಯ ಕೊಟ್ಟು ಕೇಳಲೇಬಾರದು ಮತ್ತು ಅಂತಹ

ಬೈಗುಳಗಳನ್ನೂ ಕೇಳಲೇಬಾರದು ಅಂತ ನಾನು ಮೊದಲೇ ತೀರ್ಮಾನಿಸಿದ್ದೆ. ಆ ಮನೆಯಲ್ಲಿ ಇರೋದೇ ಇಬ್ಬರು ಅಣ್ಣ ತಮ್ಮಂದಿರ ಕುಟುಂಬ ಮತ್ತು ಈ ಹೌಷಕ್ಕ ಆಯಿ. ಅಣ್ಣನಾದ ಪ್ರಭಾಕರ ಮತ್ತು ಅವನ ಹೆಂಡತಿ ಜಯಾ ಕಾಕು. ಇವರಿಗೆ ಒಬ್ಬ ಹುಡುಗ ಮತ್ತು ಇಬ್ಬರು ಹುಡುಗಿಯರು. ತಮ್ಮ ಶಂಕರ ಕಾಕಾ ಇವರು ಮಿಲಿಟರಿಯಲ್ಲಿ ಸೇವೆ ಸಲ್ಲಿಸುತ್ತಿದ್ದು ಈ ಹಳ್ಳಿಗೆ ಬರುವುದೇ ಅಪರೂಪ. ಇವರ ಹೆಂಡತಿ ಪ್ರಭಾವತಿ ಕಾಕು. ಇವರಿಗೆ ಮೂರೂ ಜನ ಗಂಡು ಮಕ್ಕಳೇ. ಈಗ ಇವರುಗಳಲ್ಲಿ ಯಾರಿಗೆ ಏನು ಅನಾಹುತವಾಯಿತೋ ಅಂತ ಮನಸ್ಸಿಗೆ ಕಿರಿಕಿರಿಯಾಗತೊಡಗಿತು. ತಿಂಡಿ ತಿಂದ ತಟ್ಟೆಯನ್ನು ಇಡುವ ನೆಪದಲ್ಲಿ ಮತ್ತೆ ಮೆಟ್ಟಿಲಿಳಿದು ಕೆಳ ಬಂದೆ. ಮೆಟ್ಟಿಲ ಇಳಿಯುವ ಸದ್ದಾಗುತ್ತಿದ್ದಂತೆ ಅಡುಗೆ ಮನೆಯಲ್ಲಿ ಪಾತ್ರೆಗಳ ಸದ್ದು ಜಾಸ್ತಿ ಆಗಿ ಕ್ರಮೇಣ ನಿಂತೇ ಹೋಯ್ತು. ಅವರು ತಿನ್ನುವುದನ್ನು ನಾನು ನೋಡಬಾರದೆಂದು ಅಲ್ಲಿಂದ ಎದ್ದೋದ ಹಾಗಿತ್ತು. ಇದೇನು ನನಗೆ ಹೊಸ ದೃಶ್ಯ ಅಲ್ಲವಲ್ಲ! ನನಗಿದ್ದ ಕುತೂಹಲ ಎದುರು ಮನೆಯ ಅವಾಂತರ ಮಾತ್ರ. ಬಗ್ಗಿ ನೋಡಬೇಕು ಅನ್ನುವಷ್ಟರಲ್ಲಿ ಪಾರವ್ವಾಯಿ ಹೊರಗೆ ತುಸು ಸಂದಿಗ್ಧದಲ್ಲಿ ಏನು ಮಾಡುವುದು ಎಂದು ತಿಳಿಯದೆ ನಿಂತಿದ್ದಳು. ತಲೆ ಮೇಲಿನ ಟೋಪು ಸೆರಗಿನ ಸೀರೆ ಜಾರದಿದ್ದರೂ ಅದನ್ನು ಮತ್ತೆ ಮತ್ತೆ ಸರಿಪಡಿಸಿಕೊಳ್ಳುತ್ತ ನಮ್ಮನೆಯ ಮುಂಬಾಗಿಲನ್ನೇ ಮತ್ತೆ ಮತ್ತೆ ನೋಡುತ್ತಾ ನಿಂತಿದ್ದಳು. ಹಿತ್ತಿಲ ಬಾಗಿಲಿನಲ್ಲಿದ್ದ ನಾನು ಅವಳನ್ನು ನೋಡಿದ್ದೇ ಚಂಗನೆ ಮೆಟ್ಟಿಲು ಜಿಗಿದು ಒಮ್ಮೆಗೆ ಬಂದಿದ್ದರಿಂದ ಪಾರವ್ವಾಯಿ ತುಸು ಗಾಬರಿಗೊಂಡಂತೆ ಅನಿಸಿದರೂ ಅವಳ ಮುಖ ಪ್ರಸನ್ನವಾಯಿತು. "ಏನ ನಮ್ಮವ್ವಾ ಎಷ್ಟೊತ್ತ ಆತ ಮನಿ ಮುಂದ ನಿಂತ ಯಾರೂ ಕಾಣವಲರಿ. ಹಂತಾದ್ದ ಏನ್ ಮಾಡತಿ? ಕಂಪ್ಯೂಟರ್ನ್ಯಾಗ್ ಕೆಲಸ ಅಂತಿ? ಬಂದ ಮಾಡಿ ಒಂದ್ ಸ್ವಲ್ಪ್ ಹೊರಗ ಆಕಡೆ ಇಕಡೆ ನೋಡಬೇಕಿಲ್ಲ? ಏನ ಆಗೇತ್ ನೋಡೀಗ. ಮೊದಲ ಹೌಷಕ್ ಆಯೀಗೆ ಸೊಸ್ತೇರನ್ ಕಂಡ್ರ ಆಗಂಗಿಲ್ಲ. ಹಿಂಗ ಆದ ಮ್ಯಾಲಂತೂ ಕೇಳಬ್ಯಾಡ. ಹುರದ ಮುಕ್ಕಿ ಬಿಡ್ತಾಳ ಅವರಿಬ್ಬರ್ನು" ಅಂತ ಒಂದೇ ಸಮನೆ ಹೇಳಿದರೂ ಖರೆ ವಿಷಯ ಏನಂತ ಹೇಳಲಿಲ್ಲ. ಪಾರವ್ವಾಯಿ ನನ್ನ ಮನಸ್ಸನ್ನು ಓದಿದ ಹಾಗೆ "ಇಲ್ಲಿ ಕೇಳಿಲ್ಲಿ. ಅವರ ಮನ್ಯಾಗ ಮೊನ್ನೆ ತಂದಿದ್ರಲ್ಲ ಆ ದಾಂಡಿಗ್ಯಾ ಎಮ್ಮಿ! ಅದ ಸತ್ತೇತಿ! ಎಲ್ಲಾರೂ ಮಾತಾಡ್ಸಕ್ ಹೊಂಟಾರ್. ನೀನೂ ಹೋಗಿ ಬಾ. ಇಲ್ಲೇ ಮನಿ ಮುಂದ ಇದ್ದ ಹೋಗಲಿಲ್ಲ ಅಂದ್ರ ತಪ್ಪಾಕ್ಕೆತಿ. ಮತ್ತ ಆ ಹೌಷಕ್ಕ್ ಆಯಿ ಬಾಯಾಗ್ ಸಿಕ್ಕಿ ಅಂದ್ರ ಮುಗದ ಹೋತ್ ಕತಿ. ನಿಮ್ಮ ಅತ್ತಿ ಅಂತೂ ನಿನಗ್ ಹಿಂತಾದ್ ಹೇಳಾಕ್ ಹೋಗಂಗಿಲ್ಲ. ಅಕಿ ಬೇಕಾತ್ಲೆ ನಿಂಗ ಹೋಗುದ್ ಬಿಡಸ್ತಾಲ್. ಗಪ್ಪ ಈಗ ಪಠಕ್ಕನ ಹೋಗಿ ಬಂದ ಬಿಡ. ಉಸಾಬರಿ ಇರಂಗಿಲ್ಲ" ಆಕೆ ಇನ್ನೂ ಏನೋ ಹೇಳೋವಳಿದ್ದಳು

ಆದರೆ ಅಷ್ಟರಲ್ಲಿ ಮತ್ತ್ಯಾರೋ ಸಿಕ್ಕಿ ಅದೇ ಎಮ್ಮೆ ಸತ್ತ ಸುದ್ದಿನೇ ಶುರು ಆಯಿತು. ನನಗೆ ಏನು ಮಾಡುವುದೆಂದೇ ಗೊತ್ತಾಗಲಿಲ್ಲ. ಅವರ ಮನೆಗೆ ಹೋಗಿ ಏನು ಮಾತನಾಡುವುದು? ಮಾತನಾಡದೆ ಇದ್ದರೆ ಏನು ಅನಾಹುತವಾದೀತು? ಈ ಪಾರವ್ವಾಯಿ ಒಬ್ಬಳು ಅರ್ಧಂಬರ್ಧ ಹೇಳಿ ನನ್ನ ಸಿಕ್ಕಿ ಹಾಕಿಸಿ ಬಿಟ್ಟಳು ಅಂತ ಪೀಕಲಾಟ ಶುರು ಆಯಿತು. ನಾನಿನ್ನೂ ಅಲ್ಲೇ ನಿಂತದ್ದನ್ನು ನೋಡಿ "ಅಯ್ಯ ನೀನ್ ಇನ್ನ್ ಇಲ್ಲೇ ಇದ್ದಿ? ಇನ್ನೇನ್ ಡಕಲಾಸಿ ಕೊಡ್ಬೇಕ್ ಏನ್? ಹೋಗ್ ಲಗು" ಅಂತಂದಳು. ಈಗ ಯಾರಾದರೂ ಮನುಷ್ಯರು ಸತ್ತಾಗ ಮಾತನಾಡಿಸಿ ಬರಲು ಹೋಗುವಾಗ ಚಾಪುಡಿ, ಸಕ್ಕರೆ, ಅಥವಾ ರವಾ ತೆಗೆದುಕೊಂಡು ಹೋಗುವುದು ರೂಢಿ. ಈಗ ಇದಕ್ಕೂ ಹಂಗೇನಾದ್ರೂ ಒಯ್ಯಬೇಕೋ ಅಥವಾ ಹಾಗೆ ಸುಮ್ಮನೆ ಹೋಗೋದೋ? ಅನ್ನೋದನ್ನ ಪಾರವ್ವಾಯಿ ಹತ್ತಿರ ಕೇಳಬೇಕೆಂದುಕೊಂಡಿದ್ದೆ, ಆದರೆ ಇನ್ನೊಬ್ಬ ಹೆಂಗಸು ಹೋಗ್ತಾನೆ ಇಲ್ಲ. ಅವಳ ಮುಂದೇನೆ ಇದನ್ನೆಲ್ಲಾ ಕೇಳೋಕೆ ನನಗ ಒಂಥರಾ. ಏನ್ಮಾಡೋದು ಅಂತ ಯೋಚನೆ ಮಾಡುತ್ತ ನಿಂತಾಗಲೇ ಪಾರವ್ವಾಯಿ ನನಗೆ ಗದರಿದ್ದು. "ಹಾಂಗಲ್ಲ ಆಯಿ, ಏನ್ ಮಾತಾಡ್ಬೋದ್ ಅಲ್ಲಿ ಹೋಗಿ?" ಅಂತ ಸಣ್ಣ ಧ್ವನಿಯಲ್ಲಿ ಕೇಳಿದೆ. "ಯವ್ವಾ! ಇಟ್ಟೋತನ ಏನ್ ಬಡ್ಕೊಂಡೀನಿ ನಾ? ಹೆಂಗಾತು? ಏನಾತು? ಅಂತ ಅಷ್ಟ್ ಕೇಳ್, ಉಳಿದಿದ್ದ ಎಲ್ಲಾ ಅವರ ತಾವಾಗೇ ಹೇಳ್ತಾರ್" ಅಂತ ಹೇಳಿದಳು. ಹೋಗಲೋ ಬೇಡವೋ ಅಂತ ಯೋಚ್ನೆ ಮಾಡ್ತಾ ಅವರ ಮನೆಗೆ ಹೋಗಲು ಕಾಲು ಎತ್ತಿಟ್ಟೆ.

ಮನೆಯ ಪಡಸಾಲೆಯಲ್ಲಿ ಹೊಕ್ಕಾಗ ಅದು ಥೇಟ್ ಸತ್ತ ಮನೆಯ ತರಹವೇ! ಆಗಲೇ ಬಹಳ ಹೆಣ್ಣು ಮಕ್ಕಳು ಜಮಾಯಿಸಿದ್ದರು. ತಮಗೆ ತಿಳಿದ ಜಾಗದಲ್ಲಿ ಕುಳಿತಿದ್ದರು, ಇನ್ನು ಕೆಲವರು ಎದ್ದು ನಿಂತೇ ಗೋಳನ್ನು ಕೇಳುತ್ತಿದ್ದರು. ಅವರು ಮಾಡುವ ಕೆಲಸವನ್ನು ಅರ್ಧಕ್ಕೇ ಬಿಟ್ಟು ಬಂದಿದ್ದಾರೆ ಎನ್ನುವುದನ್ನು ಸೂಚಿಸಲು ಅವರ ಕೈಯಲ್ಲಿ ಹಾಲಿನ ಕ್ಯಾನು, ಕೂಪನ್, ಇನ್ನು ಕೆಲವರ ಹತ್ತಿರ ಹಗ್ಗ, ಬುಟ್ಟಿ ಇನ್ನೇನೋ. ನಾನು ಪ್ರವೇಶ ಮಾಡಿದ ಕೂಡಲೇ ಎಲ್ಲರ ಗಮನ ನನ್ನತ್ತ ಹರಿದಿದ್ದನ್ನು ನನಗೆ ಅಲಕ್ಷ್ಯ ಮಾಡಲು ಸಾಧ್ಯವಾಗಲಿಲ್ಲ ಮತ್ತು ಆ ಕ್ಷಣಕ್ಕೆ ಅವರಿಗೆ ಮಂದಹಾಸ ಬೀರಬೇಕೇ ಅಥವಾ ಗಂಭೀರತೆಯನ್ನು ತೋರಿಸಬೇಕೇ ಎಂದು ಗೊಂದಲವಾಯಿತು. ಪ್ರಭಾ ಕಾಕು ಸೆರಗನ್ನು ಮುಖಕ್ಕೆ ಹಿಡಿದು ಮುಸು ಮುಸು ಅಳುತ್ತಿದ್ದಳು. ಅದಾಗಿಯೂ ಅವಳು ಯಾರ್ಯಾರು ಬಂದರು, ಯಾರು ಹೋಗುತ್ತಾ ಇದ್ದಾರೆ ಎನ್ನುವುದನ್ನು ಓರೆಗಣ್ಣಿನಿಂದ ನೋಡುತ್ತಾ ಒಂದು ಕಣ್ಣು ಇಟ್ಟಿದ್ದಳು. ಆಕೆಯ ನೆಗ್ಯಾನಿ ಇನ್ಯಾರಿಗೋ "ಅಯ್ಯ ವೈಣಿ, ಮನ್ನೆರೆ ಪನ್ನಾಸ ಹಜಾರ ಕೊಟ್ಟ ತಂದಿದ್ದು, ಗಟ್ಟಿ ದಾಂಡಿಗ್ಯಾ ಎಮ್ಮಿ. ಪಾಪಾ ಯಾರ್ ಏನ್

ಮಾಡಿಸಿದ್ರೋ ಯಾಂಬಾಲ್!. ಕೊಳ್ಳಾಗ ಹಗ್ಗ ಬಿಕ್ಕೊಂಡ್ ಸತ್ತಿತ. ಅದಕ ಒದರಾಕ್ ಸಹಿತ ಆಗಿಲ್ಲ ಏನ್ಮಾಡ್ತಿ! ಮೂಕಪ್ರಾಣಿ!" ಅಂತ ಹೇಳುತ್ತಿದ್ದಾಗ ಕೆಲವರು ಪಿಚ್ ಪಿಚ್ ಎನ್ನುತ್ತಿದ್ದರು. "ರೊಕ್ಕಾ ಹೋದು ಅಲ್ಲ ನಮ್ಮವ್ವಾ" ಅಂತ ಒಬ್ಬಳು ವಾಸ್ತವತೆಯನ್ನು ಹೇಳಿ ಕೂಡಲೇ ಪಾಪದ ಮನಸ್ಥಿತಿಯನ್ನು ಮಣ್ಣುಪಾಲು ಮಾಡಿದಳು. ಇದರ ನಡುವೆಯೇ ಹೊರಗೆ ಕುಳಿತ ಹೌಷಕ್ಕ ಆಯಿಯ ಬೈಗುಳಗಳು ಬೇಡವೆಂದರೂ ಕಿವಿಗೆ ಅಪ್ಪಳಿಸುತ್ತಿದ್ದವು "ಸುಡಗಾಡ ಸೊಸ್ತೇರನ್ನ ಸುಡ್ಲಿ! ನನಗ ಗಂಟ ಬಿದ್ದಾವ ಒಂದ್ ಎಮ್ಮಿ ಮೆಸಾಕ್ ಆಗ್ಲಿಲ್ಲ ಇವ್ಕ್" ಇನ್ನೂ ಏನೇನೋ, ಬಹುಪಾಲು ಶಬ್ದಗಳ ಅರ್ಥವೇ ಹೊಳೆಯಲಿಲ್ಲ ನನಗೆ. ಸುಮ್ಮನೆ ಅಲ್ಲಿನ ದೃಶ್ಯಗಳಿಗೆ ಕಣ್ಣು ಕಿವಿಯಾಗುತ್ತ ಕುಳಿತಿದ್ದೆ. ಅದರ ಜೊತೆಗೇ ಆ ಎಮ್ಮೆಯ ಕೊರಳಲ್ಲಿ ಹಗ್ಗ ಹೇಗೆ ಬಿಗಿದುಕೊಂಡಿತು ಎಂದು ಎಷ್ಟೇ ಪ್ರಯತ್ನಿಸಿದರೂ ನನಗೆ ಕಲ್ಪಿಸಿಕೊಳ್ಳಲು ಆಗಲಿಲ್ಲ. ಅಷ್ಟರಲ್ಲೇ ಕೋಣೆಯೊಳಗಿನ ಮೌನಕ್ಕೆ ಅವಮಾನ ಮಾಡಲೆಂದೇ ಸಿಡಿಮದ್ದು ಸಿಡಿದಂತೆ ನನ್ನ ಕೈಯಲ್ಲಿರುವ ಮೊಬೈಲ್‌ನ ಅಲಾರಾಂ ಬಡಿದುಕೊಳ್ಳತೊಡಗಿತು. ಇಸ್ರೇಲಿನ ಟೀಮಿನೊಂದಿಗೆ ಮೀಟಿಂಗ್ ಇತ್ತು. ಪಾರವ್ವಾಯಿಯ ಜೊತೆ ನಿಂತರೆ ಹೊತ್ತು ಸರಿದಿದ್ದು ತಿಳಿಯುವುದಿಲ್ಲವೆಂದು ಹೆದರಿ ಈ ಅಲಾರಾಂ ಮೊದಲೇ ಇಟ್ಟಿದ್ದೆ. ಈಗ ಕೋಣೆಯಲ್ಲಿರುವ ಕಣ್ಣುಗಳೆಲ್ಲ ನನ್ನನ್ನೇ ನೋಡತೊಡಗಿದವು. ಅಲ್ಲದೆ ಇವಳು ಈ ಹೊತ್ತಲ್ಲಿ ನಿದ್ದೆಯಿಂದ ಏಳುತ್ತಾಳೆ ಎಂದು ಊಹಿಸಿದ ಒಂಥರಾ ತಾತ್ಸಾರ ಭಾವನೆ ಕೂಡ ಮಿಶ್ರಿತಗೊಂಡಿತ್ತು. ಏನು ಹೇಳಬೇಕೆಂದು ತೋಚದೆ ನನ್ನ ಮೀಟಿಂಗ್ ಇದೆ ಮತ್ತೆ ಸಿಗುತ್ತೇನೆ ಎಂದು ಕಾಕುಗೆ ಹೇಳಿ ಬೇರೆ ಯಾರ ಮುಖವನ್ನೂ ಉದ್ದೇಶಪೂರ್ವಕವಾಗಿಯೇ ನೋಡದೆ ಅಲ್ಲಿಂದ ಜಾಗ ಖಾಲಿ ಮಾಡಿದೆ. ನಿಜಕ್ಕೂ ಆ ನಿನ್ನೆ ಮೊನ್ನೆ ತಂದಿದ್ದ ಎಮ್ಮೆಯನ್ನು ಅಷ್ಟು ಹಚ್ಚಿಕೊಂಡಿದ್ದರೇ? ಅಥವಾ ನಷ್ಟವಾದ ದುಡ್ಡಿಗೆ ಆ ಕಣ್ಣೀರೋ? ಒಂದು ವೇಳೆ ಸುಮಾರು ವರ್ಷ ಅವರ ಜೊತೆಯಿದ್ದ ಎಮ್ಮೆ ಸತ್ತಿದ್ದರೆ ಅಳುವ ತೀವ್ರತೆ ಇನ್ನೂ ಹೆಚ್ಚಿರುತ್ತಿತ್ತೇ? ಎಂದು ನನ್ನ ತಲೆ ವಿಚಾರ ಮಾಡಹತ್ತಿತ್ತು. ಇದರ ನಡುವೆಯೇ ಆ ಇಸ್ರೇಲಿನ ಟೀಮಿನವರು ಕೆಲವೊಮ್ಮೆ ತಮ್ಮತಮ್ಮಲ್ಲೇ ಹಿಬ್ರು ಭಾಷೆಯಲ್ಲಿ ಮಾತನಾಡಿಕೊಳ್ಳುವುದನ್ನು ನೆನೆಸಿಕೊಂಡು ಮೈಯೆಲ್ಲಾ ಉರಿಯತೊಡಗಿತು. ನಾವು ಊಟಕ್ಕೆ ಕುಳಿತಾಗ ನಮ್ಮ ಕನ್ನಡ ಭಾಷೆಯಲ್ಲಿ ಒಬ್ಬರಿಗೊಬ್ಬರು ಮಾತನಾಡಿಕೊಂಡರೆ ನಮ್ಮ ಮ್ಯಾನೇಜರು ಕಾನ್ಫರೆನ್ಸ್ ರೂಮಿಗೆ ಕರೆದು ಎಚ್ಚರಿಕೆ ನೀಡಿದ್ದರು. ಈಗ ಈ ಇಸ್ರೇಲಿನವರು ಮೀಟಿಂಗಿನಲ್ಲಿ ಅದೂ ಜಗತ್ತಿನ ಬೇರೆ ಬೇರೆ ದೇಶದ ಜನ ಅದರಲ್ಲಿ ಭಾಗಿಯಾದಾಗಲೂ ಹಿಬ್ರುವಿನಲ್ಲಿ ಚರ್ಚಿಸುತ್ತಾರೆ ಎಂದರೆ? ಅವರ ಸಂಭಾಷಣೆಯಲ್ಲಿ ಕರೆಂಟ್, ವೋಲ್ಟೇಜ್ ಕೂಡ ಕೇಳಿಸುವುದಿಲ್ಲ, ನಿಜವಾಗ್ಲೂ

ಅಷ್ಟು ಶುದ್ಧ ಹಿಬ್ರು ಮಾತನಾಡುವರೇ? ಅದೂ ಅಲ್ಲದೆ ಶುದ್ಧ, ಅಶುದ್ಧ ಎಂದು ತಿಳಿಯುವುದಾದರೂ ಹೇಗೆ? ಇವರು ನಮ್ಮ ಬಗ್ಗೆ ಮಾತನಾಡುತ್ತಿಲ್ಲ ಎಂದು ಹೇಗೆ ಖಚಿತಪಡಿಸಿಕೊಳ್ಳುವುದು? ಆ ದರಿದ್ರ ಮ್ಯಾನೇಜರ್ ತನಗೇನೂ ಗೊತ್ತೇ ಇಲ್ಲ ಎನ್ನುವಂತೆ ಮೀಟಿಂಗ್‌ನಲ್ಲಿ ತೆಪ್ಪಗೆ ಕೂತಿರ್ತಾನೆ ಎಂಬುದನ್ನು ವಿಚಾರ ಮಾಡಿ ಮನಸ್ಸು ಇನ್ನಷ್ಟು ವ್ಯಗ್ರಗೊಂಡಿತು. ಲಾಗಿನ್ ಆದೊಡನೆಯೇ ಈಗಾಗಲೇ ಮೀಟಿಂಗ್ ಶುರುವಾಗಿದ್ದು ಕಾಣಿಸಿತು ಮತ್ತು ಮೆಸೆಂಜರ್‌ನಲ್ಲಿ 'ವೆರ್ ಆರ್ ಯು' ಎಂಬ ಮೆಸ್ಸೇಜು ಮ್ಯಾನೇಜರ್ ನಿಂದ ಬಂದು ಕುಳಿತಿತ್ತು. ಎಮ್ಮೆ ಸತ್ತಿದ್ದ ಮನೆಗೆ ಹೋಗಿದ್ದೆ ಎಂದು ಉತ್ತರಿಸಿದರೆ ಅದನ್ನು ತಿಳಿದುಕೊಳ್ಳುವಷ್ಟು ತಾಳ್ಮೆ ಅವನಿಗಿದೆಯೆಂದು ಅನಿಸದೆ ಇನ್ನೇನು ಉತ್ತರ ನೀಡಬೇಕು ಎಂದು ದಿಗಿಲುಗೊಂಡು ಯೋಚಿಸತೊಡಗಿದೆ. (ಅಷ್ಟರಲ್ಲಿ ಅವನೇ "ಯು ಸ್ಟಾರ್ಟ್ ದಿ ಪ್ರೆಸೆಂಟೇಷನ್, ಐ ವಿಲ್ ಜಾಯಿನ್ ಇಫ್ ನೀಡೆಡ್" ಎಂಬ ಮತ್ತೊಂದು ಸಂದೇಶ ಬಂತು.) ಸಧ್ಯ ಇವನ ಮೊದಲನೇ ಪ್ರಶ್ನೆಗೆ ಉತ್ತರ ಕೊಡುವುದು ತಪ್ಪಿತಲ್ಲ ಎಂದು ನಿರಾಳಗೊಂಡು ನನ್ನ ಪ್ರೆಸೆಂಟೇಷನ್ ಶುರು ಮಾಡಿದೆ.

ಪ್ರೆಸೆಂಟೇಷನ್‌ನ ಮೊದಲಾರ್ಧ ಭಾಗ ಮುಕ್ತಾಯಗೊಂಡು ಒಂದೈದು ನಿಮಿಷ ಕಾಫಿ ಬ್ರೇಕ್ ಕೊಡಲಾಗಿತ್ತು. ಬೇರೆಲ್ಲ ಸಹೋದ್ಯೋಗಿಗಳು ತಮ್ಮ ಕಾಫಿ, ಟೀ ಅನ್ನು ಆನಂದಿಸುತ್ತಿದ್ದರೂ ನನ್ನ ಮನಸ್ಸಿನ ಮೂಲೆಯಲ್ಲಿ ಸತ್ತ ಎಮ್ಮೆಯ ಕೂಗು ಕೇಳಿಸುತ್ತಿತ್ತು. ನನ್ನ ಮನಸ್ಸಿನ ವ್ಯಾಕುಲತೆಗೆ ನಾನೇ ಬೆಚ್ಚಿಬಿದ್ದೆ. ಅಸಲಿಗೆ ನಾನು ಆ ಎಮ್ಮೆಯನ್ನು ನೋಡೆ ಇಲ್ಲ. ಅದೂ ಅಲ್ಲದೆ ಆ ಎಮ್ಮೆ ಕೂಡ ಬೇರೆ ಎಮ್ಮೆಗಳಂತೆ ಇರುತ್ತದೆ, ಇದ್ರಲ್ಲಿ ನಾನು ನೋಡುವುದೇನಿದೆ. ನೋಡಿದ್ದರೆ ಅಳುತ್ತ ಕೂಡುತ್ತಿದ್ದೇನೆ! ಯಾಕೋ ಆ ಸತ್ತ ಎಮ್ಮೆ ಮನೆಗೆ ಹೋಗಲೇಬಾರದಿತ್ತು ಅಂತ ಅನಿಸಿತು. ಇನ್ನುಳಿದ ಪ್ರೆಸೆಂಟೇಷನ್ ಬಗ್ಗೆ ಗಮನ ಕೊಡಬೇಕು ಇಲ್ಲವಾದಲ್ಲಿ ಕೋಣದ ತರಹ ಕುಳಿತಿರುವ ಮ್ಯಾನೇಜರ್ ಬಯ್ಯಲು ಶುರು ಮಾಡಿಯಾನು. ಮರುಗಳಿಗೆಯೇ ಇದೇನು, ಬೇರೆ ಪ್ರಾಣಿಗೆ ಹೋಲಿಸಬಹುದಿತ್ತಲ್ವಾ ಕೋಣವೇ ಯಾಕೆ? ಇದೇನು ಗ್ರಹಚಾರ! ಸತ್ತ ಎಮ್ಮೆ ನನಗೆ ಏನಾದರೂ ಹೇಳಲು ಬಯಸುತ್ತಿದೆಯೇ, ಇದರಲ್ಲಿ ನನ್ನ ಪಾತ್ರವೇನಿದೆ? ಈಗಲೂ ನನಗೆ ಎಮ್ಮೆ ಕುತ್ತಿಗೆಗೆ ಹಗ್ಗ ಹೇಗೆ ಬಿಗಿದುಕೊಂಡಿತು? ಎಂಬುದೇ ತಿಳಿಯುತ್ತಿಲ್ಲ. ಬಹುತೇಕ ಜನ, ಎಮ್ಮೆ ರಾತ್ರಿ ಕತ್ತು ಕೆರೆದುಕೊಳ್ಳಲು ಹತ್ತಿರವಿದ್ದ ಗೂಟಕ್ಕೆ ಕೆರೆದುಕೊಳ್ಳಲು ಪ್ರಯತ್ನಿಸಿ ಹಗ್ಗ ಅದರ ಕುತ್ತಿಗೆಗೆ ಬಿಗಿದಾಗ ಏನು ಮಾಡುವುದೆಂದು ತಿಳಿಯದೆ ಒದರಿ ಪ್ರಾಣ ಬಿಟ್ಟಿತು ಅಂತ ಹೇಳಿದರು. ಆದರೆ ಅದು ಒದರಿದ್ದರೆ ಮನೆಯವರೆಲ್ಲರೂ ಏಳಬೇಕಾಗಿತ್ತಲ್ವಾ? ಕಡೆ ಪಕ್ಷ ಆ ಹೌಷಕ್ಕ ಆಯಿ ಆದ್ರೂ ಎದ್ದಿರುತ್ತಿದ್ದಳು.

ಏನಾಯ್ತೋ ಏನೋ ಪಾಪ "ಅನೂಹ್ಯ ಅನೂಹ್ಯ" ಎಂದು ಸುಧಾ ನನಗೆ ಫೋನ್ ಮಾಡಿದಾಗ, ಫೋನ್ ರಿಂಗ್‌ಗೆ ನಾನು ಇಹಲೋಕಕ್ಕೆ ಬಂದಿದ್ದು! ಬೇಗನೆ ಎದ್ದು ನಿಂತು ಪ್ರೆಸೆಂಟೇಷನ್ ಕೊಡಲು ಶುರು ಮಾಡಿದೆ. ಓಹ್ ಇದು ಆನ್ಲೈನ್ ಪ್ರೆಸೆಂಟೇಷನ್ ಅಲ್ಲವೇ ಎಂದು ನಕ್ಕು ಕಂಪ್ಯೂಟರ್ ಮುಂದೆ ಕೂತು ವಿವರಿಸತೊಡಗಿದೆ. ಮುಂದಿನ ಪ್ರಶ್ನೋತ್ತರ ಸಮಯ ಸ್ವಲ್ಪ ಸವಾಲಾಗಿತ್ತಾದರೂ ಎಲ್ಲೂ ಮ್ಯಾನೇಜರ್ ಮಧ್ಯಸ್ಥಿಕೆ ಬೇಕಾಗಲಿಲ್ಲ. "ವೆಲ್ ಡನ್" ಮತ್ತು ಅದರ ಮುಂದೆ ಒಂದು ಸ್ಮೈಲಿ ಮೆಸೇಜ್ ಬಂತು. ನಾನು ಕೂಡ ಸ್ವಲ್ಪ ನಿರಾಳವಾದೆ. ನಾನು ನಿರಾಳವಾಗುವುದನ್ನೇ ಕಾಯುತ್ತ ಕುಳಿತಂತೆ ಪಾರವ್ವಾಯಿಯ ದನಿ ಕೇಳತೊಡಗಿತು. ಇಷ್ಟು ಬೇಗ ಸಂಜೆ ಡೈರಿಗೆ ಹಾಲು ಹಾಕುವ ಸಮಯವಾಯಿತೇ? ಎಂದು ನನ್ನ ಸ್ಮಾರ್ಟ್ ವಾಚನ್ನು ನೋಡಿಕೊಂಡೆ. ಸಂಜೆಯಾದರೂ ಹಾಲಿನ ಸಮಯವಾಗಿಲ್ಲದ್ದರಿಂದ ಮತ್ಯಾಕೆ ಪಾರವ್ವಾಯಿ ಬಂದಿದ್ದಾಳೆ ಎಂದು ಯೋಚಿಸುತ್ತ ಭಜ್ಜಿ ವಾಸನೆಯನ್ನು ಗುರುತಿಸಿ ಪುಟಿದು ಓಡುವ ಇಲಿಯಂತೆ ಕೆಳ ಮಹಡಿಗೆ ಓಡಿದೆ. ಪಾರವ್ವಾಯಿ ತನ್ನ ಬೊಚ್ಚು ಬಾಯಿಂದ ನಗುತ್ತ ನಿಂತಿದ್ದಳು. ನನ್ನ ಮುಖದ ಮೇಲಿನ ಪ್ರಶ್ನಾರ್ಥಕ ಚಿಹ್ನೆಯನ್ನು ಕಂಡುಹಿಡಿದು "ಯಾಕವಾ ಹಂಗ್ಯಾಕ ನೋಡಾಕತ್ತಿ? ಮನ್ಯಾಗ ಅಂಬಲಿ ಮಾಡಾಕ ಬ್ಯಾಸರ ಆತು. ಮಗಾ ಕರೆವ್ವನ ಕಟ್ಟ್ ಊಟಕ್ಕ ಹೋಗಾಂವ್ ಅದಾನ್ ನನಗಷ್ಟ ಎಲ್ಲಿ ಅಂಬಲಿ ಮಾಡಕೋತ ಕೂಡ್ಲಿ, ಅದ್ಕ ಇಲ್ಲಿ ಬಂದ್ನಿ. ಒಂದ್ ಗಿಂಡಿ ಅಂಬಲಿ ಹಾಕಿ ಕೊಡ ಇದ್ರಾಗ್" ಅಂತ ಗಿಂಡಿ ನನ್ನ ಮುಂದೆ ಹಿಡಿದಳು. ಇದೇನು ಹೊಸದು ಇಕಿದು, ಇಷ್ಟ್ ದಿನ ಇರಲಾರದ್ದು ಅಂತ ಯೋಚಿಸುತ್ತ ಒಳ ನಡೆದೆ. ವಾಪಾಸ್ ಗಿಂಡಿ ಕೊಡಬೇಕಾದ್ರೆ "ನಿನ್ನ ಪ್ರಶ್ನಿಗ್ ಉತ್ತರಾ ಬೇಕಂದ್ರ ನೀನೂ ಗಿಂಡಿ ತಗೊಂಡ ಹೋಗ್" ಅಂತ ಅಂದವಳೇ ಅಲ್ಲಿಂದ ಹೋಗೆ ಬಿಟ್ಟಳು. ಮುದುಕಿ ಏನಾರೆ ಅಣ್ಣಾಕ್ ಹೋಗಿ ಏನಾರೆ ಅಂದೇತಿ ಅಂತ ನಾನೂ ಸುಮ್ಮನಾದೆ. ಮುಂದಿನ ಎರಡು ದಿನಗಳು ಹೇಗೆ ಹೋದವೋ ಗೊತ್ತೇ ಆಗಲಿಲ್ಲ. ಅವತ್ತು ಸಂಜೆ ಮನೆಯಲ್ಲಿನ ಹೆಪ್ಪು ಮುರಿತೆಂದು ಹೆಪ್ಪು ತರಲು ಹೊರಟೆ. ಎದುರಿಗಿನ ಹಳೇಮನಿ ಅವರ ಮನೆಗೆ ಹೊರಟಾಗ ನೆನಪಾಯ್ತು ಪಾರವ್ವಾಯಿಯ ಗಿಂಡಿ ಕೂಡ ಹೀಗೆ ಇತ್ತಲ್ಲವೇ. ಮನೆಯಲ್ಲಿ ಯಾರೂ ಕಾಣಲಿಲ್ಲ, ಬಹುಷಃ ಹಿತ್ತಲಿನಲ್ಲಿ ಇರಬಹುದೆಂದು "ಕಾಕು?" ಎನ್ನುತ್ತಾ ನಡುಮನೆಯನ್ನು ದಾಟಿ ಅಡುಗೆಮನೆಗೆ ಬಂದಿದ್ದೆ. ಹಿಂದೆ ಕೊಟ್ಟಿಗೆಯಲ್ಲಿ ಪ್ರಭಾ ಕಾಕು ಮಾತನಾಡುವ ಶಬ್ದ ಕೇಳಿಸುತ್ತಿತ್ತು. ಇಷ್ಟು ಹೊತ್ತಿನಲ್ಲಿ ಯಾರ ಜೊತೆ ಮಾತಾಡ್ತಾ ಇದಾರೆ ಅಂತ ನೋಡುವ ಮೊದಲೇ ಕೆಲ ಶಬ್ದಗಳು ಸಮುದ್ರದ ಅಲೆಗಳಂತೆ ತಾವಾಗಿಯೇ ನನ್ನ ಕಿವಿಗೆ ಬಿದ್ದವು, 'ಮೊದ್ಲ ಇದ್ದಳಲ ಅಕಿನೂ ನಿನ್ನಂಗ ಒದರತಿದ್ದಳು! ಬ್ಯಾರೆ ಯಾವಾದರೆ

ಟೈಮ್ ನ್ಯಾಗ ಒದರಿದ್ರು ನಾ ಸುಮ್ನಿದ್ದೆ. ಆದ್ರ ನಂಗ ಭೆಟ್ಟಿ ಆಗಾಕ್ ಅಂತ ಅಂವಾ ಬಂದ್ರ ಇಕಿ ಮುಧೋಳ್ ನಾಯಿ ಗತೆ ಒಂದ್ ಸವ್ನ್ ಒದರ್ತಿದ್ಲು. ಅದ್ಕ ಅವತ್ತ್ ಅಕಿನ ಇನ್ನೆಂದೂ ಒದರ್ಬಾರದಂಗ ಮಾಡಿ ಬಿಟ್ನಿ ನೋಡ್!" ಅಂತ ಕೇಳಿದ್ದೇ ತಡ ನನ್ನೆದೆ ಧಸಕ್ ಎಂದಿತು. ಹಿಂದಿನಿಂದ ಬಂದ ಹೌಷಕ್ಕ ಆಯಿ ಎಂದಿನಂತೆ ಗೊಣಗುತ್ತ ನನ್ನ ಕೈಯಲ್ಲಿದ್ದ ಗಿಂಡಿಯನ್ನು ಕಸಿದುಕೊಂಡು ಅದರಲ್ಲಿ ಹೆಪ್ಪು ಹಾಕಿ ಕೊಡತೊಡಗಿದಳು.

ಅಂತರ

ಚೈತ್ರಿಕಾ ನಾಯ್ಕ ಹರ್ಗಿ

ಊರ್ಮಿಳೆಯ ಕಾಯುವಿಕೆ ಕೊನೆಯಾಗುವ ದಿನಗಳು ಇನ್ನೇನು ಸನಿಹದಲ್ಲಿವೆ. ಮದುವೆಯಾದಾಗಿಂದ ವಿದೇಶದಲ್ಲಿರುವ ಗಂಡನನ್ನು ನೆನಪಿಸಿಕೊಂಡಾಗೆಲ್ಲ ಅಂವ ಹೋಗಿ ಅದೆಷ್ಟೋ ವರ್ಷಗಳಾದವೇನೊ ಎನಿಸುತ್ತದೆ. ವೀಸಾ ಸಿಕ್ಕ ಕೂಡಲೆ ಅವಳನ್ನು ಮೆಲ್ಬೋರ್ನಿಗೆ ಕರೆಯಿಸಿಕೊಳ್ಳುವ ಯೋಜನೆ ಕೈಗೂಡದ್ದಕ್ಕೆ ಮನೆಯ ತಾಪತ್ರಯಗಳ ಜೊತೆ ಲಕ್ಷ್ಮಣ ಗಟ್ಟಿಯಾಗಿ ಮನಸ್ಸು ಮಾಡದ್ದು ಕೂಡ ಕಾರಣವಾಗಿತ್ತು. ಅವರ ಮದುವೆಗೆ ಮತ್ತು ಅವರಿಬ್ಬರ ನಡುವಿನ ಅಂತರಕ್ಕೆ ಇನ್ನೇನು ವರ್ಷ ತುಂಬಲಿತ್ತು.

ಲಕ್ಷ್ಮಣ ಅವನ ಗೆಳೆಯರು, ಗೆಳತಿಯರನ್ನೆಲ್ಲ ಅಪ್ಪಿಕೊಂಡಂತೆ ಮನೆಗೆ ಬಂದೊಡನೆ ನನ್ನನ್ನೂ ಅಪ್ಪಿಕೊಳ್ಳುತ್ತಾನೆ, 'ಹನಿ' 'ಡಾರ್ಲಿಂಗ್' 'ಊರ್ಮಿ' ಎಂದು ಮುದ್ದು ಮುದ್ದಾಗಿ ಕೂಗಿ ಕರೆಯುತ್ತಾನೆ. ಅದೆಲ್ಲಕ್ಕಿಂತ ಜಾಸ್ತಿ ಹನಿಮೂನಿಗೆ ಹೋಗಿ ಬರಲು ಸಾಧ್ಯವಾಗುವಂತಹ ಬಿಡುವು ಮಾಡಿಕೊಂಡೆ ಬಂದಿರುತ್ತಾನೆ. ಏಕೆಂದರೆ, ಅವನನ್ನು ಬಿಟ್ಟಿರುವ ಈ ಒಂದು ವರ್ಷ ನಾನು ಅನುಭವಿಸಿರುವ ಏಂಕಾಗಿತನ, ನೋವು ದುಃಖ ಭಯ ಹಳಹಳಿಕೆ ಅವನನ್ನು ನೋಡಬೇಕು, ಜೊತೆಯಿರಬೇಕು ಎನ್ನುವ ತಹತಹಿಕೆ ಎಲ್ಲವೂ ಅವನೂ ಅನುಭವಿಸಿಯೆ ಇರುತ್ತಾನೆ. ಇಲ್ಲಿ ಎಲ್ಲರೂ ಇದ್ದು ಅವನಿಲ್ಲದ ನನ್ನ ಬೇಸರಕ್ಕಿಂತ; ಅಲ್ಲಿ ಯಾರೂ ಇಲ್ಲದೆ ಜೊತೆಗೆ ನಾನೂ ಇಲ್ಲದೆ ಇರುವ ಅವನ ಬೇಸರವೆ ದೊಡ್ಡದು...

ಮೂರು ಸಂಜೆಯ ಹೊತ್ತು ಮುತ್ತುಮಲ್ಲಿಗೆ ಹೂವನ್ನು ಕಟ್ಟುತ್ತಾ ಗಂಡನನ್ನು ಧ್ಯಾನಿಸುತ್ತಿದ್ದ ಊರ್ಮಿಳೆಗೆ ಸಂಜೆ ಮಾತ್ರವಲ್ಲ; ಗಂಡ ಮನೆಗೆ ಬರುವ ಸುದ್ದಿ ಹೇಳಿದ ಮೇಲೆ ಮೂರು ಹೊತ್ತು ಗಂಡನದ್ದೆ ಧ್ಯಾನ. ಗಂಡನ

ನೆನಪಿನಲ್ಲಿ ಎಷ್ಟೇ ಮುಳುಗಿದ್ದರೂ ಅತ್ತೆ ಮಾವನ ಕಾಳಜಿ ಮರೆತವಳಲ್ಲ. "ನಿನ್ನ ಕಾಲ್ಗುಣದಿಂದ ಆ ಮನೆಗೆ ಕೆಟ್ಟದ್ದಾಯಿತು ಎಂಬ ಹೆಸರು ಬೇಡ, ಅತ್ತೆ ಮಾವನನ್ನ ಚೆನ್ನಾಗಿ ನೋಡ್ಕೊಂಡ್ರೆ ನಿನಗೆ ಒಳ್ಳೆಯದು ಆಗೆ ಆಗತ್ತೆ" ಎಂಬ ಅಪ್ಪನ ಮಾತನ್ನು ಪಾಲಿಸುವಲ್ಲಿ ಊರ್ಮಿಳೆ ಹಿಂದೆ ಬಿದ್ದಿದ್ದೆ ಇಲ್ಲ. ಅತ್ತೆ ಮಾವನಿಗೆ ಸಂಜೆಯ ಕಷಾಯ ಕೊಡುವ ನೆನಪಾಗಿ ಮನೆಗೆಲಸದ ಸಹಾಯಕಿ ಶಾಂತಾಳನ್ನು ಕೂಗಿದಳು. ಶಾಂತಾಳ ಬದಲಿಗೆ ಬಟ್ಟಲು ಹಿಡಿದು ಕಷಾಯ ತಂದಿದ್ದು ಮಾತ್ರ ಶಂಕರ.

ಶಂಕರನ ಮುಖ ನೋಡುತ್ತಲೆ ಊರ್ಮಿಳೆಯ ಮನಸ್ಸು ಅರಳಿತು. ಎಲ್ಲಾ ಜಂಜಡಗಳ ನಡುವೆ ಅವಳಿಗೆ ಖುಷಿ ಕೊಡುವುದೆಂದರೆ ಶಂಕರನ ಹಾಜರಾತಿ. ಏಕಾಂಗಿತನ ಕಾಡಿದಾಗಲೆಲ್ಲ ಮದ್ದೆನಿಸುವುದು ಶಂಕರನ ಸುಳಿದಾಟ. ಆತ ಅಕ್ಕಪಕ್ಕದಲ್ಲಿದ್ದರೆ ಯಾವುದೊ ಲಹರಿಯಲ್ಲಿ ಊರ್ಮಿಳೆ ಕಳೆದು ಹೋಗುತ್ತಾಳೆ. ಅವನು ತನ್ನನ್ನು ಗಮನಿಸುತ್ತಾನೆ, ಬಾಯ್ಬಿಟ್ಟು ಹೇಳದೆಯೂ ತನ್ನ ಬೇಕು ಬೇಡಗಳನ್ನು ಅರ್ಥಮಾಡಿಕೊಳ್ಳುತ್ತಾನೆ ಎಂಬುದು ಆಕೆಗಿರುವ ಖುಷಿಯ ಸಂಗತಿಗಳಲ್ಲಿ ಬಹು ದೊಡ್ಡದು. ಅವಳ ಊಟ ತಿಂಡಿ ಬೆಳಗು ಬೈಗುಗಳಲ್ಲೂ ಶಂಕರನ ಹಾಜರಾತಿ ಇರಬೇಕು. ತುಂಬಾ ಹೊತ್ತು ಅವನು ಮನೆಯಲ್ಲಿ ಕಾಣದಿದ್ದರೆ ಅವನನ್ನು ಹುಡುಕಿ ತೋಟಕ್ಕೆ ಹೋಗಬೇಕು ಎನಿಸುವವಳಿಗೆ ಇಂದು ದಿನವೆಲ್ಲಾ ಶಂಕರ ಕಾಣದಿದ್ದರೂ ಅವನ ನೆನಪೆ ಆಗಲಿಲ್ಲವಲ್ಲ ಎಂದು ಆಶ್ಚರ್ಯವಾಯಿತು. ಗಂಡ ಬರುವ ಗುಂಗಿನಲ್ಲಿ ತಾನು ಶಂಕರನನ್ನು ಗಮನಿಸುತ್ತಿಲ್ಲ ಎನಿಸಿತು.

ಮನೆ-ಜಮೀನಿನ ಕಾರುಬಾರನ್ನೆಲ್ಲಾ ನೋಡಿಕೊಳ್ಳುತ್ತಿದ್ದ ಲಕ್ಷ್ಮಣನ ತಂದೆ ಮಾರುತಿಯವರು ಮಗನ ಮದುವೆಯಾದ ಎರಡು ದಿನಕ್ಕೆ ಪಾರ್ಶ್ವವಾಯುಗೆ ತುತ್ತಾಗಿ ಹಾಸಿಗೆ ಹಿಡಿದಿದ್ದರು. ಈ ಸ್ಥಿತಿಯಲ್ಲಿ ಅವರನ್ನು ಬಿಟ್ಟು ಹನಿಮೂನಿಗೆ ಹೊರಡುವುದು ಸರಿಯಲ್ಲ ಎಂದೆಣಿಸಿದ್ದರಿಂದ ಗಂಡ ಹೆಂಡತಿ ಬಹುದಿನಗಳಿಂದ ಆಲೋಚಿಸಿ ಯೋಜಿಸಿದ್ದ ಹನಿಮೂನನ್ನು ಮುಂದೂಡಬೇಕಾಯಿತು. ಇನ್ನು ಲಕ್ಷ್ಮಣ ದಡ ಹತ್ತಿದ ಮೇಲೆ ಅವನ ತಾಯಿಗೆ ಮಂಡಿ ನೋವಿನ ಸಮಸ್ಯೆ. ಕೆಲಸ ಮಾಡುವ ಜನ ಯಾರಾದರೂ ಕಂಡರೆ ಕೂರಲು ಆಗದ ನಿಲ್ಲಲು ಆಗದಷ್ಟು ವಿಪರೀತ ಮಂಡಿ ನೋವು. ಅಂತೇನು ಸೊಸೆಯ ಬೇಕು ಬೇಡಗಳನ್ನು ನೋಡಿಕೊಳ್ಳುವಲ್ಲಿ ಅವರು ಎಂದೂ ಹಿಂದೆ ಮುಂದೆ ನೋಡಿದವರಲ್ಲ. ಕರುಳಬಳ್ಳಿ ಎಂಬ ಕಾರಣಕ್ಕೆ ಲಕ್ಷ್ಮಣನ ಮೇಲೆ ಅವರಿಗಿರುವ ಪ್ರೀತಿ ಬಹುದೊಡ್ಡದಾದರೂ ಸೊಸೆಯನ್ನು ಅವನ ಬಳಿ ಕಳುಹಿಸುವ ಮಾತು ಬಂದರೆ "ನೋಡೋಣ ವರ್ಷವಾಗಲಿ."

"ನಮಗೂ ಹೆಣ್ಣುಮಕ್ಕಳಿಲ್ಲ ಸ್ವಲ್ಪ ದಿನ ನಮ್ಮ ಜೊತೆಗಿರಲಿ" ಎಂದು ಹೇಳುತ್ತಾ, ಹೇಳುತ್ತಾ ಒಂದು ವರ್ಷವನ್ನೇ ಕಳೆದಿದ್ದರು.

ದೇಶ ದೇಶಗಳನ್ನು ಸುತ್ತಬೇಕು ಎಂಬುದು ಊರ್ಮಿಳೆಗೆ ಚಿಕ್ಕಂದಿನಿಂದಲೂ ಆಸೆ. ಇಂಜಿನಿಯರಿಂಗ್ ಮುಗಿಸಿ ಬೆಂಗಳೂರಿಗೆ ಕೆಲಸಕ್ಕೆ ಸೇರಿದ ವಿದೇಶದಲ್ಲಿ ಕೆಲಸಕ್ಕೆ ಹುಡುಕಿದ್ದಳು. ಕೊನೆಗೆ ಒಳ್ಳೆಯ ಪ್ಯಾಕೇಜ್ ನೊಂದಿಗೆ ಆಫರ್ ಕೂಡ ಬಂದಿತ್ತು. "ಎಲ್ಲಿಗೆ ಹೋಗುವುದಾದರೂ ಮದುವೆ ಮಾಡಿಕೊಂಡು ಗಂಡನ ಜೊತೆಗೆ ಹೋಗು ಒಬ್ಬಳನ್ನೆ ಕಳಿಸೋದು ಕನಸಿನ ಮಾತು" ಎಂದು ಅವಳಪ್ಪ ಕಡ್ಡಿ ತುಂಡಾಗುವಂತೆ ಮಾತನಾಡಿದ್ದು ಅವಳಿಗೆ ನೋವಾಗಿತ್ತಾದರೂ ವಿದೇಶದಲ್ಲಿರುವ ಗಂಡನ್ನೆ ನೋಡಿ ಮದುವೆ ಮಾಡುತ್ತೇನೆ ಎಂದಿದ್ದು ಸಮಾಧಾನ ತಂದಿತ್ತು.

ಲಂಡನ್‌ನಲ್ಲಿ ಎಂ.ಎಸ್ ಮುಗಿಸಿ ಮೆಲ್ಬೋರ್ನ್‌ನಲ್ಲಿ ಕೈ ತುಂಬ ಸಂಬಳ ಎಣಿಸುತ್ತಿದ್ದ ಲಕ್ಷ್ಮಣ ಬ್ಯಾಂಕ್ ಸಾಲವನ್ನು ಚುಕ್ತಾ ಮಾಡಿದ್ದ. ತಂದೆ ತಾಯಿಗೆ ಯಾವ ಅಸುರಕ್ಷತೆಯೂ ಕಾಡಬಾರದು ಎಂದು ಅವರ ಹೆಸರಿನಲ್ಲಿ ಬ್ಯಾಂಕಿನಲ್ಲಿ ದೊಡ್ಡ ಮೊತ್ತದ ಹಣ ಇಟ್ಟಿದ್ದ. ವರ್ಷಕ್ಕೊಮ್ಮೆ ಮನೆಗೆ ಬಂದಾಗ ಉಡುಗೊರೆ ರೂಪದಲ್ಲಿ ತಾಯಿಗೆ ಬಂಗಾರ ಕೊಡಿಸುವುದರಿಂದ ಹಿಡಿದು ಅವಳು ಕರೆದ ನೆಂಟರಿಷ್ಟರ ಮನೆ, ಮದುವೆ ಮನೆಗಳಿಗೂ ಸುತ್ತುತ್ತಿದ್ದ. ಎರಡು ದಿನಕ್ಕೊಮ್ಮೆ ತಪ್ಪದೆ ಫೋನ್ ಮಾಡಿ ಕುಶಲೋಪರಿ ವಿಚಾರಿಸುತ್ತಿದ್ದ. ಈ ಎಲ್ಲಾ ಗುಣಗಳನ್ನು ನೋಡಿದರೆ ಲಕ್ಷ್ಮಣನೊಬ್ಬ ಜವಾಬ್ದಾರಿಯುತ ಮಗ ಎಂದು ಹೇಳಲು ಅಡ್ಡಿಯಿಲ್ಲ.

ಪ್ರತಿನಿತ್ಯ ಬಂದು ಅಡುಗೆ-ಕಸ-ಮುಸರೆ-ಬಟ್ಟೆ ಕೆಲಸವನ್ನು ಮುಗಿಸಿ ಹೋಗುತ್ತಿದ್ದ. ಮನೆ ಕೆಲಸದವಳ ದೆಸೆಯಿಂದ; ಏನೆ ಆದರೂ ಕೊನೆಗೆ ಮಗ ಕೈ ಬಿಟ್ಟರೂ ಬದುಕಿಗೇನು ಕೊರತೆಯಾಗದಂತೆ ನಿಭಾಯಿಸಲು ಲಕ್ಷ್ಮಣನ ತಂದೆ ಮಾರುತಿಯವರಿಗಿದ್ದ ಮೂರೆಕರೆ ಅಡಿಕೆ ತೋಟದ ಕಾರಣದಿಂದ ಮನೆಯಲ್ಲಿ ನೆಮ್ಮದಿ ನೆಲೆಯೂರಿತ್ತು. ಈ ಎಲ್ಲಾ ಜವಾಬ್ದಾರಿ ನಿಭಾಯಿಸುವ ಭರದಲ್ಲಿ ಲಕ್ಷ್ಮಣನ ವಯಸ್ಸು ಮೂವತ್ತೊಂದು ದಾಟಿ ಮೂವತ್ತೆರಡರತ್ತ ಸರಿದಿದ್ದು ಅವರಿಗೆ ಗೊತ್ತಾಗಲಿಲ್ಲವೆಂದೇನಲ್ಲ. ಮಗನೂ ಸಹ ಮದುವೆಗೆ ತರಾತುರಿಯೇನು ಮಾಡಿರದಿದ್ದ ಕಾರಣ ಮೂವತ್ಮೂರು ಮುಗಿಯುವ ಮೊದಲು ಪಕ್ಕದೂರಿನ ಜಮೀನ್ದಾರರಾದ ನಾರಾಯಣರ ಒಬ್ಬಳೆ ಮುದ್ದಿನ ಮಗಳು ರೂಪವತಿ ವಿದ್ಯಾವಂತೆ, ಊರ್ಮಿಳಾಳನ್ನು ಮಗನಿಗೆ ಜೊತೆಯಾಗಿಸಿದರು. ಒಂದು ತಿಂಗಳಿಗೆಂದು ರಜದ ಮೇಲೆ ಬಂದಿದ್ದ ಲಕ್ಷ್ಮಣ ಹುಡುಗಿಯನ್ನು ನೋಡಿ ಮೆಚ್ಚಿ ಮದುವೆ ಶಾಸ್ತ್ರಗಳನ್ನು ಮುಗಿಸಿಕೊಂಡು ಹೆಂಡತಿಯನ್ನು ಶೀಘ್ರದಲ್ಲೆ ಮೆಲ್ಬೋರ್ನ್‌ಗೆ ಕರೆಯಿಸಿಕೊಳ್ಳುವ ಆಲೋಚನೆಯನ್ನೂ ಮಾಡಿದ್ದ.

ಅಡಿಕೆ ತೋಟದ ಕೆಲಸ ಮಾಡಿಸಿ ಚಂಡೆಗಳು ಸಣ್ಣಗಾದಂತೆ, ಬುಡಕ್ಕೆ ಕಾಲಕಾಲಕ್ಕೆ ಗೊಬ್ಬರ ಮಣ್ಣು ಬೀಳುವಂತೆ, ತೋಟ ಜಡ್ಡುಗಟ್ಟದಂತೆ

ಕಾಯುವವರು ಯಾರು? ದೇಹದ ಅರ್ಧಭಾಗ ಸ್ವಾಧೀನ ಕಳೆದುಕೊಂಡರೂ ಬಾಯಿ ಗಟ್ಟಿಯಿದ್ದ ಲಕ್ಷ್ಮಣನ ಅಪ್ಪ ಸೀತಾರಾಮರಿಗೆ ತೋಟದ್ದೆ ಚಿಂತೆ. ಹೋಗಿ ಬಂದವರ ಬಳಿಯೆಲ್ಲ ತೋಟದ ಬಗ್ಗೆಯೆ ಮಾತು. "ನನ್ನ ಮಗನಾದರೂ ವಾಪಸ್ಸು ಬಂದು ನಮ್ಮನ್ನು ನೋಡಿಕೊಳ್ಳುತ್ತಿದ್ದ, ಆದರೆ ಅವನನ್ನೆ ನಂಬಿಕೊಂಡು ಕೈ ಹಿಡಿದು ಬಂದ ಹೆಂಡತಿಯಿರುವಾಗ ಕೆಲಸ ಬಿಟ್ಟು ಬಂದು ಬರಿಗೈನಲ್ಲಿ ಇಲ್ಲಿ ಕೂರುವುದು ಸರಿಯಲ್ಲ ಅಲ್ವೆ ಬೀಗ್ರೆ, ಅವನಿಲ್ಲದಿದ್ದರೇನು ನಮಗೆ ನಮ್ಮ ಸೊಸೆಯಿದ್ದಾಳೆ" ಎನ್ನುತ್ತಾ, ಮಗಳ ಜೀವನದ ಬಗ್ಗೆ ಊರ್ಮಿಳೆಯ ತಂದೆಯ ಕಣ್ಣಲ್ಲಿರುವ ನೂರಾರು ಪ್ರಶ್ನೆಗಳು ಬಾಯಿಯಿಂದ ಹೊರಬರದಂತೆ ಅಲ್ಲೆ ಬಂಧಿಸಿ ಬಿಡುತ್ತಿದ್ದರು. ಸೀತಾರಾಮರ ಮನೆಯ ಒಂದೊಂದೆ ಸಮಸ್ಯೆಯನ್ನು ಬಗೆಹರಿಸಿದರೆ ಮಾತ್ರ ನನ್ನ ಮಗಳು ಸುಖವಾಗಿರಬಲ್ಲಳು ಎಂಬ ಆಲೋಚನೆ ನಾರಾಯಣರಿಗೆ ಮನಸ್ಸಿಗೆ ಬಂದಿದ್ದೆ ಉಪಾಯಗಳನ್ನು ಹುಡುಕಹತ್ತಿದರು.

ಮದುವೆಯಾದ ಹೊಸತರಲ್ಲಿನ ಖುಷಿಗಳನ್ನು ಅನುಭವಿಸಬೇಕಾಗಿದ್ದ ಮಗಳು ಅತ್ತೆ ಮಾವನನ್ನು ಸಂಭಾಳಿಕೊಂಡಿರಬೇಕಾಯಿತಲ್ಲ ಎಂಬುದು ದಿನ ಬೆಳಗೆದ್ದರೆ ನಾರಾಯಣರನ್ನು ಕಾಡುವ ಯೋಚನೆಯಾಯಿತು. ಅವಳ ಕನಸಿನಂತೆ ಆಸ್ಟ್ರೇಲಿಯಾಕ್ಕೆ ಹೋಗಿ ಗಂಡನೊಡನೆ ಸುಖದಿಂದ ಇರುತ್ತಾಳೆ ಎಂದು ಎಣಿಸಿ ಮದುವೆ ಮಾಡಿಕೊಟ್ಟ ತಮ್ಮ ಯೋಜನೆ ಎರಡು ತಿಂಗಳಾದರೂ ಕೈಗೂಡುವ ಲಕ್ಷಣ ಕಾಣಿಸದಿದ್ದಾಗ, ಮಗಳು ಗಂಡನ ಮನೆಯಲ್ಲಾದರೂ ಸುಖವಾಗಿರಲಿ ಎಂದು ತಮ್ಮ ಯೋಜನೆಯ ಪ್ರಕಾರ ಮನೆಯ ಕೆಲಸದವರಾದ ಶಾಂತಾ ಮತ್ತು ಶಂಕರನನ್ನು ಮಗಳ ಅನುಕೂಲಕ್ಕಾಗಿ ಕಳುಹಿಸಿಕೊಟ್ಟರು. ಮೊದಲು ಊರ್ಮಿಳೆ, ಈಗ ಶಂಕರ ಶಾಂತಾರು ಇರದ ಮನೆ ನಾರಾಯಣರಿಗೆ ಮನೆಯಂತಲೆ ಅನಿಸದಷ್ಟು ಮನಸ್ಸಿನಲ್ಲಿ ದುಗುಡ. ಮಕ್ಕಳು ಎಂದಿಗಾದರೂ ಗೂಡು ಬಿಟ್ಟು ಹೋಗುವವರೆ ಎನಿಸಿ ತಮ್ಮನ್ನು ತಾವೆ ಸಮಾಧಾನ ಮಾಡಿಕೊಳ್ಳಲು ನೋಡಿದಾಗ ನೆನಪಾಗಿದ್ದೆ ಸಾವಿತ್ರಿ.

ಊರ್ಮಿಳಾಳೆ ತನಗೆ ಸರ್ವಸ್ವವೆಂದು ನಾರಾಯಣರು ತಮ್ಮ ಪ್ರೀತಿಯನ್ನೆಲ್ಲಾ ಧಾರೆಯೆರೆದು ಸಾಕುತ್ತಿದ್ದರೂ, ತಾಯಿಯಂತೆ ಕಾಳಜಿ ವಹಿಸಿ ಮನೆಯ ಮಟ್ಟಿಗಿನ ಬೇಕು ಬೇಡಗಳನ್ನು ನೋಡಿಕೊಂಡಿದ್ದು ಸಾವಿತ್ರಿ. ತನ್ನ ಮಕ್ಕಳಿಗಿಂತ ಊರ್ಮಿಳೆನ್ನು ಪ್ರೀತಿಯಿಂದ ಕಾಣುತ್ತಿದ್ದ ಋಣದ ಕಾರಣದಿಂದಲೆ ಸಾವಿತ್ರಿಗೆ ಕೇಳಬೇಕು ಎಂದು ಎನಿಸಿದ್ದ ಅದೆಷ್ಟೊ ಪ್ರಶ್ನೆಗಳನ್ನು ಊರ್ಮಿಳೆ ತನ್ನಲ್ಲೆ ಉಳಿಸಿಕೊಂಡಿದ್ದಳು. ಆಚೀಚೆಯವರು ಸಾವಿತ್ರಿ ಮತ್ತು ಅಪ್ಪನ ಬಗ್ಗೆ ಹೇಳುವ ಮಾತಿಗೇನು ಅರ್ಥ? ಅನೈತಿಕ ಅಂದರೇನು? ಅಪ್ಪನಿಗೆ ಕೇಳಿಬಿಡಲೆ ಎನಿಸಿದರೂ ಧೈರ್ಯ ಬರುತ್ತಿರಲ್ಲ. ಎಲ್ಲದಕ್ಕೂ "ನೀನು ಇನ್ನು ಪುಟ್ಟವಳು", ಎನ್ನುವ ಅಪ್ಪ ಇದಕ್ಕೂ ಹಾಗೆ ಹೇಳಿದರೆ ಎಂದು ಐದನೇ ತರಗತಿಯಿಂದಲೂ

ತನ್ನ ಬಾಯನ್ನು ಮುಚ್ಚಿಕೊಂಡೆ ಇದ್ದಳು. ಈ ಕಾರಣದಿಂದಲೆ ಊರ್ಮಿಳೆಗೆ ಪ್ರೀತಿ ಮತ್ತು ಅಸಹನೆ ಎರಡೂ ಒಟ್ಟೊಟ್ಟಿಗೆ ಯಾರಮೇಲಾದರೂ ಇದೆ ಎಂದರೆ ಸಾವಿತ್ರಿ ಮತ್ತು ಸಾವಿತ್ರಿಯ ಚಹರೆ ಹೊತ್ತಿರುವ ಶಂಕರನ ಮೇಲೆ. ಆದರೂ ಇವರಿಬ್ಬರು ತಮ್ಮ ಪ್ರೀತಿ ಮತ್ತು ನಿಷ್ಠೆಯಿಂದಲೆ ತನ್ನನ್ನೂ, ಮನಸ್ಸನ್ನೂ ಗೆದ್ದ, ತಾನೂ ಎಂದೂ ನಿರ್ಲಕ್ಷಿಸಲಾಗದ ವ್ಯಕ್ತಿತ್ವಗಳು ಎಂಬುದು ಆಲೋಚನೆ.

ಕಣ್ಣಿನ ಮುಂದಿರುವುದರಿಂದ ನಿರ್ಲಕ್ಷಿಸಲಾಗದ ಕಾರಣ ಇವರಾರು ತನ್ನ ಕಣ್ಣಿಗೆ ಬೀಳಲಾರದ ಜಾಗಕ್ಕೆ ತಾನು ಹೋಗಬೇಕು, ಆಚೀಚೆಯವರ ಮಾತು ತನ್ನ ಕಿವಿಗೆ ತಲುಪಲಾಗದಷ್ಟು ತಾನು ಎಲ್ಲರಿಂದ ದೂರ ಹೋಗಬೇಕು. ಇವಳು ನಾರಾಯಣರ ಮಗಳು ಎಂದು ಯಾರೂ ಗುರುತಿಸಲಾರದ ಅಪರಿಚಿತರ ನಾಡಲ್ಲಿ ಬದುಕಬೇಕು ಎಂಬ ಆಲೋಚನೆಯೆ ಅವಳ ವಿದೇಶದ ಕನಸನ್ನು ಗಟ್ಟಿ ಮಾಡಿತ್ತು.

ಶಂಕರ ಮತ್ತು ಶಾಂತಾ ಊರ್ಮಿಳೆಗಿಂತ ಬಹಳ ದೊಡ್ಡವರೇನು ಅಲ್ಲ. ಶಾಂತಾ ಎಂಟನೆ ತರಗತಿಯಿರುವಾಗ ಶಂಕರ ಹತ್ತನೇ ತರಗತಿಯಲ್ಲಿದ್ದ. ಊರ್ಮಿಳಾ ಆಗ ಆರನೇ ತರಗತಿಯಲ್ಲಿ ಓದುತ್ತಿದ್ದಳು. ಗಂಡನನ್ನು ಕಳೆದುಕೊಂಡ ನಂತರ ಈ ಎರಡೂ ಮಕ್ಕಳನ್ನು ಸಾಕಿ ಸಲಹುತ್ತಿದ್ದ ಸಾವಿತ್ರಿಯನ್ನು ಅದೆ ವರ್ಷ ಟೈಫಾಯ್ಡ್ ನುಂಗಿಕೊಂಡಿತು. ಅಜ್ಜಿಯ ಮನೆಯಲ್ಲಿದ್ದು ಹೈಸ್ಕೂಲಿಗೆ ಹೋಗುತ್ತಿದ್ದ ಮಕ್ಕಳಿಗೆ ಓದು ತಲೆಗೆ ಹತ್ತಿದ್ದು ಅಷ್ಟಕ್ಕಷ್ಟೆ. ತಲೆ ಚುರುಕಿಲ್ಲದ್ದರೇನಂತೆ, ತಾಯಿ ಸಾವಿತ್ರಿಯಂತೆ ಕೈ ಬಹಳ ಚುರುಕು. ಪ್ರತಿವರ್ಷ ಪಾಸಾಗಲು ಬೇಕಾದಷ್ಟೆ ಅಂಕಗಳನ್ನು ಗಳಿಸಿ ಶಾಂತಾ ಒಂಬತ್ತನೆ ತರಗತಿಗೆ ಹೋದರೆ; ಶಂಕರ ಹತ್ತನೆ ತರಗತಿಯಲ್ಲೆ ಘುಮ್ಕಿ ಹೊಡೆದು ನಾರಾಯಣರ ಮನೆಯ ಕೆಲಸಕ್ಕೆ ಸೇರಿದ್ದ. ನಾರಾಯಣರ ಜೊತೆ ಎಷ್ಟು ಬೇಕಾದರೂ ಹರಟೆ ಕೊಚ್ಚುವ ಶಂಕರ, ಊರ್ಮಿಳೆಯನ್ನು ಸರಿಯಾಗಿ ಕಣ್ಣೆತ್ತಿಯೂ ನೋಡಲಾರ. ಅವಳ ಮಾತಿಗೆ 'ಹ್ಞಾಂ' 'ಹ್ಞೂಂ' ಎಂದಷ್ಟೆ ಉತ್ತರ ಕೊಡುವುದನ್ನು ನೋಡಿ ಸಾಕಾಗಿದ್ದ ಊರ್ಮಿಳೆ, ಅವನ ಜೊತೆ ಮಾತನ್ನೆ ನಿಲ್ಲಿಸಿದ್ದಳು. ಪಿಯುಸಿವರೆಗೆ ಹಾಗೋ ಹೀಗೊ ಓದಿದ ಶಾಂತಾ ನಂತರ ಅಣ್ಣನ ದಾರಿಯನ್ನೆ ಹಿಡಿದು ನಾರಾಯಣರ ಮನೆ ಸೇರಿದಳು. ಊರ್ಮಿಳೆ ಅಪ್ಪನ ಅಣತಿಯಂತೆ ತಾಲ್ಲೂಕಿನ ಒಂದು ಕಾಲೇಜಿನಲ್ಲಿ ಪಿಯುಸಿಯಲ್ಲಿ ವಿಜ್ಞಾನ ವಿಭಾಗಕ್ಕೆ ಸೇರಿಕೊಂಡು ನಂತರ ಜಿಲ್ಲಾ ಕೇಂದ್ರದಲ್ಲಿ ಇಂಜಿನಿಯರಿಂಗ್ ಮುಗಿಸಿದ್ದಳು. ಮಗಳು ಕಣ್ಣ ಮುಂದೆಯೆ ಇದ್ದು ಓದಬೇಕು ಎಂಬ ನಾರಾಯಣರ ಕನಸು ಈ ಮುಲಕ ಈಡೇರಿತ್ತು.

ಅಮ್ಮನ ಜೊತೆ ಅಪ್ಪ ಹೇಗಿದ್ದರು; ಅಮ್ಮ ಅಪ್ಪನ ಜೊತೆ ಹೇಗಿದ್ದಳೆಂಬುದು ಊರ್ಮಿಳಾಳಿಗೆ ಗೊತ್ತಿಲ್ಲ. ಆದರೆ ಅಮ್ಮನ ಬಗ್ಗೆ ಅಪ್ಪ ತುಂಬ ಗೌರವದಿಂದ

ಮಾತನಾಡಿದ್ದನ್ನ ಕೇಳಿಸಿಕೊಂಡೆಯಷ್ಟೆ ಗೊತ್ತು. ಅಮ್ಮ ಬಾವಿಗೆ ಹಾರಿ ಸತ್ತಿದ್ದರ ಬಗ್ಗೆ ಅವರಿಗೆ ದುಃಖವಿದೆ ಎಂದು ಊರ್ಮಿಳೆ ಬಲ್ಲಳು. ಆದರೆ, ಅವಳಿಗನಿಸಿದಂತೆ ಹೆಚ್ಚು ತಲೆಕೆಡಿಸಿಕೊಂಡವರಲ್ಲ. ಇದಕ್ಕೆ ಕಾರಣ ಸಾವಿತ್ರಿ ಎಂಬುದು ಅವಳ ಅನಿಸಿಕೆ. ಸಾವಿತ್ರಿ ಇದ್ದಾಗ ಅಪ್ಪ ಮನೆಯ ಒಳಗಿನ ಗೋಜಲಿಗೆ ತಲೆ ಹಾಕದೆ ಎಷ್ಟು ನಿರಾಳರಾಗಿರುತ್ತಾರೆ, ಮನೆಯ ಇತರ ಆಳು ಕಾಳುಗಳನ್ನು ನಿಭಾಯಿಸಿ ಮನೆಯ ಏಳಿಗೆಗೆ ಸಾವಿತ್ರಿಯದು ದೊಡ್ಡ ಪಾತ್ರವಿದೆ. ಸಾವಿತ್ರಿಯ ಮೇಲೆ ಒಳಗಿದ್ದ ಅಸಹನೆಯ ಕಾರಣದಿಂದ ಆಕೆ ಹೋದ ಮೇಲೆ ಊರ್ಮಿಳೆಗೆ ಕೆಲ ದಿನ ನಿರಾಳ ಎನಿಸಿದರೂ ಅವಳಿಲ್ಲದ ಮನೆ ಆಮೇಲೆ ಖಾಲಿಯೆನಿಸತೊಡಗಿತು. ಸಾವಿತ್ರಿ ಹೋದಮೇಲೆ ನಾರಾಯಣರು ಅವಳ ಹೆಸರನ್ನು ಯಾವತ್ತೂ ಮನೆಯಲ್ಲಿ ಎತ್ತಲೆ ಇಲ್ಲ. ಆ ವಿಷಯ ಊರ್ಮಿಳೆಗೆ ಖುಷಿ ಕೊಟ್ಟರೂ ಅಪ್ಪ ಮೊದಲಿನಂತೆ ಲವಲವಿಕೆಯಿಲ್ಲದ್ದು ಬೇಸರ ಮೂಡಿಸಿತ್ತು. ಸಾವಿತ್ರಿ ಇರುವಾಗ ಅಪ್ಪನ ಬೇಕು ಬೇಡಗಳ ಬಗ್ಗೆ ತಾನು ಗಮನ ವಹಿಸಿದ್ದೆ ಇಲ್ಲ ಎಂದು ತನ್ನ ಮೇಲೆ ತಾನು ಬೇಸರಿಸಿಕೊಳ್ಳುವಂತಾಯಿತು. ನಾನು ಗಂಡನ ಮನೆಗೆ ಹೋದಮೇಲೆ ಅಪ್ಪನನ್ನ ನೋಡಿಕೊಳ್ಳುವವರು ಯಾರು ಎಂದು ಇಂದಿಗೂ ಕಾಡದ ಪ್ರಶ್ನೆಯೊಂದು ಸಾವಿತ್ರಿಯ ಸಾವಿನ ಜೊತೆಜೊತೆಗೆ ಎದ್ದಿದ್ದು ಯಾಕೆ ಎಂಬುದು ಅರ್ಥವಾಗದಾಯಿತು.

ಯಾರೂ ಇರದ ಮನೆಯಲ್ಲಿ ನಾರಾಯಣರು ದಿನೆ ದಿನೆ ಮಂಕಾಗುತ್ತಾ ಹೋಗುವುದನ್ನು ಕಂಡಾಗ, ಶಂಕರ ಮತ್ತು ಶಾಂತಾಳನ್ನು ವಾಪಸ್ಸು ಕಳುಹಿಸಿಬಿಡಲೆ ಎಂಬ ಪ್ರಶ್ನೆಯನ್ನು ಊರ್ಮಿಳೆ ಕೇಳಿಕೊಂಡರೆ ಮನಸ್ಸು ಹೇಳುವ ಉತ್ತರ 'ಬೇಡ'. ನಾರಾಯಣರಿಗೆ ಇಲ್ಲಿಯೆ ಬಂದಿರಲು ಸಾಕಷ್ಟು ಬಾರಿ ಹೇಳಿದ್ದಾಳಾದರೂ, ಅವರು ಬಂದಿರಲು ಒಪ್ಪಲಿಲ್ಲ. ಇದೆಲ್ಲದಕ್ಕು ಪರಿಹಾರ ತಾನು ಆಸ್ಟ್ರೇಲಿಯಾಕ್ಕೆ ಹೋಗುವುದು. ಆ ನಂತರ ಶಂಕರ ಮತ್ತು ಶಾಂತಾ ಅಪ್ಪನ ಬಳಿ ವಾಪಸ್ಸು ಹೋಗುವುದು. ಮಾವನ ಪರಿಸ್ಥಿತಿ ಸುಧಾರಿಸಲಿಲ್ಲವಾದರೆ, ಇಲ್ಲಿ ಕೆಲಸಕ್ಕಾಗಿ ಯಾರನ್ನಾದರು ಕರೆದುಕೊಂಡು ಬಂದಿಡುವುದು ಎಂದು ನಿರ್ಧರಿಸಿಕೊಂಡಳು. ಈಗಲೆ ಅವರನ್ನು ವಾಪಸ್ಸು ಕಳಸೋಣವೆಂದರೆ ಶಾಂತಾ ಇರದಿದ್ದರೆ ಮನೆಯ ಕೆಲಸ ನಡೆಯುವುದಿಲ್ಲ; ಶಂಕರ ಇರದಿದ್ದರೆ ತೋಟದ ಕೆಲಸ ನಡೆಯುವುದಿಲ್ಲ. ಅದೆಲ್ಲಕ್ಕಿಂತ ಜಾಸ್ತಿ ಊರ್ಮಿಳೆಗೆ ಶಂಕರನ ಗೈರನ್ನು ಊಹಿಸಲು ಸಾಧ್ಯವಿಲ್ಲ. ಅವಳ ಮುಕ್ಕಾಲುಪಾಲು ಕೆಲಸಕ್ಕೆ ಅವನು ಜೊತೆಯಿರಬೇಕು. ಈಗ ಅಂತಲ್ಲ, ಶಂಕರ ಧುಮ್ಮಿ ಹೊಡೆದು ನಾರಾಯಣರ ಮನೆ ಸೇರಿದಾಗಿನಿಂದಲೂ ಹೀಗೆಯೆ.

ಊರ್ಮಿಳೆಗೆ ಶಂಕರ ಎಷ್ಟು ಫರ್ಫೆಕ್ಟ್ ಎನಿಸುತ್ತಾನೆ ಎಂದರೆ, ಅವನ ಕೆಲಸಗಳೆಲ್ಲವೂ ತುಂಬ ಅಚ್ಚುಕಟ್ಟು, ಮನೆ ಕೆಲಸದಲ್ಲಿ ಮೊದಲು ಸಾವಿತ್ರಿಗೆ

ಆನಂತರ ಶಾಂತಾಗೆ ಜೊತೆ. ಹದಿನಾರನೇ ವಯಸ್ಸಿಗೆ ಗಟ್ಟಿಮುಟ್ಟಾದ ಮೈಕಟ್ಟು. ಹುಡುಗಿಯರು ಬಯಸುತ್ತಾರಲ್ಲ ಹಾಗೆ ಅವನಿಗೆ ಈಗ ಸಿಕ್ಸ್ ಪ್ಯಾಕ್ ಇದೆ; ಆದರೆ ಜಿಮ್‌ನಲ್ಲಿ ಕಸರತ್ತು ಮಾಡಿ ಬಂದಿದ್ದಲ್ಲ. ಬೈಸೆಪ್ಸ್ ಇದೆ; ಆದರೆ ಹಾರೆ, ಪಿಕಾಸು, ಗುದ್ದಲಿ ಹಿಡಿದು ಬಂದಿದ್ದು. ಈಗ ಅವನೊಬ್ಬ ಫರ್ಫೆಕ್ಟ್ ಡ್ರೈವರ್; ಆದರೆ ಸ್ವಂತ ಕಾರಿಲ್ಲ. ಇಲ್ಲವನ್ನೂ ಹೇಗೊ ಬದಿಗೊತ್ತಿ ನಿರ್ಲಕ್ಷಿಸಿ ಅವನನ್ನು ಮೆಚ್ಚಲು ಬೇಕಾದ ಓದು ಮತ್ತು ಅದಕ್ಕೆ ತಕ್ಕ ದೊಡ್ಡ ಸಂಬಳವಿಲ್ಲ. ಯಾವಾಗಲೂ ಊರ್ಮಿಳೆಗೆ ಅನಿಸುವಂತೆ ನಿರ್ಲಕ್ಷಿಸಲಾಗದ ವ್ಯಕ್ತಿತ್ವದವನು.

ಲಕ್ಷ್ಮಣ ಫೋನ್ ಮಾಡಿದಾಗಲೆಲ್ಲ ತುಂಬ ಪ್ರೀತಿಯಿಂದ ಮಾತನಾಡುತ್ತಾನಾದರೂ ಆಫೀಸಿನ ವೇಳೆಯಲ್ಲಿ ಅವನು ಮೊಬೈಲ್ ನೋಡುವುದಿಲ್ಲ. ಅಲ್ಲಿಗೆ ಇಲ್ಲಿಗೆ ಇರುವ 4:30 ತಾಸುಗಳ ಅಂತರವೂ ಅವರಿಬ್ಬರ ನಡುವಿನ ಅಂತರಕ್ಕೆ ಕಾರಣವಾಗಿರಬಹುದು. ಆರಂಭದ ಎರಡು ತಿಂಗಳು ಸಂಜೆ ಎರಡು ಮೂರು ತಾಸುಗಳ ಕಾಲ ಮಾತನಾಡಿದ್ದಿದೆ. ಆಮೇಲೆ ಏನಾಯಿತೊ ಸುಸ್ತಿನ ಕಾರಣ ಕೊಟ್ಟು ಅವನು ಸಂಜೆಯ ಕರೆಯನ್ನು ಹದಿನೈದು ನಿಮಿಷಕ್ಕಷ್ಟೆ ಸೀಮಿತಗೊಳಿಸಿದ್ದ. ಊರ್ಮಿಳೆಗೆ ಲಕ್ಷ್ಮಣ ತನ್ನನ್ನು ನಿರ್ಲಕ್ಷಿಸುತ್ತಿದ್ದಾನೆ ಅನಿಸಿದರೂ ಭಾನುವಾರ ಸಂಜೆ ಇವಳ ಜೊತೆ ಮಾತನಾಡಲೆಂದೆ ಎರಡು ತಾಸು ಮೀಸಲಿರಿಸಿದ್ದು ಅವಳನ್ನು ಸಮಾಧಾನಿಯನ್ನಾಗಿಸಿತ್ತು. ಉಳಿದ ದಿನಗಳು ಅವನೇಕೆ ಹೀಗೆ ಮಾಡುತ್ತಾನೆ ಎಂದು ಯೋಚಿಸಿ ತಲೆ ತಿನ್ನುವ ಏನೇನೊ ಆಲೋಚನೆ ಬಂದರೂ ಅವನ ಅಲ್ಲಿನ ಪರಿಸ್ಥಿತಿಯ ಬಗ್ಗೆ ಏನೇನೊ ಊಹಿಸಿಕೊಳ್ಳುವುದು ಸರಿಯಲ್ಲ ಎಂದು ಸಮಾಧಾನಿಸಿಕೊಳ್ಳುವಳು. ಅವನ ಜೊತೆ ಜಗಳ ಆಡೋಣವೆಂದರೆ ಅವನು ಎಂದೂ ಕೋಪಿಸಿಕೊಂಡವನಲ್ಲ. ಮಾತಿಗೆ ತಿರುಗು ಮಾತು ಆಡಿದವನಲ್ಲ. ಅಗೌರವದಿಂದ ತೋರಿದವನಲ್ಲ. "ನೀವು ಬರಲಿದ್ದೀರಿ ಜೊತೆಗೆ ನನ್ನನ್ನು ಕರೆದೊಯ್ಯಲು ಬೇಕಾದ ವೀಸಾ ಪ್ರಕ್ರಿಯೆ ಯಾಕೆ ನಡೆಯುತ್ತಿಲ್ಲ" ಎಂಬ ಊರ್ಮಿಳೆಯ ಪ್ರಶ್ನೆಗಳಿಗೆ ಲಕ್ಷ್ಮಣ ಹಾರಿಕೆ ಉತ್ತರ ನೀಡುತ್ತಿರುವುದು ಊರ್ಮಿಳೆಯನ್ನು ಇನ್ನಷ್ಟು ಚಿಂತೆಗೆ ಹಚ್ಚಿತು. ಆದರೂ ಗಂಡನ ಬರುವಿಕೆಯ ಬಗ್ಗೆ ಅವಳಲ್ಲಿ ಖುಷಿಯಿದೆ. ಕೂತು ಮಾತನಾಡಿದರಾಯಿತು ಎಂದು ತನಗೆ ತಾನೆ ಸಮಾಧಾನ ಹೇಳಿಕೊಂಡಳು.

ಸಂಜೆ ಶಂಕರ ತೋಟದಲ್ಲಿರುವಾಗ ತೋಟಕ್ಕೆ ಹೋಗಿ ಮುತ್ತುಮಲ್ಲಿಗೆ ಮೊಗ್ಗು ಬಿಡಿಸುವುದು, ಸಂಜೆ ಮಾಲೆ ಮಾಡುತ್ತಾ ಲಕ್ಷ್ಮಣನ ಬಗ್ಗೆ ಆದಷ್ಟು ಮುದ್ದು ಮುದ್ದಿನಿಂದ ಯೋಚನೆ ಮಾಡಲು ಪ್ರಯತ್ನಿಸುವುದು, ಎಲ್ಲವೂ ಇದ್ದು ಗಂಡನಿಲ್ಲದ ಕೋಣೆಯಿಂದ ರಾತ್ರಿ ಎದ್ದು ಬಂದು ತೂಗುಯ್ಯಾಲೆಯಲ್ಲಿ ಶಂಕರನಿಗಾಗಿ ಕಾಯುತ್ತಾ ಕೂರುವುದು, ತೂಗುಯ್ಯಾಲೆಯ ಚೀಂಕ್ ಸದ್ದಿಗೆ

ಶಂಕರ ಎದ್ದು ಬಂದು ಊರ್ಮಿಳೆ ಮರಳಿ ಕೋಣೆಗೆ ಹೋಗುವವರೆಗೂ ಬಾಗಿಲಲ್ಲೆ ಕೂತು ಕಾಯುವುದನ್ನು ಗಮನಿಸಿಯೂ ಗಮನಿಸದಂತೆ ಇರುವುದು, ತೋಟದಂಚಿನ ಹೊಳೆಗೆ ಶಂಕರ ಶಾಂತಾ ಜೊತೆ ಹೋಗಿ ನೀರಿನಲ್ಲಿ ಕಾಲು ತೋಯ್ಸಿಕೊಂಡು ಕೂತಾಗ ಶಂಕರ ಎಚ್ಚರಿಕೆಯಿಂದ ತನ್ನನ್ನೆ ಕಾಯುವುದನ್ನು ನೋಡಿ ಒಳಗೊಳಗೆ ಖುಷಿ ಪಡುವುದು, ಶಂಕರನಿಗೆ ಡ್ರೈವ್ ಮಾಡಲು ಹೇಳಿ ಕಾಡಿನ ದಾರಿಯಲ್ಲಿ ಲಾಂಗ್ ಡ್ರೈವ್ ಹೋಗಿ ಬರುವುದು, ಅಪ್ಪನ ಮನೆಗೆ ಹೋಗಿ ಗದ್ದೆ ತೋಟ ಎಂದು ಸುತ್ತಾಡಿ ತನ್ನ ಹೈಸ್ಕೂಲು ದಿನಗಳನ್ನು ನೆನಪಿಸಿಕೊಳ್ಳುವುದು, ಅಪ್ಪನ ಜೊತೆ ತಾಸುಗಟ್ಟಲೆ ಕಥೆ ಹೊಡೆದು ಊರಿನ ಕಥೆಗಳನ್ನು ಕೇಳುವುದು, ಲಕ್ಷ್ಮಣನ ಅನುಪಸ್ಥಿತಿಗೆ ಊರ್ಮಿಳೆಗೆ ಮದ್ದಾಗಿ ಕಾಣುತ್ತಿದ್ದುದು ಈ ಸಂಗತಿಗಳೆ.

ಅಮ್ಮ ತೀರಿ ಹೋದಾಗ ಅಪ್ಪನಿಗೆ ಮದ್ದಾದ ಸಂಗತಿಗಳು ಯಾವವಿರಬಹುದು?

ಥೋ, ನನ್ನ ಮನಸ್ಸು ಎಷ್ಟು ಹಾಳಾಗಿದೆಯೆಂದರೆ, ಕೆಲಸವಿಲ್ಲದೆ ಖಾಲಿ ಕೂತಿರುವುದೆ ಇದಕ್ಕೆಲ್ಲ ಕಾರಣ. ತಾನು ಕೆಲಸ ಬಿಟ್ಟಿದ್ದೆ ತಪ್ಪಾಯಿತು. ಮದುವೆ ಗೊತ್ತಾದ ಕೂಡಲೆ ಕೆಲಸ ಬಿಡುವ ಬದಲು ವೀಸಾಗೆ ಅರ್ಜಿ ಹಾಕಿದ ಮೇಲೆ ಬಿಡಬಹುದಿತ್ತು ಎಂದು ಆಲೋಚಿಸುತ್ತಿದ್ದವಳನ್ನು ಎಚ್ಚರಿಸಿದ್ದು ಲಕ್ಷ್ಮಣನ ಕರೆ.

"ನಿನ್ನ ವೀಸಾದ ಎಲ್ಲಾ ಕೆಲಸವನ್ನ ನಾನೆ ನೋಡ್ಕೊತೀನಿ, ಯಾವ ದೇಶಕ್ಕೆ ಹೋಗಬೇಕು ಹೇಳು" ಎಂದಾಗ ಅವಳಿಗೆ ಖುಷಿಯ ಜೊತೆ ಗಾಬರಿಯೂ ಆಯಿತು.

"ಯಾವ ದೇಶ ಎಂದರೇನು? ನಿಮ್ಮ ಜೊತೆ ಆಸ್ಟ್ರೇಲಿಯಾ"

"ಹ್ಞೂಂ ಆಸ್ಟ್ರೇಲಿಯಾ ಎಂದರೆ ಆಸ್ಟ್ರೇಲಿಯಾ ನಾನು ಮೂರು ತಿಂಗಳ ರಜೆಯ ಮೇಲೆ ಬರುತ್ತಿರುವುದು. ನನ್ನ ಜೊತೆಗೆ ಬರುವಿಯಂತೆ" ಎಂದು ಫೋನಿಟ್ಟನು.

ಖುದ್ದಾಗಿ ಇದನ್ನು ಅಪ್ಪನಿಗೆ ಹೇಳಬೇಕು ಎಂದು ಶಂಕರನಿಗೆ ಕಾರು ತೆಗೆಯಲು ಹೇಳಿದಳು. ಚಾ ಮಾಡಿ ಅಪ್ಪನಿಗೊಂದು ತನಗೊಂದು ಕಪ್ ಹಿಡಿದು ಬರುವಾಗ "ಸಾವಿತ್ರಿ ಇದ್ದಿದ್ದರೆ ಎಷ್ಟು ಚೆನ್ನಾಗಿರುತ್ತಿತ್ತಲ್ಲ ಎಷ್ಟು ಖುಷಿ ಪಡುತ್ತಿದ್ದಳೊ" ಎಂಬ ಮಾತು ಬಾಯಿಯಿಂದ ಆಚೆ ಬರುವಷ್ಟರಲ್ಲಿ ನಾಲಿಗೆ ಕಚ್ಚಿಕೊಂಡಳು.

ಲಕ್ಷ್ಮಣನ ಬರುವಿಕೆ ಎಷ್ಟು ಖುಷಿ ಕೊಟ್ಟಿತ್ತೋ ನಾರಾಯಣರು ಶಂಕರ ಶಾಂತಾರನ್ನು ಬಿಟ್ಟು ಹೋಗುವ ನೋವು ದೊಡ್ಡದೆನಿಸಿತ್ತು. ಸಾವಿತ್ರಿಯ ಮುಖದ ಪಡಿಯಚ್ಚಿನಂತಿರುವ ಶಂಕರನ ಮುಖ ಕಂಡಾಗ ಆಗುತ್ತಿದ್ದ ಅಸಹನೆ ಮಾಯವಾಗಿತ್ತು. ಸಾವಿತ್ರಿ ಇರಬೇಕಿತ್ತು ಅನಿಸ ತೊಡಗಿತು. ನಾನು ಹೋಗುವ ಮುಂಚೆ ಶಾಂತಾಳ ಮದುವೆ ಆಗಿದ್ದರೆ ನೋಡಿಕೊಂಡು ಹೋಗಬಹುದಿತ್ತು

ಅನಿಸಿತು. ಆಸ್ಟ್ರೇಲಿಯಾಕ್ಕೆ ಇವರೆಲ್ಲರನ್ನೂ ಒಮ್ಮೆ ಕರೆಯಿಸಿಕೊಳ್ಳಬೇಕು ಎಂಬ ನಿರ್ಧಾರ ಮಾಡಿಕೊಂಡಳು. ಮದುವೆಯಾಗುವಾಗಿನ ಸಡಗರಕ್ಕಿಂತ ಊರ್ಮಿಳೆ ಈಗ ಸಡಗರ ಪಡುತ್ತಿರುವುದೆ ಹೆಚ್ಚು. ಆಗ ವಿದೇಶಕ್ಕೆ ಹೋಗಬೇಕು ಎನಿಸಿದ್ದರ ಹಿಂದಿರುವ ಕಾರಣಕ್ಕಿಂತ ಈಗ ಹೋಗಬೇಕು, ಗಂಡನಿಗಾಗಿ ಹೋಗಬೇಕು ಎಂಬ ಕಾರಣವೆ ಅವಳ ಖುಷಿಯ ಹಿಂದಿರಬಹುದು.

ಲಕ್ಷ್ಮಣ ಥರಾವರಿಯ ಚಾಕಲೇಟ್‌ಗಳು, ಜಾಕೆಟ್‌ಗಳು, ಮೇಕಪ್ ಕಿಟ್‌ಗಳನ್ನು ಹಿಡಿದು "ಊರ್ಮಿ, ಆಲ್ ಫಾರ್ ಯು" ಎಂದಾಗ ಊರ್ಮಿಳೆಗೆ ಖುಷಿಯನ್ನು ಹೇಗೆ ವ್ಯಕ್ತ ಪಡಿಸಬೇಕೆಂಬುದೆ ತಿಳಿಯದಾಯಿತು. ಮಗಳ ಮೇಲೆ ಅಳಿಯನ ಪ್ರೀತಿ ಕಂಡು ನಾರಾಯಣರಿಗೆ ಕಣ್ ತುಂಬಿತು. ಮಗ ಸೊಸೆ ಖುಷಿಯಿಂದ ಇರುವುದನ್ನು ನೋಡಿ ಸೀತಾರಾಮ ದಂಪತಿಗಳಿಗೂ ಖುಷಿ. "ಊರ್ಮಿ ಇಲ್ಲಿದ್ದು ಒಂದು ವರ್ಷವಾಗುತ್ತಾ ಬಂತು ಇನ್ನಾದ್ರೂ ನೀವೆಲ್ಲಾ ಆಸ್ಟ್ರೇಲಿಯಾಗೆ ಕಳುಹಿಸಲೇಬೇಕು" ಎಂಬ ಲಕ್ಷ್ಮಣನ ಮಾತು ಅವನ ತಾಯಿಯ ಬಾಯಿ ಮುಚ್ಚಿಸಿತು.

ಅಂದು ಮನೆಯಲ್ಲಿ ಹಬ್ಬದ ವಾತಾವರಣ. ಅಕ್ಕಪಕ್ಕದವರು ಮನೆಗೆ ಬರುವುದು, ಲಕ್ಷ್ಮಣನ ಸ್ನೇಹಿತರ ಕರೆಗಳು ಇವೆ ಆಯಿತು. ಊರ್ಮಿಗೆ ಗಂಡನೊಡನೆ ಮಾತನಾಡಲು ಏಕಾಂತದ ಸಮಯವೆ ಸಿಗಲಿಲ್ಲ. ಸಂಜೆಯಾಗುತ್ತಲೆ ಲಕ್ಷ್ಮಣ ಊರ್ಮಿಯನ್ನು ಕರೆದು ಹೊಳೆಯತ್ತ ಒಂದು ವಾಕ್ ಹೋಗಿಬರೋಣ ಎಂದ. ವರ್ಷಗಳಿಂದ ಈ ಕ್ಷಣಕ್ಕಾಗಿಯೆ ಕಾಯ್ದಿದ್ದಳೇನೊ ಎಂಬಂತೆ ಮುಖದಲ್ಲಿ ಸಡಗರ, ನಾಚಿಕೆ ಎರಡೂ ತುಂಬಿಕೊಂಡಳು. ರೂಢಿಯೆಂಬಂತೆ ಶಂಕರ ಇವರಿಬ್ಬರನ್ನೂ ಸ್ವಲ್ಪ ದೂರದಿಂದ ಹಿಂಬಾಲಿಸಿ ಹೋದ. ಲಕ್ಷ್ಮಣ ಮಾತನಾಡಲಿ ಎಂದು ಊರ್ಮಿಳೆ, ಊರ್ಮಿಳೆ ಮಾತನಾಡಲೆಂದು ಲಕ್ಷ್ಮಣ ಮನಸ್ಸಿನಲ್ಲಿ ಅಂದುಕೊಳ್ಳುತ್ತಲೆ ಹೊಳೆ ದಡವನ್ನು ತಲುಪಿದರು. ಮಡಚಿದ ಹಾಳೆಯೊಂದನ್ನು ಜೇಬಿನಿಂದ ತೆಗೆದು, ಬಾಯಿಬಿಟ್ಟು ಹೇಳಲಾಗದ ಮಾತುಗಳನ್ನ ಅಕ್ಷರಗಳಿಂದ ಹೇಳುವುದು ಸಾಧ್ಯ ಅಲ್ವಾ ಊರ್ಮಿ? ಇದನ್ನು ಈಗ ಬೇಡ, ಮಲಗುವ ಮುಂಚೆ ಓದು ಎಂದು ಕೈಗಿಟ್ಟ. ಹೆಣ್ಣು ನೋಡುವ ಶಾಸ್ತ್ರ ಮುಗಿಸಿ ತಾಂಬೂಲ ಶಾಸ್ತ್ರಕ್ಕೆ ಬಂದಾಗಲೂ ಹೀಗಿಯೆ ಊರ್ಮಿ ಜೊತೆ ಮಾತನಾಡಬೇಕೆಂದು ನಾರಾಯಣರಿಗೆ ಹೇಳಿ, ಊರ್ಮಿಯನ್ನು ತೋಟಕ್ಕೆ ಕರೆದೊಯ್ದು ತನ್ನ ಪ್ರೀತಿಯ ಮಾತುಗಳನ್ನು ಕಾಗದದೊಳಗೆ ತುಂಬಿಸಿ ಕೈಗಿಟ್ಟಿದ್ದ. ಇಂದು ಮತ್ತೆ ಹೀಗೆ ಕಾಗದ ಕೊಟ್ಟಾಗ ಊರ್ಮಿಳೆಗೆ ಮತ್ತೊಮ್ಮೆ ಇಬ್ಬರೂ ಪ್ರೀತಿಸಲು ಆರಂಭಿಸಿದಂತೆ ಅನಿಸತೊಡಗಿತು. ಈ ಕ್ಷಣವೆ ತೆರೆದು ಓದಬೇಕು ಅನಿಸಿದರೂ ರಾತ್ರಿ ಓದು ಎಂದು ಗಂಡ ಹೇಳಿದ್ದಾರಲ್ಲ ಎಂದು ಬೆವರುವ ಮುಷ್ಟಿಯಲ್ಲಿ ಕಾಗದವನ್ನು ಗಟ್ಟಿಯಾಗಿ ಹಿಡಿದಳು.

ರಾತ್ರಿ ಊಟವಾಗುವುದನ್ನೆ ಕಾಯ್ದಿದ್ದು, ಅಪ್ಪನಿಗೆ ಹಾಸಿಗೆ ಮಾಡಿಕೊಟ್ಟು ತನ್ನ ಕೋಣೆಗೆ ಹೋಗಿ ದಿಂಬಿನ ಹಿಂದಿರಿಸಿದ್ದ ಪತ್ರ ತೆಗೆದಳುಳು. ಲಕ್ಷ್ಮಣ ಯಾರೊಂದಿಗೊ ಫೋನಿನಲ್ಲಿ ಮಾತನಾಡುತ್ತಿದ್ದ. ಪತ್ರ ಓದಲು ಇದೆ ಒಳ್ಳೆಯ ಸಮಯ ಎಂದು ಬೋಲ್ಟ್ ಹಾಕಿ ಓದತೊಡಗಿದಳು.

"ಡಿಯರ್ ಊರ್ಮಿ,

ನನ್ನ ತಂದೆ ತಾಯಿಯನ್ನ ಒಂದು ವರ್ಷಗಳ ಕಾಲ ನೋಡಿಕೊಂಡಿದ್ದಕ್ಕೆ ನಿನಗೆಷ್ಟು ಧನ್ಯವಾದ ಹೇಳಬೇಕೊ ತಿಳಿಯದು. ನೀನು ತುಂಬಾ ಬುದ್ಧಿವಂತೆ, ಅದರ ಜೊತೆ ಒಳ್ಳೆಯವಳು ಕೂಡ. ನಾನು ನಿನಗೆ ತಾಳಿ ಕಟ್ಟಿದ್ದು ಬಿಟ್ಟರೆ ನಾವಿಬ್ಬರು ಗಂಡ ಹೆಂಡತಿಯ ರೀತಿಯಲ್ಲಿ ಬದುಕಿಲ್ಲ. ಮದುವೆ ಮುಗಿಸಿಕೊಂಡು ಆಸ್ಟ್ರೇಲಿಯಾಕ್ಕೆ ಹೋದ ಮೇಲೆ ನೀನು ತುಂಬಾ ನೆನಪಾಗಿದ್ದಿದೆ. ನಿನ್ನನ್ನು ಕರೆಯಿಸಿಕೊಳ್ಳುವ ಯೋಚನೆ ಮಾಡುತ್ತಿದ್ದಾಗಲೆ ನನಗೆ ಶ್ರುತಿ ಸಿಕ್ಕಿದ್ದು. ಮೊದಲು ಸ್ನೇಹಿತರಾದೆವು. ನಂತರ ಸಲಿಗೆ ಬೆಳೆಯಿತು. ನನ್ನ ಏಕಾಂಗಿತನಕ್ಕೆ ಮದ್ದಾದವಳು ಅವಳೆ. ಈಗ ನಾವಿಬ್ಬರೂ ಜೊತೆಯಿದ್ದೇವೆ. ಇದನ್ನೆಲ್ಲಾ ನಿನಗೆ ಫೋನ್‌ನಲ್ಲಿ ಹೇಳುವುದು ಅರ್ಥ ಮಾಡಿಸುವುದು ಕಷ್ಟ ಎನಿಸುತ್ತಿತ್ತು. ಆದ್ದರಿಂದಲೆ ಬರುವ ನಿರ್ಧಾರ ಮಾಡಿದೆ. ಏಕಾಂಗಿತನದಿಂದ ದಿನ ಕಳೆಯುವುದು ಎಷ್ಟು ಕಷ್ಟ ಎಂಬುದು ನಿನಗೆ ನಾನು ಬಾಯಿಬಿಟ್ಟು ಹೇಳಬೇಕಿಲ್ಲ. ನನ್ನ ಪರಿಸ್ಥಿತಿಯನ್ನು ಅರ್ಥ ಮಾಡಿಕೊಳ್ಳುವ ಜಾಣ್ಮೆ ತಾಳ್ಮೆ ನಿನಗಿದೆ.

ನಿನ್ನ ಬಗ್ಗೆ, ನಿನ್ನ ಕನಸುಗಳ ಬಗ್ಗೆ ನಾನು ಯೋಚನೆ ಮಾಡಿಲ್ಲ ಎಂದಲ್ಲ. ನಾನು ಅಪ್ಪ, ಅಮ್ಮ, ಮಾವ ಎಲ್ಲರ ಬಗ್ಗೆ ಯೋಚಿಸಿದ್ದೇನೆ. ಇವರಿಗೆ ಇದನ್ನೆಲ್ಲಾ ಹೇಗೆ ಹೇಳಬೇಕು, ಹೇಗೆ ನಿಭಾಯಿಸಬೇಕು ಎಂದು ನೀನೇ ನನಗೆ ಹೇಳಬೇಕು. ಅವರುಗಳ ಈಗಿನ ಮನಸ್ಥಿತಿಯ ಬಗ್ಗೆ ನನಗಿಂತ ನಿನಗೆ ಜಾಸ್ತಿ ಗೊತ್ತಿದೆ. ಡಿವೋರ್ಸ್ ಪಡೆಯುವುದನ್ನು ಈಗಿನ ಸಮಾಜ ದೊಡ್ಡ ವಿಷಯವೆಂದು ಪರಿಗಣಿಸುವುದಿಲ್ಲ ಎಂದುಕೊಂಡಿದ್ದೇನೆ. ನೀನು ನನ್ನ ಜೊತೆಗೆ ಆಸ್ಟ್ರೇಲಿಯಾ ಬರಬಹುದು. ಕೆಲಸ ಸಿಗುವವರೆಗೆ ನಿನ್ನೆಲ್ಲ ಜವಾಬ್ದಾರಿ ನನ್ನದು. ಒಳ್ಳೆಯ ಸ್ನೇಹಿತರಾಗಿರೋಣ. ಅಂದಿಗೆ ನಿನ್ನ ಮೇಲೆ ಪ್ರೀತಿ ಇತ್ತು. ಇಂದಿಗೆ ಇಲ್ಲ ಎಂದರೆ ಅದನ್ನು ನಾವು ಒಪ್ಪಿಕೊಳ್ಳಲೇಬೇಕು. ಪರಿಸ್ಥಿತಿ ಮತ್ತು ಅಂತರ ಎಲ್ಲವನ್ನೂ ಬದಲಾಯಿಸಬಹುದು. ನಿನಗೆ ಒಳ್ಳೆಯ ಭವಿಷ್ಯವಿದೆ. ನಾನು ಎಂದಿಗೂ ನಿನ್ನ ಬೆಂಬಲಕ್ಕೆ ಇದ್ದೇ ಇರುತ್ತೇನೆ.

ನಿನ್ನ ಪ್ರೀತಿಯ ಗೆಳೆಯ

ಲಕ್ಷ್ಮಣ

ಊರ್ಮಿಯ ಕಣ್ಣದಲ್ಲಿ ನೀರು ದಳ ದಳ ಇಳಿದು ಕೆನ್ನೆ ಎದೆಯ ಭಾಗವನ್ನೆಲ್ಲಾ ತೋಯ್ಸಿದವು. ಚೂಡಿದಾರದ ದುಪ್ಪಟ್ಟದಲ್ಲಿ ಮೂಗನ್ನು ಹಿಂಡಿಕೊಂಡಳು. ಮನೆಯಲ್ಲಿ ಎಲ್ಲರೂ ಗಾಢ ನಿದ್ರೆಯಲ್ಲಿರಬೇಕು, ಗೊರಕೆ ಸದ್ದುಗಳಷ್ಟೆ ಕೇಳುತ್ತಿವೆ. ಲಕ್ಷ್ಮಣ ಇನ್ನೂ ಫೋನಿನಲ್ಲಿ ಇದ್ದಾನೆ. ಅಳುವ ಏಕಿನ ಸದ್ದು ಹೊರಬರದಂತೆ ಊರ್ಮಿ ಬಾಯಿ ಮುಚ್ಚಿಕೊಂಡಳು. ತಾನು ಇನ್ನು ಅಳಬಾರದು ಎಂದು ಬಾತ್‌ರೂಂಗೆ ಹೋಗಿ ಮುಖದ ಮೇಲೆ ಪಚ್ ಪಚ್ ಎಂದು ನೀರೆರೆಚಿಕೊಂಡಳು. ಹೊರಗೆ ಬರುವಷ್ಟರಲ್ಲಿ ಲಕ್ಷ್ಮಣ್ ಬಂದು ಹಾಸಿಗೆಯ ತುದಿಯಲ್ಲಿ ಮಲಗಿಕೊಂಡಿದ್ದ. ಊರ್ಮಿಳೆಗೆ ಅಲ್ಲಿರುವ ಮನಸ್ಸಾಗದೆ ಕತ್ತಲು ತುಂಬಿರುವ ವರಾಂಡಕ್ಕೆ ಬಂದು ಸದ್ದಾಗದಂತೆ ತೂಗುಯ್ಯಾಲೆಯ ಮೇಲೆ ಬಂದು ಕೂತಳು. ಶಂಕರ ಎದ್ದು ಬಂದು ಬಾಗಿಲ ಬದಿಯಲ್ಲಿ ಚೂಪುಗುಂಡೆಯಲ್ಲಿ ಕೂತ. ಬೆಳಗಿನ ಜಾವದವರೆಗೆ ಕತ್ತಲೆಯಲ್ಲಿ ದೃಷ್ಟಿ ಹಾಯಿಸುತ್ತಾ ಅಲ್ಲೆ ಕೂತ ಊರ್ಮಿಗೆ ಅವನತ್ತ ಲಕ್ಷ್ಯ ಹರಿಯಲಿಲ್ಲ.

ನಾರಾಯಣರು ಬೆಳಗಿನ ಚಾ ಕುಡಿದು ಅಳಿಯ ಮಗಳನ್ನು ಮನೆಗೆ ಕರೆದು ಹೊರಟು ನಿಂತರು. ಹೊರಡುವಾಗ ಖುಷಿಯ ಸುದ್ದಿಯೊಂದಿದೆ ಮನೆಗೆ ಬೇಗ ಬಾ ಊರ್ಮಿಳೆ ಎಂದು ಕರೆದರು. ಊರ್ಮಿಳೆಗೆ ಕಣ್ಣು ತುಂಬಿ ಕಂಠ ಗದ್ಗದಿತವಾಗಿ "ಹ್ಞೂಂ" ಎಂದು ಕೈ ಬೀಸಿದಳು. ಯಾರ ಬಳಿ ಹೇಳಿಕೊಳ್ಳದಿದ್ದರೂ ಅಪ್ಪನಲ್ಲಿ ಹೇಳಿಕೊಂಡು ಮನಃಪೂರ್ತಿಯಾಗಿ ಅತ್ತು ಬಿಡಬೇಕು, ಇವತ್ತು ಸಂಜೆಯೆ ಮನೆಗೆ ಹೋಗಬೇಕು ಎಂದು ನಿರ್ಧರಿಸಿದಳು. ಒಂದಷ್ಟು ದೂರ ಹೋದ ನಾರಾಯಣರು ವಾಪಸ್ಸು ಬಂದು, ನಿನಗೆ ಬರಲಾಗುತ್ತದೆಯೊ ಇಲ್ಲವೊ, ಇಲ್ಲಿಯೆ ಹೇಳುತ್ತೇನೆ.

"ಊರ್ಮಿ, ಶಂಕರನಿಗೆ ಒಂದು ಒಳ್ಳೆಯ ಸಂಬಂಧ ಬಂದಿದೆ. ಚಿಕ್ಕಮ್ಮಾವ್ರಿಗೆ ಅಡ್ಡಿಲ್ಲ ಅಂದ್ರೆ ನಂಗೂ ಹುಡುಗಿ ಅಡ್ಡಿಲ್ಲ ಎಂದಿದ್ದಾನೆ. ಈಗ ಚಿಕ್ಕಮ್ಮಾವ್ರು ಏನಂತೀರಾ? ನೀವು ಒಪ್ಪಿಗೆ ಕೊಟ್ಟರೆ ಆಸ್ಟ್ರೇಲಿಯಾಗೆ ಹೋಗುವ ಮುಂಚೆ ಮದುವೆ ನೋಡಿ ಹೋಗಬಹುದು. ಹುಡುಗಿಯ ಫೋಟೋ ತಗೊ, ಯಾವುದೆ ಘಳಿಗೆಯಲ್ಲಿ ನಿನ್ನ ಬೆನ್ನಿಗೆ ನಿಂತು ಕಾಯುವವ ಅಂವ. ಅವನ ಬಗ್ಗೆ ನಿರ್ಧಾರ ತಗೊಳ್ಳೋಕೆ ನೀನಲ್ದೆ ಮತ್ಯಾರು ಸರಿ ಹೇಳು" ಎಂದು ಕೈಯ್ಯಲ್ಲಿ ಹುಡುಗಿಯ ಫೋಟೋ ಹಿಡಿಸಿ ಹೊರಟರು.

ಎಕ್ಕಲು

ಜಮೀರ್ ರಿತ್ತಿ

ಆಗ ತಾನೇ ಬೆಳಕು ಕತ್ತಲನ್ನು ತಬ್ಬಿಕೊಳ್ಳುವ ಸಮಯ. ಹೊಟ್ಟೆಪಾಡಿಗಾಗಿ ಗಿರಾಕಿಗಳಿಗೆ ಕೂಗಿ ಕೂಗಿ ಧ್ವನಿ ಕಳೆದುಕೊಂಡಿತ್ತು. ಆದರೂ ಇದ್ದ ಮಾಲು ಖಾಲಿ ಮಾಡಬೇಕೆನ್ನುವ ತವಕದಲ್ಲಿ ಆ ಧ್ವನಿ ಅಲ್ಲೇ ಗಿರಕಿ ಹೊಡೆಯುತ್ತಿತ್ತು. ಎಲ್ಲರಿಗೂ ಹಸಿವಾದ ಸಮಯ. ಜೀವ ತುಂಬಿಸಿಕೊಂಡು ಗಿಜಿಗಿಡುತ್ತಿದ್ದ ಸಂತೆಯ ಮೈದಾನ ನಿಧಾನವಾಗಿ ಒಂದೊಂದೇ ಜೀವಗಳನ್ನ ಚೀಲ ತುಂಬಿಸಿ ಅವರವರ ಮನೆಗೆ ಬೀಳ್ಕೊಡುತ್ತಿತ್ತು. ಸಂತೆಗೆ ಬಂದವರು ಬರಿದಾದಂತೆ ಹೊಟ್ಟೆ ತುಂಬಿಕೊಳ್ಳಲು ದನಕರುಗಳು, ದೇವರಕೋಣ, ಬೀದಿ ಬಸವಣ್ಣ ಮತ್ತು ಸೊಪ್ಪು ತರಕಾರಿ ಮೇಯಲು ಆಡು ಮೇಕೆಗಳು ದಾಂಗುಡಿಯಿಡುತ್ತಿದ್ದವು. ಕೆಲವು ಸೊಪ್ಪು ತರಕಾರಿ ಮಾರುವವರು ಅಳಿದುಳಿದ ಮಾಲಿನಲ್ಲಿ ಬೇಕಾದವರಿಗೆ ಕೊಟ್ಟು ಒಂದಿಷ್ಟು ತನ್ನ ಮನೆಗೂ ಒಯ್ಯುತ್ತಿದ್ದರು. ಒಂದಿಷ್ಟು ಜನ ರಾಣೇಬೆನ್ನೂರಿನ ಸಂತೆಗೂ ಮೋಟೆಬೆನ್ನೂರಿನ ಸಂತೆಗೂ ಅಥವಾ ಗಾಡಿಯಲ್ಲಿಟ್ಟುಕೊಂಡು ಓಣಿ ಓಣಿ ಮಾರಾಟ ಮಾಡಿದರಾಯಿತು ಎಂಬ ಇರಾದೆಯೊಂದಿಗೆ ಗಂಟು ಮೂಟೆ ಕಟ್ಟಿ ಸಂತೆಯ ಜಾಗ ಖಾಲಿ ಮಾಡಿದರು.

ಬ್ಯಾಡಗಿ ಸಂತೆಗೆ ಬಂದ ಮಹೇಶ ಹಾವೇರಿಯ ಎಪಿಎಂಸಿ ಯಾರ್ಡಿನಲ್ಲಿ ಮುಂಜು ಮುಂಜಾನೆಯ ಹರಾಜಿನಲ್ಲಿ ಖರೀದಿಸಿ ತಂದಿದ್ದ ಗಜ್ಜರಿ, ಗೆಣಸು, ಸೌತೀಕಾಯಿ, ಮುಳಗಾಯಿ, ಬೆಂಡೀಕಾಯಿ ಒಂದೊಂದು ಬಾಸ್ಕೆಟ್‌ನಲ್ಲಿ ತೆಗೆದುಕೊಂಡ. ತದನಂತರ ಬಾಡಿಗೆಗೆ ಒಂದು ಟಾಟಾ ಎಸಿ ತಂದು ಸೀದಾ ಬ್ಯಾಡಗಿ ಸಂತೆಗೆ ತಲುಪಿದ. ಇವನಂತೆಯೆ ಅದೆಷ್ಟೋ ಜನರು ಸುತ್ತಮುತ್ತ ಹಳ್ಳಿಯಿಂದ ಬಂದು ವ್ಯಾಪಾರ ವಹಿವಾಟಿಗೆ ಅಣಿಯಾಗಿದ್ದರು. ಅದು

ವಾರದ ಕೊನೆಯ ದಿನ. ಒಂದೊಂದು ಹಂತಕ್ಕೆ ಒಂದೊಂದು ವರ್ಗದವರು ಬಂದು ವಾರೊಪ್ಪತ್ತಿನ ಸಂತೆ ಮಾಡುತ್ತಿದ್ದರು. ತಾಜಾ ತರಕಾರಿಗಾಗಿ ಬರುವ ಮಾರ್ವಾಡಿಗಳು ಮತ್ತು ಹೋಟೆಲ್ ಮಾಲೀಕರು ತಮಗೆ ಅನಿಸಿದ ಬೆಲೆಯಲ್ಲಿ ಬೇಗ ಬಂದು ಕೊಂಡೊಯ್ಯುತ್ತಿದ್ದರು. ಮಹೇಶನಿಗೆ ವ್ಯಾಪಾರ ಈಗ ಹೊಸದು. ಎಲ್ಲ ವ್ಯಾಪಾರಸ್ಥರ ಮುಖಗಳನ್ನ ಗಮನಿಸುತ್ತಲೇ ಇದ್ದ. ಕೆಲವರು ಅವನ ಹತ್ತಿರವೂ ಚೌಕಾಸಿ ಮಾಡಿ ತೆಗೆದುಕೊಂಡು ಹೋಗುತ್ತಿದ್ದರು.

ಇನ್ನೇನು ಗಿಜಿಗಿಡಲು ಶುರುವಾಗುತ್ತಿದ್ದಂತೆ ರೈತಾಪಿವರ್ಗ, ನೌಕರ ವರ್ಗ, ಕೂಲಿ ಕಾರ್ಮಿಕರಿಂದ ಸಂತೆ ಜೋರಾಗುತ್ತಿತ್ತು. ನಂತರ ಸರದಿ ಮಧ್ಯಮ ವರ್ಗದವರದು. ತಂದ ತರಕಾರಿಗಳ ಬೆಲೆ ಕಡಿಮೆಯಾಗತೊಡಗಿತು. ಇದ್ದ ಮಾಲಿನಲ್ಲಿ ನೂರಕ್ಕೆ ಹತ್ತು ಪರ್ಸೆಂಟ್ ಇವನ ಮಾಲು ಖರ್ಚಾಗಿರಲಿಲ್ಲ. ಇನ್ನೇನು ಸಂಜೆ ಹೊತ್ತು ತಂದ ಮಾಲು ಖರ್ಚಾಗಬಹುದೆಂಬ ಉಮೇದಿನಿಂದ ತಗಡಿನ ತಕ್ಕಡಿ ಬದಿಗಿಟ್ಟು ಒಂದಿಷ್ಟು ಚಿಲ್ಲರೆಯಿದ್ದ ಗಲ್ಲೇ ನೋಡುತ್ತಾ

“ಹತ್ತೃಪಾಯ್ ಹತ್ತೃಪಾಯ್, ಕಾಲಕಿಲೋ ಹತ್ತೃಪಾಯ್, ತಾಜಾ ಮಾಲು ಸೋವಿ ಮಾಲು, ಹತ್ತೃಪಾಯ್ ಹತ್ತೃಪಾಯ್”

ಎಂದು ಗಂಟಲು ಕಿರುಚುತ್ತಾ ಕೂಗಾಡಹತ್ತಿದ. ಅಲ್ಲೊಂದು ಇಲ್ಲೊಂದು ಗಿರಾಕಿಗಳನ್ನ ಬಿಟ್ಟರೆ ಎಲ್ಲರೂ ಬೇರೆ ಬೇರೆ ವ್ಯಾಪಾರಸ್ಥರ ಹತ್ತಿರ ಕೊಂಡೊಯ್ಯುವುದು ಕಾಣಹತ್ತಿದ. ತಾನು ತಂದ ಮಾಲು ಅರ್ಧ ಪಾಲದಷ್ಟು ಹಾಗೆಯೇ ಉಳಿದಿತ್ತು. ಇನ್ನೂ ಹೊತ್ತು ಮುಳುಗಿದಂತೆ ಕತ್ತಲಾವರಿಸಲು ಶುರು ಇಟ್ಟಿತ್ತು. ನೆರೆಹೊರೆಯವರ ಟೆಂಟ್ ತಾಡಪಾಲುಗಳು ಜಾಗ ಖಾಲಿ ಮಾಡತೊಡಗಿದವು. ಇವನು ಇದ್ದ ಮಾಲನ್ನು ನೋಡತೊಡಗಿದ. ಬೆಳಿಗ್ಗೆ ಲಾಭವನ್ನೇ ಯೋಚಿಸುತ್ತಿದ್ದ ಮಹೇಶ ಈಗ ನಷ್ಟದ ಬಗ್ಗೆ ಯೋಚಿಸತೊಡಗಿದ. ಅವನಲ್ಲಿದ್ದ ಎಲ್ಲ ತರಕಾರಿಗಳು ಇವನ ಸಂಕಟವನ್ನು ಹೆಚ್ಚಿಸತೊಡಗಿದವು. ವ್ಯಾಪಾರಂದ್ರ ಇದೆಲ್ಲಾ ಇರಾಕಬೇಕು ಒಂದು ವಾರ ಲಾಭ ಆದ್ರ ಇನ್ನೊಂದು ವಾರ ನಷ್ಟ ಆಗಿರತೇತಿ ಅಂತ ತನಗೆ ತಾನೇ ಧೈರ್ಯವನ್ನು ಹೇಳುತ್ತಾ, ಲಾಭಾ ಮಾಡ್ಯರ ಏನ ಮಾಡ್ಬೇಕಾಗೇತಿ. ಈ ವಾರ ಇಲ್ಲಾಂದ್ರ ಮುಂದಿನ ವಾರ ಎಂದು ಬಾಸ್ಕೆಟಗಳ ಜೊತೆ ಮಾತನಾಡುತ್ತಾ ಎಲ್ಲ ತರಕಾರಿಗಳನ್ನು ಒಂದೆಡೆ ಜಮಾಯಿಸಿ ಊರಿಗೆ ಹೊತ್ತೊಯ್ಯಲು ಶುರುವಾದ.

ಟಾಟಾ ಎಸಿಗೆ ಬಾಡಿಗೆ ಹಣ ಕೊಡಲು ಡ್ರೈವರನಿಗೆ ಬರಲು ಹೇಳಿದ. ಉಳಿದ ತರಕಾರಿಗಳನ್ನು ಅದೆ ಟಾಟಾ ಎಸಿಯಲ್ಲಿ ಹಾಕಿಕೊಂಡು ತನ್ನೂರಾದ ಮಲ್ಲೂರಿನತ್ತ ಹೊರಟುಬಿಟ್ಟಾ. ದಾರಿಯ ಮಧ್ಯೆ ಏನೇನೋ ಯೋಚನೆ. ಅಷ್ಟರಲ್ಲಿ ಟಾಟಾ ಎಸಿ ಗಾಡಿ ಪಂಕ್ಚರ್ ಆಗಿ ನಿಂತೇ ಬಿಡ್ತು. ಏಕಾಂತವಾಗಿ ಯೋಚಿಸುತ್ತಿದ್ದ ಮಹೇಶನಿಗೆ ಡ್ರೈವರ್ ಸಾಹೇಬ

"ಅಣ್ಣಾ ಗಾಡಿ ಪಂಕ್ಚರ್ ಆಗೇತಿ, ಈಗ ಏನೂ ಮಾಡಾಕ ಆಗಲ್ಲ. ನನಗೂ ಸಾಕಾಗೇತಿ. ಸಂತ್ಯಾಗ ಚೀಲ ಹೊತ್ತ ಹೊತ್ತ ಮೈ ನುಗ್ಗ ಆಗೇತಿ. ಇನ್ನೇನು ಊರ ಅರ್ಧ ಕಿಲೋಮೀಟರ್ ಐತಿ. ಹೆಂಗಾರ ಮಾಡಿ ಮನಿ ಮುಟ್ರಿ. ಬೇಕಾದ್ರ ಸಾಮಾನ ಎತ್ತಿ ಕೊಡ್ತೇನಿ. ನೀವ ಹೊತಗೊಂಡು ಹೋಗ್ರಿ" ಎಂದ.

ನಿಟ್ಟಿಸಿರು ಬಿಡುತ್ತಾ "ಆಯ್ತು ಬಿಡಪಾ ನಮ್ಮ ನಸೀಬ್ಯಾಗ ಏನ ಐತಿ ಅದ ಆಕ್ಕೇತಿ. ಹೊತಗೊಂಡು ಹೊಕ್ಕೇನಿ." ಎಂದ ಮಹೇಶ.

ಗಂಟನ್ನೊಮ್ಮೆ ನೋಡಿ ಬೇಸರದಿಂದ "ತಂದ ತರಕಾರೀನ ಮತ್ತ ಹೊತಗೊಂಡು ಹೋಗ್ಬೇಕು. ವ್ಯಾಪಾರ ನೋಡಿದ್ರ ಅಷ್ಟಕ್ ಅಷ್ಟ" ಎಂದು ಹೊತ್ತುಕೊಂಡು ಭಾರವಾದ ಹೆಜ್ಜೆಗಳನ್ನಿಡುತ್ತಾ ಕತ್ತಲನ್ನು ಸೀಳಿಕೊಂಡು ಮುನ್ನಡೆದ. ಬಿಕೋ ಎನ್ನುತ್ತಿದ್ದ ಬೀದಿಯನ್ನು ದಾಟಿ ಮನೆಯ ಹತ್ತಿರಕ್ಕೆ ಬಂದಂತೆ ಮನೆ ಏಕೋ ದೂರ ಹೋದಂತೆ ಭಾಸವಾಯಿತು. ವಾರದ ಸಂತೆಯ ಗಂಟುಗಳನ್ನೆಲ್ಲಾ ಕೆಳಗಿಳಿಸುತ್ತಾ "ಉಷ್ಯಪಾ..." ಎಂದು ಉಸಿರು ಹಾಕುತ್ತಾ ಕಟ್ಟೆಯ ಮೇಲೆ ಕೂತ. ಮೈ ಕಬ್ಬಿಣಕ್ಕಿಂತಲೂ ಭಾರವಾಗಿತ್ತು. ಕಣ್ರೆಪ್ಪೆಗಳು ತಬ್ಬಿಕೊಳ್ಳಲು ಹವಣಿಸುತ್ತಿದ್ದವು. ಹೊಟ್ಟೆಯಲ್ಲಿ ಇಲಿಗಳು ಓಡಾಡುತ್ತಿದ್ದವು. ಸಂತೆಯ ಆ ಗದ್ದಲದಿಂದ ದೂರ ಬಂದ ನೆಮ್ಮದಿ ಒಂದೆಡೆಯಾದರೆ ನಾಳೆಯ ಚಿಂತೆಯೂ ಅವನಿಗಿತ್ತು. ಸಂತೆಯ ಗಂಟುಗಳನ್ನು ಅಲ್ಲೇ ನೆಲದಲ್ಲಿಟ್ಟು ಸಂತೆಯಿಂದ ತಂದಿದ್ದ ಮಂಡಕ್ಕಿ ಮಿರ್ಚಿ ಗಬಗಬನೆ ತಿಂದು ಹಾಗೆಯೇ ಮಲಗಿಕೊಂಡ.

ಘಾಢನಿದ್ರೆಯಲ್ಲಿದ್ದ ಮಹೇಶನಿಗೆ ಯಾರದೋ ಕಿರುಚಾಟ ಕಿವಿಗಳಿಗೆ ಬೊಂಗಾ ಕೂಗಿದಂತೆ "ಅಪ್ಪಾ...! ಅಪ್ಪಾ...!?" ಕೂಗಿದಂತೆನಿಸಿತು. ದಿಢೀರನೆ ದಿಗಿಲುಗೊಂಡಂತೆ ಎದ್ದ ಮಹೇಶ ಏನಾಗಿದೆಯೆಂದು ಮಂಜಾದ ಕಣ್ಣುಗಳನ್ನು ಉಜ್ಜತೊಡಗಿದ. ಅತ್ತ ಇತ್ತ ನೋಡಿದರೂ ಯಾವುದೇ ಸುಳಿವಿರಲಿಲ್ಲ. ಹಾಗೆಯೇ ಬಾಗಿಲ ಬಳಿ ಬಂದು ಚಿಲಕ ತೆರೆದು ಬಾಗಿಲು ತೆಗೆದ. ಬಾಗಿಲ ಬಳಿಯೇ ನಿಂತು ಇಣುಕಿದ. ಓಣಿಯ ಕೌಂಪೌಂಡವೊಂದರಲ್ಲಿ ತುಂಬಾ ಸದ್ದುಗದ್ದಲ ಕೇಳಿಸುತ್ತಿತ್ತು. "ಇಷ್ಟು ಜನಾ ಯಾಕ ಸೇರ್‍ಯಾರ ಇಲ್ಲೆ? ಅಂತಾದ್ದ ಏನ ಆಗೇತಿ? ಯಾಕೋ ಬಡಗಿ ಹಿಡಕೊಂಡು ಗದ್ಲಾ ಮಾಡಾಕ ಹತ್ಯಾರ" ಗಾಬರಿಗೊಳ್ಳುತ್ತಲೇ ಅವರತ್ತ ಹೆಜ್ಜೆ ಹಾಕಿದ.

ನೆರೆದಿದ್ದ ಗುಂಪಿನಲ್ಲಿ ಒಬ್ಬಾತ ಜೋರಾಗಿ "ಹಾಕ್ರಲೇ ಬಿಡಬ್ಯಾಡ್ರಿ ಅವನೌವ್ನ" ಎನ್ನುವ ಶಬ್ದ ಕೇಳಿಸಿತು. ಆ ಶಬ್ದ ಕೇಳಿದ್ದೇ ತಡ ಓಡತೊಡಗಿದ. ಮತ್ತೊಬ್ಬ "ಅಲ್ಲೇ ಐತಲೇ ಅದು ಹಾಕ್ರಲೇ ಹಾಕ್ಕ ಅದನ್ನ" ಎಂದ. ದೂರದ ಕೌಂಪೌಂಡನ ಮೇಲೆ ನಿಂತು ಅರಚಾಡಹತ್ತಿದ. ಕೌಂಪೌಂಡನ ಒಳಗೆ ಬಡಿಗೆ

ಕೋಲು ಹಿಡಿದು ಬಡಿಯುವ ದೃಶ್ಯ ಕಂಡಿತು. ಆ ದೃಶ್ಯ ಕಂಡು ಮಹೇಶ ಕೌಂಪೌಂಡ ಏರಿ, ಬಡಿಯುತ್ತಿರುವದಾದರೂ ಯಾರನ್ನ ಎಂದು ಆತಂಕದಿಂದ ಇಣುಕಿದ. "ಇವರ್ಯಾಕ ಹಿಂಗ ರಾಕ್ಷಸ್ರ ಆದಂಗ ಆಗ್ಯಾರ? ಇವ್ರೇನ ಬ್ಯಾಟಿ ಆಡೋರೇನ? ಇರಲಿಕ್ಕಿಲ್ಲ ಹಾವ್ರೋ ಏನೋ ಇದ್ದಿರಬೇಕು." ಆಗ "ಹ್ಯೆಂಕ" "ಹ್ಯೆಂಕ" ಎಂದು ಹಂದಿಯ ಕೂಗುವ ಸಪ್ಪಳ ಕೇಳಿಸಿತು. ಪಾಪ ಪ್ರಾಣ ಉಳಿಸಿಕೊಳ್ಳಲು ಅತ್ತಿಂದಿತ್ತ ಇತ್ತಿಂದತ್ತ ಓಡಾಡುತ್ತಿತ್ತು. ಅದನ್ನ ಬಡಿಯಲು ಇವರೂ ಹೆಣಗಾಡುತ್ತಿದ್ದರು. ಮಹೇಶನಿಗೆ ಥಟ್ಟನೆ ನೆನಪಾಗಿದ್ದು ತನ್ನ ಮಗ ಚಿರತೆಯ ಬಾಯಿಗೆ ಸಿಕ್ಕಿ ಹಾಕಿಕೊಂಡಿದ್ದು. ಆ ಮಗನ ಕೂಗು ಹೀಗೆ ರೋದಿಸುತ್ತಿರಬಹುದೇನೋ? ಆ ಸಂಕಟ ಆ ನೋವು ಆ ಬಾಧೆ ಬೇಟೆಗಾರನ ಕೈಯಾಗ ಸಿಕ್ಕ ಪ್ರಾಣಿಗೆ ಗೊತ್ತು. ಆ ಜಗಾದಾಗ ನಿಂತು ಅನುಭವಿಸ್ದರಿಗೆ ಗೊತ್ತು. ಅಷ್ಟ ಯಾಕ ಮಗನಾದ ಓಂಕಾರನನ್ನು ಉಳಿಸಿಕೊಳ್ಳಲು ತಾಯಿ ತನ್ನ ಪ್ರಾಣವನ್ನೇ ಪಣಕ್ಕಿಟ್ಟು ಚಿರತೆಗಳ ದಂಡಿಗೆ ಬಲಿಯಾದ್ದು. ಇದೆಲ್ಲ ದೃಶ್ಯ ಕಣ್ಮುಂದ ಬಂದಂಗ ಆತು ತಕ್ಷಣ ಮಹೇಶ "ಏ ಹೊಡಿಬ್ಯಾಡ್ರೋ ಬಿಟ್ಟ ಬಿಡ್ರೋ ಅದನ್ನ ತಗಿರೋ ಆ ಕೌಂಪೌಂಡನ, ಹೊರಗ ಹೋದ್ರ ಅದು ಹೆಂಗಾರ ಬದುಕ್ತೇತಿ" ಎನ್ನುತ್ತಾ ಗೇಟನ್ನು ತೆಗೆದುಬಿಟ್ಟಾ.

ಅಷ್ಟರಲ್ಲಾಗಲೇ ಮನೆಯೊಡೆಯನಾದ ಮಾರ್ತೆಪ್ಪ "ಲೇ ಅವ ಯಾಕ ಗೇಟ ತಗದಾನ ಕೇಳೇರ ಕೇಳ್ರಿ. ಮೊದ್ಲ ಹಾಕ್ರಲೇ ಗೇಟನ, ತಪ್ಪಿಸಿಕೊಂಡೀತು" ನೆರೆಹೊರೆಯವರಿಗೆ ಗದರಿಸಿದ. ಮಹೇಶ ಗೇಟನ್ನು ಬಿಗಿ ಹಿಡಿದು ಹಂದಿ ತಪ್ಪಿಸಿಕೊಳ್ಳಲು ಸಹಕರಿಸಲೆತ್ನಿಸಿದ. ಬಸಪ್ಪ ಬೀಸುತ್ತಿದ್ದ ಬಡಿಗಿ ಹಿಡಿದು "ಹೋಗ್ಲಿ ಬಿಡ್ರೋ ಯಾಕ ಅದರ ಪ್ರಾಣ ತಗಿತೀರಿ" ಮಹೇಶ ಎನ್ನುತ್ತಿರುವಾಗಲೇ ಮಾರ್ತೆಪ್ಪನ ಹಣೆಯ ಮೇಲಿನ ಬೆವರು ನೆತ್ತಿ ದಾಟಿ ಮೂಗಿನ ಮೇಲೆ ಇಳಿಯುತ್ತಿತ್ತು. ಆ ಬೆವರನ್ನು ಒರೆಸಿಕೊಳ್ಳುತ್ತಾ "ಇವ ಯಾವನ್ಲೇ ಮನೀಗೆ ಬಂದ ಲಕ್ಷ್ಮೀನ ಹೊರಗ ಕಳಿಸ್ರೀ ಅನ್ನಾಕತ್ಯಾನ. ಮೊದ್ಲ ಇವ್ನಿಗೆ ಹಾಕ್ರಲೇ ಆಮ್ಯಾಲೇ ಅದನ್ನ ನೋಡ್ಕೊಂಡ್ರಾಯ್ತು" ಎಂದನು. ಒಮ್ಮೆಗೆ ಎಲ್ಲರೂ ಉಸಿರು ಬಿಗಿ ಹಿಡಿದು ಇವನತ್ತ ನೋಡಿದರು. ಅಲ್ಲೊಬ್ಬ ಗುಂಪಿನಿಂದ ಏರಿಕೊಂಡು ಮಹೇಶನಿಗೆ ಹೊಡೆಯಲು ಮುಂದಾದ. ಮಹೇಶ ಹೆದರಿ ಕೌಂಪೌಂಡನ ಗುಜರಿಯ ಕೋಣೆಯಲ್ಲಿ ಅವಿತುಕೊಳ್ಳಲು ಧಾವಿಸಿದ. ಸಿಕ್ಕ ಮೂಲೆಯೊಂದರಲ್ಲಿ ಅವಿತುಕೊಂಡರೂ ಕೂಡಾ. ಆ ಅವಿತಿರುವ ಸ್ಥಳದಲ್ಲಿ ಏನೋ ಗಬ್ಬು ವಾಸನೆ ನಾರುತ್ತಿತ್ತು. ಮೂಗು ಮುಂಗೈಯಿಂದ ಮುಚ್ಚಿಕೊಂಡು ಅತ್ತಿತ್ತ ನೋಡಹತ್ತಿದ. ಆ ಜಾಗದಲ್ಲಿ ಕಣ್ಣು ಪಿಳಿಪಿಳಿಸುತ್ತಾ ಗುಟುರು ಹಾಕುವ ಹಂದಿ ಇವನನ್ನೇ ದಿಟ್ಟಿಸಿ ಗುರಾಯಿಸುತ್ತಿತ್ತು. ಅಲ್ಲಲ್ಲಿ ನೆತ್ತರು ಅಂಟಿಕೊಂಡಿದ್ದ ಹಂದಿಯು ಉಸುರುಬಿಡುತ್ತಿತ್ತು ಮತ್ತು ತಪ್ಪಿಸಿಕೊಳ್ಳಲು ದಾರಿ ಹುಡುಕುತ್ತಿತ್ತು.

ಅದನ್ನ ಕಂಡ ಮಹೇಶನಿಗೆ ಎಲ್ಲಿ ತನ್ನನ್ನು ಕಚ್ಚಿ ಬಿಡುತ್ತದೋ ಎಂಬ ಆತಂಕ ಉಂಟಾಯಿತು. ಅದಕ್ಕೂ ಹಾಗೆ ಅನ್ನಿಸಿರಬೇಕು. ಸ್ವಲ್ಪ ಸಮಯದ ನಂತರ ಮಹೇಶ ಮತ್ತು ಅದು ಸಮಾಧಾನಗೊಂಡು ಬದುಕಿಕೊಳ್ಳಲು ದಾರಿ ಹುಡುಕುತ್ತಿದ್ದರು.

ದಿಟ್ಟಿಸಿ ಪಿಸುಗುಡುತ್ತಿದ್ದ ಹಂದಿಯು ತನ್ನನ್ನು ಕಂಡು ಮರುಗುತ್ತಿದೆ ಎಂದೆನಿಸಿತು. ನಿಂತಲ್ಲೇ ನಿಂತು ನನ್ನ ಜೀವಾ ಉಳಿಸಾಕ ಬಂದು ತನ್ನ ಜೀವಾ ಪಣಕ್ಕಿಟ್ಟಾನ ಇವಾ. ಅದು ನಂಗ ತೊಂದ್ರಿ ಮಾಡಕೋಬ್ಯಾಡಾ ಅಂತ ಅನ್ನಾಕಹತ್ಯೇತಿ. ಹಂದಿಯ ಮೌನ ಮಾತನರಿತ ಮಹೇಶ ಸುಮ್ಮನೇ ಗೋಣಾಡಿಸಿದ. ಇವನೂ ಒಳಗೊಳಗೆ ಇದು "ಯಾಕ ಇಲ್ಲಿ ಒಳಗ ಬಂದೇತಿ? ಇದನ್ನ ಹೆಂಗರ ಮಾಡಿ ಹೊರಗ ಹಾಕ್ಬೇಕು" ಅಂತ ಯೋಚಿಸಹತ್ತಿದ. "ಶ" "ಶು" ಎನ್ನುತ್ತಾ ಕೈ ಆಡಿಸಿ ದಾರಿ ತೋರಿಸಲು ಮುಂದಾದ. ಇಲ್ಲಾ ನನ್ನ ಹಿಂದ ಬಾ ಎಂದು ಕರೆಯುತ್ತಿದ್ದ. ಅಲ್ಲಿ ಇನ್ನೂ ಆ ಗುಂಪು ಹುಡುಕಾಡುತ್ತಲೇ ಇತ್ತು. ತಡೆದು ಇಬ್ಬರೂ ನಿಂತಲ್ಲೇ ನಿಂತು ಮಾತುಗಳನ್ನು ಹಂಚಿಕೊಳ್ಳಲು ಪ್ರಾರಂಭಿಸಿದರು.

"ಅಲ್ಲೋ ಮನುಷ್ಯಾ ನನ್ನ ಉಳಿಸಾಕ ಬಂದು ನೀನ ಸಿಕ್ಕೊಂಡ್ಯಲ್ಲೋ. ಯಾಕರ ಬರಾಕ ಹೋಗಿದ್ಯೋ ಮಾರಾಯಾ" ಹಂದಿ ಹೇಳತೊಡಗಿತು. ಆ ಮಾತಿಗೆ ಪ್ರತಿಕ್ರಿಯಿಸುತ್ತಾ

"ಅವ್ರು ನನಗ ಹೊಡೆದ್ರ ಕೇಸ ಹಾಕ್ಬಹುದು. ಮಾನ ಹಾನಿ ಕೇಸ ಮಾಡಬಹುದು. ಏನೂ ಬ್ಯಾಡಪಾ ಅಂದ್ರ ದವಾಖಾನಿಗೆ ಹೋಗಿ ಆರಾಮಾಗಿ ಬರಬಹುದು. ಮನುಷ್ಯಾರಿಗೆ, ಕುರಿ, ಕೋಳಿ, ಎತ್ತು, ಎಮ್ಮಿ, ನಾಯಿ, ಹುಲಿ, ಸಿಂಹ, ಆನಿ ಎಲ್ಲಾರ್‍ಗೂ ಅವ್ರದ ದವಾಖಾನಿ ಅದಾವ. ನಿನಗಂತ ಯಾ ದವಾಖಾನೀನ ನಾ ನೊಡಿಲ್ಲಾ. ದವಾಖಾನ್ಯಾಗ ನಿನ್ನ ನೋಡ್ತಾರೇನ? ನೀ ಯಾರ್‍ಗೇಂತ ತೋರಿಸ್ತೀ?" ಹಂದಿಯ ಕುರಿತು ಮಹೇಶ ಕನಿಕರಿಸುತ್ತಾ ಉತ್ತರವಾದ.

"ಹೌದು ನೀನು ಹೇಳೋದ ಖರೆ ಐತಿ. ನಮಗ ಯಾರ ಒಪ್ಪಿಗೊಂತಾರ. ಒಂದು ಜಾತಿ ಒಪ್ಪಗೊಂಡ್ರ ಇನ್ನೊಂದು ಜಾತಿ ನಮ್ಮ ಹೆಸರ ಹೇಳಾಕ ಹೇಸಿಗೀ ಪಡ್ತಾರ. ಅವಾಗಿಂದು ನಿನಗ ಗೊತ್ತೈತಿ ಇಲ್ಲಾ. ದೇಶ ಉಳಿಸಾಕ ಮುಂಚೂಣಿಯೊಳಗ ಇದ್ವಿ ನಾವು. ಅಲ್ಲಿ ನಮ್ಮ ಜಾತೀನ ಬಳಸ್ಕೊಂಡ್ರು. ನಿನಗ ಇತಿಹಾಸ ಗೊತ್ತೈತಿಲ್ಲಾ".

"ಒಂದು ಕಾಲದಾಗ ನಮ್ಮ ಜಾತಿ ಮಾಂಸಾನ ಕಾಡತೂಸಿಗೆ ಹಚ್ಚಿದ್ದಕ್ಕ ಇಡೀ ದೇಶಾನ ಹೊತ್ತು ಉರಿತು. ಅಷ್ಟೂ ನಿನಗ ನೆನಪಿಲ್ಲಾ ಅಂದ್ರ ಅಳಿಲು ಜಾತೀಗೆ ಕೇಳಹೋಗ. ಅವ್ರಂತೂ ನನಗ ಎಷ್ಟು ದೂರ ಇಟ್ಟಾರಾ" ಎಂದು

ಇತಿಹಾಸ ತೆರೆದಿಡುತ್ತಾ "ಒಂದು ಸರ್ತಿ ಸಾಲಿಗೆ ಹೋಗಿ ತಿಳಕಾ ಇಲ್ಲಾಂದ್ರ ಓದ್ಯರ ತಿಳ್ಳಾಕ" ಎಂದು ತನ್ನ ಅಂತರಾಳದ ಮಾತುಗಳನ್ನು ಬಿಚ್ಚಿಡುತ್ತಾ ಸಾಗಿತು ಆ ಹಂದಿ. ಮಹೇಶ ದಿಗ್ಭ್ರಾಂತನಾಗಿ ತಾನು ಬಾಲ್ಯದಲ್ಲಿದ್ದಾಗ ಇತಿಹಾಸದ ಪುಸ್ತಕಗಳನ್ನು ನೆನಪಿಸಿಕೊಂಡು ಪ್ರಥಮ ಸ್ವಾತಂತ್ರ ಸಂಗ್ರಾಮದ ಹೋರಾಟಕ್ಕೆ ಸಾಮಾಜಿಕ ಮತ್ತು ಸೈನಿಕ ಹೋರಾಟಕ್ಕೆ ಕಾರಣವಾದ ದಿನಗಳನ್ನ ನೆನಪಿಸಿ ತನ್ನರಿವಿನಲ್ಲಿ ಆಲೋಚಿಸತೊಡಗಿದ. ಅಷ್ಟರಲ್ಲಾಗಲೇ ಹಂದಿ ಮಾತು ಮುಂದುವರೆಸಿತು "ನೀವು ಮನುಷ್ಯರ ಮನುಷ್ಯರು ಒಂದ. ನಿಮ್ಮಲ್ಲಿ ಅನಾಥ ಹೆಣಕ್ಕೂ ಮಣ್ಣು ಮಾಡೋ ಪದ್ಧತಿ ಐತಿ. ಹಂಗ ನೋಡ್ರಿದ್ರ ಹೊಡದಾಡಕೊಂಡ ಬಡಿದಾಡಕೊಂಡ 90 ವರ್ಷಕ್ಕ ಆ ಬ್ರಿಟಿಷ್ರು ಬಿಟ್ಟ ಹೋಗ್ಬಿಟ್ರ. ನಾವು ಹುಟ್ಟು ಹಾಕಿದ್ದ ಸಂಗ್ರಾಮ ಅದು ಆದ್ರ ನಮಗೆಲ್ಲೈತಿ ಸ್ವಾತಂತ್ರ?" ಹಂದಿಯ ಮಾತನ್ನು ಗಂಭೀರವಾಗಿ ತೆಗೆದುಕೊಂಡು ಮಹೇಶ ಮಾತು ಮುಂದುವರೆಸಿದ "ಅದೆಲ್ಲಾ ಬಿಡು ಹೆಂಗಾರ ಮಾಡಿ ಮೊದ್ಲ ಜೀವಾ ಉಳಿಸ್ಕ್ಯಾ" ಎಂದ ಮಹೇಶ. "ಹಂದೀಜೀವಾ ಸಾಕಂತ ನಾನು ಆತ್ಮಹತ್ಯೆ ಮಾಡ್ಕೊಳ್ಳಾಕ ಹೊಂಟಿದ್ದೆ. ನೀನ್ ನೋಡಿದ್ರ ಜೀವಾ ಉಳಿಸ್ಕೋ ಅಂತೀಯಲ್ಲಾ" ಎಂದು ಬೇಸರದಿಂದ ಹೇಳಿತು.

"ಹಾಂ ಏನಂದಿ? ಜೀವಾ ಕಳಕೊಳ್ಳಾಕ ಬಂದೀ ಮತ್ಯಾಕ ಅಲ್ಲೆ ಹೊಯ್ಕಾಳ್ಳಾಕ ಹತ್ತಿದ್ದಿ ಸುಮ್ನ ಇದ್ದಿದ್ರ ಅಲ್ಲೇ ಸಾಯಬಹುದಿತ್ತಲ್ಲಾ" ಆಶ್ಚರ್ಯದಿಂದ ಕೇಳಿದ.

"ಇಲ್ಲೋ ಮನುಷ್ಯಾ ಅದರ ಕತೀನ ಬ್ಯಾರೇ ಐತಿ. ಮೊದ್ಲು ನೀನು ಹೋಗು. ಅವ್ರು ನಿನ್ನೂ ಹುಡಕಾಕಕತ್ಯಾರ" ಗಾಬರಿಯಿಂದ ಹೇಳಿತು. "ನನಗರ ಯಾರ ಅದಾರ? ಹೆಂಡ್ತಿ ಮಗ ನಿನ್ನಂಗ ಓಡಿಕೋಂತ ಹೋಗಿ ಚಿರತೀಗೆ ಬಲಿಯಾದ್ರು. ಹಂಗೇನರ ನಡದತೇನ ಅಂತ ಇತ್ಲಾಗ ಬಂದು ನೋಡ್ದೆ. ನೀ ಸಿಕ್ಕೊಂಡಿದ್ದಿ. ನೀನ್ ನೋಡಿದ್ರ ಈಗಾ ಸಾಯಬೇಕೂ ಅನ್ನಾಕತ್ತೀಯಲ್ಲ ಹೊಲಸ ಹಂದಿ ನಿನ್ನ ತಲೀ ಸರಿಐತಿಲ್ಲ" ಬೇಸರದಿಂದ ಕೇಳಿದ.

"ಹಾಂ ನೋಡು ಇಂಥಾ ಮಾತಿಗೆ ನನಗ ಬೇಜಾರಾಗಿ ಈ ಹಂದೀ ಜೀವನಾನ ಸಾಕು ಅಂತ ಸಾಯಾಕ ಅಣಿಯಾಗಿದ್ಯೆ" ಎಂದಿತು ಹಂದಿ. "ಅಂತಾದ್ದೇನಾಗೇತಿ ಸಾಯೋವಂತಾದ್ದು? ಆಡ್ಕೊಳ್ಳೋರು ಆಡ್ಕೊಳ್ಳಿ ಬಿಡು. ಮನಸ್ಸ ಗಟ್ಟಿ ಮಾಡಿ ಬದುಕ್ಯಾ ಹೋಗು ಇಲ್ಲಾ ಕಾಡು ಸೇರಕ್ಯಾ ಹೋಗು. ದೇವರ ಕೊಟ್ಟು ಜೀವಾ ಇದು ಅದನ್ನ ಅವ್ನ ವಾಪಸ ತಗೊಳ್ಳೋಮಟಾ ನಾವ ವಾಪಸ ಕೊಡಬಾರದು" ಎಂದು ಗದರಿಸಿದ.

"ಇಲ್ಲಪಾ ಯಪ್ಪಾ ಎಲ್ಲಾರೂ ಪದೇ ಪದೇ ನೀ ಹೇಲ ತಿನ್ನೋ ಹಂದಿ ಅಂದಂದ ಸಾಕ ಮಾಡ್ಯಾರ. ಸಾಯಬೇಕಂತ ಹೊಂಟ್ರ ನನಗ ಸಾಯಾಕ

ಬಿಡವಲ್ರ. ನನಗಿಂತ ಮುಂಚೆ ಅವ್ರ ಸಾಯಾಕ ನಿಂತಾರ. ನೀನು ಅವ್ರಾಗ ಒಬ್ಬಾಂವ" ಎಂದಿತು.

"ಹಾಂ ಹೊಳ್ಳಿ ನನ್ನ ಬುಡಕ್ಕ ಬಂದಿ ನೋಡು ಅದಕ್ಕ ನಿನಗ ಹೇಲ ತಿನ್ನೋ ಹಂದೀ ಅಂತ ಬಯ್ಯೋದ."

ಸಿಟ್ಟಿನಿಂದ ಹೇಳಿದ ಮಾತು ಮುಂದುವರೆಸುತ್ತಾ "ಹೋಗ್ಲಿ ಬಿಡು ಸಾಯಾಕ ಹೊಂಟಿದ್ದೆ ಅಂದ್ಯಲ್ಲ ಹೆಂಗೆಂಗ ಸಾಯಾಕ ಹೊಂಟಿದ್ದಿ ಹೇಳ ನೋಡೋಣ" ಎಂದನು. ಹಂದಿ ಹೇಳತೊಡಗಿತು "ಆವತ್ತ ಅದ ಹಕ್ಕಿ ಚಿಲಿಪಿಲಿ ಮಾಡಾಕ ಹತ್ತಿದ್ವು. ಬಂಗಾರದ ಬಣ್ಣ ಆಕಾಶದಾಗ ಕಾಣಾಕ ಹತ್ತಿತ್ತ. ಹಕ್ಕಿಹಿಂಡು ಬಾಣದ ಗುರುತಿನಂಗ ಹೊಂಟಿತ್ತು. ದೂರದ ಗುಡಿಯೊಳಗ ಸುಪ್ರಭಾತ ಕೇಳಸ್ತಾ ಇತ್ತು. ನೀರಿನ್ಯಾಗ ಗಿಜಿಗಿಜಿಯಿಡುತ್ತಿದ್ದ ರಾಡಿಯಲ್ಲಿ ನಾವು ಮತ್ತು ನನ್ನ ಗೆಳೆಯಾರು ಒಂದ್ರ ಪಕ್ಕ ಒಂದು ಬರುವಂಗ ಮಲಗಿದ್ವಿ. ಅದರಾಗ ನಾನು ಮೂಗಿನಮಟ ಬಂದಿದ್ದ ರಾಡೀನ ಅಡ್ರಗ ಅಂತ ಊದಿ ಮೈಕೊಡವಿ ಮ್ಯಾಲೆದ್ದಾಗ ಮೈಮೇಲೆ ಕುಂತಿದ್ದ ಸೊಳ್ಳಿ ಪುರ್ರ ಅಂತ ಹಾರಿದ್ವು. ಅಂಟಿಕೊಂಡಿದ್ದ ರಾಡಿ ಮೈಮೇಲಿಂದ ಇಳಿಯುತ್ತಿತ್ತು. ಹೊಟ್ಟಿ ಡರ್ರ ಡರ್ರ ಅಂತ ಸೌಂಡ ಮಾಡ್ತು. ಭಾಳಾ ಹೊಟ್ಟಿನೂ ಹಸಿದಿತ್ತು. ಊಟಕ್ಕ ಏನಾರ ಸಿಗತೇತನ ಅಂತ ಹುಡುಕಾಡತಿದ್ದೆ. ದೂರದ ರಸ್ತೆದಾಗ ಒಂದು ಹುಡುಗ ಹೇಲಾಕ ಕುಂತಿದ್ದ. ಅದನ್ನ ನೋಡಿ ತಡಕೊಳ್ಳಾಕ ಆಗಲಿಲ್ಲ. ಮೊದ್ಲ ಹೊಟ್ಟಿ ಹಸಿದಿತ್ತ. ಲಗುನ ಬಂದು ಆ ಹುಡುಗನ ಬುಡುಕ್ಕ ಬಾಯಿ ಹಾಕಿ ಕುಂಡಿ ಒತ್ತಿಬಿಟ್ಟೆ" ಎಂದು ಹೇಳಿತು. ಇವನಿಗೆ ನಗು ತಡೆಯಲಾಗಲಿಲ್ಲ "ಅಲ್ಲಪಾ ಆ ಹುಡುಗ ಕೆಲಸ ಮುಗಿಸೋ ಮಟಾ ಕಾಯಬೇಕಿತ್ತು. ಯಾಕ ಅವ್ಸಾ ಮಾಡ್ದಿ. ಅದು ತಪ್ಪಲ್ಲೇನ" ಎಂದು ಮುಸುನಗೆ ಬೀರಿದ.

"ಅಲ್ಲ ಮನುಷ್ಯಾ ನಾನೇನ ಮನಿ ಒಳಗ ಬಂದ ಅವ್ರ ತಾಟೀಗೆ ಬಾಯಿ ಹಾಕೇನೇನ? ಬ್ಯಾಡಾ ಅಂತ ಚೆಲ್ಲಿದ್ದ ತಿಂದೇನಿ. ನಾವು ಪ್ರಾಣಿಗೋಳ ಬ್ಯಾಡಾ ಅನ್ನೋದನ್ನ ಯಾರರ ತಿನ್ಲಿ ಏನಾರ ಮಾಡ್ಲಿ ಅಂತ ಚೆಲ್ಲಕೋಂತ ಹೋಗ್ತೀವಿಲ್ಲ. ಅದನ್ನ ಆರಿಸಿ ಹೊಲಕ್ಕ ಗೊಬ್ರ ಅಂತ ಹಾಕ್ತೀರಿ. ನಿಮ್ದರ ಎದಕ್ಕ ಉಪಯೋಗ ಐತಿ. ಆದ್ರೂ ಉಪಯೋಗಿಲ್ಲದ್ದನ್ನ ತಿಂದ್ರ ಎಷ್ಟು ಸಿಟ್ಟು ಅವಕ್ಕ? ಅದರಮ್ಯಾಲೆ ಎಷ್ಟರ ಪ್ರೀತಿ ಐತಿ ಅವಕ್ಕ. ಮ್ಯಾಲೆ ನಮಗ ಅಂತೀರಿ ಹೇಲ ತಿಂತಿ ಅಂತ" ಎಂದಿತು.

"ಹೌದು ಮತ್ತ ನೀನು ದೆವ್ವಹಟ್ಟಂಗ ಮಾಡ್ತೀಯಲ್ಲ ಅದಕ್ಕ ಜನಾ ನಿನಗ ಅಂತಾರ"

ಎಂದು ಹಳಿದ ಮಹೇಶ. "ಏನ ಮಾಡನಪಾ ಆಯಾ ದಿನದ್ದ ಕೂಳು ಹುಡುಕೇ ತಿನ್ನಬೇಕು. ಹೊಟ್ಟಿ ಹಸಿದಾಗ ಯಾರೂ ಕರದು ಊಟ ಇಡದಿಲ್ಲಾ.

ಊಟ ಸಿಕ್ಕಾಗ, ಮತ್ತ ಸಿಗತೇತೆ ಇಲ್ಲ ಅಂತ ತಿಂತೀವೆಪಾ. ನಾಳೀ ಕತಿ ಯಾರಿಗೆ ಗೊತ್ತು? ಯಾಕಂದ್ರ ಮನೀ ಮನ್ಯಾಗ ಪಾಯಖಾನಿ ಮಾಡೀ ನಮಗ ಉಪವಾಸ ಕೆಡಿವ್ಯಾರ" ಎಂದು ಖೇದದಿಂದ ಹೇಳಿತು. ಮಹೇಶ ಗೋಣಾಡಿಸುತ್ತಾ "ಮುಂದ ಏನಾತು ಹೇಳು" ಎಂದ. ಹಂದಿ ಮಾತನಾಡುತ್ತಾ "ಅಲ್ಲಿ ಉಂಡಿದ್ದ ತಪ್ಪಾತು ನೋಡು. ಆ ಹುಡುಗ ಮುಂದ ಬಿದ್ದ. ನೀರು ಉಳ್ಳಿದ್ವು. ಹುಡುಗ ಜೋರ್ಯಾಗಿ ಹೊಯ್ಕೊಳ್ಳಾಕ ಶುರು ಮಾಡ್ದ" ಎಂದಿತು ಹಂದಿ.

"ಮತ್ತ ಯಾರೂ ಮನಿಂದ ಹೊರಗ ಬರಲಿಲ್ಲೇನ"

"ಬಂದ್ರಲ್ಲ. ಅವ ಅಳದ ಕೇಳಿ ಮನಿ ಮಂದಿ ಹೊರಗ ಬಂದ್ರು. ನಾನು ಅವ್ರನ ನೋಡಿದೆ ಅವ್ರೂ ನನ್ನ ನೋಡಿ ಸಿಂಹಾನ ನೋಡಿದಂಗ ಗಾಬರ್ಯಾಗಿ ಕೈಗೆ ಏನ ಸಿಕ್ತೋ ಅದನ್ನ ತಗೊಂಡು ಹೊಡದ್ರು" ಬೇಸರದಿಂದ ಹೇಳಿತು.

"ನಾ ಅದಕ್ಕ ಹೇಳಲಿಲ್ಲಾ ಯಾವಾಗ್ಲೂ ಸಮಾಧಾನ ಇರಬೇಕು ಅಂತ" ಎಂದು ಗೋಣಗಿದ ಮಹೇಶ. "ಬರಿ ಹೊಡೆದಿದ್ರ ಬ್ಯಾಜಾರಿದ್ದಿಲ್ಲ. ತಲಾ ಒಬ್ಬೊಬ್ರು ಹೊಡಕೊಂತ ಹಂದಿ ಇದ್ದಂಗ ಇದಕ್ಕ ಮಂದೀ ಹೇಲ ಬೇಕ. ಮುಗ್ಯಾಮಟ ತಡಕಣಲ್ಲ. ಮುಕುಳಿಗೆ ಬಾಯಿ ಹಾಕ್ಕೇತಿ. ಕೆಸರಾಗ, ಹೊಲಸ್ಯಾಗ ಬಿದ್ದು ಒದ್ದಾಡೋ ಈ ಹಂದಿ ಇದ್ರು ಅಷ್ಟ ಬಿಟ್ರು ಅಷ್ಟ. ಸತ್ತರ ಸಾಯವಲ್ಲದ ಇವನೌವ್ನ ಅಂತ ಸಾಯಂಗ ಬಡ್ಯಾಕ ಬಂದ್ರು ಮತ್ತು ಬಯ್ದಾಡಿದ್ರು. ನಮಗೂ ಮನಸ್ಸ ಅನ್ನೋದ ಇರತೈತಿ. ಅವ್ರ ಮಾತು ಕೇಳಿ ಭಾಳಾ ಬ್ಯಾಸ್ರಾತು" ಮುಸುಡಿ ಗೋಡೆಗೆ ಒರೆಸುತ್ತಾ ಹೇಳಿತು.

"ಭಾಳಾ ಬ್ಯಾಜಾರಾತೇನ್."

"ಬ್ಯಾಜಾರಾಗದೇನ ಭಾಳಾ ಬ್ಯಾಸ್ರಾತು. ನಾನು ಹೇಲ ತಿಂತೀನಿ. ನಮಗ ಬದಕಾಕ ಬೇಕಾಗಿರೋದು ಊಟಾ. ಊರ ತುಂಬಾ ಅಡ್ಡಾಡಿ ಹುಡುಕಿ ಹುಡುಕಿ ತಿಂತೀವಿ. ಒಂದು ವ್ಯಾಳೆ ನಾವು ಅದನ್ನ ತಿನ್ನದ ಇದ್ರ ಊರು ಎಷ್ಟು ಹೊಲಸ ಆಕ್ಕೇತಿ, ಎಷ್ಟು ನಾರತೈತಿ ಅಂತ ಗೊತ್ತಿಲ್ಲೇನ?" ಹುಸಿ ಮುನಿಸಿನಿಂದ ಹೇಳತೊಡಗಿತು.

"ಹೌದೌದು ನೀವೆಲ್ಲಾ ಹುಡುಕಾಡಿ ತಿನ್ನೋದ್ರಿಂದಾನ ಊರು ಸ್ವಚ್ಛ ಇರತೈತಿ" ಸಮರ್ಥಿಸಿದ ಮಹೇಶ. "ನಿನಗ ಇರೋವಷ್ಟು ಬುದ್ಧಿ ತಿಳುವಳಿಕೆ ಅವರಿಗಿಲ್ಲ ನೋಡು ಊರು ಸ್ವಚ್ಛ ಮಾಡೋ ನಮ್ಮನ್ನ ಇಷ್ಟು ಕೀಳಾಗಿ ನೋಡಿದ್ರ ಹೆಂಗ?

ಹೇಲ ತಿನ್ನೋದು ಅಪರಾಧ ಅನ್ನೋದಾದ್ರ ಮನುಷ್ಯಾರು ರೊಕ್ಕ, ಸಂಬಂಧ, ಪ್ರೀತಿ, ವಿಶ್ವಾಸ, ನ್ಯಾಯ, ನೀತಿ, ಧರ್ಮ, ಸತ್ಯ ಎಲ್ಲಾ ತಿನ್ನಾಕತ್ಯಾರಲ್ಲಾ ಇದು ಯಾವ ನ್ಯಾಯ?

ನಮಗೊಂದು ನ್ಯಾಯ ಮನುಷ್ಯರಿಗೊಂದು ನ್ಯಾಯೇನ? ನಾನು ಯಾರ ಹೊಟ್ಟೀ ಮ್ಯಾಲೂ ಹೊಡೆಯಂಗಿಲ್ಲಾ. ನನ್ನ ಪಾಡಿಗೆ ನಾನು ಹೊಟ್ಟೀ ತುಂಬಿಸಿಕೊಳ್ಳಾಕ ಕಷ್ಟ ಪಡತೇನಿ ಅದೂ ತಪ್ಪೇನ? ನಾವೇನ ಅವ್ರಂಗ ಕುಂತಲ್ಲೇ ಕುಂತು ತಿಂದು ತೇಗ್ತವೇನ? ಮನಿ ಮ್ಯಾಲೆ ಮನಿ ಕಟ್ಸಿ ಮಕ್ಳಿಗೆ ಮರಿಮೊಮ್ಮಕ್ಕ ಮುಕುಳಿಗೆ ಆಸ್ತಿ ಮಾಡನೇನ? ದ್ಯಾವ್ರು ನೀ ಹೇಲ ತಿನ್ನು ಅಂತ ಮ್ಯಾಲಿಂದ ಕಳಿಸ್ಯಾನ ಮತ್ತ ನಾನು ಅದನ್ನ ತಿಂತೇನಿ. ಇದು ತಪ್ಪಾ ಹೇಳ್ರಿ? ದ್ಯಾವ್ರು ನಿಮಗ ಬುದ್ಧಿ ಕೊಟ್ರೂ ತಪ್ಪ ಮಾಡಾಕಹತ್ತೀರಿ. ನಮಗೇನಾರ ಭಲೋ ಬುದ್ಧಿ ಕೊಟ್ಟಿದ್ರ ನಾವ್ಯಾಕ ಹಿಂಗ ಇರತಿದ್ವಿ. ಅದಕ್ಕ ಸಾಯಾಕಂತ ಗಾಡೀ ಬಾಯಿಗೆ ಬೀಳಾಕಂತ ಹೊಂಟಿದ್ದೆ. ಅಷ್ಟ್ರಾಗ ಒಬ್ಬ ಬೈಕ್ನಾವ ಸುಂಟರಗಾಳಿಯಂಗ ಬಂದ ಬಿಟ್ಟಾ. ಬಂದಿದ್ದ ಗುದ್ದೇ ಬಿಟ್ಟಾ" ಎಂದಿತು ಹಂದಿ. "ಹೌದೌದು ಈಗೀಗ ಬೈಕ್ನೋರು ಹೆಂಗ ಎಲ್ಲಿ ಹಾಸಿ ಬರ್ತಾರೋ ಅನ್ನೋದ ತಿಳೋದಿಲ್ಲಾ. ತಪ್ಪಿಸಿಕೊಂಡಿಲ್ಲೋ" ಎಂದ ಮಹೇಶ.

"ತಪ್ಪಿಸಿಕೊಳ್ಳೋದು ಏನು ಬಂತು ಬಂದ ಗುದ್ದೇ ಬಿಟ್ಟಾ. ಎದುರಿಗಿದ್ದವ್ನಿಗೆ ಕಬರಿಲ್ದಂಗ ತಲಿಂದ ರಕ್ತ ಸೋರಾಕ ಹತ್ತಿತ್ತ. ನಾನು ದೂರ ಗಿಡದ ಹತ್ರ ಹೋಗಿ ಅವನ್ನ ನೋಡಿಕೊಂತ ನಿಂತಿದ್ದೆ" ಎಂದಿತು ಹಂದಿ. "ಅವ್ನು ಬದುಕಿದ್ನೋ ಇಲ್ಲೋ. ಅಡ್ಡಾಡ ಹೊತ್ತಿನ್ಯಾಗ ಹುಷಾರಿಂದ ಅಡ್ಡಾಡಬೇಕಪಾ ಈಗೀಗ. ನಾವು ಬರೋಬರಿ ಇದ್ರೂ ಎದರ್ಗೆ ಇರೋರ ಕೈಯಾಗ್ನ ನಮ್ಮ ಜೀವ ಇರತೈತಿ. ಮತ್ತ ಅವ್ನಿಗೆ ಏನೂ ಆಗಲಿಲ್ಲೇನ" ಎಂದು ಮಹೇಶ ಕೇಳಿದ. "ಅಯ್ಯ ಅದನ್ನ ನೋಡಬೇಕು ಅಂತ ನಿಂತಿದ್ದೆ ಜನಾ ಜಗ್ಗೀ ಸೇರಿದ್ರು. ಅಷ್ಟೊತ್ತಿಗೆ ವಯ್ಯ ವಯ್ಯ ಅಂತ ಗಾಡಿ ತರಿಸಿ ಎತ್ತಿ ಹಾಕಿದ್ರು. ಆದ್ರ ನನಗ ಏನು ಆತು? ಆರಾಮ ಅದಿಯಿಲ್ಲಪಾ? ಮೈಕೈ ಏನರ ಕೆತ್ಯಾವೇನ ಅಂತ ಒಬ್ಬನೂ ಕೇಳಲಿಲ್ಲ. ಉಲ್ಟಾ ನನಗ, ಅದು ಮೊಢ್ಲ ಹೇಲ ತಿನ್ನೋ ಹಂದಿ ಅದಕ್ಕ ಏನಾಕ್ಕೇತಿ? ಗಾಡಿಗೆ ಏನರ ಸಿಕ್ಕೊಂಡ್ರ ಮೈ ಉಬ್ಬಿಸಿ ಬಿಡ್ತೇತಿ. ನೋಡ್ರಿ ಹೆಂಗ ಎದ್ದು ದೂರ ಹೋಗಿ ನಿಂತು ನೋಡಾಕ ಹತ್ತೇತಿ ಬೋಸುಡಿಮಗಂದ. ನೋಡ್ರಲ್ಲೆ ಪಾಪ ಅವನ್ನ ತಲೀ ಒಡದ ರಕ್ತ ಸೋರಾಕ ಹತ್ತೇತಿ. ಹೊಡೀರ್ಲೆ ಅದನ್ನ ಎಂದು ನನ್ನ ಮೇಲೆ ಸಿಟ್ಟು ತೀರಿಸಿಕೊಳ್ಳಾಕ ಕಲ್ಲಿಂದ ಹೊಡ್ಯಾಕ ಶುರು ಮಾಡಿದ್ರು" ಎಂದು ನೋವಿನಿಂದ ಹೇಳಿತು.

"ಅಲ್ಲೋ ಆಕ್ಸಿಡೆಂಟ ಆದಾಗ ಯಾರಿಗೆ ಪೆಟ್ಟು ಬಿದ್ದಿರತೇತಿ ಅವ್ರನ ನೋಡಬೇಕು' ಎಂದ ಮಹೇಶ.

"ಯಾರು ಬ್ಯಾಡಾ ಅಂದಿದ್ದು? ನೋಡ್ರಿ. ನಮಗೂ ಏನ ಆಗೇತಿ ಅಂತ ಒಂದ ಸ್ವಲ್ಪರ ನೋಡ್ಬೇಕಲ್ಲಾ. ಯಾರ ನೋಡ್ತೀರಿ? ಯಾರೂ ನೋಡೋದಿಲ್ಲಾ. ನಾವು ಹಂಗ ವಿಲವಿಲ ಅಂತ ಒದ್ದಾಡಿ ಬೀದಿ ಹೆಣಾ

ಆಕ್ಕೇವಿ. ಎಲ್ಲಾರೂ ನೋಡಕೋಂತ ಹಂಗ ಅಡ್ಡಾಡ್ತಾರ. ವಾಸ್ನೆ ಬಂದ್ರೂ ಅದೂ ಮುನಸಿಪಾಲ್ಟ್ಯಾರ ಮೂಗು ಮುಚಗೊಂಡು ಎತ್ತಿ ಹಾಕ್ತಾರ".

"ಅಲ್ಲಾ ನೀನೇನ ರಾಜಾ ಏನ್ ನಿನ್ನ ನೋಡಾಕ" ವ್ಯಂಗದಿಂದ ಮಹೇಶ ಹೇಳಿದ.

"ಯಾರಿಲ್ಲಾ ಅಂದಿದ್ದು? ನಿನಗ ಗೊತ್ತೇನ. ಹಿಂದ ರಾಜಾ ಮಹಾರಾಜರ ಕಾಲದಾಗ ರಾಜ್ಯದ ರಾಜಲಾಂಛನ ಆಗಿದ್ವಿ. ನಮ್ಮನ್ನ ತಿಂದ್ರ ಸಮಾಧಾನ ಅನ್ನೋ ಜನಾನೂ ಒಂದು ಕಡೆ ಇತ್ತು. ಇನ್ನೊಂದು ಕಡೆ ನಮ್ಮ ಹೆಸರ ಹೇಳಾಕ ಅಸಹ್ಯ ಮಾಡ್ಕೋಳ್ಳೊ ಜನಾ ಒಂದು ಕಡೆ ಅದಾರ. ನಮ್ಮನ್ನ ದೈವ ಅಂತ ಪೂಜೆ ಮಾಡೋ ಜನಾನೂ ಇದ್ರು. ಎಲ್ಲಾನೂ ಅನುಭವಿಸಿ ಬಂದೀವಿ. ಈಗ, ಯಾಕ ಬೇಕಪಾ? ಪರಿಸ್ಥಿತಿ ಹೆಂಗ ಇರತೇತಿ ಹಂಗ ಜೀವನಾ ಮಾಡಿದ್ರಾಯ್ತು. ಮೊದ್ಲು ಜೀವಾ ಉಳಿಸ್ಕೊಂಡ್ರಾಯ್ತು" ಅಂತ ಓಡಿ ಮುಂದ ಬಂದೆ. ಹಂದಿ ಹೇಳಿದ ಮಾತುಗಳನ್ನು ಗಂಭೀರವಾಗಿ ಆಲಿಸತೊಡಗಿದ. ಇತಿಹಾಸ ಮತ್ತೆ ನೆನಪಿಸಿತು.

ಮತ್ತ ಕೇಳಿಲ್ಲೇ ಹಂಗ ಮುಂದ ಬರಾಕ ಹತ್ತಿದ್ದೆ ಒಬ್ಬ ಅಜ್ಜ ಮೊಮ್ಮಕ್ಕಳ್ನ ಕರಕೊಂಡು ಬರಾಕ ಹತ್ತಿದ್ದಾ. ನಾ ಬರೋದು ನೋಡಿ "ಲೇ ಹಂದಿ ಬಂತಲ್ಲೇ. ನೋಡ್ರಿ ಎಷ್ಟು ಹೊಲಸ ಐತಿ ಅದು. ನಿಮ್ಮ ಬ್ಯಾಗೀಗೆ ಬಾಯಿ ಹಾಕೀತು. ನನ್ನ ಹತ್ತಿರಾನ ಇರ್ರಿ. ಮೊಢ್ಲ ಹೇಲ ತಿನ್ನೋ ಹಂದ್ಯದು. ಅದಕ್ಕ ನಾಚಿಕಿ ಮಾನ ಮರ್ಯಾದಿ ಏನೂ ಇಲ್ಲಾ ಮೈಮ್ಯಾಲೆ ಬಂದ ಬಿಡ್ತೇತಿ" ಅನ್ನುತ್ತಾ ತನ್ನ ಮೊಮ್ಮಕ್ಕಳನ್ನು ತನ್ನತ್ತ ಎಳೆದುಕೊಳ್ಳುತ್ತಿದ್ದ. ಅದನ್ನು ಕಂಡ ನನಗ ಎದಿಗೆ ಚೂರಿ ಚುಚ್ಚಿದಂಗ ಆತು. "ಏನಪ ಹಂದಿ ಜೀವನಾ ಅಂದ್ರ ಅಷ್ಟ ಕೆಟ್ಟೇನ? ಅಂಥಾ ಕೆಟ್ಟದ್ದ ನಾವು ಏನ ಮಾಡೇವಿ? ಅವನೌವ್ನ ಈ ಹಂದೀ ಜೀವನಾನ ಬ್ಯಾಡಾ ಆತ್ಮಹತ್ಯೆ ಮಾಡ್ಕೊಂಡು ಬಿಡೋಣ ಅಂತ ಓಡಿಕೋಂತ ಹೊಂಟಿದ್ದೆ. ಸಾಯಾಕ ಬಾವಿ ಹತ್ರ ಹೋದೆ. ನೀರ ಕುಡ್ಯೋ ಬಾವಿಯೇನಲ್ಲ ಅದು ಆದ್ರೂ ನನಗ ಬಾವಿ ಹತ್ರಾನೂ ಬಿಟಕರ್ಲಿಲ್ಲ. ನೀರಾಗ ಬಿದ್ದು ನೀರು ಹಾಳ ಮಾಡೀತ್ರಲೆ ಅದನ್ನ ಓಡಿಸ್ರಿ ಎಂದು ಎಲ್ಲಾರೂ ಉಷ್ ಉಷ್ ಅಂದ ಓಡ್ಸಿ ಬಿಟ್ರು. ಸಾಯೋಕ ಹೋದವನ್ಗೆ ಮೊಣಕಾಲಮಟ ನೀರು ಅಂದಂಗ ನಾನು ಎಲ್ಲೇ ಸಾಯಾಕ ಹೋದ್ರು ಓಡ್ಸಿ ಬಿಟ್ರು. ಬ್ಯಾರೆ ಜಗಾ ಹುಡಕಾಟಕ್ಕ ಮುಂದಾದೆ" ಎಂದಿತು ಹಂದಿ. "ಮುಂದೇನಾಯ್ತು" ಆಸಕ್ತಿಯಿಂದ ಕೇಳಿದ. "ದೂರದಾಗ ನಿಂತಿದ್ದ ನಾಯಿ ಗುಂಪೊಂದು ನನ್ನನ್ನ ನೋಡಿದ್ದ ಬಿರಿಯಾನಿ ಸಿಕ್ಕಂಗ ಖುಷೀಲೆ ಕೇಕೆ ಹೊಡಕೊಂಡು ಬೆನ್ನತ್ತಿದ್ವು. ಜೀವಾ ಉಳಿಸ್ಕೋಳ್ಳಾಕ ನಾನೂ ತಗ್ಗು ಉಬ್ಬು ಗಿಡಾಗಂಟಿ ಸಂದಿಗೊಂಡಿ ಅನ್ದನ ಓಡಿದೆ. ಓಡಿಕೋಂತ ಈ ಮನಿ ಹತ್ರ ಬಂದೆ. ಕೌಂಪೌಂಡ ಬ್ಯಾರೆ ಖುಲ್ಲಾ ಇತ್ತು. ಒಳಗ ಬಂದು

ದೀ ಅಲ್ಲೇ ಮೂಲ್ಯಾಗ ಕುಂತಿದ್ದೆ. ಅದ್ಯಾವಾಗ ಇವ್ರು ನನ್ನ ನೋಡಿದ್ರ ಗೊತ್ತಿಲ್ಲ. ಅದೇನೋ ನಾನು ಒಳಗ ಬಂದ್ರ ಲಕ್ಷ್ಮೀ ಬಂದಂಗ ಅಂತ. ನನ್ನ ಇಲ್ಲೇ ಥಪನ ಮಾಡಿದ್ರ ಲಕ್ಷ್ಮೀ ಇದ ಮನ್ಯಾಗ ಇರತಾಳಂತ ಅನ್ನಾಕ ಹತ್ಯಾರ. ಅಲ್ಲೋಪಾ ಏನ ದಾರಿ ತಪ್ಪಿ ಬಂದೀನಿ ಅದೆಂಗ ನಾನು ಲಕ್ಷ್ಮೀ ಆಕ್ಕೇನಿ? ಹೆಂಗಾರ ಮಾಡಿ ನನ್ನ ಉಳಿಸಪಾ" ಎಂದು ದೀನವಾಗಿ ಬೇಡಿತು. "ನೀನು ಮೊದ್ಲ ಹೇಲ ತಿನ್ನ ಹಂದಿ ಆದ್ರೂ ಅವ್ರು ಯಾಕ ಇಷ್ಟ ತಲೀಕೆಡಿಸ್ಕೊಂಡಾರ" ಎಂದನು ಮಹೇಶ. "ಏ ಮಾರಾಯಾ ನೀ ನನಗ ಹೇಲ ತಿನ್ನೋ ಹಂದಿ ಅಂತ ಹೇಳಾಕ ಬಂದೀಯೋ ಇಲ್ಲಾ ನನ್ನ ಜೀವಾ ಉಳಿಸಾಕ ಬಂದೀಯೋ? ನನ್ನ ಜೀವಾ ಉಳಿಸಾಕ ಏನರ ದಾರಿ ಹುಡಕಪಾ" ಎಂದು ಬೇಡಿತು. ಮಹೇಶ ಅರೆಕ್ಷಣ ಯೋಚಿಸಿ "ನಾನು ಅವ್ರ ಕಡೀಗೆ ಓಡಿ ಅವ್ರನ್ನ ಅಲ್ಲೇ ನಿಲ್ಲಸ್ತೀನಿ. ನೀನು ಉಲ್ಟಾ ಹೊರಗ ಓಡು" ಎಂದನು.

ಅದರಂತೆ ಮಹೇಶ ಅಲ್ಲಿದ್ದ ಜನರೆಡೆಗೆ ಓಡಿದ. ಹಂದಿ ಗೇಟಿನ ಕಡೆಗೆ ಓಡಿತು. ಜನರಿಗೆ ಮಹೇಶ ಅವರ ಕೆಲಸಕ್ಕೆ ಅಡ್ಡಿ ಮಾಡಲು ಬರುತ್ತಿದ್ದಾನೆ ಎಂದೆನಿಸಿತು. ಜೋರಾಗಿ ಮಹೇಶನಿಗೆ ಪೆಟ್ಟುಕೊಟ್ಟರು. ಇತ್ತ ಹಂದಿ ಹೊರಹೋಗುವುದನ್ನು ತಪ್ಪಿಸಲು ಒಬ್ಬಾತ ಓಡಿ ಬಂದು ಗೇಟ ಹಾಕಿಬಿಟ್ಟ. ನೆಲದ ಮೇಲೆ ಬಿದ್ದ ಮಹೇಶ "ಆ ಹಂದೀನ ಬಿಟ್ಟ ಬಿಡ್ರಿ. ಅದು ಅಚಾನಕ್ಕಾಗಿ ಒಳಗ ಬಂದೇತಿ" ಎಂದು ಕೂಗುತ್ತಿದ್ದ. ಅವರಲ್ಲೊಬ್ಬ "ಲೇ ಮೊದ್ಲ ಲಕ್ಷ್ಮೀ ಚಂಚಲೀ ಅಂತಾರ. ನಮ್ಮ ಮನೀಗ ಬರ್ಲಿ ಅಂತ ಪೂಜೆನೂ ಮಾಡ್ತಾರ. ನರಬಲೀನೂ ಕೊಡ್ತಾರ. ಅಂತಾದ್ರಾಗ ಆಕಿ ನಮ್ಮ ಮನೀ ಹುಡುಕ್ಕೊಂತ ಬಂದಾಳಂದ್ರ ಅದು ನಮ್ಮ ಹಿಂದಿನ ಜನ್ಮದ ಪುಣ್ಯಾನ ಇರಬೇಕು. ಅಂತಾ ಪುಣ್ಯಾ ನಾವ ಬಿಡತವೇನ ಸುಮ್ಮನಿರ್ಲೆ" ಎಂದನು. "ಜೀವಾ ಉಳಿಸಿಕೊಳ್ಳಾಕ ಆ ಪ್ರಾಣಿ ಬಂದೇತಲ್ಲ ಅದರ ಆಕಾರ ನೋಡ್ರಿ ಎಷ್ಟು ಹೊಲಸ ಆಗೇತಿ? ಅದು ಯಾವಾಗ ನಿಮ್ಮ ಮನಿ ಲಕ್ಷ್ಮಿ ಆತು? ಹಂಗ ಲಕ್ಷ್ಮಿ ಅನ್ನಂಗ ಇದ್ದಿದ್ರ ನೀವ ಯಾಕ ಸಾಕಲಿಲ್ಲ. ಎಷ್ಟು ಲಕ್ಷ್ಮಿ ಬೇಕೋ ಅಷ್ಟು ಲಕ್ಷ್ಮೀ ಮಾಡ್ಕೊಂಡು ಮನ್ಯಾಗ ಇಟಗಾಬಹುದಿತ್ತು" ಎಂದ ಮಹೇಶ. "ಊರಾಗ ಹೇಲ ತಿನ್ನೋ ಹಂದಿ ಅಚಾನಕ್ಕಾಗಿ ಮನೀ ಒಳಗ ಬಂದ್ರ ಮಾತ್ರ ಲಕ್ಷ್ಮೀ ಆಕ್ಕೇತಿ" ಎಂದ ಅವರಲ್ಲೊಬ್ಬ. "ಅಲ್ರೋ ಹೇಲ ತಿನ್ನೋ ಹಂದೀ ಅಂತ ನೀವ ಅಂತೀರಿ ಅಂಥಾ ಪ್ರಾಣೀನಾ ಮನೀ ಒಳಗ ಕರಕೊಂಡು ಬಿಟ್ಟೀರಲ್ಲಾ ಏನ ಹೇಳಬೇಕು ನಿಮಗ" ಎಂದು ಜೋರಾಗಿ ಹೇಳಿದ. ಹಂದಿಯ ರೋದನ ಮುಗಿಲು ಮುಟ್ಟಿತ್ತು. ಸ್ವಾಮಿಗಳು ಅಷ್ಟೊತ್ತಿಗೆ ಬಂದರು. ಅಲ್ಲೇ ಮೂಲೆಯೊಂದರಲ್ಲಿ ನೆಲವನ್ನು ಪೂಜೆಗೆ ಅಣಿ ಮಾಡಲಾಯಿತು. ತಗ್ಗು ತಗೆಯಲು ಪ್ರಾರಂಭಿಸಿದರು.

ಮಹೇಶನಿಗೆ ಹೆಂಡತಿ ಮಗನನ್ನು ಮಣ್ಣು ಮಾಡಿದ ದಿನ ನೆನಪಾದಂತಾಯಿತು. ಕಣ್ಣೀರು ತನ್ನಿಂದ ತಾನೇ ಹರಿಯಲು ಪ್ರಾರಂಭಿಸಿತು. "ಪ್ರಾಣಿ ಮ್ಯಾಲ ಕರುಣಾ ತೋರಿಸ್ರಿ, ನಾವು ಮನುಷ್ಯಾರು. ಎಲ್ಲಾಕ್ಕಿಂತ ನಮಗ ಹೆಚ್ಚು ಬುದ್ಧಿ ಐತಿ ಅಂತ ಎದಿ ತಟಗೊಂಡು ಹೇಳ್ತೀವಿ. ವಿಶ್ವಾಸ ಇರಬೇಕು. ಆದ್ರ ಅಂಥ ವಿಶ್ವಾಸ ಎಲ್ಲಾರ್ಗೂ ಅಪಾಯ. ಇವತ್ತ ಈ ಹಂದೀನ ಮುಚ್ತೀರಿ ಮುಂದೊಂದು ದಿನಾ ನಿಮ್ಮನ್ನ ನೀವ ಮುಚಗೊಂತೀರಿ. ಅದನ್ನ ಬಿಟ್ಟು ದೊಡ್ಡತನ ತೋರ್‍ರಿ ದಡ್ಡತನಾ ಮಾಡಬ್ಯಾಡ್ರಿ" ಎಂದು ಜೋರಾಗಿ ಎಲ್ಲರಿಗೂ ಕೇಳುವಂತೆ ಹೇಳತೊಡಗಿದ. ಅಲ್ಲೇ ಒಬ್ಬಾತ ಈ ಹಂದೀಗಿಂತ ಇವಂದ ಗಲಾಟೀ ಜೋರಾಗೇತಿ. ತಗ್ಗು ಇನ್ನಷ್ಟ ಅಗಲ ತಗೀರಲೆ ಇವನೌವ್ನ ಇವನ್ನ ಇದ ತಗ್ಗಿನ್ಯಾಗ ಮುಚ್ಚಿಬಿಡನ ಎಂದು ಮಹೇಶನ ತಲೆಗೆ ಜೋರಾಗಿ ಇಕ್ಕಿದ. ಒಂದೆ ಏಟಿಗೆ ಮಹೇಶ ನೆತ್ತರು ಚೆಲ್ಲಿದ. ಅದನ್ನು ಕಂಡ ಹಂದಿ ದಂಗಾಗಿ ನಿಂತು ಗಾಬರಿಗೊಂಡು ಅವನತ್ತ ಧಾವಿಸಿತು. ಪ್ರಾಣ ತಗದವ ಪ್ರಾಣಿ ಆದ. ಪ್ರಾಣಿ ಪಾಪದ ಮೂಟೆ ಹೊತ್ತಿತು. ನೆರೆದವರಲ್ಲಿ ಶಿಳ್ಳೇ ಕೇಕೆ.

ದೇವಿ

ನಳಿನಿ ಭೀಮಪ್ಪ

'ನಮ್ಮ ಮನೆಯಲ್ಲಿ ಇವತ್ತು ದೇವಿಯನ್ನು ಕರೆಸುತ್ತಿದ್ದೇವೆ, ಮಧ್ಯಾಹ್ನ ಊಟಕ್ಕೆ ನಮ್ಮ ಮನೆಗೇ ಬಂದುಬಿಡಿ, ಪ್ರಸಾದ ಇರುತ್ತದೆ' ಎಂದು ಪಕ್ಕದ ಮನೆಯ ಸಾವಿತ್ರಿ ಆಂಟಿ ಕಂಪೌಂಡಿನಲ್ಲಿ ನಿಂತು ಹೇಳಿದಾಗ, ಪೂಜೆಗೆ ಹೂ ಕೊಯ್ಯುತ್ತಿದ್ದ ಜ್ಯೋತಿ 'ಬರ್ತೀವಿ ಆಂಟೀ' ಎಂದು ಹೇಳಿ ಒಳಗೆ ಬಂದಳು.

'ಏನಂತೆ' ಎಂದು ಕೇಳಿದ ಅತ್ತೆಗೆ, ದೇವಿ ಕರೆಸುವ ವಿಚಾರ ಹೇಳಿದಾಗ 'ಹೂಂ, ಕರೀತಾಳೆ ಕರೀತಾಳೆ, ಪಕ್ಕದಲ್ಲಿ ಬಾಡಿಗೆಗೆ ಬಂದು ಎರಡು ವರ್ಷವಾಯಿತು. ತಾಯಿ, ಮಗಳು ಅಷ್ಟು ಸಲ ನಮ್ಮ ಮನೆಗೆ ಬಂದಿದ್ದಾರೆ, ಒಂದು ದಿನಕ್ಕೂ ತಿನ್ನುವುದಿರಲಿ, ಒಂದು ಲೋಟ ನೀರು ಸಹ ಕುಡಿಯುವುದಿಲ್ಲ. ಇವರು ಕರೆದಾಗ ಮಾತ್ರ ನಾವು ಹೋಗಬೇಕು. ದೇವರ ಪ್ರಸಾದ ಆದ್ದರಿಂದ ಇಲ್ಲ ಎನ್ನುವ ಹಾಗೂ ಇಲ್ಲ' ಎಂದು ಗೊಣಗುತ್ತಲೇ ಕಾಫಿ ಕುಡಿಯತೊಡಗಿದರು.

ಜ್ಯೋತಿಗೂ ಹೌದೆನಿಸಿತು. ಒಳ್ಳೆಯ ಜನರೇ ಅವರು. ಅಂಕಲ್, ಆಂಟೀ ಬಾಯಿ ತುಂಬಾ ಮಾತನಾಡಿಸುತ್ತಾರೆ. ಸಮರ್ಥ, ಖುಷಿ ಎಂದಾದರೂ ಜಗಳ, ಗಲಾಟೆ ಮಾಡುತ್ತಿದ್ದರೆ ಒಳಬಂದು ಬೈಯ್ದು ಬುದ್ಧಿ ಹೇಳುತ್ತಾರೆ. ಅವರ ಮಗಳೂ ಲಲಿತಾಳೂ ಅಷ್ಟೇ. ಡಿಗ್ರೀ ಮುಗಿಸಿ ಮನೆಯಲ್ಲಿಯೇ ಇದ್ದಾಳೆ. ಸುತ್ತಮುತ್ತ ಹತ್ತಾರು ಮಕ್ಕಳಿಗೆ ಟ್ಯೂಷನ್ನು ಹೇಳಿಕೊಡುತ್ತಾಳೆ. ಸಮ್ಮು, ಖುಷಿನೂ ಏನಾದರೂ ತಿಳಿಯದಿದ್ದರೆ ಅವಳ ಹತ್ತಿರವೇ ಹೋಗಿ ಹೇಳಿಸಿಕೊಳ್ಳುವುದು. ಆಕೆಯ ಮದುವೆಗೂ ತುಂಬ ಪ್ರಯತ್ನ ಪಡುತ್ತಿದ್ದರು. 'ಇನ್ನೂ ಕೂಡಿ ಬಂದಿಲ್ಲ ನೋಡಮ್ಮಾ, ನಮ್ ಕಡೆ ಸರ್ಕಾರಿ ಕೆಲಸದ ಗಂಡುಗಳು ಸಿಗೋದು ಕಷ್ಟ, ಇವರಪ್ಪನಿಗೆ ಮಗಳನ್ನು ಗೌರ್ಮೆಂಟ್ ಕೆಲ್ಸದಲ್ಲಿರೋರ್ಗೆ ಕೊಡ್ಬೇಕೂ

ಅಂತಾ, ನೋಡೋಣ ಅದ್ಯಾವಾಗ ಕೂಡಿ ಬರುತ್ತೋ, ಅವಳಿಗೂ ಇಪ್ಪತ್ತಾರು ತುಂಬಿತು' ಎಂದು ಆಗಾಗ ಬೇಸರಪಟ್ಟುಕೊಳ್ಳುತ್ತಿದ್ದರು. 'ಸುಮ್ನೆ ಓದಿಸಿದ್ದಾರೆ ನೋಡಿ ಆಂಟೀ. ಬಿಎಸ್ಸಿ ಬಿಎಡ್ ಮಾಡಿದೀನಿ ಯಾವುದಾದರೂ ಸ್ಕೂಲಿಗೆ ಟೀಚರ್ ಕೆಲಸಕ್ಕೆ ಸೇರ್ತೀನಿ ಅಂದ್ರೂ ಬಿಡಲ್ಲ. ಮೊದಲು ಒಂದು ಪ್ರೈವೇಟ್ ಸ್ಕೂಲಿಗೆ ಜಾಯಿನ್ ಆಗಿದ್ದೆ. ಆಗ ಒಂದೆರಡು ಸಲ ಹುಷಾರು ತಪ್ಪಿತ್ತು. ನಿನಗೆ ಹೊರಗೆ ಹೋಗಿ ಅಭ್ಯಾಸವೇ ಇಲ್ಲ, ಮನೆಯಲ್ಲೇ ಅರಾಮಾಗಿರು ಅಂತಾ ಬಿಡಿಸಿಬಿಟ್ಟರು' ಎಂದು ಆಗಾಗ ಅವರಮ್ಮನ ಮುಂದೆಯೇ ದೂರುತ್ತಿದ್ದಳು. 'ಮದುವೆ ಆದ ಮೇಲೆ ನಿನ್ನ ಗಂಡ ಇಷ್ಟಪಟ್ಟರೆ ಹೋಗುವಿಯಂತೆ ತಾಯಿ, ಯಾರು ಬೇಡಾ ಅಂತಾರೆ. ಆಗ ನೀನುಂಟು, ನಿನ್ನ ಗಂಡ ಉಂಟು. ನಮ್ಮ ಮನೆಯಲ್ಲಿ ಇರುವ ತನಕ ಹಾಯಾಗಿರು' ಎನ್ನುತ್ತಿದ್ದರು. ತಾಯಿ ಮಗಳ ಜುಗಲ್ಬಂದಿ ಆಗಾಗ ನಡೆಯುತ್ತಲೇ ಇತ್ತು. ಎಲ್ಲ ರೀತಿಯಿಂದಲೂ ತುಂಬ ಹಚ್ಚಿಕೊಂಡಿದ್ದರು. ಅವರ ಮನೆಯಲ್ಲಿ ಏನೇ ವಿಶೇಷ ತಿನಿಸು ಮಾಡಿದರೂ ಸಮ್ಮು, ಖುಷಿಗೆ ಕೊಡುವುದನ್ನು ಮರೆಯುತ್ತಿರಲಿಲ್ಲ. ಆದರೆ ತಮ್ಮ ಮನೆಗೆ ಬಂದಾಗ ಏನು ಕೊಟ್ಟರೂ ತಿನ್ನದಿದ್ದುದು ಮಾತ್ರ ಜ್ಯೋತಿ ಹಾಗೂ ಅವರತ್ತೆಗೆ ಬೇಸರ ತರಿಸುತ್ತಿತ್ತು.

ಅವರ ಮನೆಯಲ್ಲಿ ಎರಡು ಮೂರು ಸಲ ಪೂಜೆ ಮಾಡಿ ಊಟಕ್ಕೆ ಕರೆದಾಗ ಮನೆಮಂದಿಯೆಲ್ಲ ಹೋಗಿ ಬಂದಿದ್ದರು. ಅಲಂಕಾರ ಮಾಡಿದ ತಿಪ್ಪಿನಗೆಟ್ಟಮ್ಮ ದೇವಿಯನ್ನು ವರ್ಷಕ್ಕೆರಡು ಬಾರಿಯಾದರೂ ಮನೆಗೆ ಕರೆಸುತ್ತಿದ್ದರು. ಮೂರು ದಿನ ಆ ದೇವಿ ಇವರ ಮನೆಯಲ್ಲೇ ಕೂಡುತ್ತಿತ್ತು. ಹೋಗುವ ಮೂರನೇ ದಿನ ಮಧ್ಯಾಹ್ನಕ್ಕೆ ಸುತ್ತಮುತ್ತಲಿನ ಎಲ್ಲರಿಗೂ ಪ್ರಸಾದಕ್ಕೆ ಕರೆಯುತ್ತಿದ್ದರು. ಒಬ್ಬರು ಹೋಗದಿದ್ದರೂ ಬಿಡದೆ ಲಲಿತಳನ್ನೋ, ಮಗನನ್ನೋ ಕಳಿಸಿ ಕರೆದುಕೊಂಡು ಬಾ ಎಂದು ಹೇಳಿಕಳುಹಿಸುತ್ತಿದ್ದರು.

ಸಂಜೆ ಏಳುಗಂಟೆಯ ಹೊತ್ತಿಗೆ ಆ ದೇವಿ ಅವರ ಮನೆಯಿಂದ ಹೋಗುವುದನ್ನು ನೋಡುವುದೇ ಒಂದು ವಿಚಿತ್ರ ಅನುಭವ. ದೇವಿಯನ್ನು ತಲೆಯ ಮೇಲೆ ಹೊತ್ತವನಿಗೆ ದೇವಿ ಮೈಮೇಲೆ ಆವಾಹನೆಯಾಗುತ್ತಿತ್ತು. ಅವನು ಅದನ್ನು ಹೊತ್ತು ರಸ್ತೆಯಲ್ಲಿ ಸ್ವಲ್ಪ ದೂರ ಆಕಡೆ, ಈಕಡೆ ವಾಲಾಡುತ್ತಾ ಹೋಗುತ್ತಿದ್ದ. ಅವನ ಪಕ್ಕಕ್ಕಿದ್ದವರು ಅವನನ್ನು ಪದೇ ಪದೇ ಅವರ ಮನೆಯ ಮುಂದೆ ಕರೆತರುತ್ತಿದ್ದರು. ಮನೆಮಂದಿಯೆಲ್ಲ ಅಲ್ಲೇ ರಸ್ತೆಯಲ್ಲಿ ಕುಳಿತು, ದೇವಿಯನ್ನು ಹೊತ್ತವನ ಮುಂದೆ ತಮ್ಮ ಏನಾದರೂ ಸಮಸ್ಯೆ ಇದ್ದರೆ ಹೇಳಿಕೊಳ್ಳುತ್ತಿದ್ದರು. ದೇವಿಯ ಅಪ್ಪಣೆಗಾಗಿ ಕಾತುರದಿಂದ ಕಾಯುತ್ತಿದ್ದರು. ಅವನು ಕಣ್ಣುಮುಚ್ಚಿಕೊಂಡು ಅರೆಬರೆ ಎಚ್ಚರದಲ್ಲೇ ಉತ್ತರಿಸುತ್ತಿದ್ದ. ಅದನ್ನು ನೋಡುತ್ತಿದ್ದ ಸಮರ್ಥ 'ಮಮ್ಮೀ ಇವರಿಗೆ ದೇವರು ಬಂದಿಲ್ಲ ಏನಿಲ್ಲ,

ಸುಮ್ಮನೇ ಹಾಗೆ ಮಾಡ್ತಾರೆ ಅಷ್ಟೇ, ಅವರನ್ನೆಲ್ಲ ಸೈಕಿಯಾಟ್ರಿಸ್ಟ್ ಹತ್ತಿರ ಕರ್ಕೊಂಡು ಹೋಗಬೇಕು' ಎಂದಾಗ ಅಶೋಕ ಹುಬ್ಬುಗಂಟಿಕ್ಕಿ 'ಹಾಗೆಲ್ಲ ದೇವರ ಬಗ್ಗೆ ಹಗುರವಾಗಿ ಮಾತನಾಡಬಾರದು' ಎಂದು ಗದರಿದ್ದ. ಜ್ಯೋತಿಗೂ ಹಾಗೇ ಅನಿಸುತ್ತಿದ್ದರೂ ಮಾತನಾಡಲು ಹೋಗುತ್ತಿರಲಿಲ್ಲ. 'ಅದೇನೂ ಅಂತಾ ಬೆಳೆಸಿದ್ದಾರೋ ನಿನ್ನನ್ನ, ದೇವರು ಅಂದ್ರೆ ಚೂರು ಭಯಾ ಭಕ್ತಿ ಇಲ್ಲವೇ ಇಲ್ಲ' ಎಂದು ಅಶೋಕ ಉಗಿದು ಉಪ್ಪಿನಕಾಯಿ ಹಾಕುತ್ತಾನೆ ಎಂದು ಗೊತ್ತಿತ್ತು. ಏಳು ಗಂಟೆಗೆ ಹೊರಬರುತ್ತಿದ್ದ ದೇವಿ, ಹೋಗುವ ಹೊತ್ತಿಗೆ ರಾತ್ರಿ ಒಂಭತ್ತೂವರೆ ಹತ್ತಾಗುತ್ತಿತ್ತು.

ಕಳೆದ ವರ್ಷ ಸಮರ್ಥನ ಬರ್ತಡೇ ಅಷ್ಟು ಜೋರಾಗಿ ಮಾಡಿದಾಗ ಸಾವಿತ್ರಿ ಆಂಟೀ ಮನೆಯವರೆಲ್ಲ ಬಂದಿದ್ದೇನೋ ಹೌದು. ಆಂಟೀ ಮತ್ತು ಲಲಿತಾ ಮಾತ್ರ ಇವತ್ತು ಉಪವಾಸ ನಮ್ಮದು ಎಂದು ನೀರು, ತಿಂಡಿ ಏನೂ ಮುಟ್ಟಲಿಲ್ಲ. ಪ್ರೆಸೆಂಟೇಷನ್ ಕೊಟ್ಟು ಹೋಗಿಬಿಟ್ಟರು. ಅಂಕಲ್ ಮಾತ್ರ ಖುಷಿಯಿಂದಲೇ ಹೊಟ್ಟೆ ತುಂಬಾ ಹಾಕಿಸಿಕೊಂಡು ತಿಂದಿದ್ದರು. ಅವರಿಗೆ ಸಕ್ಕರೆ ಖಾಯಿಲೆ ಇದ್ದಿದ್ರಿಂದ ಮನೆಯಲ್ಲಿ ಆಂಟಿ ಸಿಹಿ ಮಾಡುತ್ತಿದ್ದುದೇ ಕಡಿಮೆ, ಮಾಡಿದರೂ ಚೂರು ಕೊಡುತ್ತಿದ್ದರಿಂದ ಅಲ್ಲಿ ಇಲ್ಲಿ ಸಮಾರಂಭ, ಕಾರ್ಯಕ್ರಮಗಳಿಗೆ ಹೋದಾಗ ಸರಿಯಾಗಿ ಬಾರಿಸುತ್ತಿದ್ದರು.

ಎರಡು ತಿಂಗಳ ಕೆಳಗೆ ಸತ್ಯನಾರಾಯಣ ಪೂಜೆ ಮಾಡಿದಾಗಲೂ ಅಷ್ಟೇ, ತಾಯಿ-ಮಗಳು ಪೂಜೆಗೆ ಬಂದು ಕೈಮುಗಿದು ಹೋದರೇ ಹೊರತು ಊಟ ಮಾಡಲಿಲ್ಲ. ಆಗಲೂ ಅಂಕಲ್ ಮತ್ತು ಅವರ ಮಗ ಮಾತ್ರ ಊಟ ಮಾಡಿದ್ದು. ಆಗಲೇ ಅತ್ತೆಗೆ ಸಿಟ್ಟು ಬಂದಿತ್ತು. 'ನಮ್ಮನ್ನು ಅಸ್ಪೃಶ್ಯರನ್ನಾಗಿ ನೋಡ್ತಾಳೇನು ಅವಳು, ಏನು ಸೀಮೇಗಿಲ್ಲದ ಹೆಂಗಸು, ನಾವು ಅವಳಿಗಿಂತ ಮಡಿ ಮೈಲಿಗೆ ಜಾಸ್ತೀನೇ ಮಾಡ್ತೀವಿ' ಎಂದು ಆಗಾಗ ಕಹಿ ಹೊರಹಾಕುತ್ತಲೇ ಇದ್ದರೂ, ಮಧ್ಯಾಹ್ನದ ಹರಟೆಗೆ ಸಾವಿತ್ರಿ ಆಂಟಿಯೇ ಬೇಕಿತ್ತು. ಈಗ ಮಧ್ಯಾಹ್ನ ಊಟಕ್ಕೆ ಏನು ಕೊಂಕು ತೆಗೆಯುತ್ತಾರೋ ಎನ್ನುವ ಅಳುಕು ಇದ್ದೇ ಇತ್ತು.

ಅವಸವಸರದಲ್ಲಿ ತಿಂಡಿ ತಿಂದು ಸೈಕಲ್ ಕೀ ಹಿಡಿದು ಹೊರಟಿದ್ದ ಮಗನಿಗೆ 'ದೇವರಿಗೆ ಕೈಮುಗಿದೆಯೇನೋ ಸಮ್ಮೂ' ಎಂದು ಕೂಗಿದಾಗ 'ಇಲ್ಲ ಮಮ್ಮೀ' ಎನ್ನುತ್ತಲೇ ಶೂಲೇಸು ಕಟ್ಟುತ್ತಿದ್ದವನು ಬಿಚ್ಚಿ, ದುಡುದುಡು ಅಂತಾ ದೇವರ ಕೋಣೆಗೆ ಹೋಗಿ ಕೈಮುಗಿದು, ಅಲ್ಲಿದ್ದ ವಿಭೂತಿಯನ್ನು ಒಂದೇ ಬೆರಳಿನಲ್ಲಿ ಹಚ್ಚಿಕೊಂಡು ಹೊರಗೆ ಓಡಿ ಬರುತ್ತಿದ್ದವನನ್ನು ಕಂಡು ಹಾಲ್‌ನಲ್ಲಿ ಪೇಪರ್ ಓದುತ್ತಾ ಕುಳಿತು, ವಾರೆಗಣ್ಣಿನಲ್ಲಿ ಮಗನ ಮೇಲೆ ಒಂದು ಕಣ್ಣು ಇಟ್ಟೇ ಇದ್ದ ಅಶೋಕನಿಗೆ ಸಿಟ್ಟು ನೆತ್ತಿಗೇರಿತ್ತು. 'ದಿನಾ ದೇವರ ಶ್ಲೋಕ ಓದು ಅಂತಾ ಹೇಳಿದ್ದು ನೆನಪಿಲ್ವೇನೋ' ಎಂದಾಗ 'ರಾಹುಲ್ ಹತ್ತಿರ ನೋಟ್ಸ್

ಇಸ್ಕೋಬೇಕು ಪಪ್ಪಾ, ಲೇಟಾದರೆ ಅವನು ಟ್ಯೂಷನ್ನಿಗೆ ಹೋಗಿಬಿಡುತ್ತಾನೆ, ಸಂಜೆ ಓದ್ತೀನಿ, ಬೈ' ಎಂದು ಸೈಕಲ್ ಹತ್ತಿ ಹೊರಟವನನ್ನು ನೋಡಿ ಕೋಪ ಮಾಡಿಕೊಂಡು ಒಳಗೆ ಬಂದ.

ಅಶೋಕನ ಧುಮುಗುಟ್ಟುವ ಮುಖವನ್ನು ನೋಡಿ ಜ್ಯೋತಿ ಸುಮ್ಮನೆ ಅಡುಗೆ ಮನೆಯೊಳಗೆ ಹೋಗಿ ಚಪಾತಿ ಲಟ್ಟಿಸಲು ಶುರು ಮಾಡಿದಳು. ಅಡುಗೆಮನೆ ಬಾಗಿಲಿಗೆ ಬಂದವನೇ 'ಅವನಿಗೆ ದೇವರು ದಿಂಡ್ರು ಎಂದರೆ ಸ್ವಲ್ಪವಾದರೂ ಭಕ್ತಿ ಇಲ್ಲ. ಥೇಟ್ ನಿನ್ನ ಹಾಗೇ. ಕಾಟಾಚಾರಕ್ಕೆ ಕೈಮುಗೀತಾನೆ ಅಷ್ಟೇ. ಮುಂದಿನ ವರ್ಷ ಎಸ್‌ಎಸ್‌ಎಲ್‌ಸಿ ಬೇರೆ, ಒಂದು ನಿಮಿಷಾ ಕೂತು ಓದುವುದಿಲ್ಲ, ಬರೀ ಉಢಾಳತನ. ಪರೀಕ್ಷೆ ಸಮಯದಲ್ಲಿ ಅದ್ಯಾರು ನೋಟ್ಸ್ ಕೊಡ್ತಾರೆ, ಅವರಿಗೆ ಓದಿಕೊಳ್ಳೋದು ಇರೋದಿಲ್ವೇನು, ಇವನ್ಯಾಕೆ ಬರ್‍ಕೊಂಡಿಲ್ಲ, ನನಗೆ ಗೊತ್ತು ಕ್ರಿಕೆಟ್ ಆಡೋಕೆ ಹೋಗಿದಾನೆ ಅಂತಾ. ಫ್ರೆಂಡ್ಸ್, ಆಟ ಇಷ್ಟೇ ಆಯ್ತು. ಪರೀಕ್ಷೆ ಸಮಯದಲ್ಲಾದರೂ ಸ್ವಲ್ಪ ಸೀರಿಯಸ್ ಆಗಿ ಕೂತ್ಕೊಂಡು ಓದೋಕೆ ಆಗಲ್ವಾ ಅವನಿಗೆ. ಸರಿಯಾಗಿ ಮಾರ್ಕ್ಸ್ ತೆಗೆಯದಿದ್ದರೆ ಒಳ್ಳೆಯ ಕಾಲೇಜಿನಲ್ಲಿ ಸೀಟು ಸಿಗುವುದಿಲ್ಲ. ತಾಯಿಯಾಗಿ ಸ್ವಲ್ಪ ಮಗನ ಕಡೆಗೆ ಗಮನ ಕೊಡೋಕೆ ಆಗಲ್ಲ ನೋಡು ನಿನಗೆ. ಬರೀ ಮನೆಕೆಲಸ ಅಂತಾ ಒದ್ದಾಡ್ತೀಯಾ, ಅದನ್ನು ಸ್ವಲ್ಪ ಹೊತ್ತು ಬಿಟ್ಟು ಅವನು ಓದುವಾಗ ಜೊತೆಗೆ ಕುಳಿತುಕೋ. ನಾನು ಹೇಳಿಕೊಡ್ತೀನಿ ಅಂದ್ರೂ ಬರಲ್ಲ ಅವನು' ಎಂದು ಹೇಳುತ್ತಲೇ ಸ್ನಾನಕ್ಕೆ ಹೋದ.

ಪ್ರತೀದಿನ ಇದನ್ನೇ ಕೇಳಿ ಕೇಳಿ ಜ್ಯೋತಿಗೆ ಅಭ್ಯಾಸವಾಗಿಬಿಟ್ಟಿತ್ತು. 'ಸದ್ಯ ಒಳ್ಳೆಯದಾಯ್ತು. ಅಪ್ಪ ಮಗ ಇಬ್ಬರೂ ಪಾಠ ಗೀಟಾ ಅಂತಾ ಜೊತೆಯಾಗಿ ಕುಳಿತರೆ ಹತ್ತಿದ ಜಗಳ ಬಗೆಹರಿಯೋದೇ ಇಲ್ಲ. ಇಬ್ಬರೂ ದೂರ್ವಾಸಮುನಿಯ ಅಪರಾವತಾರಗಳು, ಒಬ್ಬರೂ ಸೋಲುವುದಿಲ್ಲ. ಇಬ್ರೂ ಸೇರಿ ನನ್ನನ್ನು ಅರೆಯುತ್ತಾರೆ ಅಷ್ಟೇ' ಎಂಬುದು ಮನಸಿಗೆ ಬಂದಾಗ ಜೋರಾಗಿ ನಗು ಬಂದರೂ ಅಶೋಕನ ಮುಂದೆ ನಗಲಾರದೆ ತಡೆದುಕೊಂಡರೂ ತುಟಿಯಿಂದಾಚೆ ಬಂದಿತ್ತು. 'ನಗೂ ನಗೂ... ಇದರಲ್ಲೂ ನಿನ್ನನ್ನೇ ಹೊತ್ತಿರೋದು. ನಿನಗೆ ಗಂಡ, ಅವನಿಗೆ ಅಪ್ಪ ಎಂದರೆ ಚೂರು ಭಯವೂ ಇಲ್ಲ' ಎಂದು ಟವೆಲ್ ಕೊಡವುತ್ತಲೇ ಸ್ನಾನಕ್ಕೆ ಹೋದ. ಅಷ್ಟರಲ್ಲಿ ಜ್ಯೋತಿಯ ಅತ್ತೆಯೂ ಒಳಗೆ ಬಂದು 'ಅವನಿಗೆ ಸಿಟ್ಟು ಜಾಸ್ತಿ ಅಂತಾ ಗೊತ್ತಿದ್ದರೂ, ತಾಯಿ–ಮಗ ಸೇರ್‍ಕೊಂಡು ಇನ್ನೂ ಹೆಚ್ಚೇ ಮಾಡ್ತೀರಿ. ಸರಿ ಸರಿ ನಿಮ್ಮ ಮಾವನಿಗೆ ಕಾಫಿ ಮಾಡಿಕೊಡು' ಎಂದು ಹುಸಿಮುನಿಸಿನಿಂದ ಸೊಸೆಯನ್ನು ಗದರುತ್ತಲೇ ಗಂಡನಿಗೆ ಕಾಫಿ ಮಾಡಿಸಿಕೊಂಡು ಹೋದರು.

ಅಶೋಕನಿಗೆ ದೇವರು ಎಂದರೆ ತುಂಬಾ ಭಕ್ತಿ. ಪ್ರವಾಸ ಎಂದರೆ ಫಾಲ್ಸ್, ರೆಸಾರ್ಟ್, ನೋಡುವ ಸ್ಥಳಗಳಿಗಿಂತ ಹೆಚ್ಚಾಗಿ ದೇವಸ್ಥಾನಗಳಿಗೇ ಹೆಚ್ಚು ಹೋಗುತ್ತಿದ್ದುದು. ಹಾಗೆ ಹೋಗುವಾಗಲೂ ಸಹ ದಾರಿಯಲ್ಲಿ ಎಲ್ಲಿ ಗುಡಿ ಗೋಪುರ ಕಂಡರೂ ಕಾರು ಸೀದಾ ಆ ಮಾರ್ಗ ಹಿಡಿದುಬಿಡುತ್ತಿತ್ತು. ದೇವಸ್ಥಾನಕ್ಕೆ ಹೋದಮೇಲೆ ನಮಸ್ಕಾರ ಮಾಡಿ ಸುಮ್ಮನಾಗುತ್ತಿರಲಿಲ್ಲ. ಸಮರ್ಥ ಹಾಗೂ ಖುಷಿಗೆ ಅಲ್ಲಿ ಕುಳಿತುಕೊಂಡು ನೂರಾ ಎಂಟು ಬಾರಿ ಅಲ್ಲಿಯ ದೇವರ ನಾಮವನ್ನು ಸ್ತುತಿಸಲು ಹೇಳುತ್ತಿದ್ದ. ಖುಷಿಯಂತೂ ಯಾವುದೇ ತಕರಾರಿಲ್ಲದೆ ಭಕ್ತಿಯಿಂದ ಹೇಳಿ ಅಪ್ಪನ ಪ್ರೀತಿಗೆ ಪಾತ್ರಳಾಗಿಬಿಡುತ್ತಿದ್ದಳು. ಸಮರ್ಥ ಮೊದಮೊದಲು ಬಂದು ಕೈಮುಗಿಯುತ್ತಿದ್ದನಾದರೂ ಶ್ಲೋಕ ಹೇಳುತ್ತಿರಲಿಲ್ಲ. ಬರುತ್ತಾ ಬರುತ್ತಾ ಅಶೋಕನ ಬಲವಂತ ಹೆಚ್ಚಾಗುತ್ತಿದ್ದಂತೆ, ದೇವಸ್ಥಾನದ ಮುಂದೆ ಕಾರು ನಿಲ್ಲಿಸಿದಾಗ ಇಳಿಯುತ್ತಲೇ ಇರಲಿಲ್ಲ. ಒಳ್ಳೆಯ ಮಾತು, ಗದರುವುದು ಯಾವುದೂ ನಡೆಯುತ್ತಿರಲಿಲ್ಲ. ಹಳೆಯ ಕಾಲದ ನಂಬಿಕೆಗಳಿಗೇ ಜೋತು ಬಿದ್ದ ಅಪ್ಪ, ಹೊಸಕಾಲದ ವೇಗದ ಮಗನ ದಾಷ್ಟ್ಯತೆ ಎರಡರ ನಡುವೆ ಪ್ರತಿದಿನ ಏನಾದರೊಂದು ವಿಷಯಕ್ಕೆ ತಿಕ್ಕಾಟ ಇದ್ದೇ ಇರುತ್ತಿತ್ತು. ಅವರಿಬ್ಬರ ನಡುವಿನ ಸಮರದಲ್ಲಿ ಪ್ರತಿದಿನ ನಜ್ಜುಗಜ್ಜಾಗುತ್ತಿದ್ದುದ್ದು ಜ್ಯೋತಿಯೇ.

ಅಶೋಕನ ದೈವಭಕ್ತಿ ನೋಡುತ್ತಿದ್ದರೆ ಜ್ಯೋತಿಗೆ ತುಂಬಾ ಅಚ್ಚರಿಯಾಗುತ್ತಿತ್ತು. ಈಗಿನ ಕಾಲದಲ್ಲೂ ಈಪಾಟಿ ಭಕ್ತಿ ಅವಳು ಎಲ್ಲೂ ಕಂಡಿರಲಿಲ್ಲ. ಜ್ಯೋತಿಯ ತವರಿನಲ್ಲಂತೂ ಪೂಜೆ, ಆಚರಣೆಗಳು ಸ್ವಲ್ಪ ಕಡಿಮೆಯೇ. ಹಾಗಂತ ನಾಸ್ತಿಕರಲ್ಲ. ಗಣಿತದಲ್ಲಿ ಎಂ.ಎಸ್ಸಿ., ಪಿಹೆಚ್.ಡಿ. ಮಾಡಿ ಸರ್ಕಾರಿ ಕಾಲೇಜಿನಲ್ಲಿ ಪದವಿ ಉಪನ್ಯಾಸಕನಾಗಿರುವ ಅಶೋಕನ ತುಸು ಹೆಚ್ಚೇ ಎನಿಸುವ ದೈವಭಕ್ತಿ, ಆಚರಣೆಗಳು ಆಧುನಿಕ ಮನೋಭಾವದ ಜ್ಯೋತಿಗೆ ಅಷ್ಟು ಸರಿಬರುತ್ತಿರಲಿಲ್ಲ. ಎಲ್ಲವೂ ಮಿತಿಯಲ್ಲಿದ್ದರೆ ಚೆನ್ನ ಎನ್ನುವುದು ಅವಳ ನಂಬಿಕೆ. ಪ್ರತಿದಿನ ಬೆಳಿಗ್ಗೆ ಆರಕ್ಕೇ ಎದ್ದು ಸ್ನಾನ ಮಾಡಿ, ದೇವರ ಮನೆಯಲ್ಲಿ ಎಲ್ಲೆಲ್ಲಿಂದಲೋ ತಂದಿಟ್ಟಿದ್ದ ದೇವರ ಚರಿತ್ರೆ, ಶ್ಲೋಕ ಎಲ್ಲ ಹೇಳಿ ಮುಗಿಸುವ ಹೊತ್ತಿಗೇ ಎಂಟಾಗುತ್ತಿತ್ತು. ನಂತರ ಆಯಾ ವಾರದ ದೇವರ ಗುಡಿಗೆ ಹೋಗಿ ಬಂದ ಮೇಲೆಯೇ ನಾಷ್ಟಾ ಮಾಡುತ್ತಿದ್ದುದು. ವಾರಕ್ಕೆ ನಾಲ್ಕು ದಿನ ಉಪವಾಸ, ಒಂದೊತ್ತು ಇದ್ದೇ ಇರುತ್ತಿತ್ತು. ಹಬ್ಬ ಹುಣಿವೆಗಳಲ್ಲಂತೂ ಮಿತಿ ಮೀರುತ್ತಿತ್ತು.

ಸ್ಟಡೀ ಹಾಲಿಡೇ ಅಂತಾ ಒಂದು ವಾರ ಶಾಲೆಗೆ ರಜೆ ಕೊಟ್ಟಿದ್ದರಿಂದ ಸಮರ್ಥ ಮನೆಯಲ್ಲಿಯೇ ಇದ್ದ. ಬೆಳಿಗ್ಗೆ ಸ್ನೇಹಿತನ ಮನೆಗೆ ಹೋದವನು ಬಂದಾಗ ಹನ್ನೊಂದಾಗಿತ್ತು. ಬಂದವನೇ ಕಂಪೌಂಡಿನಲ್ಲಿ ಕ್ರಿಕೆಟ್ ಬ್ಯಾಟ್ ಹಿಡಿದು ಬಾಲ್ ಅನ್ನು ಗೋಡೆಗೆ ಹೊಡೆಯುತ್ತಿದ್ದ. 'ಸ್ವಲ್ಪನಾದ್ರೂ ಪುಸ್ತಕ

ಹಿಡಿಯೋ' ಎಂದು ಜ್ಯೋತಿ ಗದರುತ್ತಿದ್ದಂತೆ, ಮುಖ ಸೊಟ್ಟಗೆ ಮಾಡಿ, ಬ್ಯಾಟು, ಬಾಲ್ ಎಸೆದು ರೂಮಿನಲ್ಲಿ ಹೋಗಿ ಓದುವ ಟೇಬಲ್ಲಿಗೆ ಕೂತ.

ಅವನನ್ನು ಹಿಡಿದು ಓದಲು ಕೂಡಿಸುವುದಕ್ಕೆ ಜ್ಯೋತಿ ಶತಗತಾಯ ಪ್ರಯತ್ನಿಸುತ್ತಿದ್ದಳು. 'ನೀನು ಚೆನ್ನಾಗಿ ಓದ್ತೀಯಾ, ಜಾಣ ಅಂತಾ ನನಗೆ ಗೊತ್ತು ಮಾರಾಯ, ಆದರೆ ನಿಮ್ಮಪ್ಪ ಮನೆಯಲ್ಲಿ ಇರುವಾಗಲಾದರೂ ಪುಸ್ತಕ ಹಿಡಿದು ಕೂತ್ಕೋ, ಓದೋದು ಬಿಟ್ಟು ಹೀಗೆ ಆಟ ಆಡೋದನ್ನು ನೋಡಿದರೆ ಸಿಟ್ಟಿಗೇಳ್ತಾರೆ' ಎಂದು ಎಷ್ಟೋ ಸಲ ಯಾರೂ ಇಲ್ಲದ ಸಮಯ ನೋಡಿ ಪ್ರೀತಿಯಿಂದ ಹೇಳುತ್ತಿದ್ದಳು. ಅವಳಿಗೂ ಮಗನ ಭವಿಷ್ಯದ ಬಗ್ಗೆ ಕಾಳಜಿ ಇತ್ತು. 'ಓದೂ ಓದೂ ಅಂತಾ ದಿನದ ಇಪ್ಪತ್ನಾಲ್ಕು ಗಂಟೆಯೂ ಆಡುವ ಹುಡುಗನನನ್ನು ಕಟ್ಟಿಹಾಕಿದರೆ ಚೆನ್ನಾಗಿರಲ್ಲ, ಆ ಮಗುವಿಗೂ ಸ್ವಲ್ಪ ಹೊತ್ತು ಆಡಲು ಬಿಡಿ, ಅವನು ಚೆನ್ನಾಗಿ ಓದೇ ಓದ್ತಾನೆ' ಎಂದು ಸಮಯ ಸಿಕ್ಕಾಗ ಅಶೋಕನಿಗೂ ಸಮಾಧಾನ ಪಡಿಸಲು ನೋಡುತ್ತಿದ್ದಳು. ಆದರೆ ಎರಡು ಕಡೆಯೂ ಅವಳ ಮಾತು ನಡೆಯುತ್ತಿರಲಿಲ್ಲ.

ಮಧ್ಯಾಹ್ನ ಪಕ್ಕದ ಮನೆಗೆ ಊಟಕ್ಕೆ ಹೋಗುವುದು ಇದ್ದುದ್ದರಿಂದ ಅಡುಗೆ ಕೆಲಸ ಇರಲಿಲ್ಲ. ಸ್ವಲ್ಪ ಮೈ ಬಿಸಿ ಇದಿದ್ದರಿಂದ ಖುಷಿಯನ್ನು ಶಾಲೆಗೆ ಕಳಿಸಿರಲಿಲ್ಲ. ತನ್ನ ಸೈಕಲ್ ಮುಟ್ಟಿದಳೆಂದು ಸಮರ್ಥ ಅವಳ ಜೊತೆ ಜಗಳವಾಡಿ, ನಾಲ್ಕೇಟು ಬೆನ್ನಿಗೆ ಗುದ್ದಿದ್ದರಿಂದ ಅವಳ ಅಳು ತಾರಕಕ್ಕೇರಿತ್ತು. ಅದೇ ಸಮಯಕ್ಕೆ ಸರಿಯಾಗಿ ಅಶೋಕನೂ ಕಾಲೇಜಿನಿಂದ ಬಂದ. ಅಳುತ್ತಿದ್ದ ಮಗಳನ್ನು ಸಮಾಧಾನ ಮಾಡುತ್ತಾ 'ಇಂತಹ ಕಪಿಚೇಷ್ಟೆಗಳಿಗೆ ಟೈಮ್ ಇರುತ್ತೆ, ಓದೋಕಿರಲ್ಲ ನಿನಗೆ. ನಿಮ್ಮ ಮೇಷ್ಟ್ರು ಸಿಕ್ಕಿದ್ರು ನನಗೆ, ಶಾಲೆಯಲ್ಲಿ ನಿಮ್ಮ ಹುಡುಗನ ಸಹವಾಸ ಸರಿಯಿಲ್ಲ. ಮೊದಲು ಅದನ್ನು ಬಿಡಿಸಿ ಒಳ್ಳೆಯ ಹುಡುಗರ ಜೊತೆ ಸೇರಲು ಹೇಳಿ ಅಂದ್ರು, ಎಂತಹ ಅವಮಾನ ಆಯ್ತು ಗೊತ್ತಾ. ಇನ್ಮೇಲೆ ಅವರ ಜೊತೆ ಹೋಗಬೇಡ' ಎಂದು ಬೈಯ್ಯಲು ಶುರುಮಾಡಿದ.

ಅದ್ಯಾವ ಮೂಡಿನಲ್ಲಿದ್ದನೋ ಸಮರ್ಥ 'ನನ್ನ ಫ್ರೆಂಡ್ಸ್ ಹೇಗೆ ಅಂತಾ ನನಗೆ ಗೊತ್ತು. ಅವರು ಒಳ್ಳೆಯವರು, ನಾನು ಅವರ ಜೊತೆಗೇ ಇರ್ತೀನಿ. ನೀ ಏನೂ ಹೇಳಬೇಕಾಗಿಲ್ಲ, ಪರೀಕ್ಷೆಯಲ್ಲಿ ಮಾರ್ಕ್ಸ್ ತೆಗೆದ ಮೇಲೆ ಹೇಳು' ಎಂದು ತಿರುಗಿ ಮಾತನಾಡಿಬಿಟ್ಟ. ಅಲ್ಲೇ ಬಟ್ಟೆ ಮಡಚುತ್ತಿದ್ದ ಜ್ಯೋತಿಗೆ ಇಂದ್ಯಾಕೋ ತಂದೆ-ಮಗನ ಜಗಳ ವಿಪರೀತಕ್ಕೆ ಹೋಗುತ್ತಿದೆ ಎನ್ನಿಸಿ 'ಸಮ್ಮೂ, ಪಪ್ಪನಿಗೆ ಹಾಗೆಲ್ಲ ಮಾತಾಡ್ತಾರೇನೋ' ಎಂದು ಬೈಯ್ಯುತ್ತಾ ಎದ್ದುಬರುವಷ್ಟರಲ್ಲಿ, ಎಂದೂ ಮಗನ ಮೇಲೆ ಕೈಮಾಡಿರದ ಅಶೋಕ, ಇಂದು ಮಾತ್ರ ಸಿಟ್ಟು ತಡೆಯಲಾರದೆ ಕೋಪದಿಂದ 'ಎದುರು ಮಾತನಾಡೋದು

ಕಲಿತಿದ್ದಿಯೇನೋ, ಎಲ್ಲಾ ಆ ಪೋಲೀ ಹುಡುಗರ ಸಹವಾಸವೇ ಇರಬೇಕು' ಎಂದು ಸಮರ್ಥನ ಕೆನ್ನೆಗೆ ಎರಡೇಟು ಬಾರಿಸಿಯೇ ಬಿಟ್ಟ.

ಮೊದಲ ಬಾರಿಗೆ ಎಲ್ಲರ ಮುಂದೆ ಅಪ್ಪ ಹೊಡೆದದ್ದು ಸಮರ್ಥನಿಗೆ ತುಂಬ ಅವಮಾನವೆನ್ನಿಸಿತು. ಹಾಲ್‌ನಲ್ಲಿ ಟಿವಿ ನೋಡುತ್ತಾ ಕುಳಿತಿದ್ದ ಅಜ್ಜ ಅಜ್ಜಿಯೂ ಎದ್ದು ಬಂದರು. 'ಬೆಳೆಯೋ ಹುಡುಗನ ಮೇಲೆ ಯಾಕೋ ಅಶೋಕ ಕೈಮಾಡಿದ್ದು. ಮಕ್ಕಳು ಹಠ ಮಾಡದೇ ಏನು ನಾನೂ ನೀನೂ ಮಾಡೋಕಾಗುತ್ತಾ, ಈ ವಯಸ್ಸೇ ಅಂತಹದು' ಎಂದು ಅಪ್ಪ ಬುದ್ಧಿ ಹೇಳಿದಾಗ, ಅಶೋಕ ಮತ್ತಷ್ಟು ಕೋಪದಿಂದ 'ಇದು ನಿಮ್ಮ ಕಾಲ ಅಲ್ಲ ಕಣಪ್ಪ. ಸರಿಯಾಗಿ ಓದಿ ಮುಂದೆ ಬರದಿದ್ದರೆ ಏನೂ ಮಾಡೋಕಾಗಲ್ಲ. ನನ್ನ ಫ್ರೆಂಡ್ಸ್ ಮಕ್ಕಳೆಲ್ಲ ತೊಂಭತ್ತು, ತೊಂಭತ್ತೈದು ಪರ್ಸೆಂಟ್ ತೆಗೆಯುತ್ತಾರೆ, ಇವನು ನೋಡಿದರೆ ಎಂಭತ್ತಕ್ಕಿಂತ ಮುಂದೆ ದಾಟುವುದೇ ಇಲ್ಲ. ಹೀಗಾದರೆ ಮುಂದೆ ಗ್ಯಾರೇಜೋ, ಹೊಲಾನೋ, ಆಟೋ ಹೊಡೆಯೋದೋ ಮಾಡ್ಕೊಂಡಿರಬೇಕು ಅಷ್ಟೇ' ಎನ್ನುವಾಗಲೇ ಸಮರ್ಥ ಸಿಟ್ಟಿನಿಂದ 'ಆಯ್ತು ಅದನ್ನೇ ಮಾಡ್ತೀನಿ, ಏನಿವಾಗಾ' ಎನ್ನುತ್ತಲೇ ರೂಮಿಗೆ ಹೋಗಿ ರಪ್ಪನೆ ಬಾಗಿಲು ಹಾಕಿಕೊಂಡಾಗಿತ್ತು. ಜ್ಯೋತಿ ಮತ್ತು ಅವರತ್ತೆ ಎಷ್ಟು ಬಡಿದರೂ ತೆಗೆಯಲಿಲ್ಲ. 'ಅವನನ್ನೇನು ಪುಸಲಾಯಿಸುವುದು, ಕೊಬ್ಬು ಹೆಚ್ಚಾಗಿದೆ ಅವನಿಗೆ, ಎಲ್ಲ ನಿನ್ನಿಂದಲೇ ಆಗಿರುವುದು, ಮಗನಿಗೆ ಸಲಿಗೆ ಕೊಟ್ಟು ಕೂರಿಸಿದ್ದೀಯಾ' ಎಂದು ಜ್ಯೋತಿಯ ಕಡೆ ಕೆಂಗಣ್ಣು ಬೀರಿದ. ಜ್ಯೋತಿ ಕಣ್ಣಿನಿಂದಲೇ ಗದರುವಂತೆ ನೋಡಿ 'ಸುಮ್ಮನಿರಿ, ಬೆಳೆಯುತ್ತಿರುವ ಹುಡುಗ, ಮತ್ತೆ ರೊಚ್ಚಿಗೆಬ್ಬಿಸಬೇಡಿ' ಎಂದಾಗ 'ಎಲ್ಲರೂ ನಿಮಗಿಷ್ಟ ಬಂದ ಹಾಗೆ ಮಾಡಿ, ಈ ಮನೇಲಿ ನನ್ನ ಮಾತು ಕೇಳೋರು ಯಾರಿದಾರೆ' ಎನ್ನುತ್ತಾ ಹೋಗಿ ಸೋಫಾದ ಮೇಲೆ ದೊಪ್ಪನೆ ಕುಳಿತು, ರಿಮೋಟ್‌ನಿಂದ ಟಿವಿ ಚಾನೆಲ್ಲುಗಳನ್ನು ಪಟಪಟ ಒತ್ತಲು ಶುರುಮಾಡಿದ.

ಲಲಿತಾ ಅವರ ಮನೆಯ ಟೇರೇಸಿನಿಂದಲೇ 'ಪ್ರಸಾದಕ್ಕೆ ಬನ್ನೀ ಆಂಟೀ' ಎಂದು ಕರೆಯುತ್ತಿದ್ದಂತೆ, 'ಹಾಂ...ಹತ್ತು ನಿಮಿಷ... ಬಂದ್ವಿ ಅಂತಾ ಹೇಳು ಅಮ್ಮನಿಗೆ' ಎಂದು ಹೇಳಿದ ಜ್ಯೋತಿ, ಸರಸರನೆ ಬೇರೆ ಸೀರೆ ಉಟ್ಟು, ಪೂಜೆಗೆ ಹೂವು, ಹಣ್ಣು, ಕಾಯಿ ಎಲ್ಲ ರೆಡಿ ಮಾಡಿಕೊಳ್ಳುವ ಹೊತ್ತಿಗೆ ಅವರ ಅತ್ತೆ ಮಾವನೂ ತಯಾರಾಗಿ ನಿಂತಿದ್ದರು. ಅತ್ತೆಯ ಕೈಗೆ ಪೂಜಾ ಬುಟ್ಟಿ ಕೊಟ್ಟು 'ನೀವಿಬ್ಬರೂ ಹೋಗಿರಿ, ನಾನು ಸಮ್ಮೂವನ್ನು ಸಮಾಧಾನ ಮಾಡಿ ಕರೆದುಕೊಂಡು ಬರುತ್ತೇನೆ' ಎಂದು ಮಾವನ ಜೊತೆಗೆ ಕಳಿಸಿದಳು.

ಅಶೋಕನಿಗೂ 'ನೀವು ಖುಷಿಯನ್ನು ಕರೆದುಕೊಂಡು ಹೋಗಿರಿ, ನಾನು ಸಮ್ಮೂ ಜೊತೆ ಬರ್ತೀನಿ' ಎಂದು ಹೇಳಿದಾಗ, ಅಶೋಕನಿಗೂ ಅಷ್ಟು ಹೊತ್ತಿಗೆ

ಸಿಟ್ಟು ಸ್ವಲ್ಪ ಕಡಿಮೆಯಾಗಿ, ಬೆಳೆದ ಮಗನ ಮೇಲೆ ಕೈಮಾಡಬಾರದಿತ್ತು ಎನಿಸಿತ್ತು. 'ಇರು ನಾನೇ ಕರೀತೀನಿ' ಅಂದವನೇ ಸಮರ್ಥನ ರೂಮಿನ ಬಾಗಿಲು ಬಡಿದು 'ಬಾ ಸಮ್ಮು, ಪ್ರಸಾದ ತೆಗೆದುಕೊಂಡು ಬರುವೆಯಂತೆ' ಎಂದು ಸಮಾಧಾನದಿಂದಲೇ ಕರೆದ. ಒಳಗಿನಿಂದ ಯಾವುದೇ ಪ್ರತಿಕ್ರಿಯೆ ಬರಲಿಲ್ಲವಾದ್ದರಿಂದ ಮುಖ ಸಣ್ಣದು ಮಾಡಿಕೊಂಡ.

ಜ್ಯೋತಿಗೆ ಪರಿಸ್ಥಿತಿ ಬಿಗಡಾಯಿಸಿರುವುದು ಗೊತ್ತಾಯಿತು. ನಾನೆಲ್ಲ ನೋಡ್ಕೋತೀನಿ ಎಂದು ಕೈಸನ್ನೆ ಮಾಡಿ, ಅವರಿಬ್ಬರನ್ನೂ ಕಳುಹಿಸಿ ನಿಧಾನವಾಗಿ ಬಾಗಿಲು ಬಡಿದಳು. 'ಸಮ್ಮು, ನಿನ್ನ ಹೊಡೆದದ್ದಕ್ಕೆ ಅಪ್ಪ ಕೂಡಾ ಬೇಜಾರು ಮಾಡಿಕೊಂಡಿದ್ದಾರೆ ಕಣೋ, ಪ್ಲೀಸ್ ಬಾಗಿಲು ತೆಗಿ. ಪ್ರಸಾದ ತೆಗೆದುಕೊಂಡು ಬಂದುಬಿಡುವೆಯಂತೆ ಬಾರೋ' ಎಂದು ಗೋಗರೆದಳು. ಸ್ವಲ್ಪ ಹೊತ್ತಿಗೆ 'ನಾ ಬರಲ್ಲ, ನೀ ಹೋಗು' ಎಂದು ಸಮರ್ಥ ಬಿಕ್ಕುತ್ತಾ ಹೇಳಿದಾಗ ಜ್ಯೋತಿಗೆ ಕರುಳು ಕಿವಿಚಿದಂತಾಯಿತು. 'ಬಾ ಪುಟ್ಟಾ, ಪ್ಲೀಸ್' ಎಂದು ಮತ್ತೊಮ್ಮೆ ಹೇಳಿದಾಗ 'ನೀ ಸುಮ್ನೆ ಹೋಗು ಮಮ್ಮೀ, ನನ್ನ ಕಾಡಬೇಡ' ಎಂದು ಪ್ರತಿಯುತ್ತರ ಬಂದಾಗ, ಇನ್ನು ಬಲವಂತ ಮಾಡಿ ಪ್ರಯೋಜನವಿಲ್ಲ ಎಂದುಕೊಂಡು, ಹೊರಗೆ ಬಾಗಿಲಿಗೆ ಬೀಗ ಹಾಕಿ ಪಕ್ಕದ ಮನೆಯ ಮೆಟ್ಟಿಲು ಹತ್ತುವಾಗಲೇ ಲಲಿತ ಸಿಕ್ಕು 'ಆಂಟೀ ಸಮ್ಮು ಎಲ್ಲಿ' ಎಂದಾಗ, ಉಗುಳು ನುಂಗಿ 'ಏನೋ ಪ್ರಾಜೆಕ್ಟ್ ವರ್ಕ್ ಇದೆಯಂತೆ ಅವನಿಗೆ, ಸ್ವಲ್ಪ ಹೊತ್ತು ಬಿಟ್ಟು ಬರ್ತೀನಿ ಎಂದ' ಎಂದು ಮೊದಲೇ ಯೋಚಿಸಿಕೊಂಡು ಬಂದಿದ್ದ ಸುಳ್ಳನ್ನು ಸರಾಗವಾಗಿ ಹೇಳಿದಳು.

ದೇವರ ಮನೆಯಲ್ಲಿ ಇಟ್ಟಿದ್ದ ಸವಾಲಂಕಾರಭೂಷಿತಳಾದ ದೇವಿಯನ್ನು ನೋಡಲು ಎರಡು ಕಣ್ಣೂ ಸಾಲದಾಗಿತ್ತು. ಪೂಜೆ ಮಾಡಿದ ನಂತರ ಪ್ರಸಾದ ಇರುವೆಡೆಗೆ ಹೋದಳು. ಊಟ ಮಾಡುತ್ತಿದ್ದ ಅತ್ತೆ, ಮಾವ, ಅಶೋಕ ಎಲ್ಲರೂ 'ಸಮ್ಮು ಬರಲಿಲ್ಲವಾ' ಎನ್ನುವಂತೆ ಜ್ಯೋತಿಯ ಕಡೆ ಪ್ರಶ್ನಾರ್ಥಕವಾಗಿ ನೋಡಿದಾಗ, ಏನೂ ಉತ್ತರ ಕೊಡುವ ಗೋಜಿಗೆ ಹೋಗದೆ ಖಾಲಿ ಇರುವ ಕಡೆ ಊಟಕ್ಕೆ ಕುಳಿತಳು.

ಹೊಟ್ಟೆ ಹಸಿದುಕೊಂಡು ಅಳುತ್ತಿರುವ ಮಗನನ್ನು ನೆನೆಸಿಕೊಂಡವಳಿಗೆ ಒಂದೊಂದು ತುತ್ತನ್ನೂ ಗಂಟಲಲ್ಲಿ ಇಳಿಸಿಕೊಳ್ಳುವುದು ತುಂಬಾ ಕಷ್ಟವಾಯಿತು. ಬೇಗನೆ ಉಣ್ಣುವ ಶಾಸ್ತ್ರ ಮಾಡಿ ಎದ್ದು ಹೊರಟೇಬಿಟ್ಟಳು. ಆಂಟೀ ಅವಳನ್ನು ತಡೆದು 'ಸಮ್ಮೂನ ಮರೀದಂಗೆ ಕಳ್ಸಮ್ಮ' ಎನ್ನುತ್ತಲೇ ಅರಿಶಿಣ, ಕುಂಕುಮ, ಪ್ರಸಾದ ಕೊಟ್ಟಾಗ 'ಹೂಂ' ಎಂದು ತಲೆಯಾಡಿಸಿ ಬಂದಳು.

ಕುಕ್ಕರಿನಲ್ಲಿ ಬಿಸಿ ಅನ್ನಕ್ಕಿಟ್ಟು ಮತ್ತೆ ಸಮರ್ಥನ ರೂಮಿಗೆ ಬಂದು ಬಾಗಿಲು ತಟ್ಟಿದಳು. ಬಾಗಿಲು ತೆಗೆದವನೇ ಬಾತ್‌ರೂಂಗೆ ಹೊರಟವನನ್ನು

'ಅನ್ನ ಆಗಿದೆ ಕಣೋ, ಚಿತ್ರಾನ್ನ ಕಲೆಸಿ ಕೊಡಲಾ' ಎಂದಾಗ 'ಏನೂ ಬೇಡ ಹಸಿವಿಲ್ಲ' ಎಂದಾಗ ಈ ಹುಡುಗನನ್ನು ಹೇಗಪ್ಪಾ ಸರಿಮಾಡುವುದು ಎನ್ನುವ ಚಿಂತೆಗಿಟ್ಟುಕೊಳ್ಳತೊಡಗಿತು.

ಸಂಜೆಯ ಹೊತ್ತಿಗೆ ಮನೆಮಂದಿಯೆಲ್ಲ ಸಮರ್ಥನಿಗೆ ಊಟ ಮಾಡಿಸುವುದಕ್ಕೆ ಪ್ರಯತ್ನಿಸಿ ಸೋತಿದ್ದರು. ಸಂಜೆ ಕಾಲೇಜಿನಿಂದ ಬಂದ ಅಶೋಕನಿಗೆ ಮಗ ಇನ್ನೂ ಊಟ ಮಾಡಿಲ್ಲವೆಂದು ತಿಳಿದಾಗ ತಪ್ಪಿತಸ್ಥ ಭಾವನೆ ಕಾಡತೊಡಗಿತು. ಸಮರ್ಥನಿಗೆ ಕಾಫೀ ತುಂಬಾ ಇಷ್ಟ ಎಂದು ಗೊತ್ತಿದ್ದರಿಂದ ಮಾಡಿಸಿಕೊಂಡು ಎರಡು ಪೀಸ್ ಬ್ರೆಡ್ ಹಿಡಿದು ರೂಮಿನೊಳಗೆ ಹೋದ.

'ಸಮ್ಮೂ ಕಾಫೀ ಕುಡಿ ತೊಗೋ' ಎಂದ. 'ನನಗೆ ಬೇಡ ಪಪ್ಪಾ' ಎಂದು ಪುಸ್ತಕದಲ್ಲಿ ಇಟ್ಟ ದೃಷ್ಟಿಯನ್ನು ಚೂರೂ ಆಚೀಚೆ ಕದಲಿಸದೆ ಹೇಳಿದಾಗ ಮುಖಭಂಗವಾದಂತಾಯ್ತು. ಅವನ ಪಕ್ಕಕ್ಕಿದ್ದ ಕುರ್ಚಿಯಲ್ಲಿ ಕುಳಿತು ಸಾಧ್ಯವಾದಷ್ಟೂ ಮೃದುವಾಗಿ 'ಸಾರಿ ಸಮ್ಮೂ' ಎಂದ. ಸಮರ್ಥನಿಂದ ಯಾವ ಪ್ರತಿಕ್ರಿಯೆಯೂ ಬರಲಿಲ್ಲ. ಅಜ್ಜ, ಅಜ್ಜಿ ಕೂಡಾ ಸಮರ್ಥನಿಗೆ ಊಟಮಾಡಿಸಲು ಮನವೊಲಿಸುವಲ್ಲಿ ಸೋತು ಕೈಚೆಲ್ಲಿದ್ದರು.

ರಾತ್ರಿಯ ಊಟಕ್ಕೂ ಬರದೆ ರೂಮಿನಲ್ಲೇ ಉಳಿದ ಸಮರ್ಥನನ್ನು ನೋಡಿ ಯಾರಿಗೂ ಊಟ ಮಾಡುವ ಮನಸ್ಸೇ ಆಗಲಿಲ್ಲ. ಶಾಸ್ತ್ರಕ್ಕೆ ಎರಡು ಗುಕ್ಕು ತಿಂದು ಎಲ್ಲರೂ ಸುಮ್ಮನೆ ಹಾಲ್‌ನಲ್ಲಿ ಕುಳಿತರು. ಜ್ಯೋತಿಗೆ ಊಟ ಮಾಡುವ ಮನಸ್ಸಿಲ್ಲದೆ, ಎಲ್ಲವನ್ನೂ ಎತ್ತಿಟ್ಟು ಅಡುಗೆ ಮನೆಯನ್ನು ಸ್ವಚ್ಛಗೊಳಿಸುತ್ತಿದ್ದಳು. ಅಶೋಕ ಸಮರ್ಥನ ಕೋಣೆಗೆ ಹೋಗಿ 'ಸುಮ್ಮನೆ ಊಟ ಮಾಡು ಸಮ್ಮೂ, ನೋಡು ಅಮ್ಮನೂ ಉಪವಾಸ ಇದಾಳೆ' ಎಂದರೂ ತಿರುಗಿ ನೋಡಲಿಲ್ಲ. ಸ್ವಲ್ಪ ನಿತ್ರಾಣ ಎನಿಸಿದ್ದರಿಂದ ಹಾಸಿಗೆಯ ಮೇಲೆ ಟ್ಯಾಬ್ ಹಿಡಿದು ಮಲಗಿದ್ದ. ಜ್ಯೋತಿಯೂ ಅವನ ಪಕ್ಕದಲ್ಲೇ ಬಂದು ಏನೂ ಮಾತನಾಡದೆ ಮಲಗಿಕೊಂಡಳು.

ಮರುದಿನ ಬೆಳ್ಬೆಳಿಗ್ಗೆಯೇ ಬಾಗಿಲಿಗೆ ನೀರು ಹಾಕಲು ಹೋದ ಜ್ಯೋತಿ, ಹಾಗೆಯೇ ಸಾವಿತ್ರಿ ಆಂಟಿಯ ಮನೆಗೆ ಹೋಗಿ ಬಾಗಿಲು ತಟ್ಟಿದಳು. ಬಾಗಿಲು ತೆಗೆದವರೇ, ಜ್ಯೋತಿಯ ದುಗುಡ ತುಂಬಿದ ಮೊಗವನ್ನು ನೋಡಿ 'ಏನು ಜ್ಯೋತಿ, ಇಷ್ಟೊತ್ತಿಗೇ ಬಂದಿದ್ದೀಯಾ, ಮನೆಯಲ್ಲೆಲ್ಲ ಹುಷಾರಾಗಿದಾರೆ ತಾನೆ' ಎನ್ನುತ್ತಿದ್ದಂತೆ, ಒಳಗೆ ಹೋಗಿ ಕುಳಿತ ಜ್ಯೋತಿ ಅಳುತ್ತಲೇ ಸಮರ್ಥ ನಿನ್ನೆ ಬೆಳಿಗ್ಗೆ ತಿಂಡಿ ತಿಂದಿದ್ದು ಬಿಟ್ಟರೆ ಹೊಟ್ಟೆಗೆ ಏನೂ ತೆಗೆದುಕೊಳ್ಳದೆ ಹಠ ಹಿಡಿದು ಕೂತಿರುವುದನ್ನು ಹೇಳಿದಾಗ ಅವರಿಗೂ ಕೆಟ್ಟೆನಿಸಿತ್ತು. 'ಯೋಚಿಸಬೇಡ ಜ್ಯೋತಿ, ಅವನು ಎದ್ದ ಮೇಲೆ ಒಂದು ಮಿಸ್ ಕಾಲ್ ಕೊಡು, ಬಂದು

ಬುದ್ದಿ ಹೇಳ್ತೀನಿ' ಎಂದಾಗ, ಕಣ್ಣೊರೆಸುತ್ತಲೇ 'ಹೂಂ ಆಂಟೀ' ಎಂದು ಹೊರಬಂದಳು.

ಬೆಳಿಗ್ಗೆ ಸಮರ್ಥ ಏಳುವುದನ್ನೇ ಕಣ್ಣಿಗೆ ಎಣ್ಣೆ ಬಿಟ್ಟುಕೊಂಡು ಕಾಯತೊಡಗಿದಳು. ಎಂಟಕ್ಕೆ ಎದ್ದವನೇ ಮುಖತೊಳೆದುಕೊಂಡು ಪುಸ್ತಕ ಹಿಡಿದು ಕೂತ. ಮಗನ ಬಳಲಿದ ಮುಖ ನೋಡಿ ಅಶೋಕನ ಮುಖವೂ ಕಳೆಗುಂದಿತ್ತು. ಏನಾದರೂ ಮಾಡು ಎಂದು ಯಾಚಿಸುವಂತೆ ಜ್ಯೋತಿಗೆ ಹೇಳಿದಾಗ, ಎಲ್ಲ ಸರಿಹೋಗುತ್ತದೆ ಎಂದು ಅವಳೇ ಧೈರ್ಯ ತುಂಬಿದಳು. ಅವನೂ ಸಹ ಬರೀ ಕಾಫಿಯಷ್ಟೇ ಕುಡಿದು, ಹಸಿವಿಲ್ಲ ಎಂದು ತಿಂಡಿ ಕೂಡ ತಿನ್ನದೇ ಕಾಲೇಜಿಗೆ ಹೋದ. ಅತ್ತೆ ಮಾವನೂ ಪ್ರತಿದಿನ ಪುರುಸೊತ್ತಿಲ್ಲದ ಹಾಗೆ ಗಂಟೆಗಟ್ಟಲೆ ಪ್ರತಿಯೊಂದು ಚಾನೆಲ್ಲುಗಳಲ್ಲಿ ಬೆಳಗಿನ ಜ್ಯೋತಿಷ್ಯ ಕಾರ್ಯಕ್ರಮ ನೋಡುತ್ತಿದ್ದವರು ಇಂದು ಟಿವಿ ಕೂಡ ಹಾಕದೆ ಕುಳಿತಿದ್ದರು.

ಸಾವಿತ್ರಿ ಆಂಟಿಗೆ ಕಾಲ್ ಹಚ್ಚುತ್ತಿದ್ದ ಹಾಗೆಯೇ, ಅದಕ್ಕಾಗಿಯೇ ಕಾಯುತ್ತಿದ್ದವರಂತೆ ಒಳಬಂದರು. 'ಏನೋ ಸಮ್ಮೂ, ನಿನ್ನೆಯಿಂದ ಊಟ ಮಾಡಿಲ್ವಂತೆ' ಎನ್ನುತ್ತಲೇ ಸಮರ್ಥನ ರೂಮಿನೊಳಗೆ ಬಂದರು. ಸಮರ್ಥ ಜ್ಯೋತಿಯ ಕಡೆ ಆಕ್ಷೇಪಣೆಯ ದೃಷ್ಟಿ ಬೀರುತ್ತಿದ್ದಂತೆ, ಜ್ಯೋತಿ ಅಲ್ಲಿಂದ ಮೆಲ್ಲನೆ ಜಾರಿಕೊಂಡು ಅಡುಗೆ ಮನೆ ಸೇರಿದಳು.

ಅಷ್ಟರಲ್ಲೇ ಲಲಿತಾಳ ಆಗಮನವೂ ಆಯಿತು. 'ಏನು ಸಮ್ಮೂ, ಉಪವಾಸ ಸತ್ಯಾಗ್ರಹನಾ? ಯಾವಾಗ ಬಿಡುತ್ತದೆಯಪ್ಪಾ ಅದೂ' ಎಂದು ಛೇಡಿಸಿದಾಗ, ಸಮರ್ಥನ ಮುಖಭಾವ ಹೇಗಿರಬಹುದು ಎಂದು ಊಹಿಸಿ ಜ್ಯೋತಿಗೆ ನಗು ಬಂತು. ಇದ್ದಕ್ಕಿದ್ದಂತೆ 'ಮಗಳೇ...ಮಗಳೇ' ಎಂದು ವಿಚಿತ್ರ ಗಡಸು ದನಿಯಲ್ಲಿ ಲಲಿತಾ ಕೂಗಿದ್ದು ಕೇಳಿಸಿತು. ಯಾರಿಗಿರಬಹುದು ಎಂದು ಜ್ಯೋತಿ ಕುತೂಹಲದಿಂದ ಹೊರಬಂದಾಗ ಮೈಯ್ಯೆಲ್ಲ ಜಲಜಲ ಬೆವೆಯುತ್ತಾ, ಸಣ್ಣಗೆ ನಡಗುತ್ತಾ, ಹೂಂಕರಿಸುತ್ತಾ, ನೆಟ್ಟ ನೋಟದಿಂದ ತನ್ನ ಕಡೆಗೇ ಲಲಿತಾಳ ದೃಷ್ಟಿ ಇದ್ದುದ್ದು ನೋಡಿ ಭಯವಾಯಿತು.

'ನಿನ್ನ ಮಗನನ್ನು ಏನೆಂದು ತಿಳಿದುಕೊಂಡಿದ್ದಿಯ ನೀನು. ಅವನನ್ನು ಹೊಡೆದೂ ಬಡಿದೂ ಬುದ್ದಿ ಕಲಿಸಲು ಸಾಧ್ಯವೆಂದುಕೊಂಡಿದ್ದೀಯಾ, ಅದು ಖಂಡಿತ ಸಾಧ್ಯವಿಲ್ಲ. ಬಲವಂತ ಮಾಡಿದಷ್ಟೂ ಅವನು ನಿಮ್ಮ ಕೈತಪ್ಪಿ ಹೋಗುತ್ತಾನೆ. ಅವನು ಚೆನ್ನಾಗಿಯೇ ಓದುತ್ತಾನೆ, ಅವನ ಪಾಡಿಗೆ ಅವನನ್ನು ಬಿಟ್ಟುಬಿಡಿ ಸಾಕು. ಮತ್ತೊಮ್ಮೆ ಹೀಗೇನಾದರೂ ಅವನ ಮೇಲೆ ಕೈ ಮಾಡಿದರೆ ಪರಿಣಾಮ ನೆಟ್ಟಗಿರುವುದಿಲ್ಲ... ಅನಾಹುತ... ಅನಾಹುತವೇ ಸಂಭವಿಸುತ್ತದೆ, ಗೊತ್ತಾಯ್ತಾ... ಹೂಂ...ಹೋಗು ಅವನಿಗೆ ಕಾಫೀ ಮಾಡಿಕೊಂಡು ಬಾ' ಎಂದು ಏಕವಚನದಲ್ಲೇ ಹೂಂಕರಿಸಿದಂತೆ ಹೇಳಿದಾಗ, ಜ್ಯೋತಿಗೆ ಸ್ವಲ್ಪ

ಗಲಿಬಿಲಿ, ಹೆದರಿಕೆ ಎರಡೂ ಒಟ್ಟಿಗೇ ಆಗಿ, ಸಾವಿತ್ರಿ ಆಂಟಿಯ ಕಡೆ ನೋಡಿದಳು. ಹೋಗು ಎಂದು ಸಂಜ್ಞೆ ಮಾಡಿದರು. ಕಾಫೀ ಮಾಡಿ ತಂದಾಗ 'ಕೊಡು ಮಗನಿಗೆ' ಎಂದಳು. ಸಮರ್ಥನ ಕಡೆ ನೋಡಿ 'ಕುಡಿ' ಎಂದು ಗದರುವ ಹಾಗೆ ಹೇಳಿದಾಗ, ಲಲಿತಕ್ಕ ಹೀಗೇಕೆ ಭಯಂಕರವಾಗಿ ಆಡುತ್ತಿದ್ದಾಳೆ ಎಂದು ತಿಳಿಯದೆ ಭಯದಿಂದಲೇ ಗಟಗಟ ಕುಡಿದ. ಮತ್ತೊಮ್ಮೆ ಜ್ಯೋತಿಯ ಅತ್ತೆಯ ಕಡೆ ತಿರುಗಿ 'ಅವನಿಗೆ ಅನ್ನ ಸಾರು ತೆಗೆದುಕೊಂಡು ಬಾ' ಎಂದಾಗ, ಅವರೂ ಆಜ್ಞೆ ಪಾಲಿಸುವವರಂತೆ ಒಳಗೆ ಹೋಗಿ ಕಲೆಸಿ ತಂದು ಸಮ್ಮುವಿನ ಮುಂದಿಟ್ಟರು. ಲಲಿತಾ ಹೇಳುವುದಕ್ಕೆ ಮೊದಲೇ ಸಮರ್ಥ ಗಬಗಬನೆ ಉಂಡು, ನೀರು ಕುಡಿದು ಕೈತೊಳೆದ.

ಲಲಿತಾ ಮತ್ತೇನೂ ಮಾತನಾಡದೇ ಹೊರಗೆ ಹಾಲ್‌ಗೆ ಬಂದು, ಅಲ್ಲಿಯೇ ಇದ್ದ ದೀವಾನ್ ಕಾಟ್ ಮೇಲೆ ಕುಳಿತು, ಎರಡೂ ಕಾಲು ಚಾಚಿ ಒಂದೇ ಮಗ್ಗುಲಿಗೆ ತಿರುಗಿ, ಎಡಗೈಯ್ಯನ್ನು ದಿಂಬಿನ ಹಾಗೆ ತ್ರಿಕೋನಾಕಾರದಲ್ಲಿ ಮಡಚಿ ಇಟ್ಟುಕೊಂಡು, ಅರೆಗಣ್ಣು ಮುಚ್ಚಿ, ಜೋರಾಗಿ ಉಸಿರು ಬಿಡುತ್ತಾ ಹಿಂದೆ ಮುಂದೆ ವಾಲಾಡತೊಡಗಿದಳು. ಮನೆಯಲ್ಲಿದ್ದ ಎಲ್ಲರಿಗೂ ಲಲಿತಾಳ ಈ ವರ್ತನೆ ವಿಚಿತ್ರವೆನಿಸತೊಡಗಿತ್ತು. ಆಗ ಸಾವಿತ್ರಿ ಆಂಟೀ ಜ್ಯೋತಿಯ ಕೈಹಿಡಿದು ಒಳಗೆ ಕರೆದುಕೊಂಡು ಹೋಗಿ 'ನಮ್ಮ ಲಲಿತಾಳ ಮೈಮೇಲೆ ಅಮ್ಮ ಬಂದಿದೆಯಮ್ಮಾ, ಅಂದರೆ ದೇವಿ ನಿಮ್ಮ ಮನೆಯೊಳಗೇ ಬಂದುಬಿಟ್ಟಿದ್ದಾಳೆ. ಹೋಗು ಅರಿಶಿಣ, ಕುಂಕುಮ, ಊದಿನಕಡ್ಡಿ ಹಚ್ಚಿ ಬೆಳಗಿ ಒಂದು ಕಾಯಿ ಒಡೆ' ಎಂದಾಗ, ಹಾಗೇ ಮಾಡಿದಳು. ಎಲ್ಲರೂ ಲಲಿತಳಿಗೆ ಪೂಜೆ ಮಾಡಿ, ಮುಂದೆ ಏನಾಗುವುದೋ ಎನ್ನುವ ಆತಂಕದಿಂದಲೇ ಒಂದು ಕಡೆ ಸುಮ್ಮನೆ ನಿಂತರು. ಆಂಟಿಯೇ ಮೈತುಂಬಾ ಸೆರಗೊದ್ದು, ಲಲಿತಳ ಮುಂದೆ ನಿಂತು 'ನಿನ್ನ ಅಪ್ಪಣೆಯನ್ನು ಪಾಲಿಸುತ್ತಾರೆ ತಾಯಿ, ಶಾಂತಳಾಗು' ಎಂದು ಬೇಡಿಕೊಂಡು ಅವರೂ ಒಂದು ಗೋಡೆಗೆ ಒರಗಿ ನಿಂತರು.

ಹತ್ತು ಹದಿನೈದು ನಿಮಿಷದ ನಂತರ ಲಲಿತಾ ನಿಧಾನವಾಗಿ ಕಣ್ಣು ತೆರೆದಳು. ಇಷ್ಟು ಹೊತ್ತು ನಡೆದ ಯಾವ ಘಟನೆಯೂ ಅವಳಿಗೆ ನೆನಪಿದ್ದ ಹಾಗಿರಲಿಲ್ಲ. ಏನೂ ಆಗಿಲ್ಲವೇನೋ ಎಂಬಂತೆ ಮಂಚದ ಮೇಲಿನಿಂದ ಎದ್ದು ಸಮರ್ಥನ ಹತ್ತಿರ ಬಂದಳು. ಮತ್ತೇನು ಕಾದಿದೆಯೋ ಎಂಬಂತೆ ಎಲ್ಲರೂ ಅವಳನ್ನೇ ನೋಡತೊಡಗಿದರು. ಸಮರ್ಥನಂತೂ ಕಂಗಾಲಾಗಿದ್ದ. 'ಯಾಕೋ ಸಮ್ಮೊ, ನಿನ್ನೆಯಿಂದ ಊಟಾನೇ ಮಾಡಿಲ್ವಂತೆ, ಮೊದಲು ಮಾಡು ಹೋಗು, ಊಟ ಮಾಡ್ಲಿಲ್ಲಾ ಅಂದ್ರೆ ನಿನಗೆ ಪಾಠ ಹೇಳಿಕೊಡಲ್ಲ, ಗೊತ್ತಾಯ್ತಾ' ಎಂದು ಪ್ರೀತಿಯಿಂದ ಗದರಿ ಮನೆಗೆ ಹೊರಟಳು. ಅವರ ಹಿಂದೆಯೇ ಸಾವಿತ್ರಿ ಆಂಟಿಯೂ ಗಡಿಬಿಡಿ ಮಾಡಿಕೊಂಡು

ಹೋದರು. ಜ್ಯೋತಿಯ ಮನೆಯವರೆಲ್ಲರೂ ಇನ್ನೂ ಆ ಶಾಕ್‌ನಿಂದ ಹೊರಬಂದಿರಲಿಲ್ಲ.

ಒಂದರ್ಧ ಗಂಟೆಯ ನಂತರ ಸಾವಿತ್ರಿ ಆಂಟೀ ಮತ್ತೆ ಬಂದು, ಜ್ಯೋತಿ ಹಾಗೂ ಅವರ ಅತ್ತೆ ಮಾವರನ್ನುದ್ದೇಶಿಸಿ 'ಅಕ್ಕಾ, ಅಣ್ಣಾ, ಈಗೊಂದು ನಾಲ್ಕೈದು ವರ್ಷಗಳಿಂದ ನನ್ನ ಮಗಳ ಮೇಲೆ ಹೀಗೆ ಆಗಾಗ ದೇವರು ಬರುತ್ತಿರುತ್ತದೆ. ಈ ವಿಷಯವನ್ನು ದಯವಿಟ್ಟು ಯಾರ ಮುಂದೆಯೂ ಬಾಯಿಬಿಡಬೇಡಿ. ಮದುವೆಯಾಗುವುದು ತುಂಬಾ ಕಷ್ಟ. ಅವಳಿಗೂ ಗೊತ್ತಿಲ್ಲ. ನನ್ನ ಮೇಲೂ ಚಿಕ್ಕಂದಿನಲ್ಲಿ ಬರುತ್ತಿತ್ತಂತೆ. ಹಾಗಾಗಿ ನಾನೂ ಮತ್ತು ಲಲಿತ ಹೊರಗಡೆ ಯಾರ ಮನೆಯಲ್ಲೂ ಊಟ ಮಾಡುವುದಿಲ್ಲ. ಹೀಗಾಗಿಯೇ ಚಿತ್ರದುರ್ಗದಲ್ಲಿ ಎರಡು ಮನೆ ಬದಲಾಯಿಸಬೇಕಾಯಿತು' ಎಂದಾಗ ಜ್ಯೋತಿಯ ಅತ್ತೆ 'ನಾವು ಯಾರಿಗೂ ಹೇಳುವುದಿಲ್ಲ, ನೀವು ಆರಾಮಾಗಿ ಇರಿ. ನಮಗೂ ಹೆಣ್ಣುಮಗಳಿದ್ದಾಳೆ. ನಿಮ್ಮ ಕಷ್ಟ ಅರ್ಥವಾಗುತ್ತದೆ' ಎಂದು ಸಾವಿತ್ರಿ ಆಂಟಿಯನ್ನು ಸಮಾಧಾನಪಡಿಸಿ ಕಳುಹಿಸಿದರು.

ಉಪಸಂಹಾರ

ಮುಂದೆ ಒಂದೇ ವಾರಕ್ಕೆ ಸಾವಿತ್ರಿ ಆಂಟೀ ಬೇರೆ ಮನೆ ಹುಡುಕಿಕೊಂಡು ಹೋಗಿದ್ದರು. ಅಶೋಕನಿಗೆ ವಿಷಯ ತಿಳಿದ ಮೇಲೆ, ಸಮರ್ಥನಿಗೆ ಓದಿಕೋ ಎಂದು ಅತಿಯಾಗಿ ಬುದ್ಧಿ ಹೇಳುವುದನ್ನು ಕಡಿಮೆ ಮಾಡಿದ್ದ. ಮುಂದೆ ಒಂದಾರು ತಿಂಗಳಿನಲ್ಲೇ ಲಲಿತಳ ಮದುವೆಯಾಯಿತೆಂದು ಯಾರ ಮೂಲಕವೋ ಸುದ್ದಿ ಮುಟ್ಟಿತ್ತು. ಜ್ಯೋತಿಯ ಮನೆಯವರನ್ನು ಮಾತ್ರ ಕರೆದಿರಲಿಲ್ಲ.

ಕಾಡು ಕಾಯುವವರು

ನೌಷಾದ್ ಜನ್ನತ್

ಅರಣ್ಯ ರಕ್ಷಕರು ಮೈಯೆಲ್ಲಾ ಕಣ್ಣಾಗಿಸಿ, ಕಾಡನ್ನು ಕಾಯುವ ಮಾರ್ಚ್ ತಿಂಗಳದು! ಮರಗಳ ಮೇಲೆ ಮೈದುಂಬಿ ನಿಂತಿದ್ದ ಎಲೆಗಳೆಲ್ಲಾ ಉದುರಿ, ಕೊಂಬೆಗಳು ಅದೇನನ್ನೋ ಭಗವಂತನಲ್ಲಿ ಬೇಡುತ್ತಿರುವಂತೆ ಮುಗಿಲಿನೆಡೆಗೆ ಮುಖಮಾಡಿ ಬೇಸರದಿಂದ ನಿಂತಿದ್ದವು. ನದಿಮೂಲಗಳೆಲ್ಲಾ ಬತ್ತಿ ಹೋಗಿದ್ದರಿಂದ ಹನಿ ನೀರಿಗೂ ಹಾಹಾಕಾರ ಉಂಟಾಗಿ ಭೂಮಿಯೆಲ್ಲ ಬಾಯಿತೆರೆದು ಕುಳಿತಿತ್ತು. ಆ ಕ್ಷಣಕ್ಕೆ ಯಾವುದಾದರು ಮೂಲದಿಂದ ಕಾಡಿಗೆ ಒಂದು ಸಣ್ಣ ಕಿಡಿ ಸೋಕಿದರೂ ಸಾಕು, ಇಡೀ ಕಾಡಿಗೆ ಕಾಡೇ ಹೊತ್ತಿ ಉರಿಯುವಷ್ಟರ ಮಟ್ಟಿಗೆ ಅರಣ್ಯ ಬೆಂದಿತ್ತು. ಪರಿಸ್ಥಿತಿ ಹೀಗಿದ್ದ ಮೇಲೆ ವನಪಾಲಕರ ಪಾಡು ಕೇಳಬೇಕೆ! ಕುದುರೆಯ ಬಾಲಕ್ಕೆ ಗಂಟೆ ಕಟ್ಟಿದ್ದ ರೀತಿ ಆ ಬದಿಯಿಂದ ಈ ಬದಿಗೆ, ಈ ಬದಿಯಿಂದ ಆ ಬದಿಗೆ ಹೊಗೆಯೇಳುತ್ತಿದೆಯಾ ಎಂದು ಕಣ್ಣರಳಿಸಿಕೊಂಡು ಅಂಡಲೆಯುತ್ತಲೆ ಇರಬೇಕು. ಜೊತೆಗೆ ಸಮಾಧಾನಕ್ಕೆಂದು ಎರಡು ಡ್ರಮ್ಮುಗಳಲ್ಲಿ ನೀರನ್ನು ತುಂಬಿ ಜೀಪಿಗೇರಿಸಿಕೊಂಡು ಬೆಂಕಿಯಾರಿಸಲು ಸಿದ್ದವಾಗಿರುತ್ತಿದ್ದರು. ಕಾಡಿಗೆ ಬೆಂಕಿಯೇನಾದರು ಬಿದ್ದರೆ ಅದ್ಯಾವ ಮೂಲೆಗೆ ಆ ನೀರು ಸಾಲುತ್ತದೆ ಎನ್ನುವುದು ಅರಣ್ಯ ರಕ್ಷಕರಿಗೆ ಮಾತ್ರ ಗೊತ್ತಿದ್ದ ಸತ್ಯ.

ಬೆಳಗ್ಗಿನಿಂದಲೂ ಬಿಸಿಲಿನಲ್ಲಿ ಅಡ್ಡಾಡಿ ಆಯಾಸಗೊಂಡಿದ್ದ ಗಾರ್ಡ್ ಸೋಮೇಶ ಕೊಂಚ ವಿಶ್ರಾಂತಿ ತೆಗೆದುಕೊಳ್ಳುವ ಎಂದು ಕ್ವಾಟ್ರಸ್ಸಿನತ್ತ ಮುಖಮಾಡಿದ. ಇತ್ತ ರತ್ನಿ ಮನೆಗೆಲಸವನ್ನೆಲ್ಲ ಮುಗಿಸಿ, ಹಿತ್ತಲಿನ ಚಪ್ಪಡಿ ಕಲ್ಲಿನಲ್ಲಿ ಸೋಮೇಶನ ಖಾಕಿ ಬಣ್ಣದ ಸಮವಸ್ತ್ರಗಳನ್ನು ಕುಕ್ಕಿ ಒಗೆಯುತ್ತಿದ್ದಳು.

ಸೋಮೇಶ ಮನೆ ತಲುಪಿದಾಗ ಕ್ವಾಟ್ರಸ್ಸಿನ ಮುಂಬದಿಯ ಬಾಗಿಲು ತೆರೆದೇ ಇತ್ತು. ಮನೆಯೊಳಕ್ಕೆ ಕಾಲಿಟ್ಟವನೆ ಮೂತ್ರ ಮಾಡುವ ಸಲುವಾಗಿ ಹಿಂಬದಿಯ ಬಚ್ಚಲು ಮನೆಯತ್ತ ಹೆಜ್ಜೆ ಹಾಕಿದ. ಈ ಸಮಯದಲ್ಲಿ ಯಾರೂ ಬರಲಾರರು ಎಂದು ಲೋಕದ ಪರಿವೇ ಇಲ್ಲದ ರತ್ನಿ ನಡುಬಗ್ಗಿಸಿ ಬಟ್ಟೆ ಒಗೆಯುವುದರಲ್ಲಿ ತಲ್ಲೀನಳಾಗಿದ್ದಳು. ಹಿಂಬದಿಯ ಬಾಗಿಲಿನಿಂದ ಹೊರಕ್ಕೆ ಕಾಲಿಟ್ಟ ಸೋಮೇಶನ ಕಣ್ಣಿಗೆ ನೇರ ಕಂಡಿದ್ದು, ಬಾಗಿಲಿಗೆ ಎದುರಾಗಿ ಬಗ್ಗಿ ಬಟ್ಟೆ ಒಗೆಯುತ್ತಿದ್ದ ರತ್ನಿಯ ಎದೆಯ ಭಾಗ. ತಕ್ಷಣ ಅವನೆದೆಯಲ್ಲಿ ಅವಿತು ಕುಳಿತಿದ್ದ ನಾಗರ ಹೆಡೆಯೆತ್ತಿ ಬುಸುಗುಡಲು ಶುರುಮಾಡಿತು. ಸೋಮೇಶ ಕಣ್ಣೊರಳಿಸದೇ ಆ ಉಬ್ಬುಗಳನ್ನೆ ನೋಡುತ್ತಾ ನಿಂತ.

ಯಾರೋ ಬಂದ ಶಬ್ದವಾದಂತಾಗಿ ರತ್ನಿ ಬಟ್ಟೆ ಒಗೆಯುವಲ್ಲಿಂದ ತಲೆ ಎತ್ತಿ ನೋಡಿದರೆ, ಎದುರಿಗೆ ಗಾರ್ಡ್ ಸೋಮೇಶ! ಕಣ್ಣೆಲ್ಲ ಕೆಂಪಾಗಿಸಿ ಮುರಿದು ಮುಕ್ಕುವಂತೆ ನೋಡುತ್ತಿದ್ದವನನ್ನು ಕಂಡು ಗಾಬರಿಯಾದ ರತ್ನಿ, "ಇದೇನ್ ಸಾ ಇಷ್ಟು ಬೇಗ ಬಂದಿದ್ದೀರಿ" ಎಂದು ಆತಂಕದಿಂದ ಕೇಳಿದಳು.

ಅವಳ ಧ್ವನಿ ಕಿವಿಗೆ ರಾಚಿದೊಡನೆ ವಾಸ್ತವಕ್ಕೆ ಮರಳಿದ ಸೋಮೇಶ, "ಇಲ್ಲ ರತ್ನಿ, ಯಾಕೋ ತಲೆ ತಿರುಗಿದಂಗೆ ಆಯ್ತಿತ್ತು, ತುಂಬಾ ಬಿಸಿಲು ನೋಡು! ಅದಕ್ಕೆ ಸ್ವಲ್ಪ ಹೊತ್ತು ಆರಾಮ ಮಾಡಿಕೊಂಡು ಹೋಗುವ ಅಂತ ಬಂದೆ" ಎಂದು ಬಚ್ಚಲು ಮನೆಯ ಕಡೆಗೆ ಅವಸವಸರವಾಗಿ ನಡೆದ.

ಕಳೆದ ಒಂದು ವರ್ಷದಿಂದ ಕಾರೆಕಂಡಿ ಹಾಡಿಯ ಅರಣ್ಯ ಇಲಾಖೆಯಲ್ಲಿ ವಾಚರ್ ಆಗಿ ಕೆಲಸ ನಿರ್ವಹಿಸುತ್ತಿದ್ದ ಬೋಳನ ಮಡದಿ ರತ್ನಿ ಗಾರ್ಡ್ ಸೋಮೇಶನ ಮನೆಯ ಕೆಲಸಕ್ಕೆ ಬರುತ್ತಿದ್ದಳು. ಅಷ್ಟೂ ದಿನದಲ್ಲಿ ಸೋಮೇಶ ಒಮ್ಮೆಯೂ ರತ್ನಿಯನ್ನು ಕೆಟ್ಟದೃಷ್ಟಿಯಿಂದ ನೋಡುವುದಾಗಲಿ, ಮಾತನಾಡಿಸುವುದಾಗಲಿ ಮಾಡಿರಲಿಲ್ಲ. ಆದರೆ ಇಂದ್ಯಾಕೊ ಸೋಮೇಶನ ನೋಟದಲ್ಲಿ ಏನೋ ವ್ಯತ್ಯಾಸವಿರುವಂತೆ ರತ್ನಿಗೆ ತೋಚಿತ್ತಾದರು ಅದನ್ನು ಅವನೆದುರಿಗೆ ತೋರಿಸಿಕೊಳ್ಳದೆ ಮತ್ತೆ ತನ್ನ ಕೆಲಸದಲ್ಲಿ ಮಗ್ನಳಾದಳು.

ಬಚ್ಚಲ ಮನೆಯಿಂದ ಹೊರಬಂದ ಸೋಮೇಶ ನೇರ ಮಲಗುವ ಕೋಣೆಗೆ ಹೋಗಿ ಮಸಿಯಿಡಿದ ಮಾಡಿನ ಹೆಂಚನ್ನು ನೋಡುತ್ತಾ ಅಂಗಾತ ಮಲಗಿದ. ಹೇಗೆ ತಿರುಗಿ ಮರುಗಿ ಮಲಗಿದರೂ ಅವನ ಪಕ್ಕಕ್ಕೆ ನಿದ್ರೆಯೇ ಸುಳಿಯುತ್ತಿಲ್ಲ. ರತ್ನಿ ಒಳಬರುವಾಗ ಸೋಮೇಶ ಮಂಚದ ಮೇಲೆ ಅತ್ತಿಂದಿತ್ತ ಹೊರಳಾಡುತ್ತಲೇ ಇದ್ದ.

"ಇದ್ಯಾಕೆ ಸಾ, ಕಾಪಿಗೀಪಿ ಏನಾದರು ಮಾಡಿ ಕೊಡಬೇಕ?"

ಕಾಮದ ಕಾವಲಿಯಲ್ಲಿ ಬಿದ್ದು ಕೊತಕೊತ ಕುದಿಯುತ್ತಿದ್ದ ಸೋಮೇಶ, ರತ್ನಿಯ ಧ್ವನಿ ಕೇಳಿದ್ದೆ ತಡ ಮಂಚದಿಂದ ಎದ್ದು ಸೀದ ನಡೆದವನೇ

ಮುಂಬಾಗಿಲಿನ ಚಿಲ್ಕವನ್ನು ಭದ್ರಪಡಿಸಿಕೊಂಡು ಬಂದು ಅವಳನ್ನು ಬಾಚಿ ತಬ್ಬಿಕೊಳ್ಳಲು ಮುಂದಾದ. ತನ್ನ ಕನಸಿನಲ್ಲಿಯೂ ಯೋಚಿಸದ ಈ ಅನಿರೀಕ್ಷಿತ ಘಟನೆಯಿಂದ ತಬ್ಬಿಬ್ಬಾದ ರತ್ನಿ ಅವನ ಬಾಹುಬಂಧನದಿಂದ ಬಿಡಿಸಿಕೊಳ್ಳುವ ಸಲುವಾಗಿ ಕೊಸರಾಡಿದಳು. ಆದರೆ ಸೋಮೇಶ ಹಿಡಿದ ಪಟ್ಟನ್ನು ಸಡಿಲಗೊಳಿಸದೇ ಹಂದಿ ಕೆಸರಿನಲ್ಲಿ ಮೂತಿ ಒರೆಸುವಂತೆ ಅವಳ ಮೈಮೇಲೆಲ್ಲಾ ಮೂತಿಯಿಟ್ಟು ಒರೆಸತೊಡಗಿದ. "ಬೇಡ ಸಾ, ಬುಡ್ಬುಡಿ. ನನ್ನನ್ನು ಹಾಳು ಮಾಡಬೇಡಿ" ಎಂದು ರತ್ನಿ ಅಂಗಲಾಚತೊಡಗಿದಳು. ಅವನು ಕೇಳುವ ಸ್ಥಿತಿಯಲ್ಲಿರಲಿಲ್ಲ. ಸಮಯ ಸರಿದಂತೆ ಸೋಮೇಶ ಮತ್ತಷ್ಟು ವ್ಯಘ್ರನಾಗುತ್ತಾ ಹೋದ. ಅವನಿಂದ ಬಿಡಿಸಿಕೊಳ್ಳುವ ಸಲುವಾಗಿ ಅವಿರತ ಯತ್ನ ನಡೆಸಿದ ರತ್ನಿ ತನ್ನಿಂದ ಇನ್ನು ಬಿಡಿಸಿಕೊಳ್ಳಲು ಸಾಧ್ಯವಾಗಲ್ಲ ಎಂದಾಗ ತನ್ನ ಹೋರಾಟ ನಿಲ್ಲಿಸಿ ಶರಣಾಗತಿಯಾದಳು. ಸೋಮೇಶ ಬೇಟೆಯಾಡಿದ ಖುಷಿಯಲ್ಲಿ ಬೀಗಿದ.

ದಿನಗಳೆದಂತೆ ರತ್ನಿಯನ್ನು ಬಳಸಿಕೊಳ್ಳುವುದು ಸೋಮೇಶನ ನಿತ್ಯ ಖಯಾಲಿಯಾಯಿತು. ರತ್ನಿ ಕೂಡ ತನ್ನ ಜೀವನದಲ್ಲಿ ಎಂದೂ ಕಾಣದ ಸುಖವನ್ನು ಸೋಮೇಶನ ತೆಕ್ಕೆಯಲ್ಲಿ ಅನುಭವಿಸತೊಡಗಿದಳು. ಬರುಬರುತ್ತಾ ರತ್ನಿಗೆ ಸೋಮೇಶನ ಹೊರತಾಗಿ ಬೇರೇನೂ ಬೇಡದಾಯಿತು.

ದುಡಿದಿದ್ದೆಲ್ಲವನ್ನು ಹೆಂಡಕ್ಕೆ ಸುರಿದು ದಿನದ ಮುಕ್ಕಾಲು ಭಾಗವು ನಶೆಯಲ್ಲಿ ಮೈಮರೆಯುತ್ತಿದ್ದ ಬೋಳ ಉಳಿದ ಸಮಯವನ್ನು ಕಾಡು ಕಾಯಲು ಮೀಸಲಿಡುತ್ತಿದ್ದ. ಈ ನಡುವೆ ರತ್ನಿಯ ಬೇಕುಬೇಡಗಳನ್ನು ಪೂರೈಸುವ ವಿಚಾರವನ್ನು ಬೋಳ ಸಂಪೂರ್ಣವಾಗಿ ಮರೆತೇಬಿಟ್ಟಿದ್ದ. ಆ ದಿನಗಳಲ್ಲೆ ರತ್ನಿಗೆ ಸೋಮೇಶನೊಂದಿಗೆ ಸಂಬಂಧವೇರ್ಪಟ್ಟಿದ್ದು. ಇವರ ಅನೈತಿಕ ಸಂಬಂಧದ ವಿಚಾರ ಅವರಿವರ ಬಾಯಿಗೆ ತಲುಪಿ, ಹಾಡಿಯಲ್ಲೆಲ್ಲ ಗುಲ್ಲಾಗಿ ಕೊನೆಗೆ ಬೋಳನ ಕಿವಿಗೂ ತಲುಪಿತು. 'ಅರಣ್ಯ ಇಲಾಖೆಯಲ್ಲಿದ್ದುಕೊಂಡು, ಅದು ಸೋಮೇಶನ ಕೈಕೆಳಗೆ ಕೆಲಸ ಮಾಡುತ್ತಿರುವ ನಾನು ಈ ವಿಚಾರವಾಗಿ ಸೊಲ್ಲೆತ್ತಿ ಅವನನ್ನೇನಾದರು ಎದುರು ಹಾಕಿಕೊಂಡರೆ ನನ್ನನ್ನು ಮತ್ತು ಕುಟುಂಬವನ್ನು ಈ ಕಾಡಿನಲ್ಲಿ ಬದುಕಲು ಸೋಮೇಶ ಬಿಡುತ್ತಾನ? ಎಂದು ಭಯಬಿದ್ದ ಬೋಳ, ಮಡದಿ ಮತ್ತು ಗಾರ್ಡ್ನ ವಿಷಯವಾಗಿ ತನಗೇನು ತಿಳಿದೇ ಇಲ್ಲ ಎನ್ನುವಂತೆ ನಟಿಸತೊಡಗಿದ.

ಹೀಗಿರುವಾಗ ಒಮ್ಮೆ ರತ್ನಿಗೆ ಹುಷಾರು ತಪ್ಪಿ ಕ್ವಾಟ್ರಸ್ಸಿನ ಕೆಲಸಕ್ಕೆ ಹೋಗಲು ಸಾಧ್ಯವಾಗಲಿಲ್ಲ. ಆದರೆ ಸೋಮೇಶನನ್ನು ಬಹುವಾಗಿ ಹಚ್ಚಿಕೊಂಡಿದ್ದ ರತ್ನಿ, 'ತಾನು ಹೋಗಿ ಮನೆಗೆಲಸ ಮಾಡಿಕೊಡದೆ ಹೋದರೆ ಸೋಮೇಶನಿಗೆ ಅದೆಲ್ಲಿ ಕಷ್ಟವಾಗಿಬಿಡಬಹುದು' ಎಂದು ತನ್ನ ಹದಿಹರೆಯದ ಮಗಳು ಚೆಲುವಿಯನ್ನು

ಒಪ್ಪಿಸಿ ಕಳುಹಿಸಿದಳು. ಅವಾಗ ತಾನೆ ಮೈನೆರೆದು ಮೈಕೈ ತುಂಬಿಕೊಂಡಿದ್ದ ಚೆಲುವಿ, ಅಮ್ಮನ ಮಾತು ಕೇಳಿ ಗಾರ್ಡ್ ಸೋಮೇಶನ ಮನೆಗೆ ಹೋಗಿ ಕೆಲಸ ಮಾಡಲು ಶುರುಮಾಡಿದಳು.

ವಾರ ಕಳೆಯುವಷ್ಟರಲ್ಲಿ ರತ್ನಿ ಚೇತರಿಸಿಕೊಂಡಳು. ಕಳೆದ ಏಳೆಂಟು ದಿನಗಳಿಂದ ಸೋಮೇಶನನ್ನು ನೋಡದೇ ಅವನ ಸಂಗ ಸೇರದೆ ಚಡಪಡಿಸುತ್ತಿದ್ದ ರತ್ನಿ ಎದ್ದು ನಿಲ್ಲಲು ಸಾಧ್ಯವಾದದ್ದೆ ಪ್ರಿಯಕರನನ್ನು ನೋಡಲು ಸಿದ್ಧವಾದಳು. 'ಒಂದು ವಾರ ನನ್ನನ್ನು ಕಾಣದೇ ಅದೇಗೆ ಸಹಿಸಿಕೊಂಡನೋ ಪಾಪ! ನನ್ನನ್ನು ಅತಿಯಾಗಿ ಹಚ್ಚಿಕೊಂಡಿರುವ ಸೋಮೇಶ, ನನ್ನ ಮುಖ ಕಾಣುತ್ತಿದ್ದಂತೆ ಓಡಿ ಬಂದು ಸಂತೋಷದಿಂದ ಆಲಂಗಿಸಿಕೊಳ್ಳಬಹುದು!' ಎಂದು ಮನದಲ್ಲಿ ಹಿಗ್ಗುತ್ತಾ ತಿತಿಮತಿ ಮುಖ್ಯರಸ್ತೆಗೆ ಅಂಟಿಕೊಂಡಂತಿದ್ದ ಫಾರೆಸ್ಟ್ ಕ್ವಾಟ್ರಸ್ಸಿನತ್ತ ರತ್ನಿ ಬಿರಬಿರನೆ ನಡೆದಳು.

ರತ್ನಿ ಕ್ವಾಟ್ರಸ್ಸ್ ತಲುಪುವಾಗ ಸೋಮೇಶ ಮನೆಯಲ್ಲೆ ಇದ್ದ. ಆದರೆ ಅವಳ ಊಹೆಯೆಲ್ಲ ಅಡಿಮೇಲಾಯಿತು. ಅವನು ನೆಪಕ್ಕು ರತ್ನಿಯನ್ನು ಮಾತನಾಡಿಸುವ ಗೋಜಿಗೆ ಹೋಗದೇ ಕಾಡಿನೆಡೆಗೆ ಹೊರಟು ನಿಂತ. 'ಒಂದು ವಾರ ಬಾರದೇ ಇದ್ದುದ್ದಕ್ಕೆ ನನ್ನ ಮೇಲೆ ಕೋಪ ಮಾಡಿಕೊಂಡಿರಬೇಕು ಅಥವಾ ಬೆಂಕಿ ಸಮಯವಾದದ್ದರಿಂದ ಕಾಡಿನ ಕಡೆಗೆ ಹೆಚ್ಚು ತಲೆಕೆಡಿಸಿಕೊಂಡಿರಬೇಕು. ಅದಕ್ಕೇನೊ ನನ್ನ ಬಳಿ ಮಾತನಾಡದೇ ಹೋದದ್ದು!' ಎಂದು ತನ್ನನ್ನು ತಾನೇ ಸಮಾಧಾನ ಮಾಡಿಕೊಂಡ ರತ್ನಿ ಮನೆಗೆಲಸವನ್ನು ಮುಂದುವರೆಸಿದಳು.

ವಾರ ಕಳೆದರೂ ಯಥಾಸ್ಥಿತಿ ಮುಂದುವರೆಯಿತು. ಮೊದಲಿನಂತೆ ಪ್ರೀತಿಯಿಂದ ಮಾತನಾಡಿಸುವುದಾಗಲಿ, ಮಂಚಕ್ಕೆ ಕರೆಯುವುದಾಗಲಿ ಮಾಡದೇ ತನ್ನನ್ನು ಕಂಡರೆ ಮಾರುದ್ದ ಹೋಗುತ್ತಿರುವ ಸೋಮೇಶನ ನಡುವಳಿಕೆ ಕಂಡು 'ಇವನಿಗೇನಾಯ್ತು!' ಎಂದು ರತ್ನಿಗೆ ಚಿಂತೆ ಹತ್ತಿತು. ಸೋಮೇಶ ಸರಿಯಾಗುವ ಯಾವುದೇ ಲಕ್ಷಣಗಳು ಕಾಣುತ್ತಿಲ್ಲ. ಇವನನ್ನು ಹೆಂಗಪ್ಪ ದಾರಿಗೆ ತರುವುದು! ಕಾಡು ಜನರಂಗಲ್ಲ ಈ ನಾಡಿನವರ ಮನಸ್ಸು. ಕೊನೆಗೆ ನನ್ನನ್ನು ಬೇಡ ಅಂದು ಬಿಡುತ್ತಾನೋ! ಒಂದು ವೇಳೆ ನಾನೇನಾದರು ಅವನ ಬಳಿ, ಯಾಕಿಂಗೆ ಮಾಡುತ್ತಿದ್ದೀಯಾ? ಎಂದು ಕೇಳಿ, ಅವನಿಗೆ ಅದು ರುಚಿಸದೇ ಕೋಪ ಮಾಡಿಕೊಂಡು, ನಾಳೆಯಿಂದ ನೀನು ಕ್ವಾಟ್ರಸ್ಸ್ ಕೆಲಸಕ್ಕೂ ಬರುವುದು ಬೇಡ ಎಂದುಬಿಟ್ಟರೆ! ಏನು ಮಾಡುವುದು! 'ನನ್ನವನ ಬುದ್ದಿ ಸರಿಯಾದರೆ ಮುಂದಿನ ಕುಂಡೆ ಹಬ್ಬಕ್ಕೆ ಅಯ್ಯಪ್ಪನಿಗೆ ಎರಡು ಸೇರು ಅಕ್ಕಿ ಕೊಡುತ್ತೇನೆ' ಎಂದು ಮನದಲ್ಲೆ ಹರಕೆ ಮಾಡಿಕೊಂಡಳು.

***

ಕಣಿಲೆ ಹುಡುಕಿಕೊಂಡು ಪೂವಿ ಕಾಡಿಗೆ ಹೋಗಿದ್ದಳು. ಅರಣ್ಯದ ನಡುಭಾಗ ತಲುಪಿರಬೇಕು, ಒಂದು ಕಡೆ ಹುಲುಸಾಗಿ ಬೆಳೆದು ನಿಂತಿದ್ದ ಬಿದಿರು ಮೆಳೆಯ ಕೆಳಗೆ ಇಳೆಯೊಳಗಿಂದ ಇಣುಕಿ ಮುಗಿಲಿನತ್ತ ನೋಡುತ್ತಿದ್ದ ಎಳೆಯ ಕಣಿಲೆಗಳ ಹಿಂಡು ಅವಳ ಕಣ್ಣಿಗೆ ಬಿತ್ತು. 'ಅಬ್ಬಾ.. ಹುಡುಕಿಕೊಂಡು ಬಂದಿದ್ದಕ್ಕು ಸಾರ್ಥಕವಾಯಿತು. ಒಂದಷ್ಟನ್ನು ನಾವು ಬಳಸಿಕೊಂಡು, ಉಳಿದದ್ದನ್ನು ನಾಳೆ ಕೆಂಪನ ಕೈಯಲ್ಲಿ ಸಿದ್ದಾಪುರ ಸಂತೆಗೆ ಕಳುಹಿಸಿದರೆ ವಾರದ ಖರ್ಚಿಗಿರುವ ಹಣ ಸಿಗುತ್ತದೆ' ಎಂದು ಖುಷಿಯಿಂದ ಬಿದಿರು ಮೆಳೆಯ ಬುಡದಲ್ಲಿ ಕುಳಿತು ತನ್ನ ಕೈಯಲ್ಲಿದ್ದ ಕೊಕ್ಕೆಕತ್ತಿಯಿಂದ ಬಿದಿರಿನ ಎಳೆಯ ಕೊಂಬುಗಳನ್ನು 'ಸರಕ್ ಸರಕ್' ಎಂದು ಕೊಯ್ದು ಬುಟ್ಟಿಗೆ ಹಾಕಲು ಪ್ರಾರಂಭಮಾಡಿದಳು.

ಕೆಲಹೊತ್ತು ಸರಿದಾಗ, ಕಣಿಲೆ ಕೊಯ್ದು ಬುಟ್ಟಿಗೆ ಹಾಕುವ ಭರದಲ್ಲಿದ್ದ ಪೂವಿಗೆ ಪಕ್ಕದ ಲಂಟಾನ ಪೊದೆಯೊಳಗಿಂದ 'ರ್‍ರ್ ರ್‍ರ್' ಎಂದು ಏನೋ ಹೊರಳಾಡುತ್ತಿರುವ ಶಬ್ದ ಕೇಳಿಸಿದಂತಾಯ್ತು. ಆ ಧ್ವನಿ ಕೇಳಿದ್ದೆ ತಡ ಪೂವಿಯ ಎದೆ 'ಡವಡವ' ಎಂದು ಬಡಿದುಕೊಳ್ಳಲು ಶುರುವಾಯಿತು. ಕಾರಣ, ಕಳೆದೊಂದು ತಿಂಗಳಿಗೆ ಮೊದಲು ಇದೇ ರೀತಿ ತಮ್ಮದೆ ಹಾಡಿಯ ಸರಸು ಮತ್ತು ರಾಜು ದಂಪತಿಗಳು ಅಂಟುವಾಳ ಸಂಗ್ರಹಿಸಲು ಕಾಡಿಗೆ ಹೋಗಿದ್ದಾಗ ಒಂಟಿ ಸಲಗವೊಂದು ಏಕಾಏಕಿ ದಾಳಿ ಮಾಡಿ ಸರಸುವಿನ ಕಣ್ಣ ಮುಂದೆಯೇ ಅವಳ ಗಂಡ ರಾಜುವನ್ನು ಒದ್ದು ಚೆಂಡಾಡಿ, ಅವನ ಎದೆಯ ಮೇಲೆ ಕಾಲಿಟ್ಟು ಸೊಂಡಿಲಿನಿಂದ ಮತ್ತೊಂದು ಕಾಲನ್ನು ಎಳೆದು ಹರಿದುಹಾಕಿತ್ತು. ಈ ಹೃದಯವಿದ್ರಾವಕ ದೃಶ್ಯವನ್ನು ಕಣ್ಣಾರೆ ಕಂಡು ಹಾಸಿಗೆ ಹಿಡಿದ ಸರಸು ಇಂದಿಗೂ ಮಲಮೂತ್ರ ವಿಸರ್ಜನೆಯನ್ನು ಕೂಡ ಮಲಗಿದ್ದಲ್ಲಿಂದಲೆ ಮಾಡುತ್ತಾ ಯಮಯಾತನೆ ಅನುಭವಿಸುತ್ತಿರುವುದು ಆ ಒಂದು ಕ್ಷಣಕ್ಕೆ ಪೂವಿಯ ಕಣ್ಣೆದುರಲ್ಲಿ ಮಿಂಚಿ ಮರೆಯಾಯ್ತು.

'ಅಪರೂಪಕ್ಕೆ ಇಷ್ಟೊಂದು ಕಣಿಲೆಗಳು ಸಿಕ್ಕಿವೆ. ಈ ಸಮಯದಲ್ಲಿ ಆನೆ ಏನಾದರು ಬಂದರೆ, ಇದನ್ನೆಲ್ಲ ಎತ್ತಿಕೊಂಡು ಓಡಲಂತು ಸಾಧ್ಯವಿಲ್ಲ. ಪ್ರಾಣ ಉಳಿದರೆ ನಾಳೆ ಕೆಂಪನ ಜೊತೆ ಬಂದಾದರು ಕಣಿಲೆಯನ್ನು ತೆಗೆದುಕೊಂಡು ಹೋಗಬಹುದು' ಎಂದು ಅಂದಾಜಿಸಿ, ಆನೆ ದೂರದಲ್ಲೇನಾದರು ಇದ್ದರೆ ಜಾಗ ಖಾಲಿ ಮಾಡಿಬಿಡುವ ಎಂದು ಮೆಲ್ಲನೆ ಕುಳಿತಲ್ಲಿಂದಲೆ ಅಂಡು ಸರಿಸಿ ಶಬ್ದ ಕೇಳಿಬಂದ ಲಂಟಾನ ಪೊದೆಯೆಡೆಗೆ ದಿಟ್ಟಿಸಿದಳು. ಅಲ್ಲಿ ಆನೆ ಇರುವ ಯಾವುದೇ ಲಕ್ಷಣಗಳಿಲ್ಲ. 'ಇನ್ನೇನಿರಬಹುದು?' ಎಂದು ಮತ್ತೊಮ್ಮೆ ಕಿವಿಗೊಟ್ಟಳು. ಮ್..ಮ್, ಎಂದು ಸಣ್ಣದಾಗಿ ಯಾರೋ ನರಳಾಡುತ್ತಿರುವ ಧ್ವನಿ.

'ಹೌದು! ಇದು ಪ್ರಾಣಿಗಳ ಶಬ್ದವಂತು ಅಲ್ಲ. ನರಮನುಷ್ಯರ ನರಳಾಟದಂತೆ ಕೇಳುತ್ತಿದೆಯಲ್ಲ! ಎಂದು ಕುಳಿತಲ್ಲಿಂದ ಎದ್ದ ಪೂವಿ

ಮೆಲ್ಲನೆ ಶಬ್ದವಾಗದಂತೆ ಕಳ್ಳ ಹೆಜ್ಜೆಗಳನ್ನಿಡುತ್ತಾ ಲಂಟಾನ ಮೊದೆಯೆಡೆಗೆ ನಡೆದಳು. ಪೂವಿ ಮೊದೆಗೆ ಹತ್ತಿರವಾಗುತ್ತಿದ್ದಂತೆ ಮುಲುಗುಟ್ಟುವಿಕೆ ಮತ್ತಷ್ಟು ಹೆಚ್ಚಾಯಿತು. 'ಇಲ್ಲಿ ನಿಂತು ನೋಡಿದರೆ ಆ ಮೊದೆಯ ಹಿಂಭಾಗದಲ್ಲಿ ಏನಿದೆ ಎಂದು ಸ್ಪಷ್ಟವಾಗಿ ಕಾಣಬಹುದು' ಎಂದು ತೋಚಿದ ಒಂದು ಆಯಕಟ್ಟಿನ ಜಾಗ ತಲುಪುವ ವೇಳೆಗಾಗಲೇ ಕೇಳಿಬರುತ್ತಿರುವ ಆ ಅಶರೀರವಾಣಿ ಯಾವುದೋ ಗಂಡು ಮತ್ತು ಹೆಣ್ಣು ತಮ್ಮ ಕಾಮತೃಷೆಯನ್ನು ತೀರಿಸಿಕೊಳ್ಳುವ ತವಕದಲ್ಲಿ ಉನ್ಮಾದದಿಂದ ಹೊರಡಿಸುತ್ತಿರುವ ಸದ್ದು ಎಂಬುದು ಪೂವಿಗೆ ಖಾತರಿಯಾಗಿ ಅವಳ ಕೆನ್ನೆ ನಾಚಿಕೆಯಿಂದ ಕೆಂಪೇರಿತು. 'ನಾನ್ಯಾಕೆ ಅವರೆಡೆಗೆ ಹೋಗಿ ಸುಖಕ್ಕೆ ಭಂಗ ಉಂಟುಮಾಡಲೀ' ಮರಳಿ ಹೊರಟುಬಿಡುವ ಎಂದು ಕಣಿಲೆಯ ಬುಟ್ಟಿಯೆಡೆಗೆ ತಿರುಗಿದಳು.

ಎರಡು ಹೆಜ್ಜೆ ಮುಂದಕ್ಕೆ ಇಟ್ಟಿರಬಹುದು. ಹೆಂಗೂ ಇಲ್ಲಿಯವರೆಗೆ ಬಂದಾಗಿದೆ, ಅದ್ಯಾರು ಅಂತ ಒಮ್ಮೆ ನೋಡಿದರೇನು? ಎಂದು ಪೂವಿಯ ಒಳಮನಸ್ಸು ದಬದಬ ಬಡಿದುಕೊಳ್ಳತೊಡಗಿತು. ಮತ್ತೆ ತಿರುಗಿದಳು. ಮೆಲ್ಲನೇ ಎದುರಿಗಿದ್ದ ಕಾಡುಬಳ್ಳಿಗಳನ್ನು ಸರಿಸಿ ಕಣ್ಣರೆಪ್ಪೆಗಳನ್ನು ಅರಳಿಸಿ ಸೂಕ್ಷ್ಮವಾಗಿ ದಿಟ್ಟಿಸಿದಳು. ಅರೆಕ್ಷಣ ಪೂವಿಗೆ ಅವಳ ಕಣ್ಣುಗಳನ್ನೆ ನಂಬಲಾಗಲಿಲ್ಲ. ಕಾರಣ, ಲಂಟಾನ ಮೊದೆಯ ಮರೆಯಲ್ಲಿ ತಾವೆಲ್ಲ ಇನ್ನು ಹಾಡಿಯ ಕೂಸೆಂದು ಭಾವಿಸಿದ್ದ ಸ್ನೇಹಿತೆ ರತ್ನಿಯ ಮಗಳು ಚೆಲುವಿ, ಅದೇ ರತ್ನಿಯ ಪ್ರಿಯಕರ ಗಾರ್ಡ್ ಸೋಮೇಶನ ಎದೆಯಡಿಯಲ್ಲಿ ಬೆತ್ತಲು ಮಲಗಿ ಕಾಮಕೇಳಿಯ ಸುಖದಲ್ಲಿ ನರಳುತ್ತಿದ್ದಳು.

'ಅಯ್ಯೋ ಅಂಬಾಳಮ್ಮೆ, ಇದೇನು ನೋಡ್ತಾ ಇದ್ದೀನಿ ನಾನು! ಈ ಗಾರ್ಡ್ ಸೋಮೇಶ ಒಂದು ಕಡೆ ತನ್ನ ಕ್ವಾಟ್ರಸ್ಸಿನ ಕೆಲಸವನ್ನು ಮೂರು ಕಾಸಿಗೆ ರತ್ನಿಯಿಂದ ಮಾಡಿಸಿಕೊಳ್ಳುವುದರ ಜೊತೆಗೆ ಅವಳನ್ನು ಕೂಡ ತನಗೆ ಬೇಕಾದಂತೆ ಬಳಸಿಕೊಳ್ಳುತ್ತಿದ್ದಾನೆ. ರತ್ನಿ ಕೂಡ ಬೋಳನಿಗೆ ಮೋಸಮಾಡಿ ಇವನೇ ತನ್ನ ಸರ್ವಸ್ವ ಎಂಬ ಗುಂಗಿನಲ್ಲಿ ಬದುಕುತ್ತಿದ್ದಾಳೆ. ಆದರೆ ಈ ಬ್ಯಾವರ್ಸಿ, ಮೊಲೆಯಾಲು ಕುಡಿದ ಪಸೆಯೂ ಆರದ ಅವಳ ಮಗಳ ಜೊತೆಗೂ ಚಕ್ಕಂದ ಆಡುತ್ತಿದ್ದಾನಲ್ಲ!' ಎಂದು ದಂಗಾಗಿ ಅಲ್ಲಿಯೇ ಕುಸಿದು ಕುಳಿತಳು. ಪೂವಿಯ ಕೈಕಾಲುಗಳು ಅದುರತೊಡಗಿತು.

ಇತ್ತ ಇದ್ಯಾವುದರ ಪರಿವೇ ಇಲ್ಲದೆ ತಮ್ಮ ತೀಟೆಯನ್ನು ತೀರಿಸಿಕೊಂಡು ಎದ್ದ ಜೋಡಿ, ಬಟ್ಟೆ ಸವರಿಕೊಂಡು ಬೇರೆಬೇರೆ ದಾರಿಯಲ್ಲಿ ನಡೆಯತೊಡಗಿದರು. ಮಲಗಿದ್ದಲ್ಲಿಂದ ಎದ್ದವರು ಏನು ನಡೆದೇ ಇಲ್ಲ ಎನ್ನುವಂತೆ ಪರಸ್ಪರ ಮಾತು ಸಹ ಆಡದೆ ಬೇರೆಬೇರೆ ದಿಕ್ಕಿನಲ್ಲಿ ತಮ್ಮ ಪಾಡಿಗೆ ನಡೆದು ಹೋಗುತ್ತಿದ್ದರೆ ಇವರು ಈ ರೀತಿಯಾಗಿ ಇದೇ ಪ್ರಥಮ

ಬಾರಿಗೆ ಸೇರುತ್ತಿರುವುದೇನಲ್ಲ! ಎಂಬುದು ಪೂವಿಗೆ ಖಾತರಿಯಾಯಿತು. 'ಈ ಸತ್ಯವನ್ನು ನಾನೇಗೆ ರತ್ನಿಗೆ ತಿಳಿಸಲಿ? ಅವಳು ನನ್ನ ಮಾತನ್ನು ನಂಬಬಹುದಾ! ಒಂದು ವೇಳೆ ನನ್ನನ್ನೇ ಅಪಾರ್ಥ ಮಾಡಿಕೊಂಡಬಿಟ್ರೆ!' ಎಂದು ಯೋಚಿಸಿ ಪೂವಿಗೆ ತಲೆ ಚಿಟ್ಟು ಹಿಡದಂಗಾಯ್ತು. 'ಈ ಹಾಳು ಫಾರೆಸ್ಟಿನವರ ದೆಸೆಯಿಂದಾಗಿ ಹಾಡಿಯ ಹೆಣ್ಣುಮಕ್ಕಳ ಶೀಲಕ್ಕೆ ಬೆಲೆಯೇ ಇಲ್ಲದಂತಾಯ್ತು. ಹೊರಗಿನಿಂದ ಕಾಡು ಕಾಯಲು ಬರುವ ಗಾರ್ಡ್, ಫಾರೆಸ್ಟರ್ಗಳು ಸಣ್ಣ ಮಕ್ಕಳು ಮುದುಕಿಯರು ಎಂದು ನೋಡದೆ ಎಲ್ಲರನ್ನು ತಮಗೆ ಬೇಕಾದಂತೆ ಬಳಸಿಕೊಳ್ಳೋದೆ ಆಯ್ತು. ಈ ಅನಾಚಾರವೆಲ್ಲ ನಮ್ಮ ಹಾಡಿಯ ಗಂಡಸರಿಗೆ ಗೊತ್ತಾದರೂ ತಮಗೇನು ತಿಳಿದೇ ಇಲ್ಲ ಎನ್ನುವಂತೆ ಕಾಡು ಸುತ್ತಿಕೊಂಡು, ಫಾರೆಸ್ಟಿನವರ ಚಾಕರಿ ಮಾಡಿಕೊಂಡು ನಾಮಾರ್ಧರಂತೆ ಬದುಕುತ್ತಿದ್ದಾರೆ' ಎಂದು ನೋವಿನಿಂದ ಹಾಡಿಯ ಎಲ್ಲಾ ಗಂಡಸರಿಗು ಕುಳಿತಲ್ಲಿಂದಲೆ ಹಿಡಿಶಾಪ ಹಾಕಿದಳು. ಚೆಲುವಿ ಮತ್ತು ಸೋಮೇಶ ದೂರವಾಗುತ್ತಾ ಹೋದರು. ಪೂವಿಗೆ ಮೇಲೇಳಲೆ ಆಗುತ್ತಿಲ್ಲ. ಅಲ್ಲಿಯವರೆಗೂ ಬೆಳಕಾಗಿದ್ದ ಕಾಡು, ಒಮ್ಮೆಲೇ ಗ್ರಹಣ ಹಿಡಿದಂತೆ ಕಪ್ಪಿಡತೊಡಗಿತು. ಇದುವರೆಗೂ ಕೇಳದಿದ್ದ ಅಪರಿಚಿತ ಪ್ರಾಣಿಗಳ ಕೂಗು ನಾಲ್ಕು ದಿಕ್ಕುಗಳಿಂದ ಕೇಳಿಬರತೊಡಗಿತು. ಮೆಲ್ಲನೇ ಸಾವರಿಸಿಕೊಂಡು ಎದ್ದ ಪೂವಿ ಕಣಿಲೆಯ ಬುಟ್ಟಿ ಹೊತ್ತು ಹಾಡಿಯತ್ತ ಹೆಜ್ಜೆ ಹಾಕಿದಳು.

ತೆಳ್ಳಗೆ ಕತ್ತರಿಸಿದ ಕಣಿಲೆಯನ್ನು ನೀರಿನಲ್ಲಿ ನೆನೆಯ ಹಾಕುತ್ತಿದ್ದ ಪೂವಿಯ ಕಣ್ಣಮುಂದೆ ರತ್ನಿಯ ಮಗಳು ಮತ್ತು ಅವಳ ಪ್ರಿಯಕರ ಜೊತೆಗಿದ್ದ ಆ ಸನ್ನಿವೇಶಗಳು ಮತ್ತೆ ಮತ್ತೆ ಪ್ರತ್ಯಕ್ಷವಾಗಿ ಉಸಿರುಗಟ್ಟಿಸತೊಡಗಿತು. ಅದೆಷ್ಟೇ ಪ್ರಯತ್ನಪಟ್ಟರು ಕಣ್ಣಂಚಿನಿಂದ ಆ ದೃಶ್ಯಗಳು ಸರಿಯುತ್ತಲೇ ಇಲ್ಲ. ಇನ್ನು ತಡೆದರೆ ತನ್ನ ತಲೆಯೇ ಸಿಡಿದು ಹೋಗಿಬಿಡುತ್ತದೆ ಎಂದನಿಸುತ್ತಿದ್ದಂತೆ ಗುಡಿಸಲ ತಡಿಕೆಯನ್ನು ಎಳೆದ ರತ್ನಿ ಪೂವಿಯ ಮನೆಯ ಕಡೆ ಹೊರಟಳು.

'ಯಮರ‍್ರೈಟ, ಯಮರ‍್ರೈಟ' ಎಂದು ನೆಲದ ಮೇಲೆ ಕಡ್ಡಿಯಲ್ಲಿ ಗೀರಿದ್ದ ಚೌಕಾಕಾರದೊಳಗೆ ಎರಡೂ ಕಾಲಗಲಿಸಿ, ನೆತ್ತಿಯ ಮೇಲೆ ಚಪ್ಪಟೆ ಕಲ್ಲನಿಟ್ಟು, ಮುಗಿಲು ನೋಡುತ್ತಾ ಎಚ್ಚರವಾಗಿ ಚೆಲುವಿ ನಡೆಯುತ್ತಿದ್ದಳು.

'ಈ ಮಗುವೇನಾ ಸೋಮೇಶನೊಂದಿಗೆ ಅಲ್ಲಿ ಚಕ್ಕಂದ ಆಡುತ್ತಿದ್ದದ್ದು!'

ಒಲೆಯ ಮೇಲಿದ್ದ ಗಂಜಿ ನೊರೆಯುಬ್ಬಿಸಿಕೊಂಡು ಬೇಯುತ್ತಲಿದ್ದರೆ ಎಡಗೈಯಲ್ಲಿ ಪುಳ್ಳೆಗಳನ್ನು ತುರುಕುತ್ತಾ ಬಲಗೈಯಲ್ಲಿ ಕಬ್ಬಿಣದ ಕೊಳವೆಯಿಂದ 'ಉಫ್ ಉಫ್' ಎಂದು ಉರುಬುತ್ತಾ ಕುಳಿತಿದ್ದ ರತ್ನಿಗೆ ಯಾರೋ ಗುಡಿಸಲೊಳಗೆ ಬಂದ ಶಬ್ದ ಕೇಳಿಸಿತು. ಒಲೆಕಟ್ಟೆಯ ಎದುರಿನಿಂದ ರತ್ನಿ ಮಂಡಿಯಿಡಿದು ಏಳಲು ಮುಂದಾದಳು.

"ರತ್ನಿ ರತ್ನಿ" ಪೂವಿಯ ಧ್ವನಿ.

“ಬಾ ಪೂವಿ, ಈ ಹಾಳು ಪುಳ್ಳೆ ಉರಿತಾನೆ ಇಲ್ಲ” ಎಂದು ರತ್ನಿ ತನ್ನ ಕೆಂಪಗಾಗಿದ್ದ ಕಣ್ಣನ್ನು ಸೆರಗಲ್ಲಿ ಒರೆಸಿಕೊಳ್ಳುತ್ತಾ ಬದಿಯಲ್ಲಿದ್ದ ಮುಕ್ಕಾಲಿ ಮಣೆಯನ್ನು ಪೂವಿಯತ್ತ ಸರಿಸಿದಳು. ಒಂದಷ್ಟು ಹೊತ್ತು ಇಬ್ಬರು ಇಲ್ಲಸಲ್ಲದನ್ನು ಹರಟುತ್ತಾ ಹೋದರು.

“ರತ್ನಿ ನಾನೊಂದು ಮಾತು ಹೇಳಿದರೆ ನೀನು ಬೇಜಾರು ಮಾಡಿಕೊಳ್ಳಲ್ಲ ತಾನೆ”

“ಹೇ ಎಂತ ಹೇಳೋದೆ ನೀನು. ನಾವಿಬ್ಬರೂ ಒಂದೇ ಅಲ್ವಾ! ನಾನ್ಯಾಕೆ ಬೇಜಾರು ಮಾಡಿಕೊಳ್ಳಲಿ, ಎಂಥ ವಿಷಯ ಅಂತ ಹೇಳು”

ದೀರ್ಘವಾದ ನಿಟ್ಟುಸಿರೊಂದನ್ನು ಬಿಟ್ಟ ಪೂವಿ, “ರತ್ನಿ, ನಾನಿಂದು ಕಣಿಲೆ ಹುಡುಕಿಕೊಂಡು ಕಾಡಿಗೆ ಹೋಗಿದ್ದೆ. ಆದರೆ ನಾನಲ್ಲಿ ಕಂಡ ಆ ದೃಶ್ಯವನ್ನು ನಿನ್ನ ಬಳಿ ಹೇಗೆ ಹೇಳಲಿ!” ಎಂದು ಸಂಕಟದಿಂದ ಮಾತು ನುಂಗಿಕೊಂಡಳು.

ಪೂವಿ ಗದ್ಗದಿತಳಾಗುತ್ತಿರುವುದನ್ನ ನೋಡಿ, “ಎಂತ ಸಾವೇ ನಿಂದು, ಅದೇನು ಅಂತ ಬಿಡಿಸಿ ಹೇಳು” ಎಂದು ರತ್ನಿ ಗಾಬರಿಯಾದಳು.

“ನಾನು ಕಣಿಲೆ ಕಡಿದು ಬುಟ್ಟಿಗೆ ತುಂಬಿಸುತ್ತಿದ್ದ ಸಂದರ್ಭದಲ್ಲಿ ಪಕ್ಕದ ಪೊದೆಯಿಂದ ಏನೋ ಒಂದು ರೀತಿಯ ಶಬ್ದ ಕೇಳಿಸಿತು. ಏನು ಅಂತ ತಿಳಿದುಕೊಳ್ಳುವ ಸಲುವಾಗಿ ಅಲ್ಲಿ ಹೋಗಿ ನೋಡಿದ್ರೆ, ನಮ್ಮ ಚೆಲುವಿ ಕಾಣಬಾರದ ರೀತಿಯಲ್ಲಿ ಒಬ್ಬನೊಂದಿಗೆ ಮಲಗಿದ್ದಳು ರತ್ನಿ!”

ಪೂವಿಯ ಮಾತು ಕೇಳಿ ರತ್ನಿಯ ಉಸಿರೇ ನಿಂತು ಹೋದಂತಾಯ್ತು. ಅವಳ ಕೈಯಲ್ಲಿದ್ದ ಒಲೆ ಉರುಬುವ ಕೊಳವೆ ಕೈಜಾರಿ ‘ಟೊಣ್’ ಅಂತ ಸಗಣಿ ಸಾರಿಸಿದ್ದ ನೆಲಕ್ಕೆ ಬಿತ್ತು. ಅದುವರೆಗೂ ಉರಿಯಲು ಸತಾಯಿಸುತ್ತಿದ್ದ ಒಲೆಯೊಳಗಿದ್ದ ಪುಳ್ಳೆಗಳು ಒಮ್ಮಿಂದೊಮ್ಮೆಲೇ ‘ಚಟಪಟ’ ಎಂದು ಆತುರಾತುರವಾಗಿ ಉರಿಯಲು ಶುರುವಿಟ್ಟುಕೊಂಡಿತು.

ಕಣ್ಣಂಚಿನಲ್ಲಿ ಜಿನುಗಿದ ನೀರನ್ನು ತಲೆಬಟ್ಟೆಯಲ್ಲಿ ಸೀಟಿಕೊಂಡ ರತ್ನಿ, “ಅವಳಿನ್ನು ಸಣ್ಣ ಹುಡುಗಿ ಪೂವಿ” ಎಂದಳು.

“ಹೌದು ರತ್ನಿ, ಆ ಕ್ಷಣಕ್ಕೆ ನನ್ನ ಕಣ್ಣನ್ನು ನನಗೆ ನಂಬಲಾಗಲಿಲ್ಲ”

“ಚೆಲುವಿ ಇದ್ದದ್ದು ಯಾರ ಜೊತೆ? ನಮ್ಮ ಹಾಡಿಯ ಹುಡುಗರ?”

‘ನಿಜ ಸಂಗತಿ ಹೇಳಿದರೆ ರತ್ನಿ ಯಾವ ರೀತಿ ತೆಗೆದುಕೊಳ್ಳುತ್ತಾಳೆ’ ಎಂಬ ಆತಂಕದಿಂದ ಒಂದೆರಡು ನಿಮಿಷ ಏನು ಮಾತನಾಡದೆ ಹೊಗೆಯಾಡುತ್ತಿದ್ದ ಒಲೆಯನ್ನೆ ದಿಟ್ಟಿಸುತ್ತಾ ಪೂವಿ ಮೌನವಾಗಿ ಕುಳಿತಳು.

“ಯಾಕೆ ಪೂವಿ, ಏನು ಮಾತನಾಡುತ್ತಿಲ್ಲ! ಯಾರೊಂದಿಗೆ ಅಂತ ಹೇಳು” ಎಂದು ಇನ್ನಷ್ಟು ಹತ್ತಿರಕ್ಕೆ ಬಂದು ಅವಳ ಭುಜವನ್ನು ಹಿಡಿದು ರತ್ನಿ ಕುಲುಕಿದಳು. ರತ್ನಿಯ ಒತ್ತಡ ಹೆಚ್ಚಾಗತೊಡಗಿತು.

ಇನ್ನು ಮುಚ್ಚಿ ಇಡುವುದು ತರವಲ್ಲ ಎಂದು ಮನಗಂಡ ಪೂವಿ, "ಗಾರ್ಡ್ ಸೋಮೇಶ" ಎಂದಳು.

ಪೂವಿಯ ಮಾತನ್ನು ಕೇಳಿ ರತ್ನಿಗೆ ಆಕಾಶವೇ ತಲೆಯ ಮೇಲೆ ಕಳಚಿ ಬಿದ್ದಂಗಾಯ್ತು. ಯಾರಿಗೋಸ್ಕರ ತನ್ನ ಗಂಡನಿಂದ ದೂರವಿದ್ದು, ನನ್ನವನು ಎಂದು ತಲೆಯ ಮೇಲೆ ಹೊತ್ತು ಮೆರೆಸುತ್ತಿದ್ದೆನೋ, ಅವನೇ ತನ್ನ ಕರುಳಬಳ್ಳಿಯೊಂದಿಗೆ ಕೂಡ ದೈಹಿಕ ಸಂಪರ್ಕ ಇಟ್ಟುಕೊಂಡಿದ್ದಾನೆ ಎಂಬುದನ್ನು ಗೆಳತಿಯ ಬಾಯಿಂದ ಕೇಳಿ ರತ್ನಿಯ ಕೈಕಾಲುಗಳು ಬಲ ಕಳೆದುಕೊಂಡಂತಾಯ್ತು. 'ನಾನೇನು ಕೇಳುತ್ತಿದ್ದೇನೆ' ಎಂದು ತನ್ನೆರಡು ಕಿವಿಯನ್ನು ಗಟ್ಟಿಯಾಗಿ ಮುಚ್ಚಿಕೊಂಡಳು. ಮರುಕ್ಷಣದಲ್ಲಿ ತಾನು ಮತ್ತು ಚೆಲುವಿ ಸೋಮೇಶನ ಅಕ್ಕಪಕ್ಕದಲ್ಲಿ ಬೆತ್ತಲು ಮಲಗಿರುವಂತ ಚಿತ್ರಣ, ಕಪ್ಪು ಪರದೆಯ ಮೇಲೆ ಸಿನಿಮಾ ಮೂಡಿದಂತೆ ತನ್ನ ಮುಚ್ಚಿದ್ದ ಕಣ್ಣೊಳಗೆ ಕಾಣಿಸತೊಡಗಿತು. "ಅಂಬಾಳಮ್ಮೆ" ಎಂದು ಕಿಟಾರನೆ ಚೀರಿಕೊಂಡ ರತ್ನಿ ತನ್ನ ನೆತ್ತಿಗೆ ಪಟಪಟ ಬಡಿಯತೊಡಗಿದಳು.

'ಒಂದು ವೇಳೆ ಇವಳು ಸುಳ್ಳು ಹೇಳುತ್ತಿರಬಹುದಾ! ನನ್ನ ಮತ್ತು ಅವನ ಸಂಬಂಧ ನೋಡಿ ಸಹಿಸದಾದ ಪೂವಿ, ಹೊಟ್ಟೆ ಉರಿಯಿಂದ ಈ ರೀತಿ ಕಥೆಕಟ್ಟುತ್ತಿದ್ದಾಳ!' ಎಂದು ರತ್ನಿಗೆ ಅನುಮಾನ ಶುರುವಾಯಿತು. ಯಾವ ಕಾರಣಕ್ಕು ಸೋಮೇಶನ ಮೇಲಿನ ಈ ಆರೋಪವನ್ನು ಒಪ್ಪಿಕೊಳ್ಳಲು ರತ್ನಿಯ ಅಂತರ್ಭಾವ ತಯಾರಿರಲಿಲ್ಲ.

"ಮುಚ್ಚೆ ಬಾಯಿ, ನನ್ನತ್ರ ನಿನ್ನ ನಾಟಕ ನಡಿಯಲ್ಲ. ನಾನು ಫಾರೆಸ್ಟಿನೋರೊಂದಿಗೆ ಸಂಬಂಧ ಇಟ್ಟುಕೊಂಡಿರುವುದು ನಿನಗೆ ಉರಿಮೊಳು ಇಟ್ಟಂಗೆ ಆಗಿದೆ ಅಂತ ಹೇಳು. ಅದಕ್ಕೆ ಅವರ ಮತ್ತು ನನ್ನ ಮಗಳ ಮೇಲೆ ಸಂಬಂಧ ಕಟ್ಟಿ ಆರೋಪ ಹೊರಿಸುತ್ತಿದ್ದೀಯಾ? ನಿನ್ನಂತಹ ಸ್ನೇಹಿತೆ ನನಗೆ ಇದ್ದರೂ ಒಂದೇ, ಇಲ್ಲದಿದ್ದರೂ ಒಂದೇ" ಎಂದು ಬಾಯಿಗೆ ಬಂದಂತೆ ರತ್ನಿ ಬೈಯಲು ಶುರುಮಾಡಿದಳು. ಪೂವಿಗೆ ಬಾಯಿ ತೆರೆಯಲು ಕೂಡ ಅವಕಾಶ ಸಿಗಲಿಲ್ಲ. ರತ್ನಿ ಬಯ್ಯುತ್ತಿದ್ದ ರಭಸಕ್ಕೆ ಅದೇನು ಹೇಳುತ್ತಿದ್ದಾಳೆ ಎಂಬುದು ಕೂಡ ಪೂವಿಗೆ ತಿಳಿಯದಾಯ್ತು.

ಅನಿರೀಕ್ಷಿತವಾಗಿ ಗೆಳತಿಯಿಂದ ಈ ರೀತಿಯ ವರ್ತನೆಯನ್ನು ಎದುರು ನೋಡದ ಪೂವಿ, 'ನಾನು ಕಂಡದ್ದನ್ನು ಹೇಳಿ ತಪ್ಪು ಮಾಡಿಬಿಟ್ಟೆ, ಈ ಕಾಲದಲ್ಲಿ ಸತ್ಯಕ್ಕೆ ಬೆಲೆಯಿಲ್ಲ. ಎಲ್ಲದಕ್ಕೂ ಕಾಲವೇ ಉತ್ತರ ಕೊಡಲಿ' ಎಂದು ಏನೊಂದು ಮಾತನಾಡದೆ ಬೇಸರದಿಂದ ರತ್ನಿಯ ಗುಡಿಸಲಿನಿಂದ ಹೊರಬಂದಳು.

ಅವಳು ಹೋದ ನಂತರದಲ್ಲಿ, 'ಕಳೆದ ಕೆಲವು ದಿನಗಳಿಂದ ಸೋಮೇಶ ನನ್ನೊಂದಿಗೆ ನಡೆದುಕೊಳ್ಳುತ್ತಿರುವ ರೀತಿಗೂ ಮತ್ತು ಪೂವಿ ಇವಾಗ ಹೇಳಿ

ಹೋದ ಮಾತಿಗು ಏನಾದರು ಸಂಬಂಧವಿರಬಹುದಾ?' ಎಂದು ರತ್ನಿಗೆ ಮತ್ತೆ ಚಿಂತೆ ಶುರುವಾಯಿತು. ಆ ದಿನವಿಡೀ ಅವಳ ಮನಸ್ಸು ಗೊಂದಲದ ಗೂಡಾಗಿ ಹೋಯಿತು. ರತ್ನಿ ಈ ವಿಚಾರವನ್ನು ಬೋಳನ ಬಳಿಯಾಗಲಿ ಅಥವಾ ಚೆಲುವಿಯ ಜೊತೆಯಾಗಲಿ ಹೇಳದೆ ಮನಸ್ಸಿನಲ್ಲಿ ಅದುಮಿಟ್ಟುಕೊಂಡು ಕೊತಕೊತ ಕುದಿಯತೊಡಗಿದಳು. ರಾತ್ರೆಯಿಡೀ ಕಣ್ಣರೆಪ್ಪೆ ಮಿಟುಕಿಸದೇ ಯೋಚಿಸಿ ಯೋಚಿಸಿ ಚಂಡಿಯಂತಾಗಿದ್ದ ರತ್ನಿ, ಬೆಳಕರಿಯುತ್ತಿದ್ದಂತೆ ಕ್ವಾಟ್ರಸ್ಸಿನ ಕಡೆಗೆ ಹೆಜ್ಜೆ ಹಾಕಿದಳು.

ಸೋಮೇಶ ರಾತ್ರಿ ಬೀಟ್ನ ಕೆಲಸಕ್ಕೆ ಹೋಗಿದ್ದರಿಂದ ಇನ್ನು ಮರಳಿ ಬಂದಿರಲಿಲ್ಲ. ಬೇಸರ, ಸಿಟ್ಟು, ದುಗುಡವನ್ನೆಲ್ಲ ಸೆರಗಲ್ಲಿ ಕಟ್ಟಿಕೊಂಡು ರತ್ನಿ ಮನೆಗೆಲಸ ಶುರುಮಾಡಿದಳು. ಸುಮಾರು ಹನ್ನೊಂದು ಗಂಟೆಯ ವೇಳೆಗೆ ಕಾಡಿನಿಂದ ಮರಳಿ ಬಂದ ಸೋಮೇಶ, ಎಂದಿನಂತೆ ಕೆಲಸದಲ್ಲಿ ತಲ್ಲೀನಳಾಗಿದ್ದ ರತ್ನಿಯ ಕಡೆಗೆ ಹೆಚ್ಚು ಗಮನ ಕೊಡದೆ, ನೇರವಾಗಿ ಬಚ್ಚಲು ಮನೆಗೆ ನಡೆದು, ಸ್ನಾನ ಮುಗಿಸಿ ಬಟ್ಟೆ ಬದಲಿಸಿಕೊಂಡು ಬಂದು ಮಲಗಲು ಅಣಿಯಾದ. ಆ ವೇಳೆಗೆ ಕಾಫಿ ಕಾಯಿಸಿದ್ದ ರತ್ನಿ, ಸೋಮೇಶ ಮಲಗಿದ್ದ ಕೋಣೆಗೆ ಬಂದು, "ನಿಮ್ಮ ಬಳಿ ಸ್ವಲ್ಪ ಮಾತನಾಡುವುದಿದೆ" ಎಂದು ಕಾಫಿ ಲೋಟವನ್ನು ಅವನ ಮುಂದೆ ಚಾಚಿದಳು.

ಸೋಮೇಶ ಬಿಸಿಲೋಟವನ್ನು ಕೈಗೆತ್ತಿಕೊಂಡು ತಲೆಯೆತ್ತಿ ನೋಡಿದ. ಕೋಪದಿಂದ ಬುಸುಬುಸು ಅಂತ ಏದುಸಿರು ಬಿಡುತ್ತಾ, 'ಮಾತನಾಡಬೇಕೆಂದು' ಎಂದೂ ಇಲ್ಲದ ದಾಟಿಯಲ್ಲಿ ರತ್ನಿ ನಿಂತಿದ್ದಳು. 'ಏನೋ ಗಂಭೀರವಾದ ವಿಚಾರವಿರಬೇಕು. ಸುಮ್ಮನೆ ಅದೇನೆಂದು ಕೇಳಿ ನೆಮ್ಮದಿ ಕಳೆದುಕೊಳ್ಳುವುದಕ್ಕಿಂತ, ಪುಸಲಾಯಿಸಿ ಸಾಗಹಾಕಿಬಿಡುವುದೇ ಒಳಿತು' ಎಂದು, "ರಾತ್ರಿಪೂರ ನಿದ್ರೆಗೆಟ್ಟಿದ್ದರಿಂದ ಕಣ್ಣೆಲ್ಲ ಉರಿಯುತ್ತಿದೆ ರತ್ನಿ, ಸ್ವಲ್ಪ ಹೊತ್ತು ಮಲಗುತ್ತೇನೆ. ಖರ್ಚಿಗೇನಾದರೂ ಹಣ ಬೇಕಾದರೆ ಆ ಮೇಜಿನ ಮೇಲೆ ಇದೆ ತೆಗೆದುಕೊಂಡು ಹೋಗು" ಎಂದ.

ಸೋಮೇಶನ ಮಾತು ಕೇಳಿ ಕೋಪದಿಂದ ಅವನ ಸನಿಹಕ್ಕೆ ಬಂದ ರತ್ನಿ, "ನಿಮ್ಮ ದುಡ್ಡು ಯಾರಿಗೆ ಬೇಕು. ಹಾಡಿಯಲ್ಲೆಲ್ಲ ನನ್ನ ಮಗಳು ಚೆಲುವಿಯೊಂದಿಗೆ ನೀವು ಕಾಡಿನಲ್ಲಿ ಚಕ್ಕಂದ ಆಡುತ್ತಿದ್ದೀರ ಎಂದು ಗುಲ್ಲಾಗಿದೆ. ಇದು ನಿಜಾನ?" ಎಂದು ಆಕ್ರೋಶದಿಂದ ಕೇಳಿದಳು. ರತ್ನಿಯ ಮಾತು ಕೇಳಿ ಕಣ್ಣಂಚಿನಲ್ಲಿ ಓಡಾಡುತ್ತಿದ್ದ ಸೋಮೇಶನ ಕಳ್ಳನಿದ್ರೆ ಒಮ್ಮೆಗೆ ಹಾರಿಹೋಯಿತು. ತಡವರಿಸಿ ಕುಳಿತಲ್ಲಿಂದ ಎದ್ದು ಅವಳ ಬಳಿ ಬಂದ ಸೋಮೇಶ, "ಏನು ಹೇಳ್ತಾ ಇದ್ದೀಯ ರತ್ನಿ? ನಿನ್ನ ಮಗಳು, ನನ್ನ ಮಗಳ ಹಾಗೆ ತಾನೆ? ಛೇ ಬಿಡ್ತು ಅನ್ನು!" ಎಂದ.

"ನಿನ್ನೆ ಸಂಜೆಯ ವೇಳೆ ನೀವು ಮತ್ತು ಚೆಲುವಿ ಕಾಡಿನೊಳಗೆ ಮಾಡಬಾರದ ಕೆಲಸವನ್ನು ಮಾಡುತ್ತಾ ಇದ್ದುದ್ದನ್ನ ಕಣ್ಣಾರೆ ಕಂಡೆ ಎಂದು ಪೂವಿ ಬಂದು ಹೇಳಿದಳು"

ರತ್ನಿಯ ಕಣ್ಣು, ಕೋಪದಲ್ಲಿ ಕಾದ ಕೆಂಡದಂತಾಗಿದ್ದರು, ಸಂಕಟದಿಂದ ಕಣ್ಣಂಚಿನಲ್ಲಿ ಹನಿ ಜಾರಲು ಸಿದ್ದವಾಗಿ ನಿಂತಿತ್ತು.

"ಎಂಥಹ ಸುಳ್ಳು! ನಿನ್ನೆ ಇಲ್ಲಿಂದ ಊಟ ಮಾಡಿಕೊಂಡು ಹೊರಟ ನಾನು ಸಂಜೆಯವರೆಗೆ ರೇಂಜ್ ಆಫೀಸಿನಲ್ಲಿದ್ದೆ, ಅಲ್ಲಿಂದ ನೇರವಾಗಿ ರಾತ್ರಿ ಬೀಟ್ಗೆ ಹೋದೆ, ಇವಾಗ ನೋಡಿದ್ರೆ ಈ ರೀತಿಯ ಸುಳ್ಳು ಆರೋಪವನ್ನು ಹೊರಿಸಿದ್ದಾರೆ. ಆ ಮಾತನ್ನೆಲ್ಲ ನಂಬಿ ನೀನು ನನ್ನ ಬಳಿ ಬಂದು ಕೇಳ್ತಿದ್ದೀಯಲ್ಲ!"

"ನೋಡಿ, ಒಂದು ವೇಳೆ ಪೂವಿ ಹೇಳೊದೇನಾದ್ರು ಸತ್ಯವೇ ಆಗಿದ್ರೆ, ನಾನು ಇದೆ ಕ್ವಾಟ್ರಸ್ಸಿನ ಒಳಗೆ ನೇಣು ಹಾಕಿಕೊಂಡು ಸಾಯುವುದಂತು ಗ್ಯಾರಂಟಿ' ಎಂದು ರತ್ನಿ ಮತ್ತಷ್ಟು ಜೋರಾಗಿ ಅರಚಿದಳು.

'ಬೇಲಿಯ ಮೇಲಿದ್ದ ಹಾವನ್ನು ಎತ್ತಿ ಹೆಗಲ ಮೇಲೆ ಹಾಕಿಕೊಂಡಂತೆ ಆಯ್ತಲ್ಲಪ್ಪ! ನಾನ್ಯಾವುದೋ ದಿಕ್ಕಿನಿಂದ ಬರುತ್ತಿದ್ದೆ. ಅವಳ್ಯಾವುದೋ ದಾರಿಯಲ್ಲಿ ತಲುಪುತ್ತಿದ್ದಳು. ನಾವಿದ್ದಲ್ಲಿಗೆ ಯಾರು ಬರುವ ಸಾಧ್ಯತೆಯೂ ಇಲ್ಲ. ಅದೇಗೆ ಆ ಪೂವಿ ಇದನ್ನೆಲ್ಲ ನೋಡಿಬಿಟ್ಟಳು ಛೇ!'

"ಎಂಥ ಮಾತು ಅಂಥ ಹೇಳ್ತಿದ್ದೀಯ ರತ್ನಿ ನೀನು! ನಾನು ಆ ರೀತಿಯ ಕೆಟ್ಟ ಕೆಲಸ ಮಾಡುತ್ತೀನಿ ಅಂಥ ನಿನಗೆ ಅನಿಸುತ್ತಿದೆಯಾ? ಈ ಕಾಡಿಗೆ ಬಂದ ಮೇಲೆ, ನೀನೆ ಎಲ್ಲ ಎಂದು ಬದುಕಿದ್ದಕ್ಕೆ ಸರಿಯಾದ ಮರ್ಯಾದೆ ಕೊಟ್ಟೆ" ಎಂದು ಸೋಮೇಶ ಮತ್ತಷ್ಟು ನೊಂದುಕೊಂಡ. ಒಂದಷ್ಟು ಹೊತ್ತು ಅವಳನ್ನು ಸಮಾಧಾನಿಸಿದ ಸೋಮೇಶ, ಕಡೆಗೆ ಅವಳನ್ನು ತಬ್ಬಿಕೊಂಡು ತನ್ನ ಅಸಲಿ ವರಸೆಯನ್ನು ಶುರುಹಚ್ಚಿದ. ಅಲ್ಲಿಯವರೆಗೆ ಅಳುತ್ತಾ ನಿಂತಿದ್ದ ರತ್ನಿ, ಸೋಮೇಶನ ಕೈ ತನ್ನ ಮೈಮೇಲೆ ಹರಿದಾಡತೊಡಗುತ್ತಿದ್ದಂತೆ, ಮಗಳ ಚಿಂತೆ ಬಿಟ್ಟು ಕಣ್ಣೊರೆಸಿಕೊಂಡು ಮಂಚವೇರಿ ಮಲಗಿದಳು.

ಒಂದು ದಿನ ಹಿತ್ತಲ ತೋಡಿನಿಂದ ಸ್ನೇಹಿತೆಯರೊಂದಿಗೆ ನೀರು ತರಲು ಹೋಗಿದ್ದ ಚೆಲುವಿ ತಲೆ ಸುತ್ತು ಬಂದಂತಾಗಿ ಕೆಳಕ್ಕೆ ಬಿದ್ದಳು. ಅವಳೊಂದಿಗೆ ಇದ್ದ ಹಾಡಿಯ ಮಕ್ಕಳು ಅವಳ ಮುಖಕ್ಕೆ ಸ್ವಲ್ಪ ನೀರು ಚಿಮುಕಿಸಿ, ಅವಳನ್ನು ಗುಡಿಸಲಿಗೆ ಕರೆತಂದು, 'ತೋಡಿನ ಬಳಿ ಚೆಲುವಿ ಬಿದ್ದಳು' ಎಂದು ರತ್ನಿಯ ಬಳಿ ಹೇಳಿ ಒಪ್ಪಿಸಿದರು.

"ಈ ಹೆಣ್ಣಿಗೆ ಎಷ್ಟು ಹೇಳಿದರು ಬುದ್ದಿಯೇ ಇಲ್ಲ. ಅಸಮಯದಲ್ಲಿ ಕಾಡೊಳಗೆ, ತೋಡಿನ ಬಳಿಗೆ ಹೋಗಬೇಡ ಎಂದು ಹೇಳಿದರೆ ಕೇಳುವುದೇ

ಇಲ್ಲ! ಮಾರಿ, ಚೌಡಿಯೇನಾದ್ರು ಹಾದು ಹೋಗುವಾಗ ಅಡ್ಡ ಹೋದರೆ ಇನ್ನೇನಾಗುತ್ತೆ, ಗಾಳಿ ಸೋಕದೆ ಇರುತ್ತದೆಯೇ? ಆ ಸೀತವ್ವನನ್ನು ಹೋಗಿ ಕರ್ಕೊಂಡು ಬಾ, ಅವಳು ಬಂದು ಸೋಕು ತೆಗೆದರೆ ಎಲ್ಲಾ ಸರಿಯಾಗುತ್ತೆ" ಎಂದು ಬೋಳನನ್ನು ಅಟ್ಟಿದಳು.

ಕೆಲ ಸಮಯ ಕಳೆಯುವಾಗ ಬೋಳನೊಂದಿಗೆ ಕಾಡಿನ ಅಂಚಿನಲ್ಲಿ ಗುಡಿಸಲು ಹಾಕಿಕೊಂಡು ಒಂಟಿಯಾಗಿ ವಾಸವಾಗಿದ್ದ ಹಾಡಿಯ ಹಿರಿಯೇ ಸೀತವ್ವ ಬಂದಳು.

"ಬಾ ಸೀತವ್ವ, ಹೆಣ್ಣು ನೀರು ತರಕ್ಕೆ ಹೋದಲ್ಲಿಂದ ಗಾಳಿ ಹೊಡ್ಕೊಂಡು ಬಂದು, ಸುಸ್ತು, ತಲೆಸುತ್ತು ಅಂತ ಒಂದೇ ಸಮನೆ ಮಲಗಿದ್ದಾಳೆ, ಅದೇನಾಯ್ತು ಅಂತ ಸ್ವಲ್ಪ ನೋಡು" ಎಂದು ಒಲೆಯೊಳಗಿಂದ ಕೆಂಡದ ತುಂಡು, ಒಣಮೆಣಸು ಮತ್ತು ಅರಿಶಿಣದ ನೀರನ್ನು ಒಂದು ಬಟ್ಟಲಲ್ಲಿ ಹಾಕಿ ಸೋಕು ತೆಗೆಯುವ ಸಲುವಾಗಿ ಸಿದ್ದಮಾಡಿದಳು. ನೆಲದ ಮೇಲೆ ಹಾಸಿದ್ದ ಹರಕಲು ಚಾಪೆಯ ಮೇಲೆ ಮುದುರಿ ಮಲಗಿದ್ದ ಚೆಲುವಿಯ ಬಳಿ ಬಂದು ಕುಳಿತುಕೊಂಡ ಸೀತವ್ವಳಿಗೆ ಚೆಲುವಿಯ ಮುಖ ಕಂಡ ತಕ್ಷಣವೇ 'ಇದು ಗಾಳಿ ಸೋಕಿರುವುದಲ್ಲ' ಎಂದು ಮನದಟ್ಟಾಯಿತು. ಆದರೂ ಒಮ್ಮೆ ಪರೀಕ್ಷಿಸುವ ಎಂದು ಅವಳ ಕೈಯ ನಾಡಿಯನ್ನು ಹಿಡಿದು, ಕಣ್ಣ ರೆಪ್ಪೆಯಗಲಿಸಿ, ನೋಡಿದ ಸೀತವ್ವ, "ಅವಳಿಗೆ ಸೋಕುಗೀಕು ಏನು ತೆಗೆಯುವುದು ಬೇಕಾಗಿಲ್ಲ. ಅಂತದ್ದೇನು ಅವಳಿಗೆ ಆಗಿಲ್ಲ" ಎಂದು ಕೋಪದಿಂದ ಎದುರಿಗಿದ್ದ ಅರಿಶಿಣದ ತಟ್ಟೆಯನ್ನು ಪಕ್ಕಕ್ಕೆ ನೂಕಿದಳು.

'ಇದ್ಯಾಕೆ ಸೀತವ್ವ ಈ ರೀತಿ ಕೋಪದಿಂದ ವರ್ತಿಸುತ್ತಿದ್ದಾಳೆ!'

"ಮತ್ತಿನ್ನೇನಾಗಿದೆ ನನ್ನ ಮಗಳಿಗೆ?" ಎಂದು ಸೀತವ್ವಳ ಪಕ್ಕಕ್ಕೆ ರತ್ನಿ ಬಂದಳು.

"ಇನ್ನೇನಾಗಬೇಕು? ಹೆತ್ತವರು ನೆಟ್ಟಗಿಲ್ಲದಿದ್ದರೆ, ಏನಾಗುತ್ತೋ ಅದೇ ಆಗಿರುವುದು" ಎಂದು ಸೊಂಟದಲ್ಲಿ ಸಿಕ್ಕಿಸಿಕೊಂಡಿದ್ದ ಕೈಚೀಲದಿಂದ ಸ್ವಲ್ಪ ಹೊಗೆಸೊಪ್ಪನ್ನು ಮುರಿದು, ರಂಗೇರಿದ್ದ ತನ್ನ ಬಾಯೊಳಗೆ ರಪಕ್ಕನೆ ಎಸೆದು ದವಡೆಯಲ್ಲಿಟ್ಟು ಜಗಿಯತೊಡಗಿದಳು.

ಸೀತವ್ವಳ ಮಾತು ಕೇಳಿ, ಬೋಳ ಮತ್ತು ರತ್ನಿ ಮುಖಮುಖ ನೋಡತೊಡಗಿದರು.

"ಅಂದರೆ?"

"ಅಂದರೆ ನಿನ್ನ ಮಗಳು ಯಾವುದೋ ಮುಂಡೆಗಂಡನ ಜೊತೆ ಹೋಗಿ ಬಸುರಿ ಮಾಡ್ಕೊಂಡು ಬಂದವ್ಳೆ. ಇವಾಗ ಎರಡು ತಿಂಗಳಾಗಿದೆ, ಇನ್ನು ಏಳು ತಿಂಗಳು ಕಳೆದರೆ ನಿನ್ನ ಕೈಗೊಂದು ಕೂಸು ಹೆತ್ತುಕೊಟ್ಟು ನಿನ್ನ ಅಜ್ಜಿ ಮಾಡಿಬಿಡುತ್ತಾಳೆ"

"ಅಯ್ಯಯ್ಯೋ, ನಾನು ಏನು ಕೇಳ್ತಾ ಇದ್ದೀನಿ, ಅದೇನು ಅಂತ ಮಾಡ್ಕೊಂಡು ಬಂದಿದ್ದೀಯೇ ನೀನು" ಎಂದು ಜೋರಾಗಿ ರತ್ನಿ ಅಳಲು ಶುರುಮಾಡಿದಳು. ಅವಳ ರಂಪಾಟವನ್ನು ಕೇಳಿ ಹಾಡಿಯ ಅಕ್ಕಪಕ್ಕದ ಗುಡಿಸಿಲಿನವರೆಲ್ಲ ಬೋಳನ ಮನೆಯ ಮುಂದೆ ಗುಂಪುಗೂಡಿದರು. ರತ್ನಿಯ ಗುಡಿಸಲಿನ ಮುಂದೆ ಎಲ್ಲರೂ ಸೇರಿರುವುದನ್ನು ಕಂಡು, ಕಳೆದ ಬಾರಿ ಚೆಲುವಿಯ ವಿಚಾರ ಹೇಳಲು ಹೋಗಿ ಬೈಸಿಕೊಂಡು, ಮಾತುಬಿಟ್ಟಿದ್ದ ಮೂವಿ, 'ಏನೋ ಸಮಸ್ಯೆಯಾಗಿದೆ, ನೋಡುವಾ!' ಎಂದು ಎಲ್ಲರನ್ನು ನೂಕಿಕೊಂಡು ಗುಡಿಸಲ ಬಳಿಗೆ ಬಂದಳು.

ಹೊರಗೆ ನಿಂತವರೆಲ್ಲ, "ರತ್ನಿಯ ಮಗಳು ಚೆಲುವಿ ಬಸಿರಾಗಿದ್ದಾಳಂತೆ" ಎಂದು ಗುಸುಗುಸು ಮಾಡುತ್ತಿದ್ದರು. ಬೋಳ ಮುಂದಿನ ಜಗುಲಿಯಲ್ಲಿ ತಲೆಯ ಮೇಲೆ ಕೈಹೊತ್ತು ಕುಳಿತುಕೊಂಡಿದ್ದರೆ, ರತ್ನಿಯ ರೋದನೆ ಕಾಡಿನ ನಾಲ್ಕು ದಿಕ್ಕುಗಳಿಗು ಕೇಳುತ್ತಿತ್ತು. ಮೂವಿಗೆ ಖಾತರಿಯಾಯಿತು.

"ನಿನ್ನ ಮಗಳು ಕಾಡೊಳಗೆ ಸೋಮೇಶನ ಹಿಂದೆ ಅಲೆಯುತ್ತಿದ್ದಾಳೆ ಎಂದು ನಾನು ಅವತ್ತೆ ನಿಂಗೆ ಹೇಳಿದೆ, ಆದರೆ ನೀನಂದು ನನ್ನನ್ನೆ ಬೈದು ಕಳುಹಿಸಿದೆ. ಅಂದು ನನ್ನ ಮಾತು ಕೇಳಿದ್ದರೆ ನಿನ್ನ ಮಗಳಿಗೆ ಈ ಗತಿಯೂ ಬರುತ್ತಿರಲಿಲ್ಲ, ನೀನು ಈ ರೀತಿ ಬೀದಿಯಲ್ಲಿ ಬಿದ್ದು ಗೋಳಾಡುವಂತೆಯೂ ಇರಲಿಲ್ಲ" ಎಂದು ಈ ಹಿಂದೆ ತನಗಾಗಿದ್ದ ಅವಮಾನದ ಕಿಚ್ಚನ್ನು ಮೂವಿ ಹೊರಹಾಕಿದಳು.

ಮೂವಿಯ ಮಾತು ಕೇಳಿದ್ದೆ ತಡ, "ಹೌದೌದು, ನಾನು ನೋಡಿದ್ದೀನಿ, ಚೆಲುವಿ ಆ ಗಾರ್ಡ್ ಸೋಮೇಶನ ಜೊತೆಯಲ್ಲಿ ಸುತ್ತುತ್ತಾ ಇದ್ದದ್ದು" ಎಂದು ಒಬ್ಬೊಬ್ಬರೆ ಬಾಯಿಬಿಡಲು ಶುರುಹಚ್ಚಿಕೊಂಡರು. ಹಾಡಿಯ ಜನ ಪರಸ್ಪರ ಹಾಡಿಕೊಳ್ಳುತ್ತಿರುವ ಮಾತನ್ನು ಕೇಳಿ ಚೆಲುವಿಯ ಮತ್ತಷ್ಟು ಹತ್ತಿರಕ್ಕೆ ಸರಿದ ರತ್ನಿ, "ಯಾರೇ ಇದಕ್ಕೆಲ್ಲ ಕಾರಣ, ಸೋಮೇಶನಾ?" ಎಂದು ಅವಳ ಕೈಯಿಡಿದು ಕೇಳಿದಳು. ಅವನ ಹೆಸರು ಕೇಳಿದ್ದೆ ತಡ ಕೈ ಕೊಡವಿ ಮುಖ ಸಿಂಡರಿಸಿಕೊಂಡ ಚೆಲುವಿ ಮಗ್ಗಲು ಬದಲಾಯಿಸಿದಳು.

"ಈ ಫಾರೆಸ್ಟ್ನೋರಿಂದ ಹಾಡಿಯ, ಒಂದು ಹೆಣ್ಣುಮಕ್ಕಳು ಉಳಿಯಂಗಿಲ್ಲ ಅಂತ ಕಾಣುತ್ತೆ ಅಂಬಾಳಮ್ಮೆ" ಎಂದು ಕುಳಿತಲ್ಲಿಂದ ಎದ್ದು ಕೋಲೂರಿಕೊಂಡು ಹಿತ್ತಲಿನ ಬೇಲಿಬದಿಗೆ ತೆರಳಿದ ಸೀತವ್ವ 'ಅರಬಳ್ಳಿ'ಯ ಎಲೆಗಳನ್ನು ಕೀಳತೊಡಗಿದಳು.

ನವೀದನ ಕುದುರೆ-ಸವಾರಿ!

ಮಂಜುನಾಥ್ ಕುಣಿಗಲ್

ಕುದುರೆಗೆ ಲಗಾಮು ಕಟ್ಟಿ ಬಿಗಿಮಾಡೋಕೆ ಅರ್ಧಘಂಟೆಯಿಂದ ಎಮ್ಮೆ ಹಗ್ಗದ ಜೊತೆ ಉಸಿರನ್ನೂ ಬಿಗಿಹಿಡಿದು ಒದ್ದಾಡುತ್ತಿದ್ದ ಪಸ್ಲಿ,

"ಈ ತುಂಟ್ಕುದ್ರೆಗೆ ಲಗಾಮಾಕೋಕೆ ಆ 'ಚಿನಾಲ್ಕೆ-ನವೀದ'ನೇ ಸೈಕಣ್ಲಾ... ಸಿಕ್ಕಾಪಟ್ಟೆ ಕೆನೀತದೆ ಕುಂಟ್ಬಡ್ಡಿಮಗಂದು... ಆ ಸಾಬಿ ಅದೇನ್ ಕಣ್ಕಟ್ಮಾಡ್ತಾನೋ ಏನೋ?" ಎಂದಾಗ ಎಲ್ಲರೂ ಹೂಂಗುಟ್ಟಿದರು.

ಚಿನ್ನಪ್ಪನ-ಹಿತ್ತಲಿನಲ್ಲಿ ಸೇರಿದ್ದ ಪಡ್ಡೆಹೈಕಳ ದಂಡು ಕುದುರೆ-ಸವಾರಿಗೆ ತಯಾರಾಗುತ್ತಿತ್ತು. ಇನ್ನೂ ಪೂರ್ಣಪ್ರಮಾಣಕ್ಕೆ ಬೆಳೆದ ಸವಾರಿಗುದುರೆಯಲ್ಲ ಅದು. ನಾಲ್ಕೈದು ತಿಂಗಳ ಎಳೆಗುದುರೆ. ಎಡ ಹಿಂಗಾಲೊಂದು ಕೊಂಚ ಊನವಾಗಿ ಕುಂಟುತ್ತಿತ್ತು ಬೇರೆ!

"ಇನ್ನೂ ಪೊಗದಸ್ತಾದ ಮರಿಯಾಗಿದ್ರೆ ಸಕ್ಕತ್ತಾಗಿರೋದು, ಇದು ಪೀಚ್ಲು..." ಮಿಣ್ಣ ಹೇಳಿದ.

"ಪೊಗದಸ್ತಾಗ್ ಬೆಳ್ದ ಕುದ್ರೆಯಾದರೆ ರೇಸಿಂಗಿಗೆ ತಯಾರು ಮಾಡ್ತಾರೆ, ಲಂಗ್ಡಲೊಸ್ಕ್ ಆದ್ರೆನೆಯ ಇಂಗ್ ಬೇವರ್ಸಿಯಂಗೆ ಹೊರಗ್ ಬಿಟ್ಹೋಗೋದು?" ಪಸ್ಲಿ ಅವನಿಗುತ್ತರಿಸಿದ.

ಅದೇನು ಚರ್ಮದ ಬೆಲ್ಟಿನ ಲಗಾಮಲ್ಲ. ಅದೊಂದಿತ್ತು ನವೀದನ ಬಳಿ, ಆದರೆ ಈಗವನು ಇತ್ತಕಡೆ ಸುಳಿಯುತ್ತಿಲ್ಲವಲ್ಲ!

ಈ ಹುಡುಗರೋ ಎಮ್ಮೆಮೂಗುದಾರದ ಹಗ್ಗವನ್ನೇ ಕುದುರೆಯ ಮೂತಿಗೆ ಸುತ್ತಿಬಿಗಿದು ಪಕ್ಕದ ಎರಡೂ ಬದಿಗೆ ಇನ್ನೊಂದೊಂದು ಹಗ್ಗವನ್ನು ಕಟ್ಟಿ ಹಿಡಿದೆಳೆಯುವ ಜುಗಾಡು-ಲಗಾಮನ್ನು ಸಿದ್ಧಮಾಡುತ್ತಿದ್ದರು. ಹಳೆಯ ಸೀರೆಯೊಂದರ ತುದಿಗಳಿಗೆ ಗಂಟುಕಟ್ಟಿ ಕುದುರೆಯ ಬೆನ್ನಮೇಲೆ ಇಳಿಯಬಿಟ್ಟು ಇಬ್ಬದಿಗೆ ಪಾದವನ್ನಿಡಲು ಆಧಾರಮಾಡಿಕೊಂಡರೆ ಅದೇ ಜೀನು!

ಹುಡುಗರ ನೆರವಿನಿಂದ ಹಾಗೋ-ಹೀಗೆ ಕುದುರೆಮರಿಯ ಮೇಲೇರಿ ಕುಳಿತ ಪಸ್ಲಿ, "ಹೇಯ್-ಚಲೋರೇ..." ಎಂದು ಎಡಗೈಲಿ ಹಿಡಿದ ಲಗಾಮನ್ನು ಕೊಂಚ ಸಡಿಲಿಸಿ ಬಲಗೈನಲ್ಲಿ ಕುದುರೆ ಬೆನ್ನಿಗೆ ರಪ್ಪನೆ ತಟ್ಟಿದ. ಕುದುರೆ ಕುಂಟುತ್ತಾ-ಕುಲುಕುತ್ತಾ ನಿಧಾನಕ್ಕೆ ಓಡಲು ಶುರುಮಾಡಿತು. ಕುದುರೆ-ಸವಾರಿಯ ಮಾಮೂಲಿನ ಆಯ ಸಿಗದಿದ್ದರೂ ಪಸ್ಲಿ ಮಾತ್ರ ಥೇಟ್ ಜಾಕಿಯಂತೆ ಕುಂಡಿಯನ್ನು ಮೇಲೆತ್ತಿ ಎರಡೂ ಕೈನಲ್ಲಿ ಲಗಾಮು ಹಿಡಿದು ಕೂತ. ಎಲ್ಲರೂ ಆಸೆಗಣ್ಣಿನಿಂದ ತಮ್ಮ ಸರದಿಗಾಗಿ ಕಾಯುತ್ತಿದ್ದರು!

"ಹೇಯ್-ಚಲೋರೇ...", "ಭಾಗೋರೇ-ಭಾಡ್ಕೊ...", "ಅರೆ-ಇಸ್ಕಿ!", "ಹೋಬ್ಬಾ-ಹೋಬ್ಬಾ...", "ರುಕ್ಜಾಬೆ-ಚಿನಾಲ್ಕೆ..." ಹೀಗೆ ಈ ಎಲ್ಲಾ ಸವಾರಿ-ಶಬ್ಧಭಂಡಾರವನ್ನು ನವೀದನೇ ಕಲಿಸಿದ್ದು. 'ಕುದುರೆಗಳು ಇಲ್ಲಿಗೆ ಪರ್ಷಿಯದಿಂದ ಬಂದಿದ್ದಂತೆ, ಹಾಗಾಗಿ ಅವು ಪರ್ಷಿಯನ್-ಉರ್ದು ಭಾಷೆಯನ್ನು ಬಿಟ್ಟು ಇನ್ಯಾವ ಭಾಷೆಯನ್ನೂ ಅರ್ಥ ಮಾಡಿಕೊಳ್ಳೋಲ್ಲ' ಎಂದೂ ಎಲ್ಲರನ್ನು ನಂಬಿಸಿಬಿಟ್ಟಿದ್ದ.

ಊರಿನಲ್ಲಿ ತಿಂಗಳ ಹಿಂದೆ ಕೋಮುಗಲಭೆಯೊಂದು ಆಗಿದ್ದೇ ಆಗಿದ್ದು, ನವೀದ್ ಚೆನ್ನಪ್ಪನ-ಹಿತ್ತಲಿನ ಕಡೆ ಸುಳಿದೇ ಇರಲಿಲ್ಲ. ಅವನಿಲ್ಲದೆ ಕುದುರೆಗೆ ಲಗಾಮು ಕಟ್ಟಿ ಸವಾರಿ ಮಾಡೋದು ದುಸ್ತರವಾಗಿಬಿಟ್ಟಿತ್ತು!

ನವೀದನ ಅಬ್ಬು ಸ್ಟಡ್-ಫಾರ್ಮಿನಲ್ಲಿ ಕುದುರೆ ಸಾಕಣೆ ಕೆಲಸದಲ್ಲಿದ್ದರು. ಅನುವಾದಾಗ ಈತನೂ ಅಪ್ಪನ ಜೊತೆ ಹೋಗಿ ಕುದುರೆ ಸಾಕಣೆಯ ಸಕಲಪಾಠಗಳನ್ನು ಪಾರಂಗತ ಮಾಡಿಕೊಂಡಿದ್ದ. ಗುಜರಿ-ಮೊಹಲ್ಲಾದ ಮಕ್ಕಳು ಶಾಲೆಯ ಕಡೆ ಮುಖಮಾಡುತ್ತಿದ್ದುದೇ ಅಪರೂಪ. ನವೀದನ ಅಬ್ಬುವಿನ ಪ್ರಗತಿಪರ ವೈಚಾರಿಕತೆಯು ನವೀದನನ್ನು ಶಾಲೆಗೆ ದೂಡುವಂತೆ ಮಾಡಿತ್ತು. ಗಣಪ ಮತ್ತು ನವೀದ್ ದೊಡ್ಡಪೇಟೆ ಶಾಲೆಯ ಆರನೇ ಇಯತ್ತೆಯಲ್ಲಿ ಓದುತ್ತಿದ್ದರು. ಕೊಲ್ಲಾಪುರದಮ್ಮ ಗುಡಿಯ ಬೇವಿನಮರದಡಿಯಲ್ಲಿ ನಡೆಯುತ್ತಿದ್ದ ಮೊದಲನೇ ಇಯತ್ತೆಯ ಕಾಲದಿಂದಲೂ ಜೊತೆಯಾಗಿಯೇ ಇದ್ದ ಖಾಸಾ ದೋಸ್ತುಗಳು. ಓದಿನಲ್ಲಿ ಗಣಪ ಮುಂದು, ನವೀದ್ ಅಷ್ಟೇನೂ ಚುರುಕಲ್ಲ. ಆದರೆ ಕುದುರೆಯನ್ನು ಪಳಗಿಸುವ ವಿಷಯದಲ್ಲಿ ಅವನಪ್ಪನನ್ನೂ ಮೀರಿಸುವ ಚಾಕಚಕ್ಯತೆ! ಕನ್ನಡಕ್ಕೆ ಉರ್ದುವಿನ ಪದಗಳನ್ನು ತುರುಕಿ ಅವನಾಡುತ್ತಿದ್ದ ವಿಚಿತ್ರ ಬೆರಕೆಯುಲಿಕೆ ಕೇಳಲಿಕ್ಕೆ ವಿಲಕ್ಷಣವೆನಿಸುತ್ತಿತ್ತು.

ಪಸ್ಲಿ ಸವಾರಿ ಮಾಡುತ್ತಿದ್ದ ಕುದುರೆಗೆ ಕಟ್ಟಿದ್ದ ಹಗ್ಗ-ಲಗಾಮನ್ನು ವಿಪರೀತ ಎಳೆದಾಡಿದಕ್ಕೋ ಏನೋ ಅದರ ಮೂತಿಗೆ ಪಟ್ಟುಬಿಗಿದಂತಾಗಿ ಈಗಾಗಲೇ ಕುಂಟುತ್ತಾ-ಕುಲುಕುತ್ತಾ ಓಡುತ್ತಿದ್ದ ಕುದುರೆಮರಿ ತನ್ನ ಕತ್ತನ್ನು ಎಡಕ್ಕೆ-ಬಲಕ್ಕೆ ತಾರಾಮಾರಿ ಆಡಿಸತೊಡಗಿದಾಗ ಅದರ ದೇಹವು ವಿಚಿತ್ರವಾಗಿ ನುಲಿಯಲು

ಶುರುವಾಯ್ತು. ಕುಂಡಿಯನ್ನು ಊರದೆಯೇ ಸವಾರಿ ಮಾಡುತ್ತಿದ್ದ ಪಿಸ್ಲಿಗೆ ಇದ್ದಕ್ಕಿದ್ದಂತೆ ತನ್ನ ದೇಹ ಡೋಲಾಯಮಾನವಾದಂತಾಗಿ ನಿಯಂತ್ರಣ ಸಿಗದೇ ಮೇಲಿಂದ ಜಾರಿ ದೊಪ್ಪನೆ ಕೆಳಗೆ ಬಿದ್ದ! ಲಗಾಮಿನಿಂದ ತನ್ನ ಕೈಬಿಗಿಪಟ್ಟನ್ನು ಸಡಿಲಿಸದೇ ಇದ್ದುದರಿಂದ ಆ ಕುದುರೆಮರಿ ಮುಂಗಾಲನ್ನು ಮೇಲೆತ್ತಿ ಕೆನೆಯುತ್ತಾ ಆತನನ್ನು ಒಂದಷ್ಟು ದೂರ ಎಳೆದುಕೊಂಡು ಹೋಯ್ತು. ಆ ರಭಸಕ್ಕೆ ಪಿಸ್ಲಿಯ ಅಂಗಿಹರಿದು ಮೈತರಚಿ ಗಾಯವಾಯ್ತು. ಬಿದ್ದ ಆಘಾತಕ್ಕೆ ಮತ್ತು ಮೈಗಾದ ಗಾಯದ ನೋವಿನಿಂದ ಪಿಸ್ಲಿ "ಯವ್ವಲೇ... ಯವ್ವಾ..." ಎಂದು ಜೋರಾಗಿ ಅಳುತ್ತಾ ನೆಲದ ಮೇಲೆ ಬಿದ್ದು ಹೊರಳಾಡಿದ. ಹುಡುಗರೆಲ್ಲರೂ ಅವನ ಬಳಿ ಓಡಿಬಂದರು. ತಮಗೆ ಮುಂದೆ ಆಗಬಹುದಾಗಿದ್ದ ಅನಾಹುತವನ್ನು ಕಣ್ಣಾರೆ ಕಂಡು "ನವೀದನಿಲ್ಲದಿದ್ದರೆ ನಮ್ಮ ಕೈಕಾಲುಗಳು ಮುರಿದೇ ತೀರುತ್ತವೆ!" ಎಂಬ ತೀರ್ಮಾನಕ್ಕೆ ಬಂದು ಪಿಸ್ಲಿಯನ್ನು ಆರೈಕೆಮಾಡಿ ಮನೆಕಡೆ ಕರೆದುಕೊಂಡು ಹೋದರು. ಆ ಕುಂಟುಕುದುರೆ ಚಿನ್ನಪ್ಪನ-ಹಿತ್ತಲು ದಾಟಿ ಬೀದಿಯೊಳಗೆ ನುಗ್ಗಿ ಮರೆಯಾಯ್ತು.

ಆ ದಿನ ನವೀದನೂ ಹೀಗೆಯೇ ದೊಪ್ಪನೆ ಕೆಳಗೆ ಬಿದ್ದಿದ್ದ! ಎಡಗೈ ಮೂಳೆ ಮುರಿಯುವಷ್ಟು ಪೆಟ್ಟುಬಿದ್ದಿತ್ತು. ಈಗ್ಗೆ ಕೆಲವು ತಿಂಗಳ ಹಿಂದೆ ಶುರುವಾದ ಕುದುರೆ-ಸವಾರಿಯ ಆಟದ ಕತೆಯಂತೂ ಬಲುರೋಚಕವೇ!

ಕುದುರೆ-ಫಾರ್ಮಿನ ಎರಡಾಳೆತ್ತರದ ಪೌಳಿಗೆ ಅಂಟಿಕೊಂಡಿದ್ದ ಚಿನ್ನಪ್ಪನ-ಹಿತ್ತಲು. ಅದರೊಂದು ಪಾರ್ಶ್ವಕ್ಕೆ ದೊಡ್ಡಪೇಟೆಯ ಬೀದಿಮನೆಗಳು, ಇನ್ನೊಂದು ಬದಿಗೆ ಮಾವಿನತೋಪು. ಆ ಮಾವಿನತೋಪಿಗೆ ಅಂಟಿಕೊಂಡಿದ್ದೇ 'ಗುಜರಿ-ಮೊಹಲ್ಲಾ'! ನವೀದನ ಮನೆ ಅಲ್ಲಿಯೇ ಇದ್ದದ್ದು. ಗಣಪನ ಮನೆಯಿಂದ ಒಂದರ್ಧ ಫರ್ಲಾಂಗ್ ದೂರವೇನೋ ಅಷ್ಟೆ. ಸಾಮಾನ್ಯವಾಗಿ ಸಾಬರ ಹುಡುಗರು ಮಾವಿನತೋಪಿನಲ್ಲಿ ಆಡುತ್ತಿದ್ದರು. ಆದರೆ ನವೀದ್ ಮಾತ್ರ ತನ್ನ ಗೆಳೆಯ ಗಣಪನ ಜೊತೆ ಆಡಲು ಚಿನ್ನಪ್ಪನ-ಹಿತ್ತಲಿಗೆ ಬಂದುಬಿಡುತ್ತಿದ್ದ.

ಟಿಪ್ಪು-ಸುಲ್ತಾನನ ಕಾಲದಲ್ಲಿ ಕುದುರೆ ಸಾಕಣೆ ಶುರುವಾಗಿದ್ದಂತೆ ಇಲ್ಲಿ. ವಿಸ್ತೀರ್ಣದಲ್ಲಿ ಊರಿಗಿಂತಲೂ ದೊಡ್ಡದು ಕುದುರೆ-ಫಾರ್ಮ್. ಅಂತಾರಾಷ್ಟ್ರೀಯ ಮಟ್ಟದ ರೇಸಿಂಗಿಗೂ ಇಲ್ಲಿ ಸಾಕಿದ ಕುದುರೆಗಳು ಹೋಗುತ್ತವೆ ಎಂದು ತಿಳಿದವರು ಮಾತಾಡಿಕೊಳ್ಳುತ್ತಿದ್ದರು. ಹುಟ್ಟಿದಾರಭ್ಯ ಹೆಳವ-ಕುಂಟು-ಕುರುಡು ಕುದುರೆಮರಿಗಳನ್ನು ಸಾಕುವುದು ವ್ಯರ್ಥವೆಂದು ರಸ್ತೆಗೆ ಬಿಟ್ಟುಬಿಡುತ್ತಿದ್ದರು. ಅಂತಹ ಕುದುರೆಮರಿಗಳನ್ನು ಪಳಗಿಸಿ ಸವಾರಿ ಮಾಡಬಹುದೆಂದು ಬೀದಿಯ ಹುಡುಗರೆಲ್ಲರಿಗೂ ಕಲಿಸಿದವನೇ ನವೀದ್.

ಅದೊಂದು ದಿನ ಅದೇನು ಹೊಳೆಯಿತೋ ನವೀದನಿಗೆ? ಮನೆಗೆ ಓಡಿಹೋಗಿ ಒಂದು ಜೊತೆ ಲಗಾಮು-ಜೀನನ್ನು ತಂದು ಚಿನ್ನಪ್ಪನ-

ಹಿತ್ತಲಲ್ಲಿ ಹುಲ್ಲು ಮೇಯುತ್ತಿದ್ದ ಕುದುರೆಗೆ ಕಟ್ಟಿ ಸವಾರಿ ಮಾಡುವೆನೆಂದ. ಮಕ್ಕಳೆಲ್ಲರೂ ಪುಳಕಿತರಾದಂತೆ "ಹೋ..." ಎಂದು ಕೂಗುಹಾಕಿದರು. ನವೀದ್ ಹೇಳಿದಂತೆ ಒಬ್ಬೊಬ್ಬರೂ ಕುದುರೆಮರಿಯ ಒಂದೊಂದು ಕಾಲನ್ನು ಗಟ್ಟಿಯಾಗಿ ಹಿಡಿದರು. ಹುಡುಗರ ಹಿಡಿತಕ್ಕೆ ಕೊಂಚ ಕೆನೆದು ಮೈಸೊಟ್ಟಗೆ ಮಾಡಿಕೊಂಡಂತೆ ಕೊಸರಿದರೂ ನಂತರ ಸುಮ್ಮನಾಯಿತು. ನವೀದನ ಕುಶಲ ಕೈಗೆ ಲಗಾಮು-ಜೀನನ್ನು ಕಟ್ಟಲು ಹೆಚ್ಚು ಸಮಯ ಹಿಡಿಯಲಿಲ್ಲ. ನವೀದ್ ಒಬ್ಬೊಬ್ಬರನ್ನೇ ಸರತಿಯಂತೆ ಕುದುರೆಯ ಮೇಲೇರಿಸಿ, ಎಡಗೈನಲ್ಲಿ ಜೀನಿನ ಮುಂಭಾಗದ ತುದಿ ಮತ್ತೊಂದು ಕೈನಲ್ಲಿ ಲಗಾಮನ್ನು ಎಳೆದು ಹಿಡಿಯುವಂತೆ ಹೇಳಿ ತಾನು ಕುದುರೆಯ ಮೂತಿಯ ಪಟ್ಟಿಹಿಡಿದು ನಿಧಾನವಾಗಿ ಒಂದೊಂದು ಸುತ್ತುಹೊಡೆಸಿ ಕೆಳಗಿಳಿಸುತ್ತಿದ್ದ. ಟಕ್ಕು-ಟಕ್ಕು ಶಬ್ದದ ಸಮಕ್ಕೆ ದೇಹ ಮೇಲೆ-ಕೆಳಗೆ ಆಡಿದ ಆ ಸವಾರಿಯ ಸುಖ ಎಲ್ಲರಿಗೂ ರಾಜ-ರೋಮಾಂಚನದನುಭವವನ್ನೇ ಕೊಟ್ಟಿತು!

"ಇದು ಸ್ಯಾಂಪಲ್ಲೂ...! ನಿಮ್ದುಕ್ಕೆ ರೂಢಿಯಾಗ್ಬಿಟ್ರೆ ನಂದ್ ಓಡಿಸ್ದಂಗೆ ಓಡಿಸ್ಬೋದು. ಸಬ್ ದೇಖೋ ಅಬ್, ಸವಾರಿಗೆ ತೋರುಸ್ತಿನಿ..." ಎಂದ ನವೀದ್ ನುರಿತ ಸವಾರನಂತೆ ಆ ಗಿಡ್ಡ-ಕುದುರೆಯ ಮೇಲೆ ಛಂಗನೆ ಹಾರಿಕುಳಿತ.

ಹುಡುಗರೆಲ್ಲರೂ ಪಕ್ಕಕ್ಕೆ ಸರಿದು ಬೆರಗುಗಣ್ಣಿನಿಂದ ನೋಡುತ್ತಾ ನಿಂತರು. "ಹೇಯ್-ಚಲೋರೇ..." ಎಂದು ಕೂಗಿ ಬೆನ್ನಿಗೆ ತಟ್ಟಿದ ಕೂಡಲೇ ನವೀದನ ಆಜ್ಞೆಯನ್ನು ಸಾಕ್ಷಾತ್ ಪಾಲಿಸುವ ಹಾಗೆ ಆ ಕುದುರೆ ನಿಧಾನಕ್ಕೆ ಓಡಲು ಶುರುವಾಯ್ತು. ನವೀದ್ ಹುರುಪಿನಿಂದ ಅದರ ಬೆನ್ನಮೇಲೆ ರಪರಪನೆ ತಟ್ಟುತ್ತಲೇ ಇದ್ದ. ವೇಗ ಇನ್ನಷ್ಟು ಜೋರಾಯ್ತು!

ಅದು ನಿಜವಾಗಿಯೂ ತನ್ನಾಜ್ಞೆಯನ್ನು ಪಾಲಿಸಿ ಓಡುತ್ತಿರುವುದಲ್ಲ, ಬದಲಿಗೆ ಭೀತಿಯಿಂದ ಕಂಗೆಟ್ಟು ಓಟಕಿತ್ತಿರುವುದೆಂದು ಕೊಂಚ ದೂರ ಕ್ರಮಿಸಿದಾಗಲೇ ನವೀದನ ಅರಿವಿಗೆ ಬಂದದ್ದು! ಅವನು ಗ್ರಹಿಸಿದ್ದಕ್ಕಿಂತ ಹೆಚ್ಚು ವೇಗವಾಗಿ ಕುದುರೆ ಓಡುತ್ತಿತ್ತು. ಚಿನ್ನಪ್ಪನ-ಹಿತ್ತಲು ದಾಟಿ ಕೊಲ್ಲಾಪುರದಮ್ಮನ ಗುಡಿಯ ಕಡೆಯೋಡಿತು. ನವೀದ್ ಲಗಾಮನ್ನು ಜೋರಾಗಿ ಎಳೆದು ನಿಲ್ಲಿಸಲು ಇನ್ನಿಲ್ಲದ ಪ್ರಯತ್ನ ಮಾಡಿದರೂ ನಿಯಂತ್ರಣಕ್ಕೆ ಬರಲಿಲ್ಲ! ಲಗಾಮನ್ನು ಎಡಕ್ಕೂ-ಬಲಕ್ಕೂ ಜಗ್ಗಿದರೂ ಕೂಡ ಅದು ನೇರ ಓಡುತ್ತಿದ್ದುದು ನವೀದನಿಗೆ ಇನ್ನಷ್ಟು ಗಾಬರಿಯಾಗಿಸಿದ್ದಲ್ಲದೇ, ಇದು ಪಕ್ಕಾ ಕುರುಡು-ಕುದುರೆ ಎನ್ನುವುದು ಅವನಿಗೆ ಖಾತ್ರಿಯಾಗಿ ಹೋಯ್ತು! "ರುಕ್ಜಾಬೇ-ಚಿನಾಲ್ಕೇ..." ಎಂದು ನವೀದ್ ಜೋರು ಕೂಗುಹಾಕಹತ್ತಿದ. ಅಲ್ಲೇನಾಗುತ್ತಿದೆ ಎಂಬ ಪರಿವಿಲ್ಲದ ಹುಡುಗರು ಸಂಭ್ರಮದಿಂದ "ಹೋ..." ಎಂದು ಕಿರುಚುತ್ತಾ ಹಿಂದೆ-ಹಿಂದೆ

ಓಡುತ್ತಿದ್ದರು. ಊರಜಾತ್ರೆ ನಡೆದು ವಾರವಾಗಿತ್ತಷ್ಟೇ. ದೇವರ ಅಗ್ನಿಕೊಂಡದ ಬೂದಿಯನ್ನು ಇನ್ನೂ ತೆಗೆದಿರಲಿಲ್ಲ. ವೇಗವಾಗಿ ಓಡುತ್ತಿದ್ದ ಕುದುರೆ ನೇರವಾಗಿ ಕೊಂಡದಲ್ಲಿ ಇಳಿದು ಧೊಪ್ ಎಂದು ಮುಗ್ಗರಿಸಿಬಿತ್ತು. ನವೀದ್ ಕೂಡ ಅದರ ಜೊತೆಜೊತೆಯೇ ಬಿದ್ದ! ಕೊಂಡದ ಬೂದಿಯ ಹುಡಿ ಆಳೆತ್ತರಕ್ಕೆ ಭಗ್ಗನೆ ಚಿಮ್ಮಿತು. ಕೊಂಡದ ಅಲುಗು ತಾಗಿಯೋ ಅಥವಾ ಬಿದ್ದ ಆಘಾತಕ್ಕೆ ಯರ್‍ರಾಬಿರ್‍ರಿ ಝಾಡಿಸುತ್ತಿದ್ದ ಕುದುರೆಯ ಕಾಲು ತಾಗಿಯೋ ನವೀದನ ಎಡಗೈ ಮೂಳೆ ಮುರಿದಿತ್ತು. ಆ ನೋವಿಗೆ "ಅಮ್ಮೀ..." ಎಂದು ಕಿರುಚಿದ ನವೀದನ ಆರ್ತನಾದ ಮುಗಿಲುಮುಟ್ಟುತ್ತಿತ್ತು! ಹಾಗೋ-ಹೀಗೆ ಸಾವರಿಸಿಕೊಂಡು ಎದ್ದ ಕುದುರೆಮರಿ ಲಗಾಮು ಮತ್ತು ಜೀನಿನ ಸಮೇತ ಬೀದಿಯ ಕಡೆ ಓಡಿಹೋಯ್ತು. ಕೆಲವು ಮಕ್ಕಳು ಅದರ ಹಿಂದೆ "ಹಿಡ್ಕೊಳ್ರೋ..." ಎಂದು ಕೂಗುತ್ತಾ ಓಡಿದರು. ಗಣಪ, ಜುಟ್ಟ ಮತ್ತು ಇನ್ನಿಬ್ಬರು ನವೀದನನ್ನು ಕೊಂಡದಿಂದ ಮೇಲೆತ್ತಿ ಆರೈಕೆ ಮಾಡುತ್ತಿದ್ದರು! ಮೈಮುಖ ಪೂರಾ ಬೂದಿಹೊದ್ದ ಸ್ಮಶಾನರುದ್ರನ ಹಾಗೆ ಕಾಣುತ್ತಿದ್ದ ನವೀದನನ್ನು ನೋಡಿ ಜುಟ್ಟ ಗೊಳ್ಳೆಂದು ನಕ್ಕಿಬಿಟ್ಟ. ನೋವಿನಲ್ಲಿ ನರಳುತ್ತಿದ್ದ ನವೀದನಿಗೆ ಜುಟ್ಟನ ಆ ವ್ಯಂಗ್ಯನಗುವನ್ನು ಅರಗಿಸಿಕೊಳ್ಳಲಾಗದೇ ಹಲ್ಲುಕಡಿದ!

ಬಿದ್ದೆದ್ದು ಓಡುತ್ತಿದ್ದ ಆ ಕುರುಡುಕುದುರೆ ಬೀದಿಯ ತೆರೆದ-ಚರಂಡಿಯಲ್ಲಿ ಮತ್ತೆ ಹಾರಿಬಿದ್ದು ಕಾಲನ್ನು ಮುರಿದುಕೊಂಡಿತ್ತು. ಹಿಂದೆಯೇ ಅಟ್ಟಿಸಿಕೊಂಡು ಓಡಿಬಂದ ಮಕ್ಕಳು ಲಗಾಮು-ಜೀನನ್ನು ಬಿಚ್ಚಿಕೊಂಡು ಬಂದಿದ್ದರು. ಮುನ್ಸಿಪಾಲ್ಟಿಯವರು ಯಥಾಪ್ರಕಾರ ಸ್ಟಡ್-ಫಾರಮ್ಮಿನವರಿಗೆ ಅಮ್ಮ-ಅಕ್ಕರಾರ್ಚನೆ ಮಾಡುತ್ತಾ ತಮ್ಮ ಯಮಕರ್ಮವನ್ನು ಹಿಗ್ಗಾಮುಗ್ಗಾ ಶಪಿಸಿಕೊಂಡು ಆ ಕುದುರೆಯನ್ನು ಕಸದಗಾಡಿಗೆ ಏರಿಸಲು ತಿಣುಕಾಡುತ್ತಿದ್ದರು!

ಭೈರಾಗಿಮಠದ ಬೀದಿಯಲ್ಲಿದ್ದ 'ಮೂಳೆ-ರಿಪೇರಿ ಸಂಗಪ್ಪಣ್ಣ' ಕಟ್ಟಿದ್ದ ಬಿದಿರು-ಚಕ್ಕೆ ಮತ್ತು ಸಿಮೆಂಟಿನ ಕೈಪಟ್ಟಿಯು ಭಗ್ನ ಕುದುರೆ-ಸವಾರಿಯ ದ್ಯೋತಕವಾಗಿ ನವೀದನ ಎಡಗೈನಲ್ಲಿ ಹಲವು ವಾರಗಳು ಕಚ್ಚಿಕೊಂಡಿತ್ತು. ಮೊದಲ ಪ್ರಯತ್ನವೇ ಮಹಾಭಂಗವಾಯ್ತೆಂದು ಹುಡುಗರು ಮತ್ತೆ ಕುದುರೆಯ ಸಹವಾಸಕ್ಕೆ ಹೋಗಲಿಲ್ಲ ನಿಜ, ಆದರೆ ಕುದುರೆ-ಸವಾರಿಯ ರುಚಿ ಹತ್ತಿದ ಮೇಲೆ ಇನ್ಯಾವ ಆಟಗಳೂ ರುಚಿಸದೇ ಹೋಯ್ತು. ನವೀದ್ ತನ್ನ ಪಟ್ಟಿ ಕಳಚಿ ಮತ್ತೆ ಇತ್ತ ಬರಲು ತಿಂಗಳೇ ಕಳೆಯಿತು.

ನವೀದ್ ಹಿಡಿದ ಪಟ್ಟು ಬಿಡುವ ಆಸಾಮಿಯಲ್ಲ! ಕುದುರೆ-ಸವಾರಿಯ ತರಬೇತಿ ಮತ್ತೆ ಶುರುವಾಯ್ತು. ಸ್ವಲ್ಪ ಕುಂಟು-ಕುದುರೆಯಾದರೆ ಹೇಗೋ ಸಂಭಾಳಿಸುತ್ತಿದ್ದ. ಆದರೆ ಕುರುಡು-ಕುದುರೆಯಾದರೆ ಅಪ್ಪಿತಪ್ಪಿಯೂ ಅದರ ಸಹವಾಸಕ್ಕೆ ಹೋಗುತ್ತಿರಲಿಲ್ಲ! ಪ್ರತಿದಿನವು ಇದೇ ಆಟವಾದ್ದರಿಂದ ಕೆಲವೇ

ತಿಂಗಳುಗಳಲ್ಲಿ ಹುಡುಗರು ಸವಾರಿಯನ್ನು ಕಲಿತುಬಿಟ್ಟರು. ನವೀದನ ಕುದುರೆ-ಸವಾರಿ ತರಬೇತಿ ಊರಿಗೂರಿಗೆ ಟಾಂಟಾಂ ಆಗಿ ಅಕ್ಕಪಕ್ಕದ ಬೀದಿ ಹುಡುಗರೆಲ್ಲಾ ಬಂದು ಆಟಕ್ಕೆ ಸೇರಿಕೊಳ್ಳತೊಡಗಿದರು. ಮಾವಿನತೋಪು, ಚಿನ್ನಪ್ಪನ-ಹಿತ್ತಲು ಮತ್ತು ಕೊಲ್ಲಾಪುರದಮ್ಮನ ಗುಡಿಯ ಜಾಗವೆಲ್ಲಾ ಮತ್ತೊಂದು ಊರು-ಜಾತ್ರೆಯಾದಂತೆ ಕುದುರೆಯ ಖರಪುಟದ ಶಬ್ದದಿಂದ, ಹುಡುಗರ ಹಾಕಾರ-ಹೋಕಾರದಿಂದ ತೊಯ್ದುಹೋಯ್ತು!

ಹೀಗೆ ನೆಮ್ಮದಿಯಿಂದ ದಿನಗಳುರುಳಿದವು. ಅದ್ಯಾವ ಕೆಟ್ಟದೃಷ್ಟಿ ತಾಗಿತೋ ಏನೋ? ಆ ಊರುಜನರ ಬದುಕು ಚಕ್ಕನೆ ಮಗ್ಗಲು ಬದಲಿಸಲು ಕಾಯುತ್ತಿತ್ತು!

ಅದೊಂದು ಚಳಿಗಾಲದ ಮಂಜು ಕವಿದಿದ್ದ ಮುಂಜಾನೆಯ ಮಬ್ಬುಹೊತ್ತು. ಆ ಊರು ರಾತ್ರಿಯ ಸವಿನಿದ್ದೆ ಕಳೆದು ಇನ್ನೂ ಎಚ್ಚರವಾಗಿರಲಿಲ್ಲ. ಬೀದಿಯ ಯಾವ ಹುಂಜವೂ ಕೂಗಿರಲಿಲ್ಲ. ಇದ್ದಕ್ಕಿದ್ದ ಹಾಗೆ ಟಪ್-ಟಪ್ ಬೂಟುಗಳ ವಿಪರೀತ ಸದ್ದಾಯ್ತು. ಪೊಲೀಸ್ ಜೀಪುಗಳ ಸೈರನ್ನು ಮೊಳಗಿತು. ಬೀದಿಯ ಜನರೆಲ್ಲಾ ದಿಗ್ಗನೆದ್ದು ಬಾಗಿಲನ್ನು ತೂರಿ ಹೊರಗೆ ಬಂದು ಕಣ್ಣುಜ್ಜಿಕೊಳ್ಳುತ್ತಾ ನಿಂತರು.

"ಇದು ಪೊಲೀಸ್ ಪ್ರಕಟಣೆ. ಇಂದಿನಿಂದ ಮೂರುದಿನ 'ಸೆಕ್ಷನ್ 144ರ' ಕರ್ಫ್ಯೂ ವಿಧಿಸಲಾಗಿದೆ. ಯಾರೂ ಮನೆಬಿಟ್ಟು ಹೊರಗೆ ಬರಬಾರದು. ಗುಂಪುಗೂಡಬಾರದು. ಸರ್ಕಾರದ ಆದೇಶ ಧಿಕ್ಕರಿಸಿದವರಿಗೆ ಕಂಡಲ್ಲಿ ಗುಂಡು ಹೊಡೆಯಲಾಗುವುದು!" ಎಂದು ಜೀಪಿನಲ್ಲಿ ಕೂತ ಪೊಲೀಸ್ ಸಾಹೇಬರು ಅಧಿಕಾರಯುತವಾಗಿ ಮೈಕಿನಲ್ಲಿ ಹೆದರಿಸುತ್ತಾ ಕೂಗುತ್ತಿದ್ದರು. ಪೊಲೀಸರು ಕೈನಲ್ಲಿ ಲಾಠಿ-ಬಂದೂಕುಗಳನ್ನು ಹಿಡಿದು ಮಿಲಿಟರಿಯವರಂತೆ 'ಮಾರ್ಚ್-ಫಾಸ್ಟ್' ಮಾಡುತ್ತಾ ಬೀದಿಯ ತುಂಬೆಲ್ಲಾ ಗಸ್ತು ಶುರುಮಾಡಿದ್ದರು. ಚುನಾವಣೆ ಅಥವಾ ಊರುಹಬ್ಬದ ಹೊರತು ಹೀಗೆ ಮೈಕಿನ ಪ್ರಚಾರ ಇಲ್ಲಿಯ ಜನಕ್ಕೆ ಹೊಸತು. ಇದುವರೆಗೆ ಎಂದೂ ಇಷ್ಟು ದೊಡ್ಡ ಪೊಲೀಸ್-ಪಡೆಯನ್ನು ನೋಡಿದ್ದಿಲ್ಲ. ವಿಷಯ ಏನೆಂದು ಕೇಳಲು ಪೊಲೀಸ್ ಜೀಪಿನತ್ತ ಧಾವಿಸುತ್ತಿದ್ದ ಜನರಿಗೆ ತಾರಾಮಾರಿ ಗದರಿ ಮನೆಯೊಳಗೆ ಹೋಗುವಂತೆ ತಾಕೀತು ಮಾಡುತ್ತಿದ್ದರು. ಚಿಕ್ಕೆರೆಯ ಹಿನ್ನೀರಿನ ಬಯಲಿಗೋ, ಸ್ಟಡ್-ಫಾರ್ಮ್ ಗೋಡೆಯ ಮಗ್ಗುಲಲ್ಲಿ ಹುಲುಸಾಗಿ ಬೆಳೆದ ಲಂಟಾನ-ಪೊದೆಯ ಕಡೆಗೋ ಬೆಳಗಿನ ನಿತ್ಯಕರ್ಮಕ್ಕೆ ಚೊಂಬು ಹಿಡಿದು ಹೊರಟು ನಿಂತ ಗಂಡಸರನ್ನೆಲ್ಲಾ ತಡೆದು ಮನೆಗೆ ವಾಪಸ್ ಕಳುಹಿಸಿದರು. ವಿಷಯವೇನೆಂದೂ ತಿಳಿಯದ ಜನ ತೀವ್ರತರ ಗಾಬರಿಯಾದರು!

"ಇದ್ಧ-ಗಿದ್ಧ ಏನಾದ್ರೂ ಸುರುವಾಯ್ತಾ ಏನ್ ಕತೆನಪ್ಪಾ?"

"ಏನ್ಕತೇನೋ ಏನೋ? ಯಾವತ್ತೂ ಇಂಗ್ ಆಗಿದ್ ನಾನ್ ನೋಡಿಲ್ಲ"

"ಏ... ಓದ್ವಾರ ಅದ್ಯಾವ್ದೋ ದೊಡ್ ಮಸೀದಿ ಒಡ್ದಾಕಿದ್ರಂತಲ್ಲಾ! ಅದುಕ್ಕೆ ಸಾಬ್ರುಗೊಳು ಗಲಾಟೆ ಮಾಡ್ತಾವ್ರಂತೆ"

"ನಮ್ ಗುಜ್ರಿಮೊಲ್ಲಾ ಮಸೀದಿನಾ?"

"ಏ... ಇಲ್ಲಲ್ಲ. ಅಲ್ಲೆಲ್ಲೊ ಉತ್ರುದ್ ದೇಸ್ದಲ್ಲಂತೆ!"

"ಅಲ್ಲೆಲ್ಲೋ ಏನೋ ಆದ್ರೆ ಇವ್ರುಗೇನ್ ಇಲ್ ಮಲ್ಲಾಗ್ರ ಬಂದಿರದು...?"

"ಪಕ್ಕದ್ ರಾಮ್ನಗ್ರದಲ್ಲಿ ಇಂದು-ಮುಸ್ಲಿಂ ಗಲಾಟೆ ಸುರುವಾಗಿದ್ಯಂತೆ"

"ಏ ರಾಮ್ನಗ್ರ ಬಿಡು, ದೇಸನೇ ಒತ್ ಉರೀತೈತಂತೆ!"

"ಅದಿರ್ಲಿ... ಮೂರ್ದಿನ ಮನೇಲ್ ಸೇರ್ಕಂಬಿಟ್ರೆ ಒಟ್ಟೆಕಟ್ಟೋದ್ ಯಂಗಪ್ಪಾ...?"

"ಅಸ್ಕಂಡಿರದೇ ಒಳ್ಳೇದ್ ಬುಡು, ಉಂಡ್ರೆ ತಾನೇ ಬಯ್ಲಿಗೋಗ್ಬೇಕು. ಅದ್ನೂ ಬಿಡ್ತಿಲ್ವಲ್ಲ ಪೊಲೀಸ್ ಮುಂಡೆಮಕ್ಳು!"

ಹೀಗೆಲ್ಲಾ ಬೀದಿಯ ಜನಗಳು ತಮಗೆ ತೋಚಿದಂತೆ ತಮಗೊದಗಿದ ವಿಚಿತ್ರ ಪರಿಸ್ಥಿಯ ಬಗ್ಗೆ ಮಾತನಾಡಿಕೊಳ್ಳತೊಡಗಿದರು. ಬಹುತೇಕ ಮುಗ್ಧಜನರೇ ಅಲ್ಲಿ. ಅಂದಿನಂದಿನ ಅನ್ನ ದುಡಿದು ತಿನ್ನುತ್ತಿದ್ದವರು. ದೇಶದ ಆಗುಹೋಗುಗಳನ್ನು ಕಟ್ಟಿಕೊಂಡು ಇದುವರೆವಿಗೂ ಅವರೆಂದೂ ಚಿಂತಿಸಿದ್ದಿಲ್ಲ. ಊರಿನ ಉಸಾಬರಿ ಗೊತ್ತಿರುತ್ತಿದ್ದ ಕೆಲವು ವಿದ್ಯಾವಂತರಿಗೆ ಮಾತ್ರ ಖಚಿತ ವಿಷಯದ ಅರಿವಿತ್ತು.

ಗ್ರಹಣದಂತೆ ಹಿಡಿದ ಕರ್ಫ್ಯೂ ಮೂರುದಿವಸ ಕಳೆದರೂ ಬಿಡುವ ಯಾವುದೇ ಸೂಚನೆ ಸಿಗದೆ ಊರಿನ ಜನರು ಹೈರಾಣಾದರು! ಅಲ್ಲೆಲ್ಲೋ ದೂರದಲ್ಲಿ ಶುರುವಾಗಿದ್ದ ಹಿಂಸೆ ಇದೀಗ ಊರಿನೊಳಗೂ ಕಾಲಿಟ್ಟಿತ್ತು! ಊರಿನ ಕೋಟೆ ಪ್ರದೇಶದಲ್ಲಿ ಒಂದು ಕೋಮಿನ ಚಪ್ಪಲಿಯಂಗಡಿಗೆ ಕಿಚ್ಚುಬಿತ್ತು. ಇನ್ನೊಂದು ಕೋಮಿನ ಗುಂಪು ತಾವೇನೂ ಕಡಿಮೆಯಿಲ್ಲವೆಂದು ಸಿಕ್ಕಸಿಕ್ಕ ಅಂಗಡಿಗಳಿಗೆ ಬೆಂಕಿಹಚ್ಚಿದರು. ಪರಸ್ಪರರ ಮನಸ್ಸಿನಲ್ಲಿ ಮತ್ತು ಬದುಕಿನಲ್ಲಿ ಕಿಚ್ಚು ಜೋರಾಗಿಯೇ ಹೊತ್ತಿಕೊಂಡಿತು! ಅಲ್ಲಲ್ಲಿ ಚಾಕು ಇರಿದ ಸುದ್ದಿಗಳೂ ಹರಡಿದವು. ದೊಡ್ಡಪೇಟೆಗೆ ಅಂಟಿಕೊಂಡೇ ಇದ್ದ ಗುಜರಿ-ಮೊಹಲ್ಲಾದಿಂದ ರಾತ್ರೋರಾತ್ರಿ ನುಗ್ಗಿಬರುವ ಗುಂಪು ದಾಳಿ ಮಾಡುತ್ತದೆಂಬ ಪುಕಾರು ಜೋರು ಹಬ್ಬಿಬಿಟ್ಟಿತು!

ಮುಂಜಾನೆ ಐದರಿಂದ ಆರರವರೆಗೆ ಮಾತ್ರ ದಿನಸಿ-ತರಕಾರಿ ಕೊಳ್ಳಲು ಜನರಿಗೆ ಪೇಟೆಗೆ ಹೋಗುವ ಅನುವು ಮಾಡಿಕೊಟ್ಟಿದ್ದರಷ್ಟೇ. ಆ ಒಂದು ತಾಸಿನಲ್ಲಿ ಮಾತಿಗೆ ಸಿಗುತ್ತಿದ್ದ ಜನರು ಇಲ್ಲದ್ದು-ಸಲ್ಲದ್ದೆಲ್ಲವನ್ನೂ ಸೇರಿಸಿಕೊಂಡು ತರಹಾವೇರಿ ಕತೆ ಕಟ್ಟತೊಡಗಿದರು.

"ಸಾಬ್ರುಗಳು ಕೋಟೇಲಿ ಅಂಗ್ಡಿ-ಮನೆಗೆಲ್ಲಾ ಬೆಂಕಿ ಅಚ್ತೋವ್ರಂತೆ!"

"ಅದ್ಯಾರೋ ಮುನೇಶ್ವರನ್ ಪೂಜಾರಿಗೆ ಚೂರಿ ಇರುದ್ರಂತೆ"

"ಗುಜ್ರಿಮೊಲ್ಲಾ ಜನ ಕಮ್ಮಿ ಆಯ್ತರೆ ಅಂತ ಪಕ್ಕದ್ ಮಾಗ್ಡಿಯಿಂದ ಸಾಬ್ರುಗಳು ಲಾರಿಲಿ ಹಿಂಡಿಂಡ್ಗಟ್ಲೆ ಬತ್ತಾವ್ರಂತೆ!"

"ಮಚ್ಚು, ಸೈಕಲ್-ಚೈನು, ಕಬ್ಣದ್-ರಾಡು ಎಲ್ಲಾ ಸ್ಟಾಕ್ ಐತಂತೆ ಅವ್ರ್ ಅತ್ರ"

"ಏ, ಪೆಟ್ರೋಲ್-ಬಾಂಬ್ ಸಯ್ತ ಐತಂತೆ!"

ದೊಡ್ಡಪೇಟೆ ಜನರಿಗೆ ತಂಟೆಹೊಡೆಯೋಕೆ ಅಂತೆ-ಕಂತೆ ವಿಷಯಗಳಿಗೆ ಕಡಿಮೆಯೇನೂ ಇರಲಿಲ್ಲ. ಗುಜರಿ-ಮೊಹಲ್ಲಾದ ಜನರೂ ಭಯಕ್ಕೆ ಬಿದ್ದು ಇದೇ ಧಾಟಿಯಲ್ಲಿ ವದಂತಿಗಳನ್ನು ಮನಸ್ಸಿಗೆ ತೋಚಿದಂತೆ ಮಾತನಾಡಿಕೊಂಡರು. ದೊಡ್ಡಪೇಟೆಯ ಜನ ಯುದ್ಧಕ್ಕೆ ಸನ್ನದ್ಧರಾದಂತೆ ಬೀದಿಯ ಗರಡಿಮನೆಯಲ್ಲಿದ್ದ ಕತ್ತಿ-ಗುರಾಣಿ-ಕೈಹಿಡಿ-ಮರದಗದೆ ಎಲ್ಲವನ್ನೂ ಬೀದಿ ಮಧ್ಯದಲ್ಲಿದ್ದ ಭಜನೆಮನೆಯಲ್ಲಿ ಶೇಖರಿಸಿದರು. ಪ್ರತಿ ಮನೆಯಲ್ಲಿಯೂ ಸಾಮಾನ್ಯವಾಗಿ ಇರುತ್ತಿದ್ದ (ಚೂರಿ-ಮಚ್ಚು-ಕುಡಲಿ-ಗರಗಸ-ಗುದ್ದಲಿ-ಪಿಕಾಸಿ-ಹಾರೆ) ಅಷ್ಟೇ ಅಲ್ಲದೆ ಖಾರದಪುಡಿಯ ಡಬ್ಬ, ತುರೆಯೋಮಣೆಯನ್ನೂ ಬಾಗಿಲ ಮಗ್ಗುಲಲ್ಲಿ ಇಟ್ಟುಕೊಂಡು ಎಲ್ಲಾದಕ್ಕೂ ತಯಾರಾದಂತೆ ನಿಟ್ಟುಸಿರುಬಿಟ್ಟರು! ಗಟ್ಟಿ ಬಾಗಿಲಿಲ್ಲದ ಮನೆಯವರು ಮಲಗುವ ಮುಂಚೆ ಮುಚ್ಚಿದ ಬಾಗಿಲ ಹಿಂದಕ್ಕೆ ಭಾರದ ಕಬ್ಬಿಣಪೆಟ್ಟಿಗೆಗಳನ್ನು ಇರುಕಿ ಬಂದೋಬಸ್ತ್ ಮಾಡಿಕೊಂಡರು. ಅತ್ತ ಗುಜರಿ-ಮೊಹಲ್ಲದಲ್ಲೂ ಯುದ್ಧವನ್ನೆದುರಿಸುವ ಇಂತಹುದ್ದೇ ಸಕಲ ಸನ್ನದ್ಧತೆ ನಡೆಯಿತು. ಎರಡೂ ಕಡೆಯೂ ಪ್ರತಿದಾಳಿಗೆ ಸಿದ್ಧತೆ ನಡೆಯಿತೇ ಹೊರತು ತಾವ್ಯಾರೂ ದಾಳಿ ಸಾರಲು ಮೊದಲಾಗಲಿಲ್ಲ! ಉಭಯ ಪಡೆಗೂ ದಾಳಿ ಮಾಡುವ ಇರಾದೆಯೂ ಮತ್ತು ಕಾರಣವೂ ಇರಲಿಲ್ಲ, ಇದ್ದದ್ದು ಅವರೇನಾದರೂ ದಾಳಿ ಮಾಡಿಯಾರೇ ಎಂಬ ಪರಸ್ಪರ ಭಯವಷ್ಟೆ!

ಮುಂಜಾನೆಯ ಆ ಬಿಡುವು ವೇಳೆಯಲ್ಲಿ ತರಕಾರಿ-ಮಂಡಿಯಲ್ಲೋ, ದಿನಸಿ-ಪೇಟೆಯಲ್ಲೋ ಓಡಾಡುತ್ತಿದ್ದ ಮುಸ್ಲಿಂ ಜನರನ್ನು ಕಂಡರೆ ಹಿಂದೂಗಳು ಕಣ್ಣು-ಕೆಕ್ಕರಿಸಿಕೊಂಡು ನೋಡುತ್ತಿದ್ದರು. ಸೇರಿಗೆ ಸವ್ವಾಸೇರು ಎನ್ನುವಂತೆ ಅವರೂ ಕೂಡ ಈ ಜನ ತಮ್ಮ ಪರಮಶತ್ರುಗಳಾಗಿ ಬದಲಾದರೇನೋ ಎಂಬಂತೆ ಕಣ್ಣಿಗೆ-ಕಣ್ಣೇ ಎಂಬಂತೆ ದಿಟ್ಟಿ ನೆಡುತ್ತಿದ್ದರು. ಕಾರಣವಿಲ್ಲದೆಯೇ ಊರಿನಲ್ಲಿ ವೈಷಮ್ಯದ ಹೊಗೆ ಕೆಲವೇ ದಿನಗಳಲ್ಲಿ ದಟ್ಟವಾಗಿ ಹಬ್ಬಿತು.

"ನಮ್ಮೇಲೆ ನವೀದ್ ಕೂಡ ದಾಳಿ ಮಾಡೋಕೆ ಬರ್ತಾನ? ಛೇ... ಛೇ... ಅವ್ನು ತುಂಬಾ ಒಳ್ಳೇವ್ನು, ನನ್ ಚಡ್ಡಿದೋಸ್ತ್. ಅಕಸ್ಮಾತ್ ಬಂದ್ರೂ ನನಗ್ ಮಾತ್ರ ಏನೂ ಮಾಡೋಲ್ಲ!" ಎಂದು ಗಣಪ ಅವನದೇ ಧಾಟಿಯಲ್ಲಿ ಮುಗ್ಧವಾಗಿ ಯೋಚಿಸುತ್ತಿದ್ದ.

ಹುಡುಗರಿಗೆ ಶಾಲೆಯೂ ತಪ್ಪಿ ಬರೋಬ್ಬರಿ ಐದು ದಿನಗಳಾಗಿತ್ತು. ಎಲ್ಲರಿಗೂ ಮನೆಯಲ್ಲೇ ಕೂತು ಜಡ್ಡುಹಿಡಿದಿತ್ತು. ಹೊರಗೆ ಬಂದು ಏನಾದರೂ ಆಟಶುರುಮಾಡಿ ನಿಮಿಷವೂ ಆಗಲಿಕ್ಕಿಲ್ಲ, ಪೊಲೀಸ್-ಜೀಪು "ಒಂಯ್ಯೋ..." ಎಂದು ಒಂದೇ ಸಮನೆ ಸೈರನ್ ಕೂಗುತ್ತಾ ಬೀದಿಗೆ ನುಗ್ಗುತ್ತಿತ್ತು. ದೊಡ್ಡಪೇಟೆ ಮತ್ತು ಗುಜರಿ-ಮೊಹಲ್ಲಾ ಅಂಟಿಕೊಂಡೇ ಇದ್ದ ಸೂಕ್ಷ್ಮಪ್ರದೇಶಗಳಾದ್ದರಿಂದ ಪೊಲೀಸ್ ಗಸ್ತಿನ ಕಾರುಬಾರು ಇತ್ತಕಡೆ ಬಲುಜೋರೇ!

ಇಂತಹ ಬಿಗುವಾತವರಣದ ಮಧ್ಯೆ ಅಕಾಲಿಕ ಬಿರುಮಳೆಯೊಂದು ಅರ್ಧತಾಸಿಗೂ ಹೆಚ್ಚು ಹೊಡೆದು ನೆಲವನ್ನು ತಂಪುಮಾಡಿ ಕೊಂಚ ಆಹ್ಲಾದ ತಂದಿತ್ತು. ಮೇಯಲು ಬಯಲಿಗೆ ಹೋಗದೆ ಕೊಟ್ಟಿಗೆಯಲ್ಲಿ ಕಟ್ಟಿದ್ದ ಜುಟ್ಟನ ಎಮ್ಮೆಗಳು "ಮ್ಹೋऽऽऽ" ಎಂಬ ಕರ್ಣಕಠೋರ ಕೂಗು ಹಾಕುತ್ತಿದ್ದವು. ಬಹುಶಃ ಅವುಗಳೂ ಸಹ ತಮ್ಮ ಸ್ವಾತಂತ್ರ್ಯಹರಣವನ್ನು ಹೀಗೆ ವಿಕಾರವಾಗಿ ಕಿರುಚಿ ವಿರೋಧಿಸುತ್ತಿದ್ದವೋ ಏನೋ?

"ಒಂದು ಮಳೆ ಹೊಡ್ದು ನೆಲ ಸಲ್ಪ ಹಸುರಾಗಂಗಿಲ್ಲ, ಈ ಎಮ್ಗೋಳ್ಗೆ ಸೃಂಗಾರದ್ ಸುಮಾನ ಸುರುವಾಗ್ಬಿಟ್ತದೆ" ಜುಟ್ಟನ ಅಪ್ಪ 'ಕಂಠಿ' ಎಮ್ಮೆಗಳಿಗೆ ಒಣಹುಲ್ಲು ಹಾಕುತ್ತಾ ಗೊಣಗುಟ್ಟುತ್ತಿದ್ದ.

ಮುಂದಿನ ದಿನದ ಮುಂಜಾನೆ ಎಮ್ಮೆಯೊಂದು ಕೊಟ್ಟಿಗೆಯಲ್ಲಿರಲಿಲ್ಲ! ಅದಷ್ಟಕ್ಕದೇ ಕಟ್ಟನ್ನು ಬಿಚ್ಚಿಕೊಂಡು ತನ್ನ ಸಂಗಾತಿಯನ್ನು ಹುಡುಕಿಕೊಂಡು ಓಡಿಹೋಗಿತ್ತೋ ಅಥವಾ ರಾತ್ರಿಪೂರ ಅದರ ಕರ್ಕಶ ಆಕ್ರಂದನ ತಾಳಲಾರದೆ ಹೊರಗೆ ಗಸ್ತು ಹೊಡೆಯುತ್ತಿದ್ದ ಪೊಲೀಸರೇ ಬಿಚ್ಚಿ ಕಳುಹಿಸಿದ್ದರೋ ಗೊತ್ತಾಗಲಿಲ್ಲ! ಜುಟ್ಟ ಮತ್ತು ಅವನಪ್ಪ ಎಮ್ಮೆ ಹುಡುಕಲು ಚಿನ್ನಪ್ಪನ-ಹಿತ್ತಲು ದಾಟಿ ಚಿಕ್ಕೆರೆಯ ಹಿನ್ನೀರಿನ ಬಯಲಿಗೆ ಹೋಗುವ ಇಬ್ಬದಿಯಲ್ಲಿ ಪೊಗದಸ್ತಾಗಿ ಬೆಳೆದಿದ್ದ ಲಂಟಾನ ಪೊದೆಪೌಳಿ ಮಧ್ಯದ ಕಡಿದಾದ ಕಾಲುಹಾದಿಯನ್ನು ಹಿಡಿದರು. ಪೊಲೀಸರ ಜೀಪು ಸಲೀಸಾಗಿ ನುಗ್ಗುವಷ್ಟು ದಾರಿಯಲ್ಲ. ಹಾಗಾಗಿ ಅವರಿಗೆ ಪೊಲೀಸರ ಭಯವಿರಲಿಲ್ಲವಾದರೂ ಸಾಬರ ಭಯವಿತ್ತು. ಗುಜರಿ-ಮೊಹಲ್ಲಾದ ಒಂದು ಪಾರ್ಶ್ವ ಚಿಕ್ಕೆರೆಯ ಹಿನ್ನೀರಿಗೆ ಅಂಟಿಕೊಂಡೇ ಇತ್ತಲ್ಲ! ಯಾವುದಕ್ಕೂ ಇರಲಿ ಎಂದು ಕಂಠಿ ಮಡಚಿದ ಲುಂಗಿಯ ಒಳಗೆ ಚೂರಿಯನ್ನು ಇಟ್ಟುಕೊಂಡು ಹೋಗಿದ್ದ!

"ಗೌರಾ... ಗೌರಾ..." ಎಂದು ದಾರಿಯುದ್ದಕ್ಕೂ ಅಪ್ಪ-ಮಗ ಜಿದ್ದಿಗೆ ಬಿದ್ದಂತೆ ಎಮ್ಮೆಯನ್ನು ಕರೆಯುತ್ತಾ ಅವ್ಯಕ್ತ ದಿಗಿಲಿನೊಂದಿಗೆ ಸುತ್ತಮುತ್ತ ದಿಟ್ಟಿ ಹಾಯುವವರೆಗೂ ನಿರುಕಿಸುತ್ತಾ ದಾಪುಗಾಲು ಹಾಕುತ್ತಿದ್ದರು. ಇಷ್ಟೂ ದಿನ ಸ್ಮಶಾನಮೌನ ಅವರಿಸಿದ್ದ ಆ ಪ್ರದೇಶ ಇವರಿಬ್ಬರ ಕೂಗಿನ ಅನುರಣನದಿಂದ ತುಂಬಿಹೋಯ್ತು. ದೂರದಲ್ಲಿ ಒಂದೆರೆಡು ಮನೆಗಳಿದ್ದಲ್ಲಿ ಎಂತದೋ ಗೌಜು-

ಗದ್ದಲ ಶುರುವಾಗಿದ್ದು ಇವರಿಗೆ ಇನ್ನಷ್ಟು ಗಾಬರಿಯನ್ನುಂಟುಮಾಡಿತು. ಹತ್ತಿಪ್ಪತ್ತು ಹೆಜ್ಜೆ ಮುಂದಿಟ್ಟಿದ್ದರಷ್ಟೇ! ಉನ್ಮತ್ತ ಗುಂಪೊಂದು "ಪಕ್ಡೋರೆ..." ಎಂದು ಕೂಗುತ್ತಾ ಇತ್ತಲೇ ಧಾವಿಸಿಬರುತ್ತಿರುವ ಸೂಚನೆ ಸಿಕ್ಕ ತಕ್ಷಣ ಕಂಠಿಯು ಜುಟ್ಟನನ್ನು ಲಂಟಾನ ಪೊದೆಯೊಳಗೆ ನುಗ್ಗಿಸಿ ಅವಿತುಕೊಂಡಿರಲು ಹೇಳಿ ಪಟಕ್ಕನೆ ತನ್ನ ಲುಂಗಿಯೊಳಗೆ ಇಳಿಬಿಟ್ಟಿದ್ದ ಚೂರಿಯಯನ್ನು ತೆಗೆದು ಏದುಸಿರುಬಿಡುತ್ತಾ ಕಾಳಗಕ್ಕೆ ಸಿದ್ಧನೆಂಬಂತೆ ನಿಂತ! ನಿರೀಕ್ಷಿಸಿದ ಹಾಗೆ ಐದಾರು ಜನರಿದ್ದ ಆ ಗುಂಪು ಕಂಠಿಯನ್ನು ಕಡಿದಾದ ಕಾಲುಹಾದಿಯ ಮಧ್ಯೆಯೇ ಮುತ್ತಿಗೆ ಹಾಕಿತು! ಗುಂಪಿನಲ್ಲಿದ್ದವರೆಲ್ಲಾ ಮೀಸೆ ಚಿಗುರಿದ ತರುಣರೇ. ಅವರಿಗೆ ಕಂಠಿಯ ಪರಿಚಯವಿರಲಿಲ್ಲ. ಕಂಠಿಗೂ ಅವರನ್ನು ಈ ಹಿಂದೆ ನೋಡಿದ ನೆನಪಿಲ್ಲ.

"ಕೋನ್ ಬೆ ಸಾಲೆ ತು? ಇಧರ್ ಕ್ಯಾಕರ್ ರಹೆಸೋ?" ಒಬ್ಬ ಗುಡುಗಿದ.

ಕಂಠಿಗೆ ಅವನಾಡಿದ್ದು ಏನೊಂದು ಅರ್ಥವಾಗದಿದ್ದರೂ, "ಹತ್ರ ಬಂದ್ರೆ ಕೊಚ್ ಹಾಕ್ಬುಡ್ತೀನಿ ಮಕ್ಳಾ..." ಎಂದು ಗದರಿದ ಅವನ ಕೈಕಾಲುಗಳು ಮೆಲ್ಲನೆ ಅದುರಿ, ಮೈ ಬೆವರಿನ ಪಸೆಯಾಗುತ್ತಿತ್ತುತ್ತು!

"ಪಕ್ಡೋರೆ ಇಸ್ಕೋ..." ಮತ್ತೊಬ್ಬ ಆವೇಶದಲ್ಲಿ ಗುಂಪಿಗೆ ಆದೇಶ ನೀಡಿದ.

ಹಿಂದಿನಿಂದ ಗುಮ್ಮನಂತೆ ಹಿಡಿಯಬರುತ್ತಿದ್ದ ಹುಡುಗನಿಗೆ ಸರಕ್ಕನೆ ತಿರುಗಿದ ಕಂಠಿ ಚೂರಿಯನ್ನು ಬೀಸಿಬಿಟ್ಟ. ಚೂರಿಯು ಆ ಹುಡುಗನ ಮೇಲ್ಭುಜ ಸವರಿ ಕೆನ್ನೆಯನ್ನು ಹರಿದುಹಾಕಿತು. ನೋಡನೋಡುತ್ತಿದ್ದಂತೆಯೇ ದೇಹ ರಕ್ತದಲ್ಲಿ ತೊಯ್ದು ಹೋಯ್ತು!

"ಅಮ್ಮೀ..." ಎಂದು ಗಾಳಿಸೀಳುವ ಹಾಗೆ ಕಿರುಚಿದ ಆತ ಕೆನ್ನೆಯನ್ನು ಹಿಡಿದು ಕೆಳಗೆ ಬಿದ್ದು ಹಾವಿನಂತೆ ಒದ್ದಾಡಹತ್ತಿದ. ಅಚಾನಕ್ ಆಗಿ ನಡೆದುಹೋದ ಈ ದಾಳಿಯ ಮಧ್ಯೆ ಹುಡುಗರು ಆವೇಶದಿಂದ ನುಗ್ಗಿ ಕಂಠಿಯನ್ನು ಹೆಡೆಮುರಿ ಕಟ್ಟಿ ಚೂರಿಯನ್ನು ಕಿತ್ತುಕೊಂಡು ಕೆಳಗೆ ದೂಡಿ ಅವನೆದೆಗೆ ಕಾಲಿನಲ್ಲಿ ಹಿಗ್ಗಾಮುಗ್ಗಾ ಪ್ರಹಾರ ಮಾಡಿಬಿಟ್ಟರು! ಈ ಆಘಾತಕ್ಕೆ ಕಂಠಿಯ ಸ್ಥೈರ್ಯ ಉಡುಗಿಹೋಗಿತ್ತು. ಒಂದರ್ಥದಲ್ಲಿ ಆತ ಗುಂಪಿಗೆ ಶರಣಾಗಿಹೋದ! ಲಂಟಾನ ಪೊದೆಸಂದಿನಲ್ಲಿ ಕೂತು ಇವೆಲ್ಲವನ್ನೂ ನೋಡುತ್ತಿದ್ದ ಜುಟ್ಟ, ತನ್ನಪ್ಪನಿಗೆ ಇನ್ನೇನು ಕೇಡುಮಾಡಿಯಾರೋ ಎಂದು ಇತ್ತ ಅಳುತ್ತಾ ಓಡಿ ಬಂದ! ಇಲ್ಲಾಗುತ್ತಿದ್ದ ಗಲಾಟೆಯ ಶಬ್ದ ಕೇಳಿ ಅದೇ ಸಮಯಕ್ಕೆ ಮತ್ತಷ್ಟು ಹುಡುಗರು, ಹಿರಿಯರು ಮನೆಗಳ ಕಡೆಯಿಂದ ಓಡಿಬಂದರು. ಕೆಲವರು ಗಾಯಾಳುವಿನ ಆರೈಕೆ ಮಾಡಿ ಲಗುಬಗನೆ ಅವನನ್ನು ಎತ್ತಿಕೊಂಡು ಮನೆಯಕಡೆ ಹೊರಟರು. ಈ ಹೊಸ ಗುಂಪಿನಲ್ಲಿ ನವೀದ್ ಮತ್ತು ಅವನ ಅಬ್ಬು ಕೂಡ ಜೊತೆಗಿದ್ದರು!

ಇದೀಗ ಓಡಿಬಂದ ಹುಡುಗರಿಗೆ ಪರಿಸ್ಥಿತಿಯ ಪರಿಚಯವಾಗಿ ಜುಟ್ಟನನ್ನು ಸೇರಿಸಿಕೊಂಡಂತೆ ಕಂಠಿಯನ್ನು ಸುತ್ತುವರೆದರು. ನವೀದನನ್ನು ಗುರುತಿಸಿದ ಜುಟ್ಟ, "ಲೋ ನವೀದ್... ಅಪ್ಪನ್ ಬಿಟ್ಬಿಡು ಅಂತ ಇವ್ರುಗ್ ಹೇಳೋ... ಬೆಳ್ಗೆ ಕಳ್ದೋಗಿರೋ ನಮ್ಮೆಮ್ಮೆ ಉಡ್ಕೊಂಡ್ ಇಲ್ ಬಂದ್ವು ಅಷ್ಟೇ! ಇವ್ರ್ ನೋಡುದ್ರೆ ಗಲಾಟೆ ಶುರು ಅಚ್ಕಂಡವ್ರೆ" ಎಂದು ಮತ್ತಷ್ಟು ಅಳುತ್ತಾ ಅಂಗಲಾಚಿದ. ಅಂದು ತನ್ನ ಕೈ ಮುರಿದಾಗ ಆಡಿಕೊಂಡು ನಕ್ಕಿದ್ದ ಜುಟ್ಟನ ಮುಖ ನವೀದನ ಸ್ಮೃತಿಯಲ್ಲಿ ಹಾದು-ಹೋಯಿತಾದರೂ ಇದು ಸೇಡು ತೀರಿಸುವ ಸಮಯವಲ್ಲವೆಂಬ ಉದಾತ್ತ ಪ್ರಜ್ಞೆ ಅವನಲ್ಲುಂಟಾದದ್ದು ಸ್ವತಃ ಅವನಿಗೇ ಆಶ್ಚರ್ಯವಾಯ್ತು!

ನವೀದ್ ಎಲ್ಲರಿಗೂ 'ಈತ ತನ್ನ ಸ್ನೇಹಿತನೆಂದೂ, ಒಳ್ಳೆಯವನೆಂದೂ, ಪಕ್ಕದ ಬೀದಿಯವನೆಂದೂ, ಇಲ್ಲಿಯೇ ಎಮ್ಮೆ ಮೇಯಿಸಲು ಬರುವವನೆಂದೂ' ಸಮಜಾಯಿಷಿ ಕೊಟ್ಟು ಬಿಟ್ಟುಕಳುಹಿಸುವಂತೆ ಗೋಗರೆದ. ನವೀದನ ಅಬ್ಬು ಕೂಡ ಅವನ ಮಾತಿಗೆ ಸಹದನಿಯಾದ.

"ಸಯ್ಯದ್ ಕೋ ಚಾಕು ಡಾಲ್ದಿಯಾರೆ ಯೇ ಬಡಾ ಚೂತ್ಯ..." ಒಬ್ಬ ಕಿರುಚಿದ.

"ಇಸ್ಕೋ ಭೀ ವಹೀಚ್ ಚಾಕು ಡಾಲ್ಕೋ ಬೇಜೋರೆ..." ಇನ್ನೊಬ್ಬ ಆವೇಶದ ಪ್ರವಾಹವನ್ನೇ ಹೊತ್ತಂತೆ ಆಡಿದ.

"ಹಾಂ, ಯೇ ಸಹೀಯೆ..." ಎಂದು ಹುಡುಗರೆಲ್ಲರೂ ತಮ್ಮ ಒಪ್ಪಿಗೆ ಸೂಚಿಸಿದರು.

ನವೀದನ ಅಬ್ಬುವೂ ಸೇರಿ ಅಲ್ಲಿದ್ದ ಹಿರಿಯರು ಕಂಠಿಯನ್ನು ಗುರುತಿಸಿ 'ಅವ ನಮಗೆ ಬೇಕಾದವನೆಂದು' ಶಿಫಾರಸ್ಸು ಮಾಡಿ, 'ಸುಖಾಸುಮ್ಮನೆ ಸಂಘರ್ಷ' ಮಾಡುವುದು ಬೇಡವೆಂದು ಖಡಕ್ಕಾಗಿ ಹೇಳಿದರು.

ಇಷ್ಟರ ಮೇಲೆಯೂ ಹೀಗೆಯೇ ಬಿಟ್ಟರೆ ಮುಯ್ಯಿಗೆ-ಮುಯ್ಯಿ ತೀರದೆ ನಾವು ಕನಿಷ್ಠರಾಗಿಬಿಡುತ್ತೇವೆ ಎಂದು ಶ್ರೇಷ್ಠತೆಯ-ವ್ಯಸನಕ್ಕೆ ಬಿದ್ದ ಚೂರಿ ಹಿಡಿದಿದ್ದ ಯುವಕನೊಬ್ಬ ಈ ಮಧ್ಯೆ ಸಮಯಸಾಧಿಸಿ ಕಂಠಿಯ ಬಲಗೆನ್ನೆಗೆ ರಪ್ಪನೆ ಸವರಿಬಿಟ್ಟ!

ಊಹಿಸದ ಪ್ರತ್ಯಾಘಾತಕ್ಕೆ ಒಂದಷ್ಟು ರಕ್ತ ಸೋರಿಹೋಗಿ ಕಂಠಿಯ ಪ್ರಜ್ಞೆ ಹಾರಿಹೋಯ್ತು! ಗುಂಪಿನಲ್ಲಿದ್ದ ಹಿರಿಯರು ಚೂರಿಯನ್ನು ಕಸಿದುಕೊಂಡು ಹುಡುಗರನ್ನು ಅಲ್ಲಿಂದ ಗದರಿಸಿ ಚದುರಿಸಿದರು. ಉಪಚರಿಸಿದ ಮೇಲೆ ಎಷ್ಟು ಪ್ರಯತ್ನಿಸಿದರೂ ಕಂಠಿಗೆ ಪ್ರಜ್ಞೆ ಮರುಕಳಿಸದಾಗಿ ಏನೊಂದು ಮಾಡಲು ತಿಳಿಯದೇ ಅವನನ್ನು ಅನಾಮತ್ತಾಗಿ ಎತ್ತಿಕೊಂಡ ಆ ದೊಡ್ಡವರು ದೊಡ್ಡಪೇಟೆ ಶುರುವಾಗುವ ಕಾಲುಹಾದಿಯ ಕೊನೆಯಲ್ಲಿದ್ದ ದೊಡ್ಡಹುಣಸೆಮರದ

ಬುಡದಲ್ಲಿ ಮಲಗಿಸಿದರು. ತಾವೇ ದೊಡ್ಡಪೇಟೆವರೆಗೆ ಹೋದರೆ ಅನರ್ಥವಾಗಿ ಇನ್ನಷ್ಟು ಗಲಾಟೆಯಾದೀತು ಎಂಬುದು ಅವರ ಆತಂಕ! ರಕ್ತದಲ್ಲಿ ತೊಯ್ದುಹೋಗಿ ಸತ್ತಂತೆ ಬಿದ್ದಿರುವ ಪ್ರಜ್ಞಾಹೀನನಾದ ತನ್ನಪ್ಪನನ್ನು ನೋಡುತ್ತಾ ನಿಂತಿದ್ದ ಜುಟ್ಟನಿಗೆ ಏನು ಮಾಡುವುದೆಂದು ತೋಚದೆ ಒಂದೇ ಸಮನೆ ರಚ್ಚೆಹಿಡಿದಂತೆ ಅಳುತ್ತಿದ್ದ. “ನಿನ್ನಪ್ಪನಿಗೇನೂ ಆಗಿಲ್ಲ, ಭಯಪಡಬೇಡ” ಎಂದು ಸಮಾಧಾನಮಾಡಿದರು.

ತಮ್ಮವರನ್ನು ಕರೆದುಕೊಂಡು ಬಂದು ನಡೆದ ಘಟನೆಯನ್ನು ಹೀಗ್ಹೀಗೆಯೇ ಅಯ್ತೆಂದು ವಿವರಿಸಲು ಹೇಳಿ, ಪೋಲಿಸ್-ಗೀಲಿಸ್ ಅಂತ ಹೋದ್ರೆ ಎಲ್ಲರಿಗು ತೊಂದರೆಯೇ ಎಂದೂ ಹೇಳುವಂತೆ ಹೇಳಿ ಅವರು ಅಲ್ಲಿಂದ ವಾಪಸ್ ಮನೆಯ ಕಡೆ ನಡೆದರು.

ಈ ಘಟನೆ ಮುಂದೆ ಯಾವ್ಯಾವ ಅನಾಹುತಗಳನ್ನು ಆಹ್ವಾನಿಸುವುದೋ ಎಂದು ಅವರ ಮುಖದಲ್ಲಿ ಗಾಬರಿಯ ಗೆರೆಗಳು ದಟ್ಟವಾಗಿ ಮೂಡಿದವು!

ಊರಿನಲ್ಲಿ ಪರಿಸ್ಥಿತಿ ಒಂದುಮಟ್ಟಿಗೆ ತಹಬಂದಿಗೆ ಬಂದಿತ್ತು. ಯಾವುದೇ ಅಹಿತಕರ ಘಟನೆಗಳು ನಡೆದಿರಲಿಲ್ಲ. ಕರ್ಫ್ಯೂ ಸಡಿಲಗೊಂಡಿತ್ತು. ಚಿಕ್ಕರೆ ಹಿನ್ನೀರಿನ ಹಾದಿಯಲ್ಲಿ ನಡೆದ ಗಲಾಟೆ ಪ್ರಸಂಗ ಪೋಲಿಸಿನವರೆಗೆ ಹೋಗಿರಲಿಲ್ಲ. ಮನೆಯವರ ಆರೈಕೆಯಲ್ಲಿ ಕಂಠಿ ಹಾಸಿಗೆಯಲ್ಲಿಯೇ ಇದ್ದು ಚೇತರಿಸಿಕೊಳ್ಳುತ್ತಿದ್ದ. ಕರ್ಫ್ಯೂ ಹಿಂತೆಗೆದ ಮಾರನೇ ದಿನದ ಬೆಳಗ್ಗೆ ಕಂಠಿ ಎದೆನೋವೆಂದು ಹೊರಳಾಡಲು ಶುರುಮಾಡಿದ. ಊರಿನಾಸ್ಪತ್ರೆಗೆ ಸೇರಿಸಲಾಯ್ತು. ಹೃದಯಾಘಾತವಾಗಿಹೋಗಿತ್ತು! ಕಳೆದ ವಾರ ನಡೆದ ಹಲ್ಲೆ ಮತ್ತು ಪ್ರಜ್ಞೆತಪ್ಪಿದ ವಿವರವನ್ನೆಲ್ಲಾ ಪಡೆದ ವೈದ್ಯರು ಅಂದೇ ಮೊದಲ ಹೃದಯಾಘಾತವಾಗಿತ್ತು, ಆಗಲೇ ಕರೆದುಕೊಂಡು ಬರಬೇಕಿತ್ತು ಎಂದು ಬೇಸರದಿಂದ ಸಿಡಿಮಿಡಿಗೊಂಡರು. ಕರ್ಫ್ಯೂವಿನಲ್ಲಿ ಪೋಲೀಸರ ಹೆದರಿಕೆ ಮತ್ತು ಮುಖದ ಮೇಲಾದ ಸಣ್ಣಗಾಯಕ್ಕೆ ಆಸ್ಪತ್ರೆಯೆಲ್ಲ ಏಕೆ ಎಂದು ಬರಲಿಲ್ಲವೆಂದು ಕಂಠಿಯ ಮನೆಯವರು ಸಮಜಾಯಿಷಿಕೊಟ್ಟರೂ ಕಾಲಮೀರಿಹೋಗಿತ್ತು. ದುರದೃಷ್ಟವಶಾತ್ ತುರ್ತು ನಿಗಾಘಟಕದಲ್ಲಿದ್ದ ಕಂಠಿ ಮಧ್ಯರಾತ್ರಿ ತೀರಿಹೋದ!

ಕಂಠಿಯ ಮೇಲೆ ಮುಸ್ಲಿಂ-ಹುಡುಗರ ಗುಂಪು ಮಾಡಿದ ಹಲ್ಲೆಯೇ ಅವನ ಪ್ರಾಣಕ್ಕೆ ಮಾರಕವಾಗಿದ್ದು ಎಂಬ ಸುದ್ದಿ ರಾತ್ರೋರಾತ್ರಿ ಗಲ್ಲಿಗಲ್ಲಿಗಳಲ್ಲಿ ಸುಳಿದಾಡಿ ಸಮೂಹಕ್ಕೆ ದ್ವೇಷರೋಷಗಳ ಸನ್ನಿಯು ಪ್ರಬಲವಾಗಿಯೇ ಬಡಿಯಿತು! ಮನೆಯಲ್ಲಿದ್ದ ಆಯುಧ-ಹತಾರಗಳನ್ನು ಹಿಡಿದ ದೊಡ್ಡಪೇಟೆಯ ಜನರ ಭಾರಿಗುಂಪು ಗುಜರಿ-ಮೊಹಲ್ಲಾ ಮತ್ತು ದೊಡ್ಡಪೇಟೆ ಸಂಧಿಸುವ ಮಧ್ಯದಲ್ಲಿ ಇದ್ದ ದೊಡ್ಡಮಸೀದಿಯ ಹತ್ತಿರ ಬಂತು. ಯಾರಿಗೆ ಮತ್ತು ಹೇಗೆ

ದಾಳಿ ಮಾಡಬೇಕೆನ್ನುವ ಯಾವುದೇ ಪೂರ್ವತಯಾರಿ ಇಲ್ಲದೇ ಕಂಠಿಯ ಸಾವಿನ ಸೇಡಿನ-ರೋಷವನ್ನು ಮಾತ್ರ ಹೊತ್ತು ಬಂದಿತ್ತು ಆ ಉದ್ರಿಕ್ತ ಗುಂಪು! ಇದರ ಸುಳಿವು ಎದುರಿನವರಿಗೂ ಸಿಕ್ಕಿಬಿಟ್ಟಿತ್ತು! ಸಮಯಕ್ಕೆ ಸರಿಯಾಗಿ ಮಸೀದಿಯ ಒಳಗಿಂದ ಧಿಗ್ಗನೆ ಹೊರಬಂದ ಈ ಗುಂಪಿನ ಕೈನಲ್ಲೂ ಆಯುಧ-ಹತಾರಗಳಿದ್ದವು. ಊಹಿಸಿರದ ಪ್ರತಿಕ್ರಿಯೆಗೆ ದೊಡ್ಡಪೇಟೆಯ ಗುಂಪು ಕೊಂಚ ಅದುರಿದ್ದು ನಿಜ! ಸುಮಾರು ನೂರಿನ್ನೂರು ಅಡಿ ದೂರದಲ್ಲಿ ಎದುರು-ಬದುರು ನಿಂತಿದ್ದ ಎರಡೂ ಗುಂಪುಗಳು ಮುಂದೆ ಏನು ಮಾಡುವುದೆಂದು ತೋಚದೆ ಕೆಲಹೊತ್ತು ಮುಗುಮ್ಮಾಗಿ ನಿಂತವು. ಅಷ್ಟರಲ್ಲಿಯೇ ದೊಡ್ಡಪೇಟೆ ಗುಂಪಿನ ಒಬ್ಬ ಹುಡುಗ ಕಲ್ಲೊಂದನ್ನು ರೊಯ್ಯನೆ ತೂರಿಬಿಟ್ಟ! ಖೋ ಕೊಟ್ಟಂತೆ ಮಿಕ್ಕವರೂ ಒಬ್ಬರ ಹಿಂದೆ ಒಬ್ಬರು ಕಲ್ಲು ತೂರಿದರು. ಪ್ರತಿಯಾಗಿ ಆತ್ತಲಿಂದ ಇತ್ತಕಡೆ ತೂರಿಬಂದದ್ದು ಕೇವಲ ಕಲ್ಲುಗಳಲ್ಲ, ಪೆಟ್ರೋಲ್-ಬಾಂಬುಗಳು ಕೂಡ! ಗಾಜಿನ ಬಾಟಲಿಗೆ ಪೆಟ್ರೋಲ್ ತುಂಬಿ ಮೂತಿಯಲ್ಲಿ ಬತ್ತಿಗೆ ಅಂಟಿಸಿದ್ದ ಬೆಂಕಿಯು ಅದು ಬಿದ್ದ ನೆಲವನ್ನೆಲ್ಲಾ ಆಪೋಶನ ತೆಗೆದುಕೊಳ್ಳುವ ಹಾಗೆ 'ಭಗ್' ಎಂದು ಹಚ್ಚಿ ಉರಿಯತೊಡಗಿತು. ಒಂದರ ಮೇಲೊಂದು ಹಾರಿಬಂದ ಪೆಟ್ರೋಲ್ ಬಾಂಬುಗಳು ಸಾವಿರ ಕೈಕಾಲುಗಳಿರುವ ಭೂತದಂತಹ ಬೆಂಕಿ-ದಟ್ಟಹೊಗೆ-ಕಿವಿಗಡಚಿಕ್ಕುವ ಶಬ್ದವನ್ನು ಸೃಷ್ಟಿಸಿತು. ಇಂತಹ ಹಠಾತ್ ದಾಳಿ ನಿರೀಕ್ಷಿಸಿರದ ದೊಡ್ಡಪೇಟೆಯ ಜನರ ಗುಂಪು ದಿಕ್ಕಾಪಾಲಾಗಿ ಓಡಿತು!

ಮತ್ತೊಮ್ಮೆ ಕೋಮುಗಲಭೆಯ ಕಿಚ್ಚು ಊರಿನಲ್ಲೆಲ್ಲಾ ದಟ್ಟವಾಗಿ ಹರಡಿತು.

ಕರ್ಫ್ಯೂ ದೆವ್ವದಂತೆ ಬೆನ್ನುಹತ್ತಿತು!

ದೊಡ್ಡಮಸೀದಿ ಬಳಿಯ ಗುಂಪುಘರ್ಷಣೆಯಲ್ಲಿ ಯಾರಿಗೂ ದೈಹಿಕ ಪೆಟ್ಟಾಗಿರಲಿಲ್ಲವಾದರೂ ಪರಸ್ಪರ ಮನಸ್ಸುಗಳು ಇನ್ನೆಂದೂ ಸುಧಾರಿಸಿಕೊಳ್ಳಲಾರದಷ್ಟು ಘಾಸಿಗೊಂಡಿದ್ದವು! ಬೀದಿಗಳಲ್ಲಿ ಪೊಲೀಸ್-ಗಸ್ತು ಹಿಂದೆಂದಿಗಿಂತಲೂ ಹೆಚ್ಚಾಯ್ತು. ಹದಿನೆಂಟು ದಾಟಿದ ಸಿಕ್ಕಸಿಕ್ಕವರನ್ನೆಲ್ಲಾ ಮನೆಯೊಳಗೆ ನುಗ್ಗಿ ಹೆಡೆಮುರಿಕಟ್ಟಿ ದೂರದೂರದ ಜೈಲುಗಳಿಗೆ ಸಾಗಿಸಲಾಯ್ತು. ಅಪರಾಧ ಮಾಡಿದ್ದರೂ ಸರಿ, ಇಲ್ಲವಾದರೂ ಸರಿ! ಉಭಯ ಬೀದಿಯ ಹದಿನೆಂಟರಿಂದ-ಮೂವತ್ತೈದು ವರ್ಷದ ಯುವ ಸಮೂಹವೆಲ್ಲಾ ಜೈಲು ಪಾಲಾಯ್ತು. ಊರಿಗೂರೇ ಅನಾಥವಾಯ್ತು!

"ಏನೇನೋ ಕೇಸ್ಗಳನ್ ಜಡ್ದು ಬಳ್ಳಾರಿ-ಬೆಳ್ಗಾವಿ ಜೈಲ್ಗಳಿಗೆ ಕಳ್ಸೋವ್ರಂತೆ..."

"ವಾಪಸ್ ಬಂದ್ರೆ ಬಂದ್ರು, ಇಲ್ದಿದ್ರೆ ಇಲ್ಲ"

"ತಿಂಗ್ಳು, ವರ್ಸಾನೂ ಆಗ್ಬೋದು"

"ಜೈಲಿಗ್ ಓಗ್ ಬಂದ್ಮೇಲೆ ಕೆಲ್ಸಗಿಲ್ಸ ಸಿಗಲ್ವಂತೆ"

"ಇರೋ ಕೆಲ್ಸ ಉಳುದ್ರೆ ದೊಡ್ಡು ಬುಡು"

"ದುಡ್ಯೋ ಮಗಾನೇ ಜೈಲ್ಗೊಂಟೋದ್ರೆ ಮನೆಮಠ ಯಂಗ್ ನಡ್ಸದು?"

"ಮದ್ವೆ ಆಗ್ತಿನ್ ಎಣ್ ಕೊಡ್ತವ್ವ ಅಂದ್ರೂ ಕೊಟ್ಟಾರ ಮಾನವಂತ್ರು?"

"ಇನ್ಮುಂದೆ ಜೀವ್ನ ಎಕ್ಕುಟ್ಟೋಗದೆಯ!"

ಉಭಯ ಬೀದಿಗಳ ಪ್ರತಿಮನೆಗಳಲ್ಲಿಯೂ ಇವವೇ ಮಾತುಗಳ ಅನುರಣನ. ಇನ್ನುಳಿದದ್ದು ಬರೀ ಗೋಳು!

ಅದೆಷ್ಟು ಜನರು ಉಪವಾಸಕ್ಕೆ ಬಿದ್ದರೋ? ಅದೆಷ್ಟು ಮನೆಗಳು ಬೀದಿಗೆ ಬಿದ್ದವೋ? ಅದೆಷ್ಟು ಮನಗಳ ಸ್ಥೈರ್ಯ ಉಡುಗಿಹೋಯ್ತೋ? ನೆರೆಯವರು ಭೌತಿಕವಾಗಿ ಎಷ್ಟೇ ಹತ್ತಿರವಿದ್ದರೂ ಒಬ್ಬರಿಗೊಬ್ಬರು ನೆರವಾಗಲು ಆಗಲಿಲ್ಲ. ಅವರವರ ಮನೆ ಅವರಿಗೆ ಅಕ್ಷರಶಃ ಜೈಲಾಗಿತ್ತು. ನೆರವಿರಲಿ, ಕೊನೆಯ ಪಕ್ಷ ಸಾಂತ್ವನ ಹೇಳಲೂ ಆಗದಂತಹ ದೈನೇಸಿ ಸ್ಥಿತಿ! ಆಡುವ ವಯಸ್ಸಿಗೆ ಅಪ್ಪನ ಜವಾಬ್ದಾರಿಯನ್ನು ಸಂಭಾಳಿಸಲು ಬಾಲ್ಯದಲ್ಲೇ ಯೌವ್ವನದ ಭಾರವನ್ನು ಹೊದ್ದ ಜುಟ್ಟನ ಸ್ಥಿತಿ ಶತ್ರುವಿಗೂ ಬೇಡ!

ಒಟ್ಟು, ಎಮ್ಮೆಗೆ ಜ್ವರ ಬಂದು ಎತ್ತಿನ ತಿಕಕ್ಕೆ ಬರೆ ಹಾಕಿದಂತಹುದ್ದೇ ಸಾಕ್ಷಾತ್ ಅನುಭವ!

'ಯಾರಿಂದ ಎಂಥದೇ ಪ್ರಮಾದ ನಡೆದರೂ ಎಲ್ಲರೂ ಒಟ್ಟಾಗಿ ಅದರ ಫಲ ಉಣ್ಣಬೇಕು' ಎಂಬ ಅರಿವಾಗೋಕೆ ಬೇಕಾದ ಎಲ್ಲಾ ಉದಾಹರಣೆಗಳು ಜನರ ಮುಂದಿದ್ದವು! ಊರು ಸಹಜಸ್ಥಿತಿಗೆ ಮರಳಲು ತಿಂಗಳುಗಳು ನಿಧಾನಕ್ಕೆ ಉರುಳಬೇಕಾಯ್ತು.

ಶಾಲೆಗಳು ಪ್ರಾರಂಭವಾದವು. ಚಳಿ ಕಳೆದು ಬೇಸಿಗೆಗೆ ಮುಖಮಾಡಿದ್ದ ಕಾಲ. ವಾರ್ಷಿಕ ಪರೀಕ್ಷೆಗಳು ಹತ್ತಿರವಾಗುತ್ತಿತ್ತು. ದೊಡ್ಡಪೇಟೆ ಶಾಲೆಯ ಆರನೇ ಇಯತ್ತೆಯಲ್ಲಿದ್ದ ಏಕೈಕ ಮುಸ್ಲಿಂ ಹುಡುಗ ನವೀದ್ ಮಾತ್ರ ಶಾಲೆಯ ಕಡೆ ಮುಖ ಮಾಡಿರಲಿಲ್ಲ. ಗುಜರಿ–ಮೊಹಲ್ಲಾ ಮತ್ತು ದೊಡ್ಡಪೇಟೆ ಸಂಧಿಸುವ ದೊಡ್ಡಮಸೀದಿ ಬಳಿಯಿದ್ದ ಪೊಲೀಸರ ತುಕಡಿ ಇನ್ನೂ ಅಲ್ಲಿಂದ ಅಲ್ಲಾಡಿರಲಿಲ್ಲ.

ಜಂಗುಳಿ ಸೇರುವ ಯಾವ ಕಾರ್ಯಕ್ರಮಕ್ಕೂ ಪೊಲೀಸರು ಅನುಮತಿ ನೀಡಲಿಲ್ಲ. ಹೋಳಿ ಹುಣ್ಣಿಮೆ ಜೊತೆಜೊತೆಗೆ ಬರುವ ಊರಹಬ್ಬದ ಪೂರ್ವಸಂಭ್ರಮ ಈ ಬಾರಿ ಯಾರಲ್ಲೂ ಇರಲಿಲ್ಲ! ದೊಡ್ಡಪೇಟೆಯ ಚಾವಡಿ ಗಣಪನ ಎದುರಿದ್ದ ಕಾಮಣ್ಣನ ಮಂಟಪದಲ್ಲಿ ಕೂರಿಸುವ ರತಿಮನ್ಮಥ ಗೊಂಬೆಗಳು ಹೊಸ ದಿರಿಸನ್ನು ಹೊದ್ದು ತಯಾರಾಗಿರಲಿಲ್ಲ. ಊರಹಬ್ಬದ ದೇವರ ದುಬ್ಬಲಿಗಡಿಗೆಯನ್ನು ಕಟ್ಟಿ ಅರೆ–ತಮಟೆಯ ಶಬ್ದದೊಂದಿಗೆ ಬೀದಿಯಲ್ಲಿ ಸಾರಲಿಲ್ಲ. ಮನೆಗಳು ಸುಣ್ಣ–ಬಣ್ಣ ಕಾಣಲಿಲ್ಲ. ಜನರು ಹೊಸಬಟ್ಟೆ

ಹೊಲೆಸಿ ಉಡಲಿಲ್ಲ. ಹಬ್ಬದೂಟದ ಘಮಲು ಹತ್ತಲಿಲ್ಲ. ಊರ ತುಂಬಾ ಸ್ಮಶಾನ-ಸೂತಕದ ಕಳೆ!

ಮರಿಭಟ್ಟ ಮೇಷ್ಟ್ರ ಖುದ್ದು ಗುಜರಿ-ಮೊಹಲ್ಲಾಗೆ ಹೋಗಿ ನವೀದನ ಅಬ್ಬು ಜೊತೆ ಮಾತನಾಡಿ ಅವನಿಗೆ ಎಲ್ಲ ರೀತಿಯ ಸುರಕ್ಷತೆ ಒದಗಿಸುವ ಭರವಸೆಕೊಟ್ಟು ಶಾಲೆಗೆ ಕರೆತಂದಿದ್ದರು. ಮರಿಭಟ್ಟ ಮೇಷ್ಟರ ಮೇಲಿದ್ದ ಜನರ ಗೌರವ 'ಜಾತಿ-ಜನಾಂಗ' ಮೀರಿದ್ದು! ನವೀದನ ಅಬ್ಬುವೂ ಮರಿಭಟ್ಟರನ್ನು ನಂಬಿದರು.

ಶಾಲೆಗೆ ಬಂದ ನವೀದ್ ಮೊದಲಿನಂತಿರಲಿಲ್ಲ. ತುಂಬಾ ಬದಲಾಯಿಸಿಬಿಟ್ಟಿದ್ದ! ಯಾರೊಡನೆಯೂ ಹೆಚ್ಚು ಮಾತನಾಡುತ್ತಿರಲಿಲ್ಲ. ಬಾಲ್ಯದ ಗೆಳೆಯ ಗಣಪನೊಟ್ಟಿಗೆ ಮಾತ್ರ ಅಗತ್ಯವಿದ್ದಷ್ಟು ಮಾತನಾಡುತ್ತಿದ್ದ. ಜುಟ್ಟನ ಅಪ್ಪನ ಸಾವಿಗೆ ನಾನೂ ಕಾರಣ ಎಂದು ಹುಡುಗರೆಲ್ಲಾ ಗುಸುಗುಟ್ಟುಕೊಳ್ಳುತ್ತಿದ್ದುದು ಅವನಿಗೆ ಗೊತ್ತಾಗಿ ಒಳಗೊಳಗೇ ಅವ್ಯಕ್ತ ಅಭದ್ರತೆಯಿಂದ ನರಳುತ್ತಿದ್ದ!

ಪರೀಕ್ಷೆಯ ಹಿಂದಿನ ವಾರ ಶಾಲೆಯಲ್ಲಿ ಸರಸ್ವತಿ ಪೂಜೆಯಾಯ್ತು. ಹಣೆಗೆ ಕುಂಕುಮವಿಡಲು ಬಂದಾಗ ನವೀದ್ ನಿರಾಕರಿಸಿಬಿಟ್ಟ! ಪ್ರಸಾದವನ್ನೂ ಸ್ವೀಕರಿಸಲಿಲ್ಲ. ಎಲ್ಲ ಮಕ್ಕಳಿಗೂ ನವೀದನ ಈ ಬದಲಾವಣೆ ಹುಬ್ಬೇರಿಸುವಂತೆ ಮಾಡಿತು. ಹಿಂದೆಂದೂ ಹೀಗೆ ಅವನು ಮಾಡಿದ್ದಿಲ್ಲ! ನಾಲ್ಕನೇ ಇಯತ್ತೆಯವರೆಗೆ ಶಾಲೆ ಕೊಲ್ಲಾಪುರದಮ್ಮನ ಗುಡಿಯ ಆವರಣದಲ್ಲೇ ಇತ್ತಲ್ಲ. ಅಲ್ಲಿ ಆತ ಎಲ್ಲರೊಳಗೊಂದಾಗಿಬಿಟ್ಟಿದ್ದ. ತಾನು ಹೊರಗಿನವನು ಎಂಬ ಭಾವನೆ ಸ್ವತಃ ಅವನಿಗಿರಲಿಲ್ಲ. ಜೊತೆಯ ಮಕ್ಕಳಿಗೂ ಸಹ! ಎಲ್ಲರ ಹಾಗೆ ದೇವರ ಭಂಡಾರ ಹಣೆಗೆ ಇಟ್ಟುಕೊಳ್ಳುತ್ತಿದ್ದ, ತೀರ್ಥ-ಪ್ರಸಾದ ತೆಗೆದುಕೊಳ್ಳುತ್ತಿದ್ದ. ಊರಹಬ್ಬದಲ್ಲಿ ಹೊಸಬಟ್ಟೆಯುಟ್ಟು ಹುಡುಗರ ಗುಂಪುಸೇರಿ ಪಲ್ಲಕ್ಕಿ ಮೆರವಣಿಗೆಯಲ್ಲಿ ಮನದಣಿಯೆ ಕುಣಿಯುತ್ತಿದ್ದ. ಗಣಪನ ಮನೆಯಲ್ಲಿ ಹಬ್ಬದೂಟ ಮಾಡುತ್ತಿದ್ದ. ಗುಜರಿ-ಮೊಹಲ್ಲಾದಿಂದ ದೊಡ್ಡಪೇಟೆ ಕೊನೆಯವರೆಗೆ ಹೋಗುತ್ತಿದ್ದ ಮೊಹರಂ-ಬಾಬಾ ಮೆರವಣಿಗೆಯಲ್ಲಿ ದೊಡ್ಡಪೇಟೆ ಹುಡುಗರನ್ನು ಸೇರಿಸಿಕೊಂಡು ಕುಣಿಯುತ್ತಿದ್ದ. ರಂಜಾನ್-ಹಬ್ಬಕ್ಕೆ ಹುಡುಗರನ್ನೆಲ್ಲಾ ಊಟಕ್ಕೆ ಕರೆದು ಸಂಭ್ರಮಿಸುತ್ತಿದ್ದ. ದೊಡ್ಡಪೇಟೆಯ ಮಕ್ಕಳೂ ಕೂಡ ಅತ್ತಕಡೆಯಿದ್ದಾಗ ನವೀದನಂತೆ ತಮಗೆ ತಿಳಿದಷ್ಟು ಆಚಾರವನ್ನು ಶ್ರದ್ಧೆಯಿಂದಲೇ ಅನುಸರಿಸುತ್ತಿದ್ದರು. ಹೇಳಿಕೊಟ್ಟು ನಡೆಸುವ ಶಿಷ್ಟಾಚಾರವಲ್ಲವದು. ಎಲ್ಲಾ ಸಂಸ್ಕೃತಿಗಳು ಮಿಳಿತವಾಗಿ ಹಾಸುಹೊಕ್ಕಿದ ಸೌಹಾರ್ದ ಜೀವನಪದ್ಧತಿ ರೂಢಿಯಾಗಿತ್ತು ಅಲ್ಲಿ. ನವೀದ್ ಕಾಮಣ್ಣನ ಹಬ್ಬದಲ್ಲಿ ರಂಗು ಮೆತ್ತಿಕೊಂಡು ಎಲ್ಲರಿಗೂ ಬಳಿದು ಕುಣಿಯುತ್ತಿದ್ದ. ಶಾಲೆ

ಇಲ್ಲದಾಗ ಚಿನ್ನಪ್ಪನ-ಹಿತ್ತಲಿನಲ್ಲೇ ಆಡಿ ನಲಿಯುತ್ತಿದ್ದ. ಮಕ್ಕಳಿಗೆ ಹೊಸಹೊಸ ಆಟಗಳನ್ನು ಕಲಿಸುತ್ತಿದ್ದ, ಕಲಿಯುತ್ತಿದ್ದ. ಇತ್ತೀಚೆಗೆ ಇಡೀ ಊರಿಗೆ ಕುದುರೆ-ಸವಾರಿಯ ಆಟದ ಹುಚ್ಚನ್ನೂ ಹತ್ತಿಸಿ ಹೀರೋ ಆಗಿಬಿಟ್ಟಿದ್ದ!

ಈಗ, 'ನಾನು ಬೇರೆ-ನೀವು ಬೇರೆ' ಎಂಬಂತೆ ಸಂಪೂರ್ಣ ಬದಲಾಗಿಹೋಗಿದ್ದ! ಎಲ್ಲರಿಂದಲೂ, ಎಲ್ಲದರಿಂದಲೂ ದೂರ ನಿಲ್ಲುವ ಶಿಕ್ಷೆಯನ್ನು ತನಗೆ ತಾನೇ ಹೇರಿಕೊಂಡ! ಬಿಳಿಯ ಟೊಪ್ಪಿಯನ್ನು, ಕಣ್ಣಿಗೆ ಕಪ್ಪನ್ನು, ಅತ್ತರನ್ನು ಹಾಕಿಕೊಂಡು ಶಾಲೆಗೆ ಬರಲು ಶುರುಮಾಡಿದ. ಶುಕ್ರವಾರ ಮಧ್ಯಾಹ್ನ ಊಟದ ಬಿಡುವಿನಲ್ಲಿ ಪಕ್ಕದ ದೊಡ್ಡಮಸೀದಿಗೆ ನಮಾಜ್ ಮಾಡಲು ಹೋಗುವುದನ್ನು ರೂಢಿಸಿಕೊಂಡ. ನವೀದ್ ಈ ಹಿಂದೆ ಇಷ್ಟು ಢಾಳವಾಗಿ, ಧರ್ಮಬೀರುವಿನಂತೆ ಕಂಡಿದ್ದಿಲ್ಲ. ಈ ಹೊಸ ಅವತಾರ 'ನಾವು-ನೀವು ಬೇರೆಯ ಜನವೇ' ಎಂದು ನೇರವಾಗಿ ಹೇಳಲೇನೋ ಎಂಬಂತಿತ್ತು! ಅಂದಿನ ಸಾಮಾಜಿಕ ವಿಷಮ ಘಟನೆಗಳು ಅವನನ್ನು ಇಷ್ಟರಮಟ್ಟಿಗೆ ನಮ್ಮಿಂದ ದೂರವಾಗಿಸಿಬಿಟ್ಟಿತು ಎನ್ನುವುದು ಖಾಸಾದೋಸ್ತ್ ಗಣಪನಿಗೂ ನಂಬಲು ಆಗುತ್ತಿರಲಿಲ್ಲ!

ತರಕಾರಿ ಮಂಡಿಯಲ್ಲಿ ಗಾಡಿ ಹೊಡೆಯುತ್ತಿದ್ದ ಖಾದರ್-ಬಾಬು ಕೂಡ ನವೀದನಂತೆಯೇ ಬದಲಾಗಿದ್ದ. ಗುಡಿಗಳಲ್ಲಿ ದೇವರ ಚಿತ್ರಗಳನ್ನು ಬಿಡಿಸುತ್ತಿದ್ದ ಕಲಾವಿದ ಹುಸೇನಿ ತನ್ನ ಮೂಲ ಕುಶಲ-ಕೆಲಸ ಬಿಟ್ಟು ಮನೆಗಳಿಗೆ ಬಣ್ಣ ಬಳಿಯಲು ನಿಂತ! ಹೆರಿಗೆ ಮಾಡಿಸುವ ಬಾಯಮ್ಮ ದೊಡ್ಡಪೇಟೆಯವರ ಮನೆಕಡೆ ಮತ್ತೆಂದೂ ಬರಲಿಲ್ಲ. ಇವರು ತಮ್ಮ ಸಮುದಾಯದ ಪ್ರಸ್ತುತ ಸಾಮಾಜಿಕ ಪ್ರತಿನಿಧಿಗಳಂತಿದ್ದರು ಅಷ್ಟೇ!

ಅತ್ತಕಡೆಯ ಸಮಾಜದಲ್ಲೂ ಇಂತಹುದೇ ಗಣನೀಯ ಬದಲಾವಣೆಗಳಾದವು. ಪರಸ್ಪರರಲ್ಲಿ ಸಾಧ್ಯವಾದಷ್ಟು ವ್ಯವಹಾರ-ದೂರವನ್ನು ಕಾಪಾಡಿಕೊಳ್ಳಲು ಹೆಣಗುತ್ತಿದ್ದರು.

ತುಂಬಿದ-ಮನೆ ಪಾಲಾದಂತೆ, ತುಂಬಿದ-ಮನಗಳು ಹಾಳಾದಂತೆ ಎಲ್ಲೆಲ್ಲೂ ಭಗ್ನತೆಯೇ ತಾಂಡವವಾಡುತ್ತಿತ್ತು!

ಪರೀಕ್ಷೆಯೆಲ್ಲಾ ಕಳೆದು ಬೇಸಿಗೆರಜೆ ಶುರುವಾಯ್ತು. ಮಕ್ಕಳೆಲ್ಲಾ ಮತ್ತೆ ಕುದುರೆ-ಸವಾರಿ ಆಟಕ್ಕೆ ನಿಂತರು. ನವೀದ್ ಚಿನ್ನಪ್ಪನ-ಹಿತ್ತಲ ಕಡೆ ಸುಳಿಯಲಿಲ್ಲ. ಚರ್ಮದ ಲಗಾಮು-ಜೀನು ಜೋಡಿಯಿಲ್ಲದೆ ಕೈಗೆ ಸಿಕ್ಕ ಎಮ್ಮೆ ಮೂಗುದಾರ, ಸೀರೆಬಟ್ಟೆಯಿಂದ ತಮಗೆ ತೋಚಿದಂತೆ ಜುಗಾಡು ಮಾಡಲು ಹೋಗಿ ಕುದುರೆಯಿಂದ ಒದೆಸಿಕೊಂಡು, ಬೀಳಿಸಿಕೊಂಡು ಮೈಕೈ ಗಾಯ ಮಾಡಿಕೊಂಡ ಹುಡುಗರು ನವೀದ್ ಮರಳಿ ಬರುವವರೆಗೆ ಸವಾರಿ ಸಹವಾಸ ಬೇಡವೆಂದು ವಿರಾಮ ಘೋಷಿಸಿದರು!

ರಜೆ ಕಳೆದು ಶಾಲೆಗಳು ಮತ್ತೆ ಶುರುವಾಯ್ತು. ನವೀದ್ ದೊಡ್ಡಪೇಟೆ ಕನ್ನಡ ಶಾಲೆಯನ್ನು ತೊರೆದು ಊರ ಹೊರಗಿನ ಶಿವಾಜಿ–ಟೆಂಟಿನ ಬಳಿ ಇದ್ದ ಉರ್ದುಶಾಲೆಗೆ ಸೇರಿಕೊಳ್ಳಲು ಟಿಸಿಯನ್ನು ತೆಗೆದುಕೊಳ್ಳಲೋಸುಗ ಅವನ ಅಬ್ಬುವಿನ ಜೊತೆ ಬಂದಾಗ "ಇನ್ನೊಂದ್ ವರ್ಷ ಇಲ್ಲೇ ಓದೋ, ಹೈಸ್ಕೂಲ್ಗೆ ಬೇರೆ ಸ್ಕೂಲ್ ಸೇರ್ಕೋಬೌದು" ಎಂದು ಗಣಪ ಎಷ್ಟು ಅಂಗಲಾಚಿ ಬೇಡಿದರೂ ಕೇಳದೆ ಹಠ ಹಿಡಿದಂತೆ ಬೆನ್ನುತಿರುಗಿಸಿ ಹೊರಟುಹೋದ. ಭಗ್ನಸ್ನೇಹಿತ ಗಣಪ ನಿರಾಸೆಯಿಂದ ನವೀದನ ಆಕೃತಿ ಕರಗುವವರೆಗೂ ಅವನನ್ನೇ ದಿಟ್ಟಿಸುತ್ತಾ ನಿಂತ! ಗಣಪನ ಕೆನ್ನೆಯ ಮೇಲೆ ಹರಿದ ಕಣ್ಣಹನಿಗಳು ಇದುವರೆಗಿನ ಒಟ್ಟು ಕಥೆಯನ್ನು ಕಟ್ಟಿಕೊಡುತ್ತಿತ್ತು!

ಆಗ ತಾನೇ ಸೂರ್ಯನುದಯಿಸಿ ಮೂಡಣದ ದಿಗಂತವದು ರಂಗು ಹೊದೆಯುತ್ತಿದ್ದ ಹೊತ್ತು. ಪೊಗದಸ್ತಾದ ಶುಭ್ರ–ಶ್ವೇತಾಶ್ವದ ಮೇಲೆ ಕೂತು ಟಕ್ಕುಟಕ್ಕನೆ ಸವಾರಿ ಮಾಡುತ್ತಾ ದೊಡ್ಡಪೇಟೆಯ ಬೀದಿಯಲ್ಲಿ ಪರ್ಶಿಯಾ ದೇಶದ ರಾಜನಂತೆ ಶೇರ್ವಾನಿ, ತಲೆಗೆ ಹೊನ್ನಚಿನ್ನಾರಿ ಮೆತ್ತಿದ ಕಡುಗೆಂಪು ಫೆರ್ಝ್–ಟೋಪಿಯನ್ನು ಏರಿಸಿಕೊಂಡು ಬಂದಿದ್ದ 'ನವೀದ್–ಉಲ್–ಹಕ್' ಗಣಪನ ಮನೆಮುಂದೆ ನಿಲ್ಲಿಸಿ ಗಣಪನನ್ನು ಕೈಹಿಡಿದು ಮೇಲೆಳೆದು ಹಿಂದೆ ಕೂರಿಸಿಕೊಂಡು "ಚಲೋರೆ–ಚಿನಾಲ್ಕೇ..." ಎಂದು ಕೂಗಿ ಕುದುರೆಯ ಮೈಮೇಲೊಂದು ಪೆಟ್ಟುಕೊಟ್ಟು ಸವಾರಿಯ ವೇಗವನ್ನು ಗಕ್ಕನೆ ಹೆಚ್ಚಿಸಿ ಸೂರ್ಯನೇರುತ್ತಿದ್ದ ಕಣ್ಣುಕೋರೈಸುವ ದಿಗಂತದಲ್ಲಿ ಮರೆಯಾಗಿ ಹೋದ!

ನಿದ್ದೆಯಿಂದ ದಿಗ್ಗನೆದ್ದ ಗಣಪನೆದೆಯು ಕುದುರೆಯ ಖುರಪುಟದಂತೆಯೇ ಜೋರಾಗಿ ಹೊಡೆದುಕೊಳ್ಳುತ್ತಿತ್ತು!

ಕಾಡು ಚಿಟ್ಟೆ

ಮಧುರಾಣಿ ಎಚ್.ಎಸ್.

ನಾವು ಅವಳ ಹೆಸರನ್ನು ಪದೇ ಪದೇ ಕರೆಯುತ್ತಾ ಆಟ ಆಡಿಸುತ್ತಿದ್ದೆವು. ಮುಂದೆ ಓಡಿ ಹೋಗಿ ಮರಗಳ ಮರೆಯಲ್ಲಿ ಅವಿತು 'ಕೂ...' ಶಬ್ದವನ್ನು ಅತಿ ಕರ್ಕಶವಾಗಿ ಕೂಗುತ್ತಿದ್ದೆವು. "ಅಯ್ಯೋ... ಪೀಡೆಗಳೇ, ಸುಮ್ನಾಗ್ರೋ..." ಎಂದು ಎರಡೂ ಅಂಗೈಗಳಿಂದ ಕಿವಿ ಮುಚ್ಚಿಕೊಂಡಾಗಲೂ ತುಂಟ ಮಂದಹಾಸವೊಂದು ಅವಳ ಮುಖದ ಮೇಲೆ ಕುಣಿಯುತ್ತಿತ್ತು. ಅವಳು ಬೇಡವೆನ್ನುತ್ತಲೇ ತರಲೆ ಮಾಡಲು ನಮಗೆ ಕೊಡುವ ಸಂಜ್ಞೆ ಅದು! ಅಪರೂಪಕ್ಕೊಮ್ಮೆ ಕೋಪಗೊಳ್ಳುವಳಾದರೂ ಸದಾ ನಗುನಗುತ್ತಾ "ಹೋಗ್ರಲೇ ಹುಡುಗು ಮುಂಡೇವಾ... ಹಾಗೆ ಹೆಸ್ರು ಕರುದ್ರೆ ಏನ್ ಬಂದಾತು ಭಾಗ್ಯ? ಹುಚ್ಚು ನಿಮಗೆ..." ಅಂತ ಬೈಯುವಳು. ಇದು ಯಾವ ಸೀಮೆ ಬೈಗುಳವೋ ಅರ್ಥವಾಗದ ನಾವು ಇದು ಅವಳು ಹೊಗಳಿದ್ದೇ ಎಂದು ಬಗೆದು ಕಿಸಿಕಿಸಿಕಿಸಿ ನಗುತ್ತಾ ಚಡ್ಡಿ ಲಂಗ ವಗೈರೆಗಳನ್ನು ಮುದುಡಿ ಹಿಡಿದು ಮನೆಗೋಡುತ್ತಿದ್ದೆವು. ಓಡುವಾಗ ತುಳಿದ ಮೂರ್ನಾಮದ ಮುಳ್ಳುಗಳು ನಮ್ಮ ಪಾದದ ಜೊತೆಗೆ ಸೆಣಸಿ ಸಾಕಾಗಿ ಅಂಗಾತ ಮಲಗಿದರೆ, ಜಾಲಿ ಮುಳ್ಳು 'ಬನ್ನಿ ಬೋಳಿಗ್ಹುಟ್ಟಿದವಾ, ನಿಮ್ಮ್ ಅಂಗಾಲು ಹರದು ಊರಬಾಗಲ ಮಾಡ್ತಿನಿ...' ಅನ್ನುವುವೇನೋ ಎಂಬ ಹಾಗೆ ತುಳಿದರೆ ನಾಲ್ಕು ದಿನ ಮಲಗಿಸಿಬಿಡುವಷ್ಟು ಜೀವ ದ್ವೇಷಿಗಳಾಗಿದ್ದವು. ಹೀಗೆಲ್ಲಾ ಸೆಣಸಾಡಿ ಬರುವಾಗ ಲಂಗದ ಪದರುಗಳೊಳಗೆ ತುಂಡು ಚಡ್ಡಿಯ ಜೋಬುಗಳೊಳಗೆ ತೊಂಡೆಕಾಯಿಯೋ, ನೆಲಗಡಲೆ ಕಾಯಿಯೋ, ಕಾರೆ-ಬಾರೆ ಹಣ್ಣುಗಳೋ ಅಥವಾ ಹೇಳ ಹೆಸರಿಲ್ಲದ-ಭಾಗಿ ಅಂದು ತಾನೇ ಹೊಸದಾಗಿ ಪರಿಚಯಿಸಿದ-ಹಳದಿ ಪಟ್ಟೆಯ ಹಸಿರು ಹಣ್ಣೋ, ಅವಿತು ಕುಳಿತಿರುತ್ತಿದ್ದವು. ಭಾಗಿಯನ್ನು ಛೇಡಿಸಿ ಮುಗಿದೊಡನೆ ಓಡೋಡಿ

ಪಡಸಾಲೆ ಸೇರಿ ಲಂಗವನ್ನು ಬಿಡಿಸಿ ಹರಡಿ ತಿನ್ನುವ ಕಾರ್ಯಕ್ರಮ ಶುರು ಮಾಡುತ್ತಿದ್ದೆವು. ಹುಡುಗರ ಚಡ್ಡಿ ಜೇಬುಗಳು ಉಲ್ಟಾ ಬಿದ್ದು ಒಳಗಿದ್ದುದೆಲ್ಲಾ ಕಕ್ಕಿಕೊಂಡು ಹಗುರಾಗುತ್ತಿದ್ದವು. ಅಲ್ಲಿ ಅವಳು ನಮಗೆ ಇಲ್ಲಸಲ್ಲದ ಆಡು–ಭಾಷೆಯ ಬೈಗುಳಗಳೂ ಹೊಸಹೊಸ ಕಪಿಚೇಷ್ಟೆಯ ಒಗಟುಗಳೂ ಶಾಲೆ ತಪ್ಪಿಸಬಹುದಾದ ಬಗೆಬಗೆಯ ಕಾರಣಗಳೂ ಸೇರಿದಂತಹ ಒಂದು ವಿಶಿಷ್ಟ ಪಠ್ಯಕ್ರಮದ ಮೇಲೆ ವಿಷದವಾದ ವಿಶೇಷ ಕಾರ್ಯಾಗಾರ ನಡೆಸುತ್ತಿದ್ದಳು. ನಮ್ಮ ರಜೆಯ ಅಸಲೀ ಕಲಿಕೆ ಆಗುತ್ತಿದ್ದುದೇ ಆ ಜಗುಲಿ ಹರಟೆಯ ಸಮಯದಲ್ಲಿ! ಯಾವುದೇ ವಿಚಾರ ಸಂಕಿರಣವಾದರೂ ಕಡೆಗೆ ಭಾಗಿಯ ಮೇಲುಗೈಯಾಗುತ್ತಿದ್ದುದೂ ಅಲ್ಲೇ... ಅದಲ್ಲದೇ ಅವಳ ಸಂಗೀತ ಜ್ಞಾನವೂ ನಮ್ಮನ್ನು ಬಹುವಾಗಿ ಹೆದರಿಸುತ್ತಿತ್ತು. ನಾವು ಕೇವಲ ದೇವರನಾಮ ಹಾಡಿ ತಾಳ ಹಾಕುತ್ತಾ ಕೂತರೆ ಇವಳು ಸನಿದಪಮಗರಿಸ ಅನ್ನುತ್ತಾ ಕ್ಲಿಷ್ಟ ಶಾಸ್ತ್ರೀಯವನ್ನು ನೀರು ಕುಡಿದಂತೆ ಹೇಳಿ ಚಪ್ಪಾಳೆ ಗಿಟ್ಟಿಸುತ್ತಿದ್ದಳು. ಹೊಟ್ಟೆಯುರಿ ತಾಳದ ನಾವು ಅವಳು ಸ್ನಾನ ಮಾಡುವಾಗ 'ಸರಿಗಮಪದನಿಸ–ಗುಸಗುಸ ಪಿಸಪಿಸ–ನಿಂಜುಟ್ಟೆಗರಿಸ' ಎಂದು ಉರಿ ತಣ್ಣಗಾಗುವವರೆಗೆ ಹೊರಗಿನಿಂದ ಜೋರಾಗಿ ಕೂಗಿ ಓಡಿ ಹೋಗುತ್ತಿದ್ದೆವು. ನಮ್ಮ ಗಡಂಗಿನಲ್ಲಿ ಕಿರುಚಲೂ ಕಂಠವಿರದ ಕೆಲವರಿಗೆ ಇಷ್ಟು ಚಂದಗೆ ಹಾಡುವ ಭಾಗಿಯು ರಾಕ್ಷಸಿಯಂತೆ ಕಾಣುತ್ತಿದ್ದಳು. ಅವಳಿಂದಾಗಿ ನಮ್ಮ ಮನೆ ಹಿರಿಯರು ಸ್ಪರ್ಧೆಗೆ ಬೀಳುತ್ತಿದ್ದುದು, ಹಾಡು ಹೇಳಿರೆಂದು ನಮ್ಮ ಪ್ರಾಣ ತಿನ್ನುತ್ತಿದ್ದುದು ನಮ್ಮ ಪಾಲಿಗೆ ನರಕ ಯಾತನೆ!

ಊಟಕ್ಕೆ ಬುಲಾತಿ ಬರುವವರೆಗೂ ನಾವಾಯಿತು, ಗಿಡ ಮರಗಳಿಂದ ಬಿಡಿಸಿ ತಂದ ತಿನಿಸುಗಳಾಯಿತು, ಒಗಟು ಗಾದೆಗಳ ಲೋಕವಾಯಿತು. ಆಮೇಲೆ ಸರಸತ್ತೆ ಮಾಡಿ ತರುವ ಘಮಘಮ ಬಜ್ಜಿ, ಮುದ್ದೆ, ರೊಟ್ಟಿ, ಸಾರು, ಹುಳಿಗಳು ಸಾಲಾಗಿ ಬಂದು ತಟ್ಟೆಯಲ್ಲಿ ಕೂರುವವು. ಊಟ ಶುರುವಾದ ಕೂಡಲೇ ಖಾರ ಜಾಸ್ತಿ ತಿನ್ನುವ ಸ್ಪರ್ಧೆಯೊಂದು ಅಘೋಷಿತವಾಗಿ ಆರಂಭವಾಗುವಂತೆ ನಮಗೆಲ್ಲಾ ದಿನವೂ ಭಾಸವಾಗುತ್ತಿತ್ತು. ದೊಡ್ಡವರೆಲ್ಲ ಖಾರದ ಸಾರಿನ ಜೊತೆಗೆ ಹಸಿ ಮೆಣಸಿನಕಾಯಿ ಕಚ್ಚುತ್ತಿದ್ದರೆ ಸಾರಿನ ಖಾರವನ್ನೇ ಅರಗಿಸಿಕೊಳ್ಳಲಾಗದೆ ಗೊಣ್ಣೆ ಸುರಿಸಿಕೊಂಡು ಚಡ್ಡಿಗೊರೆಸಿಕೊಂಡು ಯಾರೂ ನೋಡಲಿಲ್ಲವೆಂದು ಖಾತ್ರಿಯಾದ ಮೇಲೆ "ಹೆಹ್ಹೆಹ್ಹೇ... ಬಜ್ಜಿ ಭಾಳ ಛನಾಗದೆ ಕಣತೇ... ನಂಗೇನೂ ಖಾರಾಗಿಲ್ಲೇಳು, ಏಹೇ, ಆಗೇ ಇಲ್ಲಪಾ. ಮಾಲಿನಿಗೆ ನೋಡು ಕಣ್ಣಗೆಲ್ಲ ನೀರ್ ಬಂದವೇ.." ಅನ್ನುತ್ತಾ ತಿನ್ನುತ್ತಿದ್ದ ಶ್ರೀವತ್ಸನ ಮೇಲೆ ಮಾಲಿಗೆ ಎಲ್ಲಿಲ್ಲದ ಕೋಪ. "ಹೂ ಕಣ್ ಸುಮ್ಮುನ್ ತಿನ್ನೋ ಉತ್ತರ ಕುಮಾರ. ಚಡ್ಡಿ ಹಿಂದುಕ್ಕೇ ಎಷ್ಟು ಗ್ವಣ್ಣೆ ಹತ್ತಿದೊ ನಂಗೊತ್ತು." ಅನ್ನುತ್ತಿದ್ದ ಮಲ್ಲಿ ಮಾವ

ಆ ಕ್ಷಣಕ್ಕೆ ನಮಗೆಲ್ಲ ತ್ರಿಕಾಲ ಜ್ಞಾನಿಯಂತೆಯೂ ಪರಮ ಪೂಜ್ಯನಾಗಿಯೂ ಕಾಣುತ್ತಿದ್ದ. ಸಂಜೆಗೆ ಆಟ ಮುಗಿಸಿ ಬೇಗ ಮನೆ ಸೇರದಿದ್ದರೆ ಕೆನ್ನೆಗೆ ಛಟೀರನೆ ಹೊಡೆಸಿಕೊಂಡು ರುಚಿ ನೋಡಲು ಸಿಗುತ್ತಿದ್ದ ಅವನ ಅಂಗೈ ಬಿಸಿ ಆ ಕ್ಷಣಕ್ಕೆ ಮರೆತೇ ಹೋಗುತ್ತಿತ್ತು. ಮತ್ತಿನ್ನು ಆ ಸಂಜೆಯ ಭಜನೆಗಳ ಹೊತ್ತು! ಮುಟ್ಟಾದರೆ ಮಾತ್ರ ಹೊರಗುಳಿಯುತ್ತಿದ್ದ ಭಾಗಿ ಮಿಕ್ಕಂತೆ ಭಜನೆಯ ಸಾರಥ್ಯ ವಹಿಸುತ್ತಿದ್ದಳು. ಹಳ್ಳಿ ಹುಡುಗಿಯಾದರೂ ಅವಳ ಸುಶ್ರಾವ್ಯ ಗಾಯನ ಹಾಗೂ ನಾಜೂಕಿನ ವ್ಯವಹಾರಗಳಿಂದ ಎಲ್ಲರ ಮನ ಗೆಲ್ಲುತ್ತಿದ್ದ ಭಾಗಿ ನಮ್ಮ ಕಣ್ಣಿಗೆ ಎಲ್ಲರಿಗೂ ಮಂಕು ಬೂದಿ ಎರಚಬಲ್ಲ ಮಹಾನ್ ನಾಟಕದ ಹೆಂಗಸಿನಂತೆ ಕಾಣುವಳು. ಅತ್ತ ತಿರುಗಿ ಹಿರಿಯರೊಡನೆ ನಸುನಗುತ್ತಲೂ, ಇತ್ತ ತಿರುಗಿ ನಮ್ಮ ಮೇಲೆ ಬಿರುಗಣ್ಣು ಬೀರಿ ಹೆದರಿಸುವುದನ್ನೂ ಒಂದೇ ಬಾರಿಗೆ ಮಾಡಬಲ್ಲವಳಾಗಿದ್ದ ಅವಳ ನೀಚ ಪ್ರವೃತ್ತಿ ನಮಗೆ ಮಾತ್ರ ಗೋಚರಿಸುತ್ತಿತ್ತು. ಆದರೂ ತೀರಾ ಸಿಟ್ಟು ಬಂದಾಗ ತಲೆಗೆ ಮೊಟಕುವುದನ್ನು ಬಿಟ್ಟು ಹೆಚ್ಚು ಹೊಡೆದವಳಲ್ಲ ಅಥವಾ ಕೆಂಪತ್ತೆ ಮಗ ಸೋಮ್ನಾಥನಂತೆ ಕತ್ತಲಲ್ಲಿ ಕಣ್ಣುಗಳ ಮೇಲುರೆಪ್ಪೆ ಉಲ್ಟಾ ತಿರುಗಿಸಿ ಹೆದರಿಸುವುದೋ ಒಬ್ಬರೇ ಕೋಣೆಯಲ್ಲಿದ್ದಾಗ ವಿಚಿತ್ರ ದನಿ ತೆಗೆದು 'ಗ್ಯಾ... ಗ್ಯಆ... ಗುರ್ರೂ...' ಎಂದು ಕೂಗುವುದೋ ಮಾಡಿ ಪ್ರಾಣಕ್ಕೆ ಹೊಣೆ ಬೇಡುವಂತೆ ಮಾಡುತ್ತಿರಲಿಲ್ಲ. ಆ ಸೋಮ್ನಾಥನೊಬ್ಬ ಗೊಜಗಣ್ಣಿಯಂತೆ! ಯಾವಾಗಲೂ ಹೆಣ್ಣುಮಕ್ಕಳ ಜೊತೆಗೇ ಇರುವನಂತೆ. ಸಿಟ್ಟು ಬಂದಾಗೊಮ್ಮೆ ಅದನ್ನೂ ಭಾಗಿಯೇ ಹೇಳಿಕೊಟ್ಟಿದ್ದಳು. ಅದು ಹೇಗೋ ರೇಡಿಯೋ ಕೂಡಾ ಸರಿಯಾಗಿ ಕೇಳದ ಈ ಕಗ್ಗ ಹಳ್ಳಿಯ ತೋಟದ ಮನೆಯಲ್ಲಿ ಕೂತೂ ಸಹಾ ಅವಳ ಬಳಿ ಇಂತಹ ಹಲವಾರು ಮಾಹಿತಿಗಳ ಸಂಗ್ರಹಣೆ ಇರುತ್ತಿತ್ತು.

ರೇಡಿಯೋ ಎಂದಾಗ ನೆನಪಾಯಿತು, ಮಾವನ ಮನೆಯಲ್ಲೊಂದು ರೇಡಿಯೋ ಇತ್ತು. ಅದಕ್ಕೆ ನಮ್ಮ ತಾತನಷ್ಟೇ ವಯಸ್ಸಾಗಿತ್ತು. ಸದಾ ಗೋಡೆಯ ಮೇಲೆ ಮೊಳೆಗೆ ನೇತುಕೊಂಡು ಕರಕರಗುಟ್ಟುತ್ತಾ ಏನೇನೋ ಒದರುತ್ತಿರುತ್ತಿದ್ದ ಅದರಲ್ಲಿ ಇದ್ದಕ್ಕಿದ್ದಂತೆ ಹೃದಯ ಅರಳಿಬಿಡುವಂಥ ಹಾಡುಗಳು ಬರುತ್ತಿದ್ದವು. ಈ ಮಾಯಾವಿ ಭಾಗಿಗೆ ಇನ್ನೇನು ಹಾಡು ಶುರುವಾಗುವುದೆಂಬ ಹೊತ್ತು ಹೇಗೆ ತಿಳಿಯುತ್ತಿತ್ತೋ... ಬಂದು ಪಟ್ಟಾಗಿ ರೇಡಿಯೋ ಮುಂದೆ ಕೂತು, ಬರುವ ಒನ್ನೊಂದು ಹಾಡನ್ನೂ ಕಣ್ಣು ಮುಚ್ಚಿ ನಗುತ್ತಾ ಕೇಳುವಳು. ಕೆಲವೊಮ್ಮೆ ಮುಚ್ಚಿದ ಕಣ್ಣುಗಳ ರೆಪ್ಪೆಯ ಕೆಳಗೆ ಸಣ್ಣ ಹನಿಗಳು ಮೂಡಿರುತ್ತಿದ್ದವು. ಯಾರಾದರೂ ನೋಡುವುದರೊಳಗೆ ಪಟ್ಟನೆ ದಾವಣಿ ತುದಿಯಿಂದ ಒರೆಸಿಬಿಡುತ್ತಿದ್ದಳು. ಆಗಂತೂ ನಮಗೆ ಅವಳ ಬಳಿ ಹೋಗಲೂ ಭಯವಾಗುತ್ತಿತ್ತು, ಅದಕ್ಕೇ ನಾವು ಅವಳ ಕೋಣೆಯ ಕಿಟಕಿಯಂಚಿಗೆ ಹಿತ್ತಿಲ ಬದಿಯಿಂದ ಬಂದು

ಅಂಟಿಕೊಂಡು ನಿಲ್ಲುತ್ತಿದ್ದೆವು. 'ಹಾಡಿದವರು ಜಾನಕಿ... ಹಾಡಿದವರು ಪಿ.ಬಿ. ಶ್ರೀನಿವಾಸ್... ಇಲ್ಲಿಗೆ ಕಾರ್ಯಕ್ರಮ ಮುಕ್ತಾಯವಾಯಿತು, ಇದು ಆಕಾಶವಾಣಿ ಬೆಂಗಳೂರು, ದಿಲ್ಲಿ ಕೇಂದ್ರದ ಸಹ ಪ್ರಸಾರದಲ್ಲಿ... ಓದುತ್ತಿರುವವರು...' ಇವನ್ನೆಲ್ಲಾ ಯಥಾವತ್ತು ಹೇಳುತ್ತಿದ್ದವಳು ಮಾಲಿ. ಆದರೆ ಅವಳು ನೀಟಾಗಿ ಹೇಳುವುದಕ್ಕಿಂತ ಕಿಲಕಿಲ ನಗುವುದೇ ಹೆಚ್ಚಾಗಿ ಆ ಕೆಕ್ಕೆಕ್ಕೇ ನಗುವಿನ ನಡುವೆ ಏನು ಹೇಳುತ್ತಿದ್ದಳೊ ಅಸ್ಪಷ್ಟವಾಗುತ್ತಿತ್ತು. ಒಂದು ಗಂಟೆ ಕಳೆದು ಭಾಗಿ ಸರಿ ಹೋದ ಮೇಲೆ ಮತ್ತೆ ಆಟ. ಈಗಿನ ಸೋಷಿಯಲ್ ಮೀಡಿಯಾ ಎಮೋಜಿಗಳನ್ನು ನಮ್ಮ ಈ ಬಾಲ್ಯದ ಕತೆಯಲ್ಲಿ ಬಳಸಬೇಕಾಗಿದ್ದಲ್ಲಿ ಈ ಭಾವನಾ ವೈವಿಧ್ಯಕ್ಕೆ ಇರೋ ಬರೋ ಎಲ್ಲಾ ಎಮೋಜಿಗಳನ್ನೂ ಹತ್ತತ್ತು ಬಾರಿ ಬಳಸಬೇಕಾಗುತ್ತಿತ್ತು. ಇಂತಹ ವೈಯ್ಯಾರಿ ಬಾಲ್ಯ ಸುಂದರವಾಗಿದ್ದರೆ ಸಾಕಾಗಿತ್ತು, ಸ್ಪಷ್ಟವಾದ ನೆನಪುಗಳನ್ನೂ ಉಳಿಸಿ ಹೋಗುವ ಅಗತ್ಯವಿರಲಿಲ್ಲ. ಅಸ್ಪಷ್ಟತೆಯ ಮೇಲೆ ಕಟ್ಟುವ ನೆನಪಿನ ಸೌಧ ಹೆಚ್ಚು ಸುಂದರ. ಅದನ್ನು ನಮ್ಮ ಇಂದಿನ ಅಗತ್ಯಗಳಿಗೆ ತಕ್ಕಂತೆ ಪುನರ್ವಿನ್ಯಾಸಗೊಳಿಸಿ ಸಿಂಗಾರ ಮಾಡಿ ಕಟ್ಟಿಕೊಳ್ಳಬಹುದು. ಹೀಗೆ ಉಳಿದು ಹೋಗುವ ಸ್ಪಷ್ಟ ನೆನಪುಗಳಿಂದಾಗಿ ನಾವೇನೂ ಜಾಣರೆನಿಸಿಕೊಳ್ಳುವುದಿಲ್ಲ, ಬದಲಾಗಿ ಜೀವಾವಧಿ ಶಿಕ್ಷೆಗೆ ಗುರಿಯಾದ ಖೈದಿಯಂತೆ ನಮಗೆ ಆದ ನೋವಿನ ಆಳ ನಿಧಾನವಾಗಿ ಗೋಚರಿಸುತ್ತದೆ. ಈಗಲೂ 'ಮೆಲ್ಲುಸಿರೇ ಸವಿ ಗಾನ...' ಎಂಬ ಇಂಪಾದ ಹಾಡೊಂದು ಎದೆಗೆ ಚೂರಿ ಇರಿದಂತೆ ಕಿವಿಯೊಳಗೆ ನುಸುಳುತ್ತದೆ. ಬಾಲ್ಯ ಒಂದು ಅಸೀಮಿತ ಘೋರ ಸುಂದರಿ.

***

ಎಲ್ಲರೂ ಸಾಲಾಗಿ ಊಟಕ್ಕೆ ಕೂತರೆ ಭಾಗಿಯು ತನ್ನ ಲಂಗ-ದಾವಣಿ ಎತ್ತಿ ಸೊಂಟಕ್ಕೆ ಸಿಕ್ಕಿಸಿ ಎಲ್ಲರ ತಟ್ಟೆಗಳಿಗೂ ಬಡಿಸುತ್ತಿದ್ದಳು. ಸಾಲಲ್ಲಿ ಬಡಿಸುತ್ತಾ ಬರುವಾಗ ನಮ್ಮ ಬಳಿ ಏನಾದರೊಂದು ಮಸಲತ್ತಿನ ಮಾತು, 'ರಾತ್ರಿ ಮಲಗಾ ಮೊದಲು ಎಲ್ಲರೂ ಅಟ್ಟದ ಮೇಲೆ ಬರ್ರಿ' ಅಂತಲೋ 'ನಾನೊಂದು ಹಾರುವ ಬೆಕ್ಕು ನೋಡಿನ್ನೀ.. ನಾಳೆ ತೋರಿಸ್ತನಿ' ಅಂತಲೋ ಒಂದು ಸಂದೇಶ. ಅದಕ್ಕಾಗಿ ದೊಡ್ಡ ಬೇಹುಗಾರರಂತೆ ಕಾಯುವ ನಾವು! ಅವಳ ಉಡುಪೊಂದು ಮಜಾ ನಮಗೆ. ಅತ್ತೆ ಆಂಧ್ರದ ಅನಂತಪುರದವಳಾಗಿ ಭಾಗಿಗೆ ಲಂಗ ದಾವಣಿ ಭಾಗ್ಯ. ಇಲ್ಲದಿದ್ದರೆ ಬೇರೆಲ್ಲಾ ಅತ್ತೆ ಮಕ್ಕಳಂತೆ ಅವಳೂ ಉದ್ದ ಲಂಗ ಬ್ಲೌಸ್ ಅಥವಾ ಸೀರೆಯಲ್ಲಿ 'ತೊಂಭತ್ತೆಂಟರಲ್ಲಿ ತೊಗರಿ ಬೇಳೆಯೊಂದು' ಎಂಬಂತೆ ಸಾಧಾರಣಳಾಗಿ ಇರಬೇಕಾಗಿತ್ತು. ಹಾಗಾಗಿದ್ದರೆ ನಾವು ಈಗಿನಂತೆ ಭಾಗಿಯನ್ನು ಒಬ್ಬ ಯಕ್ಷಿಯಂತೆ ಕಾಣದೇ ಎಲ್ಲಾ ಅತ್ತೆ ಮಕ್ಕಳಂತೆ ಇವಳೂ

ಒಬ್ಬ ಸಾಮಾನ್ಯಳೆಂದೆಣಿಸಿ ನಿರ್ಲಕ್ಷಿಸಿಬಿಡುತ್ತಿದ್ದೆವು. ಆದರೂ ನೀಳ ಮೂಗಿನ, ಅಗಲಗಂಗಳ, ಎರಡು ಅರೆಮಾರುದ್ದದ ಬದನೆಕಾಯಿ ಜಡೆಗಳ ಒಡತಿ ಭಾಗಿಗೆ ಅವಳು ಕಿತ್ತು ನಮಗೆ ತಿನಿಸುತ್ತಿದ್ದ ಕೆಂಪು ತೊಂಡೆಹಣ್ಣಿನಂತವೇ ತುಟಿಗಳಿದ್ದವು. ಮಿಕ್ಕ ಅತ್ತೆ ಮಕ್ಕಳು ಸಾಧಾರಣ ಬಣ್ಣದ, ದೊಣಮೆಣಸಿನ ಕಾಯಿ ಮೂಗಿನ, ಚೀರು ಸ್ವರದ ಗಿಡ್ಡಿಯರು. ಹದಿನೇಳು ವಯಸ್ಸಿನ ಸ್ಫೂರದ್ರೂಪಿ ಭಾಗಿ ಅದ್ಯಾಕೋ ವಯಸ್ಸಿಗೆ ಮೀರಿದ ಅಗಲದ ಕುಂಕುಮದ ಸ್ಟಿಕರ್ ಇಡುತ್ತಿದ್ದಳು. ಹದಿನೇಳು ತುಂಬಿದರೂ ಸಣ್ಣ ಹೈಕಳೊಂದಿಗೆ ಕಾಡು ಅಲೆಯುವುದು ಬಿಡಲಿಲ್ಲವೆಂಬ ಅತ್ತೆಯ ಕೋಪಕ್ಕೆ ಮಾವ ಎಂದೂ ತಲೆಕೆಡಿಸಿಕೊಂಡವನಲ್ಲ. "ಕೂಸು ದೊಡ್ಡದಾತು, ಮದಿವೆ ಗಿದಿವೆ ಆದ್ರೆ ಇನ್ನು ಹೀಗಾಡೀತೇ? ಆರಾಮಾಗಿರ್ಲಿ ಬಿಡು ಸರಸತೀ... ಅದೇನ್ ತಪ್ ಮಾಡಿದೆ ಅಪ್ಪನ ಮನೆಯಾಗೆ ಇಲ್ಲದ ಆರಾಮು ಇನ್ನೆಲ್ಲಿದ್ದಾತು ಹೇಳು?" ಅನ್ನುವಷ್ಟರಲ್ಲಿ ಅತ್ತೆ ಸರಸತಿಯ ಚೂಪು ಕಣ್ಣು, ಟೊಮೇಟೊ ಮೂಗು ಎರಡೂ ಕೆಂಡವಾಗುವುವು. ಭಾಗಿಯು ಅತ್ತೆ ಬಯಸಿದಂತಹ ಬ್ರಾಹ್ಮಣರ ಬ್ರಾಂಡ್ ಹೆಣ್ಣುಮಗಳಾಗಲಿಲ್ಲವೆಂಬ ಕೋಪ ಅವಳ ಕಣ್ಣಲ್ಲಿ ಎದ್ದು ಕಾಣುವುದು. ಆಗಂತೂ ನಮ್ಮೆಲ್ಲರನ್ನೂ ಸೇರಿಸಿಯೇ ಗಂಡನ ಮನೆಯನ್ನು ದುಪ್ಪಲಾಡಿಸುತ್ತಿದ್ದ ಸರಸತ್ತೆ ನಮಗೊಂದು ಸೋಜಿಗ! ಈಗಿನ್ನೂ ತೊಡೆಯ ಮೇಲೆ ಕೂರಿಸಿಕೊಂಡು ತುಪ್ಪ ಅದ್ದಿದ್ದ ಕರಜೀಕಾಯಿ ತಿನ್ನಿಸಿದ್ದವಳು ಅದಾಗಲೇ "ಇಡೀ ಮನೆತ್ಯನವೇ ಹೀಗೆ, ಹಾಳಾದ ನಮ್ಮಪ್ಪ ಹುಡ್ಗ ಒಳ್ಳೇನೂಂತ ಬಡಕಂಡು ಕಟ್ಟಿದ್ಯ. ಈಗ ಈ ಪೀನುಗು ಪಿಸಾಚಿ ವಂಸಾನೆಲ್ಲ ನಾನೇ ಎದೆ ಮ್ಯಾಲಿಟ್ಗಳ ಹಾಗಾಗ್ಯದೆ. ಥೂ ಪಿಲ್ಲ ಪಿಡುಗುಗಳಾ, ಹ್ವರಕೆ ಹೋಗಿ ಸಾಯ್ರಿ, ಮನೆ ವಳಗೆ ಆಡಬ್ಯಾಡ್ರಿ." ಅಂತ ನಮ್ಮನ್ನೂ ಮಾವನ ಇಡೀ ಕುಲದೊಟ್ಟಿಗೆ ಸೇರಿಸಿ ಛೀಮಾರಿ ಹಾಕುವಳು. ಕಿರಾತಕಿ ಭಾಗಿಯೂ ಸೇರಿ ನಾವೆಲ್ಲಾ ಅವಳೆದುರು ಬೆದರಿದಂತೆ ಮುಖ ಮಾಡಿ ಹಿತ್ತಲಿಗೆ ಓಡಿ ಅಲ್ಲಿ ಹೊಟ್ಟೆ ಹುಣ್ಣಾಗುವಷ್ಟು ನಗುವೆವು. ಮಾವನಿಗೂ ಅತ್ತೆಗೂ ಜಟಾಪಟಿ ಏರ್ಪಡುತ್ತಿದ್ದ ಇನ್ನೊಂದು ಟಾಪಿಕ್ಕು 'ಬಂಗಾರ'. ಒಡವೆ ಹುಚ್ಚಿನ ಅತ್ತೆಯನ್ನು ರೊಚ್ಚಿಗೆಬ್ಬಿಸಲೆಂದೇ ಮಾವ ಕೈಲಿ ಒಲೆ ಬೂದಿ ಹಿಡಿದು "ಬಂಗಾರದೊಡವೆ ಬೇಕೇ, ರಾಕ್ಷಸೀಈಈ..." ಎಂದು ಹಾಡುತ್ತಾ ಅವಳ ಸುತ್ತ ಕುಣಿಯುವನು. ಪರಿಣಾಮ ಗೊತ್ತಿದ್ದ ನಾವು ಹೇಗೂ ಬೈಗುಳು ತಪ್ಪುವುದಿಲ್ಲವಾಗಿ ನಕ್ಕೇ ಸಾಯೋಣವೆಂದು ನಿರ್ಧರಿಸಿ ಬಿದ್ದು ನೆಲಕ್ಕುರುಳಿ ನಗುತ್ತಿದ್ದೆವು. ಅವಳಿಗೆ ಎಲ್ಲಿಲ್ಲದ ಅವಮಾನವಾಗಿ ದುಮುದುಮು ಉರಿಯುತ್ತಾ ಅಡುಗೆ ಮನೆಯೊಳಗೆ ಹೊಕ್ಕರೆ ಅದರ ಪರಿಣಾಮ ಊಟದ ಮೇಲೆ! ಅದಕ್ಕೆ ಮಾವನು "ಯಮಘಾರ" ಅಂದರೆ ಯಮನಿಗೆ ಪ್ರಿಯವಾಗುವಂತಹ ಕಾರವೆಂಬ ಯಾವ ಸಂಧಿಸಮಾಸಗಳಿಗೂ ದಕ್ಕದ ಹೆಸರಿಟ್ಟಿದ್ದನು. ಅಂದು ಅವನೂ

ತನ್ನ ಧೋತಿಯ ತುದಿಯಲ್ಲಿ ಗೊಣ್ಣೆ ತೀಡುತ್ತಲೇ ತಿನ್ನುತ್ತಿದ್ದ. ಭಾಗಿಯೆಂಬ ತಾಟಗಿತ್ತಿ ಮಾತ್ರವೇ ಏನೂ ಆಗಿಲ್ಲವೆಂಬಂತೆ ಮಂದಹಾಸ ಬೀರುತ್ತಾ ಕಡೆಗಣ್ಣಿನಲ್ಲಿ ನಮ್ಮನ್ನೆಲ್ಲ ಕೆಲಸಕ್ಕೆ ಬಾರದವರೆಂಬಂತೆ ನೋಡುತ್ತಾ ಪಾತ್ರೆ ತಿಕ್ಕುತ್ತಿದ್ದಳು. ನಾವು ಊಟವಾದ ಮೇಲೆ ಹಿತ್ತಿಲಲ್ಲಿ ಪಾತ್ರೆ ತಿಕ್ಕುವ ಜಾಗದಲ್ಲಿ ಸಾಲಾಗಿ ಕೂತು ಬೀದಿ ನಾಯಿಗಳಂತೆ ನಾಲಿಗೆ ಇಳಿಬಿಡುತ್ತಿದ್ದೆವು. ಅಂದು ನಾವು ಖಾರವೆಂದು ಸತ್ತರೂ ಅತ್ತೆ ಎರಡು ಕಾಳು ಸಕ್ಕರೆ ಕೊಡುತ್ತಿರಲಿಲ್ಲ ಒಂದು ಹನಿ ಮೊಸರು ಇಡುತ್ತಿರಲಿಲ್ಲ.

ನರ ಮಾನವರ ಕೈಲಿ ತಿನ್ನಲಾಗದ ಖಾರದ ಅಡುಗೆ ಹಾಗೂ ಈ ಭಾಗಿ ಎಂಬ ಪುಟ್ಟ ದೇವತೆಯಂತಹ ಗೆಳತಿಯನ್ನು ಹೊರತುಪಡಿಸಿದರೆ ನಮ್ಮ ಬಾಲ್ಯವೂ ಎಲ್ಲರಂತೆ ಸಾಧಾರಣವಾಗಿಯೇ ನೀಗುತ್ತಿತ್ತು. ಶಾಲೆಗೆ ರಜೆ ಬಂದಾಗ ಒಂದು ತಿಂಗಳು ಬಿಟ್ಟರೆ ಮಧ್ಯದಲ್ಲಿ ರಜೆ ಹಾಕಿದರೆ ಒಂದೋ ಮದುವೆ, ಇಲ್ಲವೇ ಹತ್ತಿರದವರ ಸಾವು. ಆ ವರ್ಷದ ಸೆಪ್ಟೆಂಬರಿನಲ್ಲಿ ರಜೆ ಹಾಕಿ ಅಜ್ಜನ ಮನೆಗೆ ಹೋಗಿದ್ದು ಭಾಗಿಯ ಮದುವೆಗೆ. ಕಾಫಿ ಬಣ್ಣದ ಬನಾರಸ್ ಸೀರೆ ಉಟ್ಟಿದ್ದ ಭಾಗಿ ಇಡೀ ದಿನ ಮುಸಿಮುಸಿ ಅಳುತ್ತಲೇ ಮದುವೆಯಾದಳು. ಧಾರೆಯ ಹೊತ್ತಿಗಂತೂ ರಂಪಾಟ ಹೆಚ್ಚಾಯಿತು. ನಾನು ಮಂಟಪದಲ್ಲಿ ಅವಳ ಹಿಂದೆಯೇ ನಿಂತು ಅವಳ ಸೀರೆಯ ಅಂಚು ಜಗ್ಗುತ್ತಾ "ಏ... ಭಾಗಕ್ಕ... ಯಾಕಳ್ತಿಯೇ... ಯಾಕಳ್ತಿಯೇ? ಮನೀಗ್ ಹೋಗಣ ಬಿಡೇ... ನಾನೂ ಬರ್ತ್ನಿ... ಹಿತ್ಲಿಗೆ ಹೋಗಣ, ಕಾಡಿಗೆ ಹೋಗಣ..." ಅನ್ನುತ್ತಿದ್ದೆ. ಅವಳ ಅಳು, ಏನು ಹೇಳಿದರೆ ನಿಲ್ಲಬಹುದೆಂದು ಯೋಚಿಸುತ್ತಲೇ ಧಾರೆಶಾಸ್ತ್ರ ಮುಗಿದೇ ಹೋಯಿತು. ಅವಳು ನೋಡನೋಡುತ್ತಲೇ ನಾಗೋಲೆ ಮುಗಿಸಿ, ಸಪ್ತಪದಿ ತುಳಿದು ವರನ ಬಿಡದಿ ಮನೆಗೆ ನಡೆದು ಹೋಗೇ ಬಿಟ್ಟಳು. ಈಕಡೆ ನಾನು ಏನು ಮಾಡಿದರೆ ಮತ್ತೆ ಭಾಗಿಯನ್ನು ಮನೆಗೆ ಕರೆದೊಯ್ಯಬಹುದೆಂದು ಷಡ್ಯಂತ್ರ ಹೂಡತೊಡಗಿದೆ. ಆಕಡೆ ಹೊಸ ಭಾವಯ್ಯನು ಎಲ್ಲವನ್ನೂ ಮಿಕಮಿಕ ನೋಡುತ್ತಾ ಬೃಹದಾಕಾರದ ಅವರಮ್ಮನ ಎದುರು ಹೊಸ ಹೆಂಡತಿಗೆ ಸಾಂತ್ವನವನ್ನೂ ಹೇಳಲಾಗದೇ, ಸುಮ್ಮನೂ ಇರಲಾಗದೆ ಚಡಪಡಿಸುತ್ತಿದ್ದ. ಆಂಧ್ರದ ಹುಡುಗನೇ ದೊರೆತನೆಂದು ಅತ್ತೆ ಬೀಗುತ್ತಿದ್ದಳು. "ಈ ತೆಲುಗ್ರ ಜತೀಗೆ ಏಗ ಕಷ್ಟ ನಂಗೇ ಸಾಕಾಗಿತ್ತು. ಇನ್ನು ಬೀಗರೆಲ್ಲ ಅವ್ರೆ. ಹಣೆಬಾರ ನೋಡು, ನಮ್ ಭಾಗಿ ಚೆನ್ನಾಗಿದ್ದರಾತು ತಗೋ. ಬಂಗಾರದಂಥದು ಮುಂಡೇದು." ಅಂತ ಮಲ್ಲಿ ಮಾವ ಚಿಕ್ಕಪ್ಪನ ಬಳಿ ಹೇಳುವಾಗ ಅವನ ಮುಖ ವಿವರ್ಣವಾಗಿತ್ತು.

***

ಮುಂದಿನ ವರುಷದ ರಜೆಗೆ ಹೋದಾಗ ಭಾಗಿಯ ಪಕ್ಕ ಒಂದು ಪುಟ್ಟ ಬೊಂಬೆಯಂತಹ ಮಗು ಮಲಗಿತ್ತು. ಅದು ಥೇಟು ಭಾವಯ್ಯನ ಹಾಗೇ ಕಣ್ಕಣ್ಣು ಬಿಡುತ್ತಾ ಗುಟುರು ಹಾಕುತ್ತಿತ್ತು. ಭಾಗಿ ಮಲಗಿದ ಜಾಗದಿಂದ ಏಳುತ್ತಲೇ ಇರಲಿಲ್ಲ. ಮಲಗಿದ್ದಲ್ಲಿಂದಲೇ ನಕ್ಕು ಹತ್ತಿರ ಕರೆದು ಮುದ್ದಿಸಿದಳು. ಆ ಕೋಣೆಯಲ್ಲಿ ಎಂತದ್ದೋ ಹಿತವಾದ ವಿಚಿತ್ರ ವಾಸನೆ ಇತ್ತು. ಅತ್ತೆ ನಮ್ಮನ್ನು ಅಲ್ಲಿ ಹೆಚ್ಚು ಹೊತ್ತು ಇರಲು ಬಿಡುತ್ತಿರಲಿಲ್ಲ. “ಹೊರಗ್ಹೋಗ್ರಾ ಹುಡುಗರಾ... ಬಾಣಂತಿ ಮನೆ, ಗದ್ದಲ ಎಬ್ಬಬೇಡಿ.” ಎಂದು ಬೈದು ಓಡಿಸುತ್ತಿದ್ದಳು. ಮಾತು ಕೇಳದಿದ್ದರೆ ರಾತ್ರಿಗೆ ಇನ್ನೂ ಖಾರದ ಅಡುಗೆ ತಿನ್ನಬೇಕಾದೀತು ಎಂಬ ಭಯದಲ್ಲಿ ನಾವು ಓಡುತ್ತಿದ್ದೆವು. ಕೆಲವೊಮ್ಮೆ ಆ ಕೋಣೆಯ ಬಾಗಿಲು ಹಾಕಿದರೆ ಗಂಟೆಗಟ್ಟಲೇ ತೆಗೆಯುತ್ತಿರಲಿಲ್ಲ. ಆಗ ಬಾಗಿಲ ಚಿಲುಕದ ಸಂದಿನಲ್ಲಿದ್ದ ಬೀಗದ ಕಿಂಡಿಯೇ ಆಚೀಚೆಯ ಪ್ರಪಂಚಕ್ಕೆ ಸೇತುವೆಯಾಗಿರುತ್ತಿತ್ತು. ಭಾವ ಬಂದಾಗಲಂತೂ ಆ ಬಾಗಿಲು ಮುಚ್ಚಿದ್ದಾಗ ಈ ಕಿಂಡಿ ಏನೇನೋ ಕತೆ ಹೇಳುತ್ತಿತ್ತು. ಒಳಗೆ ಭಾಗಿ ಅಳುತ್ತಿದ್ದರೂ ಹಿಡಿತ ಸಡಿಲಿಸದ ಭಾವ ಏದುಸಿರು ಬಿಡುತ್ತಾ “ಬಾಯ್ಮುಚ್ಚೇ... ಎಲ್ರೂ ನನ್ನ ತಪ್ಪು ತಿಳೀತಾರೆ ಸೂ*ಮುಂಡೇ, ನಿನ್ನ ಕಟ್ಟಿಕೊನಿ ನಾನು ಸಾವಲ್ಲ.” ಅಂತ ಅರೆಬರೆ ಕನ್ನಡದಲ್ಲಿ ಬೈಯುವನು. ಈ ಭಾವನನ್ನು ಹಿತ್ತಿಲಿನ ಕಾಡಿಗೆ ಒಯ್ದು ಕತ್ತು ಕುಯ್ಯಬೇಕೆನ್ನುವಷ್ಟು ಕೋಪ ಬರುತ್ತಿತ್ತು. ಅಳುವ ಭಾವನಂತಹ ಮಗುವಿಗಂತೂ ಯಾವಾಗಲೂ ಭಾಗಿಯೇ ಬೇಕು. ದಿನವಿಡೀ ತೊಡೆ ಮೇಲೆ ಮಲಗಿ ಅಳುತ್ತಲೇ ಅವಳ ಮೊಲೆ ಜಿಗುಟಿಕೊಂಡು ಹಾಲು ಕುಡಿಯುತ್ತಿತ್ತು. ಸುಸ್ತಾಗಿ ಒಣಗಿಹೋದಂತೆ ಕಾಣುವ ಭಾಗಿ “ಅಯ್ಯೋ, ಅಮ್ಮ...” ಎಂದು ಅಳು ಮೋರೆ ಮಾಡುತ್ತಿದ್ದಳು. ಅವಳೊಡನೆ ಹಿತ್ತಲ ಹಿಂದಿನ ಕಾಡು ತಿರುಗಬೇಕೆಂಬ ನನ್ನ ಆಸೆಗೆ ಮಣ್ಣು ಬಿತ್ತು. ಅಲ್ಲಿ ಭಾಗಿ ನಮಗೆ ಇನ್ನೂ ಪರಿಚಯಿಸದ ಅದೆಷ್ಟೋ ಹಣ್ಣಿನ ಮರಗಳಿದ್ದವು, ಕಂಡರಿಯದ ತಾವುಗಳಿದ್ದವು. ಆ ರಜೆಯಲ್ಲಂತೂ ಅವಳು ಕಾಡು ತಿರುಗುವುದಿರಲಿ, ಮನೆಯ ಎಡಭಾಗದ ಹೊಲದಲ್ಲಿದ್ದ ಮಿಷಿನ್ ಮನೆಯವರೆಗೂ ಬರಲಿಲ್ಲ. ಕಪಿಲೆ ಎಂದು ಕರೆಯಲ್ಪಡುವ ಆ ಜಾಗದಲ್ಲಿ ಮನುಷ್ಯರಿರಲಿ, ಬಹುಶಃ ಪ್ರಾಣಿ ಪಕ್ಷಿಗಳೂ ಸಹಾ ಇಷ್ಟು ಕಾಲ ಅವಳ ದನಿ ಕೇಳದೇ ಎಂದೂ ಇರಲಿಲ್ಲವೇನೋ... ಹೊರಗೆ ಬರುವುದಲ್ಲ, ಕನಿಷ್ಠ ಲವಲವಿಕೆಯಿಂದ ಮನೆಯಲ್ಲಿ ತಿರುಗಾಡಲೂ ಇಲ್ಲ, ಮತ್ತೆ ಅವಳ ಹಾಡೂ ಕೇಳಲಿಲ್ಲ. ಈ ಭಾಗಿಗೆ ಏನಾಗಿದೆ? ಎಂಬ ನಮ್ಮ ಚರ್ಚೆಗೆ ಯಾರಿಗೂ ಯಾವ ಉತ್ತರವೂ ಹೊಳೆಯಲಿಲ್ಲ. ಮಧ್ಯ ಒಮ್ಮೆ ಭಾವಯ್ಯ ಬಂದಾಗಲಂತೂ ಅವಳು ಕೋಣೆ ಬಿಟ್ಟು ಈಚೆಗೆ ಬರಲೇ ಇಲ್ಲ. ಅತ್ತೆ ತರಹೇವಾರಿ ಅಡುಗೆ ತಯಾರಿಯಲ್ಲಿ ಅಡುಗೆ ಮನೆ ಹೊಕ್ಕರೆ

ಮಾವಯ್ಯನಂತೂ ಅಳಿಯ ಮನೆಯ ಒಳಗೆ ಬಂದರೆ ಇವ ಹೊರಗೆ ಹೋಗುವ.

***

ಭಾಗಿ ಗಂಡನ ಮನೆಯಲ್ಲಿ ಉಳಿದು ಬಿಡುವಳು ಎಂಬ ದೊಡ್ಡವರ ಮಾತು ಸುಳ್ಳಾಗಿ ಮುಂದಿನ ರಜೆಯಲ್ಲೂ ಭಾಗಿ ಭಾವನಂತಹ ಮಗುವಿನೊಂದಿಗೆ ಮಾವನ ಮನೆಯಲ್ಲಿ ಇದ್ದದ್ದು ನನಗೆ ಎಷ್ಟೋ ಖುಷಿ ನೀಡಿತು. ಇನ್ನು ಕಾಣುವುದೇ ಇಲ್ಲ ಅಂದುಕೊಂಡವಳು ಹೀಗೆ ಮತ್ತೆ ಮತ್ತೆ ಸಿಗುವುದು ದೊಡ್ಡ ಆನಂದ. ಆದರೆ ನನ್ನಷ್ಟೇ ಆನಂದ ಮನೆಯಲ್ಲಿ ಬೇರೆಯವರಿಗೂ ಆದ ಹಾಗೆ ಕಾಣುತ್ತಿರಲಿಲ್ಲ. ಅತ್ತೆಯ ಸಿಡಿಮಿಡಿ ಮಾಮೂಲಿ ಅಂದುಕೊಂಡರೂ ಮಾವ ಕೂಡ ಮೊದಲಿನ ಹಾಗೆ ಮಗಳನ್ನು ವಹಿಸಿಕೊಂಡು ಜಗಳವಾಡುತ್ತಿರಲಿಲ್ಲ. ಭಾಗಿ ಈಗ ಹೆಚ್ಚು ಮೌನಿಯಾಗಿದ್ದಳು, ಆದರೆ ಗುಟ್ಟಿನಲ್ಲಿ ನನ್ನೊಂದಿಗೆ ಮಾತ್ರ ಕಿಸಿಕಿಸಿ ನಗುತ್ತಾ ಏನೇನೋ ಸುದ್ದಿ ಹೇಳುವಳು. ಮುಂದಿನ ವರ್ಷವೂ ಹೀಗೇ ನಡೆಯಿತು. ಆದರೆ ಈಗ ಭಾವನಂತಹ ಮಗು ಸ್ವಲ್ಪ ದೊಡ್ಡದಾಗಿತ್ತು. ಅದು ಯಾರಿಗೂ ಅರ್ಥವಾಗದ ಭಾಷೆಯಲ್ಲಿ ಏನೇನೋ ಮಾತನಾಡುತ್ತಿತ್ತು. ನಮ್ಮ ಭಾಗಿಯನ್ನು ಸಂಪೂರ್ಣವಾಗಿ ಆವರಿಸಿರುವ ಆ ಮಗುವಿನ ಮೇಲೆ ನನಗೇನು ಅಂತಹ ಅಕ್ಕರೆ ಹುಟ್ಟಲಿಲ್ಲ. ಮೇಲಾಗಿ ಅದು ಭಾಗಿಯ ಕಣ್ಣೀರಿಗೆ ಕಾರಣವಾದ ಭಾವನನ್ನು ಹೆಚ್ಚು ಹೆಚ್ಚು ಹೋಲುತ್ತಿದ್ದುದು ನನ್ನ ಕೋಪದ ಮೂಲವಾಯಿತು. ಈಗೀಗ ಅತ್ತೆ ಮಾವರ ಕೋಪಕ್ಕೆ ಭಾಗಿಯ ಉತ್ತರ ಬೇರೆಯೇ ಆಗಿರುತ್ತಿತ್ತು. ಸ್ವಲ್ಪ ಹೊತ್ತು ಮುಸಿಮುಸಿ ಅತ್ತು ಆಮೇಲೆ ಕಣ್ಣು ಒರೆಸಿಕೊಂಡು ಮಗುವನ್ನು ಸೊಂಟಕ್ಕೆ ಸಿಕ್ಕಿಸಿಕೊಂಡು ಸೀರೆ ನೆರಿಗೆ ಹಿಡಿದು ಮನೆ ಹಿಂದಿನ ಕಾಡಿಗೆ ಹಾರಿ ಮಾಯವಾಗುವಳು. ವಾಪಸು ಸೆರಗು ತುಂಬಾ ತೊಂಡೆ, ಹಾಗಲ, ಕರಿಬೇವು, ಕಾರೆ, ಬಾರೆ ಮತ್ತು ನಮಗೆ ತಿಳಿಯದ ಏನೇನೋ ಹಣ್ಣು ಹೂವುಗಳನ್ನು ತುಂಬಿಕೊಂಡು ತರುವಾಗ ಅವಳ ಮೊಗದಲ್ಲೊಂದು ವಿಚಿತ್ರ ನಗು. ಮೊದಲೆಲ್ಲಾ ಅವಳು ನಕ್ಕರೆ ಹಲ್ಲುಗಳು ಇಷ್ಟು ದೊಡ್ಡದಾಗಿ ಕಾಣುತ್ತಿರಲಿಲ್ಲ. ಈಗಂತೂ ಅವಳ ಮುಖದ ತುಂಬಾ ಹಲ್ಲೇ ಕಾಣುತ್ತದೆ. ಕಿತ್ತುಕೊಂಡ ಹಣ್ಣು ತರಕಾರಿಗಳನ್ನು ಮೊದಲಾದರೆ ನಮ್ಮ ತಲೆಗೆ ಕಟ್ಟಿ ತಾನು ಚಿಟ್ಟೆಯಂತೆ ಹಾರುತ್ತ ಬರುತ್ತಿದ್ದ ಭಾಗಿ ಈಗ ಎಲ್ಲ ಭಾರವನ್ನೂ ತನ್ನ ಒಡಲಿನಲ್ಲಿ ತಾನೇ ಹೊರುತ್ತಿದ್ದಳು. ಈಗ ಅವಳು ಅತ್ತೆಯ ಹಳೆಯ ಸೀರೆ ಉಡುತ್ತಿದ್ದಳು. ಮೊದಲಿನ ಹಾಗೆ ಬಳ್ಳಿಯಂತೆ ಬಳುಕದೇ ತೊಟ್ಟ ಬಟ್ಟೆಯೊಳಗಿಂದ ಮಾಂಸಖಂಡವು ಅಲ್ಲಲ್ಲಿ ಇಣುಕುತ್ತಿತ್ತು. ಅವಳ ಎರಡು ಬದನೆಕಾಯಿ ಜಡೆಗಳು ಒಂದಾಗಿ ಸತಿಪತಿಗಳಂತೆ ಬೆಸೆದುಕೊಂಡಿದ್ದವು.

ಕುಂಕುಮ ಇನ್ನೂ ಅಗಲವಾಗಿತ್ತು. ಮೊದಲು ಮುಸಿಮುಸಿ ನಗುತ್ತಿದ್ದವಳು ಈಗ ಗಹಗಹಿಸಿ ಆಕಾಶ ಭೂಮಿ ಒಂದು ಮಾಡುತ್ತಿದ್ದಳು. ಅತ್ತೆಯೋ ಮಾವನೋ ಬೈದರೆ ಎದುರಾಡುತ್ತಿದ್ದಳು. "ಹಾಳಾದ್ದು ಸತ್ತುದ್ರೆ ನೆಮ್ದಿಯಾಗದು. ಹೀಗ್ಬಂದು ಕುತಗ್ಯಂತು ಮನೇಲಿ" ಅನ್ನುವ ಅತ್ತೆಗೂ "ಹೋಗವಾ ಅತ್ಲಗೆ, ಹೀಗ್ಬಂದು ಅಪ್ಪುನ ಮನೆಯಗೆ ಇರಬಾರದು. ನಿಂಗೂ ಅಶ್ರೇಯಸ್ಸು ನಮಿಗ್ಯೂ ಅಶ್ರೇಯಸ್ಸು." ಅನ್ನುವ ಮಾವನಿಗೂ ಅವಳದು ಒಂದೇ ಉತ್ತರ "ಸತ್ರೆ ಇಲ್ಲೇ ಸಾಯ್ತಿ, ಆ ನರಕುಕ್ ಹೋಗಿ ಸಾಯ್ಲಾರೆ. ನಿಮಗೆ ನಾನು ಬದುಕಿರದು ಭಾರ ಅನ್ಸಿದ್ರೆ ನೀವೇ ಕೊಂದ್ಹಾಕ್ರಿ. ಬೇಕರೆ ತಿನ್ನ ಊಟುಕ್ ವಿಷ ಹಾಕ್ರಿ, ಸಂತೋಷವಾಗಿ ಸಾಯ್ತಿ ಆ ರಾಕ್ಷಸರ ಗಡಂಗು ಬ್ಯಾಡ ನನಗೆ." ನಿಧಾನವಾಗಿ ಅವಳು ಹಾರಿ ಹಾರಿ ಓಡಾಡುವ ಚೈತನ್ಯ ಕಳೆದುಕೊಂಡಳು. ಚಿಟ್ಟೆಯ ಹಾಗೆ ಪಟಪಟನೆ ಉಕ್ಕಿ ನಲಿಯುತ್ತ ಕಾಡು ಹಾರುವುದನ್ನು ಕ್ರಮೇಣ ಬಿಡುತ್ತಾ ಬಂದಳು. ಭಾವನಂತಾ ಮಗುವಿಗೆ ಎರಡು ವರ್ಷ ತುಂಬಿದ ಮೇಲೆ ಭಾಗಿ ಕೋಣೆ ಬಿಟ್ಟು ಆಚೆಗೆ ಬಂದದ್ದೇ ಕಡಿಮೆ. ಬಯಲಿಗೆ ಬಂದರೂ ಏನೇನೋ ಅಸಂಬದ್ಧ ಮಾತು. ನಾನು ಕಂಡರೆ "ಅಯ್ಯೋ... ಹುಚ್ಮುಂಡೇದೇ, ಯಾವಾಗ ಬಂದೆ? ನಾಕು ತೊಂಡೆಹಣ್ಣು ತಂದ್ಕೊಡಾ, ನಿಮ್ ಭಾವ ಬರದ್ರೊಳಗೆ ತಿಂತ್ನಿ. ಅವರು ಬಂದ್ರೆ ಗಂಟ್ಲು ಕಟ್ಟಿ ಉಸಿರು ನಿಂತು ಸತ್ತು ಹೋಗ್ತಿ ನೋಡು" ಅನ್ನುವಳು. ಒಮ್ಮೊಮ್ಮೆಯಂತೂ "ಅಯ್ಯೋ ದೇವರೇ... ಮೈ ಮೇಲೆಲ್ಲಾ ಹುಳ! ಅಯ್ಯಪ್ಪ... ನಾನು ಸತ್ತೇ... ಬ್ಯಾಡ, ಬ್ಯಾಡ, ಬ್ಯಾಡ್ರಿ ಬ್ಯಾಡ್ರಿ... ಬಿಟ್ಟು ಬಿಡ್ರಿ. ನಿಮ್ಮ ದಮ್ಮಯ್ಯ, ಇದೊಂದು ಸರಿ ಕಣ್ರೀ... ಇದೊಂದು ಸರಿ ಬಿಟ್ಟು ಬಿಡ್ರಿ, ಆಗಲ್ರೀ ಆಗಲ್ಲ, ಕೈ ಮುಗೀತ್ನಿ ಪ್ಲೀಸ್ ಕಂಡ್ರಿ ಬಿಟ್ಬಿಡಿ..." ಅಂತ ದೆವ್ವ ಮೆಟ್ಟಿಕೊಂಡವರ ಹಾಗೆ ಚೀರುವಳು. ದಿನೇ ದಿನೇ ಇದೆಲ್ಲಾ ಹೆಚ್ಚಾಗಿ ಭಾಗಿ ರೂಮು ಬಿಟ್ಟು ಹೊರಗೆ ಬರದಾದಳು. ಮಾತಾಡಿಸಲು ಯಾರಾದರೂ ಒಳಹೊಕ್ಕರೆ, ಬರೇ ಚೀರಾಟದ ಸದ್ದು. ತಲೆಗೊಂದು ಮಾತಾಡುವ ನೆಂಟರಿಷ್ಟರೆಲ್ಲ ಹೆದರಿ ಆ ರೂಮಿನ ಕಡೆಗೆ ತಲೆ ಹಾಕುತ್ತಿರಲಿಲ್ಲ. ಅವಳಿಗೆ ಹುಚ್ಚು ಹಿಡಿದಿದೆಯೆಂದು ಗುಸುಗುಸು ಮಾತಾಡಿಕೊಳ್ಳುತ್ತಾ "ಪಾಪ, ಮಗುನ ಛನಾಗ್ ನೋಡ್ಕ್ಯಳವಾ. ಅಯ್ಯೋ ನಿನ್ ಹಣೇಬರವೇ..." ಅಂತ ಏನೇನೋ ಮಾತಾಡುವಾಗ ಅತ್ತೆ ದೆವ್ವ ಮೆಟ್ಟಿಕೊಂಡವಳಂತೆ ಗೋಡೆಯನ್ನೋ, ನಡುಮನೆಯ ಹಳೇ ಮರದ ಕುರ್ಚಿಗಳನ್ನೋ ದುರುಗುಟ್ಟಿ ನೋಡುವಳು. ನನ್ನೊಟ್ಟಿಗೆ ರಜೆಗೆ ಮಾವನ ಮನೆಗೆ ಬರುವ ಗೆಳೆಯರು ಕಡಿಮೆಯಾದರು. ಮಕ್ಕಳಿಗಂತೂ ಅವಳ ರೂಮಿನ ಬಾಗಿಲಿಗೆ ಹೋಗುವುದು ಸಂಪೂರ್ಣ ನಿಷಿದ್ಧವಾಗಿತ್ತು. ಆ ಭಾವನಂತಹ ಕೂಸು ಹಾಗೂ ಅತ್ತೆ ಇಬ್ಬರೇ ಧೈರ್ಯವಾಗಿ ರೂಮಿಗೆ ಹೋಗುತ್ತಿದ್ದವರು. ಅವಳನ್ನು ಮಾತಾಡಿಸದೇ ಇರದ ನಾನು ಮಾತ್ರ ಹೊರಮನೆಯ ಕಡೆಯಿಂದ

ಬಳಸಿಕೊಂಡು ಅವಳ ಮಂಚದ ಮೇಲಿನ ಕಿಟಕಿಯ ಬಳಿ ಹೋಗಿ ನಿಲ್ಲುತ್ತಿದ್ದೆ. "ಭಾಗೀ... ಭಾಗೀ... ತಗಳೇ... ತೊಂಡೆ... ಕಾರೆ..." ಎಂದು ಕೊಡುತ್ತಿದ್ದೆ. ಅವಳು ಕಣ್ಣರಳಿಸಿ "ಐ... ಕೊಡು ಕೊಡು, ಯಾರಿಗೂ ಹೇಳಬ್ಯಾಡ... ಸರಿನಾ? ದಿನಾ ಹೀಗ್ ತಂದು ಕೊಡಾ ಪ್ಲೀಸ್." ಕಣ್ಣರಳಿಸಿ ಕೈ ಬೊಗಸೆ ಮಾಡಿ ಈಸಿಕೊಳ್ಳುವಳು. ಕೆಲವೊಮ್ಮೆ ಅಂತೂ "ತೊಂಡೆ ಬಳ್ಳಿ ಹ್ಯಾಗದೆ? ಮಂಗರ ಬಳ್ಳಿ ಹ್ಯಾಗದೆ? ಕಾರೆ ಗಿಡ ವಣಗಿದೆಯೇ? ದಾರಿ ಪಕ್ಕದಲ್ಲಿನ ಲೋಳೆಸರ ಛನಾಗಿದ್ದೀಯಾ? ತೋಟಕ್ಕೆ ಮಂಗ ಹಾವ್ಳಿ ಇಡಕೆ ಬಂದಿದ್ವೇ...?" ಎಂದೆಲ್ಲಾ ವಿಚಾರಿಸಿಕೊಂಡು ಸಮಾಧಾನವಾಗಿ ಮಲಗುವಳು.

***

ಅಂದು ಅಮ್ಮ ಸ್ಕೂಲಿಗೆ ಬಂದಳು. ಇನ್ನು ಊಟಕ್ಕೆ ಬಿಟ್ಟಿರಲಿಲ್ಲ. ಬ್ಯಾಗು ಸಮೇತ ಸ್ಕೂಲಿನಿಂದ ಮನೆಗೆ ಬರುವಾಗ ಅಮ್ಮ ಒಂದು ಮಾತೂ ಆಡಲಿಲ್ಲ. ನಾನು ಸ್ಕೂಲು ತಪ್ಪಿದ ಖುಷಿ ಅನುಭವಿಸುತ್ತಾ ಜಿಗಿತ ಹಾಕುತ್ತಾ ಮನೆಗೆ ಬಂದೆ. ನಾವೆಲ್ಲರೂ ಸೀದಾ ಬಸ್ಸು ಹತ್ತಿ ಮಾವನ ಮನೆಗೆ ಬಂದೆವು. ನನಗೆ ಮಿತಿಮೀರಿದ ಖುಷಿಯಾಗಿತ್ತು. ಭಾಗಿ ರೂಮಿನಲ್ಲೇ ಉಳಿದ ಮೇಲೆ ಆ ಕಾಡಿನ ಅನಭಿಷಿಕ್ತ ಒಡೆತನ ನನ್ನದೇ ಆಗಿ ಏನೋ ಹಿತವಾಗಿತ್ತು. ಭಾಗಿಗೆ ಕಾಡಿನ ಬಗ್ಗೆ ಹೇಳುವಾಗ ನಾನೊಂದು ದೊಡ್ಡ ವ್ಯಕ್ತಿ ಎಂಬ ಭ್ರಮೆ ಮೂಡುತ್ತಿತ್ತು. ಈಗ ಕಾಡಿಗೆ ಹೋಗುವ ಮೊದಲು ಭಾಗಿಯ ಕಿಟಕಿ ಇಣುಕಿ ಮಾತಾಡಿಸಿ ಹೋಗುವ ಕಾತುರ ಹೆಚ್ಚಾಗುತ್ತಿತ್ತು. ಮನೆಯ ಅಂಗಳದಲ್ಲೆಲ್ಲಾ ನೆಂಟರಿಷ್ಟರು ಸೇರಿದ್ದು ಒಳ್ಳೆಯದೇ ಆಯಿತು. ಮೆಲ್ಲನೆ ಅಮ್ಮನ ಕೈ ತಪ್ಪಿಸಿಕೊಂಡು ಹೊರಮನೆಯಿಂದ ಹಿತ್ತಲಿಗೆ ಹೋಗಿ ಕಿಟಕಿ ಇಣುಕಿದರೆ ಘಮ್ಮೆಂಬ ವಾಸನೆ! ಹಬ್ಬದ ದಿನದ ಹಾಗೆ ಒಳಗೆಲ್ಲಾ ಗುಸುಗುಸು. "ಭಾಗೀ... ಭಾಗಿ... ನಾ ಬಂದಿನ್ನಿ ಕಣೇ... ಎಲ್ಯದಿಯೇ?" ಕೂಗಿಗೆ ಆ ಕಡೆಯಿಂದ ಅವಳು "ಐ... ಬಂದ್ಯಾ? ಬಾ, ನಿನ್ನೆ ಕಾಯ್ತಿದ್ದೆ. ಯಾವಂದ ಕಾಲಕ್ಕೂ ನೀನೇ ತಾನೇ ನನ್ ನಗುವಿನ ಕಾರಣ! ಬಂದ್ಯೆ ಕೂಸೇ... ಕಾಡಿಗೆ ಹೋಗ ಆಸೆ, ತಡಿ ಎದ್ದು ರೆಡಿಯಾಗಿ ಬರ್ತ್ನಿ." ಕೇಳಿ ಎಲ್ಲಿಲ್ಲದ ಖುಷಿಯಲ್ಲಿ ಜಿಗಿಜಿಗಿಯುತ್ತಾ ಮೆಲ್ಲನೆ ಮುಂಬಾಗಿಲಿಗೆ ಓಡಿದೆ. ಇನ್ನೇನು ಅವಳೇ ಹೊರಗೆ ಬರುವಳೆಂದು ನೆಂಟರ ದಂಡು ಸೀಳಿಕೊಂಡು ಒಳಗೆ ಹೋಗದೆ ಹೊರಗೇ ಕಾಯುತ್ತಾ ಕೂತೆ. ಕೂತೆ... ಕೂತೆ... ಕೂತೆ... ಎಷ್ಟು ಹೊತ್ತು ಕೂತೇನೋ... ಇವಳು ಯಾವಾಗಲೂ ಹೀಗೇ, ಏನೋ ಒಂದು ಆಭಾಸ ಮಾಡುವಳು. ಒಳಗಿನಿಂದ ಯಾರೋ ಅಳುವ ಸದ್ದು... ಎದ್ದು ಮೆಲ್ಲನೆ ಎದುರು ಹಾಯುವ ಎದೆಗಳನ್ನೆಲ್ಲ ಪಕ್ಕಕ್ಕೆ ತಳ್ಳಿ ಒಳಗೆ ಬಂದೆ. ಭಾಗಿಯನ್ನು ಅತ್ತೆ ಹೊಡೆದಿರಬಹುದೆಂಬ ನನ್ನ ಎಣಿಕೆ ತಪ್ಪಾಗಿ

ಅಲ್ಲಿ ನೋಡಿದರೆ ಅತ್ತೆಯೇ 'ಹೋ...' ಎಂಬ ದೊಡ್ಡ ದನಿಯಲ್ಲಿ ವಿಕಾರವಾಗಿ ಅಳುತ್ತಿದ್ದಳು. ಅವಳ ಖಾರದ ಸಾರು ತಿನ್ನುವಾಗ ನನಗೂ ಹಾಗೇ ಅಳು ಬರುತ್ತಿತ್ತು. ಎಡಗಡೆ ಮೂಲೆಯಲ್ಲಿ ಮಾವ ಕೂತಿದ್ದ, ಅವನ ಭುಜ ಗಟ್ಟಿಗೆ ಹಿಡಿದು ನನ್ನಮ್ಮ ಅವನು ಇಬ್ಬರೂ ಜಗದ ಪರಿವೆ ಕಳೆದುಕೊಂಡು ಅಳುತ್ತಿದ್ದರು. ಇವರೇನು ನನ್ನ ಶಾಲೆ ಬಿಡಿಸಿ ಕರೆದು ತಂದು ಹೀಗೆ ಅಳಲು ಕೂತರಲ್ಲ? ಇಲ್ಲಿ ನನ್ನ ಮಾತು ಕೇಳುವವರು ಇಲ್ಲವೆಂದಾದ ಮೇಲೆ ಇನ್ನೆರಡು ಹೆಜ್ಜೆ ಮುಂದಿರಿಸಿ ಬಲಕ್ಕೆ ತಿರುಗಿದೆ. ನಡುಮನೆಯ ಬಲಭಾಗದಲ್ಲಿ ಗತಕಾಲದಿಂದ ಎಲ್ಲದಕ್ಕೂ ಸಾಕ್ಷಿಯಾಗಿ ನಿರ್ವಿಕಾರವಾಗಿ ಕೂತಿದ್ದ ಎರಡು ಮರದ ಕುರ್ಚಿಗಳ ಮುಂದೆ ನೆಲದ ಮೇಲೆ ಚಾಪೆ ಹಾಸಿದ್ದರು. ಅದರ ಮೇಲೆ ಮೈ ಮರೆತ ಭಂಗಿಯಲ್ಲಿ ಭಾಗಿ ಮಲಗಿದ್ದಳು. ತಯಾರಾಗಿ ಬರ್ತೀನಿ ಅಂದಳಲ್ಲ, ಇನ್ನು ಎದ್ದಿಲ್ಲವಾ ಸೋಂಬೇರಿ? ಪಕ್ಕದಲ್ಲಿ ದೀಪ, ಹೂವು, ಅಗರಬತ್ತಿ... ಭಾಗಿಗೆ ಹುಷಾರಿಲ್ಲವಾ? ಅಥವಾ ಅತ್ತೆಯನ್ನೇ ಬೈದು ಸುಸ್ತಾಗಿ ಮಲಗಿದ್ದಾಳೋ? ಈಗೀಗ ಅವಳ ಹುಚ್ಚು ಹೆಚ್ಚಾಗಿದ್ದರೂ ಇರಬಹುದು. ಆ ಭಾವನಂತಹ ಮಗು ಬಾಗಿಲಲ್ಲೇ ಕಿರುಚುತ್ತಿತ್ತಲ್ಲ... ಬಹುಶ: ಸಿಟ್ಟು ಬಂದು ಅದನ್ನು ಹಿಡಿದು ಚಚ್ಚಿರಬಹುದು. ಆದರೆ ನನ್ನನ್ನು ಹೊಡೆಯಲಾರಳು, ಕಾಡಿಗೂ ಅವಳಿಗೂ ಮಧ್ಯ ಇರುವುದು ನಾನೇ ಅಲ್ಲವೇ? 'ಭಾಗಿ... ಏ ಭಾಗೀ..' ಈ ಬಾರಿ ನನ್ನ ಕ್ಷೀಣ ಸ್ವರ ಅವಳಿಗೆ ಕೇಳಿಸಿತಾ?

***

ಈಗ ಭಾಗಿಯ ಹಣೆಯ ಮೇಲೆ ಇನ್ನೂ ದೊಡ್ಡ ಕುಂಕುಮ ಇಡಲಾಗಿತ್ತು. ಅತ್ತೆಯ ಹಳೆ ಸೀರೆಯಲ್ಲದೇ ಒಂದು ಹೊಸ ರೇಷ್ಮೆ ಉಡಿಸಲಾಗಿತ್ತು. ಮದುವೆಯ ದಿನ ಉಟ್ಟಿದ್ದಳಲ್ಲ, ಅಂತಹುದೇ ಕೆಂಪು ರೇಷ್ಮೆ ಸೀರೆ! ದಪ್ಪನೆ ದಂಡೆ ಕಟ್ಟಿದ ಹೂ ಮುಡಿದು ಚಂದಾಗಿದ್ದಳು. ಅಜ್ಜನ ಮೊಮ್ಮಕ್ಕಳೊಳಗೇ ಅಪ್ರತಿಮ ಸುಂದರಿಯೆಂಬ ಪಟ್ಟ ಗಿಟ್ಟಿಸಿದವಳು ಅಂದರೆ ಸಾಮಾನ್ಯವೇ... ನನಗೆ ಯಾಕೋ ಈಗ ಅವಳು ನಗುತ್ತಿರುವಂತೆ ಕಂಡಿತು. ಕಾಡಿಗೆ ಹೋಗಲು ತಯಾರಾದ ಚಿಟ್ಟೆಯಂತೆ ಅವಳು ಇನ್ನೇನು ರೆಕ್ಕೆ ಬಿಚ್ಚುವುದರಲ್ಲಿದಳು. ಅಷ್ಟು ಸುಂದರಿ ಭಾಗಿಯನ್ನು ನಾನು ಎಂದೂ ನೋಡಿರಲಿಲ್ಲ. ಅವಳು ಹೀಗೆ ಸುಖವಾಗಿ ನಗುತ್ತಾ ಹಾರಲು ತಯಾರಾಗಿರುವಾಗ ಈ ಮೂಢರೆಲ್ಲಾ ಯಾಕೆ ಹೀಗೆ ಅಳುತ್ತಿದ್ದಾರೆ ಎಂದು ತಿಳಿಯದೆ ನಾನು ಎಲ್ಲರನ್ನೂ ಮಿಕಮಿಕ ನೋಡುತ್ತಿದ್ದೆ.

ಹಿಪ್ಪೆಬಣ್ಣದ ಕಾಗೆ

ಯಶಸ್ ನಗರ

ನೈಟ್ ಶಿಫ್ಟಿನಲ್ಲಿ ಹಿಪ್ಪೆಬಣ್ಣದ ಕಾಗೆಯ ವಾಲ್‌ಪೇಪರ್ ನೋಡಿ ಅವನಿಗೆ ಹೇಸಿಗೆ ಹಿಡಿದೋಗಿತ್ತು.

ರಾತ್ರಿ ಹತ್ತು ದಾಟಿದರೆ ಸಾಕು. ಆಫೀಸ್ ಬಾಯ್ ಬಂದು ಶ್ಯಾಮ ಕೂರುವ ಜಾಗವೊಂದನ್ನು ಬಿಟ್ಟು ಇದ್ದಬದ್ದ ಲೈಟನ್ನೆಲ್ಲಾ ಆಫ್ ಮಾಡಿ ಮರೆಯಾಗುತ್ತಿದ್ದ. ಗೋಡೆ ತುಂಬುವ ನಾಲ್ಕು ಕಂಪ್ಯೂಟರ್ರು. ಪ್ರತಿಯೊಂದರಲ್ಲೂ ಬಣ್ಣಬಣ್ಣದ ಗೆರೆ, ವೃತ್ತ, ಆಯತಗಳು. ತಲೆಮೇಲೊಂದು ಪುಟ್ಟ ಲೈಟು. ಎಡಬದಿಯ ಗ್ರಾಫ್ ನೋಡಿ ಬಲಬದಿಗೆ ತಿರುಗುವಷ್ಟರಲ್ಲಿ ಕಡೇಪಕ್ಷ ಐದು ಸೆಕೆಂಡಾದರೂ ಬೇಕು. ಕುತ್ತಿಗೆಗೆ ಇದೆಲ್ಲಾ ರೂಢಿ. ಸಲ್ಲದ ಹೊತ್ತಲ್ಲಿ ತೂಕಡಿಸಿರೆ, ಸರಿಯಾಗಿ ಅದೇ ಸಮಯಕ್ಕೆ ದುಬೈ ಕ್ಲೈಂಟಿನ ಫೋನು. ಬಾಯಿಮೂಲೆಯಿಂದ ಸುರಿದ ಜೇಡರ ನೂಲನ್ನು ತೋಳಲ್ಲಿ ಒರೆಸಿ ಮತ್ತೆ ಎದ್ದು ಕೂರುವುದೇ. ಪ್ಯಾಂಟಿನ ಎಡಜೇಬಲ್ಲಿ ಎಸ್ಸೇ ಲೈಟ್ಸ್ ಇದೆಯಾ ಅಂತ ಖಾತ್ರಿಪಡಿಸಿಕೊಳ್ಳದಿದ್ದರೆ ಜೀವಕ್ಕೇನೋ ಸಂಕಟ. ಗಟ್ಟಿ ಸ್ಮೋಕರ್ ಅಂತೇನಲ್ಲ. ಮರೆತು ಹಿಂಬದಿಯ ಜೇಬಲ್ಲಿಟ್ಟರೆ ಅಂಡೊತ್ತಿ ಮುರಿದರೆ ಅನ್ನೋ ಕಾಳಜಿ ಅಷ್ಟೇ. ಹೋದವರ್ಷದ ತನಕ ದಿನಕ್ಕೊಂದು ಕಿಂಗ್ ಪ್ಯಾಕ್ ನಿಕ್ಕಿ ಬೇಕಿತ್ತು. ಆಗಾಗ ಎದೆ ಸುಕ್ಕೆನಿಸಿ ತಿಳಿದವರ ಮಾತಿಗೆ ಕಿವಿ ಕೊಟ್ಟು ಎಸ್ಸೇ ಲೈಟ್ಸಿಗೆ ಶಿಫ್ಟಾಗಿ ಒಂದುಲೆಕ್ಕದಲ್ಲಿ ಆರೋಗ್ಯ ಹಿಡಿತದಲ್ಲಿತ್ತು. ಚಿಕ್ಕಪುಟ್ಟ ಕೆಮ್ಮೆಲ್ಲ ಲೆಕ್ಕಕ್ಕೆ ಬರಲಾರದು. ಎಂಟು ತಾಸಿನ ಶಿಫ್ಟಲ್ಲಿ ಇಷ್ಟೆಲ್ಲಾ ಬ್ಯುಸಿ ಇದ್ದರೂ ಫ್ಲೋರಿನ ಮೂಲೆಯಲ್ಲಿದ್ದ ಮಾನಿಟರ್ರು ನಿರಂತರವಾಗಿ ಕಾಡುವುದಕ್ಕೆ ತೊಡಗಿ ಒಂದಷ್ಟು ತಿಂಗಳುಗಳಾಗಿತ್ತು. ಯಾಕೆ ಅದು ಅಲ್ಲಿದೆಯೋ, ಆಫ್ ಮಾಡದೇ ಹೇಗೆ ಮನೆಗೆ ಹೊರಡುತ್ತಾರೋ,

ಎಲ್ಲಾ ಬಿಟ್ಟು ಕಾಗೆಯನ್ನು ಯಾಕೆ ವಾಲ್‌ಪೇಪರ್ ಆಗಿ ಇಟ್ಟಿದ್ದಾರೋ. ಒಟ್ಟಿನಲ್ಲಿ ಸರಿಬರುತ್ತಿರಲಿಲ್ಲ.

ಅಪ್ಪಯ್ಯ ತೀರಿಕೊಂಡ ಮೇಲೆ ಬೆಂಗಳೂರನ್ನು ಬಿಟ್ಟು ಊರಕಡೆ ಹೋಗಿ ಮನೆಯ ಜವಾಬ್ದಾರಿ, ಆಯಿಯ ಒಂಟಿತನ ಎರಡನ್ನೂ ನಿಭಾಯಿಸಬೇಕು ಅಂದುಕೊಳ್ಳುತ್ತಲೇ ಎರಡು ವರ್ಷ ಕಳೆದಿತ್ತು. ನೇರವಾಗಿ ಅಲ್ಲದಿದ್ದರೂ ಆಯಿಯ ಧಾವಂತ ದಿನಕ್ಕೊಮ್ಮೆ ಫೋನಿನಲ್ಲಿ ತಿಳಿಯಾಗಿ ವ್ಯಕ್ತವಾಗುತ್ತಿತ್ತು. ಗಂಡ ಊರಮೇಲೆ ತಿರುಗಿ ನಿತ್ಯ ತೂರಾಡುತ್ತ ಬಂದಾಗೆಲ್ಲ ಹಾಸಿಗೆ ಹಾಸಿಕೊಟ್ಟು ನಗುಮುಖದಲ್ಲೇ ಮನೆಯನ್ನು ನಿಭಾಯಿಸಿದ ಗಟ್ಟಿಗಿತ್ತಿ ಆಕೆ. ಯಾವಾಗ ಆ ಮನ್ಷ ಮೂಲೆಮನೆ ಸುಬ್ಬಮ್ಮನ ಪಾಯಿಖಾನೆಯಲ್ಲಿ ವಾಂತಿಕಕ್ಕಿದನೋ ಅಲ್ಲಿಗೆ ಅವಳ ನಗುವೂ ಸತ್ತಿತ್ತು. "ವಾಸಣ್ಣ ಹೋದ್ನಡ, ಪಟಕ್ನೆ ಬಾ" ಎಂದು ಪಕ್ಕದಮನೆ ಮನು ಸುದ್ದಿಮುಟ್ಟಿಸಿದ ಕ್ಷಣವೇ ಬೊಬ್ಬೆಯಿಡುತ್ತಾ ಚಾ ಪಾತ್ರೆಯನ್ನು ಅಲ್ಲೇ ಬಿಸಾಕಿ ಹೆಣ ಎತ್ತಲು ಸುಬ್ಬಮ್ಮನ ಮನೆಹೊಕ್ಕರೆ ಅವಳ ಕೋಣೆಯ ಗೂಟದಲ್ಲಿ ಗಂಡನ ಹರಿದ ಲುಂಗಿ, ಒದ್ದೆ ಬನೀಯನ್ನು ಕಂಡು ಒಂದೂ ಮಾತಾಡದೇ ವಾಪಾಸು ಮನೆಗೆ ಬಂದು ಚಾ ಮತ್ತೆ ಬಿಸಿಮಾಡಿ ಕುಡಿಯುತ್ತ ಕಟ್ಟೆಯ ಮೇಲೆ ಕೂತಿದ್ದಳು. "ಬೆಂಗ್ಳೂರಿಗೇ ಬಂದ್ಬುಡು ಆಯಿ, ಪಿಜಿ ಬಿಟ್ಟು ಇಲ್ಲೇ ಮನೆ ಮಾಡ್ಬುಡ್ತಿ. ಅಲ್ಲೀ ಮನೆ ಯಾರಿಗಾರು ಕೊಟ್ರಾತು"– ಹೆಣ ಸುಡಲು ಬಂದ ಮಗನ ಮಾತಿಗೆ ಅವಳು ಕಿವುಡಿಯಾಗಿದ್ದಳು. ಶ್ಯಾಮನಿಗೆ ಪಿಚ್ಚೆನಿಸಿ ದಿನಾ ಕರೆ ಮಾಡುತ್ತೇನೆಂದು ಹೊಸದೊಂದು ಸ್ಮಾರ್ಟ್ ಫೋನ್ ಕೊಡಿಸಿ, ಹಸಿರು ಕಂಡಾಗ ಒತ್ತಿ ಕಿವಿಗಿಟ್ಟುಕೊಳ್ಳೆಂದು ತಲೆಸವರಿ ಮತ್ತೆ ಬೆಂಗಳೂರು ಸೇರಿಕೊಂಡಿದ್ದ. ಹಲವೊಮ್ಮೆ ಹಲೋ ಕೂಡ ಹೇಳುವುದಿಲ್ಲ ಆಕೆ. ಅಸ್ಪಷ್ಟ ಉಸಿರು ಸ್ಪೀಕರ್‌ಗೆ ಬಡಿಯುವುದನ್ನು ಗಮನಿಸಿ ಮಾತು ಕೇಳಿಸಿಕೊಳ್ಳುತ್ತಿದ್ದಾಳೆಂದು ಖಾತ್ರಿಪಡಿಸಿಕೊಳ್ಳಬೇಕಷ್ಟೇ. ಇನ್ನು ಕೆಲವೊಮ್ಮೆ ತಾನು ಓದಿದ ಪುರಾಣದ ಕತೆಗಳನ್ನೆಲ್ಲಾ ಕದಡಿ ಹೊಸದೊಂದು ಸುದ್ದಿಯಾಗಿಸಿ ಪಕ್ಕದೂರಿನಲ್ಲಿ ಅವಳ ಕಣ್ಣಮುಂದೆಯೇ ನಡೆಯಿತೆಂಬಂತೆ ತಾಸುಗಟ್ಟಲೇ ಬಣ್ಣಿಸುತ್ತಾಳೆ. "ಕೆಳಮನೆ ದಕ್ಷ ಇಲ್ಯಾ? ಅಂವ ಮಗಳನ್ನ ಸುಟ್ಹಾಕ್ಬುಟ್ನಡ. ಎಂತಕ್ಕ ಎಂತದ್ದ. ಅಪೀ. ಅವ್ನು ಕಡಿಗೆ ಭೀಷ್ಮಂಗಂತೂ ಶಾಪ ಹಾಕಾಕ್ ಇಟ್ಲಡ." ಒಮ್ಮೆ ಹೀಗೇ ಮಾತಾಡುತ್ತಾ ಚಾರ್ಜ್ ಖಾಲಿಯಾಗಿ ಮಗನ ಫೋನ್ ಸ್ವಿಚ್ ಆಫ್ ಆಗಿಬಿಟ್ಟಿತೆಂದು ಮುನಿಸಿಕೊಂಡು ಎರಡು ವಾರ ಫೋನ್ ಎತ್ತಿರಲಿಲ್ಲ. ಗಾಬರಿಗೊಂಡ ಶ್ಯಾಮ ಒಂದೆರಡು ದಿನದ ಮಟ್ಟಿಗೆ ಲೀವ್ ಕೇಳಿಕೊಂಡು ಊರು ಸೇರಿದ್ದ. ಆಯಿ ಗೇಟಿನ ತನಕ ಓಡಿಬಂದು ಅಪ್ಪಿ ಮುತ್ತಿಕ್ಕಿದ್ದಳು. ಅದೇ ನಡುರಾತ್ರಿ ಮಲಗಿದ್ದವನಿಗೆ ಏನೋ ಸಪ್ಪಳವೆನಿಸಿ ಕೋಣೆಯಿಂದ ಹೊರಬಂದು ನೋಡಿದರೆ ಅಡುಗೆಮನೆಯಲ್ಲಿ ಲೈಟ್ ಹಾಕಿಕೊಳ್ಳದೇ ಆಯಿ

ಚಾ ಕುದಿಸುತ್ತಿದ್ದಳು. "ಆಯೀ.. ಆಯೀ.." ಎಂದು ಹತ್ತುಬಾರಿ ಕರೆದರೂ ಮಿಸುಕಾಡದೇ ಕಿಟಕಿಯ ಹೊರಬದಿಯೆಲ್ಲೋ ನೆಟ್ಟದೃಷ್ಟಿಯಿಟ್ಟು ನಗುತ್ತಿದ್ದಳು. ಚಾ ಬತ್ತಿಹೋಗಿ ಪಾತ್ರೆಯ ತಳಭಾಗ ಕೆಂಪುಗಟ್ಟಿತ್ತು.

ಸುತ್ತ ಯಾರೂ ಇಲ್ಲದಾಗ, ಬೆಂಕಿಪೊಟ್ಟಣ ನಮ್ಮದೇ ಆದಾಗ, ಗಾಳಿ ಎಷ್ಟೇ ಬೀಸುತ್ತಿದ್ದರೂ ಒಂದೇ ಪ್ರಯತ್ನಕ್ಕೆ ಸಿಗರೇಟು ಹಚ್ಚಿಬಿಡಬಹುದು. ಹೊಗೆಯುಗುಳುತ್ತಾ ಶ್ಯಾಮ ಯೋಚಿಸಿದ. ಬೆಂಗಳೂರಿನ ಬದುಕು ಸುಮಾರಿಗೆ ಹಿಡಿಸಿಹೋಗಿತ್ತು. ಹೊಸತರಲ್ಲಿ ಮಲೆನಾಡೇ ಬಂಗಾರ, ಈ ಕಾಂಕ್ರೀಟ್ ನೆಲಕ್ಕೆ ಅಲ್ಲಿನ ಕಂಪು ಬರುವುದಿಲ್ಲ ಎಂದು ಎದೆಯುಬ್ಬಿಸಿ ಹೇಳುತ್ತಿದ್ದವ ಎರಡೇ ವರ್ಷದಲ್ಲಿ ಬೆಂಗಳೂರಿಗನಾಗಿದ್ದ. ವಾರ ಕಳೆದರೆ ಯಾವುದಾದರೂ ಬಾರಿನಲ್ಲಿ ಕೂತು ತನ್ನ ಪಾಡಿಗೆ ಪೆಗ್ ಹಾಕಿ, ಒದ್ದೆಯಾದ ಗಂಟಲನ್ನು ಹದವಾಗಿಸುವುದಕ್ಕೆ ಎಷ್ಟು ಬೇಕಾದರೂ ಸಿಗರೇಟು ಹಚ್ಚಬಹುದು. ಊರಲ್ಲಿ ಹಾಗಲ್ಲ. ಎಲೆಯಡಿಕೆ ಕೇಳಿದರೂ ಕಣ್ಣರಳಿಸುವ ನಾಕುಮಂದಿ ಇದ್ದೇ ಇದ್ದಾರೆ. ವಾಸಣ್ಣನ ಮಗ ಬೇರೆ. ಅನ್ನ ಉಂಡು ತೇಗಿದರೂ ಮೂಗುಮುಚ್ಚಿಕೊಳ್ಳುವವರೇ. ಆಯೀನ ಬಿಟ್ಟಿರಬೇಕಲ್ಲ ಅನ್ನುವುದಷ್ಟೇ ಕೊರಗು. ಎರಡು ಪೆಗ್ಗಿನ ನಂತರ ಅದೂ ಮರೆಯಾಗುತ್ತೆ. ವಯಸ್ಸು ಮೂವತ್ತರ ಮೇಲೆ ಎರಡಾಯಿತು, ಇನ್ನೂ ಮದುವೆಯಾಗದಿದ್ದರೆ ಕೂದಲು ಬಣ್ಣಗೆಟ್ಟೀತು ಅಂತೆಲ್ಲಾ ಹೆದರಿಸುವವರೇ. ಇಷ್ಟರ ಮೇಲೆಲ್ಲಾ ಮದುವೆಯಾಗುವುದು ಪ್ರೇಮಕ್ಕಲ್ಲ, ಅನುಕೂಲಕ್ಕಷ್ಟೇ. ಹೇಳಿಕೊಳ್ಳುವ ಕೆಲಸವೇನಲ್ಲ, ಉಳಿಸಿಕೊಳ್ಳುವ ಸಂಬಳವಿಲ್ಲ, ಅಪ್ಪಯ್ಯ ಹೆಸರು ಮಾಡಿಲ್ಲ, ಇರುವ ಆಯಿಗೆ ಬುದ್ಧಿ ನೆಟ್ಟಗಿಲ್ಲ. ಇಷ್ಟನ್ನು ಬೆನ್ನಿಗಂಟಿಸಿಕೊಂಡು ಅರ್ಹ ಕ್ಯಾಂಡಿಡೇಟ್ ಆಗುವುದು ಕಷ್ಟವೇ. ಬಟ್ಟಿನ ಬೂದಿಯನ್ನು ಪಕ್ಕದ ಕಂಬಕ್ಕೆ ಒರೆಸಿ ಹವ್ಯಕ ಮ್ಯಾಟ್ರಿಮನಿ ಆ್ಯಪನ್ನು ಮೇಲೆ ಕೆಳಗೆ ಜಾರಿಸತೊಡಗಿದ. ಗೋತ್ರ, ರಾಶಿ, ಎತ್ತರ, ವಯಸ್ಸು, ಬಿಳುಚಿಕೊಂಡ ಒಂದು ಫೋಟೋ ಬಿಟ್ಟರೆ ಮತ್ಯಾವ ಅಂಶವೂ ಇರಲಿಲ್ಲ. ಐದಾರು ವರ್ಷಗಳ ಕೆಳಗೆ ಅಪ್ಪ-ಆಯಿಯನ್ನು ಬಿಟ್ಟು ಪಲ್ಲವಿಯ ಜೊತೆ ಕಲ್ಕತ್ತೆಗೆ ಓಡಿಹೋಗಿದ್ದರೆ ನೆಮ್ಮದಿಯಿರುತ್ತಿತ್ತೇನೋ ಎಂದು ಕೆಮ್ಮಿದ.

ಬಾಯಿವಾಸನೆಯನ್ನು ಬದಲಿಸುವುದಕ್ಕೆ ನೀರಿನ ಜೊತೆ ಹ್ಯಾಂಡ್‌ವಾಶನ್ನು ಬೆರೆಸಿ ಬಾಯಿ ಮುಕ್ಕಳಿಸಿ ನೀಲಿ ಮಿಂಟನ್ನು ಜಗಿದ. ಕ್ಲೈಂಟಿನ ಎರಡು ಮಿಸ್ಡ್ ಕಾಲಿತ್ತು. "ಮೀಟಿಂಗಿನಲ್ಲಿದ್ದೆ. ಸಾರಿ. ಐ ವಿಲ್ ಕಾಲ್ ಬ್ಯಾಕ್" ಎಂದು ಟೈಪಿಸಿ ಸುಮ್ಮಗುಳಿದ. ಆಕಳಿಸಿ ಕಣ್ಣುಜ್ಜಿ ನೋಡಿದರೆ ಕಾಗೆಯ ಕಣ್ಣು ಎಂದಿಗಿಂತ ಹೆಚ್ಚು ಒದ್ದೆಯೆನಿಸಿತ್ತು. ಶಾಲೆಯ ಬೂಟಿಗೆ ಧೂಳು ಮೆತ್ತಿಕೊಂಡಾಗ ಯಂಜಿಲು ತುಪ್ಪಿ ಒರೆಸಿದರೆ ಹೊಳೆಯುತ್ತಲ್ಲ ಹಾಗೆ. ಸಾಮಾನ್ಯವಾಗಿ ಕಾಣುವ ಕಾಗೆಯ ಪ್ರಪೋರ್ಶನ್ನು ಬೇರೆ. ಇದರದ್ದು ಬೇರೆ. ಕಣ್ಣಿಗೂ ಕೊಕ್ಕಿಗೂ ಅದೇನೋ

ಪ್ರಮಾಣದಲ್ಲಿ ವ್ಯತ್ಯಾಸ. ಇರಬೇಕಾದಂತೆ ಇಲ್ಲ. ತುಂಬಿದ ರೆಕ್ಕೆ. ತುಸು ಓರೆ ಕೊಕ್ಕು. ಅಪ್ಪಯ್ಯನ ಪಿಂಡ ಒಯ್ಯಲು ಬರುವ ಕಾಗೆ ಹಿಪ್ಪೆಯಲ್ಲ, ಅಚ್ಚುಗಪ್ಪು. ಮೂಗು ತುರಿಸುತ್ತಾ ಕಾಗೆಯಿರುವ ಸಿಸ್ಟಮ್ಮಿನ ಬಳಿಗೆ ನಡೆದ. ಮೊದಲೆಲ್ಲ ಆ ಅನಿಷ್ಟವನ್ನು ನೋಡಿ ಅಸಹ್ಯವೆನಿಸಿದಾಗ ಎದುರಿಗೆ ಒಂದು ಖಾಕಿರಟ್ಟಿನ ಪೀಸನ್ನು ಇರಿಸಿ ಸುಮ್ಮನಾಗಿದ್ದ. ಗಾಳಿಗೆ ನಿಲ್ಲದಾದಾಗ ಸಿಸ್ಟಮ್ಮನ್ನೇ ಆಫ್ ಮಾಡಲು ಪ್ರಯತ್ನಿಸಿ ಸೋತಿದ್ದ. ಸಾವಿರ ವೈರುಗಳು ಗಂಟಿಕ್ಕಿಕೊಂಡು ಪವರ್ ಕೇಬಲ್ ಕೈಗೆ ಸಿಗದೇ ಒದ್ದಾಡಿದ್ದ. ಆಫೀಸ್ ಬಾಯ್ ಹತ್ತಿರ ಅದು ಯಾರ ಸಿಸ್ಟಮ್ ಎಂದು ವಿಚಾರಿಸಿ ದಿನಕ್ಕೊಬ್ಬರ ಶಿಫ್ಟಿನ ಸ್ವತ್ತದು ಎಂದು ತಿಳಿದು ಬೇರೆ ಉಪಾಯ ಕಾಣದೇ ಕೈಚೆಲ್ಲಿದ್ದ. ಎಲ್ಲಿಂದ ನಿಂತು ನೋಡಿದರೂ ಇವನನ್ನೇ ದಿಟ್ಟಿಸುತ್ತಿರುವಂತೆ ಯಾವಾಗಲೂ ಅನ್ನಿಸುತ್ತಿತ್ತು. ಅದೇನು ವಿಶೇಷವೆನಿಸಿರಲಿಲ್ಲ. ಎಷ್ಟೋ ದೇವಸ್ಥಾನಗಳಲ್ಲಿ ದೇವರ ವಿಗ್ರಹ ಹಾಗೇ ಆಡುವುದಂತೆ. ವಿಶ್ಯುವಲ್ ಇಲ್ಯೂಷನ್ ಅಷ್ಟೇ. ಕಾಗೆಯ ಒದ್ದೆಗಣ್ಣನ್ನು ಮುಟ್ಟಿ ಥತ್ತೆಂದ. ಎಷ್ಟು ದಿನದಿಂದ ಚಾಲ್ತಿಯಲ್ಲಿರುವ ಹಾಳು ಸಿಸ್ಟಮ್ಮೋ, ಕೆಂಡವಾಗಿತ್ತು. ಉರಿಗೆ ಕೈಕುಡುಗಿ ಚುರ್ರೆನ್ನುತ್ತಿದ್ದ ಬೆರಳನ್ನು ಬಾಯಲ್ಲಿಟ್ಟು ಚಪ್ಪರಿಸುವ ಮೊದಲೇ ಬೆರಳತುದಿ ಒದ್ದೆಯಾಗಿತ್ತು. ಪ್ಯಾಂಟಿಗೆ ಒರೆಸಿ ಮ್ಯಾಟ್ರಿಮನಿಯಲ್ಲಿ ಒಬ್ಬಾಕೆಯ ಪ್ರೊಫೈಲನ್ನು ಅನಾಸಕ್ತಿಯಿಂದ ಓಕೆ ಮಾಡಿ ಒಂದು ಗುಟುಕು ನೀರು ಕುಡಿದ.

ಶಿಫ್ಟು ಮುಗಿಸಿ ಬೆಳಗ್ಗೆ ಮನೆಗೆ ಬರುವಷ್ಟರಲ್ಲಿ ಶ್ಯಾಮನಿಗೆ ತಲೆ ಹೋಳಾಗುವಷ್ಟಾಗಿತ್ತು. ಪ್ಯಾಂಟನ್ನು ಕಳಚಿ ದಿಂಬಿನ ಕೆಳಗೆ ತಲೆಯನ್ನು ಅವುಚಿಟ್ಟುಕೊಂಡು ನಿದ್ರೆಗೆ ಜಾರಿದ. ಒಂದೆರಡು ತಾಸು ಕಳೆದಿರಬೇಕಷ್ಟೇ. ಗುರುತಿಲ್ಲದ ನಂಬರ್ರಿನಿಂದ ಫೋನು ರಿಂಗಾಗತೊಡಗಿತ್ತು. ಹೊರಡದ ಧ್ವನಿಯನ್ನು ಸರಿಪಡಿಸಿಕೊಂಡು ಉತ್ತರಿಸಿದ. "ಹಲೋ, ಶ್ಯಾಮ್ ರಾವ್ ಮಾತಾಡ್ತಿಪ್ಪಾ? ನನ್ ಹೆಸ್ರು ಸುನಂದ ಹೇಳಿ. ಹವ್ಯಕ ಸೈಟಲ್ಲಿ ನಿಮ್ ಹೆಸ್ರು ಬಂದಿತ್ತು." ಮಾತನಾಡುತ್ತಿರುವವರಿಗೆ ತನ್ನ ನಿಜಸ್ಥಿತಿ ಫೋನಲ್ಲೇ ಕಂಡುಬಿಡುತ್ತೇನೋ ಅನ್ನುವಂತೆ ಬಿರ್ರನೆ ಎದ್ದು ಕುಳಿತು ಮುಖವನ್ನು ಉಜ್ಜಿಕೊಳ್ಳುತ್ತಾ, "ಹೌದು, ನಾನೆಯ ಶ್ಯಾಮ್. ಅಮ್. ಪ್ರೊಫೈಲಲ್ಲಿ ನಿಮ್ ಹೆಸ್ರು ಬೇರೆ ಇದ್ದಂಗಿತ್ತು. ಸಾರಿ, ನಾ ಮತ್ತೂ್ರ ಮರ್ತಿಕ್ಕು." ತಪ್ಪು ಮಾತಾಡಿಬಿಟ್ಟನೇನೋ ಎನ್ನುವಂತೆ ನಾಲಿಗೆ ಕಚ್ಚಿಹೋಯಿತು. "ಇಲ್ಲೆ ಇಲ್ಲೆ, ನೀವ್ ನೋಡಿದ್ದು ನನ್ ತಂಗಿ ಮಗಳ ಪ್ರೊಫೈಲು. ಆನು ಅದ್ರ ದೊಡ್ಡಮ್ಮ. ಯಂಗವ್ವೇ ಅದ್ಕೆ ಹುಡ್ಗನ್ ನೋಡ್ತಾ ಇದ್ಯ." ರಾಣಿಯನ್ನು ತಲುಪುವ ಮೊದಲು ಸೇನಾಧಿಪತಿಯನ್ನೂ, ಮಂತ್ರಿಯನ್ನೂ ದಾಟಿಕೊಂಡು ಹೋಗಬೇಕೆಂದು ತಿಳಿದು ನಿಟ್ಟುಸಿರು ಬಿಟ್ಟು ಬಾಟಲಿಯಲ್ಲಿ ನೀರಿಲ್ಲದುದನ್ನು ಗಮನಿಸಿ ಉಗುಳು ನುಂಗಿಕೊಳ್ಳುತ್ತಾ, "ಹಂಗಾ, ಸರಿ. ಅಮ್. ಆನು

ಬೆಂಗಳೂರಲ್ಲಿಪ್ದು. ಇಂಜಿನಿಯರ್. ಊರು ಶಿವಮೊಗ್ಗದ್ ಹತ್ರ ಮುಂಗರೋಡಿ ಹೇಳಿ. ಅಪ್ಪ ಇಲ್ಲೆ. ಆಯಿ ಊರಲ್ಲಿರ್ತ." ಚಿಕ್ಕಂದಿನಲ್ಲಿ ಆಯಿಯ ತೊಡೆಮೇಲೆ ಕೂತು ಮೇಷ–ವೃಷಭದ ಬಾಯಿಪಾಠ ಒಪ್ಪಿಸಿದಂತೆ ವರದಿಯಿತ್ತ. "ಸಂಬಳ ಎಷ್ಟು ಕೇಳ್ಲಕ್ಕಾ?" ಇದು ಹೊಸತೇನಾಗಿರಲಿಲ್ಲ. ಮೊದಲೆಲ್ಲ ಇಂತಹ ಪ್ರಶ್ನೆ ಕೇಳಿದಾಗ ಪ್ರತಿಭಟಿಸಿದರೂ ಬರಬರುತ್ತ ಅಭ್ಯಾಸವಾಗಿಹೋಗಿತ್ತು. ಕೆಲವರು ಅಣಕಿಸಿದ್ದೂ ಇತ್ತು. ಸಂಬಳ ಕಡಿಮೆ ಇದ್ದವರಿಗೆ ಮಾತ್ರ ಈ ಪ್ರಶ್ನೆ ಮುಜುಗರ ತರುವುದು ಅಂತ. ಇಂಜಿನಿಯರಿಂಗ್ ಮುಗಿಸಿದ ಅರ್ಧ ಪ್ರತಿಶತ ಮಂದಿಗೆ ವರ್ಷಕ್ಕೆ ಮೂರು ಲಕ್ಷವಷ್ಟೇ ಸಂಬಳ. ಅದು ದುಪ್ಪಟ್ಟಾಗಲು ಒಂದೋ ಐದು ವರ್ಷ ಕಾಯಬೇಕು, ಇಲ್ಲಾ ಹತ್ತಾರು ಕಂಪನಿ ಬದಲಿಸುವ ಕಪ್ಪೆಯಾಗಬೇಕು. ಬದಲಾವಣೆಗೆ ಒಗ್ಗದ ಶ್ಯಾಮನಿಗೆ ಕಾಯುವಿಕೆಯೊಂದೇ ಸೂಕ್ತ ಮಾರ್ಗವಾಗಿ ಕಂಡಿತ್ತು. "ವರ್ಷಕ್ಕೆ ಎಂಟು ಲಕ್ಷ." ಸುಳ್ಳು ಹೇಳಿ ಗಿಟ್ಟಿಸಬೇಕಾದ್ದೇನೂ ಇಲ್ಲ ಎಂದು ನಂಬಿದ್ದ ಶ್ಯಾಮ ತನ್ನ ಸಂಬಳದ ಬಟ್ಟೆ ಬಿಚ್ಚಿಟ್ಟ. ಒಂದೆರಡು ಸೆಕೆಂಡು ಮಾತು ಹೊರಡದಿದ್ದುದನ್ನು ಗ್ರಹಿಸಿ ಇನ್ನೇನು ಫೋನ್ ಕಟ್ ಆಗುತ್ತೆಂದು ಉಸಿರು ಬಿಟ್ಟರೆ, "ಕೈಗೆ ಹೆಚ್ಚೇನ್ ಸಿಗ್ತಾ ಇಲ್ಲೆ ಹಂಗರೆ ಅಲ್ದಾ. ತೋಟ ಗೀಟ ಇದ್ದಾ? ಅಲ್ಲ, ತಪ್ ತಿಳ್ಕಳಡಿ. ಹೆಣ್ಮಕ್ಳನ್ ಕೊಡದು ಹೇಳಾರೆ ಕೇಳಕಾಗ್ತು ಅಲ್ದಾ?" ನಯವಾಗಿ ಚಪ್ಪಲಿಯೇಟು ಬಿದ್ದಿತ್ತು. ರೂಮ್‌ಮೇಟಿನ ಬಾಟಲಿ ಅನಾಥವಾಗಿದ್ದನ್ನು ಕಂಡು ಜೀವ ಬಂದಂತಾಗಿ ಕೆನ್ನೆ ತೋಳಿನ ಮಧ್ಯೆ ಫೋನನ್ನು ಮುದ್ದಿಸಿಟ್ಟು ನೀರು ಕುಡಿದು ಸುಧಾರಿಸಿಕೊಂಡ.

"ತೋಟ ಗದ್ದೆ ಇದ್ದು ಹೇಳಾರೆ ಊರಬದಿ ಹೋಗಿ ಅದ್ನ ನೋಡ್ಕಂಡು ಇಪ್ದಾರೂ ಕೂಸಿಗೆ ತೊಂದ್ರಿಲ್ಲೆ ಹೇಳಾ?"

"ಹಂಗಲ್ಲ. ಅದೂ ಜಾಬಲ್ಲಿದ್ದು. ಅದ್ನ ಬಿಟ್ಬಪ್ಲ್ ಬತಿಲ್ಲೆ ಅಲ್ದಾ?"

"ಹಂಗರೆ ತೋಟ ಇದ್ರೆಂತು ಬಿಟ್ರೆಂತು ಅಲ್ದಾ?"

"ಒಂದ್ ಭದ್ರತೆ ಹೇಳಿ ಅಷ್ಟೆಯ. ನೀವು ಮನ್ಸಿಗ್ ಹಚ್ಕಂಡಂಗ್ ಕಾಣ್ತು."

"ಇಲ್ಲೆ ಇಲ್ಲೆ ಅರ್ಥಮಾಡ್ಕತಿದ್ದಿ ಅಷ್ಟೇ. ಅವಳೂ ವರ್ಕ್ ಮಾಡ್ತ ಅಂದ್ರೆ ಅವ್ಳ್ ಸಂಬ್ಳನೂ ನಾನ್ ಕೇಳ್ಲಕ್ಕಾ?

"ಅವ್ಳುದ್ದು ವರ್ಷಕ್ಕೆ ಐದೂವರೆ ಲಕ್ಷ"

"ನಂಗಿಂತ ಕಡ್ಮೆಯಾ ಹಂಗರೆ?"

"ಹೌದು. ಮನೆ ತೂಗ್ಸ್ಕಂಡ್ ಹೋಪ್ದು ಅದೇ ಆಗಿದ್ಕಾಗಿ ಸಂಬ್ಳ ಕಡ್ಮೆ ಇದ್ರೂ ನಡೀತು ಅಲ್ದಾ?"

"ಅಂದ್ರೆ? ಅಡ್ಗೆ, ಮನೆಕೆಲ್ಸ ಎಲ್ಲಾ ಅದೇ ಮಾಡ್ಕಂಡು ಕೆಲ್ಸಕ್ಕೆ ಹೋಗ್ತು ಹೇಳಾ?"

"ಚೂರುಪಾರು ಶೇರ್ ಮಾಡ್ಕಂಬ್ದು ಇಪ್ದೆಯ ಅಲ್ದಾ? ಈಗಿನ್ ಹುಡ್ರು ಅಂದ್ಮೇಲೆ"

ಕಟ್ ಮಾಡುವುದು ಸಭ್ಯತೆ ಅಲ್ಲವೆಂದು ಶ್ಯಾಮ ಮಾತನ್ನಷ್ಟೇ ನಿಲ್ಲಿಸಿದ. "ಎಂತಾಗ್ತು ನೋಡನ ಹಂಗರೆ ಅಲ್ದಾ?" ಔಪಚಾರಿಕ ಮಾತು ಕಿವಿಗೆ ಬಿದ್ದಮೇಲೆ ಫೋನನ್ನು ಹಾಸಿಗೆಯ ಮೇಲೆ ಬಿಸಾಕಿ ಗೀಝರ್ ಸ್ವಿಚ್ ಆನ್ ಮಾಡಿ ಸಿಗರೇಟಿಗಾಗಿ ತಡಕಾಡಿದ. ಪ್ಯಾಕ್ ಬರಿದಾಗಿತ್ತು. ಫೋನ್ ಯಾಕೆ ಮತ್ತೆ ಗುಂಯ್ಗುಡುತ್ತಿದೆ ಎಂದು ತಿರುಗಿ, ಮತ್ತದೇ ಹೆಂಗಸಿನ ಫೋನೇನೋ ಎಂದು ಪರೀಕ್ಷಿಸಿದರೆ ಆಯೀದು. ಫೋನ್ ಕೊಡಿಸಿದಾಗಿನಿಂದ ಇಲ್ಲಿಯವರೆಗೆ ಅವಳಾಗಿ ಕಾಲ್ ಮಾಡಿದ್ದೇ ಇಲ್ಲ. ಹುಟ್ಟುಹಬ್ಬಕ್ಕೂ ಇವನೇ ಹೇಳಿ ವಿಶ್ ಮಾಡಿಸಿಕೊಳ್ಳುತ್ತಿದ್ದ. ವಿಚಿತ್ರವೆನ್ನುತ್ತಲೇ ಫೋನೆತ್ತಿದರೆ ಆ ಕಡೆಯಿಂದ ಮನುವಿನ ಧ್ವನಿ. ಆ ಹ್ಯಾಪನ ಕೈಲೆಲ್ಲಾ ಫೋನಾಯಿಸುವ ಯೋಚನೆ ಮಾಡಿದಳೆಂದರೆ ಏನೋ ಯಡವಟ್ಟೇ ಆಗಿರಬೇಕು. ಥತ್. ಒಂದೆರಡು ತಿಂಗಳಿಂದ ಸಿಕ್ಕಾಪಟ್ಟೆ ಮಳೆ ಹೊಯ್ದು ಅಂಗಳದಲ್ಲಿ ಕಳೆ ಮಾರುದ್ದ ಬೆಳೆದು ನೆಲ ಕಾಣದಂತಾಗಿತ್ತಂತೆ. ಬೆಳಿಗ್ಗೆ ಪೂಜೆಗೆ ದಾಸವಾಳ ಕೊಯ್ಯಲು ಹೋದಾಕೆಗೆ ಕೊಳಕುಮಂಡಲ ಕಂಡಂತಾಗಿ ಬೆಚ್ಚಿ ಕಾಲುಜಾರಿ ಪಟ್ಟಿ ಹಾಕಿದ್ದಾರಂತೆ. ಮನು ಕಣ್ಣೀರಿಟ್ಟ. ಶ್ಯಾಮನ ಕಂಕುಳು ಬೆವರಿತು. ಗಂಟೆ ಒಂಬತ್ತಾಗಿರಬಹುದು. ಮೆಜೆಸ್ಟಿಕ್ಕಿಗೆ ಈ ಕೂಡಲೇ ಹೊರಟರೆ ಹತ್ತರ ಶಿವಮೊಗ್ಗ ಬಸ್ಸು ಹಿಡಿದು, ಅಲ್ಲಿಗೆ ಸುಮಾರು ಆರಕ್ಕೆ ಮುಟ್ಟಿದರೆ ಯಾವುದೋ ವ್ಯಾನ್ ಹತ್ತಿ ಊರು ಮುಟ್ಟಬಹುದೆಂಬ ಲೆಕ್ಕಾಚಾರ ತೆಗೆಯುತ್ತಿದ್ದಂತೆಯೇ ಆಯಿ ಫೋನ್ ಕಸಿದುಕೊಂಡು, "ಕಾಲಿಗೆಲ್ಲಾ ಪೆಟ್ಟಾಯ್ದು ಹೇಳ್ ರಜೆ ತಗಂಬಪ್ದ್ ಬ್ಯಾಡ. ಅಷ್ಟ್ ನೋಡ್ಕಂಬ್ಲ್ ಮನು ಗಿನುನೇ ಇದ್ದ. ಬಪ್ದಾರ್ ಇಲ್ಲೇ ಇಪ್ಪಹಂಗ್ ಬಾ. ಇಲ್ದೋರೆ ಅಪ್ಪಯ್ಯನ್ ಸುಡಕರೆ ಉಳ್ಕಂಬಲ್ ಬಂದಿದ್ಯಲ, ಹಂಗೇ ಇನ್ನು ನನ್ ಸುಡಕರೆ ಬಾ ಅಷ್ಟೇ. ತಗಳ ಮನೂ. ಕಟ್ ಮಾಡು ಹೆಂಗೆ ಹೇಳಿ." ನಡುಗುವ ಕೈಯಲ್ಲಿ ಗೀಝರ್ ಸ್ವಿಚ್ ಆಫ್ ಮಾಡಿ ಸ್ನಾನಕ್ಕಿಳಿದ. ಹಾಳು ಬೆಂಗಳೂರು ನೀರು. ಸೋಪು ಪೊಳಕ್ಕನೆ ಕೈಜಾರಿ ಗುಂಡಿಯ ಬಳಿ ಹೋಗಿ ಸಿಕ್ಕಿಹಾಕಿಕೊಂಡಿತು. ಹೇಗೂ ಸೋಪು ಕರಗಿ ಮಿಡಿಯಾಗುತ್ತಾ ಬಂದಿತ್ತು. ಅಲ್ಲೇ ಉಳಿಯಲಿ ಎಂದು ಅಸಡ್ಡೆಯಿಂದ ನಾಕುಬಾರಿ ನೀರು ಸುರಕೊಂಡು ಮತ್ತೆ ಹಾಸಿಗೆಯ ಮೇಲೆ ಹೊರಳಿದ. ಮನುವಿನ ಅಸಲಿಯತ್ತು ಆಯಿಗೇನು ಗೊತ್ತು. ಇಸ್ಪೀಟು ಮಂಡಲದಲ್ಲಿ ಪಟ್ಟುಬಿಗಿದು ಕೂತರೆ ರಾತ್ರಿ ಹಗಲು ಲೆಕ್ಕಕ್ಕಿಲ್ಲ. ಕಂಬಳೀಲೇ ಮೂರೂ ಬಿಟ್ಟವ. ಬೇರೆ ಏನೂ ಸಿಗದಿದ್ದರೆ ಆಯಿಯ ಕಾಲಿನ ಕಟ್ಟು ಬಿಚ್ಚಿ ಅದನ್ನೇ ಅಡ ಇಟ್ಟಾನು ದರಬೇಸಿ. ಆಯಿಯ ಮಾತಿಗೆ ಕಿವಿಗೊಡುವ ಪ್ರಶ್ನೆಯೇ ಇಲ್ಲ. ಒಂದು ವಾರದ ಮಟ್ಟಿಗಾದರೂ

ಆರೈಕೆ ಮಾಡಿ ಬರುವುದೇ ಸರಿಯೆಂದು ಕೊಸರಿದ. ಅವಳ ಮಾತನ್ನು ಮೀರಿ ಬರೀ ನೋಡಿಕೊಂಡು ಬರುವುದಕ್ಕೆ ಮನೆಗೇಟು ದಾಟಿದರೆ ಅವಳನ್ನು ಎದುರಿಸುವ ಔಕಾತು ತನಗಿಲ್ಲವೆನಿಸಿತು. ಇಡೀ ವಾರ ಹಠದಲ್ಲಿ ಮಾತಾಡದೇ ಇದ್ದಾಳು. ಸಾವಿರ ಬಾರಿ ಚಾ ಮಾಡಿ ಮುಸುಡಿಯ ಮೇಲೆ ಚೆಲ್ಲಿಯಾಳು. ಕಟ್ಟೆಯ ಮೇಲೆ ಒಬ್ಬಳೇ ಕೂತು ಕಣ್ಣು ಮಿಟುಕಿಸದೇ ನಗೆಯಾಡಿಯಾಳು. ಯಾವುದಾದರೂ ಉಬ್ಜೆ ತರಿಸುವುದೇ ಆಗಿತ್ತು. ದಿಂಬಿನ ಮಗ್ಗಲು ಬದಲಿಸಿ ಅಲ್ಲೇ ಕಣ್ಮುಚ್ಚಿದ.

ನಿದ್ದೆ ಬಂದಿತೋ, ಇಲ್ಲವೊ ಎಂದು ತಿಳಿಯುವಷ್ಟರಲ್ಲೇ ಎಚ್ಚರಾಗಿತ್ತು. ಸಂಜೆಗಪ್ಪಿಗೆ ರೂಮು ಮಬ್ಬಾಗಿ ದಿಂಬು ಹಸಿಯಾಗಿತ್ತು. ಕುತ್ತಿಗೆಗೆ ಕತ್ತಿಯಿಟ್ಟರೇ ಸುಖ ಎನ್ನಿಸುವಷ್ಟು ನೆತ್ತಿ ಕಾಡುತ್ತಿತ್ತು. ಬಿಸಿನೀರು ಸ್ನಾನ ಮಾಡಬಾರದಿತ್ತೆನಿಸಿತು. ಕೈಗೆ ಸಿಕ್ಕಿದ ಟವೆಲ್ಲಿನಲ್ಲಿ ಬೆವರಿದ ನೆತ್ತಿ, ಬೆನ್ನನ್ನುಜ್ಜಿಕೊಂಡು ಸಿಗರೇಟಿಗಾಗಿ ಪರದಾಡಿದ. ಖಾಲಿಯಾಗಿದ್ದು ಮರೆತೋಗಿತ್ತು. ಹರಿದ ಐವತ್ತರ ನೋಟನ್ನು ಜೇಬಿಗಿಳಿಸಿ ಚೇಟ್ಟಾ ಅಂಗಡಿಗೆ ಹೋಗಿ ಮೂರು ಯೂಶುವಲ್ ಕೇಳಿದ. ಒಣಗಿದ ತುಟಿಗಳ ಮಧ್ಯೆ ಸಿಗರೇಟು ಒದ್ದೆಯಾಗಿದ್ದೇ ಅರೆಕ್ಷಣ ಹೊಸಜೀವ ಬಂದಂತಾಯಿತು. ಹಚ್ಚಿದ ಬೆಂಕಿ ತಂಪೆನಿಸಿತು. ಶಿಫ್ಟು ಮುಗಿಸಿ ಹೆಚ್ಚುಕಡಿಮೆ ಒಂದು ದಿನ ಕಳೆದರೂ ಐದು ನಿಮಿಷದ ಕೆಳಗಷ್ಟೇ ಲಾಗ್ ಔಟ್ ಮಾಡಿದಂತೆನಿಸಿ ಟೈಮ್ ನೋಡಿಕೊಂಡ. ಇನ್ನೊಂದು ತಾಸು. ಹೊಟ್ಟೆಗೆ ಏನಾದರೂ ತುರುಕಿ ಮತ್ತೆ ಆ ಸುಡುಗಾಡಿಗೆ ಹೊರಡಬೇಕಿತ್ತು. ಆಯಿ ಹೇಳಿದ್ದು ಸರಿಯೇ. ಇಲ್ಲಿದ್ದಾದರೂ ಏನು ಮಾಡಿ ಸಾಯುವುದು. ಹವಾಯಿ ಚಪ್ಪಲಿ ಮೆಟ್ಟಿಕೊಂಡಿದ್ದ ತನ್ನ ಪಾದವನ್ನೇ ಆಕಡೆ ಈಕಡೆ ಸರಿಸುತ್ತಾ ಆಯಿಯ ಕಾಲು ಹೀಗೆ ಮುರಿದಿರಬಹುದಾ ಹಾಗೆ ತಿರುಪಿರಬಹುದಾ ಎಂದು ವಿಮರ್ಶಿಸಿದ. ಸೊಸೆ ಇದ್ದಿದ್ದರೆ ಬೆಂಗಳೂರು-ಮುಂಗರೋಡಿಗೆ ಸೇತುವೆಯಾಗುತ್ತಿದ್ದಳೇನೋ, ತನ್ನ ಆಯಿಯ ಕಾಲಿಗೆ ಆಸರೆಯಾಗುತ್ತಿದ್ದಳೇನೋ ಎಂದು ಪರಿತಪಿಸಿ ಬೆಳಗ್ಗಿನ ಮದುವೆ ಮಾತುಕತೆ ನೆನಪಾಗಿ ಮತ್ತೆ ಕೊರಗಿದ. ಹುಡುಗಿಯ ದೊಡ್ಡಮ್ಮನ ಮಾತಿಗೆ ಅಲ್ಲೇ ತಪರಾಕಿಯಂತಹ ಉತ್ತರ ಕೊಟ್ಟುಬಿಡಬೇಕಿತ್ತು. ಕಾಗೆಯಂತೆ ಸುಮ್ಮನಿರಬಾರದಿತ್ತು. ಮತ್ತೆ ಕರೆ ಮಾಡಿ ಬೈದರೆ ವ್ಯಾಲ್ಯೂ ಕುಗ್ಗುತ್ತೆ. ಏನೋ ಯೋಚನೆ ಬಂದು ಆ ಹುಡುಗಿಯ ಹೆಸರನ್ನು ಒದ್ದಾಡಿ ಜ್ಞಾಪಿಸಿಕೊಂಡು ಇನ್ಸ್ಟಾಗ್ರಾಮಿನಲ್ಲಿ ಹುಡುಕಿದ. ಮಾನಸಾ ಭಟ್. ಅಲ್ಲ. ಹೆಗಡೆ. ಎರಡೂ ನೋಡಿದರಾಯಿತು. ಅದೃಷ್ಟಕ್ಕೆ ಓಪನ್ ಪ್ರೊಫೈಲ್. ಸುಂದರಿಯೇನಲ್ಲ. ಆ ಮಟ್ಟಿಗೆ ಕಳಕೊಂಡದ್ದೇನೂ ಇರಲಿಲ್ಲ. ರೆಗ್ಯುಲರ್ ಫೋಟೋಗಳ ಸಾಲಿತ್ತು. ಗುಡ್ಡದ ಮೇಲೊಂದು, ಸಮುದ್ರದ ಬದಿಯಲ್ಲೊಂದು, ಐಸ್ ಕ್ರೀಮಿನ ಹಿಂದೊಂದು, ಜೋಗದ ಮುಂದೊಂದು. ದೊಡ್ಡಮ್ಮನಿಗೆ ಹೇಳಲಾಗದೇ

ಇದ್ದುದನ್ನು ಇವಳಿಗೆ ಹೇಳಬೇಕೆನಿಸಿತು. ಮತ್ತೊಂದು ಸಿಗರೇಟು ಹಚ್ಚಿದ. ಬೆವರು ಒಣಗುತ್ತಿತ್ತು. ಇಂಗ್ಲಿಷಲ್ಲಿ ಟೈಪಿಸುವುದೋ, ಕನ್ನಡದಲ್ಲೋ. ಬರೀ ಇಂಗ್ಲಿಷಿನಲ್ಲಾದರೆ ಕನ್ನಡದ ನೈಜತೆ ಬರುವುದಿಲ್ಲ. ಬರೀ ಕನ್ನಡದಲ್ಲಾದರೆ ಓದಿಕೊಂಡವ ಅನ್ನಿಸುವುದಿಲ್ಲ. ಎರಡನ್ನೂ ಹದವಾಗಿ ಬೆರೆಸಿ ಒತ್ತತೊಡಗಿದ. "ನಿಮಗೆ ಗೊತ್ತಿದ್ಯೋ ಇಲ್ವೋ. ಹವ್ಯಕ ಮ್ಯಾಟ್ರಿಮನಿಯಲ್ಲಿ ನಿಮಗಾಗಿ ಹುಡುಗನ ಹುಡುಕಾಟ ನಡೀತಿದೆ. ನಿಮ್ಮ ದೊಡ್ಡಮ್ಮನ ನೇತೃತ್ವದಲ್ಲಿ. ಯೂ ಆರ್ ವೆಲ್ಕಮ್ ಇಫ್ ಯು ಡಿಂಟ್ ನೋ. ಇಫ್ ಯು ಡಿಡ್, ವೆಲ್, ಸಾರಿ ಫಾರ್ ಯೂ. ಒಂದ್ ವಿಷ್ಯ. ಈಕ್ವಾಲಿಟಿ ಅನ್ನೋದನ್ನ ಬಯಸ್ತೀರಿ ಅಂತಾದ್ರೆ ಎಲ್ಲಾ ವಿಷ್ಯದಲ್ಲೂ ಅದನ್ನ ಮೇಂಟೇನ್ ಮಾಡಿ. ದುಡಿಮೆಯಲ್ಲೂ ರಾಜಿಯಿಲ್ಲ. ಮನೆಕೆಲಸದಲ್ಲೂ ಹೊಂದಾಣಿಕೆಯಿಲ್ಲ. ಬಹುಶಃ ಬಾಡಿಗೆ ಕಟ್ಟುವುದು ಗಂಡನ ಸಂಬಳದಲ್ಲಿ, ಮ್ಯೂಚುವಲ್ ಫಂಡ್ಸ್ ಕಟ್ಟುವುದು ಹೆಂಡತಿಯ ಸಂಬಳದಲ್ಲಿರಬೇಕು ರೈಟ್?..." ಹೆಬ್ಬೆರಳ ಚಲನೆ ನಿಂತಿತು. ಗುರುತಿಲ್ಲದ ಹುಡುಗಿಗೆ ಓತಪ್ರೋತವಾಗಿ ಕಳಿಸುತ್ತಿದ್ದ ಮೆಸೇಜು ಒಮ್ಮೆಗೇ ಅವನನ್ನು ವಾಸ್ತವಕ್ಕೆ ತಂದಿತು. ಶಿಟ್. ಷಂಡತನದ ಪರಮಾವಧಿ. ದೊಡ್ಡಮ್ಮನ ಎದುರಲ್ಲಿ ಎದೆ ಸೆಟೆದು ಬೊಗಳಲಾರದ್ದಕ್ಕೆ ಒಂದು ಅಪರಿಚಿತ ಔಟ್‌ಲೆಟ್ ಕಂಡುಕೊಂಡಂತಾಗಿತ್ತು. ಅಕಸ್ಮಾತ್ ಈ ಮೆಸೇಜನ್ನು ಆಕೆ ನೋಡಿದರೂ ಅಡ್ಡಿಯಿಲ್ಲ, ಹೇಗೂ ಗುರುತಿಲ್ಲದವನು ಎಂಬ ಹುಂಬತನ ಬಂದಾಗಿತ್ತು. ಯೂಟ್ಯೂಬಿನಲ್ಲಿ ಸುಮ್ಮನೇ ಕಾಮೆಂಟ್ ಮಾಡುವವರು ಕ್ರೀಪಿ ಎಂದು ಮೂಗು ಮುರಿಯುತ್ತಿದ್ದ ತಾನೇ ಹೀಗಾಡುವುದನ್ನು ಕಂಡು ನಾಚಿಕೆಯಾಗಿ ಅರ್ಧ ಸಿಗರೇಟನ್ನು ತುಳಿದು ಫೋನ್ ಸ್ವಿಚ್ ಆಫ್ ಮಾಡಿ ಜೇಬಿಗಿಳಿಸಿದ.

ಮೊಸರನ್ನ ಬಿಟ್ಟರೆ ಬೇರೆಯೇನೂ ಸೇರಲಿಲ್ಲ. ಆಂಧ್ರದ ಉಪ್ಪಿನಕಾಯಿಗೆ ತುಸು ಹಳಸಿದ ವಾಸನೆ ಬಂದಿತ್ತು. ಪಿಜಿ ಓನರ್ ಜೊತೆ ಗಲಾಟೆ ಮಾಡುವ ಉಮೇದಿರಲಿಲ್ಲ. ಬಾಯೊರೆಸಿಕೊಂಡು ಆಫೀಸು ಕ್ಯಾಂಟೀನಲ್ಲಿ ಏನಾದರೂ ತಿಂದರಾಯಿತೆಂದು ಐಡಿ ಸ್ವೈಪ್ ಮಾಡಿದ. ಲೈಟ್ ಆಫ್ ಮಾಡುತ್ತಿದ್ದ ಆಫೀಸ್ ಬಾಯ್‌ಗೆ "ನನ್ನ ಟೇಬಲ್ಲಿಂದೂ ಆಫ್ ಮಾಡ್ಬುಡು ಗುರೂ ಇವತ್ತು" ಎನ್ನುತ್ತಾ ಬ್ಯಾಗನ್ನು ಬದಿಗಿಟ್ಟು ಗ್ರಾಫಿನಲ್ಲಿ ವೈಪರೀತ್ಯ ಇದೆಯಾ ಗಮನಿಸಿ, ಇಮೇಲನ್ನು ಪರೀಕ್ಷಿಸಿ ಇನ್ನೊಂದು ತಾಸು ತೊಡಕಿಲ್ಲವೆಂದು ಖಚಿತಗೊಂಡವನ ಕಣ್ಣು ಕಾಗೆಯ ಮೇಲೆ ಹೊರಳಿತು. ಅದನ್ನು ಕಂಡರೆ ಎಷ್ಟೇ ಅಸಡ್ಡೆಯಿರಲಿ, ನೈಟ್ ಶಿಫ್ಟಿನಲ್ಲಿ ಒಂಟಿತನ ಕಾಡದಂತೆ ಒಂದಷ್ಟು ತಿಂಗಳಿಂದ ಹೇಗೋ ಸಾಥಿಯಾಗಿತ್ತು. ಮಾತು ಬೇಕಿರಲಿಲ್ಲ. ಜೀವದ ಬಯಕೆಯಂತೂ ಮೊದಲೇ ಇರಲಿಲ್ಲ. ಸಂಬಳವೆಷ್ಟೆಂದು ಕೇಳುತ್ತಿರಲಿಲ್ಲ. ಮೌನಿ. ಅಚಂಚಲೆ. ಸ್ಥಿತೆ. ನಿನ್ನೆ ಹೆಚ್ಚಲ್ಲ. ನಾಳೆ ಕಡಿಮೆಯಲ್ಲ. ಸದಾ ಹೆಗಲಲ್ಲಿರುವ ಜನಿವಾರದ ಥರ. ಆದರೂ

ಇರಿಟೇಷನ್ನೇ. ಇನ್ಸ್ಟಾಗ್ರಾಮಿನಲ್ಲಿ ಉತ್ತರವೇನಾದರೂ ಬಂದಿರಬಹುದಾ ಎಂದು ಕಣ್ಣಾಡಿಸಿದ. ಮೆಸೇಜನ್ನು ನೋಡಿಯೂ ಸುಮ್ಮನಾಗಿದ್ದಳು. ಕಳಿಸಿದ ಮೆಸೇಜನ್ನು ಡಿಲಿಟ್ ಮಾಡಲು ಬಂದಿದ್ದರೆ ಒಳ್ಳೆಯದಿತ್ತು ಎಂದು ಹಲುಬಿ "ಪಲ್ಲವಿ ವಿಜಯ್" ಎಂದು ಸರ್ಚ್ ಕೊಟ್ಟು ಮುಗುಳ್ನಕ್ಕ. ಗಂಡನ ಜೊತೆಗಿನ ಮುದ್ದಾದ ಡಿಪಿ. ಭೂತಾನಿನಲ್ಲಿ ತೆಗೆಸಿದ್ದು. ಜೊತೆಯಲ್ಲಿ ಕುತ್ತಿಗೆಯನ್ನು ಬಳಸಿ ಹಿಡಿದ ಹೆಣ್ಣುಮಗು. ಹೆಸರು ಇತಿ. ಕೆಲವು ವರ್ಷಗಳ ಕೆಳಗೆ ಕೊಡಚಾದ್ರಿಗೆ ಚಾರಣಕ್ಕೆ ಹೋದಾಗ ಶ್ಯಾಮನ ತೊಡೆಮೇಲೆ ಮಲಗಿ ಕೇಳಿದ್ದಳು, "ನಮಗೆ ಹೆಣ್ಣುಮಗು ಹುಟ್ಟಿದರೆ ಏನು ಹೆಸರಿಡುತ್ತೀ?" ಎಷ್ಟೋ ಕಾಲದಿಂದ ಮನಸಲ್ಲಿ ಒತ್ತಿ ಹಿಡಿದಿದ್ದ ಹೆಸರದು. ಯಾವ ಮಗುವಿಗೆ ಯಾರು ಹೆಸರಿಟ್ಟರೂ ತನ್ನ ಮನಸಿನ ಹೆಸರೊಂದು ಇಡಲಿಲ್ಲವೆಂದು ಸಮಾಧಾನಪಡುತ್ತಿದ್ದವನಿಗೆ ಅವಳ ಬಳಿ ಯಾಕೋ ಹೇಳಬೇಕೆನಿಸಿತ್ತು.

"ಇತಿ"

"ಅಷ್ಟೇ?"

"ಹ್ಞೂಂ"

"ಯಾಕೆ?"

"ಗೊತ್ತಿಲ್ಲಮ್ಮ. ಜೀವನದ ಆರಂಭ ಅಂತ್ಯ ಎರಡೂ ಇದರಲ್ಲೇ ಇದೆ ಅನ್ನಿಸೋ ಹಾಗಿದೆ. ಅರ್ಥ ಪಂಡಿತರಿಗೇ ಗೊತ್ತು. ಭಾವ ಮಾತ್ರ ಹಾಗನ್ನಿಸುತ್ತೆ. ಅಥವಾ ನನಗೆ ಮಾತ್ರಾನೋ"

"ಇತಿಶ್ರೀ ಅಂತ ಚಾಳಿಸ್ತಾರೆ ಕಣೋ ಪಾಪ ಶಾಲೇಲಿ"

ಅವಳಿಗೆ ಹೆಣ್ಣುಮಗುವಾದಾಗ ಅದೇ ಹೆಸರಿಟ್ಟಿದ್ದು ತೃಪ್ತಿಯೂ ಆಗಿತ್ತು, ಎದೆಯೊಳಗೆ ಮೊಳೆ ಜಜ್ಜಿದ ಹಾಗೂ ಆಗಿತ್ತು. ಯಾವ ನಿರೀಕ್ಷೆಯಿರದೇ ಹುಟ್ಟಿದ್ದ ಪ್ರೀತಿ. ಊರು, ಜಾತಿ, ಅಭಿರುಚಿ, ಉದ್ಯೋಗ, ಎಲ್ಲಾ ಸ್ಪೆಸಿಫಿಕೇಷನ್ನಿಗೂ ಕೊಳ್ಳಿಯಿಟ್ಟ ಕಾವಾಗಿತ್ತು. ಬಸ್ಸಿನಲ್ಲಿ ಕಾಲು ತುಳಿದು ಸಾರಿ ಕೇಳಿದಾಗಿನಿಂದ ಹಿಡಿದು ಯಕ್ಷಗಾನ ಹೇಗಿರುತ್ತೆ ಅಂತ ತೋರಿಸುವುದಕ್ಕೆ ಜಲವಳ್ಳಿಯ ಶನೀಶ್ವರ ಮಹಾತ್ಮೆ ಆಟ ತೋರಿಸಿದ್ದರವರೆಗೆ, ಮುತ್ತಿಕ್ಕಿ ಉಸಿರುಗಟ್ಟಿಸುವುದರಿಂದ ತೊಡಗಿ ಮೈಬೆವರ ಘಮವನ್ನು ಹಂಚಿಕೊಳ್ಳುವವರೆಗೆ; ಪ್ರೊಫೈಲನ್ನು ಬಲವಂತವಾಗಿ ಕ್ಲೋಸ್ ಮಾಡಿ ಹಿಸ್ಟರಿಯನ್ನು ಅಳಿಸಿ ಉಸಿರು ಬಿಗಿಹಿಡಿದು ಕುರ್ಚಿಗೊರಗಿದ. ಕಾಗೆ ತುಸು ಎಡಕ್ಕೆ ಸರಿದಿತ್ತು.

ಮುಂಗರೋಡಿಯಲ್ಲಿ ಮಳೆ ಆಗತಾನೇ ನಿಂತು ಕಿಟಕಿಯಂಚಿನಿಂದ ಒಂದೊಂದೇ ಹನಿ ಧೂಳನ್ನುಣ್ಣುತ್ತಾ ಜಾರುತ್ತಿತ್ತು. ಪ್ರತಿಬಾರಿ ಇಳಿದಾಗಲೂ ಬೆರಳಿಂದ ಒರೆಸುತ್ತಾ ನಿಂತಿದ್ದ ಆಯಿಗೆ ಹೊತ್ತು ಮೀರಿದ್ದು ಅರಿವಿಗೆ ಬರಲಿಲ್ಲ. ಹನಿಯ ಜಾರುಬಂಡಿಯಾಟ ನಿಲ್ಲುವ ತನಕ. ಮರದ ಚಕ್ಕೆ ಬೆರಳನ್ನು ಸುಮಾರು

ಸಲ ಕೊರೆದಿತ್ತು. ಕಾಲುನೋವಿನ ಮುಂದೆ ಆ ಉರಿ ಕಾಣಿಸಲಿಲ್ಲ. ಮಗನ ಬಸ್ಸು ಬೆಳಗಿನ ಜಾವ ಬರುವುದೆಂದು ತಿಳಿದಿದ್ದರೂ ತನಗಾಗಿ ಬೇಗ ಬಂದುಬಿಟ್ಟರೆ ಅನ್ನುವ ಹುಚ್ಚು ಕೊರಗು. ಕುಟ್ಟವಲಕ್ಕಿ ಸಂಜೆಯೇ ಮಾಡಿಟ್ಟಾಗಿತ್ತು. ಬಂದವನು ಹಸಿದುಕೊಂಡೇ ಮಲಗಬಾರದಲ್ಲ. ಕಾಲುನೋವು ಮಗ ಬರುವವರೆಗೆ ಮಾತ್ರ. ಮಳೆ ನಿಂತಿದ್ದು ನೋಡಿ ಅದೇನೋ ಸಮಾಧಾನ. ಬಾಗಿಲು ತೆಗೆದು ಹೊರಗೆ ಕುತ್ತಿಗೆ ಚಾಚಿದಳು. ಕಾಲಿನ ಪಟ್ಟಿ ಅರ್ಧ ಬಿಚ್ಚಿಕೊಂಡಿದ್ದರ ಪರಿವೆಯಿರಲಿಲ್ಲ. ನೀರುನೆಲ ಅಂಗಾಲಿಗೆ ತಾಗಿ ಮೈ ಝುಮ್ಮಂತು. ಕಿಸಕ್ಕನೆ ನಗೆಯಾಡಿದಳು. ಹನೂಮಂತ ತಂದ ಸಂಜೀವಿನಿಯ ರಸ ಕಾಲಿಗೆ ಸೋಂಕಿತೆಂಬಂತೆ. ಸೀರೆ ಎತ್ತಿ ಮೇಲೆ ಕಟ್ಟಿ ಆಕಾಶ ನೋಡಿದಳು. ಚಂದ್ರ ಮಂಜುಗಟ್ಟಿದ್ದ. ತೆಂಗು ತೂಕಡಿಸಿತ್ತು. ಬಸ್ ಸ್ಟ್ಯಾಂಡಿನ ಹಾದಿ ಹೆಚ್ಚುಕಡಿಮೆ ಮರೆತೇ ಹೋಗಿತ್ತು. ಊರುಬಿಟ್ಟು ಹೊರಗೆ ಹೋಗದೇ ಜೀವಮಾನವೇ ಸಂದಹಾಗಿತ್ತು. ಬಲಕ್ಕೆ ತಿರುಗಿ ನೇರ ಹೋದರೆ ಸಿಗುವುದೇ ಸ್ಟ್ಯಾಂಡು ಅಂತ ನೆನಪು. ಮನುವಿನ ನಾಯಿ ಜೊಲ್ಲು ಸುರಿಸುತ್ತಾ ಕಾಂಪೌಂಡು ಹಾರಿ ಸೀರೆ ಕಚ್ಚಲು ಹಿಂದಿಂದೆ ಬಂತು. ಕೋರೆಹಲ್ಲು ಸೀರೆಫಾಲನ್ನು ತೂತಾಗಿಸಿದರೂ ಆಯಿ ಮಾತ್ರ ಮುಂದೆ ಹೋಗದೇ ಉಳಿಯಲಿಲ್ಲ. ಹತ್ತು ಹೆಜ್ಜೆ ಸಾಗಿದ್ದಷ್ಟೇ. ಇಬ್ಬರಿಗೂ ಏದುಸಿರು. ಸ್ಟ್ಯಾಂಡು ಇನ್ನೂ ಒಂದು ಮೈಲಿ ಇರಬೇಕೇನೋ. ನೀರು ಬೇಕೆನಿಸಿತು. ಚಾ ಸಿಕ್ಕರೆ ಇನ್ನೂ ಒಳ್ಳೆಯದು. ಸುಬ್ಬಮ್ಮನ ಮನೆ ಪಕ್ಕದಲ್ಲೇ ಇತ್ತು. ಕಾಲು ಸವೆಸುತ್ತಾ ಬಾಗಿಲು ಬಡಿಯಲು ಹೋಗಿ ಮಲಗಿರುವವಳನ್ನು ಎಬ್ಬಿಸುವುದು ಯಾಕೆಂದು ಉಸ್ಸೆಂದು ಮನೆಯ ಎಡಬದಿಯಿದ್ದ ಬಾವಿಯನ್ನು ಕಂಡು ನಿರಾಳವಾದಳು. ಕೊಡಪಾನ ಕಟ್ಟಲು ಒದ್ದಾಡಿದಳು. ಮಳೆನೀರು ಕುಡಿದು ಕತ್ತದ ಹಗ್ಗ ವಜೆಯಾಗಿತ್ತು. ಮನುವಿನ ನಾಯಿ ನಾಲಿಗೆಯನ್ನು ಹೊರಹಾಕಿ ಅವಳನ್ನೇ ನೋಡುತ್ತಾ ನಿಂತಿತ್ತು. “ಮೊಳ್ ನಾಯಿಯಲ, ಯಂಗೆಂತ ನೀರ್ ಸೇದಲ್ ಬತಿಲ್ಲೆ ಹೇಳನಾ?” ಸುಬ್ಬಮ್ಮನ ಮನೆಮೂಲೆಯ ಪಾಯಿಖಾನೆ ಅವಳನ್ನೇ ದಿಟ್ಟಿಸುತ್ತಿತ್ತು. ಆಯಿ ಒಮ್ಮೆಯಷ್ಟೇ ನಕ್ಕಳು. ಮತ್ತೆ ಸುಮ್ಮಗಾದಳು. ಕಾಲಿನ ಪಟ್ಟಿ ಕೆಳಬಿದ್ದು ಚಂಡಿಯಾಗಿತ್ತು. ಭೊಳ್ಳನೆ ನೀರಿನ ಸದ್ದಾಯಿತು. ತಂಬಿಗೆ ಕಟ್ಟೆಯ ಮೇಲೆಯೇ ಇತ್ತು. ನಾಯಿ ವದರುತ್ತಿತ್ತು.

ಪ್ಯಾಂಟಿನ ಜೇಬಿನಿಂದ ಫೋನ್ ಕೆಳಗೆಬಿದ್ದು ಶ್ಯಾಮ ಧಸಕ್ಕನೆ ಎಚ್ಚರಗೊಂಡ. ಹಾಳು ಕನಸೆಂದು ತಲೆಚಚ್ಚಿಕೊಂಡ. ಆಫೀಸ್ ಬಾಯ್ ಇಟ್ಟ ಒಂದು ಲೀಟರ್ರಿನ ಬಾಟಲನ್ನು ಎತ್ತಿ ಹೊಟ್ಟೆತುಂಬುವಷ್ಟು ಕುಡಿದ. ಇಮೇಲು ಬರೆಯುವುದಷ್ಟೇ ಬಾಕಿ. ಕೆಲಸಕ್ಕೆ ರಿಸೈನ್ ಮಾಡಿ ಪಿ ಎಫ್ ದೊರಕಿಸಿಕೊಡುವಂತೆ ಮನವಿ ಸಲ್ಲಿಸಿ ಲ್ಯಾಪ್‌ಟಾಪನ್ನು ಬದಿಗಿಟ್ಟು ಊರಿಗೆ ಹೊರಡುವುದೇ. ಮನೆಯಲ್ಲಿರುವವರಿಗೆ ಹೆಣ್ಣು ಕೊಡದಿದ್ದರೆ ಮುಂದೆ

ನೋಡಿದರಾಯಿತು. ಸದ್ಯಕ್ಕೆ ಆಯೀನ ಕಂಡು ಕಾಲೊತ್ತಬೇಕು. ಬಿದ್ದ ಫೋನೆತ್ತಿ ನೋಡಿದರೆ ಮಾನಸಾಳಿಂದ ಮೆಸೇಜು ಬಂದಿತ್ತು. "ಗೋ ಟು ಹೆಲ್, ಯೂ ಮಿಸಾಜನಿಸ್ಟಿಕ್ ಪಿಗ್." ಹೇಳಿದ್ದರಲ್ಲಿ ತಪ್ಪೇನಿಲ್ಲ ಅಂದುಕೊಂಡು ಮುಂದೆ ನೋಡಿದರೆ ಕಾಗೆ ಕಾಣಿಸಲಿಲ್ಲ. ಸಿಸ್ಟಮ್ ಆನ್ ಇತ್ತು. ವಾಲ್ಪೇಪರ್ ಬರಿದಾಗಿತ್ತು. ಅತ್ತಿತ್ತ ನೋಡಿದ. ತೊಡೆ ನಡುಗತೊಡಗಿತು. ನಾಲಿಗೆ ಒಣಗಿ ಹಲ್ಲು ಕಡಿಯಲಾರಂಭಿಸಿತು. ಎದೆ ಹಿಡಕೊಂಡು ಉರುಳಿದ. ಸಿಗರೇಟು ಪ್ಯಾಕು ಜಜ್ಜಿತು. ಕಿವಿ ಬೆವರಾಯಿತು. ಯಾರೋ ಹಿಂಬದಿ ಕೊರೆದಂತಾಯಿತು. ತಿರುಗಿ ನೋಡುವುದಕ್ಕೆ ಧೈರ್ಯ ಬರಲಿಲ್ಲ. ಬೆನ್ನಿಂದ ಒಸರಿದ ರಕ್ತ ಷರ್ಟಿಗೆ ಅಂಟಿದಂತೆನಿಸಿತು. ಉಸಿರು ಬಿಗಿಹಿಡಿದು ಹಿಂದೆ ತಿರುಗಿದ. ತುಂಬಿದ ರೆಕ್ಕೆ. ಒದ್ದೆ ಕಣ್ಣು. ತುಸು ಓರೆ ಕೊಕ್ಕು.

ರಂಗವ್ವನ ಕರಿಹಬ್ಬ

ರಂಗನಾಥ ಬಿದಲೋಟಿ

ಹಸಿರು ಚಪ್ಪರದಡಿಯ ಜನಗಳ ಬಿಡುಬೀಸಾದ ಓಡಾಟ, ಚಿಕ್ಕ ಮನೆಯಾದರೂ ಚೊಕ್ಕವಾಗಿ ಸಿಂಗಾರಗೊಂಡ ಮನೆಯ ಮುಂದಿನ ಚಪ್ಪರ, ಅಲಂಕಾರಕ್ಕೆಂದು ಅಲ್ಲಲ್ಲಿ ನೇತಾಕಿದ್ದ ಕೆಂಕೇಸ್ರಿ ಹೂವಿನ ಗೊಂಚಲು, ಚಪ್ಪರದ ಕಂಬಗಳಿಗೆ ಹೆಣೆದು ಸುತ್ತಿದ ತೆಂಗಿನ ಗರಿಗಳು. ಎಂತವರು ನೋಡಿದರೂ 'ಬಡವರ ಮನೆಯಾದರೂ ಹೆಂಗೆ ಶೃಂಗಾರಗೊಂಡಿದೆ ನೋಡ್ರವ್ವಾ' ಎಂದು, ಬಂದವರು ಅವರವರೇ ಮಾತಾಡಿಕೊಳ್ಳುತ್ತಿದ್ದರು. ಚಿಕ್ಕವಯಸ್ಸಿಗೆ ತನ್ನ ಗಂಡನನ್ನು ಕಳೆದುಕೊಂಡಿದ್ದ ರಂಗವ್ವನಿಗೆ ಮಗಳಾದ ಲಕ್ಷ್ಮಿ ಮದುವೆಯ ಸಂಭ್ರಮ ಹೇಳತೀರದು. ಚಿಕ್ಕವಯಸ್ಸಿನಿಂದಲೂ ಮುದ್ದಾಗಿ ಬೆಳೆಸಿ ಸಾಕಿಸಲುಹಿದ ಹೆತ್ತವ್ವನಿಗೆ ಇದಕ್ಕಿಂತ ಖುಷಿಯ ಘಳಿಗೆ ಬೇಕೆ? ಇದೆಲ್ಲಾ ಸಿಂಗಾರಕ್ಕಿಂತಲೂ ಕಾಸಿಗೆ ಕಾಸು ಕೂಡಿಟ್ಟು ಒಂದು ಮೇಕೆ ಹೋತವನ್ನು ತಂದು ಸಾಕಿ ಸಲುಹಿ ತನ್ನ ಮಗಳ ಮದುವೆಗೆ ಒಂದು ಜೊತೆ ಓಲೆ ಮಾಡಿಸಬೇಕೆಂಬ ಹಿರಿದಾಸೆ ಇಟ್ಟುಕೊಂಡು ಕಳೆದ ದಿನಗಳನ್ನು ನೆನೆದು ಸುಖಿಸಿದಳು. ತನ್ನ ಮಗಳ ಎರಡೂ ಕಿವಿಯಲ್ಲಿ ಓಲೆ ನೇತಾಡುತ್ತಿದ್ದನ್ನು ನೋಡಿ ಕಣ್ತುಂಬಿಕೊಂಡ ರಂಗವ್ವನ ಹೃದಯ ಎಷ್ಟೋ ನಿರುಮ್ಮಳವಾಯಿತು. ಜೊತೆಗೆ 'ತಾನು ಕಣ್ಮುಚ್ಚುವ ಮೊದಲೇ ಎಂತದ್ನೋ ಒಂದು ಗಂಡ್ಡಿಕ್ಕು ಅಂತ ತಂದು ಮಗುಳ್ಗೆ ಗಂಟಾಕಿದ್ರೆ ಸಾಕಪ್ಪಾ' ಅಂಬೊ ಆಸೆ ದಕ್ಕಿತಲ್ಲಾ ಎಂಬ ನಿರಾಳ.

ಆಗಲೇ, ನಡುರಾತ್ರಿ ಮುಗಿದು ಮೊದಲ ಕೋಳಿ ಕೂಗುವ ಹೊತ್ತು. ಯಾರ ಮನೆಯ ಮುಂದೆಯೋ ಪರಪರ ಅಂತ ಹಟ್ಟಿ ಬಾಗ್ಲು ಗುಡಿಸುವ ಸದ್ದು ಕೇಳುತ್ತಲೇ ಮಲಗಿದ್ದ ರಂಗವ್ವನ ಕಿವಿ ನೆಟ್ಟಗಾಗಿ ದಡಕ್ಕಂತ ಎದ್ದು

ಕೂತ್ಲು. ಅದೇ ಮುರುಕಲು ಬಾಡಿಗೆ ಮನೆ! ಅದೇ ತ್ಯಾಪೆ ಲಂಗದಲ್ಲಿ ಮಲಗಿದ್ದ ಮಗಳು. ರಂಗವ್ವ ಬಾಗಿಲ ಅಗಳಿ ತೆರೆದಳು. ಇನ್ನೂ ಆಚೆ ಗಾಢವಾದ ಕತ್ತಲು ಹಾಗೇ ಇತ್ತು. ಅಯ್ಯೋ! ಇವತ್ತು ಕರಿಹಬ್ಬ ಬ್ಯಾರೆ, ನೆನ್ನೆ ತಾನೆ ಎಲ್ಲರಂತೆ ತಾನೂ ಉಗಾದಿ ಹಬ್ಬ ಮಾಡಿದಷ್ಟು ಕರಿಹಬ್ಬ ಮಾಡುವುದು ಕನಸೇ ಸರಿ ಎಂದುಕೊಳ್ಳುತ್ತಾ, ರಂಗವ್ವ ತಾನೂ ಪೊರಕೆ ಹಿಡಿದು ಹಟ್ಟಿ ಬಾಗಿಲು ಗುಡಿಸಲು ಮುಂದಾದಳು. ಅಲ್ಲೇ ಪಕ್ಕದಲ್ಲಿ ತನ್ನ ಮನೆಯ ಹಟ್ಟಿ ಕಸ ಗುಡಿಸುತ್ತಿದ್ದ ಪುಟ್ಟಕ್ಕ, 'ಅಲ್ಲ ಕಣೆ ರಂಗವ್ವ ಮೇಕೆ ವಿಸ್ಯಕ್ಕೆ ಕಂಪ್ಲೆಂಟ್ ಕೊಟ್ಟಿದ್ದಲ್ಲ; ಅದು ಎಲ್ಲಿಗೆ ಬಂತು? ಅಂದ್ಲು.' 'ಪೋಲೀಸ್ರಿಂದ ಯಾವ ಸುದ್ದೀನು ಬರ್ಲಿಲ್ಲ ಪುಟ್ಟಕ್ಕ. ನಮ್ಮಂತ ಬಡವರಿಗೆ ನ್ಯಾಯ ಎಲ್ಲಿ ಸಿಗ್ತದೆ ಹೇಳು? ಸ್ಟೇಷನ್ ಕಡೆಯಿಂದ ವಾರ ಕಳೆದರೂ ಉಳಿ, ಉಪ್ಪು ಅಂತ ಏನೂ ಬರ್ಲಿಲ್ಲ.' ಎನ್ನುತ್ತಾ ಬ್ಯಾಸರದಿಂದ ತಟಕಿ ಕಡೆ ನೋಡುತ್ತಾ ನಿಂತ್ಲು. ಮನೆ ಕೆಲಸಕ್ಕೆಂದು ಹೋದಾಗ ಅವರಿವರು ಕೊಡುತ್ತಿದ್ದ ತಂಗಳು ಸಾರು ತಂದು ಮಗಳಿಗೂ ಕೊಟ್ಟು, ತಾನೂ ತಿಂದು ಬದುಕಿದ ದಿನಗಳೇ ಹೆಚ್ಚು. ಗಂಡ ಹೋದ್ಮೇಲೆ ಕರಿಹಬ್ಬ ಎಂದೂ ಮಾಡಿದ್ದು ನೆನಪಿಲ್ಲ. ಗಂಡ ಬಟ್ಟಿನರಸಪ್ಪ ತೀರಿಹೋಗಿ ಇಲ್ಲಿಗೆ ಹನ್ನೆರಡು ವರ್ಷಗಳೇ ಕಳೆದವು. ಅವನಿದ್ದಿದ್ದರೆ, ಕೂಲಿ-ನಾಲಿಯೋ ಬಟ್ಟಿ ಕಟ್ಟಿಯೋ ಎರ್ಡು ಕಾಸು ಸಂಪಾದ್ನೆ ಅಂತ ಮಾಡಿ, ಇರೋದು ಇಲ್ಲದ್ದು ತರ್ತಿದ್ದ. ಹೇಗೋ ಸಂಸಾರ ತೂಗುತ್ತಿತ್ತು. ಈಗ ಗಂಡ್ಡಿಕ್ಕು ಅಂತ ಇರೋದು ಒಬ್ಬನೇ ತಮ್ಮ ವೀರ. ಅವನೂ ನಾಳೆ ದಿನ ಮದ್ವೆ-ಗಿದ್ವೆ ಅಂತ ಆದ್ರೆ ನಮ್ಗೆ ದಿಕ್ಕು-ದಿವಾಣಿ ಅಂತ ಯಾರೂ ಇಲ್ಲ. ಲಕ್ಷ್ಮೀನೇ ಮದ್ವೆ ಆಗಪ್ಪ ಅಂದ್ರೆ ಇಲ್ಲಕ್ಕ ನಾನೇ ಸಾಕಿದ್ ಮಗ ನಾನೇ ಮದ್ವೆ ಆದ್ರೆ ಹೆಂಗಕ್ಕ ಅಂತಾನೆ. ಎಂದು ಮನಸಿನಲ್ಲಿ ಅಂದುಕುಳ್ಳುತ್ತಲೇ ಕದ ಸರಿಸಿ ಆಚೆ ಇಣುಕಿದಳು. ಆಗಲೇ ನಸುಕರಿದು ಬರುತ್ತಿತ್ತು. ಅಕ್ಕಪಕ್ಕದವರು ಹಟ್ಟಿ ಗುಡಿಸಿ, ಹೊಸಲಿಗೆ ನೀರಾಕಿ, ಅರಿಶಿಣ ಕುಂಕುಮ ಇಡುತ್ತಿದ್ದರು. ರಾತ್ರಿ ಒಂದೊತ್ತಿನಿಂದ ಮೇಕೆ ಸೀನುವುದು, ಕಾಲಿನಿಂದ ಕೆರೆಯುವ ಯಾವ ಸದ್ದುಗಳೂ ಕೇಳಿಸದ್ದನ್ನು ನೆನೆಪಿಸಿಕೊಂಡು ಗಾಬರಿಯಿಂದ ತಟಕಿ ಹತ್ತಿರ ಬಂದಳು. ಅಯ್ಯೋ, ತಟಕಿ ಹಗ್ಗ ಬಿಚ್ಕಂಡಿದೆ! ಯಾರು ಬಿಚ್ಚಿರ್ಬೇಕು? ಎನ್ನುತ್ತ ತಟಕಿ ನೂಕಿ ಮರಿ ನೋಡಲು ಮುಂದಾದಳು. ಉಸಿರು ಬಿಗಿಹಿಡಿದು ಸಾಕಿದ್ದ ಮೇಕೆ ಹೋತವೇ ಕಾಣುತ್ತಿಲ್ಲ! 'ಎಲೇ ಲಕ್ಷ್ಮಿ, ಎದ್ದೇಳೆ ಮೇಕೆ ಕಾಣ್ತಿಲ್ಲ'. ಎಂದು ಕೂಗಿದ ಸದ್ದಿಗೆ ಗಾಬರಿಯಿಂದ ಎದ್ದುಬಂದ ಲಕ್ಷ್ಮಿ:

'ಏನಾತವ್ವಾ' ಎಂದ್ಲು?

'ಅಲ್ಲ ಕಣೇ ಲಕ್ಷ್ಮಿ, ರಾತ್ರಿ ಮೇಕೆ ಗೊಂತ್ಗೆ ಕಟ್ವಾಗ ಬಿಗಿಯಾಗೇ ಕಟ್ಟಿದ್ದೆ ತಾನೇ?'

'ಊನ್ ಕಣವ್ವ ಬಿಗ್ಯಾಗೆ ಕಟ್ಟಿದ್ದೆ. ಅಪ್ಪಿತಪ್ಪಿ ಹರ್ಕೊಂಡ್ರೂ ಒಳ್ಗೇ ಇರ್ಬೇಕಿತ್ತಲ್ಲಾ.'

'ಹಂಗಲ್ಲ ಕಣೇ ಲಕ್ಷ್ಮಿ ತಟಕಿ ಮೊದ್ಲೇ ಬಿಚ್ಕೊಂಡಿತ್ತು!' ಎಂದ್ಲು.

'ಅಯ್ಯೋ ನೀನೆ ಅಲ್ವೇನವ್ವಾ ತಟ್ಕಿಗೆ ಹಗ್ಗ ಕಟ್ಟಿದ್ದು.'

'ಹೌದ್ ಕಣವ್ವ ನಾನು ಬಿಗ್ಯಾಗಿ ಹಗ್ಗ ಕಟ್ಟಿದ್ದೆ ಯಾರೋ ಬಡ್ಡಿ ಮಕ್ಳು ಹಗ್ಗ ಬಿಚ್ಚಿ ಮರಿ ಹೊಡ್ಕೊಂಡು ಹೋಗ್ಬಿಟ್ಟವ್ರೆ'.

ಇವತ್ತು ಕರಿಹಬ್ಬ ಬ್ಯಾರೆ, ಅದ್ಯಾವ್ ನನ್ಮಕ್ಳು ಬಾಡ್ಗೋಸ್ಕರ ಬರ್ಗೆಟ್ಟಿದ್ವೋ ಏನೋ ಈ ಬಡ್ವಿ ಮರಿನೇ ಬೇಕಿತ್ತ? ಅಂತ ಬಯ್ಕಂಡು ನಿಂತ್ಲು. ಎಷ್ಟೋ ದಿನದ ಕನ್ಸು ಮಣ್ಣಾಗೋಯ್ತಲ್ಲಾ, ಈವಮ್ಮಣಿಗೆ ಓಲೆ ಹಾಕಿ ಮದ್ವೆ ಮಾಡ್ಕೊಡ್ಬೇಕು ಅಂತ ಹಲ್ಲಗಿರ ನೀರ್ ಕುಡ್ಕೊಂಡ್ ಕೂಡಿಕ್ಕಿದ್ ದುಡ್ನಿಂದ ಮೇಕೆ ಮರಿ ತಂದು ಸಾಕಿದ್ದು ನೀರ್ನಾಗ್ ರೋಮ ಬೋಳುಸ್ದಂಗೆ ಆಗೋಯ್ತು. ಈಗೇನ್ ಮಾಡೋದ್ ಅಂತ ತಲೆ ಮೇಲೆ ಕೈಹೊತ್ತು ಕೂತ್ಲು ರಂಗವ್ವ.

ಅಕ್ಕಪಕ್ದೋರು ಇವಳ ವೇದನೆ ನೋಡಿ ಅಯ್ಯೋ ಪಾಪ ಉಣ್ತಿದ್ಲೋ ತಿನ್ತಿದ್ಲೋ ಅಂತೂ ಮಗ್ಳು ಮದ್ವೆಗೆ ಓಲೆ ಮಾಡಿಸ್ಬೇಕಂತ ಮೇಕೆ ಸಾಕಿದ್ಲು ಅಂತ ಜನ ಮಾತಾಡ್ಕಂಡ್ತಿದ್ರು.

ರಂಗವ್ವನ ಬೈಗುಳ ಬೀದಿಯಿಂದ ಬೀದಿಗೆ ತಲುಪ್ತು. ಗಡ್ಡೆ, ಹೊಲೆಸಾಲೆ, ಆಟುಗಳ್ಳ ಹೀಗೆ ಬಾಯಿಗೆ ಬಂದಂತೆ ಬಯ್ಕೊಂಡ್ತಿದ್ಲು. ಮೇಕೆ ಕದ್ದು ಕೊಯ್ದು ಮಾಂಸ ಬೇಯಿಸುತ್ತಿದ್ದವರಿಗೆ ರೊಚ್ಚಿಗೆಬ್ಬಿಸುವಂತಿತ್ತು ರಂಗವ್ವಳ ಬೈಗುಳ. ರಂಗವ್ವನ ಮನೆಯ ಸಾಲಿನಲ್ಲಿರುವ ಐದನೇ ಮನೆಯ ಮಾದವ್ವ, 'ಅಲ್ಲ ಕಣೆ ರಂಗವ್ವ, ಈ ಸಾಲ್ನಗೆ ಮೂರ್ನೇ ಮನೆ ಐತಲ್ಲಾ ಆ ಹುಡ್ಗಿ ತಮ್ಮನೋ ಏನೋ ಅಂತೆ ಬೆಳ್ಗಿನ್ ಜಾವ ನಾಲ್ಕಂಟೆ ಸುಮಾರಿಗೆ ಮನೆ ಓನರ್ಗೆ ದಬುರ್ಗೇಲಿ ಅದೇನೋ ಕೊಡ್ತಿದ್ನವ್ವ ನಾನೇ ಕಣ್ಣಾರೆ ನೋಡ್ದೆ ಅದೇನ್ ಸಾರೋ, ಬಾಡೋ ನಾ ಕಾಣೆ ಅಂದ್ಲು.' ಊನ್ ಕಣೆ ಮಾದವ್ವ, ಎಲ್ಲೋ ಯಾರೋ ನನ್ ಮೇಕೆ ತಂಗೊಂಡ್ಹೋಗಿ, ಕತ್ತರ್ಸಿ ಬೇಸಿ ಅವ್ರ್ ಗಂಟ್ಲಿಗಿಟ್ಕಂಡವ್ರೆ. ಅವರ್ನ ಕರೇ ನಾಗ್ರಾವ್ ಕಡ್ಯ, ಅವ್ರ್ ಹೋದ್ ದಾರಿ ಹಿಂದಿರುಗ್ದಂಗ್ ಹೋಗಾ, ಅಂತ ಅವ್ರ್ ಮನೆ ಕಡೆ ನೋಡ್ತಾ ಬಯ್ಯಣಕ್ ಶುರು ಮಾಡಿದ್ಲು ರಂಗವ್ವ. ಇಂತ ಹೊಲಸು ಮಾತುಗಳನ್ನ ಕೇಳಿಸ್ಕಂಡೋರ್ ಹೆಂಗ್ ತಾನೆ ಸುಮ್ನೆ ಇರ್ತಾರೆ. 'ಲೇ ಬೇವರ್ಸಿ ಮುಂಡೆ ನಮ್ಮನೆ ಕಡೆ ಯಾಕೆ ನೋಡ್ಕಂಡ್ ಬಯ್ಕಂತ್ಯ'ಅಂತ ಬಂದೇ ಬಿಟ್ಲು ಸಾಕವ್ವ, ಎಷ್ಟರ ಮಟ್ಟಿಗೆ ಜಗಳ ಆಯ್ತಂದ್ರೆ, ಒಬ್ಬೊರಿಗೊಬ್ಬರು ಜುಟ್ಟು ಇಡ್ಕಂಡ್ ಜಟಾಪಟಿ ಬಿದ್ರು. ನೀನೇನ್ ನೋಡಿದ್ಯೇನೆ? ನನ್ ತಮ್ಮ ನಿನ್ ಮೇಕೆ ಕಡ್ದು ಬಾಡ್ ಹಂಚಿದ್ದನ್ನ, ಓನರ್ಗೆ ಕೊಟ್ಟಿದ್ನ? ಬಾಯಿಗ್ ಬಂದಂಗ್ ಬಯ್ಕಂತ್ಯ ಸೂಳೆ... ಅಂತೆಲ್ಲಾ ಸಾಕವ್ವಳು ರಂಗವ್ವನನ್ನು

ಬಯ್ಯೋಕೆ ಶುರು ಮಾಡಿದ್ಲು. ಅಷ್ಟೊತ್ತಿಗೆ ಈ ವಿಸ್ಯ ಓನರ್ಗೂ ಮುಟ್ಟಿ ಇವ್ರ ಜಗಳ ಬಿಡ್ಸೋಕೆ ಹರಸಾಹಸ ಪಟ್ಟ. 'ಏನ್ ಸಾಮೆ ನಿನ್ನ ಮನ್ಗೆ ನನ್ ತಮ್ಮ ಮೇಕೆ ಸಾರ್ ಕೊಟ್ನ? ನೀವೆ ಹೇಳಿ ಅಂದ್ಲು'ಸಾಕವ್ವ. 'ಅಯ್ಯೋ ನನ್ ತಾಯಿ ನಾನು ಬಾಡ್ ತಿನ್ನೋನಲ್ಲ ಅಂದ್ಮ್ಯಾಕೆ ನನ್ಗ್ ಯಾಕೆ ಬಾಡ್ ತಂದ್ಕೊಟ್ಟಾನು ನಿನ್ತಮ್ಮ. ಅದು ಸರೀನೆ ಅಲ್ವ ಅಂತ ಮನಸಲ್ಲೇ ಲೆಕ್ಕಾಚಾರ ಹಾಕಿಕೊಂಡ ರಂಗವ್ವ, ಮಾದಕ್ಕ ಹೇಳಿದ್ದು ಸುಳ್ಳು ಎನಿಸಿತು. ಆದ್ರೂ ಸಾಕವ್ವನ ಮನೆಯಿಂದ ಮೇಕೆ ಬಾಡಿನ ಸಾರಿನ ಘವಲು ರಂಗವ್ವನ ಮೂಗಿಗೆ ಬಡಿತಿತ್ತು! ಅದು ನಂದೇ ಮೇಕೆ ಬಾಡಿನ ಸಾರು ಅಂತ ಕಂಡ್ಕೊಳ್ಳೋದ್ ಹೆಂಗೆ? ಅಂತೆಲ್ಲಾ ಯೋಚ್ನೆ ಮಾಡ್ತಾ ಬೈಗುಳ ಮಾತ್ರ ನಿಲ್ಲಿಸಲಿಲ್ಲ. ಅಂತೂ ಇಂತು ಬಾಡಿನ ಸಾರಿನ ಜಗಳ ತಾರಕಕ್ಕೇರಿ ಓನರ್ರೇ, ಪೊಲೀಸ್ನೋರ್ಗೆ ಫೋನ್ ಮಾಡಿ ಕರೆಸುವ ಮಟ್ಟಕ್ಕೂ ಹೋಯ್ತು.

ಸ್ಥಳಕ್ಕೆ ಬಂದ ಪೊಲೀಸ್ನೋರು, 'ನೋಡು ರಂಗವ್ವ ನಿನ್ ಮೇಕೆ ಕಳ್ಳೋಗಿದ್ರೆ ಠಾಣೆಗೆ ಬಂದು ಕಂಪ್ಲೆಂಟ್ ಕೊಡು, ಅದ್ ಬಿಟ್ಟು ಬೀದೀಲಿ ನಿಂತ್ಕಂಡ್ ಬಾಯಿಗ್ ಬಂದಂಗೆ ಕೂಗ್ಕಬೇಡ. ಅಂತೇಳಿ ಜಗ್ಳ ನಿಲ್ಸಿ ಹೋದ್ರು.

ತಟಿಕೆಯಿಂದ ಬಂದ ಸೊರ ಸೊರ ಎಂಬ ಸದ್ದಿಗೆ ರಂಗವ್ವ ಎಚ್ಚರಗೊಂಡ್ಲು. ಅಯ್ಯೋ, ಎಷ್ಟೊಂದ್ ಕೆಲ್ಸ ಐತೆ ಮಾಡಾಕೆ ನನಗೇನ್ ಗರ ಬಡಿದಿತ್ತೇ? ಈಟೊತ್ತು ಹಿಂಗ್ ನಿಂತ್ಕಂಡೆ. ಎಂದುಕೊಳ್ಳುತ್ತಾ ಒಳಗಡೆ ಹೋಗಿ ಕದವಿಕ್ಕಿಕೊಂಡಳು.

ಯಾರೋ ಕದ ಬಡಿಯುವ ಸದ್ದು, ಯಾರಪ್ಪಾ! ಶಿವ್ನೆ ಈಗ್ತಾನೆ ಒಳಿಕ್ ಬಂದೆ ಅನ್ಕೊಂಡು ಕದ ತೆರೆದು ನೋಡಿದ್ರೆ, ಪೊಲೀಸ್ನೋರು!. ಏನ್? ಸಾಮಿ ಇಷ್ಟೊತ್ತಿಗೆ ಬಂದ್ಬಿಟ್ರಿ? ಎಂಬ ರಂಗವ್ವನ ಮಾತಿಗೆ, ಅದೇ ಕಣವ್ವ ನಿನ್ನ ಮೇಕೆ ಕಳ್ವಾಗಿದೆ ಅಂತ ಕಂಪ್ಲೆಂಟ್ ಕೊಟ್ಟಿದ್ದಲ್ಲಾ, ಅದ್ಯಾರು ಮೇಕೆ ಕದ್ದಿದ್ದು ಅಂತ ಗೊತ್ತಾಗಿದೆ. ಅದುನ್ನ ನೋಡ್ಲೋನ್ನ ಸ್ಟೇಷನ್ ತಾವ ಬರೋಕೆ ಹೇಳಿದಿನಿ. ನೀನೂ ಒಂದ್ ಹನ್ನೆರಡು ಗಂಟೆ ಸುಮಾರಿಗೆ ಬಂದ್ಬಿಡವ್ವ ಅಂತೇಳಿ ಪೊಲೀಸಪ್ಪ ಹೊರಟು ಹೋದ.

ಮನೆಯೊಳಗೆ ಬಂದ ರಂಗವ್ವ ತಮ್ಮನ ಫೋನ್ ನಂಬರ್ ಹುಡ್ಕಕೆ ಅಂತ ಪೆಟಾರಿ ಬೀಗ ತಗುದ್ಲು. ಹಾಗೇ ಪೆಟಾರಿ ತಡುಕ್ತಿರ್ಬೇಕಾದ್ರೆ ಗಂಡ ಕೊಡಿಸಿದ ಮೊದಲ ಸೀರೆ ನೆನಪಿನ ಬುತ್ತಿ ಹೊತ್ಕೊಂಡ್ ಹೋಯ್ತು.

'ಆಗ ನನಗೂ ತುಂಬಿದ ಪ್ರಾಯ. ಅಮ್ಮ ಇನ್ನು ಗಟ್ಟಿಮುಟ್ಟಾಗಿದ್ಲು. ನಾನು ಒಬ್ಳೆ ಮಗ್ಳು ಅಂತ ಬಹಳ ಸುಖ್ವಾಗೆ ಸಾಕ್ಕೊಂಡಿದ್ರು. ಆ ಊರಿನ ಹುಡ್ಗ ಬಟ್ಟಿನರಸ ಕೂಡ ಕಠ್ರಗಿದ್ರೂ ದುಂಡಾಗಿದ್ದ. ಬಂಡೆಗುದ್ದಿ ನೀರ್ ತಗ್ಯ ಅಂತ ಪ್ರಾಯ. ಇಬ್ರೂ ಹೆಂಗೋ ಸೇರ್ಕೊಂಡದ್ದು ಆಗಿ ಬಣವೆ ಮರೆಯ

ಗುಸು ಗುಸು ಸದ್ದು ಊರಿನ ಜನರಿಗೂ ತಲುಪಿ, ಅಮ್ಮನಿಗೂ ವಿಷ್ಯ ಮುಟ್ತು. ನಾವು ಪ್ರೇಮಿಸಿದ್ದೇ ನೆಪವಾಗಿ ಬಟ್ಟಿನರಸನೊಟ್ಟಿಗೆ ನನ್ನ ಲಗ್ನವೂ ಆಗೋಯ್ತು. ಬೈಗಿಂದ ದುಡಿದು ಒಪ್ಪತ್ತಿನ ಕೂಳಿಗೆ ಹೊಂಚ್ಕಂಡು ಬರೋದ್ರು ಜೊತ್ಗೆ ಒಂದೀಟು ಗಂಟ್ಲು ಸೇವೆನೂ ಮಾಡ್ಕಂಡು ಬಂದು ತೆಪ್ಗೆ ಮಲಗ್ತಿದ್ನೇ ಹೊರತೂ ಎಂದೂ ಯಾರ್ ಜೊತೆನೂ ಜಗಳ ಕಾದೋನಲ್ಲ ಬಟ್ಟಿನರಸ. ಹೆಂಗೋ ನಮ್ಮ ಸಂಸಾರ ಇರದ್ರಲ್ಲಿ ಇಲ್ಲದ್ರಲ್ಲಿ ತೂಗ್ತಿತ್ತು. ಆ ಊರಿನ ಸೂಳೆ ಕೆಂಪಿ ಕಣ್ಣು ನನ್ನ ಗಂಡನ ಮೇಲೆ ಯಾವಾಗ ಬಿತ್ತೋ? ಅಲ್ಲಿಂದ ನನ್ನ ಬದುಕಲ್ಲಿ ಬಿರುಗಾಳಿಯೇ ಎದ್ದೇಳ್ತು. ಅಲ್ಲಿಗಾಗಲೇ ಈ ಲಕ್ಷ್ಮಿ ಹುಟ್ಟಿದ್ಲು. ಅಲ್ಲಿಂದ ಸಂಸಾರಕ್ಕೆ ಅಂತ ನಯಾಪೈಸೆ ಮನೆಗೆ ಕೊಡ್ತಿರ್ಲಿಲ್ಲ. ಯಾವಾಗ್ಲೂ ಆ ಕೆಂಪಿ ಮನೆ ಆಯ್ತು ಇವ್ನಾಯ್ತು. ಕೆಂಪಿ ಜಾತಿಯಲ್ಲಿ ಮೇಲ್ನವ್ಳಾದ್ರೂ ಇವ್ನತಾವ ಕದ್ದುಮುಚ್ಚಿ ಕಾಪ್ರ ಮಾಡ್ತಿದ್ಲು. ಕೆಂಪಿ ಗಂಡ ಸತ್ತು ಸುಮಾರು ವರ್ಷಗಳೇ ಆಗಿತ್ತು. ಗಂಡ್ಡಿಕ್ಕು ಅಂತ ಸಿಕ್ಕಿದ್ದು ಕೆಂಪಿಗೆ ಒಳೊಳಗೆ ಖುಷಿಯ ವಿಸ್ಯ ಆಗಿತ್ತು. ಅಂತೂ ಇಂತು ನನ್ನ ಸಂಸಾರ ಬೀದಿಗೆ ಬಂತು. ಈ ಸೀರೆ ನನಗೆ ಬಟ್ಟಿನರಸ ಮದುವೆ ಹೊಸದ್ರಲ್ಲಿ ಕೊಡಿಸಿದ್ದ. ಇದುನ್ನೂ ತಗಂಡೋಗಿ ಆ ಕೆಂಪಿ ತಿಗ್ದಕಿಕ್ಕಿದ್ದ ನನಗೂ ಗೊತ್ತಾಗ್ತಂಗೆ. ಕೆಂಪಿ ಆ ಸೀರೆನ ಉಟ್ಕೊಂಡು ನಿಂಗಿ ಮನೆಗೆ ಬಂದಾಗ್ಲೆ ಗೊತ್ತಾಗಿದ್ದು ನನ್ನ ಸೀರೆ ಅಂತ. ಒಟ್ನಲ್ಲಿ ಜಗಳ ಕಾದು ಸೀರೆ ವಾಪಸ್ ತರ್ಸಿದ್ದು ಆತು. ಮಗ್ಳು ನೋಡೋ ನೆಪದಲ್ಲಿ ಬಂದೋನು ನನ್ನ ತೆಕ್ಕೆಗೂ ಬೀಳ್ತಿದ್ದ. ಅಲ್ಲಿಂದ ಬರೋದು ಹೋಗೋದು ಮಾಮೂಲಾಗಿ ಕೆಂಪಿ ಮನೆ ಕಡೆ ಹೋಗೋದೂ ಕಮ್ಮಿ ಆತು. ಅವಳು ಅದೇನು ಮಾಟ ಮಂತ್ರ ಮಾಡ್ಸಿದ್ಲೋ ಏನೋ ನನ್ನ ಗಂಡ ಬಟ್ಟಿನರಸ ಮೂಲೆ ಸೇರ್ದ. ಯಾವ ಕಾಯಿಲೆ ಅಂತ ಯಾವ ಡಾಕ್ಟ್ರೂ ಕಂಡ್ಕಳಕಾಗ್ಲಿಲ್ಲ. ಮನಿಗೆ ಬರೋ ದುಡಿಮೆ ಕಮ್ಮಿ ಆಗಿ ಬಡತನ ಅಂಗೈಯಲ್ಲೇ ಆಡ್ತು. ಗಂಡನೂ ನರಳಿ ನರಳಿ ಸತ್ತೋದ.' ಸೀರೆಯ ಮೇಲೆ ರಂಗವ್ವನ ಕಣ್ಣೀರು ಬಿದ್ದಾಗಲೇ ನೆನಪಿನ ಬುತ್ತಿ ಕರಗಿ ಎಚ್ಚರವಾದ್ಲು.

ಅವತ್ತು ಬೆಳಗ್ಗೆ, ಕೆರೆ ಅಂಗಳದಲ್ಲಿ ಬೆಳೆದಿದ್ದ ಗೋರ್ಜಿಸೊಪ್ಪು ಕೊಯ್ಕಂಡು ಬಂದಿದ್ಲು. ಅದಕ್ಕೆ ತಕ್ಕಂಗೆ ಬಿಸಿ ಹಿಟ್ಟು ಮಾಡಿ, ಮಗುಳ್ಗೂ ಇಕ್ಕಿ ಗುಳುಕ್ ಗುಳುಕ್ ಅಂತ ನುಂಗ್ತಿದ್ಲು. 'ಅವ್ವಾ....!' ಎಂಬ ಬಾಗಿಲ ಮುಂದಿನ ಕೂಗು ತುತ್ತು ನುಂಗೋದನ್ನು ನಿಲ್ಲಿಸಿತು. ಯಾರೂ.... ಅಂತ ಬಂದು ನೋಡಿದ್ರೆ, ಆಗಾಗ ಮನೆ ತಾವ ಬಂದು ಹಿಟ್ಟಿಕ್ಕಿಸ್ಕಂಡು ಹೋಗ್ತಿದ್ದ ಪಾಲುದಾರ. ಅದೇ ವಾರ್ಡಿನ ಅಂಗಡಿಯ ಮುಂದೆ ರಾತ್ರಿ ಗೂಡರಸಿ ಮಲಗುತ್ತಿದ್ದ ಬೀದಿ ಭಿಕ್ಷುಕ. 'ಏನಪ್ಪಾ, ಹಸಿವಾಗಿದೆಯೇ? ತಡಿ, ಇವತ್ತು ಗೋರ್ಜಿ ಸೊಪ್ಪಿನ ಸಾರು ಬಿಸಿ ಹಿಟ್ಟು ಮಾಡಿವ್ನಿ ನಿನಗೂ ಒಂದು ಮುರುಕು ಕೊಡ್ತೀನಿ.' ಅಂತ ಹೇಳಿ

ಒಳಗೋಗಿ ಹಿಟ್ಟು ಸಾರು ತಂದು ಅವನ ಬಟ್ಲುಗೆ ಹಾಕೋಕೆ ನೋಡಿದ್ಲು. ಬಟ್ಲೆರ್ಲಿಲ್ಲ!. 'ಹೋಗು ಬಟ್ಲು ತಗಂಡು ಬಾ'ಎಂಬ ರಂಗವ್ವನ ಮಾತಿಗೆ, ಬಟ್ಲು ತಂದು ಮುದ್ದೆ, ಸಾರು ಇಕ್ಕುಸ್ಕಂಡು ಉಂಡು ಒಂದೂ ಮಾತಾಡ್ದೆ ಅಲ್ಲಿಂದ ಹೋದ.

ಅಯ್ಯೋ!, ಪೊಲೀಸ್ನೋರು ಬರೇಳಿದ್ರಲ್ಲ, ಅನ್ಕೊಂಡು 'ಮನೆ ಕಡೆ ಹುಷಾರು ಲಕ್ಷ್ಮಿ, ಯಾರು ಬಂದ್ರೂ ಕದ ತಗೀಬ್ಯಾಡ, ಕಳ್ರು ಕಾಟ ಜಾಸ್ತಿ ಆಗೈತೆ. ಬಿರ್ರನೆ ಬಂದ್ಬಿಡ್ತೀನಿ' ಎನ್ನುತ್ತಾ ಧಾವಂತದಿಂದ ಸ್ಟೇಷನ್ ಕಡೆ ಹೆಜ್ಜೆ ಹಾಕಿದ್ಲು.

ಗಂಡ ಬಟ್ಟಿನರಸ ಹೋದ್ಮೇಲೆ ಈ ಕೂಸು ನೋಡ್ಕೊಂಡು ಹೊಟ್ಟೆ ವರಿಯೋದು ಕಷ್ಟ ಆತು. ಆಗಿನ್ನೂ ನನ್ನ ಕೂಸಿಗೆ ಎರಡು ವರ್ಷ ಇರ್ಬೋದು. ಅದುನ್ನ ಎತ್ಕಂಡು ಉಟ್ಟ ಬಟ್ಟೇಲಿ ಈ ಟೌನ್ ಕಡೆ ಬಂದ್ಬಿಟ್ಟೆ. ನನ್ನ ಗಂಡನ ಪಾಲಿಗೆ ಬಂದಿದ್ದ ಅರ್ಧ ಎಕರೆ ಹೊಲನೂ ಪಾಳ್ಬಿತ್ತು. ಪಾಣಿಲೂ ಪಡ ಅಂತ ಬರ್ದೈತೆ ಅಂತ ಮೊನ್ನೆ ದೇವ್ರ ಪೂಜೆಗೆ ಅಂತ ಊರ್ಗೆ ಹೋದಾಗ ನಮ್ ಜಗಣ್ಣ ಹೇಳಿತ್ತು. ಇದೂ ಕೈತಪ್ಪಿದ್ರೆ ಇರೋ ಒಂದು ಹುಡ್ಗಿಗೂ ಚಿಪ್ಪು ಕೊಡ್ಬೇಕು ಅಷ್ಟೇ. ಅದಾದ್ರೂ ಇದ್ರೆ ಹೊಲನ ಕೋರಿಗೆ ಕೊಟ್ಟೋ ಅಥವಾ ಮಾರಿಯಾದ್ರೂ ಮದ್ವೆ ಮಾಡಿ ಕೈ ತೊಳ್ಕೋಬೋದು. ಅವ್ಳು ನಿಂಗವ್ವ ಹೇಳ್ದಾಗ್ಲೇ ನಾನೂ ಬೆಂಗಳೂರು ಸೇರಿದ್ರೆ, ಅಲ್ಲಿ ಫ್ಯಾಕ್ಟರಿಗೋ, ಗಾರ್ಮೆಂಟ್ಸ್ಗೋ ಸೇರ್ಕಂಡು ನಾಲ್ಕು ಕಾಸು ಸಂಪಾದ್ನೆ ಮಾಡ್ಬೋದಿತ್ತು. ಇಷ್ಟೆಲ್ಲಾ ಕಷ್ಟನೇ ಆಗ್ತಿರ್ಲಿಲ್ಲ. ಆದ್ರೆ ಪ್ರಾಯಕ್ಕೆ ಬಂದ ಹುಡ್ಗಿನ್ ಕರ್ಕಂಡು ಬೆಂಗ್ಳೂರ್ನಂತ ಪ್ಯಾಟೆಗೋದ್ರೆ ಏನಾದ್ರೂ ಹೆಚ್ಚು ಕಡ್ಮೆ ಆದಾತು ಅಂತ ಇಲ್ಲೇ ಎರಡು ಮನೆ ಮುಸ್ರೆ ತಿಕ್ಕಂಡು ಇರೂದ್, ಇಲ್ಲದ್ ತಿನ್ಕಂಡ್ ನೆಮ್ಮದಿಯಿಂದ ಇದ್ವಿ. ಈ ಹಾಳಾದ್ ಮೇಕೆ ಹೋತ ಸಾಕಿ ಪೊಲೀಸ್ ಸ್ಟೇಷನ್ ಮೆಟ್ಲು ಹತ್ತಂಗಾಯ್ತು. ಅದು ಎರಡೋ ಮೂರೋ ಸಾವಿರದ ಮರಿ ಆಗಿದ್ರೆ ಸುಮ್ನಾಗ್ಬಿಡ್ತಿದ್ದೆ. ಅದು ಸುಮಾರು ಮೂರು ವರ್ಷದಿಂದ ಸಾಕಿ ಕೊಬ್ಬಿರೋ ಮೇಕೆ ಹೋತ. ಇವತ್ತು ಕಟುಕರಿಗೆ ಕೊಟ್ಟಿದ್ರೂ ಸುಮಾರು ಇಪ್ಪತ್ತು ಸಾವಿರ ಬಾಳ್ತಿತ್ತು. ನನ್ನ ಗಂಡ ಅನ್ನಿಸ್ಕೊಂಡೋನು ಮಗ್ಳಿಗೆ ಅಂತ ಏನೂ ಮಾಡ್ಲಿಲ್ಲ. ಆಯಪ್ಪ ದುಡ್ಯೋ ಪುಡಿಗಾಸು ಸಂಸಾರಕ್ಕೆ ಸಾಕಾಗ್ತಿರ್ಲಿಲ್ಲ. ಈ ಸಮಾಜನೇ ಹೀಗೆ ಅಡೀಕ್ಬಿದ್ರೆ, ಎತ್ತೋರ್ಯಾರೂ ಇಲ್ಲ. ಕೈಯಾಗೆ ರವಷ್ಟು ಕಾಸಾಡಿದ್ರೆ ಸಾಕು ಊರೆಲ್ಲಾ ನೆಂಟ್ರೇ. ಇಷ್ಟೆಲ್ಲಾ ನೆನಪಿನ ಬುತ್ತಿನ ಬಿಚ್ಕೊಂಡು ಬರ್ತಾನೇ ಸ್ಟೇಷನ್ ತಾವ ಬಂದ್ಲು ರಂಗವ್ವ. ಬೆಳಗ್ಗೆ ತಾನೆ ಹಿಟ್ಟಿಕ್ಕುಸ್ಕಂಡ್ ಉಂಡಿದ್ದ ಬೀದಿ ಭಿಕ್ಷುಕನೂ ಇದ್ದ. ಇವ್ನ್ಯಾಕ್ ಯಾಕ್ ಬಂದಿರ್ಬೇಕು? ನಂದೇ ಹಾಸ್ಕಂಡ್ ಹೊದ್ಕೊಳ್ಳೋವಷ್ಟು ಐತೆ ಅಂದ್ಕೊಳ್ತ ಇನ್ಸ್ಪೆಕ್ಟರ್ ಮುಂದೆ ಹೋದ್ಲು.

'ನೀನೇನಾ? ರಂಗವ್ವ ಅಂದ್ರೆ.' ಅಂದ ಪೊಲೀಸ್ ಇನ್ಸ್‌ಪೆಕ್ಟರ್ ಮಾತಿಗೆ, ಊನ್ಕಣ್ ಸ್ವಾಮಿ ಅಂದ್ಲು ರಂಗವ್ವ. 'ರೀ, 145, ಅಲ್ಲಿ ಕೂತ್ಕೊಂಡಿರೋ ಭಿಕ್ಷುಕನ್ನ ಕರೀರಿ' ಅಂದ ಪೊಲೀಸ್ ಇನ್ಸ್‌ಪೆಕ್ಟರ್.

ಎಲೇ! ಆ ಭಿಕ್ಷುಕನ್ನ ಯಾಕ್ ಕರೀತಾವ್ರೆ? ನನ್ನ ಮೇಕೆ ವಿಸ್ಯಕ್ಕೆ! ಅವ್ನೇನಾದ್ರು ಕದ್ನ? ಛೇ, ಅಂತ ಮನುಷ್ಯನಲ್ಲಾ ಅನ್ಕೊಂಡ್ಲು ರಂಗವ್ವ.

ಕೈಮುಕ್ಕಂಡೇ ಒಳಗೆ ಬಂದ ಭಿಕ್ಷುಕ. 'ನೋಡಪ್ಪಾ! ಅದೇನೋ ಮೇಕೆ ವಿಷಯ ಗೊತ್ತು ಅಂದಲ್ಲಾ ಅದೇನ್ ಹೇಳು' ಅಂದ ಇನ್ಸ್‌ಪೆಕ್ಟರ್. 'ಅಯ್ಯೋ! ಶಿವ್ನೇ, ಇದೆಲ್ಲಾ ಇವ್ನಿಗ್ ಹೆಂಗ್ ಗೊತ್ತು? ಬೆಳಗ್ಗೆ ಮನೆತಾವ ಬಂದೋನು ಬಾಯೀನೆ ಬಿಡ್ಲಿಲ್ವಲ್ಲ ಅನ್ಕೊಂಡು ಬಾಯಿ ಮೇಲೆ ಬೆರಳಿಟ್ಟುಕೊಂಡು ನಿಂತ್ಲು ರಂಗವ್ವ, ಸ್ವಾಮೆರಾ, ನಾನ್ ನೋಡಿದ್ದು ಇಷ್ಟು:

'ಸುಮಾರು ಸಕ್ಕಟ್ಟೆ ಸರಿರಾತ್ರಿ ಒಂದು ಘಂಟೆಯ ಹೊತ್ತಿರಬಹುದು. ರಂಗವ್ವನ ಮನೆ ಮುಂದಿನ ವಪ್ಪಾರದಿಂದ ಮೇಕೆ ಕೂಗುವ ಸದ್ದು ಕೇಳುಸ್ತು. ನಾನೂ ಎದ್ದು ಕೂತೆ ಮತ್ತೆ ಮೇಕೆ ಅರಚಲಿಲ್ಲ. ನಾನು ಮಲಗೋ ಅಂಗಡಿ ಮುಂದಿನ ಜಾಗದಿಂದ ರಂಗವ್ವನ ಮನೆ ಕಣ್ಣಳತೆ ದೂರದಲ್ಲೈತೆ. ಯಾರೋ ಒಬ್ಬಾತ ಇವರ ತಟಕಿ ನೂಕಿ ಮೇಕೆ ಹೋತವನ್ನು ಎತ್ತಿ ಹೆಗಲ ಮೇಲೆ ಹಾಕ್ಕೊಂಡು ಬರ್ತಿದ್ದ. ಆಳು ಗಟ್ಟಿಮುಟ್ಟಾಗಿದ್ದ ಮೇಕೆ ಬಾಯಿಗೆ ಬಟ್ಟೆ ಕಟ್ಟಿದ್ದ. ನೋಡ್ದವ್ನೇ ನಾನೂ ಮಲಗುವ ನಾಟಕವಾಡಿದೆ. ನಾನು ಮಲಗಿದ್ದ ಅಂಗಡಿ ಮುಂದೆಯೇ ಆ ಹುಡುಗ ಮೇಕೆ ಹೊತ್ಕೊಂಡು ಹೋಗೋದನ್ನ ನಾನು ನೋಡ್ದೆ. ಅಷ್ಟು ದೂರದಲ್ಲಿ ನಾಯಿಗಳು ಬೊಗಳುತ್ತಿದ್ವು. ಕತ್ತಲಾದ್ದರಿಂದ ಯಾರು ಅಂತ ಗುರ್ತು ಸಿಗ್ಲಿಲ್ಲ. ಅವ್ನು ಹೋಗೋ ದಾರಿನೇ ನಾನೂ ಬೆನ್ನಾಡ್ದೆ. ಅಕಸ್ಮಾತ್ ನಂಗೂ ಒಂಚೂರು ಬಾಡಿನಸಾರು ಕೊಟ್ಟಾನೇನೋ ಅನ್ನೋ ಆಸೆ ನನ್ನಲ್ಲೂ ಇತ್ತು. ಊರಿಂದ ಒಂದು ಮೈಲಿ ದೂರ ಇರೊ ಕರಿಹೊಳೆದಂಡೆ ತಾವ ಹೋದ. ಅಲ್ಲಿ ನಾಲ್ಕೈದು ಹುಡುಗ್ರು ಇವನಿಗೋಸ್ಕರ ಕಾಯ್ತಿದ್ರು. ನಾನು ಅಲ್ಲೇ ಗಿಡದ ಮರೆ ಕೂತು, ಇವ್ರ ಆಟನೆಲ್ಲಾ ನೋಡ್ತಾ ಇದ್ದೆ. ಅವ್ರು ಮೇಕೆ ಕತ್ತರಿಸಿ ತುಂಡು ತುಂಡು ಮಾಡಿ ಪಾಲಾಕ್ಕಂಡು, ಚೀಲ ತುಂಬ್ಕಂಡು ಹೋದ್ರು. ರಂಗವ್ವನ ಋಣ ನನ್ನ ಮೇಲೆ ಇದ್ದಿದ್ರಿಂದ ಆ ಮೇಕೆ ಸಾರು ನಾನು ತಿನ್ನೋದೆ ಬೇಡ ಅನ್ಕೊಂಡು ಅವರಿಗೆ ಕಾಣಿಸ್ದಂಗೆ ಅಲ್ಲಿಂದ ಬಂದ್ಬಿಟ್ಟೆ. ಇಷ್ಟೆ ಸ್ವಾಮಿ ಅವತ್ತು ನಡ್ದಿದ್ದು' ಅಂತ ಮಾತು ನಿಲ್ಲಿಸಿದ. ಭಿಕ್ಷುಕನ ಮುಖದಲ್ಲಿ ಸುಳ್ಳು ಕಾಣದ್ದನ್ನು ಗಮನಿಸಿದ ಪೊಲೀಸ್ ಇನ್ಸ್‌ಪೆಕ್ಟರ್, 'ಈಗ ನೀನು ಹೋಗು ನಾನು ಕರೆದಾಗ ಬಂದು ಆ ಜಾಗ ತೋರಿಸ್ಬೇಕು ಆಯ್ತಾ?' ಎಂದು ಪೊಲೀಸರು ಭಿಕ್ಷುಕನನ್ನು ಅಲ್ಲಿಂದ ಕಳಿಸಿದರು.

ಮಾರನೇ ದಿನ ಈ ಮೇಕೆ ಬಾಡು ಯಾರ್ಯಾರಿಗೆ ಸೇರಿದೆ ಎಂದು ಪತ್ತೆಹಚ್ಚಲು ಪೊಲೀಸರು ಮೊದಲು ರಂಗವ್ವನ ಮನೆಯ ಓನರ್ ಬಳಿ ಹೋಗಿ ವಿಚಾರಣೆಗೊಳಪಡಿಸಿದರು. ಓನರ್ ಆಸಾಮಿ ತಾನು ಬಾಡು ತಿಂದ ವಿಷಯ ಒಪ್ಪಿಕೊಳ್ಳಲೇ ಇಲ್ಲ. ಆದರೆ ಮನೆಯ ಆಸು–ಪಾಸು, ಸಂಧಿ–ಗೊಂದಿ ಎಲ್ಲಾ ಕಡೆ ಕಣ್ಣಾಯಿಸಿದ ಪೊಲೀಸಪ್ಪನಿಗೆ ಮಂಚದಡಿ ಸೀಮೆ ಮುಕುರಿದ ಒಂದು ತುಂಡು ಬಿದ್ದಿದ್ದು ಕಾಣಿಸಿತು.! ಅದೇನೆಂದು ಕೇಳಿದ ಪೋಲೀಸಪ್ಪ, ಅದನ್ನು ಕಡ್ಡಿಯಿಂದ ಎಳೆದು ಸೀಮೆ ಉರುಬಿ ನೋಡಿದರೇ.... ಅದು ಮಾಂಸದ ತುಂಡೇ ಆಗಿತ್ತು.! 'ಏನ್ರೀ ಇದು?' ಎಂದ ಪೊಲೀಸಪ್ಪನ ಮಾತಿಗೆ; ಓನರ್, 'ಯಾರ್ ಮನೆಯಿಂದನೊ ಬೆಕ್ಕೋ, ಏನೋ ಇಲ್ಲಿಗೆ ಎಳೆದು ತಂದುಬಿಟ್ಟಿರಬೇಕು ಸಾಹೇಬ್ರೆ' ಎಂದನು. 'ಆಯ್ತು ನಾನು ಕರೆದಾಗ ನೀನೂ ಪೊಲೀಸ್ ಠಾಣೆಗೆ ಬರಬೇಕು' ಎಂದು ಹೇಳಿ ಅನುಮಾನವಿದ್ದ ರಂಗವ್ವನ ಮನೆ ಪಕ್ಕದ ಸಾಕವ್ವನ ಮನೆಯನ್ನೂ ತಲಾಸು ಮಾಡಿದರು ಅಲ್ಲಿಯೂ ಯಾವುದೇ ಸುಳಿವು ಸಿಕ್ಕಲಿಲ್ಲ. ಆದರೆ, ಸಾಕವ್ವ ಕರಿ ಹಬ್ಬದ ದಿನ ಮೇಕೆ ಬಾಡು ಬೇಯಿಸಿದ್ದರ ಸತ್ಯ ಒಪ್ಪಿಕೊಂಡಿದ್ದರ ಜೊತೆಗೆ, ಅದು 'ರಂಗವ್ವಳ ಮೇಕೆ ಬಾಡಲ್ಲ' ಎಂದು ಸಮರ್ಥಿಸಿಕೊಂಡಳು. ನಂತರ ಪೊಲೀಸಪ್ಪನ ಕಣ್ಣಿಗೆ ಗೋಡೆ ಮೇಲೆ ನೇತಾಡುತ್ತಿದ್ದ ಫೋಟೋ ಕಣ್ಣಿಗೆ ಬಿತ್ತು. ಅದನ್ನು ನೋಡಿ ಅಲ್ಲಿಂದ ಹೊರಟು ಹೋದ.

ವಾರ ಕಳೆದ್ಮೇಲೆ, ಭಿಕ್ಷುಕ ಮತ್ತು ರಂಗವ್ವಳನ್ನು ಠಾಣೆಗೆ ಕರೆಸಿಕೊಂಡ ಪೊಲೀಸಪ್ಪ ಸ್ಥಳ ಪರಿಶೀಲನೆಗೆಂದು ಕರಿಹಳ್ಳದ ಬಳಿ ಅವರನ್ನು ಕರೆದುಕೊಂಡು ಹೋದರು. ಅದರ ದಡದಲ್ಲಿ ಒಂಚೂರು ಬಯಲು. ಸುತ್ತಲೂ ಗಿಡಮರಬಳ್ಳಿ ಹಬ್ಬಿದ್ದ ಕಾರಣ ಭಿಕ್ಷುಕನಿಗೆ ನಿಖರವಾದ ಜಾಗವನ್ನು ಗುರುತಿಸಲು ಸಾಧ್ಯವಾಗಲಿಲ್ಲ. ಪೊಲೀಸರು ತಮ್ಮ ಶೋಧನಾ ಕಾರ್ಯವನ್ನು ಮುಂದುವರೆಸಿದರು. ಗಾಳಿಯಲ್ಲಿ ಕೊಳೆತ ಮಾಂಸದ ಗವುಲು ಮೂಗಿಗಡರುತ್ತಿತ್ತು. ಗವುಲು ಬಂದ ಕಡೆ ಜಾಡಿಡಿದು ಹೊರಟರು ಪೋಲೀಸರು. ಸ್ವಲ್ಪ ದೂರ ಹೋಗಿದ್ದರೇನೋ...., ರಂಗವ್ವನ ಕಾಲಿಗೆ ಏನೋ ತಡಕಿದಂತಾಗಿ ನೆಲದ ಕಡೆ ಬಾಗಿದಳು, ತಾನು ಸಾಕಿಕೊಂಡಿದ್ದ ಮೇಕೆ ಹೋತದ ಕೊರಳಿಗೆ ಕಟ್ಟಿದ್ದ ಒಂಟಿ ಗೆಜ್ಜೆ! 'ಸ್ವಾಮೇ.... ಇಲ್ನೋಡಿ ನನ್ನ ಮೇಕೆ ಹೋತದ ಗೆಜ್ಜೆ!' ಎಂದು ಕೂಗಿದಳು. ಗೆಜ್ಜೆ ನೋಡಿದ ಪೊಲೀಸರಿಗೆ, ಇಲ್ಲೇ ಎಲ್ಲೋ ಕೆಲಸ ಜರುಗಿದೆ ಎಂಬುದು ಖಚಿತವಾಯಿತು. ಅಲ್ಲಲ್ಲಿ ಬೆಳೆದಿದ್ದ ಗಿಡ, ಬೇಲಿ ಎಲ್ಲಾ ಕಡೆ ತಲಾಸು ಮಾಡುತ್ತಿರಬೇಕಾದರೆ, ಅಲ್ಲಿಯೇ ಪೊದೆಯ ಪಕ್ಕದಲ್ಲಿದ್ದ ಗುಂಡಿನ ಮೇಲೆ ರಕ್ತ ಮೆತ್ತಿದ ಅಂಗಿಯೊಂದು ಬಿದ್ದಿರೋದು ಪೊಲೀಸರಿಗೆ ಕಾಣಿಸಿತು. ಅದನ್ನು ಎತ್ತಿಕೊಂಡ ಪೊಲೀಸರು

ಒಂದು ಕವರಿನಲ್ಲಿ ಹಾಕಿಕೊಂಡರು. ಅಲ್ಲಿಯೇ ಬೇಲಿಯ ಮರೆಯಲ್ಲಿ ತುರುಕಿ ಹೋಗಿದ್ದ ಮೇಕೆ ಚರ್ಮ ನಾತ ಬಡಿಯುತ್ತಿತ್ತು. ಕಡ್ಡಿಯಲ್ಲಿ ಎಳೆದು ಚರ್ಮ ಬಿಡಿಸಿ ತೋರಿಸಿದರು ರಂಗವ್ವನಿಗೆ. 'ಹೌದು ಕಣ್ ಸ್ವಾಮಿ, ಇದು ನನ್ದೇ ಮೇಕೆಹೋತದ ಚರ್ಮ'ಎಂದು ಚರ್ಮ ಹಿಡಿದು ಗೋಳಾಡಿದಳು. ಎಲ್ಲವನ್ನೂ ಅಮಾನತ್ತುಪಡಿಸಿಕೊಂಡ ಪೊಲೀಸರು, ಸರಿ 'ಇಷ್ಟು ಸಾಕು ಸಾಕ್ಷಿಗೆ.' ಎಂದು ಸೀದಾ ಸಾಕವ್ವನ ಮನೆಗೆ ಹೋದರು. ಗೋಡೆಗೆ ನೇತು ಹಾಕಿದ್ದ ಫೋಟೋದಲ್ಲಿ ಸಾಕವ್ವನ ತಮ್ಮ ಶಂಕರನ ಭಾವಚಿತ್ರವೂ ಇತ್ತು. ಹಳ್ಳದ ಹತ್ತಿರ ಅಮಾನತ್ತುಪಡಿಸಿಕೊಂಡ ಅಂಗಿಗೂ, ಗೋಡೆ ಮೇಲೆ ನೇತಾಡುತ್ತಿದ್ದ ಫೋಟೋದಲ್ಲಿದ್ದ ಶಂಕರನ ಅಂಗಿಗೂ ಸಾಮ್ಯತೆ ಇದ್ದ ಕಾರಣ, ಈ ಶಂಕರನೇ ಮೇಕೆ ಕದ್ದು ಕಡಿದು ಎಲ್ಲರಿಗೂ ಹಂಚಿರುವುದನ್ನು ಖಚಿತಪಡಿಸಿಕೊಂಡ ಪೊಲೀಸರು ಆ ಗೋಡೆ ಮೇಲಿನ ಫೋಟೋವನ್ನು ಅಮಾನತ್ತುಪಡಿಸಿಕೊಂಡು, 'ನೋಡಮ್ಮಾ ಸಾಕವ್ವ, ನಿನ್ನ ತಮ್ಮ ಶಂಕರನನ್ನು ಇವತ್ತೇ ಊರಿಂದ ಬರೇಳಮ್ಮ ಸ್ಟೇಷನ್ ತಾವ ಯಾವ್ದೋ ಕೇಸಿನ ಬಗ್ಗೆ ವಿಚಾರಣೆ ಮಾಡಿ ಕಳಿಸಿಕೊಡ್ತಿವಿ.' ಎಂದು ಅಲ್ಲಿಂದ ಪೊಲೀಸರು ಹೊರಟು ಹೋದರು.

ಊರಿಗೆ ಫೋನ್ ಮಾಡಿ ತಮ್ಮ ಶಂಕರನನ್ನು ಕರೆಸಿಕೊಂಡ ಸಾಕವ್ವ, ಸೀದಾ ಠಾಣೆ ಹತ್ತಿರ ತಮ್ಮನ ಜೊತೆ ಹೋದಳು. ಮನೆ ಹತ್ರ ಅಷ್ಟೊಂದು ಕಿತ್ತಾಕಳ್ತಿದ್ಲು, ಇಲಿ ನೋಡಿದ್ರೆ, ಸಪ್ಪೆ ಮೋರೆ ಹಾಕ್ಕಂಡ್ ನಿಂತವ್ಳೆ. ತಮ್ಮಂಗೆ ಇಂತ ಬುದ್ದೀನ ಕಲ್ಸೋದು? ಅಂದ್ಲು ರಂಗವ್ವ, ಅಲ್ಲಿ ಶಂಕರನನ್ನು ಮೇಲಿಂದ ಕೆಳಗಿನವರೆಗೆ ನೋಡಿದ ಪೊಲೀಸರು ಶಂಕರನನ್ನು ವಿಚಾರಣೆಗೊಳಪಡಿಸಿದರು. ಅವನಿಂದ ಯಾವುದೇ ಸತ್ಯ ಹೊರಬೀಳಲಿಲ್ಲ. ತಾನೇ ಮೇಕೆ ಕದ್ದಿದ್ದು ಎಂದು ಒಪ್ಪಿಕೊಳ್ಳದ ಕಾರಣ, ಪೊಲೀಸರು 'ಥರ್ಡ್ ಡಿಗ್ರಿ ಟ್ರೀಟ್ಮೆಂಟ್' ಅನ್ನೂ ಸಹ ಉಪಯೋಗಿಸಿದರು. ಕೊನೆಗೂ ಕಳ್ಳತನ ಮಾಡಿದ್ದು ಒಪ್ಪಿಕೊಂಡ 'ಶಂಕರನ ಕಣ್ಣಲ್ಲಿ ಅಪರಾಧಿ ಭಾವ ಕಾಡುತ್ತಿತ್ತು. ಓನಗರ್ಗೂ ಮಾಂಸ ಕೊಟ್ಟಿದ್ದನೆಂಬ ಸತ್ಯವೂ ಬಯಲಾಯ್ತು. 'ಶಂಕರನ ಮೇಲೆ ಕೇಸು ಹಾಕುವ ಬದಲು ನನಗೆ ಮೇಕೆ ಹೋತ ತಕಳಕೆ ದುಡ್ಡು ಕೊಡ್ಸಿ ಸ್ವಾಮಿ'ಎಂದು ರಂಗವ್ವ ಬೇಡಿಕೊಂಡಳು. ಆದರೆ ಕಾನೂನಿಗಿಂತ ಯಾರೂ ದೊಡ್ಡವರಲ್ಲವಾದ್ದರಿಂದ ಕಳ್ಳತನದ ಕೇಸ್ ಅಡಿಯಲ್ಲಿ ಶಂಕರನ ಮೇಲೆ ಎಫ್.ಐ.ಆರ್ ಮಾಡಿ ಅವನನ್ನು ಜೈಲಿಗೆ ಬಿಡಲಾಯಿತು. ಇತ್ತ ಕಡೆ ರಂಗವ್ವ ನ್ಯಾಯಕ್ಕಾಗಿ ಕಾಯುತ್ತಲೇ... ಇದ್ದಳು.

ಗಾಳಿಯೂ ಹೆಮ್ಮರವೂ

ರವಿ ಮಡೋಡಿ

ಕಿವಿಗೆ ಏನೋ ಒಂದು ಶಬ್ದ ಅಪ್ಪಳಿಸಿ ಬರುತ್ತಿತ್ತು. ಹತ್ತಾರು ಬಾರಿ ಕೇಳಿದರೂ ಅದು ಏನೆಂಬುದು ಅರ್ಥವಾಗುತ್ತಿರಲಿಲ್ಲ. ಏನೋ ಒಂದು ತರದ ಮಂಪರು ನನ್ನನ್ನು ಆವರಿಸಿತ್ತು. ಎಷ್ಟೋ ಹೊತ್ತಿನ ಬಳಿಕ ನನಗೆ ಎಚ್ಚರವಾದಂತೆ ಅನಿಸಿದರೂ ನಾನೆಲ್ಲಿದ್ದೇನೆ? ಎಂಬುದು ತಿಳಿಯಲಿಲ್ಲ. ಸುತ್ತಲೂ ನೋಡಿದೆ. ಹಗಲೋ, ರಾತ್ರೆಯೋ ಯಾವುದೆಂಬುದು ಸಹ ತಕ್ಷಣಕ್ಕೆ ಅರಿವಾಗಲಿಲ್ಲ. ಹಾಸಿಗೆಯಿಂದ ಎದ್ದು ಕುಳಿತೆ. ಸುಧಾರಿಸಿಕೊಂಡು ಯೋಚಿಸಿ ಮೂರ್ತ ಸ್ಥಿತಿಗೆ ಬರುವ ಹೊತ್ತಿಗೆ, ನಿನ್ನೆ ರಾತ್ರಿಯಿಂದ ನಾನು ಜ್ವರದಿಂದ ಬಳಲುತ್ತಿರುವುದು ನೆನಪಾಯಿತು. ಡಾಕ್ಟರ್ ಕೊಟ್ಟ ಮಾತ್ರೆಯನ್ನು ತೆಗೆದುಕೊಂಡು ಮಲಗಿದ್ದೆಲ್ಲವೂ ಯಾವುದೋ ಶತಮಾನದ ಹಿಂದೆ ನಡೆದಂತೆ ಜ್ಞಾಪಕಕ್ಕೆ ಬಂದಿತ್ತು. ಅಬ್ಬಾ ಎಂತಹ ಸುಸ್ತು. ಕಣ್ಣು ಬಿಡುವುದಕ್ಕೂ ಶಕ್ತಿಯಿರಲಿಲ್ಲ. ಮೈಕೈಗಳು ವಿಪರೀತ ನೋವು. ಹಣೆಯ ಮೇಲೆ ಕೈ ಇಟ್ಟುಕೊಂಡು ಸ್ವಲ್ಪ ಹೊತ್ತು ಸುಧಾರಿಸಿಕೊಳ್ಳುವುದಕ್ಕೆ ಕುಳಿತುಕೊಂಡಿದ್ದೆ. ಇಷ್ಟಾದರೂ ಸಮಯ ಎಷ್ಟಾಯಿತೆಂದು ತಿಳಿಯದಿದ್ದಾಗ ಮೊಬೈಲ್ ನೋಡಿ ಬೆಚ್ಚಿಬಿದ್ದಿದ್ದೆ. ರಾತ್ರಿ ಒಂಬತ್ತು ಗಂಟೆಯನ್ನು ಸೂಚಿಸುತ್ತಿದ್ದರೂ ಅಲ್ಲಿದ್ದ ಹತ್ತಾರು ಮಿಸ್ಡ್ ಕಾಲ್‌ಗಳು, ವ್ಯಾಟ್ಸಪ್ ಮೆಸೇಜುಗಳನ್ನೆಲ್ಲ ನೋಟಿಫಿಕೇಶನ್‌ನಲ್ಲಿ ತೋರಿಸುತ್ತಿತ್ತು. ಯಾರ ಕರೆಗಳು ಎಂಬುದನ್ನು ನೋಡುವಾಗ ಅವೆಲ್ಲವೂ ಆಫೀಸಿನಿಂದ ಬಂದಿದ್ದವು ಎಂದಾಗ ಪೆಚ್ಚಾಗಿದ್ದೆ. ನನ್ನ ಮೇನೆಜರ್ ಸಹಿತ ಅನೇಕ ಸಹೋದ್ಯೋಗಿಗಳು ಎಡಬಿಡದೇ ನನಗೆ ಕರೆಗಳನ್ನು ಮಾಡಿದ್ದರು. ಏನೋ ಹೆಚ್ಚು ಕಡಿಮೆಯಾಗಿದೆ ಎಂದು ಊಹಿಸಿದ್ದು ಸರಿಯಾಗಿಯೇ ಇತ್ತು. ನಾಳೆ ನಾವು ರಿಲೀಸ್ ಮಾಡಬೇಕಿಗಿದ್ದ ಕ್ರಿಟಿಕಲ್ ಪ್ರೊಜೆಕ್ಟೊಂದು ಈಗ ವರ್ಕ್ ಆಗುತ್ತಿರಲಿಲ್ಲವಂತೆ.

ಅವರೆಲ್ಲ ಅದನ್ನು ಫಿಕ್ಸ್ ಮಾಡುವುದಕ್ಕೆ ಇನ್ನಿಲ್ಲದ ಪ್ರಯತ್ನವನ್ನು ಮಾಡಿದ್ದರೂ ಸಫಲವಾಗಿರಲಿಲ್ಲ. ಹೀಗಾಗಿ ಮುಂದೇನು ಮಾಡಬೇಕೆಂದು ತಿಳಿಯದೇ ಅವರೆಲ್ಲರು ನನ್ನನ್ನು ಸಂಪರ್ಕಿಸುವುದಕ್ಕೆ ಯತ್ನಿಸುತ್ತಿದ್ದರಂತೆ.

ಉತ್ತರಪ್ರದೇಶದ ಯಾವುದೋ ಚಿಕ್ಕಹಳ್ಳಿಯಿಂದ ಬಂದು, ಬೆಂಗಳೂರಿನ ಸಾಫ್ಟ್‌ವೇರ್ ಕಂಪನಿಯಲ್ಲಿ ವರ್ಕ್ ಮಾಡುವ ನನಗೆ, ಅಕಾಲದಲ್ಲಿ ಕೆಲಸ ಮಾಡುವುದು ಹೊಸತೇನೂ ಆಗಿರಲಿಲ್ಲ. ನಾವು ಯಾವುದೋ ಹೊರದೇಶದ ಪ್ರಾಜೆಕ್ಟ್‌ನಲ್ಲಿ ನಾನು ಸಹಿತ, ನಮ್ಮ ಟೀಮ್‌ನವರೆಲ್ಲ ಹಗಲು, ರಾತ್ರಿ,ಎನ್ನದೇ ನಿದ್ರೆ, ಆಹಾರ ಲೆಕ್ಕಿಸದೆ ಅನ್ಯಗ್ರಹದ ಜೀವಿಗಳಂತೆ ಮೂರು ನಾಲ್ಕು ತಿಂಗಳಿನಿಂದ ಕೆಲಸವನ್ನು ಮಾಡುತ್ತಿದ್ದೆವು. ಪ್ರೋಜೆಕ್ಟ್ ರಿಲೀಸ್ ಮಾಡುವ ಕೊನೆಯ ದಿನಗಳು ಹೇಗಿರುತ್ತೆ ಎಂದರೆ ಅಂಡು ತುರಿಸಿಕೊಳ್ಳುವುದಕ್ಕೂ ಸಮಯವಿರುವುದಿಲ್ಲ. ನೂರೆಂಟು ಅವಸರದ ಕೆಲಸಗಳು. ಎಲ್ಲವನ್ನು ಒಟ್ಟು ಜೋಡಿಸುವ ಧಾವಂತ. ನಿಜ ಹೇಳಬೇಕೆಂದರೆ ಯಾರು ಏನು ಮಾಡುತ್ತಿದ್ದಾರೆ ಎಂಬುದನ್ನು ತಾಳ್ಮೆಯಲ್ಲಿ ನೋಡುವುದಕ್ಕೆ ಯಾರಿಗೂ ಸಮಯವಿರುವುದಿಲ್ಲ. ಆ ರಿಲೀಸಿಗೆ ನಿರ್ಣಯಿಸಿದ ಕೆಲಸಗಳು ಮುಗಿಸುವುದಷ್ಟೇ ಗುರಿಯಾಗಿರುತ್ತದೆ ಎಂಬುದು ಎಲ್ಲರಿಗೂ ಗೊತ್ತಿರುವ ಸತ್ಯ. ಇಂತಹ ಸಮಯದಲ್ಲಿ ಕಷ್ಟಪಟ್ಟು ಮಾಡಿದ ಪ್ರೋಜೆಕ್ಟ್ ವರ್ಕ್ ಆಗುತ್ತಿಲ್ಲ ಎಂದರೆ ಕುಂಬಾರನ ಮಡಿಕೆಯ ಕಥೆ ನೆನಪಾಗದೆ ಉಳಿಯುವುದಿಲ್ಲ. ಅಲ್ಲಿ ಏನು ಸಮಸ್ಯೆಯೆಂದು ನೋಡುವುದಕ್ಕಾದರೂ ಸ್ವಲ್ಪ ಸಮಯ ಬೇಕಾಗಿತ್ತು. ನಮ್ಮ ಕಸ್ಟಮರ್ ಸ್ವಲ್ಪ ಘಾಟಿ ಮನುಷ್ಯ. ತುಸು ಗಟ್ಟಿಗ. ಅವನ ಕಣ್ಣಿನಲ್ಲಿ ಕರುಣೆ, ಅನುಕಂಪ ಎಂಬ ಪದಗಳಿಗೆಲ್ಲ ಜಾಗವನ್ನೇ ನೀಡದವ. ಹೀಗಿರುವಾಗ ಇನ್ನೊಂದಷ್ಟು ಸಮಯಕೊಡಿ ಎಂದರೆ ಫೈನ್, ಪೆನಾಲ್ಟಿ ಅಂತೆಲ್ಲ ರಗಳೆ ರಾಮಾಯಣ ಮಾಡಿಕೊಳ್ಳುವುದಕ್ಕೂ ಹಿಂಜರಿಯುವನಲ್ಲ ಎಂಬ ಸತ್ಯ ಎಲ್ಲರಿಗೂ ತಿಳಿದಿತ್ತು. ಇಂತಹ ಸ್ಥಿತಿಯಲ್ಲಿ ಏನು ಮಾಡಬೇಕೆಂದು ಯಾರಿಗೂ ಗೊತ್ತಾಗುತ್ತಿರಲಿಲ್ಲ. ನಮ್ಮ ಮ್ಯಾನೇಜ್ಮೆಂಟ್ ಅವರಂತೂ ಹೇಗಾದರೂ ನಿಗದಿಯಾದ ಸಮಯದಲ್ಲಿಯೇ ರಿಲೀಸ್ ಮಾಡಲೇಬೇಕೆಂದು ದುಂಬಾಲುಬೀಳುತ್ತ ನಮ್ಮ ಮೇಲೆ ಒತ್ತಡ ಹಾಕುತ್ತಿದ್ದರು. ಒಡಲೊಳಗಿಂದ ಹುಟ್ಟಿದ ಮಗುವಿನ ಅಳುವಿನ ಕಾರಣವನ್ನು ತಾಯಿ ಅಕ್ಕರೆಯಿಂದ ಕೇಳುವಂತೆ ನಾನು ಪ್ರೋಜೆಕ್ಟ್‌ನ ಆ ಸಮಸ್ಯೆಯನ್ನು ನೋಡಬೇಕಾಗಿತ್ತು.

ರಾತ್ರಿ ಒಂಬತ್ತರ ಮೇಲೆ ನನ್ನ ಲ್ಯಾಪ್ಟಾಪ್ ತೆಗೆದು ಪ್ರೋಜೆಕ್ಟ್‌ನ ಆ ಸಮಸ್ಯೆಯನ್ನು ನೋಡುತ್ತಾ ಕುಳಿತಿದ್ದೆ. ನಾನು ಆಫೀಸಿನವರಿಗೆ ನೋಡುತ್ತೇನೆ ಎಂದು ಸುಲಭವಾಗಿ ಹೇಳಿದಷ್ಟು ಆ ಸಮಸ್ಯೆ ಸಣ್ಣದಾಗಿರಲಿಲ್ಲ ಎಂಬುದು ಆ ಕ್ಷಣದಲ್ಲಿ ತಿಳಿದುಹೋಯಿತು. ನನಗಂತೂ ಏನು ಮಾಡಬೇಕೆಂದು

ತಲೆಯೇ ಓಡುತ್ತಿರಲಿಲ್ಲ. ಸಮಸ್ಯೆಯ ಆಳ ಅಗಲವನ್ನು ಅರಿಯುವುದಕ್ಕೆ, ಏಕಾಗ್ರತೆಯಿಂದ ವಿಮರ್ಶಿಸುವುದಕ್ಕೆ ಮನಸ್ಸನ್ನು ಒಗ್ಗೂಡಿಸಿಕೊಳ್ಳುವುದೇ ಕಷ್ಟವಾಗುತ್ತಿತ್ತು. ಆಂತರ್ಯ ಮ್ಲಾನವಾಗಿ ಕಣ್ಣುಗಳಂತೂ ತೇಲುವಂತೆ ಭಾಸವಾಗುತ್ತಿತ್ತು. ಎರಡು ದಿನಗಳಿಂದ ಬಾರಿಸಿದ ವಿಪರೀತ ಜ್ವರ, ಹೋಳಾಗುವಷ್ಟು ಬರುತ್ತಿದ್ದ ತಲೆ ನೋವು, ಹೊಟ್ಟೆನೋವು, ಚರ್ಮವೇ ಕಿತ್ತುಹೋಗುವಂತ ಮೈಕೈ ನೋವು ದೇಹ ಜರ್ಜರಿತವಾಗಿ ಎದ್ದೇಳುವುದಕ್ಕೂ ಶಕ್ತಿಯಿರಲಿಲ್ಲ. ನಾನೆಷ್ಟು ಬಸವಳಿದಿದ್ದೇನೆ ಎಂಬುದು ಲ್ಯಾಪ್ಟಾಪ್ ಮುಂದೆ ಕುಳಿತಿದ್ದಾಗಲೇ ಅರ್ಥವಾಗಿತ್ತು. ಎಷ್ಟೋ ಹೊತ್ತಿನವರೆಗೆ ಸಮಸ್ಯೆಯ ಬಗ್ಗೆ ಕೂಲಂಕುಷವಾಗಿ ಯೋಚಿಸುತ್ತಿದ್ದೆ. ಎಷ್ಟು ಯೋಚಿಸಿದರೂ ಸಮಸ್ಯೆಗೆ ಪರಿಹಾರ ಏನೆಂಬುದು ಮಾತ್ರ ತಿಳಿಯದೆ ಸಿಕ್ಕಿಹಾಕಿಕೊಂಡ ಗಂಟು ಮಾತ್ರ ಇನ್ನಷ್ಟು ದೊಡ್ಡದಾದಂತೆ ಅನಿಸತೊಡಗಿತು. ಒಂದು ಹಂತಕ್ಕೆ ಮುಟ್ಟುವಾಗ ಪರಿಹಾರವನ್ನು ಒದಗಿಸುವುದಕ್ಕೆ ನನ್ನಿಂದ ಸಾಧ್ಯವೇ ಇಲ್ಲ ಎಂಬಂತೆ ಕೈಚೆಲ್ಲಿಬಿಟ್ಟಿದ್ದೆ. ಸುಮ್ಮನೇ ಲ್ಯಾಪ್ಟಾಪ್ ಕ್ಲೋಸ್ ಮಾಡಿ ಮಲಗಿಬಿಟ್ಟೆ. ಆದರೆ ಹೊಣೆಗಾರಿಕೆಯ ಮೊನೆ ಸರಿಯಾಗಿ ನನ್ನನ್ನು ಚುಚ್ಚಿ ಚುಚ್ಚಿ ಕೊಲ್ಲುತ್ತಿತ್ತು. ನಾಳೆ ಆಗಬಹುದಾದ ಪರಿಣಾಮಗಳನ್ನು ಎಣಿಸಿಕೊಳ್ಳುವಾಗ ಹೆಬ್ಬಲೆಗಳ ಮಧ್ಯೆ ಸಿಲುಕಿದ ನಾವೆಯಂತಾಗಿ ಮೈ ನಡುಗಿತ್ತು. ಒಂದೊಮ್ಮೆ ಸಕಾಲದಲ್ಲಿ ರಿಲೀಸ್ ಆಗದಿದ್ದರೆ ಕತ್ತೆಕಿರುಬಗಳಂತೆ ಹವಣಿಸುವ ಮಂದಿಗೆಲ್ಲ ಆಹಾರವಾಗುವುದು ಖಾತ್ರಿಯಾಗಿತ್ತು. ಆದರೆ ಅದನ್ನೆಲ್ಲ ನೋಡುವುದಕ್ಕೆ ಮನಸ್ಸಿಗೆ ಒಪ್ಪಿಗೆ ಇರಲಿಲ್ಲ. ಯುದ್ಧಕ್ಕೆ ಹೊರಟ ಸೈನಿಕನಂತೆ ಏನಾದರಾಗಲಿ ಎಂದು ಮತ್ತೆ ಎದ್ದು ಕುಳಿತಿದ್ದೆ. ಎಷ್ಟೋ ಹೊತ್ತಿನವರೆಗೆ ಮನಸ್ಸನ್ನು ಜುಲುಮೆಯಿಂದ ಧ್ಯಾನಸ್ಥ ಸ್ಥಿತಿಗೆ ತಳ್ಳಿ ಸಮಸ್ಯೆಯತ್ತ ಹರಿಯಬಿಟ್ಟಾಗ, ಬಿಂದುವಿನಿಂದ ಹುಟ್ಟುವ ಜೀವದಂತೆ ಸಮಸ್ಯೆ ತಿಳಿಯಾಗುತ್ತಹೋಯಿತು. ನನ್ನ ಖುಷಿಗಂತೂ ಪಾರವೇ ಇರಲಿಲ್ಲ. ಪಟಪಟನೇ ಆ ರಾತ್ರಿಯೇ ರಿಲೀಸ್‌ಗೆ ಬೇಕಾದ ಕೆಲಸಕಾರ್ಯಗಳನ್ನು ಪೂರೈಸಿ, ಪ್ರೋಜೆಕ್ಟ್ ವರ್ಕ್ ಆಗುವಂತೆ ಮಾಡುವಾಗ ಜೀವ ಜುಙುಗುಗೊಂಡಿದ್ದರೂ ನನ್ನರಿವಿಗೆ ಬಂದಿರಲಿಲ್ಲ.

ಅದೊಂದು ಸಾರ್ಥಕಭಾವ ಎನ್ನಬೇಕು. ಮೂರು ನಾಲ್ಕು ತಿಂಗಳಿನಿಂದ ಅರ್ಪಿಸಿಕೊಂಡು ಮಾಡಿದ ಕೆಲಸವೆಲ್ಲ ಪ್ರೊಡಕ್ಟ್ ಆಗಿ ಈಗ ಮಾರ್ಕೆಟಿಗೆ ಬರುತ್ತದೆ, ಸಾವಿರಾರು ಮಂದಿ ಬಳಸುತ್ತಾರೆ ಎನ್ನುವುದನ್ನು ಎಣಿಸಿಕೊಳ್ಳುವಾಗ ಎಂತವರಿಗೂ ಪುಳಕವಾಗುವುದು ಸಹಜ. ನನ್ನ ಸಂತೋಷಕ್ಕಂತೂ ಎಣೆಯಿರಲಿಲ್ಲ. ಅಂದುಕೊಂಡ ಹಾಗೆ ನಾವು ಪ್ರೋಜೆಕ್ಟ್‌ನ್ನು ಕಸ್ಟಮರ್‌ಗೆ ಕಳುಹಿಸಿಯಾಗಿತ್ತು. ಇಡೀ ಕಂಪನಿ ನಮ್ಮನ್ನು ಹಾಡಿಹೊಗಳಿ ಅಟ್ಟಕ್ಕೇರಿಸುವಾಗೆಲ್ಲ ಆ ರಾತ್ರಿಯ ನಿದ್ದೆಗೆಟ್ಟ ಕಣ್ಣುಗಳ ಭಾರ ಹತ್ತಿಯಂತೆ

ನಿಸೂರಗೊಂಡಿತ್ತು. ಕೇವಲ ಅಷ್ಟಕ್ಕೇ ಸುಮ್ಮನಾಗದೇ ಕಂಪನಿಯು ಪ್ರೋಜೆಕ್ಟ್ ಬೋನಸ್ ಕೂಡ ಪ್ರಕಟಿಸಿಬಿಟ್ಟಿತ್ತು. ನನಗಂತೂ ಎಲ್ಲಿಲ್ಲದ ಸಂತೋಷ. ಕುದ್ದು ಕುದ್ದು ಬಸವಳಿದಿದ್ದ ಮನಸ್ಸಿಗೆ ಒಂದು ತಣ್ಣನೆಯ ವಿಶ್ರಾಂತಿ ಸಿಕ್ಕರೆ ಎಷ್ಟು ಚೆನ್ನಾಗಿರುತ್ತದೆ ಎಂದುಕೊಂಡಿದ್ದೆ. ಒಂದಷ್ಟು ದಿನ ರಜೆ ಹಾಕಿ ಎಲ್ಲಿಯಾದರೂ ಸುತ್ತಿ ಬರೋಣ ಎಂದು ಪ್ಲಾನ್ ಮಾಡಿಕೊಳ್ಳುತ್ತಿದ್ದೆ.

"ದಿಸ್ ಕೈಂಡ್ ಆಫ್ ಪೂರ್ ಡೆಲಿವರಿ, ವಿ ಮೇ ಕಾನ್ಸಲ್ ಯುವರ್ ಕಾಂಟ್ರಕ್ಟ್ ಆರ್ ಮೂವ್ ದಿಸ್ ಪ್ರೊಜೆಕ್ಟ್ ಟು ಸಮ್ ಅದರ್ ಕಂಟ್ರಿ" ಎಂದು ಪ್ರೋಜೆಕ್ಟ್ ಆರ್ಕಿಟೆಕ್ಟ್ ಪೀಟರ್ಸನ್ ಅನ್‌ಲೈನ್ ಮೀಟಿಂಗಿನಲ್ಲಿ ಅಬ್ಬರಿಸುತ್ತಿದ್ದ. ಅದನ್ನು ಕೇಳುವಾಗಲೇ ನಮ್ಮ ಜಂಘಾಬಲವೇ ಕುಸಿದು, ವಿಲವಿಲನೇ ಒದ್ದಾಡುತ್ತಿದ್ದೆವು. ನಮ್ಮ ಉಸಿರಾಟದ ಭಾರವು ನಮ್ಮನ್ನೇ ಹೆದರಿಸುತ್ತಿದ್ದವು. ನಾನು ರಿಲೀಸ್ ಮಾಡಿದ ಪ್ರೋಜೆಕ್ಟ್ ಕಸ್ಟಮರ್ ಎನ್ವಿರಾನ್ಮೆಂಟ್‌ನಲ್ಲಿ ವರ್ಕ್ ಆಗದೇ ಇದ್ದದ್ದು ಅವನ ದೂಷಣೆಗೆ ಕಾರಣವಾಗಿತ್ತು. ಇದೊಂದು ಹೊಸ ಅನುಭವವಾಗಿದ್ದರಿಂದ ಒಳಕ್ಕಿಳಿದು ಅದರ ಆಳ ಅಗಲವನ್ನು ವಿವೇಚಿಸುವ ಸ್ಥಿತಿಯಂತೂ ನನಗಂತೂ ಇರಲಿಲ್ಲ. ಅವನ ಮಾತಿನ ಮಾತಿರ್ಥವನ್ನು ತಿಳಿದವರಿಗೆ ಮುಂದೆ ಆಗಬಹುದಾದ ಪರಿಣಾಮಗಳ ಬಗ್ಗೆ ಮನವರಿಕೆ ಮಾಡಿಕೊಡುವ ಅಗತ್ಯವೇನೂ ಕಾಣಿಸುತ್ತಿರಲಿಲ್ಲ. ಈ ಕಾರಣವೇ ಇರಬೇಕು. ತನ್ನ ಅಸ್ತಿತ್ವದ ಪ್ರಶ್ನೆಯೋ, ಭವಿಷ್ಯವೋ ಎಲ್ಲವೂ ನಮ್ಮ ಮೇನೆಜರ್ ಅನಿಲನ ಕಣ್ಣ ಮುಂದೆ ದಿಟ್ಟವಾಗಿ ಕಾಣಿಸಿದಂತಾಗಿ, ಅಪರೂಪಕ್ಕೆ ನಮಗೆ ಸಹಾಯ ಮಾಡುವುದಕ್ಕೆ ಯತ್ನಿಸಿದ್ದು ನನಗೆ ಆ ಕ್ಷಣದ ಪವಾಡದಂತೆ ಕಾಣಿಸಿತ್ತು. ಅವನ ಮಾತಿಗೆ ಪೀಟರ್ಸನ್ ಪ್ರತಿಮಾತು ಅಕ್ಷರಶಃ ಅಟ್ಟದ ಮೇಲಿಂದ ಬಿದ್ದವನಿಗೆ ದಡಿಗೆ ತಗೊಂಡು ಹೇರಿದರಂತೆ ಎಂಬ ಹೋಲಿಕೆಯಾಗುವಂತಿತ್ತು. ತನ್ನ ಕರ್ತವ್ಯದ ಭಾಗದಂತೆ ಪ್ರೋಜೆಕ್ಟನಲ್ಲಿ ಆಗಿರುವ ತಪ್ಪುಗಳನ್ನು ಒಪ್ಪಿಕೊಂಡವನಂತೆ, ತಡವರಿಸುತ್ತ ಅನಿಲ್ ಡ್ಯಾಮೆಜ್ ಕಂಟ್ರೋಲ್ ಮಾಡುವುದಕ್ಕೆ ಯತ್ನಿಸಿ, ತೇಪೆ ಹಾಕುವುದಕ್ಕೆ ಮುಂದಾಗಿದ್ದ. ಹಸಿದ ಸಿಂಹದ ಮುಂದೆ ಜಿಂಕೆ ನೃತ್ಯ ಮಾಡಿದರೆ ಸಿಂಹ ಸುಮ್ಮನುಳಿಯುವುದಕ್ಕೆ ಸಾಧ್ಯವೇ? ಅನಿಲನ ಮಾತುಗಳನ್ನು ಕೇಳಿ ಪೀಟರ್‌ಸನ್‌ನ ಕೋಪ ಉಕ್ಕೇರಿರಬೇಕು. ತನ್ನೆಲ್ಲ ಸಿಟ್ಟು ಸೆಡುವುಗಳನ್ನು ತೋರಿಸಿಕೊಳ್ಳುತ್ತ ತಮಗಾದ ಪ್ರೋಜೆಕ್ಟ್ ಲಾಸ್, ಶ್ರಮ ಎಲ್ಲವನ್ನೂ ಹೇಳಿ ಅನಿಲ್‌ನನ್ನು ಹಿಗ್ಗಾಮಗ್ಗ ಕ್ಲಾಸ್ ತೆಗೆದುಕೊಂಡಿದ್ದ. ಒಂದು ಹಂತಕ್ಕೆ ನಮ್ಮನ್ನೆಲ್ಲ ಯೂಸ್ ಲೆಸ್ ಎಂದು ವಾಂಚಿದ್ದ. ಗುಡುಗು, ಸಿಡಿಲುಗಳು ಒಟ್ಟೊಟ್ಟಿಗೆ ಬಂದರೆ ಆಗುವ ಸ್ಥಿತಿಯಂತೆ ತನ್ನ ಮಾತುಗಳು ಕೆಲಸಕ್ಕೆ ಬರುವುದಿಲ್ಲ ಎಂದು ತಿಳಿದು ನಿರ್ವಾಹವಿಲ್ಲದೆ ಅನಿಲ್ ರೆಕ್ಕೆ ಕತ್ತರಿಸಿದ ಖಗದಂತೆ ಸುಮ್ಮನೇ ಕುಳಿತುಕೊಳ್ಳಬೇಕಾಯಿತು. ಇದಕ್ಕೆಲ್ಲ ನಾನೇ ಕಾರಣ

ಎನ್ನುವುದು ಅವರೆಲ್ಲರ ಮಾತಿನ ಒಳಮರ್ಮವಾಗಿತ್ತು. ನಾನು ಏನೂ ಹೇಳುವ ಸ್ಥಿತಿಯಲ್ಲಿಯೂ ಇರಲಿಲ್ಲ. ತೂಗುಗತ್ತಿಯೇ ನನ್ನ ತಲೆಯ ಮೇಲೆ ಓಡಾಡುತ್ತಿರುವಾಗ, ಆ ಮಹಾ ಅಪರಾಧದ ಕೇಂದ್ರಬಿಂದುವಾಗಿರುವಾಗ, ನನ್ನ ಮಾತುಗಳು ಯಾರಿಗೂ ಬೇಕಾಗಿರಲಿಲ್ಲ. ಏನಾಯಿತು ಸೌಜನ್ಯಕ್ಕಾದರೂ ಸಮಾಜಾಯಿಸಿಯನ್ನು ಯಾರೂ ಕೇಳಲಿಲ್ಲ. ಅದನ್ನು ಯಾರಾದರೂ ಅಪೇಕ್ಷಿಸುತ್ತಾರೆಂದು ನನಗಂತೂ ಅನಿಸಲಿಲ್ಲ. ಒಮ್ಮೆ ಸತ್ತರೇ ಮುಗಿಯಿತು. ಹೂಳುವುದೋ, ಸುಡುವುದೋ ನಿರ್ಣಯ ನಾವು ಮಾಡಬೇಕೇ ವಿನಃ ಸತ್ತವನಲ್ಲಿ ಕೇಳುವುದರಲ್ಲಿ ಅರ್ಥವಿಲ್ಲವೆಂಬಂತೆ ಅವರಿಗೂ ಅನಿಸಿರಬೇಕು. ಕಟಕಟೆಯಲ್ಲಿ ನಿಂತು ಅಪರಾಧಿ ಎಂದು ನಿರ್ಣಯಿಸಿದ ಮೇಲೆ ಹೀಗೆಯೇ ಶಿಕ್ಷೆ ಕೊಡಿ ಎಂದು ಕೇಳುವ ಅಧಿಕಾರವಂತೂ ಇರುವುದೇ ಇಲ್ಲ.

ನನಗಂತೂ ತೀವ್ರ ಆಘಾತವಾಗಿತ್ತು. ಮಾರ್ಕೆಟಿಗೆ ಬಿಡುಗಡೆಯಾಗಬೇಕಿದ್ದ ನಮ್ಮ ಸಾಫ್ಟ್‌ವೇರ್ ಇದ್ದಕಿದ್ದ ಹಾಗೆ ಕೆಲಸ ಮಾಡುತ್ತಿಲ್ಲ ಎಂಬ ಆಘಾತಕಾರಿಯಾದ ಸುದ್ದಿಯೊಂದನ್ನು ಕೇಳಿ ನಾನಂತು ಬೆಚ್ಚಿ ಬಿದ್ದಿದ್ದೆ. ಹೀಗೊಂದು ಸಮಸ್ಯೆ ನಮ್ಮನ್ನು ಸುತ್ತಿಕೊಳ್ಳಬಹುದೆಂದು ಊಹಿಸಿಕೊಳ್ಳುವುದಕ್ಕೂ ಸಾಧ್ಯವಿರಲಿಲ್ಲ. ಎಷ್ಟೆಲ್ಲ ರಾತ್ರಿಗಳ ಕನಸುಗಳನ್ನು ಇದಕ್ಕೆ ಧಾರೆಯೆರೆದು ಪೋಷಿಸಿ ಬೆಳೆಸಿದ್ದು ಕೊನೆಯ ಕ್ಷಣದಲ್ಲಿ ಪತನವಾಗುವುದೆಂದು ಅಂದುಕೊಂಡಿರಲಿಲ್ಲ. ಇಲ್ಲಿಯವರೆಗೆ ನಮಗೆ ಬೆಂಬಲವನ್ನು ಕೊಟ್ಟು ಕೆಲಸಗಳನ್ನೆಲ್ಲ ಯಾರು ನಮ್ಮನ್ನು ಮೆಚ್ಚಿದ್ದರೋ ಅವರೇ ಈಗ ಹಳಿಯುವುದಕ್ಕೆ ಪ್ರಾರಂಭಿಸಿದಾಗಂತೂ ಅವರ ದ್ವಂದ್ವ ಮನಸ್ಥಿತಿ ಬೆತ್ತಲಾಗಿಬಿಟ್ಟಿದ್ದವು. ದೊಡ್ಡ ದೊಡ್ಡ ತಲೆಗಳೆಲ್ಲ ಕುಳಿತು ಕಸ್ಟಮರ್ ಕಡೆಯಿಂದ ಬಂದ ಎಸ್ಕಲೇಶನ್ ಬಗ್ಗೆ ಮೀಟಿಂಗ್‌ಗಳನ್ನು ಮಾಡಿದರು. ಕಾರಣಗಳ ಸುತ್ತ ಗಿರಕಿ ಹಾಕಿ, ಇದಕ್ಕೆಲ್ಲ ನಾನೇ ಅಪರಾಧಿಯಂಬಂತೆ ಚಿತ್ರಿಸಿದ್ದರು. ಆದರೆ ನನ್ನೆದುರಿನಲ್ಲಿ ಮಾತ್ರ ನನ್ನ ಅಪರಾಧದ ಕಾರಣವನ್ನು ಗಟ್ಟಿಯಾಗಿ, ನೇರವಾಗಿ ತಿಳಿಸದೇ ಇದ್ದಕ್ಕಿದ್ದ ಹಾಗೆ ನನ್ನನ್ನು ಪ್ರೋಜೆಕ್ಟ್‌ನಿಂದ ಹೊರಕ್ಕೆ ಇಟ್ಟು, ನಾಳೆಯಿಂದ ಮತ್ತೊಂದು ಪ್ರೋಜೆಕ್ಟ್‌ನಲ್ಲಿ ಕೆಲಸ ಮಾಡಬೇಕು ಎಂದಿದ್ದು ರಾಜಕೀಯ ಕಾರಣವೆನ್ನುವಂತಿತ್ತು.

ಎಷ್ಟೋ ಸಲ ಯಾರ ಬಗ್ಗೆ ನಿರ್ಣಯವನ್ನು ತೆಗೆದುಕೊಳ್ಳುವಾಗ ಅಥವಾ ಇದು ಹೀಗೆಯೇ ಹೇಳಬೇಕಿದ್ದರೆ ನಮ್ಮೊಳಗೆ ಇರುವ ಪೂರ್ವಾಗ್ರಹಗಳು, ಸಂಕುಚಿತ ಮನಸ್ಥಿತಿಗಳೂ ಕೂಡ ಕಾರಣವಾಗಬಹುದು. ಪ್ರೋಜೆಕ್ಟ್ ವಿಚಾರದಲ್ಲಿ ನನ್ನಿಂದ ತಪ್ಪುಗಳೇ ಆಗಿಲ್ಲ ಎಂದು ನಾನು ಸಮರ್ಥಿಸಿಕೊಳ್ಳುತ್ತಿಲ್ಲ. ಆದರೆ ಅದನ್ನು ತಿದ್ದಿ ಸರಿಮಾಡಬಹುದಾಗಿದ್ದ ಅವಕಾಶಗಳಿದ್ದರೂ ಅಪರಾಧಿ ಸ್ಥಾನದಲ್ಲಿ ನಿಲ್ಲಿಸುವಾಗ ನೋವಾಗಿತ್ತು. ಆ ಪ್ರೋಜೆಕ್ಟ್ ನನ್ನ ಡ್ರೀಮ್.

ಇದರಲ್ಲಿಯೇ ನಾನು ಕೆಲಸವನ್ನು ಮಾಡಬೇಕೆಂದು ಎಷ್ಟೋ ವರುಷಗಳಿಂದ ಕಟ್ಟಿಕೊಂಡ ಕನಸಾಗಿತ್ತು. ಆ ಕೆಲಸಗಳಿಗೆಲ್ಲ ನನ್ನ ಪಾಲಿಗೆ ಬಂದಾಗಂತೂ ಅದೆಷ್ಟು ಖುಷಿಪಟ್ಟಿದ್ದೆ. ನನ್ನೆಲ್ಲಾ ಜ್ಞಾನವನ್ನು ಅದಕ್ಕೆ ಮುಡಿಪಾಗಿರಿಸಿಕೊಂಡು, ಪ್ರಾಮಾಣಿಕವಾಗಿ ಕೆಲಸ ಮಾಡಿದ್ದಕ್ಕೆ ಸಿಕ್ಕಿದ ಮರ್ಯಾದೆಗಳ ಕಾರಣಕ್ಕೆ ಮನಸು ಉಧ್ವಸ್ಥವಾಗಿತ್ತು.

ಅಂದು ಪೀಟರ್ಸನ್ ನಮ್ಮ ಬಗ್ಗೆ ಯೂಸ್ ಲೆಸ್ ಎಂದು ಕರೆದಾಗಲಂತೂ ಕೆರಳಿಹೋಗಿದ್ದೆ. ಅಬ್ಬಾ ಅವನ ಸೊಕ್ಕೆ. ಪ್ರೋಜೆಕ್ಟ್‌ನ ಬಗ್ಗೆ ಏನೂ ಗೊತ್ತಿರದ ಆತನಿಂದ ನಾವೆಲ್ಲ ಹೇಳಿಸಿಕೊಳ್ಳುವ ಅನಿವಾರ್ಯತೆ ಬಂದಿದ್ದರ ಬಗ್ಗೆ ಹೆಚ್ಚು ನೋವಾಗಿತ್ತು. ನನಗೂ ಆತನ ಮಧ್ಯ ಹೊಯ್ದಕ್ಕಿ ಬೇಯುತ್ತಿರಲಿಲ್ಲ. ಅದೆಷ್ಟೋ ಬಾರಿ ಆತನ ತಪ್ಪು ನಿರ್ಣಯಗಳನ್ನು ಎತ್ತಿ ತೋರಿಸಿ, ಹೀಗಿದ್ದರೆ ಚೆನ್ನಾಗಿತ್ತು ಎಂದೆಲ್ಲ ಸಜೆಷನ್ ರೂಪದಲ್ಲಿಯೇ ಹೇಳಿದ್ದೆ. ಯಾಕೋ ಅದು ಅವನಿಗೆ ಇಷ್ಟವಾದಂತೆ ಇರಲಿಲ್ಲ. ನಾನು ಹೇಳುವುದನ್ನಷ್ಟೇ ನೀವು ಮಾಡಿ ಸಾಕು ಎಂದು ಹೆಚ್ಚು ತಲೆ ಕೆಡಿಸಿಕೊಳ್ಳಬೇಡಿ ಎನ್ನುತ್ತ ಅನಾದರತೆ ತೋರಿದ್ದ. ಬೇರೆ ದೇಶದವರಿಗೆ ತಾವು ಯಾವಾಗಲೂ ಸುಪಿರಿಯರ್ ಎಂಬ ಮನಸ್ಥಿತಿಯು ಇರುವುದನ್ನು ನಾನಂತೂ ಅಲ್ಲಗಳೆಯುವುದಿಲ್ಲ. ಆದರೆ ನಾನು ಸ್ವಲ್ಪ ಹಠಮಾರಿಯೇ. ಅವತ್ತು ಸ್ವಲ್ಪ ಖಾರವಾಗಿಯೇ ಮಾತನ್ನಾಡಿಬಿಟ್ಟಿದ್ದೆ. ಅವನ ದಾರಿಯೇ ಸರಿಯಿಲ್ಲದಿರುವಾಗ ನಾನೇಕೆ ಒಪ್ಪಿಕೊಳ್ಳಬೇಕು ಎಂಬ ಧಾರ್ಷ್ಟ್ಯವೋ ಏನೋ ಒಂದು ನನ್ನನ್ನು ಬಲವಂತವಾಗಿ ಮಾತಾಡುವಂತೆ ಮಾಡಿತ್ತು. ಸ್ವಲ್ಪ ಆಕ್ರಮಣಕಾರಿಯಾಗಿಯೇ ಅವನು ಸಾಧಿಸುವುದಕ್ಕೆ ಹೊರಟಿರುವುದರ ಲೋಪದೋಷಗಳನ್ನು ಪಟ್ಟಿಮಾಡಿಕೊಟ್ಟಾಗ, ಅವನಿಗೆ ಒಪ್ಪಿಕೊಳ್ಳದೇ ವಿಧಿ ಇರಲಿಲ್ಲ. ಎಲ್ಲರ ಮುಂದೆ ಒಪ್ಪಿಕೊಂಡಂತೆ, ಮೆಚ್ಚಿದವನಂತೆ ನಾಟಕವನ್ನಾಡಿದ್ದ. ಅದು ಅವನೊಳಗಿದ್ದ ಕೀಳರಿಮೆ, ಅಭದ್ರತೆ ಈಗ ಹೆಮ್ಮರವಾಗಿ ಬೆಳೆದು ನನ್ನನ್ನು ಹಳಿಯುವ ಈ ಅವಕಾಶಕ್ಕಾಗಿ ಕಾಯುತ್ತಿದ್ದ ಎಂದೆನಿಸುತ್ತಿದೆ. ಈಗ ಆಗಿರುವುದೆಲ್ಲ ನನ್ನಿಂದಲೇ ಆದ ತಪ್ಪುಗಳು ಎಂಬಂತೆ ಬಿಂಬಿಸುವಲ್ಲಿ ಸಫಲನಾಗಿದ್ದ ಎಂದೆನಿಸುತ್ತಿತ್ತು.

ಪ್ರೋಜೆಕ್ಟಿನಿಂದ ಏಕಾಏಕಿ ಹೊರಬಿದ್ದ ಮೇಲೆ ನನ್ನಲ್ಲೊಂದು ತಪ್ಪಿತಸ್ಥ ಭಾವ ಮೂಡಿದ್ದು ಸುಳ್ಳಲ್ಲ. ನಾನು ಅದೆಷ್ಟು ಬಾರಿ ಹೇಳಿಕೊಂಡಿದ್ದೇನೆ. ನನಗೇಕೆ ಬೇಕಿತ್ತು ಈ ಊರ ಉಸಾಬರಿ ಎಂದುಕೊಳ್ಳುತ್ತಿದ್ದೆ. ಸುಮ್ಮನೇ ಆತ ಹೇಳಿದಷ್ಟು ಮಾಡಿಕೊಂಡು ಹೋಗಿದ್ದರೆ ನಾನು ಒಳ್ಳೆಯವಳಾಗುತ್ತಿದ್ದೆ. ಆತನೂ ಮೆಚ್ಚಿ, ಬೆಂಬಲಿಸುತ್ತಿದ್ದ. ಆದರೆ ಏನು ಮಾಡುವುದು ಹೀಗೆಲ್ಲ ಆಯಿತು ಎಂಬ ವಿಷಾದ ಭಾವ ಮೂಡಿತ್ತು. ನಾನು ಅಂದುಕೊಳ್ಳುತ್ತಿದ್ದೆ. ಬಹುಶಃ ನನ್ನ ದೇಹ ಸ್ಥಿತಿ ಸರಿಯಾಗಿದ್ದರೆ ಈ ಪರಿಯ ಅವಮಾನವನ್ನು

ಅನುಭವಿಸುವುದಕ್ಕೆ ಸಾಧ್ಯವಿರಲಿಲ್ಲ. ನನ್ನ ದೇಹಕ್ಕೆ ಕರೋನ ಬಂದು ಹೋದ ಮೇಲಂತೂ ಆರೋಗ್ಯ ನನ್ನ ಕೈಯಲ್ಲಿ ಇಲ್ಲವಾಗಿದೆ. ಈ ಆಫೀಸಿನ ಕೆಲಸಗಳ ಹತಾಶೆ, ಆ ಬಗೆಗೆ ಮೂಡುವ ಶೀಘ್ರ ಕೋಪ, ಒತ್ತಡದ ಬೆಂಕಿಯಲ್ಲಿ ಸುಟ್ಟುಕರಕಲಾಗುತ್ತಿರುವ ಮನಸ್ಸು ಎಲ್ಲವೂ ಕಲುಸುಮೇಲೋಗರವಾಗಿ ನನ್ನನ್ನು ಇನ್ನಷ್ಟು ಜರ್ಜರಿತಳನ್ನಾಗಿ ಮಾಡುತ್ತಿದೆ. ನನ್ನೊಳಗೆ ಸಮಸ್ಯೆಯನ್ನಿಟ್ಟುಕೊಂಡು ಯಾರಿಗೂ ಹೇಳುವುದಕ್ಕೆ ಸಾಧ್ಯವಿಲ್ಲ. ಹೇಳಿದರೂ ಅವರೆಷ್ಟು ಅರ್ಥಮಾಡಿಕೊಳ್ಳುತ್ತಾರೆ ಎಂಬ ಭರವಸೆ ಕೂಡ ಮೂಡುತ್ತಿಲ್ಲ. ನಾನು ಇದನ್ನು ನಿಮ್ಮಲ್ಲಿ ಇದನ್ನು ಹೇಳಬಹುದೇ ಅಥವಾ ಬೇಡವೋ ಎಂಬುದು ನನಗೆ ಗೊತ್ತಿಲ್ಲ. ಎಷ್ಟೋ ಸಲ ಇಂತದ್ದನ್ನೆಲ್ಲ ಸಮಸ್ಯೆಗಳೇ ಅಲ್ಲ ಎಂದೂ ಮೂದಲಿಸುವವರ ಮುಂದೆ ಯಾಕೆ ನಮ್ಮ ಸಮಸ್ಯೆಗಳನ್ನು ಹೇಳಿಕೊಳ್ಳಬಹುದು ಎಂದೆನಿಸುತ್ತದೆ. ಲೋಕದಲ್ಲಿ ಇಲ್ಲದಿರುವ ಸಮಸ್ಯೆ ಇವಳೇನು ಹೇಳುತ್ತಾಳೆ ಎಂದು ಹೇಳಿಕೊಳ್ಳಲೂಬಹುದು. ಇರಬಹುದು. ಆನೆಗೆ ಆನೆ ಭಾರ. ಇರುವೆಗೆ ಇರುವೆ ಭಾರ. ನನಗೆ ನಾನೇ ಭಾರವಾಗಿದ್ದೇನೆ.

ನನ್ನ ದೇಹ ಸ್ಥಿತಿ ಬದಲಾದಂತೆ ಅನ್ನಿಸಿದ ಆ ದಿನವನ್ನು ನಾನೆಂದೂ ಮರೆಯುವುದಕ್ಕೆ ಸಾಧ್ಯವೇ ಇಲ್ಲ. ಆಗಷ್ಟೇ ಕರೋನ ಮುಗಿದಿತ್ತು. ಎರಡು ಮೂರು ವರುಷ ನಮ್ಮ ಟೀಮ್‌ನಲ್ಲಿ ಇರುವವರ ಮುಖವನ್ನು ನೋಡದ ನಮಗೆ, ಆಫೀಸಿಗೆ ಕರೆದಾಗ ಇಲ್ಲವೆನ್ನದೇ ಖುಷಿಯಿಂದ ಹೋಗುತ್ತಿದ್ದೆವು. ಒಂದೆರಡು ತಿಂಗಳು ಆದ ಬಳಿಕ ನಮ್ಮ ಆಫೀಸಿನಿಂದ ಟೀಮ್ ಬಿಲ್ಡಿಂಗ್ ಎಂದು ಯಾವುದೋ ರೆಸಾರ್ಟಿಗೆ ಹೋಗಿದ್ದೆವು. ಗೂಡಿನಿಂದ ಹಕ್ಕಿಯೊಂದು ರೆಕ್ಕೆ ಬಲಿತು ಹಾರುವಂತೆ ದಿನವೆಲ್ಲ ಕುಣಿದೆವು, ಕುಪ್ಪಳಿಸಿದೆವು, ನಲಿದೆವು, ಆಟವಾಡಿದೆವು. ಸಂಜೆ ಆಗುತ್ತಿದ್ದಂತೆ ರೈನ್‌ಡ್ಯಾನ್ಸ್‌ಗೆ ಎಲ್ಲರೂ ಅಣಿಯಾಗುತ್ತಿದ್ದೆವು. ನಾವೆಲ್ಲ ನಮ್ಮ ಡ್ರೆಸ್ ಹಾಕಿಕೊಂಡು ರೈನ್ ಡ್ಯಾನ್ಸ್ ಸಮಯಕ್ಕಾಗಿ ನಿಂತಿದ್ದೆವು. ಇನ್ನೇನು ಶುರುವಾಗುವುದಕ್ಕೆ ಕೆಲವು ನಿಮಿಷಗಳು ಬಾಕಿ ಇದ್ದಿತ್ತು. ಇದ್ದಕ್ಕಿದ್ದ ಹಾಗೆ ನನಗೆ ಹೊಟ್ಟೆ ನೋವು ಪ್ರಾರಂಭವಾಯಿತು. ಅದು ತಾಳಲಾರದ ಹೊಟ್ಟೆ ನೋವು. ನನಗೆ ಈ ಹೊಟ್ಟೆ ನೋವು ಯಾಕೆ ಬಂದಿದೆ ಎಂಬುದು ಅರ್ಥವಾಗುವುದಕ್ಕೆ ಕೆಲವು ನಿಮಿಷಗಳು ಬೇಕಾಗಿದ್ದವು. ಇದು ಆ ದಿನಗಳ ಹೊಟ್ಟೆ ನೋವು ಎಂಬುದು ಖಾತ್ರಿಯಾಯಿತು. ನನ್ನ ಪಿರಿಯಡ್ಸ್ ಆಗಿ ಇನ್ನೂ ಹತ್ತು ದಿನಗಳೂ ಆಗಿರಲಿಲ್ಲ. ಅದರ ಬಗ್ಗೆ ನನಗೆ ಯಾವ ಸೂಚನೆಗಳೂ ಇರಲಿಲ್ಲವಾದ್ದರಿಂದ ಪ್ಯಾಡ್ ಗಳನ್ನು ತಂದಿರಲಿಲ್ಲ. ಇದ್ದಕ್ಕಿದ್ದ ಹಾಗೆ ರಕ್ತ ಕೆಳಕ್ಕೆ ಬಸಿದಂತಾಯಿತು. ಒಮ್ಮೆಗೆ ತಲ್ಲಣಗೊಂಡೆ. ಯಾರಾದರೂ ನನ್ನನ್ನು ಗಮನಿಸುತ್ತಿರಬಹುದೇ ಎಂದು ಸುತ್ತಲೂ ನೋಡಿಕೊಂಡೆ. ಕೃತಕವಾದ ನಗೆಯನ್ನು ಬೀರುತ್ತಿದ್ದೆನಾದರೂ ನನ್ನೊಳಗೆ

ಭಯ ತುಂಬಿಬಿಟ್ಟಿತ್ತು. ಅದೊಂದು ಮಾನ ಹೋಗುವ ಘಟನೆಯಾಗಿದ್ದರಿಂದ ನನಗೆ ಏನು ಮಾಡಬೇಕೆಂದು ತಿಳಿಯುತ್ತಿರಲಿಲ್ಲ. ತಕ್ಷಣವೇ ಟೀಮ್‌ನಿಂದ ಬೇರ್ಪಟ್ಟು ರೆಸ್ಟ್ ರೂಮಿನ ಕಡೆಗೆ ಓಡುತ್ತಿದ್ದೆ. ಏಕಿಲ್ಲದೆ ನಾನು ಹೊರಟಿದ್ದು ಯಾರಿಗೂ ಏನೆಂದು ತಿಳಿಯಲಿಲ್ಲ. ಬಹುಶಃ ಟೀಮ್‌ನವರು ನನ್ನನ್ನು ಕೂಗುತ್ತಿದ್ದಿರಬೇಕು. ನನಗೆ ಮಾತ್ರ ಅದ್ಯಾವುದೂ ಕೇಳಿಸುತ್ತಿರಲಿಲ್ಲ. ಓಡಿದೆ ಓಡಿದೆ ರೆಸ್ಟ್‌ರೂಮಿಗೆ ಹೋಗಿ ನಿಲ್ಲುವವರೆಗೂ ಸಮಾಧಾನವಾಗಿರಲಿಲ್ಲ. ಅಲ್ಲಿ ಯಾರಿಂದಲೋ ಬೇಡಿ ಪ್ಯಾಡ್ ಧರಿಸಿಕೊಳ್ಳುವಾಗ ಏದುಸಿರು ನಿಂತಿತ್ತು.

ನಮಗೆ ಎದುರಾಗುವ ಸಮಸ್ಯೆ ಆ ಕ್ಷಣದಲ್ಲಿ ಮುಗಿದರೆ ಒಂದು ಸಮಾಧಾನ. ಅದೇ ಮೊಳಕೆಯೊಡೆದು, ಸಸಿಯಾಗಿ, ಗಿಡವಾಗಿ, ಮರವಾಗಿ, ಹೆಮ್ಮರವಾಗಿ ಬೆಳೆದುಬಿಟ್ಟರೆ ನಮ್ಮ ಕೈಗೆ ನಿಲುಕದಾಗುತ್ತದೆ. ಹೆಚ್ಚು ಕಡಿಮೆ ನನಗೆ ಆಗಿದ್ದೂ ಇದೇ. ಸಮಸ್ಯೆ ಅಲ್ಲಿಗೆ ಮುಗಿಯಿತು ಎಂದುಕೊಂಡರೆ ಪ್ರಾರಂಭವಾಗಿತ್ತು ಎನ್ನಬಹುದೇನೋ. ನಾನು ರೆಸ್ಟ್ ರೂಮಿನಿಂದ ಹೊರಬರುವಾಗ ರೈನ್ ಡ್ಯಾನ್ಸ್ ಶುರುವಾಗಿತ್ತು. ಎಷ್ಟೋ ದಿನಗಳಿಂದ ನೀರಿನಲ್ಲಿ ಆಟವಾಡಬೇಕೆಂದುಕೊಂಡಿದ್ದು ಮಾತ್ರ ಕೈಗೂಡಿರದಿದ್ದಕ್ಕೆ ಬೇಸರವಾಯಿತು. ಇನ್ನೇನು ಮಾಡುವುದೆಂದು ಅಲ್ಲಿಯೇ ಬದಿಯಲ್ಲಿ ನಿಂತು ಎಲ್ಲರೂ ನೀರಿನಲ್ಲಿ ಡ್ಯಾನ್ಸ್ ಮಾಡುವುದನ್ನು ನೋಡುತ್ತಿದ್ದೆ. ಎಣ್ಣೆ ಹೇಗೆ ಉನ್ಮಾದವೋ ಈ ಕುಣಿತವೂ ಹಾಗೆ ಒಂದು ಉನ್ಮಾದವನ್ನು ಸೃಷ್ಟಿಸುತ್ತದೆ ಎಂದು ಅವತ್ತೇ ನನಗೆ ಗೊತ್ತಾಗಿದ್ದು. ಕುಣಿಯುತ್ತಿದ್ದ ಯಾರೋ ಒಬ್ಬ ನಮ್ಮ ಟೀಮಿನ ಹುಡುಗ ನನ್ನನ್ನು ನೋಡಿಬಿಟ್ಟಿದ್ದ. ರೈನ್ ಡ್ಯಾನ್ಸ್‌ನಲ್ಲಿ ಆಡಬೇಕು ಎಂದವಳು ಯಾಕೆ ಅಲ್ಲಿಯೇ ನಿಂತಿದ್ದಾಳೆ ಎಂದುಕೊಂಡಿದ್ದನಿರಬೇಕು. ದೂರದಿಂದಲೇ ನನ್ನನ್ನು ಕರೆಯುತ್ತಿದ್ದ. ನಾನು ಬರುವುದಿಲ್ಲ ಎಂದು ಹೇಳುತ್ತಿದ್ದೆ. ಆದರೆ ಆತ ನಾನು ತಪ್ಪಿಸಿಕೊಳ್ಳುವುದಕ್ಕೆ ಹೇಳುತ್ತಿದ್ದೇನೆ ಎಂದುಕೊಂಡಿರಬೇಕು. ಅಷ್ಟಕ್ಕೆ ಸುಮ್ಮನಾಗದ ಆತ, ಒಂದಿಬ್ಬರು ಹುಡುಗರನ್ನು ಕರೆದು ನನ್ನನ್ನು ಎಳೆ ತಂದು ನೀರಿನಲ್ಲಿ ನಿಲ್ಲಿಸುವ ಆಲೋಚನೆಯನ್ನು ಮಾಡುತ್ತಿದ್ದ. ನನಗೆ ಬಹಳ ಹೆದರಿಕೆಯಾಯಿತು. ಆಗುವ ವಿಪ್ಲವಗಳೆಲ್ಲ ಕಣ್ಣ ಮುಂದೆ ಕಾಣಿಸುವಂತಿತ್ತು. ನನ್ನ ಕಷ್ಟಗಳನ್ನೆಲ್ಲ ಈ ಹುಡುಗರಲ್ಲಿ ಹೇಗೆ ಹೇಳಬೇಕೆಂದು ತಿಳಿಯುತ್ತಿರಲಿಲ್ಲ. ಅವರಿಗಾದರೂ ಇವಳಿಗೆ ಹೀಗಿರಬಹುದೆಂದು ಯೋಚನೆ ಬರುವುದಕ್ಕಾದರೂ ಸಾಧ್ಯವಾ? ನನ್ನ ಪ್ರಕಾರ ಅಕ್ಕಾ, ತಂಗಿ ನೋಡದ, ಮನೆಯಲ್ಲಿ ಗಂಡು ಮಕ್ಕಳೇ ಇರುವ ಮನೆಗಳಲ್ಲಿ ಇದೆಲ್ಲ ಯಾವತ್ತೂ ಅರ್ಥವಾಗುವುದೇ ಇಲ್ಲ. ಅದು ಅವರಿಗೆ ಅರ್ಥವಾಗುವುದು ಮದುವೆಯಾಗಿ ಹೆಂಡತಿಯೋ, ಮಗಳೋ ಆ ನೋವಿನಲ್ಲಿದ್ದಾಗ ಮಾತ್ರ. ಅವತ್ತು ಅವರಿಂದ ತಪ್ಪಿಸಿಕೊಳ್ಳುವಾಗ ಜೀವವನ್ನು ಕೈಯಲ್ಲಿ ಹಿಡಿದು ಓಡಿದ್ದೆ.

ನನಗೆ ಈ ಮುಟ್ಟಿನ ಅನಿಶ್ಚಿತತೆ ಯಾಕೆ ಅಂಟಿಕೊಂಡಿದೆ ಎಂಬುದು ತಿಳಿಯುತ್ತಿಲ್ಲ. ಎಷ್ಟೋ ಡಾಕ್ಟರ್‌ಗಳ ಬಳಿ ನನ್ನ ಸಂಕಷ್ಟವನ್ನು ವಿಚಾರಿಸಿದರೂ ಹೆಚ್ಚೇನು ಪ್ರಯೋಜನವಾಗಲಿಲ್ಲ. ಇತ್ತೀಚೆಗಂತೂ ಅದು ಇನ್ನಷ್ಟು ಜಾಸ್ತಿಯಾಗುವಂತೆ ಅನ್ನಿಸುತ್ತಿದೆ. ಬಂದಾಗೆಲ್ಲ ನಾನು ನಾನಾಗಿರುವುದಿಲ್ಲ ಎಂದು ಮಾತ್ರ ಹೇಳಬಲ್ಲೆ. ಅದರ ಜೊತೆಯಲ್ಲಿ ಬರುವ ಕಾತರ, ಉದ್ವೇಗ, ಸಿಡುಕುತನ, ತಲೆನೋವು, ಜ್ವರ, ಸುಸ್ತು, ವಾಕರಿಕೆ ಇವನ್ನೆಲ್ಲ ಬದಿಗೆ ಸರಿಸಿ, ನಿರ್ಲಕ್ಷಿಸಿ ಬದುಕುವುದು ಸಾಧ್ಯವಾಗುತ್ತಿಲ್ಲ. ಈ ಮುಟ್ಟು ತನ್ನಷ್ಟಕ್ಕೆ ತಾನಿರದೇ ನನ್ನ ದೇಹವನ್ನೇ ಜರ್ಜರಿಸುತ್ತಿದ್ದೆ. ಅವತ್ತು ಪ್ರೋಜೆಕ್ಟ್ ರಿಲೀಸ್ ಹಿಂದಿನ ದಿನ ಪಿರಿಯಡ್ಸ್ ಆಗುವ ಸಂದರ್ಭದಲ್ಲಿ ಅನುಭವಿಸುವ ಯಾತನೆಗಳು ಯಾವ ವೈರಿಗೂ ಬೇಡವೆನಿಸುತ್ತದೆ. ಇದರ ಕಾರಣದಿಂದಲೇ ಅಲ್ಲವೇ ನನ್ನ ಪ್ರೋಜೆಕ್ಟ್ ಬದಲಾಗಿದ್ದು. ಅಪಮಾನವನ್ನು ಅನುಭವಿಸುವಂತಾಗಿದ್ದು ಎಂದು ನೆನಪಿಸಿಕೊಳ್ಳುವಾಗೆಲ್ಲ ಬೈದುಕೊಳ್ಳುತ್ತಿದ್ದೆ. ನನಗೀಗ ಅರ್ಥವಾಗುತ್ತಿದೆ. ಹೆಣ್ಣಾಗಿ ಹುಟ್ಟುವುದಕ್ಕಿಂತ, ಬದುಕುವುದು ಕಷ್ಟವೆಂದು. ಆಗಾಗ ನನ್ನಮ್ಮನಲ್ಲಿ ನನ್ನ ಬವಣೆಗಳನ್ನು ಹೇಳಿಕೊಳ್ಳುವೆ. ಇದು ಅವಳೂ ಕೂಡ ಎದುರಿಸಿದ ಸಮಸ್ಯೆಗಳೇ. ಅಮ್ಮ, ಪ್ಯಾಡುಗಳೇ ಇಲ್ಲದ ಸಮಯದಲ್ಲಿ ಏನೇನೋ ಬಟ್ಟೆಗಳನ್ನಿಟ್ಟು, ಮೂರು ನಾಲ್ಕು ದಿನಗಳು ಪರದೇಶಿಯಂತೆ ಮನೆಯ ಹೊರಕ್ಕೆ ಕುಳಿತುಕೊಂಡಿದ್ದೆಲ್ಲ ನನ್ನ ಕಣ್ಣ ಮುಂದೆ ಬರುತ್ತವೆ. ನನ್ನಾಲಿಸುವ ಪಾಪ ಅವಳಿಗೆ, ನನ್ನ ಸಮಸ್ಯೆಯ ಬಗ್ಗೆ ಏನು ಹೇಳಬೇಕೆಂದು ತಿಳಿಯದೆ ಈ ವರುಷ ಮದುವೆಯನ್ನು ಮಾಡುತ್ತೇವೆ. ಹಾಯಾಗಿ ಗಂಡನ ಮನೆಯಲ್ಲಿ ಇರು, ಈ ಕೆಲಸ ಬಿಟ್ಟು ಬಿಡು ಎನ್ನುತ್ತಾಳೆ. ಅಮ್ಮ ಹೇಳಿದ ಹಾಗೆ ಕೆಲಸವನ್ನು ಬಿಡುವುದಕ್ಕೆ ನಾನಂತೂ ಸಿದ್ಧಳಿಲ್ಲ. ಕೆಲಸ ಮಾಡುವ ಬಗ್ಗೆ ನನಗಂತೂ ಸ್ಪಷ್ಟತೆಯಿತ್ತು. ಅಮ್ಮನ ತರ ನಾನಾಗಬಾರದೆಂದು ಬಾಲ್ಯದಲ್ಲಿಯೇ ನಾನು ನಿರ್ಧರಿಸಿ ಬಿಟ್ಟಿದ್ದೆ. ಅಮ್ಮ ಕೆಲಸ ಮಾಡುವುದಕ್ಕೆ ಶಕ್ತಿ ಮತ್ತು ಆಸಕ್ತಿ ಇದ್ದರೂ ಅಪ್ಪ ಮಾತ್ರ ಬಿಟ್ಟಿರಲಿಲ್ಲ. ಅಪ್ಪನಿಗೆ ಅದೇನೋ ಹೆಂಡತಿ ಕೈಯಲ್ಲಿ ದುಡಿಸುತ್ತಿದ್ದೀಯ ಎಂದು ಯಾರಾದರೂ ಕೇಳಿಬಿಟ್ಟರೇ ಎಂಬ ಭಯ ಕಾಡುತ್ತಿತ್ತು. ಅಪ್ಪ ತನ್ನ ಸಂಪಾದನೆಯಲ್ಲಿಯೇ ಸಂಸಾರವನ್ನು ಸಾಗಿಸುತ್ತಿದ್ದ. ಆದರೆ ಅಮ್ಮ ಮಾತ್ರ ಅಪ್ಪನಿಗೆ ಒಂದೊಂದು ರೂಪಾಯಿಗೆ ಲೆಕ್ಕವನ್ನು ಕೊಡುತ್ತಾ, ಸ್ವಾತಂತ್ರ್ಯವೇ ಇಲ್ಲದವಳಂತೆ ಕೈಕಟ್ಟಿ ತನ್ನ ಸುಖ, ಆಸೆ, ಆಕಾಂಕ್ಷೆಗಳನ್ನು ಬದಿಗೆ ಒತ್ತಿ, ಸದಾ ತ್ಯಾಗವನ್ನು ಮಾಡುತ್ತಿರುವುದನ್ನೆಲ್ಲ ಕಾಣುವಾಗೆಲ್ಲ ನನಗೆ ಸಂಕಟವಾಗುತ್ತಿತ್ತು.

ಕೈಯಲ್ಲಿ ಕೆಲಸವಿಲ್ಲದೇ ಕುಳಿತುಕೊಳ್ಳುವಾಗ ಆಗುವ ಚಡಪಡಿಕೆ, ಮಾನಸಿಕ ಆಘಾತ ಎಷ್ಟು ಎಂಬುದು ಈಗ ನನಗೆ ಅರ್ಥವಾಗುತ್ತಿತ್ತು. ಹೊಸ ಪ್ರೋಜೆಕ್ಟ್ ಕೊಡುತ್ತೇವೆ ಎಂದವರು ಯಾರೂ ಕೂಡ ಏನನ್ನೂ ಕೊಟ್ಟಿರಲಿಲ್ಲ.

ಎರಡು ಮೂರು ಬಾರಿ ನಾನೇ ವಿಚಾರಿಸಿದರೂ ಅಂತಹ ಸ್ಪಂದನೆಯೂ ಸಿಕ್ಕಿರಲಿಲ್ಲ. ನಾನಂತೂ ಕಾರ್ಪರೇಟ್ ಕಂಪನಿಗಳ ಕಸದಂತೆ ಎತ್ತಿ ಬೀಸಾಕುವ ಧೋರಣೆಯನ್ನು ಮನಸೋ ಇಚ್ಛೆ ಬೈದುಕೊಳ್ಳುತ್ತಿದ್ದೆ. ಆದರೆ ಏನೂ ಮಾಡುವಂತಿರಲಿಲ್ಲ. ಎಷ್ಟೋ ಜನ ಏನಾಯಿತು ಎಂದೆಲ್ಲ ವಿಚಾರಿಸುತ್ತಿದ್ದರು. ಅವರು ಬರುವುದು ಸಾಂತ್ವನಗೊಳಿಸುವುದಕ್ಕೊ, ಮೂದಲಿಸುವುದಕ್ಕೊ ಎಂಬುದು ಮಾತ್ರ ಅರ್ಥವಾಗುತ್ತಿರಲಿಲ್ಲ.

ನನ್ನ ಮನಸ್ಸಂತೂ ದುಗುಡಗೊಂಡಿತ್ತು. ಬೇಜಾರಿನಲ್ಲಿಯೇ ಬೆಳಗ್ಗೆ ಎದ್ದು ಬಂದು, ಪಿಜಿಯ ಬಾಲ್ಕನಿಯಲ್ಲಿ ನಿಂತು ಟೀ ಕುಡಿಯುತ್ತ, ಮೊಬೈಲ್ ಹಿಡಿದು ರಸ್ತೆಯನ್ನೇ ನೋಡುತ್ತಿದ್ದೆ. ನೂರಾರು ಮಂದಿ ತಮ್ಮ ಬದುಕನ್ನು ಕಟ್ಟಿಕೊಳ್ಳುವುದಕ್ಕೋ ಇನ್ನೇನಕ್ಕೋ ಏನೋ ಓಡಾಡುತ್ತಿದ್ದರು. ಅಲ್ಲೊಬ್ಬಳು ತರಕಾರಿ ತರಕಾರಿ ಎಂದು ಕೂಗಿಕೊಳ್ಳುತ್ತಿರುವ ಹೆಂಗಸು, ಗಾರ್ಮೆಂಟ್‌ಗೆ ಹೊತ್ತಾಯಿತೆಂದು ಗಡಿಬಿಡಿಯಲ್ಲಿ ಚಲಿಸುತ್ತಿರುವ ಯಾರೋ ಹೆಣ್ಣು ಮಗಳು, ಕಾಲೇಜಿನ ಬಸ್ಸಿಗಾಗಿ ಕಾಯುತ್ತಿರುವ ಹುಡುಗಿ, ರಸ್ತೆಯ ಕಸವನ್ನು ಗುಡಿಸುತ್ತಿರುವ ಮಹಿಳೆ, ಸಿಗ್ನಲ್‌ನಲ್ಲಿ ಮಗುವನ್ನು ಹೊತ್ತಿರುವ ಬಿಕ್ಷುಕಿ ಹೀಗೆ ಹೆಣ್ಣು ಮಕ್ಕಳೇ ನನ್ನ ಕಣ್ಣಿಗೆ ಕಾಣಿಸುತ್ತಿದ್ದರು. ಅವರನ್ನೊಮ್ಮೆ ಕೂಗಿ ಕೇಳಬೇಕು, ನನ್ನಂತೆ ಸಮಸ್ಯೆಯನ್ನು ನೀವು ಹೊತ್ತವರಾ ಎಂದೆನಿಸುತ್ತಿತ್ತು. ಇದ್ದರೂ ಇರಬಹುದು ಅವರೂ ಹೆಣ್ಣಲ್ಲವೇ ಎಂದುಕೊಂಡೆ. ಸ್ವಲ್ಪ ಹೊತ್ತು ಅವರನ್ನೇ ನೋಡುತ್ತಿದ್ದೆ. ಯಾಕೋ ಮತ್ತೆ ಬೇಸರ ಆವರಿಸಿತು. ಯಾವುದೂ ಬೇಡವೆಂದಿನಿಸುತ್ತಿತ್ತು. ಸುಮ್ಮನ್ನೇ ಫೇಸ್ಬುಕ್ ನೋಡುತ್ತ ಕುಳಿತಿದ್ದೆ. ಯಾವುದೋ ಪೋಸ್ಟ್ ವೈರಲ್ ಆಗಿತ್ತು. ಅದು ಮುಟ್ಟಿನ ಬಗ್ಗೆ ಎಂದುಕೊಳ್ಳುವಾಗ ಕುತೂಹಲ ಹೆಚ್ಚಿತ್ತು. ಸರ್ಕಾರ ಮುಟ್ಟಿನ ರಜೆ ಬಗ್ಗೆ ಯೋಚಿಸುತ್ತಿದೆ ಎಂಬ ಸುದ್ದಿಯೊಂದನ್ನು ಓದುವಾಗ ಪುಳಕವಾಗಿತ್ತು. ಅಬ್ಬಾ ಹೀಗೆಂದು ಜಾರಿಯಾದರೆ ನನ್ನಂತವಳಿಗೆ ಎಂತಹ ಅನುಕೂಲವಾಗುತ್ತದೆ ಎಂದುಕೊಂಡೆ. ಇದು ಜಾರಿಯಾಗಲೇಬೇಕೆಂದು ಎಲ್ಲರೂ ಒತ್ತಾಯವನ್ನು ಮಾಡಬೇಕು ಎಂದೆನಿಸಿತು. ಆದರೆ ಇದನ್ನೆಲ್ಲ ನಮ್ಮಂತಹ ಕಂಪನಿಗಳು ಸುಲಭವಾಗಿ ಜಾರಿಗೆ ಮಾಡಬಹುದೇನೋ. ಆದರೆ ಪಾಪ ಕೂಲಿನಾಲಿ, ಗಾರ್ಮೆಂಟ್ಸ್‌ನಲ್ಲಿ ಕೆಲಸ ಮಾಡುವ ಹೆಣ್ಣುಮಕ್ಕಳಿಗೆ ಏನು ಮಾಡಬಹುದು ಎಂಬುದು ತಿಳಿಯಲಿಲ್ಲ. ಪುರುಷ ಪ್ರಧಾನ ಈ ವ್ಯವಸ್ಥೆಯಲ್ಲಿ ಅವರೆಲ್ಲ ಹೇಗೆ ಯೋಚಿಸಬಹುದು ಎಂಬ ಸ್ಪಷ್ಟತೆ ಸಿಗಲಿಲ್ಲ.

ಅವತ್ತೆ ಆಫೀಸಿನ ಲಂಚ್ ಟೇಬಲ್‌ನಲ್ಲಿಯೂ ಇದರ ಬಗ್ಗೆಯೇ ದೊಡ್ಡ ಚರ್ಚೆ ನಡೆದಿತ್ತು. ಎಲ್ಲರೂ ಮುಟ್ಟಿನ ರಜೆಯ ಸಾಧಕ ಬಾಧಕಗಳ ಬಗ್ಗೆ ಚರ್ಚೆಯನ್ನು ನಡೆಸುತ್ತಿರುವಾಗ ನನ್ನ ಸಮಸ್ಯೆಯನ್ನು ಎಲ್ಲರ ಮುಂದೆ

ಹೇಳಿಕೊಳ್ಳೋಣ ಎಂದೆನಿಸುತ್ತಿತ್ತು. ಆದರೆ ಅದೊಂದು ಮುಜುಗರದ, ವಿಷಯ ಯಾರು ಏನು ತಿಳಿದುಕೊಳ್ಳುತ್ತಾರೆಂದು ಸುಮ್ಮನೇ ನನ್ನಷ್ಟಕ್ಕೆ ಕುಳಿತಿದ್ದೆ. ಆದರೆ ನನ್ನ ಮೇನೆಜರ್ ಅನಿಲ್ ಆಡಿದ್ದ ಮಾತುಗಳನ್ನು ಕೇಳುವಾಗ ನನ್ನ ಮೈಯೆಲ್ಲ ಉರಿದಿತ್ತು. "ಮೊದಲೇ ಅವರು ಕೆಲಸ ಮಾಡುತ್ತಾರೋ ಇಲ್ಲವೋ ಎಂಬುದು ಗೊತ್ತಾಗುವುದಿಲ್ಲ. ಈಗ ಈ ರಜೆ ಕೊಟ್ಟರೇ ಅಷ್ಟೇ. ಮುಗಿದೇಹೋಯಿತು" ಎಂದು ವ್ಯಂಗ್ಯದಲ್ಲಿ ಹೇಳಿದ್ದ. ಅವನು ನನ್ನನ್ನು ಗುರಿಯಾಗಿರಿಸಿಕೊಂಡು, ನನ್ನ ಕೆಲಸದ ವಿಚಾರವಾಗಿಯೇ ಕುಹಕವಾಡಿ ಮಾತನಾಡಿದ್ದ ಅನ್ನಿಸುತ್ತೆ. ಮುಟ್ಟಿನ ರಜೆಯ ಬಗ್ಗೆ ಮಾತನಾಡುವ ಆತ ಒಮ್ಮೆ ತನ್ನ ಹೆಂಡತಿ, ಮಗಳಲ್ಲಿ ಒಮ್ಮೆ ಕೇಳುಬೇಕು. ಇಲ್ಲ ಮುಂದೊಂದು ಜನ್ಮದಲ್ಲಿ ನೀನೇ ಹೆಣ್ಣಾಗಿ ಹುಟ್ಟಿದರೆ ಮಾತ್ರವೇ ನಿನಗೆ ಆಗ ರಜೆ ಬೇಕೋ? ಬೇಡವೋ? ತಿಳಿಯುತ್ತದೆ ಎಂದು ಹೇಳಬೇಕೆಂದು ಬಾಯಿ ತೆರೆದಿದ್ದೆ. ಆದರೆ ಮತ್ತೊಮ್ಮೆ ಅವನಲ್ಲಿಯೇ ನನ್ನ ಕೆಲಸದ ಬಗ್ಗೆ ಮಾತನಾಡಬೇಕಿದ್ದ ಕಾರಣಕ್ಕೋ ಏನೋ ಅಸಹಾಯಕಳಾಗಿ ಮೌನವಾಗಿ ಕುಳಿತುಕೊಳ್ಳಬೇಕಾಗಿತ್ತು.

ಮಧ್ಯಾಹ್ನದ ಊಟವನ್ನು ಮುಗಿಸಿ ಸುಮ್ಮನೇ ಮೇಲ್ ಚೆಕ್ ಮಾಡುತ್ತಿರುವಾಗ ಪೀಟರ್ಸನ್ ಮೇಲ್ ಒಂದನ್ನು ಕಳುಹಿಸಿದ್ದು ಕಾಣಿಸುತ್ತಿತ್ತು. ನಾನು ಪ್ರೊಜೆಕ್ಟ್ ನಿಂದ ದೂರವಿದ್ದು ಆಗಲೇ ಒಂದೆರಡು ವಾರವಾಗಿರುವ ಈಗ ಅವನೇಕೆ ನನಗೆ ಮೇಲ್ ಕಳುಹಿಸುತ್ತಾನೆ ಎಂಬ ಕುತೂಹಲ, ಅಚ್ಚರಿ, ಭಯ ಎಲ್ಲವೂ ಏಕಕಾಲದಲ್ಲಿ ಸಮ್ಮಿಳಿತವಾಗಿ ಶಾಕ್ ಆಗಿತ್ತು. ನಡುಗುತ್ತಲೇ ಒಪನ್ ಮಾಡಿದ್ದೆ. "ಡಿಯರ್ ನೀತು, ದಟ್ ಇಸ್ಯು ನಾಟ್ ಬಿಕಾಸ್ ಆಫ್ ಅವರ್ ಪ್ರೊಡಕ್ಟ್. ಇಟ್ ವಾಸ್ ಡ್ಯೂಟು ಕಸ್ಟಮರ್ ಎನ್ವಿರಾನ್ಮೆಂಟ್. ಸಾರಿ ಫಾರ್ ಆಲ್ ಇನ್ ಕನ್ವಿನಿಯನ್ಸ್" ಎಂಬ ಕ್ಷಮಾಪಣೆ ಕೋರಿ ಬರೆದಿದ್ದ. ಬರೆದಿರುವುದನ್ನು ಓದುವಾಗ ನನಗಂತೂ ನಂಬುವುದಕ್ಕೆ ಸಾಧ್ಯವಾಗಲಿಲ್ಲ. ಇಷ್ಟು ದಿನ ಅನುಭವಿಸಿದ ನೋವೆಲ್ಲವೂ ಕಪ್ಪು ಹಲಗೆಯ ಮೇಲೆ ಬರೆದ ಅಕ್ಷರಗಳನ್ನು ಅಳಿಸಿದಂತೆ ಎಲ್ಲವೂ ಮರೆಯಾಗುತ್ತ ಕಣ್ಣುಗಳು ಅರಿವಿಲ್ಲದಂತೆ ತೇವಗೊಂಡವು. ನನ್ನೊಳಗಿನ ಆತ್ಮವಿಶ್ವಾಸವೂ, ಗರ್ವವೂ ಪುಟಿಯುತ್ತ ಹೆಮ್ಮರವಾದಂತೆ ಅನಿಸಿ, ಯಾವ ಬಿರುಗಾಳಿಯೂ ನನ್ನನ್ನು ಮುಟ್ಟಲಾಗುವುದಿಲ್ಲ ಎಂದು ಗಟ್ಟಿಯಾಗಿ ಬೀಗಿ ಹೇಳಿಕೊಳ್ಳುತ್ತಿದ್ದೆ.

ಬದುಕು ಜಟಕಾ ಬಂಡಿ

ರವಿಕುಮಾರ ಶಿವರಗೋಳ

ಎಷ್ಟೋ ದಿನದಿಂದ ದುರಸ್ತಿ ಕಾಣದ ಫ್ಯಾನು, ಧಡಕ ಧಡಕ ಓಡುವ ರೈಲಿನಂತೆ ಕಡ್ ಕಡ್ ಕಡಕ್ ಎಂದು ವಿಚಿತ್ರ ತಾಳ ರಾಗದಲ್ಲಿ ತಿರುಗುತ್ತದೆ. ಬ್ಯಾಂಕ್ ನೌಕರಿಯಲ್ಲಿರುವ ಪರಶುರಾಮನಿಗೆ ಹೊಸ ಫ್ಯಾನು ತಂದುಕೊಳ್ಳುವುದು ದೊಡ್ಡ ಮಾತೇನಲ್ಲ. "ಅಲ್ರಿ, ಅದೇನದು ಫ್ಯಾನಾ? ಮದುವೆಮನೆ ಜನರೇಟರ್? ಕೆಳಗಿನ ಮನೆಗೂ ಅದರ ಸದ್ದು ಕೇಳ್ತಿದೆ, ಹೊಸಾ ಫ್ಯಾನು ತರೋದಲ್ಲೇನು" ಎಂದು ಪರುಶುರಾಮ ಬಾಡಿಗೆ ಇದ್ದ ಮನೆಯೊಡತಿ ಖುದ್ದು ಮೀನಾಕ್ಷಿಯ ಎದುರಿಗೆ ಸಾಕಷ್ಟು ಬಾರಿ ಹೇಳಿದ್ದರೂ, ಯಾವ ಬದಲಾವಣೆಯೂ ಆಗಿರಲಿಲ್ಲ. ಏನೇನೋ ಸಬೂಬು ಹೇಳಿ ಎದ್ದು ಹೋಗುವ ಮೀನಾಕ್ಷಿ, ಅವಳ ಕಾಲ ಸಪ್ಪಳ, ಕೈ ಬಳೆಯ ಸದ್ದಿನಿಂದಲೇ ತನ್ನ ಮೀನಾಕ್ಷಿ ಸಿಡಿಮಿಡಿಗೊಂಡಿದ್ದಾಳೆಂಬುದು ಅರಿವಿಗೆ ಬಂದರೂ ಪರಶುರಾಮ ದುರಸ್ತಿಗೆ ಮನಸ್ಸು ಮಾಡಿರಲಿಲ್ಲ. ಮದುವೆಯಾದ ಹೊಸತರಲ್ಲಿ ಬರುವಾಗ ಮೀನಾಕ್ಷಿ ತನ್ನ ಬಟ್ಟೆ ಹೊಲಿಯುವ ಕಾಯಕದಿಂದ ಬಂದ ಹಣದಲ್ಲಿ ಉಡುಗೊರೆಯಾಗಿ ತಂದ ಫ್ಯಾನದು. ಅದರ ಜೊತೆಗೆ ತಮ್ಮ ಬದುಕಿನ ಯಾವುದೋ ಒಂದು ತಂತಿ ಬೆರೆತಿದೆ ಅಂತನ್ನಿಸಿ ಪರಶುರಾಮ ಅದನ್ನು ಇಲ್ಲಿಯವರೆಗೂ ಬದಲಾಯಿಸಲು ಹೋಗಿಲ್ಲ. ಎಲ್ಲಿ ತಾನು ಅದನ್ನು ರಿಪೇರಿಗೆ ಕೊಟ್ಟರೆ ದುರಸ್ತಿ ಮಾಡುವವ ಇನ್ನಷ್ಟು ಹದಗೆಡಿಸಿಡುತ್ತಾನೇನೋ ಎಂಬ ಭಯದಿಂದ ಅದನ್ನು ರಿಪೇರಿ ಮಾಡುವ ಗೋಜಿಗೂ ಹೋಗದೆ ಉಳಿದಿದ್ದಾನೆ. ತನ್ನೆಲ್ಲ ಶಕ್ತಿಯನ್ನು ಮೀರಿ ಯಾವುದೋ ಅಸ್ಪಷ್ಟವಾದ ರಾಗದಲ್ಲಿ ತಿರುಗುತ್ತಿರುವ ಫ್ಯಾನಿಗೂ, ತಮ್ಮೆಲ್ಲಾ ಅಭದ್ರತೆಗಳ ನಡುವೆಯೂ ಬದುಕುತ್ತಿರುವ ತನ್ನ ಕುಟುಂಬಕ್ಕೂ ಯಾವುದೇ ವ್ಯತ್ಯಾಸವಿಲ್ಲ ಎಂಬುದು ಪರುಶುರಾಮನ ಎದೆಯ ಮಾತು.

ಪರಶುರಾಮನ ಮನೆಯ ದೊಡ್ಡದಾದ ಸ್ಮಾರ್ಟ್ ಟಿವಿಯಲ್ಲಿ ಬರುವ ಹೊಸ ಹೊಸ ಕಂಪೆನಿಯ ಫ್ಯಾನಿನ ಜಾಹೀರಾತು ನೋಡಿದಾಗ ಮಾತ್ರ ಈಗಿರುವ ವಯಸ್ಸಾದ ಫ್ಯಾನಿಗೆ, ಅಂಧೇರಿ ಸ್ಟೇಷನ್ನಿನ ಫ್ಲಾಟ್ ಫಾರ್ಮ್‌ನಲ್ಲಿ ಬೆಳಗಿನ ಜಾವ ನಡೆದು ಹೋಗುವ ತುಂಡು ಚಡ್ಡಿಯ ಸುಂದರ ಹುಡುಗಿಯರನ್ನು ಕಂಡಷ್ಟೇ ಬೆರಗಾಗುತ್ತದೆ ಅಥವಾ ತಾನೂ ಒಮ್ಮೆ ರಿಪೇರಿ ಮಾಡುವವನ ಕೈಯಲ್ಲಿ ಸಿಕ್ಕು ಹೊಚ್ಚ ಹೊಸದಾಗಿ ತಿರುಗುವ ಆಶಾಭಾವವೊಂದು ಹುಟ್ಟಬಹುದು. ಆದರೆ ಬದುಕಿನಲ್ಲಿ ಆಶಾಕಿರಣವೇ ಇಲ್ಲದ, ಸದಾ ಕೃತಕ ಅನಿಸುವಂತೆ ಬದುಕುತ್ತಿರುವ, ಕೇವಲ ಸುತ್ತ ಸಮಾಜದ ನಾಲಿಗೆ ತುದಿಯಲ್ಲಿ "ಸುಂದರ ಸಂಸಾರ" ಎಂಬ ಬಿರುದು ಉಳಿಸಿಕೊಳ್ಳಲು ಹೋರಾಡುವಂತೆ, ಒಬ್ಬರಿಗೊಬ್ಬರು ಪರಸ್ಪರ ಮಾತೇ ಆಡದೆ ಉಳಿದ ತನ್ನ ಬದುಕು ರಿಪೇರಿ ಆಗದ ಹೊರತು ಈ ಫ್ಯಾನು ಹೀಗೆ ಇರುತ್ತದೆ ಎಂದು ತನಗೇ ಗೊತ್ತಿಲ್ಲದೆ ಕರಾರು ಹಾಕಿಕೊಂಡಂತಿದೆ ಪರಶುರಾಮ. ಹಿಂದೆಂದೋ ತಾವು ಆಡಿದ ಮಾತುಗಳಿಗೆ, ಸುಂದರ ಸ್ವಪ್ನದಂತೆ ಕಳೆದ ರಾತ್ರಿಗಳಿಗೆ, ನೋವು, ಸಂತಸ, ಬೆರಗು, ರೋಮಾಂಚನಗಳಿಗೆ ಸಾಕ್ಷಿಯಂತಿರುವ ಈ ಫ್ಯಾನು ತಮ್ಮ ಬದುಕಿನ ಕಥೆಯನ್ನೇ ತಿರುಗಿಸಿ ಹೇಳುತ್ತದೆ ಅನ್ನಿಸುತ್ತದೆ ಅವನಿಗೆ.

ಮೀನಾಕ್ಷಿ ಮಾತ್ರ ಪ್ರತಿ ರಾತ್ರೆ ಮಲಗುವ ಮುನ್ನ "ಈ ಫ್ಯಾನು ರಿಪೇರಿ ಮಾಡ್ಲೋ ಟೈಮಾದ್ರೂ ಯಾವಾಗ ಬರುತ್ತೋ, ಹಾಳು ಮುಂಡೇದು. ನಿದ್ದೆ ಮಾಡೋಕೂ ಬಿಡೋಲ್ಲ" ಎಂದು ಶಾಪ ಹಾಕುತ್ತಾ, ನಾಳೆ ತಾನು ಹೋಗಬೇಕಾದ ಲೊಕೇಶನನ್ನು ಗೂಗಲ್ ಮ್ಯಾಪಿನಲ್ಲಿ ಝೂಮ್ ಮಾಡಿ ನೋಡುತ್ತಿರುತ್ತಾಳೆ. "ನಾಳೆ ಇಲ್ಲಿಗೆ ಬನ್ನಿ, ಅಲ್ಲಿಂದ ನನ್ನ ಕಾರಲ್ಲೇ ಹೋಗುವಾ" ಎಂದು ದೈನಿಕ ಧಾರಾವಾಹಿ ನಿರ್ದೇಶಕ ಸರ್ಫರಾಜನ ಮೆಸೇಜಿಗೆ "ಓಕೆ ಡನ್" ಎಂದು ಬರೆದು ಕೊನೆಗೆ "ಸರ್" ಎನ್ನುವುದು ಮರೆತನಲ್ಲ ಎಂದು ತಕ್ಷಣ ನೆನಪಾದಾಗ "ಸರ್" ಎನ್ನುತ್ತಾಳೆ. ಆಕಡೆಯಿಂದ ಬಂದ ಸ್ಮೈಲ್ ಇಮೋಜಿಗೆ ಏನೆಂದು ಪ್ರತಿಕ್ರಿಯೆ ನೀಡಲಿ ಎಂಬುದು ತಿಳಿಯದೇ ನಸುನಗುತ್ತಾ ಮಗ್ಗಲು ಬದಲಾಯಿಸುತ್ತಾಳೆ. ಕಿಟಕಿಯಿಂದ ಒಳಗೆ ಬಿದ್ದ ಚಂದ್ರನ ಮಂದ ಬೆಳಕಿನಲ್ಲಿ ಕಾಣುವ ಮೀನಾಕ್ಷಿಯ ಇಂತಹ ಒಂದು ನಸುನಗೆಯೇ ಪರಶುರಾಮನ ಅವತ್ತಿನ ನಿದ್ದೆ ಕಸಿದುಕೊಂಡುಬಿಡುತ್ತದೆ.

***

ಒಳಗೆ ತನಗಾಗಿಯೇ ಮೀಸಲಿರುವ ಕೋಣೆಯಲ್ಲಿ ದಾದು ಅಭ್ಯಾಸದಲ್ಲಿ ತೊಡಗಿರುತ್ತಾನೆ. "ನೀನು ಈಗ ಸಣ್ಣ ಹುಡುಗ ಅಲ್ಲ, ಹತ್ತನೇ ಕ್ಲಾಸು. ಆಟ, ಸಿನಿಮಾ, ತಿರುಗಾಟ, ಮೊಬೈಲ್ ಎಲ್ಲಾ ಬಂದ್, ನೀನಾಯ್ತು ನಿನ್ನ ಸ್ಟಡಿ

ಆಯ್ತು. ಅದರಾಚೆಗೆ ಏನಾದ್ರೂ ಕಿತಾಪತಿ ಮಾಡಿದ್ರೆ ಖಬರದಾರ್" ಎಂಬ ಅಪ್ಪ ಪರಶುರಾಮನ ತಾಕೀತು ದಾದುವನ್ನು ಆ ಕೋಣೆಯಲ್ಲೇ ಸದಾ ಉಳಿಯುವಂತೆ ಮಾಡಿದೆ. ಈಗೀಗ ಯಾವುದೋ ಸಂಜೆಗೊಮ್ಮೆ ಮಾತ್ರ ಅಪ್ಪನ ಕಣ್ತಪ್ಪಿಸಿ ತನ್ನ ಸೈಕಲ್ ಹತ್ತಿಕೊಂಡು ಜಯನಗರದ ಮೂರನೇ ಅಡ್ಡರಸ್ತೆಯ ಮೊದಲ ಮನೆಯಲ್ಲಿರುವ ತನ್ನ ಗೆಳೆಯ ಮುನ್ನಾನ ಜೊತೆಗೆ ಸಮಯ ಕಳೆಯುತ್ತಾನೆ. ಶಿವಾಜಿ ಸರ್ಕಲ್ ಎದುರಿಗೆ ಇರುವ ಸರ್ಕಾರಿ ಪ್ರಾಥಮಿಕ ಶಾಲೆಯಿಂದ ಹಿಡಿದು ಈಗಿರುವ ಗೋಖಲೇ ನಗರದ ಜೋಸೆಫ್ ಹೈಸ್ಕೂಲವರೆಗೂ ಜೊತೆಗೇ ಓದಿದ ದಾದುವಿನ ಖಾಸಾ ಗೆಳೆಯನವನು. ಮುನ್ನಾನ ಅಮ್ಮಿಯ ಮೈಯಿಂದ ಹೊಮ್ಮುವ ಅತ್ತರಿನ ಪರಿಮಳ, ಅವಳ ಅಕ್ಕರೆಯ ಮಾತು, ಅವತ್ತಷ್ಟೇ ಮಾಡಿಕೊಂಡು ತಿಂದು ಖಾಲಿಯಾಗಿ ಮನೆಯ ತುಂಬೆಲ್ಲಾ ಹರಡಿದ ಬಿರಿಯಾನಿ ಘಮ, "ದಾದು ಮಾಮು.." ಎನ್ನುತ್ತಾ ಓಡೋಡಿ ಬಂದು ಅಪ್ಪಿಕೊಳ್ಳುವ ಮನ್ನಾನ ಪುಟ್ಟ ತಂಗಿಯ ಮೃದು ಅತ್ತರಿನ ಸುವಾಸನೆ ಬೆರೆತ ಸ್ವಾಗತ, ಹೊರಗೆಲ್ಲೋ ಆಡಿಕೊಂಡಿದ್ದರು ದಾದು ಬಂದನೆಂದು ತಿಳಿದ ಕೂಡಲೇ ಬೆವರು ಒರೆಸಿಕೊಳ್ಳುತ್ತಾ ಓಡೋಡಿ ಮನೆಗೆ ಬಂದು ಎದುರಾಗಿ ಬಿಡುವ ಮುನ್ನಾ, ಅಲ್ಲಿಂದ ಇಲ್ಲಿ-ಇಲ್ಲಿಂದ ಅಲ್ಲಿ ಮತ್ತೆಲ್ಲೋ ಬೀದಿಯಲ್ಲಿ ತಿರುಗಿ ಮತ್ತದೇ ನಿಲ್ದಾಣದ ತುದಿಯಲ್ಲಿ ನಿಂತು ಮತ್ತೆ ಹೊರಟು ಈ ನಗರದಲ್ಲೇ ಸುತ್ತು ಹೊಡೆಯುವ ಮುನ್ನಾನ ತಂದೆಯ ಆಟೋ, ಖಾಲಿ ಇದ್ದಾಗ ಮುನ್ನಾ, ದಾದು, ಮುನ್ನಾನ ತಂಗಿ, ಅವನ ಅಮ್ಮ ಎಲ್ಲರನ್ನೂ ಆಟೋದಲ್ಲಿ ಕೂರಿಸಿಕೊಂಡು ಸಮುದ್ರ ತೀರದಲ್ಲಿ ಇಳಿಸುವ ಮುನ್ನಾನ ಅಬ್ಬು, ಕೇವಲ ಹಿಂದಿ ಭಾಷೆಗಾಗಿಯೇ ಸಿಮಿತವಾದಂತೆ ಕಾಣುವ ಅವರ ಮನೆ ಮತ್ತು ಅವರ ಮನೆಯ ಟಿವಿಯಲ್ಲಿಯ ಕಪಿಲ್ ಶರ್ಮಾನ್ ಕಾಮಿಡಿ ಶೋಗಳು ದಾದುವಿನಲ್ಲಿ ವಿಶೇಷ ಬೆರಗು ಮೂಡಿಸುತ್ತವೆ. ಏನೋ ಹೊಸ ಚೈತನ್ಯ ದೊರೆಯುತ್ತದೆ.

"ಕಂಬೈನ್ಡ್ ಸ್ಟಡಿ ಇದೆ ಪಪ್ಪ, ಮುನ್ನಾ ಮನೆಗೆ ಹೋಗ್ತೇನೆ" ಎಂಬುದೊಂದು ನೆಪ ಸಾಕು ದಾದುವಿಗೆ. "ಹೋಗು. ಆದ್ರೆ ಹಲ್ಕಟ್ ಕೆಲ್ಸ ಏನು ಮಾಡೋಹಾಗಿಲ್ಲ ದಾದು, ಓದಾಯ್ತು ನೀವಾಯ್ತು" ಎಂದು ಪರುಶುರಾಮ ಮುದ್ದಾಂ ಈ ಮಾತನ್ನು ಹೇಳಿಯೇ ಕಳಿಸುತ್ತಾನೆ. ಪ್ರತಿ ರವಿವಾರದ ಸೂಟಿಯನ್ನು ಮುನ್ನಾನ ಮನೆಯಲ್ಲೇ ಕಳೆಯುವ ದಾದುವಿಗೆ ಮುನ್ನಾನ ಅಮ್ಮೀ ಮಾಡಿದ ಬಿರಿಯಾನಿ ಭೋಜನ ಸಿದ್ಧವಾಗಿರುತ್ತದೆ. "ನಾನ್ ವೆಜ್ ತಿಂದು ಬಂದ್ರೆ ಮನೆಗೇ ಸೇರಿಸ್ಕೊಳಲ್ಲ ದಾದು ನೆನಪಿಟ್ಟಕೋ" ಎಂದು ತಾಕೀತು ಮಾಡಿ ಕಳುಹಿಸಿದ ಅಮ್ಮ ಮೀನಾಕ್ಷಿಯ ಮಾತನ್ನು ದಾದು ಸಾವಿರ ಬಾರಿ ಮೀರಿದ್ದಾನೆ.

ಪರಶುರಾಮನಿಗೆ ಮಾತ್ರ ನಾನ್ ವೆಜ್ ವಿಷಯದಲ್ಲಿ ಯಾವತ್ತೂ ತಕರಾರಿಲ್ಲ. ಜೋರಾಪುರ ಬಡಾವಣೆಯ 'ಶಾಣದಾರ' ಹೋಟೆಲಿನಲ್ಲಿ ರೇಶ್ಮಾ ಆಂಟಿ ಮಾಡಿದ ನಾಟಿ ಕೋಳಿಯನ್ನು ಮೊದಲ ಬಾರಿಗೆ "ಚೆನ್ನಾಗಿರ್ತದೆ ತಿನ್ನೋ, ಏನಾಗಲ್ಲ!" ಎಂದು ಮಗನಿಗೆ ಒತ್ತಾಯಪೂರ್ವಕವಾಗಿ ಖುದ್ದು ಕಲಿಸಿದವನೇ ಪರುಶುರಾಮ. ಹಾಗಾಗಿ ಅಪ್ಪನ ಎದುರು ಮುನ್ನಾನ ಮನೆಯ ಬಿರಿಯಾನಿಯ ವಿವರಗಳನ್ನೆಲ್ಲ ಒಪ್ಪಿಸುವಾಗ ದಾದುವಿಗೆ ಯಾವ ಭಯವೂ ಇರುವುದಿಲ್ಲ.

ಒಮ್ಮೆ, ಆಗಿನ್ನೂ ಪ್ರೈಮರಿ ಓದುವಾಗ ಮುನ್ನಾ ದಾದುವನ್ನು ಮನೆಗೆ ಕರೆದುಕೊಂಡು ಬಂದು "ಅಮ್ಮೀ.. ಅಮ್ಮೀ, ಎ ಮೇರಾ ಖಾಸ್ ದೋಸ್ತ್ ಹೈ, ದಾದು" ಎಂದಾಗ ಮುನ್ನಾನ ಅಮ್ಮೀ "ದಾದು ಅಚ್ಛಾ ನಾಮ ಹೈ" ಎಂದೂ ತಿರುಗಿ "ನಿನ್ನ ಪೂರ್ತಿ ಹೆಸರೇನು ಪುಟ್ಟಾ ದಾದಾಫೀರ ಹೈ ಕ್ಯಾ" ಅಂದಾಗ ಮಾತ್ರ ದಾದು ತಬ್ಬಿಬ್ಬಾಗಿದ್ದ. ಅವತ್ತು ಮನೆಗೆ ಹೋದವನೇ ತನ್ನಮ್ಮ ಮೀನಾಕ್ಷಿಯನ್ನು "ನನ್ನ ಹೆಸರು 'ದಾದು' ಯಾಕಿದೆ ಅಮ್ಮ? ಹೇಳಮ್ಮ ಎಂದು ಪೀಡಿಸಿದ್ದ. ದಾದು ಹುಟ್ಟುವ ಮೊದಲೇ ಮೀನಾಕ್ಷಿಯ ತಂದೆ ದುಂಡಪ್ಪ ತೀರಿಕೊಂಡಿದ್ದರು. ನಂತರ ಅವರ ನೆನಪಿಗಾಗಿ ದಾದುನ ಹೆಸರು ದುಂಡಪ್ಪ ಇಡಬೇಕಾಗಿ ಬಂದು ದುಂಡಪ್ಪ ಎಂಬುದಾಗಿಯೂ ಕರೆದರು. ಆದರೆ ದಾದುನ ಅಜ್ಜಿ ಇವನ ತರ್ಲೆ ದಾಂಡ್ಲೆ ನೋಡಿ ಕೊನೆಗೆ ದುಂಡಪ್ಪ ದಿಂದ 'ದು' ತೆಗೆದು ದಾಂಡ್ಲೆ ಯಿಂದ 'ದಾ' ತೆಗೆದು ಅವರೆಡು ಗುಣಾಕಾರ ಮಾಡಿದಂತೆ ಮಾಡಿ ಕೊನೆಯಲ್ಲಿ 'ದಾದು' ಅಂತೇಳಿ ತಮಾಷೆಯಾಗಿ ಕರೆದರಂತೆ. ಅದು ಪ್ರೀತಿಯಿಂದ ಎಲ್ಲರ ಬಾಯಲ್ಲೂ ದಾದು ಎಂದೇ ಖಾಯಂ ಆಗಿ ಹೋಯ್ತು. ಇಡೀ ಊರಿನವರ ಬಾಯಲ್ಲೂ ದಾದು, ಓಣಿಯ ಮಕ್ಕಳ ಬಾಯಲ್ಲೂ ದಾದು, ಹಿರಿಯರು, ಕಿರಿಯರು, ನೆಂಟರು, ಬೀಗರು ಎಲ್ಲರ ಬಾಯಲ್ಲೂ ದಾದು ಎಂದಾಯ್ತು. ಶಾಲಾ ದಾಖಲಾತಿ ಮಾಡುವಾಗಲೂ ಅಲ್ಲಿಯ ಮಾಸ್ತರರು "ಮಗುವಿನ ಹೆಸರೇನು?" ಎಂದು ಕೇಳಿದಾಗ ಬಾಯಿಪಾಠ ಆಗಿ ಹೋಗಿದ್ದ ಹೆಸರನ್ನೇ ಹೇಳಿದರು. ಅಲ್ಲಿಗೆ 'ದಾದು' ಎಂಬುದೇ ನಿಶ್ಚಯವಾಗಿ ಹೋಯಿತು. ಕೊನೆಗೆ ದುಂಡಪ್ಪ ಎಂಬ ಹುಡುಗ ದಾದು ಆಗಿಯೇ ಉಳಿದು ಹೋದ. ಇದನ್ನೆಲ್ಲಾ ವಿವರಿಸಿ ಹೇಳುವ ಹೊತ್ತಿಗೆ ಮೀನಾಕ್ಷಿಯು ದೊಡ್ಡದೊಂದು ಹಿನ್ನೆಲೆಯ ಕಥೆಯನ್ನೇ ಹೇಳಬೇಕಾಗಿ ಬಂತು. ತನ್ನ ಈ ಗೊಂದಲದ ಹೆಸರಿಂದ ಖುಷಿ ಪಡಬೇಕೋ ದುಃಖ ಪಡಬೇಕೋ ಎಂದು ತಿಳಿಯದ ದಾದು ಮತ್ತೊಮ್ಮೆ ತನ್ನ ಹೆಸರಿನ ಕುರಿತಾಗಿ ಚಕಾರವೆತ್ತದಾದ.

***

ಅಪ್ಪ ಪರುಶುರಾಮನ ಕಟ್ಟುನಿಟ್ಟುಗಳಿಗಿಂತ ಹೆಚ್ಚಾಗಿ ದಾದುವಿಗೆ ತನ್ನಮ್ಮನ ಕಾಳಜಿ ತನ್ನನ್ನು ಕಟ್ಟಿ ಹಾಕಿದಂತಿತ್ತು. ಪ್ರತಿ ಬಾರಿಯೂ "ನಿಂಗೊಸ್ಕರನೇ ಅಲ್ವೇನೋ ದಾದು, ಹಗಲು ರಾತ್ರಿ ನಾವು ದುಡಿಯೋದು" ಎಂದು ಹೇಳಬೇಕಿರುವುದನ್ನೂ ಅರ್ಧಕ್ಕೆ ನಿಲ್ಲಿಸಿ ಗೋಳೋ ಅಂತ ಅತ್ತುಬಿಡುತ್ತಿದ್ದಳು ಅವನಮ್ಮ ಮೀನಾಕ್ಷಿ. ಡಬಲ್ ಬೆಡ್ರೂಮ್ ಮನೆಯಲ್ಲಿ ಇರುವುದು ಮೂರೇ ಜನ. ಪರಶುರಾಮ ಬೆಳಿಗ್ಗೆದ್ದು ಬ್ಯಾಂಕಿಗೆ ಹೊರಟು ಬಿಡುತ್ತಾನೆ, ಹತ್ತು ವರುಷದಿಂದ ಒಂದೇ ಬ್ಯಾಂಕಿನಲ್ಲಿ ಕೆಲಸ ಮಾಡಿದ್ದರ ಫಲವಾಗಿಯೇನೋ, ಈಗ ಮ್ಯಾನೇಜರ್ ಆಗಿ ಭಡ್ತಿ ಸಿಕ್ಕಿದೆ ಅವನಿಗೆ, ಪರುಶುರಾಮ ಮನೆಯಿಂದ ಹೊರಗೆ ಇರುವುದರಿಂದ ಇಡೀ ಮನೆಯೊಂದು ಎರಡೇ ಪಾತ್ರಗಳ ರಾತ್ರಿ ಪೂರ್ತಿ ನಡೆಯುವ ನಾಟಕದಂತೆ ಕಾಣುತ್ತದೆ. ಒಮ್ಮೊಮ್ಮೆ ಅಳು, ನಗು, ಸಮಾಧಾನ, ಮುನಿಸು ಎಲ್ಲವೂ ಪ್ರದರ್ಶನಗೊಳ್ಳುವಾಗ ಅವರವರೇ ಅವರ ನಟನೆಗೆ ವೀಕ್ಷಕರೂ ಆಗಿರುತ್ತಾರೆ. "ನೀನು, ಇನ್ನೂ ಆಗ ಸಣ್ಣ ಕೂಸು ದಾದು, ಉಸಿರಾಡುವಾಗ 'ಸುಂಯ್ಯ... ಸುಂಯ್ಯ...' ಎಂದು ನಿನ್ನ ಎದೆಯಿಂದ ಸದ್ದು ಬರುತ್ತಿತ್ತು, ಹತ್ತಾರು ಡಾಕ್ಟರ್‌ಗಳು ಹತ್ತಾರು ಖಾಯಿಲೆಯ ಹೆಸರು ಹೇಳಿದರು. ಗಾಬರಿಯಿಂದ ಎಲ್ಲೆಲ್ಲೂ ನಿನ್ನನ್ನೆತ್ತಿಕೊಂಡು ಓಡಾಡಿದ್ದು ಅಷ್ಟಿಷ್ಟಲ್ಲ. ನಿನ್ನ ಅಪ್ಪ ಒಮ್ಮೆ ಆಸ್ಪತ್ರೆಯ ಬಾಗಿಲಲ್ಲಿ ಕುಸಿದು ಕುಳಿತೇ ಬಿಟ್ಟಿದ್ದರು, ಯಾವ ವೈದ್ಯರಿಂದಲೂ ಬಗೆ ಹರಿಯದ ನಿನ್ನ ಖಾಯಿಲೆ ನಮ್ಮೂರಿನ ಗೌರಜ್ಜಿಯ ಮನೆಮದ್ದು ಔಷಧಿಯಿಂದ ಗುಣವಾಯಿತು" ಎಂದು ಇನ್ನೂರನೇ ಬಾರಿ ಹೇಳಿದ್ದಾಳೆ ಮೀನಾಕ್ಷಿ ದಾದುನ ಎದುರಿಗೆ. ನಾವು ನಿನ್ನನ್ನು ಯಾವುದೋ ಆಪತ್ತಿನಿಂದ ಕಾಪಾಡಿದ್ದೇವೆ. ಹದಿನಾರು ವರುಷ ಕಣ್ಣಲ್ಲಿ ಕಣ್ಣಿಟ್ಟು ಬೆಳೆಸಿದ್ದೇವೆ. ನಿನ್ನ ಬೇಕು ಬೇಡಗಳ ಆಲಿಸಿ ಪರಿಹಾರ ನೀಡಿದ್ದೇವೆ. ಹಾಗಾಗಿ ನಮ್ಮನ್ನು ಕಡೆಗಾಲದಲ್ಲಿ ಕೈ ಬಿಡಬೇಡ ದಾದು, ಎಂಬ ಕೋರಿಕೆ ಇರಬಹುದೇನೋ ಎಂಬ ಅಸ್ಪಷ್ಟವಾದ ಗುಮಾನಿ ಏಳುತ್ತಿರುತ್ತದೆ ದಾದುವಿನಲ್ಲಿ.

***

ಗೋಡೆಯಲ್ಲಿ ತೂಗುಹಾಕಿರುವ ಕನ್ನಡಿಯನ್ನು ಕೈಗೆತ್ತಿಕೊಂಡು ಆತುರಾತುರವಾಗಿ ಬಾತ್ರೂಂ ಹೋಗಿ ಈಗಷ್ಟೇ ಚಿಗುರಿದ ಗಡ್ಡವನ್ನು ಹಸನಾಗಿ ಬೋಳಿಸಿಕೊಂಡು ಹಾಲಿಗೆ ಬಂದ ಪರಶುರಾಮನಿಗೆ "ನಿಮ್ಮ ದೋಸ್ತ್ ಲೋಖಂಡೆ ಕಾಲ್ ಮಾಡಿದ್ರು, ಅವರ ಹೆಂಡತಿ ಶಾಲ್ಮಲಾ ಸುಸೈಡ್ ಅಟೆಮ್ಟ್ ಮಾಡಿದ್ಲಂತೆ" ಎಂದು ಹೇಳಬೇಕಿರುವುದನ್ನು ವಾರ್ತಾ ವಾಚಕಿ ತರಹ ನಿರ್ಭಾವುಕತೆಯಿಂದ ಹೇಳಿದ ಮೀನಾಕ್ಷಿ, ಏನೂ ಆಗೇ ಇಲ್ಲ ಅನ್ನುವಂತೆ ಅಡುಗೆ ಮನೆ ಸೇರಿದಳು. ಮೀನಾಕ್ಷಿಯ ಈ ನಡೆ ಹೊಸದೇನಲ್ಲ

ಪರುಶುರಾಮನಿಗೆ. ಈಗೀಗಂತೂ ಇಬ್ಬರ ನಡುವೆ ಮಾತುಗಳೇ ಇಲ್ಲ. ಅನಿವಾರ್ಯತೆಯಿದ್ದಾಗ ಮಾತ್ರ ಕೃತಕವಾಗಿ ಮಾತಾಡುತ್ತಿರುತ್ತಾರೆ, ದಾದು ಎದುರಿಗಿದ್ದ ಸಮಯದಲ್ಲಿ ಒಂದಿಷ್ಟು ನಾಟಕೀಯವಾಗಿ ನಡೆದುಕೊಳ್ಳುವುದು ಇಬ್ಬರಿಗೂ ಅಭ್ಯಾಸವಾಗಿದೆ. ಯಾವಾಗವಳು ಮೇಕಪ್ ಆರ್ಟಿಸ್ಟಾಗಿ ಸಿನಿಮಾ ಮಂದಿಯ ಜೊತೆ ಓಡಾಡತೊಡಗಿದಳೋ ಅಂದಿನಿಂದಲೇ ಚೂರು ಚೂರು ಬದಲಾಗುತ್ತಾ ಬಂದಳೆಂದು ಅವರಿವರ ಮುಂದೆ ಗೋಳು ತೋಡಿಕೊಳ್ಳುತ್ತಾನೆ. ಮದುವೆ ಆದ ಹೊಸತರಲ್ಲಿ ಈ ಮಹಾನಗರದ ಬೃಹತ್ಬಸ್ಸ್ಟ್ಯಾಂಡದ ಒಂದು ತುದಿಯಲ್ಲಿ ಇಳಿದುಕೊಂಡು ಬೆರಗಿನಿಂದ ನೋಡುತ್ತಾ ನಿಂತಿದ್ದ ಮೀನಾಕ್ಷಿಯೇ ಬೇರೆ. ಈಗಿರುವ ಮೀನಾಕ್ಷಿಯೇ ಬೇರೆ ಅನಿಸುತ್ತದೆ ಪರಶುರಾಮನಿಗೆ. ಒಮ್ಮೆಯಂತೂ ಮೀನಾಕ್ಷಿ ಈ ನಗರಕ್ಕೆ ಬಂದು ತಿಂಗಳಷ್ಟೇ ಆಗಿತ್ತೇನೋ "ಎಲ್ಲಾ ದಾರಿಗಳೂ, ಎಲ್ಲಾ ಮನೆಗಳೂ, ಎಲ್ಲಾ ಅಂಗಡಿಗಳು ಒಂದೇ ತರಹ ಇದೆ ಅಲ್ವಾ" ಎಂದಿದ್ದಳು. ಅವತ್ತೇ ಸಂಜೆ ಹತ್ತಿರದಲ್ಲೇ ಇರುವ ಪಕ್ಕದ ರಸ್ತೆಯಲ್ಲಿ ಬ್ಲೌಸ್ಪೀಸ್ ಹೊಲಿಯಲಿಕ್ಕೆ ಕೊಟ್ಟು ಬರ್ತೀನೆಂದು ಹೋದವಳು ಮರಳಿ ಬರುವಾಗ ದಾರಿ ತಪ್ಪಿ ಮೂರು ಕಿಲೋಮೀಟರ್ ದೂರ ಹೋಗಿ "ದಾರಿ ತಪ್ಪಿ ಹೋಯ್ತ್ರಿ, ಬರ್ತೀರಾ" ಎಂದು ಜಾತ್ರೆಯಲಿ ಕಳೆದುಕೊಂಡ ಮಗುವಿನಂತೆ ಮೆತ್ತಗಿನ ದನಿಯಲ್ಲಿ ಕೇಳಿದ್ದಳು ಗಂಡನನ್ನು. ಆಗೆಲ್ಲಾ ಪರುಶುರಾಮನಿಗೆ ತನ್ನವಳು ಎಷ್ಟೊಂದು ಮುಗ್ಧೆ ಎಂದೆನಿಸಿತ್ತು. ಆ ಮುಗ್ಧತನದಲ್ಲೂ "ಒಂದಿಷ್ಟು ದಿನ ಹೋಗ್ಲಿ ತಡಿರಿ, ಇಡೀ ಮುಂಬೈನ ಮ್ಯಾಪ್ ನನ್ನ ತಲೆಯಲ್ಲಿ ಇರುತ್ತೆ, ನೀವೇನಾದರೂ ದಾರಿ ತಪ್ಪಿದರೆ ಮೀನಾಕ್ಷಿ ಎಂದು ಒಂದು ಕಾಲ್ ಮಾಡಿದ್ರೆ ಸಾಕು ನಿಮ್ಮ ಗೂಗಲ್ ಮ್ಯಾಪ್ ನಾನೇ ಆಗ್ತೀನಿ" ಎಂದು ಅತ್ಯಂತ ಆತ್ಮವಿಶ್ವಾಸದಿಂದ ಹೇಳುತ್ತಿದ್ದಳು. ಆಗ ಪರಶುರಾಮ ಅವಳ ಮಾತುಗಳಿಗೆ ಪ್ರತಿಕ್ರಿಯಿಸಲು ಹೋಗದೆ, ಎಂದೋ ಒಮ್ಮೆ ಅನಾಥೆಯಂತೆ ಬೆವರು ಒರೆಸಿಕೊಳ್ಳುತ್ತಾ ಲೈಟು ಕಂಬದ ಕಳಗೆ ತಾನು ಬರುವುದನ್ನೇ ಕಾಯುತ್ತಾ ನಿಂತಿದ್ದ ಮೀನಾಕ್ಷಿಯ ಚಿತ್ರವೆ ನೆನಪಿಸಿಕೊಂಡು ನಗುತಿದ್ದ. ನೀನೊಬ್ಬನೇ ನನ್ನ ಸರ್ವಸ್ವ ಎಂಬಂತೆ ನಡೆದುಕೊಂಡು. ಎಲ್ಲೇ ಹೋಗಬೇಕಿದ್ದರೂ ಸವಿವರವಾಗಿ ಹೇಳುತಿದ್ದಳು. ಯಾವ ಏರಿಯಾಗೆ ಎಷ್ಟನೇ ನಂಬರಿನ ಬಸ್ಸು ಹೋಗುತ್ತದೆಂದು ಪದೆ ಪದೆ ಕಾಲ್ ಮಾಡಿ ಕೇಳುತ್ತಿದ್ದ ಮೀನಾಕ್ಷಿ ಈಗ ಇಡೀ ಈ ಮುಂಬೈನ ಬೀದಿ ಬೀದಿಯ ಲೈಟು ಕಂಬಗಳ ಲೆಕ್ಕ ಕೊಡುತ್ತಾಳೆ. ಈ ಮಹಾನಗರ ಅವಳನ್ನು ಎಷ್ಟು ಸಲೀಸಾಗಿ ಬುದ್ಧಿವಂತಳನ್ನಾಗಿ ಚುರುಕಿನ ಹೆಂಗಸಾಗಿ ಮಾಡಿಬಿಟ್ಟಿತೋ! ಎಂದು ಅಂದಾಜಿಸಲಾಗದೆ ಸೋಲುತ್ತಾನೆ ಪರಶುರಾಮ.

***

"ಒಂದು ಮುಖ್ಯವಾದ ವಿಷಯ ನಿಮಗೆ ಹೇಳಬೇಕು. ನಿಮ್ಮ ಮಕ್ಕಳ ಈ ಸ್ಥಿತಿಗೆ ಸ್ಕೂಲ್ ಹೊಣೆ ಆಗಬಾರದು ನೋಡಿ. ಹಾಗಾಗಿ ನಿಮ್ಮನ್ನು ಕರೆಸಿ ಮಾತಾಡಬೇಕಾಯಿತು"

ದಾದು ಓದುವ ಶಾಲೆಯ ಪ್ರಿನ್ಸಿಪಾಲ್ ಮೇರಿ ಏನೋ ಗಂಭೀರವಾದದ್ದು ಹೇಳಲೆಂಬಂತೆ ಮಾತಾಡುತ್ತಲೇ ಹೋದಳು. ಪರುಶುರಾಮ, ಬೆನ್ನಿಗೆ ನಿಂತಿರುವ ದಾದುವನ್ನು, ಎದುರಿಗಿದ್ದ ಮೇರಿಯನ್ನೂ ಎರಡೆರಡು ಬಾರಿ ಏನಾಗಿದೆ ಎಂದು ಪ್ರಶ್ನಾರ್ಥಕವಾಗಿ ನೋಡಿದ. ಸಿಡಲು ಬೀಳುವ ಮುನ್ನದ ಭೀಕರ ಗುಡುಗಿನಂತಿತ್ತು ಅವರಿಬ್ಬರ ಮೌನ. ಹಿಂದಿನ ರಾತ್ರಿಯಷ್ಟೇ ಮೀನಾಕ್ಷಿ "ನಾಳೆ ಸ್ಕೂಲಲ್ಲಿ ಪೇರೆಂಟ್ಸ್ ಮೀಟಿಂಗಂತೆ, ಬರಲೇಬೇಕು ಅಂದಿದ್ದಾರೆ, ನೀವೇ ಹೋಗ್ಬನ್ನಿ. ನನಗೆ ನಾಳೆ ಮುಖ್ಯವಾದ ಕೆಲಸ ಇದೆ. ಎರಡೆರಡು ಕಡೆ ನಟಿಯರಿಗೆ ಮೇಕಪ್ ಮಾಡಬೇಕು" ಎಂದು ಹೇಳುತ್ತಾ "ಬೆಳಿಗ್ಗೆಯೇ ಸರ್ಫರಾಜ್ ಕಾರು ಬರುತ್ತದೆ ನನ್ನ ಪಿಕಪ್ ಮಾಡಲು, ಅಷ್ಟು ಹೊತ್ತಿಗಾಗಲೇ ನಾನು ರೇಡಿಯಾಗಿರಬೇಕು" ಎಂದು ತನ್ನ ಅನಿವಾರ್ಯತೆಗಳನ್ನು ಕುಟುಂಬಕ್ಕಾಗಿ ತಾನು ಸಮಪಾಲು ದುಡಿಯುತಿದ್ದೇನೆಂಬ ಉಮೇದನ್ನು ತೋರಿಸುವಂತೆ ಹೇಳಿದ್ದಳು. "ಸರ್ಫರಾಜ್ ಅನ್ನೋ ಬೋಳಿಮಗ ಯಾಕೆ ನಿನ್ನ ಕರೆದುಕೊಂಡು ಹೋಗ್ಬೇಕು? ಅವನ್ಯಾಕೆ ನಿನ್ನ ಬೆನ್ನು ಬಿದ್ದಿದ್ದಾನೆ? ಪ್ರತಿ ದಿನ ನನ್ನೆದುರೇ ನಿನ್ನ ಪಕ್ಕದಲ್ಲಿ ಕೂರಿಸಿಕೊಂಡು ಹೋಗಲು ಅವನ್ಯಾರು? ಅಥವಾ ನಿನ್ಯಾಕೆ ಅವನನ್ನೇ... ಅವನಿಗಾಗಿ ಕಾದು ಅವನ ಕಾರಲ್ಲೇ ಹೋಗೋದು?" ಕೇಳಬೇಕು ಎಂದು ಅಂದುಕೊಂಡು ತುಟಿಗೆ ಬಂದ ಮಾತುಗಳನ್ನೆಲ್ಲ ನುಂಗಿಕೊಂಡ ಪರಶುರಾಮ. ಮಗನ ಶಾಲೆಗೆ ನಮ್ಮನ್ನು ಈಗ್ಯಾಕೆ ಕರೆದಿದ್ದಾರೆ ಎಂಬ ವಿಷಯವನ್ನು ಕೇಳದೇ ಮಗ್ಗಲು ಬದಲಿಸಿದ್ದ. ಆದರೆ ಖುದ್ದು ತನ್ನಮ್ಮನ ಎದುರಿಗೂ ದಾದು ಯಾವ ವಿಷಯಕ್ಕಾಗಿ ಪಾಲಕರನ್ನು ಕರೆಯುತ್ತಿದ್ದಾರೆ ಎಂಬುದು ಹೇಳಿರಲಿಲ್ಲ. ಅಭ್ಯಾಸದ ಕುರಿತು, ಪರೀಕ್ಷೆ ತಯಾರಿ ಕುರಿತು, ಹೋಮ್‌ವರ್ಕ್ ಕುರಿತು ಮಕ್ಕಳ ಓದಿನ ವಿಷಯದಲ್ಲಿ ಪಾಲಕರ ಪಾತ್ರ ಕುರಿತು ಏನಾದರೂ ಹೇಳುತ್ತಾರೆ ಎಂದುಕೊಂಡಿದ್ದಳು.

"ನಿನ್ನೆಯ ಪತ್ರಿಕೆ ಓದಿದ್ದರೆ ನಿಮಗೂ ವಿಷಯದ ಅಂದಾಜು ಸಿಕ್ಕಿರುತ್ತದೆ, ಮಕ್ಕಳನ್ನ ಜವಾಬ್ದಾರಿಯಿಂದ ನೋಡಿಕೊಳ್ಳುವುದು ಕೇವಲ ಶಾಲೆಯ ಹೊಣೆಗಾರಿಕೆ ಅಲ್ಲ ಪೋಷಕರ ಪಾತ್ರವೂ ದೊಡ್ಡದಿರುತ್ತದೆ." ಎಂದಳು ಪ್ರಿನ್ಸಿಪಾಲ್. ಅವಳೆದುರಿಗೆ ಸಾಕಷ್ಟು ಹೊತ್ತು ಕೂತಿದ್ದ ಪರುಶುರಾಮನಿಗೆ ಎದುರಿನ ಗೋಡೆ ಗಡಿಯಾರ ಅವನಿಗೆ ಬ್ಯಾಂಕಿಗೆ ಸಮಯ ಆಗಿದೆಯೆಂದು ಹೇಳುತ್ತಿತ್ತು. ಪ್ರಿನ್ಸಿಪಾಲ್ ಇನ್ನೂ ಪೀಠಿಕೆಯಲ್ಲೇ ಇದ್ದಳು. ದಾದುವೀಗ ಅಪ್ಪ

ಕೇಳಲಿರುವ ಸುದ್ದಿಯಿಂದ ಹೇಗೆ ಪ್ರತಿಕ್ರಿಯಿಸುತ್ತಾನೆ ಎಂದು ತನ್ನೆರಡು ಕೈಕಟ್ಟಿ ಪರಶುರಾಮ ಕೂತಿದ್ದ ಕುರ್ಚಿಯ ಹಿಂದೆ ನಿಂತುಕೊಂಡಿದ್ದ. ದಾದು ಈಗೀಗ ತುಸು ಬದಲಾಗಿದ್ದಾನೆ. ಓದೋ ತರಹ ನಟಿಸುವುದು, ಬಾಗಿಲು ಹಾಕಿಕೊಂಡು ಯಾರೊಂದಿಗೋ ಗಂಟೆಗಟ್ಟಲೇ ಮಾತಾಡೋದು, ಮರಳಿ ತನ್ನ ಫೋನ್ ಕೊಡುವಾಗ ಯಾರೊಂದಿಗೆ ಮಾತಾಡಿದೆ ಅನ್ನುವುದು ತಿಳಿಯದಂತೆ ನಂಬರನ್ನೇ ಡಿಲೀಟ್ ಮಾಡಿ ಕೊಡುವುದು, ಬ್ರೌಸ್ ಹಿಸ್ಟರಿಯನ್ನು ಅಳಿಸಿ ಹಾಕುವುದು, ರಾತ್ರಿ ಕಂಬೈನ್ಡ್ ಸ್ಟಡಿ ಅಂತ ಮನೆಯಿಂದ ಆಚೆಯಿರುವುದು ಇವೆಲ್ಲವೂ ಸಾಮಾನ್ಯ ಸಂಗತಿಯೇ ಅಂದುಕೊಂಡಿದ್ದ ಪರಶುರಾಮ. ಇದೆಲ್ಲಕ್ಕಿಂತ ಹೆಚ್ಚಾಗಿ ಮಗನೊಂದಿಗೆ ಕಾಲ ಕಳೆಯುವುದೇ ದುರ್ಲಭ ಆಗಿ ಹೋಗಿತ್ತು, ಬೆಳಗಿನಿಂದ ಸಂಜೆಯವರೆಗೆ ನೌಕರಿಯಲ್ಲಿ ನಿರತನಾಗಿ. ಸಂಜೆ ಯಾವ ಬಿಂದು ಇನ್ಯಾವ ಬಿಂದುವಿಗೂ ಸೇರದಂತೆ ತಮ್ಮತಮ್ಮ ಗುಂಗಲ್ಲೇ ನಿರತರಾಗುವುದು ಎಂಬ ವಾತಾವರಣವೊಂದು ಯಾರ ಗಮನಕ್ಕೂ ಬಾರದೆ ನಿರ್ಮಾಣವಾಗಿತ್ತು. ಮಕ್ಕಳ ಮೇಲೆ ಅನುಮಾನ ಪಡುವುದು ಬೇಡ ಎಂದುಕೊಂಡಿದ್ದ. "ದಯವಿಟ್ಟು ವಿಷಯ ಏನಂತ ಹೇಳಿ ಪೀಠಿಕೆ ಸಾಕು" ಎಂಬಂತೆ ಸಾವರಿಸಿಕೊಂಡು ಹೇಳ ಹೊರಟವನಿಗೆ ಪ್ರಿನ್ಸಿಪಾಲ್ ಮೇರಿ ಅವನ ಮಾತು ತಡೆದು ತಾವು ಮುಂದುವರೆಸಿದರು.

"ನಿನ್ನೆ ದೆಹಲಿಯಲ್ಲಿ ಹೆಸರಾಂತ ಸಂಸ್ಥೆಯ ಸ್ಕೂಲೊಂದರಲ್ಲಿ, ಮಕ್ಕಳ ಬ್ಯಾಗಿನಲ್ಲಿ ಕಾಂಡೋಮ್, ಸಿಗರೇಟು ಪ್ಯಾಕೇಟ್ ಪತ್ತೆಯಾಗಿದೆ ಅಂತ ಪತ್ರಿಕೆಯೊಂದು ವರದಿ ಮಾಡಿದೆ, ನಮ್ಮಲ್ಲೂ ಹಾಗಾಗಬಾರದು ಎಂಬ ಕಾಳಜಿಯಂದ ನಮ್ಮ ಸ್ಕೂಲ್ ಮಕ್ಕಳ ಬ್ಯಾಗನ್ನೂ ಪರಿಶೀಲನೆ ನಡೆಸಿದೆವು. ಅದರಲ್ಲಿ ನಿಮ್ಮ ಮಗನನ್ನು ಸೇರಿ ಹದಿಮೂರು ಮಕ್ಕಳ ಬ್ಯಾಗಿನಲ್ಲಿ ಕಾಂಡೋಮ್ ಸಿಕ್ಕಿವೆ ಅದೃಷ್ಟವಶಾತ್ ಯಾರ ಹತ್ತಿರವೂ ಡ್ರಗ್ಸ್ ಸಿಕ್ಕಿಲ್ಲ, ನಮ್ಮ ಶಾಲೆಯ ವಿಷಯ ಪತ್ರಿಕೆಯಲ್ಲಿ ಬಂದಿಲ್ಲ" ಎಂದು ನಿಟ್ಟುಸಿರು ಬಿಟ್ಟರು ಮೇರಿ ಸಾಲೋಮನ್. ಪರಶುರಾಮ ದಾದುವನ್ನು ಕೆಂಗಣ್ಣಿನಿಂದ ದಿಟ್ಟಿಸಿದ. ದಾದು ತನ್ನಪ್ಪನ ಕಣ್ಣುಗಳಲ್ಲಿ ಉರಿಯುತ್ತಿದ್ದ ಬೆಂಕಿಯ ಜ್ವಾಲೆ ಇನ್ನೇನು ತನ್ನ ಸುಟ್ಟೇ ಹಾಕುತ್ತದೆ ಎಂಬಂತೆ ಹವಾ ನಿಯಂತ್ರಿತ ಕೊಠಡಿಯಲ್ಲೂ ಬೆವರಿದ. ಮೇರಿ ನೀಡಿದ ಈ ಅನಿರೀಕ್ಷಿತ ಬೆಂಕಿಯ ಕಿಡಿಯಂಥಾ ಉಡುಗೊರೆಯನ್ನು ಅಂಗೈಯಲ್ಲಿ ಹಿಡಿದು ಏನೂ ಪ್ರತಿಕ್ರಿಯೆ ನೀಡದೆ ಪ್ರಿನ್ಸಿಪಾಲ್ ಕೊಠಡಿಯಿಂದ ಹೊರಗೆ ಬರುವಷ್ಟರಲ್ಲಿ ಎದುರಿಗೆ ಮುನ್ನಾ ನಿಂತಿದ್ದ ಅವನ ಹಿಂದೆಯೇ ಅವನ ಅಬ್ಬು. ಮುನ್ನಾ ಪರುಶುರಾಮನ ನೋಡಿ ಪಿಳಿಪಿಳಿ ಕಣ್ಣು ಬಿಡುತ್ತಾ ಅರೆಕ್ಷಣದಲ್ಲಿ ತಲೆ ಕೆಳಗೆ ಮಾಡಿ ನಿಂತುಕೊಂಡಿದ್ದ, ಅವನ ಅಪ್ಪ ಅಬ್ಬು ಮಾತ್ರ ಸಣ್ಣದೊಂದು ನಗು ತಂದುಕೊಂಡು ಸಲಾಂ ಮಾಡಿದರು. ಇದ್ಯಾವುದೂ ತನಗೆ

ಸಂಬಂಧಿಸಿದ್ದಲ್ಲ ಎಂಬಂತೆ ಚಿಂತಾಕ್ರಾಂತನಾಗಿ ಪರುಶುರಾಮ ಹೊರಟು ಹೋಗುವಾಗ ಅವನ ಹಿಂದಿನಿಂದ ದಾದು ಬಲಿ ಕೊಡಲಿರುವ ಕರಿಯಂತೆ ಬೆನ್ನು ಹತ್ತಿ ನಡೆಯುತಿದ್ದ.

"ನೋಡಿ ಮಕ್ಕಳನ್ನು ಬೆಳೆಸೋದು ಶಾಲೆಕಿಂತ ಪೋಷಕರ ಪಾತ್ರವೂ ದೊಡ್ಡದಿರುತ್ತದೆ..." ಹಿಂದಿನಿಂದ ಮೇರಿ ಸಾಲೋಮನ್ ಮತ್ತೆ ಪೀಠಿಕೆ ಹಾಕುವುದು ಕೇಳಿಸುತ್ತಿತ್ತು.

***

"ನೀನು ಅನುಮಾನ ಪಿಶಾಚಿ, ಒಬ್ಬ ಗಂಡನಿಗೆ ಇರಬೇಕಾದ ಯಾವ ಅರ್ಹತೆಯೂ ನಿನ್ನಲಿಲ್ಲ, ಮತ್ಯಾವಳೋ ಆಗಿದ್ರೆ ಇಷ್ಟೊತ್ತಿಗೆ ನಿನ್ನ ಮುಖಕ್ಕೆ ಡಿವೋರ್ಸ್ ಪೇಪರ ಎಸೆದು ಬೆನ್ನು ಮಾಡಿ ಹೋಗ್ತಿದ್ಲು. ನಾನು ನನ್ನ ಮಗನ ಮುಖ ನೋಡಿ ಇಲ್ಲಿಯವರೆಗೆ ಈ ಸಂಸಾರದ ನೋಗ ಹೊತ್ತಿದ್ದೇನೆ." ಮಗನ ಈ ಅನಿರೀಕ್ಷಿತ ವಿಷಯ ಗೊತ್ತಾಗಿದ್ದು ಒಂದುಕಡೆಯಾದರೆ ಗಂಡನ ಆವೇಶದ ಮಾತುಗಳಿಗೆ ಸಿಡಿದೆದ್ದು ವ್ಯಾಘ್ರಳಾಗಿದ್ದಳು ಮೀನಾಕ್ಷಿ.

ಅಂದು ಸಂಜೆ ಬಂದವನು ಮಗನನ್ನು ಥಳಿಸಿ ಬುದ್ದಿ ಹೇಳ್ಬೇಕು ಎಂದುಕೊಂಡ ಪರುಶುರಾಮ. ಆದರೇಕೋ ಇದಕ್ಕೆಲ್ಲಾ ತಾವೇ ಹೊಣೆ ಎಂದು ಅನಿಸತೊಡಗಿತ್ತು. ತಮ್ಮಿಬ್ಬರ ಗೈರು ಹಾಜರಿಯೇ ಕಾರಣ ಎಂದು ಜ್ಞಾನೋದಯ ಆಗತೊಡಗಿತ್ತು. ತಮ್ಮಿಬ್ಬರ ವೈಮನಸ್ಸುಗಳ ನಡುವೆ ಮಗ ತಬ್ಬಲಿಯಾದ. ತನ್ನ ತಬ್ಬಲಿತನವನ್ನು, ಒಂಟಿತನವನ್ನು ನಿವಾರಿಸಿಕೊಳ್ಳಲು ಯಾವ್ಯಾವುದೋ ದಾರಿ ತುಳಿದಿದಾನೆ ಎಂದು ತನಗೆ ತಾನೇ ಮನವರಿಕೆ ಮಾಡಿಕೊಂಡ. ಮನೆಗೆ ಬಂದವನೇ ಸೋಫಾದ ತುದಿಯಲ್ಲಿ ಕೂತುಕೊಂಡ. ಮನೆ ತಲುಪಿದ ಮೇಲೆ ನಡೆಯಬಹುದಾದ ರಣರಂಗದ ಕಲ್ಪನೆ ಮಾಡಿಕೊಂಡ ದಾದು ಒಳಗೊಳಗೇ ಸಿದ್ಧವಾಗಿ ಅಪ್ಪನ ಏಟುಗಳಿಗೆ ತನ್ನ ಬೆನ್ನು, ಕೆನ್ನೆ ಮೀಸಲಿಡುವ ತಯಾರಿಯಲ್ಲಿ ತೊಡಗಿದ್ದ. ಆದರೆ ಮನೆಗೆ ಬಂದ ತನ್ನಪ್ಪ ಏನೂ ಪ್ರತಿಕ್ರಿಯೆ ನೀಡದೆ ಉಳಿದದ್ದನ್ನು ಕಂಡು ದಾದು ಈ ವಾತಾವರಣ ಎದುರಿಸಲಾಗದೆ ತನ್ನ ಓದಿನ ಕೋಣೆಗೆ ನಡೆದು ಸುಧಾರಿಸಿಕೊಳ್ಳಲು ಪ್ರಯತ್ನಿಸುತಿದ್ದ. ಇಂದು ಎರಡರಲ್ಲಿ ಒಂದು ಇತ್ಯರ್ಥ ಆಗಲೇಬೇಕು. ಅವಳಿಗೆ ವೈಯಾರ ಮಾಡಿಕೊಂಡು ಅವರಿವರ ಜೊತೆ ಸುತ್ತಾಡುವುದೇ ಬೇಕೆನ್ನಿಸಿದರೆ ಡಿವೋರ್ಸ್ ಕೊಡುವುದೇ ಉತ್ತಮ. ದಾದುವನ್ನು ತನ್ನ ಬಳಿಯೇ ಇಟ್ಟುಕೊಂಡು ಆದಷ್ಟು ತಿದ್ದಿ ಉದ್ಧಾರ ಮಾಡುವುದು ಎಂದುಕೊಂಡಿದ್ದ.

ಮೀನಾಕ್ಷಿ ಆಗಷ್ಟೇ ಸರ್ಫರಾಜನೊಂದಿಗೆ ಹರಟೆ ಹೊಡೆದು ನಕ್ಕಿದ್ದ ನಿಶಾನೆ ಅವಳ ಮುಖದಲ್ಲಿನ್ನೂ ಹಾಗೇ ಇತ್ತು. ಅವಳು ತೊಟ್ಟಿದ್ದ ನೀಲಿ

ಸೀರೆಯ ನಡುವೆ ಸೊಂಟದ ಭಾಗ ಇಣುಕುತ್ತಿತ್ತು. ಅವಳು ಬೇಕಂತಲೇ ಹಾಗೆ ಸೀರೆ ತೊಟ್ಟಿರುವುದು ಎಂದು ಪರುಶುರಾಮನಿಗೆ ಯಾವತ್ತೋ ತಿಳಿದಿತ್ತು. ಕಂದು ಬಣ್ಣದ ಲಿಪ್ಸ್ಟಿಕ್ ಅವಳ ತುಟಿಗೆ ದೀರ್ಘ ಸೌಂದರ್ಯ ಕೊಟ್ಟಂತಿತ್ತು. ವ್ಯಾನಿಟಿ ಬ್ಯಾಗಿನಲ್ಲಿ ತಣ್ಣಗೆ ಕೂತಿದ್ದ ಮೊಬೈಲಯಿಂದ "ಟಿಳಿಂಗ್" ಎಂದು ಮೆಸೇಜ್ ಬಂದಿದ್ದು ಕೇಳಿಸಿತು. ಆಗಲೇ ವ್ಯಾಘ್ರನಾಗಿ ಕುಳಿತಿದ್ದ ಪರುಶುರಾಮ ಮನೆಯೊಳಗೆ ಕಾಲಿಟ್ಟ ಮೀನಾಕ್ಷಿಯ ಮೇಲೆ ಪ್ರಹಾರ ನಡೆಸಿದ. "ನೀನು, ವೈಯ್ಯಾರ ಮಾಡ್ಕೊಂಡು ಯಾರ್ಯಾರೊಂದಿಗೋ ಸುತ್ತಾಡು, ಇಲ್ಲಿ ನಿನ್ನ ಮಗ ಬ್ಯಾಗಲ್ಲಿ ಕಾಂಡೊಮ್ ಇಟ್ಟುಕೊಂಡು ಓಡಾಡುತ್ತಾನೆ" ಇಡೀ ಪ್ರಕರಣವೊಂದರಲ್ಲಿ ತನ್ನದೂ ಪಾಲಿದ್ದರೂ ಅವಳ ಹೆಗಲಿಗೆ ಮಾತ್ರ ಹಾಕಲು ಯತ್ನಿಸುತ್ತಿದ್ದೇನೆಂಬ ಅರಿವು ಮಾತು ಆಡಿದ ಮೇಲೆ ಗೊತ್ತಾಯ್ತು ಪರಶುರಾಮನಿಗೆ. ಆದರೆ ಅಷ್ಟೊತ್ತಿಗೆ ಅವನ ಮಾತು ಅವಳ ಎದೆಗೆ ಚುಚ್ಚಿತ್ತು.

"ಯಾರ್ಯಾರೊಂದಿಗೋ ಹಾದರ ಮಾಡಲು ಹೋಗಿಲ್ಲ, ಕಳೆದ ಹತ್ತು ವರ್ಷಗಳಿಂದ ಈ ಮನೆಗಾಗಿ ದುಡಿಯುತ್ತಿದ್ದೇನೆ ನೆನಪಿರಲಿ" ಎಂದಳು ಖಾರವಾಗಿ.

"ಗಂಡನ, ಮಕ್ಕಳ ಖಬರಿಲ್ಲದೆ ಏನು ದುಡಿದರೆ ಏನು ಪ್ರಯೋಜನ?" ಎಂದ ಪರಶುರಾಮ. ನೋಡು ನೋಡುತ್ತಿದ್ದಂತೆ ತಾರಕಕ್ಕೇರಿತ್ತು ಕದನ. ತಾನು ಮಾಡಿದ ಒಂದು ತಪ್ಪಿಗೆ ಮನೆಯೇ ಕಾಡ್ಗಿಚ್ಚಿನಂತೆ ಉರಿಯುತ್ತಿರುವಂತೆ ಅನ್ನಿಸಿ ತನ್ನ ಕೋಣೆಯ ಬಾಗಿಲು ತೆರೆದು ಹೊರಗೆ ಬಂದ ದಾದು ತಬ್ಬಿಬ್ಬಾಗಿ ನಿಂತುಕೊಂಡ.

ಇಷ್ಟು ದಿನದವರೆಗೂ ಶಾಂತ ಸಮುದ್ರದಂತಿದ್ದ ಕುಟುಂಬವೊಂದು, ಸಿಡಿದೆದ್ದ ಅಲೆಗಳು ದಂಡೆಗೆ ಅಪ್ಪಳಿಸುವಂತೆ ಭೋರ್ಗರೆಯುತಿತ್ತು. ಕದನದ ಹಿಂದಿನ ಇಡೀ ಹಕೀಕತ್ತು 'ಘಂ' ಎಂದು ಓಣಿಯ ತುಂಬೆಲ್ಲಾ ಹರಡಿತು. ಕಡ್ ಕಡ್ ಕಡಕ್ ಎಂದು ತಿರುಗುತ್ತಿರುವ ಫ್ಯಾನೂ ತನ್ನೆಲ್ಲಾ ಶಕ್ತಿಯನ್ನ ಕಳೆದುಕೊಂಡು ಕೊನೆಗೊಮ್ಮೆ ನಿಂತೇ ಬಿಟ್ಟಿತು. ತಾನು ಇಷ್ಟು ದಿನ ಇದೆ ಮನೆಯಲ್ಲಿದ್ದರೂ ಅರ್ಥವಾಗದ ಯಾವುದೋ ಅಸ್ಪಷ್ಟ ಚಿತ್ರಣ ಈಗ ಮಾತ್ರ ಕಾಣತೊಡಗಿತ್ತು ದಾದುವಿಗೆ. ಮಗನ ಎದುರಿಗೆ ಹೀಗೆ ಜಗಳಾಡಬಾರದೆಂಬ ಅವರವರೇ ಹಾಕಿಕೊಂಡ ಒಡಂಬಡಿಕೆಯನ್ನು ಯಾವುದೋ ಶಕ್ತಿ ಮೀರುವಂತೆ ಮಾಡಿದೆ ಅನ್ನಿಸಿತಿತ್ತು ಪರುಶುರಾಮನಿಗೆ. "ನೀನು ಅನುಮಾನ ಪಿಶಾಚಿ.." ಎಂದು ತನ್ನ ಹದ್ದು ಮೀರಿಯೂ ಆಡಿದ ಮಾತುಗಳಿಗೆ ಈಗ ತಪ್ಪೆಂದು ಅನಿಸುತ್ತಿತ್ತು ಮೀನಾಕ್ಷಿಗೆ. ನಡೆಯಬೇಕಾದ ಯುದ್ಧದ ಮೂಲ ಉದ್ದೇಶವೇ ಮರೆತು ಇನ್ನಾವುದೋ ಕಾರಣಕ್ಕೆ ನಡೆದು ಹೋದ ರಣರಂಗದ ನಂತರ ಮೌನ ತಬ್ಬಿದಂತಿತ್ತು ಎಲ್ಲರಲ್ಲೂ. ತಿರುಗದ ಫ್ಯಾನಿಗೆ ಬಡಿಗೆಯಿಂದ ತಿರುಗಿಸಿ,

ರಪ್ ರಪ್ ಬಡಿದು ಶತಪ್ರಯತ್ನದಾಚೆಯೂ ತಿರುಗದೆ ಇರುವುದನ್ನು ನೋಡಿ ಸೆಕೆ ಹೊದ್ದು ಮಲಗಿದ ಪರಶುರಾಮ. ಸುತ್ತಲಿನ ಮನೆಗಳಲ್ಲಿಯ ಕುಕ್ಕರ್ ಸಿಳ್ಳೆ ಹೊಡೆಯುತ್ತಿದ್ದರೆ ಇವರ ಮನೆಯ ಅಡುಗೆ ಕೋಣೆಯೇ ತುಂಬಾ ದಿನಗಳ ನಂತರ ಸಿಕ್ಕ ರಜೆಯನ್ನು ವಿಶ್ರಾಂತಿಯಿಂದ ಕಳೆಯುತ್ತಿತ್ತು.

"ಪರಶುರಾಮ, ನೀನೇ ಪರಿಹಾರ ನೀಡಬೇಕು. ಈಗಿನ ಮಕ್ಕಳು ನೋಡಿ ಮೀಸೆ ಮೂಡುವ ಹೊತ್ತಿಗೆ ಎಂಥೆಂಥಾ ಕೆಲಸಕ್ಕೆ ಕೈ ಹಾಕ್ತಾರೆ ಅಂತ. ಛೇ ಕಾಲ ಬದಲಾಯ್ತಪ್ಪ! ಇದಕ್ಕೆಲ್ಲಾ ಲೈಂಗಿಕ ಶಿಕ್ಷಣ ಇಲ್ಲದೆ ಇರುವುದೇ ಕಾರಣ" ಪರುಶುರಾಮನ ಬಾಲ್ಯದ ಶಾಲಾ ಗೆಳೆಯ ದಿನೇಶ್ ವಾಟ್ಸಪ್ ಗ್ರೂಪಲ್ಲಿ ಮೆಸೇಜ್ ಹಾಕಿದ್ದರು. ಅದೊಂದು ವಾಟ್ಸಪ್ ಗ್ರೂಪ್ ಕೆಲ ವರ್ಷಗಳ ಹಿಂದೆ ಖುದ್ದು ಪರಶುರಾಮನೇ ಕ್ರಿಯೇಟ್ ಮಾಡಿದ್ದ. ತನ್ನ ಬಾಲ್ಯದ ಅಷ್ಟೂ ಸ್ನೇಹಿತರನ್ನು ಸಂಪರ್ಕಿಸಿ "ನಾವೆಲ್ಲಾ ನಮ್ಮದೇ ಕೆಲಸ ಕಾರ್ಯಗಳ ನಡುವೆ ಕಳೆದು ಹೋಗಿದ್ದೇವೆ, ಆಗಾಗ ಸ್ಮರಿಸಿಕೊಳ್ಳಲು, ಒಂದಿಷ್ಟು ಬಾಲ್ಯದ ನೆನಪುಗಳ ಮಧುರ ಸಂಜೆಗಳ ಕಳೆಯಲು, ಅಥವಾ ಒಮ್ಮೆ ಪ್ಲ್ಯಾನ್ ಮಾಡಿಕೊಂಡು ಎಲ್ಲರೂ ಒಂದೆಡೆ ಸೇರಲು ಈ ಗ್ರೂಪ್ ಅನುಕೂಲ ಮಾಡಿಕೊಡುತ್ತದೆ. ದಯವಿಟ್ಟು ಎಲ್ಲರೂ ನಿಮ್ಮ ಬಿಡುವಿಲ್ಲದ ಸಮಯದಲ್ಲೂ ಬಿಡುವು ಸಿಕ್ಕಾಗ ಇಲ್ಲಿ ಸಕ್ರಿಯವಾಗಿ ಪಾಲ್ಗೊಂಡು ಮಾತನಾಡಿದರೆ ಒಳಿತು" ಎಂದು ಪುಟ್ಟದೊಂದು ಮೆಸೇಜ್ ಬರೆದು ಈ ಗ್ರೂಪ್ ಎಂಬ ನೂರು ಸದಸ್ಯರಿರುವ ಕುಟುಂಬಕ್ಕೆ ಓಪನಿಂಗ್ ಮಾಡಿದ್ದ. ಈಗ ದಿನೇಶ್ ಮಾಡಿರುವ ಮೆಸೇಜಿಗೆ ಏನೆಂದು ಪ್ರತಿಕ್ರಿಯೆ ನೀಡಲಿ ಎಂಬುದು ತಿಳಿಯದೇ ಹೋಯಿತು ಪರುಶುರಾಮನಿಗೆ. ಅಷ್ಟರಲ್ಲಿ ಬೆಂಗಳೂರಿಂದ ನಾರಾಯಣ ರಾವ್ "ಲೈಂಗಿಕ ಶಿಕ್ಷಣ ಅನ್ನೋದು ಮನೆಯಿಂದಲೇ ಶುರುವಾಗಬೇಕು" ಎಂದರು. ಮುಂಬೈನ ಗೋದಾವರಿ ನಗರದ ಪುಟ್ಟದೊಂದು ಎಲೆಕ್ಟ್ರಿಕಲ್ ವಸ್ತುಗಳನ್ನು ರಿಪೇರಿ ಮಾಡುವ ಅಂಗಡಿ ಇಟ್ಟುಕೊಂಡು ಬದುಕುತ್ತಿರುವ ಕುಶಾಲಪ್ಪ ಅದಕ್ಕೆ ಪ್ರತಿಕ್ರಿಯೆಯಾಗಿ "ಅಪ್ಪ ಅಮ್ಮ ಕೂತು ಮಕ್ಕಳಿಗೆ ಲೈಂಗಿಕತೆ ಬಗ್ಗೆ ಪಾಠ ಮಾಡುವುದೇ? ಅದು ಎಲ್ಲ ಅಪ್ಪ ಅಮ್ಮಂದಿರಿಂದಲೂ ಸಾಧ್ಯವಿಲ್ಲ ಇವರೇ, ಎಲ್ರೂ ಎಲ್ಲಿ ಎಜುಕೇಟೆಡ್ ಇರ್ತಾರೆ ಹೇಳಿ? ಕೂಲಿ ಕಾರ್ಮಿಕರು, ಬೀದಿಯಲ್ಲಿ ಹೂವು ಮಾರೋರು, ರೈತರು, ದಿನಗೂಲಿ ನೌಕರರು, ಗಾರೆ ಕೆಲಸದವರು, ಹೊಟೇಲು ನಡೆಸುವವರು, ಖಾಸಗಿ ಕಂಪನಿಗಳಲ್ಲಿ ಹನ್ನೆರಡು ತಾಸು ದುಡಿಯುವರು, ಯಾರದೋ ಮನೆಯ ಮುಸುರೆ ಪಾತ್ರೆ ತೊಳೆದು ಹೊಟ್ಟೆ ತುಂಬಿಸಿಕೊಳ್ಳುವ ಹೆಂಗಸರು, ಎಜುಕೇಟೆಡ್ ಅಲ್ಲದವರು ಮಕ್ಕಳನ್ನು ತಮ್ಮನ್ನು ಸಾಕುವುದೇ ದೊಡ್ಡ ಸರ್ಕಸ್ ಆಗಿರುತ್ತದೆ ಇಂತಹದರಲ್ಲಿ ಮಕ್ಕಳಿಗೆ ಲೈಂಗಿಕತೆ ಕುರಿತು ಅವೇರ್ನೆಸ್ ಮೂಡಿಸುವುದು ಅಸಾಧ್ಯ" ಎಂದ. ಅವನ ಉದ್ದದ ಉತ್ತರ

ನೀರಿಕ್ಷಿಸದ ಕೆಲವರು ಹೃದಯ ಚಿಹ್ನೆ ಒತ್ತಿದರೆ ಇನ್ನೂಳಿದವರು ಕುಹಕದ ನಗೆಯನ್ನು ಕಮೆಂಟಿಸಿದರು.

ಪರಶುರಾಮ ಮಾತ್ರ ಯಾವ ಮೆಸೇಜಿಗೂ ಪ್ರತಿಕ್ರಿಯಿಸದೆ ಉಳಿದದ್ದು ಕಂಡು ಎಲ್ಲರು ಸೋಜಿಗಪಟ್ಟರು. ಈ ತರಹದ ಚರ್ಚೆ, ವಾಗ್ವಾದ ನಡೆದಾಗ ಸಮರ್ಥ ನಾಯಕತ್ವ ವಹಿಸಿ ಪರಿಹಾರದ ಮಾತುಗಳಾಡುವವನೇ ಪರಶುರಾಮನಾಗಿದ್ದು, ಈ ಬಾರಿ ಅವನ ಮೌನ ಎಲ್ಲರನ್ನೂ ಸೋಜಿಗಪಡುವಂತೆ ಮಾಡಿತ್ತು. ಅದರಲ್ಲೂ ಒಬ್ಬರು "ಪರಶು, ಮೀನಾಕ್ಷಿ ತೋಳಬಂದಿಯಿಂದ ಬಿಡಿಸಿಕೊಂಡು ಇಲ್ಲಿ ಬಾರಪ್ಪ ಕಾಯ್ತಾ ಇದ್ದೀವಿ" ಎಂದು ನಗೆ ಚಟಾಕಿ ಹಾರಿಸಿದ. ಪಟಪಟ ಅಂತ ಎಲ್ಲರೂ ಆ ಮೆಸೇಜಿಗೆ ನಗುವ ಇಮೋಜಿ ಹಾಕಿದರು. ಮತ್ತೊಬ್ಬರು "ಅವನು ಹೆಂಡತಿಯ ಮುದ್ದಿನ ಗಂಡ ಮಾರಾಯ ಮೀನಾಕ್ಷಿ ಪರ್ಮಿಷನ್ ಇಲ್ದೆ ಹೋದ್ರೆ ಬ್ಯಾಂಕಿಗೂ ಹೋಗಲ್ಲ ಅವನು" ಎಂದು ತಮಾಷೆ ಮಾಡಿದ. ಅದಕ್ಕೂ ಮತ್ತೆಲ್ಲರೂ ನಗುವ ಇಮೋಜಿ ಹಾಕಿದರು. "ಪಾಶ್ಚಾತ್ಯ ದೇಶಗಳಲ್ಲಿ, ಗಣಿತ, ವಿಜ್ಞಾನ, ಸಮಾಜ, ಇತಿಹಾಸ ಇರುವಂತೆ ಲೈಂಗಿಕತೆ ಬಗ್ಗೆಯೂ ಪಾಠ ಮಾಡುತ್ತಾರೆ ಅದು ನಮ್ಮ ದೇಶದ ಶಿಕ್ಷಣದಲ್ಲೂ ಅಳವಡಿಕೆ ಕಡ್ಡಾಯ ಆಗಬೇಕು" ಎಂದು ಮತ್ಯಾರೋ ಮೆಸೇಜ್ ಹಾಕಿದ್ದರು. ಆದರೆ ಅದೆ ಗ್ರೂಪಿನಲ್ಲಿರುವ ನಾರಾಯಣ ರಾವ್ ಎಂಬ ಸಮಾಜ ಸುಧಾರಕರು ಚಿಂತಕರು "ಮಕ್ಕಳ ಬ್ಯಾಗಿನಲ್ಲಿ ಕಾಂಡೋಮ್ ಸಿಕ್ಕಿವೆ ಎಂದರೆ ಖುಷಿ ಪಡಿ ಅವರು ಸುರಕ್ಷಿತವಾಗಿದ್ದಾರೆ ಎಂದು ಭಾವಿಸಿ, ಹೀಗೆ ಏನೂ ಅರಿವಿಲ್ಲದೆ ಸುರಕ್ಷತಾ ಕ್ರಮಗಳನ್ನು ಪಾಲಿಸದೆ ಎಷ್ಟೋ ಮಕ್ಕಳು ಎಚ್.ಐ.ವಿ." ಅಂತಹ ಮಾರಕ ರೋಗಗಳಿಗೆ ತುತ್ತಾಗುತ್ತಿದ್ದು ನಾನು ಕಂಡಿದ್ದೇನೆ" ಎಂದಿದ್ದು ಕೆಲವರಿಗೆ ಸರಿ ಎನಿಸಿದರೆ ಇನ್ನೂ ಕೆಲವರಿಗೆ ಅಸಂಬದ್ಧ ಅನ್ನಿಸಿತ್ತು. ಇನ್ನೇನು ಪರಶುರಾಮ ಆಫ್ಲೈನ್ ಹೋಗಬೇಕು ಅಷ್ಟರಲ್ಲಿ ಕುಶಾಲಪ್ಪ ಪರ್ಸನಲ್ ಮೆಸೇಜ್ ಹಾಕಿದ "ನಾಳೆ ನಿಮ್ಮ ಮನೆಯ ಕಡೆಗೆ ಬರಲಿದ್ದೇನೆ ಅಲ್ಲೊಂದೆರಡು ಮನೆಗಳಲ್ಲಿ ಫ್ಯಾನು, ಮಿಕ್ಸಿ, ಕೂಲರ್ ರಿಪೇರಿ ಮಾಡುವುದಿದೆ. ಹೇಗಿದ್ರೂ ನಾಳೆ ರಜೆ ನಿನಗೂ ಹಾಗಾಗಿ ನಿಮ್ಮ ಮನೆಗೆ ಬಂದು ಹೋಗ್ತೇನೆ" ಎಂದು ತಿಳಿಸಿದ.

ಇಂಥಾ ಸಮಯದಲ್ಲಿ ಕುಶಾಲಪ್ಪ ಬರುವುದು ಸರಿಯೋ? ತಪ್ಪೋ? ಆದರೂ ತಾನಾಗೆ ಬರ್ತೀನಿ ಅಂದವನನ್ನು ಬೇಡ ಅನ್ನುವುದು ಸರಿ ಅಲ್ಲ. ಅದರಲ್ಲೂ ಮಹಾನಗರದಲ್ಲಿ ಹತ್ತಿರ ಇದ್ದರೂ ಯಾರಿಗೂ ಯಾರು ಸಿಗುವುದಿಲ್ಲ. "ಖಂಡಿತ, ಬಾ ಸಿಗೋಣ" ಎಂದು ಪ್ರತಿಕ್ರಿಯಿಸಿದ ಪರುಶುರಾಮ.

ನಾಳೆ ತನ್ನ ಮನೆಯ ಪರಿಸ್ಥಿತಿ ಕುಶಾಲಪ್ಪನ ಗಮನಕ್ಕೆ ಬರಬಾರದು ಎಂದು ಅವನು ಬಂದಾಗ ಹೇಗೆಲ್ಲಾ ನಡೆದುಕೊಳ್ಳುವುದೆಂದು ರಿಹರ್ಸಲ್

ಮಾಡತೊಡಗಿದ. ಕಾಳ ಕತ್ತಲೆಯ ಯಾವುದೋ ದಿಕ್ಕಿನಿಂದ ಬಂದ ನಿದ್ದೆ ಅವನನ್ನು ಆವರಿಸಿಕೊಂಡಿತು.

***

ಬೆಳಗಿನ ಉಪಹಾರಕ್ಕೆ ಮೊಸರಿಡ್ಲಿ ಮಾಡಿದ್ದು ಮೀನಾಕ್ಷಿ. ತಾನು ಮಾಡಿದ ತಪ್ಪಿಗಾಗಿ ಪಶ್ಚಾತ್ತಾಪ ಎಂಬಂತೆ ದಾದು ಬೆಳಿಗ್ಗೆ ಎದ್ದೇಳುತ್ತಲೇ ಸಮಾಜ ವಿಜ್ಞಾನ ಪುಸ್ತಕ ಕೈಗೆತ್ತಿಕೊಂಡು ಓದುತ್ತಲೇ ಕುಳಿತುಕೊಂಡಿದ್ದ. ಸೋಫಾದ ತುದಿಯಲ್ಲಿ ಕೂತುಕೊಂಡ ಪರುಶುರಾಮ ಗಾಢವಾದದ್ದೇನೋ ಯೋಚಿಸುವಂತೆ ಕಾಣುತಿದ್ದ. ಇಷ್ಟು ದಿನದವರೆಗೂ ಜೀವಂತ ಇದ್ದ ಫ್ಯಾನು ಇಂದಷ್ಟೇ ಬೆಳಗಿನ ಜಾವ ಮರದ ಕೊಂಬೆಯಿಂದ ಜಾರಿ ಬಿದ್ದ ಮುದಿ ಗುಬ್ಬಚ್ಚಿಯಂತಾಗಿತ್ತು.

"ಲಗ್ ಜಾ ಗಲೇ ಕೀ ಫಿರ್ ಎ ಹಂಸೀ ರಾತ್ ಹೋ ನಾ ಹೋ" ಎಂಬ ಹಾಡೊಂದನ್ನು ಲತಾ ಮಂಗೇಷ್ಕರ್ ಸುಶ್ರಾವ್ಯವಾಗಿ ಹಾಡುತಿದ್ದಳು. ಆ ಹಾಡು ಪರಶುರಾಮ ಮತ್ತೂ ಮೀನಾಕ್ಷಿ ಇಬ್ಬರಿಗೂ ಇಷ್ಟವಾದದ್ದು. ಇಬ್ಬರು ಮಾತೇ ಆಡದ ಎಷ್ಟೋ ರಾತ್ರಿಗಳಲ್ಲಿ ಈ ಹಾಡು ಇಬ್ಬರ ಎದೆಯೊಳಗೂ ಬೊಗಸೆಯಷ್ಟು ಪ್ರೀತಿ ತುಂಬಿ ಹೋಗುತ್ತಿತ್ತು. "ಕ್ಷಮಿಸಿ ಸರ್, ಇಂದು ಮೇಕಪ್ ಮಾಡೋಕೆ ನನ್ನಿಂದ ಸಾಧ್ಯವಿಲ್ಲ ಇವತ್ತೊಂದು ದಿನ ಇನ್ಯಾರನ್ನೋ ನೋಡಿಕೊಳ್ಳಿ. ಅವಸರದ ನಿರ್ಧಾರಕ್ಕೆ ಕ್ಷಮೆ ಇರಲಿ" ಎಂದು ಮೆಸೇಜ್ ಹಾಕಿದ್ದಳು ಮೀನಾಕ್ಷಿ. ಆಗಲೇ ಮೀನಾಕ್ಷಿಯ ಮನೆಯತ್ತ ಹೊರಟ ಸರ್ಫರಾಜನ ಕಾರು ದಿಕ್ಕು ಬದಲಿಸಿ ಶೂಟಿಂಗ್ ಸ್ಥಳಕ್ಕೆ ಧಾವಿಸಿತು. ಮಾಡಿಟ್ಟ ಉಪಹಾರ ಯಾರೂ ತಿನ್ನದೆ ಹಾಗೆ ಉಳಿದಿತ್ತು. ಎಂದಿಗಿಂತ ತುಸು ಹೆಚ್ಚೇ ಮೌನದ ಗಾಳಿಯೊಂದು ಕಿಟಕಿ ಬಾಗಿಲಿನಿಂದ ಒಳ ನುಗ್ಗಿದಂತಿತ್ತು. ಮನೆಯ ಈ ಮೂರು ಬಿಂದುಗಳು ಒಂದೆಯಾದರೂ ಒಂದನ್ನೊಂದು ಸೇರಿಕೊಳ್ಳದೆ ಉಳಿದಿದ್ದವು. ಯಾರಿಗೆ ಯಾರೂ ಮಾತಾಡಿಸುವ, ಯಾರನ್ನ ಯಾರೂ ಸಂತೈಸುವ, ಯಾರ್ಯಾರಿಗೂ ಸಮಾಧಾನ ಮಾಡುವ, ಬುದ್ಧಿ ಹೇಳುವ ಯೋಗ್ಯತೆಯೇ ಕಳೆದುಕೊಂಡಂತಿತ್ತು ಇಡೀ ವಾತಾವರಣ.

ಟ್ರಿಂಗ್.. ಟ್ರಿಂಗ್.. ಟ್ರಿಂಗ್...ಡೋರ್ ಬೆಲ್ ಆಯಿತು. ದಾದುನೇ ಎದ್ದು ಬಾಗಿಲು ತೆರೆದ. ಬಾಗಿಲನಾಚೆ ಕುಶಾಲಪ್ಪ ನಗುವಿನೊಂದಿಗೆ ನಿಂತಿದ್ದ. "ಓಹ್, ಅಂಕಲ್ ಬನ್ನಿ" ಎಂದು ಮನೆಯೊಳಗೆ ಏನು ಆಗಿಯೇ ಇಲ್ಲವೆಂಬಂತೆ ನಟಿಸಿ ದಾದು ಕುಶಾಲಪ್ಪನನ್ನು ಸ್ವಾಗತಿಸಿದ. "ಓಹ್ ಕುಶಾಲಣ್ಣ, ಬನ್ನಿ ಬನ್ನಿ, ಎಷ್ಟೊಂದು ದಿನವಾಯ್ತು ನೀವು ಬಾರದೆ" ಎಂದು ಮೀನಾಕ್ಷಿ ಅಡುಗೆ ಕೋಣೆಯಿಂದ ಕೈ ಒರೆಸಿಕೊಳ್ಳುತ್ತಾ ಬಂದಳು. ಸೋಫಾದಿಂದ

ಎದ್ದು ಕೃತಕವಾದ ನಗುವೊಂದನ್ನು ಪ್ರಯತ್ನಪೂರ್ವಕವಾಗಿ ತಂದುಕೊಂಡು ಕುಶಾಲಪ್ಪನ ಕೈ ಕುಲುಕಿದ ಪರಶುರಾಮ.

ಎಂದೂ ಇರದ ಸಣ್ಣ ಸಡಗರದ ಕ್ಷಣವೊಂದು ಈಗಷ್ಟೇ ಸೃಷ್ಟಿಯಾಗಿದೆ ಅನಿಸುತಿತ್ತು ಮನೆಯಲ್ಲಿ. ಇದು ಕೃತಕವೋ ಸಹಜವಾದದ್ದೋ ಎಂಬುದನ್ನು ಗುರುತಿಸುವುದು ಕಷ್ಟವಾಗುವಷ್ಟು ಎಲ್ಲರೂ ಎಲ್ಲರೊಂದಿಗೆ ಅನ್ಯೋನ್ಯತೆಯ ಪಾತ್ರದ ಪರಕಾಯ ಪ್ರವೇಶ ಮಾಡಿದ್ದರು. ಮೌನವೇ ತುಂಬಿಕೊಂಡಿರುತಿದ್ದ ಗೋಡೆಗೆ, ಕೋಣೆಗೆ, ಗಡಿಯಾರಿಗೆ, ಕಿಟಿಕಿ ಬಾಗಿಲಿಗೆ ಹೊಸದೊಂದು ಚೈತನ್ಯದ ಸಣ್ಣ ತಿಳಿಗಾಳಿ ಸೋಂಕಿದ ಹಾಗಿತ್ತು.

"ಏನಪ್ಪಾ ದಾದು, ಹೇಗೆ ನಡಿತಿದೆ ಓದು" ಎಂದು ಕುಶಲೋಪರಿ ವಿಚಾರಿಸುವಂತೆ ಕುಶಾಲಪ್ಪ ಕೇಳಿದ. ಈ ಅನಿರೀಕ್ಷಿತ ಪ್ರಶ್ನೆಗೆ ಏನೆಂದು ಹೇಳಲಿ ಎಂಬುದು ತಿಳಿಯದೇ ಗಲಿಬಿಲಿಗೊಂಡ ದಾದು ತನ್ನಪ್ಪನ ಮುಖ ನೋಡಿದ. ಅವನ ಸಂದಿಗ್ಧತೆಯ ಸಂದರ್ಭವನ್ನು ಅರ್ಥ ಮಾಡಿಕೊಂಡವನಂತೆ ಪರುಶುರಾಮ "ಪರವಾಗಿಲ್ಲ, ಅವ್ನು ಚೆನ್ನಾಗಿ ಓದ್ತೀದಾನೆ, ವಾರ್ಷಿಕ ಪರೀಕ್ಷೆ ಹತ್ತಿರದಲ್ಲೇ ಇದೆ ಅಲ್ವಾ ಯಾವಾಗಲೂ ಓದಿನಲ್ಲೇ ಇರ್ತಾನೆ" ಎಂದು ಸಮಜಾಯಿಷಿ ನೀಡಿದರು.

ಎಷ್ಟೋ ದಿನಗಳ ನಂತರ ಬಂದಿದ್ದ ಕುಶಾಲಪ್ಪನ ಕಣ್ಣುಗಳು ಮನೆಯನ್ನು ವಿಶೇಷವಾಗಿ ವೀಕ್ಷಣೆ ಮಾಡುತಿದ್ದವು. ಎದುರಿನ ಗೋಡೆಯ ತೂಗು ಹಾಕಿದ ಫೋಟೋದಲ್ಲಿ ಇಪ್ಪತ್ತೈದರ ಹರೆಯದ ಪರಶುರಾಮ ಮತ್ತು ಅವನಿಗಿಂತ ಹರೆಯದ ಸುಂದರಿ ಮೀನಾಕ್ಷಿ ನಸುನಗುತ್ತಿದ್ದರು. "ನೋಡು ಪರುಶುರಾಮ, ಮೊನ್ನೆಯಷ್ಟೇ ದಾಂಪತ್ಯ ಜೀವನಕ್ಕೆ ಕಾಲಿಟ್ಟವರಂತೆ ಅನಿಸುತ್ತೆ, ಕಾಲ ಎಷ್ಟು ಬೇಗ ಉರುಳಿ ಹೋದವು, ಆಗಲೇ ನಿಮಗೊಬ್ಬ ಹೆಗಲೆತ್ತರ ಬೆಳೆದ ಮಗ, ಈಗಲೂ ಗಂಡ ಹೆಂಡತಿ ಇಬ್ಬರು ಸುಖಿಯಾಗಿದ್ದೀರಿ" ಎನ್ನುತ್ತಾ ನಗಾಡಿದ. ಏನೆಂದು ಪ್ರತಿಕ್ರಿಯೆ ನೀಡಲಿ ಎಂಬ ಗೊಂದಲದಲ್ಲೇ ಪರುಶುರಾಮ 'ಹೌದೌದು' ಎಂಬಂತೆ ತಲೆ ಅಲ್ಲಾಡಿಸಿದ.

"ನಿಮ್ಗೆ ಸೆಕೆ ಆಗ್ತಿದೆ ಏನೋ ಕುಶಾಲಣ್ಣ, ನಮ್ಮ ಮನೆಯ ಫ್ಯಾನು ಬೇರೆ ಕೆಟ್ಹೋಗಿದೆ" ಎಂದು ಹೇಳುತ್ತಾ ತನಗೂ ಸೇರಿ ಮೂವರಿಗೂ ಕಾಫಿ ಲೋಟ ತಂದಿಟ್ಟಳು ಮೀನಾಕ್ಷಿ. ಫ್ಯಾನಿನ ಕುರಿತ ಮಾತು ಆಡಬಾರದಿತ್ತೇನೋ ಎಂದು ಅನ್ನಿಸಿದ ಮರುಕ್ಷಣವೇ ತನಗೇ ತಾನೇ ಪ್ಚ್ ಪ್ಚ್ ಎಂದಳು. "ರಿಪೇರಿಯವನೇ ಮನೆಯಲ್ಲಿ ಕುಂತಿರುವಾಗ ಹೇಳೋದಲ್ಲೇನೋ ಪರುಶುರಾಮ" ಎಂದು ಚಾ ಗುಟುಕಿಸಿ ಫ್ಯಾನು ಬಿಚ್ಚಲು ಸಿದ್ಧನಾದ ಕುಶಾಲಪ್ಪ. "ಅಯ್ಯೋ, ಫಾನು ರಿಪೇರಿಯವನಿಗೆ ಹೇಳಿದ್ದೀವಿ ನೀವು ಸುಮ್ನೀರಿ ಕುಶಾಲಣ್ಣ ತೊಂದರೆ ತೊಗೋಬೇಡಿ" ಸುಳ್ಳೇ ಮಾತು ಹೊರಡಿಸಿದಳು. ಅವರ ಮಾತಿಗೆ ಕಿವಿಗೊಡದೆ

ಕುಶಾಲಪ್ಪ ಫ್ಯಾನನ್ನು ವಿಶಾಲವಾದ ಹಾಲ್‌ನಲ್ಲಿ ಅದರ ಆಪರೇಷನ್ ಸಜ್ಜಾಗಿ ಕುಳಿತ. ಎದುರಿನ ಸೋಫಾದಲ್ಲಿ ಪರಶುರಾಮ, ಮೀನಾಕ್ಷಿ ತಮ್ಮದೇ ಬದುಕಿನ ಯಾವುದೋ ಅಭದ್ರತೆಯನ್ನು ಸರಿದೋಗಿಸಲು ಬಂದ ದೇವರಂತೆ ಅವನನ್ನು ಗೌರವದಿಂದ ನೋಡುತ್ತಾ ಕುಳಿತುಕೊಂಡರು. ಮನೆಗೆ ಅತಿಥಿಗಳು ಬಂದಾಗ ಎಂಥದೋ ವಿಶೇಷ ಸ್ವಾತಂತ್ರ್ಯ ಸಿಕ್ಕಂತೆ ದಾದು ಪುಸ್ತಕ ತುಂಬಿಕೊಂಡು ಎಲ್ಲಿಗೋ ಹೋಗಲು ಸಿದ್ಧತೆ ಮಾಡಿಕೊಳ್ಳುತಿದ್ದ. ರೆಕ್ಕೆ ಬಿಚ್ಚಿದ ಫ್ಯಾನು ಈಗ ಮಾಂಸದ ಅಂಗಡಿಯಲ್ಲಿ ನೇತು ಹಾಕಿದ ಕೋಳಿಯಂತೆ ಕಾಣುತಿತ್ತು. ತನ್ನ ಬದುಕು ಈ ಫ್ಯಾನಿನ ಹೊರತಾಗಿಲ್ಲ ಅದರ ರೆಕ್ಕೆಗಳಂತಿದ್ದ ತನ್ನ ಬದುಕಿನ ರೆಕ್ಕೆಗಳಾದ ಮೀನಾಕ್ಷಿ, ತಾನು, ಮಗ ದಾದು ಎಲ್ಲರೂ ಬೇರೆ ಬೇರೆಯಾಗಿ ಯಾವುದೋ ಅಸಂಬದ್ಧ ಸಮಸ್ಯೆಗಳಲ್ಲಿ ಮೈದಡವಿ ಬಿದ್ದಿದ್ದೇವೆ ಅನ್ನಿಸಿತು ಪರುಶುರಾಮನಿಗೆ.

"ಫ್ಯಾನಿನ ಒಳಗಿರುವ ಬಹುತೇಕ ಎಲ್ಲಾ ಸಾಮಾನುಗಳು ಕೆಟ್ಟು ಹೋಗಿದೆ ಪರಶುರಾಮ, ಮೊದಲೇ ರಿಪೇರಿ ಮಾಡಿಸಿದ್ದರೇ ಇನ್ನೂ ಬಾಳಿಕೆ ಬರುತಿತ್ತು, ಒಂದು ಮಾತು ಹೇಳ್ಲಾ, ಮನುಷ್ಯನ ಬಾಳು ಮತ್ತು ಈ ವಸ್ತುಗಳು ಒಂದೇ ಪರುಶುರಾಮಾ. ತುಂಬಾ ದಿನ ಕೆಟ್ಟು ನಿಲ್ಲಬಾರದು ಮತ್ತೆ ಅವು ರಿಪೇರಿಯೇ ಮಾಡಲಾಗದಷ್ಟು ಕೆಟ್ಟು ಹೋಗುತ್ತವೆ, ಆದ್ರೂ ಇದ್ದನ್ನು ರಿಪೇರಿ ಮಾಡೇ ಮಾಡ್ತೀನಿ ಡೋಂಟ್ ವರಿ" ಎಂದು ರಿಪೇರಿಯಲ್ಲಿ ನಿರತನಾದ ಕುಶಾಲಪ್ಪ.

ಎದುರುಬದುರು ಕುಳಿತುಕೊಂಡ ಮೀನಾಕ್ಷಿ, ಪರಶುರಾಮ ಒಬ್ಬರಿಗೊಬ್ಬರು ಮುಖ ಮುಖ ನೋಡಿಕೊಂಡರು. "ಪಪ್ಪ ನಾನು ಮುನ್ನಾ ಮನೆಗೆ ಹೋಗಿ ಬರ್ತೇನೆ" ಎಂದ, ದಾದು ಚಿಗುರಿದ ಮೀಸೆಯ ಮೇಲೆ ಕೈಯಾಡಿಸುತ್ತಾ ಬಾಗಿಲು ದಾಟಿ ಹೊರಟಿದ್ದವನು ಕುಶಾಲಪ್ಪನ ಮಾತು ಕಿವಿಗೆ ಬಿದ್ದಿದ್ದೆ ಗಕ್ಕನೆ ನಿಂತುಕೊಂಡ.

ಕತೆಗಳೊಳಗಿನ ಪಾತ್ರಗಳು

ಲಕ್ಷ್ಮಣ ಶೇರೆಗಾರ್

ಬರೆದಿಟ್ಟ ಕತೆಗಳೊಳಗಿನ ಪಾತ್ರಗಳು ಅಸ್ಮಿತೆಗಾಗಿ ಮೈ ಕೊಡವೆದ್ದು ಏಕಾಏಕಿ ಹುಸಿಮುನಿಸಿನಿಂದ ಮೈ ಮೇಲೇ ಏರಿ ಬರತೊಡಗಿವೆ. ಯಾಕೆಂದು ಗೊತ್ತಿಲ್ಲ. ಯಾವತ್ತೂ ಹೀಗಾಗಿರಲಿಲ್ಲ. ಒಮ್ಮೊಮ್ಮೆ ಕಣ್ಣಮುಂದಿನದೆಲ್ಲ ಕನಸೆಂದುಕೊಳ್ಳುತ್ತೇನೆ. ಆಮೇಲೆ ಹಗಲಿನಲ್ಲೂ ಇದೆಲ್ಲ ಹೇಗೆ ಸಾಧ್ಯವೆಂದು ಗೊಂದಲಕ್ಕೀಡಾಗುತ್ತೇನೆ. ಇಂಥದೊಂದು ವಿಚಿತ್ರವಾದ ವಿಕ್ಷಿಪ್ತ ಸನ್ನಿವೇಶದಲಿ ಅದು ಏನೇ ಇರಲಿ ಕೊನೇಪಕ್ಷ ನನಗೇ ನಾನು ಉತ್ತರಿಸಿಕೊಳ್ಳದೇ ಹೋದರೆ ಪಾತ್ರಗಳು ಉಪಸಂಹಾರದಲ್ಲಾದರೂ ಸರಿ ನನ್ನನೇ ಸುಳ್ಳಾಗಿಸಿಬಿಡುತ್ತವೆಂಬ ಅಂತರಂಗದ ಭಾವಕೆ ಗಂಟಲಿನ ಪಸೆಯೇ ಆರುವುದು. ಪಾತ್ರಗಳಿಗೆ ಜೀವತುಂಬಿ ಅವನ್ನು ಅರ್ಧದಾರಿಗೆ ಹಂಗೇ ಬಿಟ್ಟು ಕೈಬೀಸಿ ಮುಂದೆ ಹೋಗುವುದು ಎಷ್ಟು ಸರಿ..? ಎಂದು–ಪಾತ್ರಗಳು ಹೊತ್ತು ಗೊತ್ತಿಲ್ಲದೆ ದರ್ವೇಸಿ ಕತೆಗಾರನ ಮನಸಿನ ಬಾಗಿಲು ಬಡಿಯುತ್ತವೆ.

ಇಲ್ಲಿಯತನಕ ಪಾತ್ರಗಳನ್ನು ಆವಾಹಿಸಿಕೊಂಡು ಪರಕಾಯ ಪ್ರವೇಶಮಾಡಿ ಬರೆದುದಕ್ಕೆ ಅಧಿಕಾರ ಕೊಟ್ಟವರು ಯಾರೆಂದು ಎಲ್ಲ ಪಾತ್ರಗಳು ಒಟ್ಟಾಗಿ ಬಂದು ಮುಂಗೈ ಹಿಡಿದು ಕೇಳತೊಡಗಿವೆ. ಹೊತ್ತನ್ನೂ ಮರೆತು ಗೀಚಿದ ನಾಕು ಸಾಲುಗಳಿಗೀಗ ದಾಖಲೆ ಬೇಕೆಂದು ಪಾತ್ರಗಳು ಬೆನ್ನತ್ತಿವೆ. ಬರೆದ ಕತೆಯೊಳಗಿನ ಪಾತ್ರಗಳು ಸರವತ್ತಿನಲಿ ದಾಖಲಿಸಿದ ಸಂಗತಿಗಳಿಗೆಲ್ಲ ಸಾಕ್ಷಿ ಕೇಳುತ್ತ ಹಿಂಸಿಸುತ್ತಿವೆ. ಶತ ಶತಮಾನಗಳಾಚೆಗಿನ ಒಂದು ಬೇಗುದಿ.. ಒಂದು ಮಿಡುಕು.. ಒಂದು ಅಸಹನೆ.. ಒಂದು ವಾಕರಿಕೆ.. ಒಂದು ತಿರಸ್ಕಾರ ಯಾವೆಂದರೆ ಯಾವನ್ನೂ ಕಂಡಿಲ್ಲ.. ಉಂಡಿಲ್ಲ.. ಪರಕಾಯ ಪ್ರವೇಶಕ್ಕೆ ಬರೀ ಮನುಷ್ಯ ಮನಸೆನ್ನುವ ಒಂದೇ ಒಂದು ಅಳತೆಗೋಲು ಹಿಡಿದು ಸಾಗಿದ್ದು

ಸಾಕೆ..?–ಎಂದೆಲ್ಲ ಕಂಬಕ್ಕೇ ಕಟ್ಟಿ ಕೇಳುತ್ತಿರುವುದಕ್ಕೆ ಕಂಬದ ಮೇಲಿನ ಬೊಂಬೆಯೂ ಪಾತ್ರಗಳ ಪರ ಸರಿದು ನಿಂತುಬಿಡುತ್ತದೆ.

*

ರಾಧೆ:

ರಾಧಾ ಕೃಷ್ಣರ ದಿವ್ಯ ಪ್ರೀತಿ ಕುರಿತಾಗಿ ಚಿತ್ರಿಸಿದ್ದೊಂದೇ ಬಂತು:

ಮೈತುಂಬ ಪಾತಿ ಮೆತ್ತಿಸಿಕೊಂಡವನ ಕೈಯೊಳಗಿನ ಕೊಳಲೂ ಬಿದಿರಾಗುವುದು.. ಬಿದಿರಿಗೆ ಜೀವ ತುಂಬಲು ಉಸಿರಾಗುವ ಶಾಮನಿಗೆ ನೈವೇದ್ಯವಾಗುವಳು ರಾಧೆ. ದೈವಿಕ ಒಲವಿನಪ್ಪುಗೆಯ ಮೈ ವಾಸನೆಗೆ ರಾಧೆಗೆ ಗಂಡನೂ ಅಪರಿಚಿತನಾಗುವನು ಶಿವನೇ! ಹೆಪ್ಪುಗಟ್ಟಿದ ಆಸೆಗಳಿಗೆ ಬೆಂಕಿ ತಾಕಿಸದೆ ಮುಪ್ಪುಬಾರದಹಾಗೆ ಕೊಳಲ ನುಡಿಸಿ ಆರದಗಾಯ ಮಾಯಿಸು.. ಚರ್ಮದ ಹೊದಿಕೆಯಾದ ದೇಹ ಮೀರಿ ಆತ್ಮ ಸಂಗಾತಕೆ ಓಗೊಡುವಳು.. ಮನಸೊಳಗಿನ ಬಯಕೆ ಬಿಂಬವಾಗಿ ತನ್ನದೇ ಪ್ರತಿಬಿಂಬ ದರ್ಪಣದಲೂ ಘನೀಭವಿಸಿ ಕೃಷ್ಣನನ್ನೇ ಕಾಣುವಳು.. ಕಣ್ಣಾಲಿಯೂ ಹನಿ ತುಳುಕಿಸದೆ ಚದುರದ ಚಿತ್ರಗಳ ಪ್ರತಿಮೆಯಾಗುವಳು. ತನ್ನ ಪೂರ್ವಾಪರದ ಗೊಡವೆ ಬೇಡದ, ಯೋಚಿಸದ ನಿರ್ಲಿಪ್ತ ಮನಸಿನ ಗೋಪಿಲೋಲನ ಮೇಲೆ ತನ್ನದೊಂದು ಸಣ್ಣ ತಕರಾರಿದೆಯೆಂದು ಪಿಸುಗುಡುವಳು ರಾಧೆ. ಕೊಳಲಾಗದ ಬಿದಿರಿಗೆ ಹಣೆಬರಹ ಬರೆದ ವಿಧಿಯನೇ ಜರಿಯುವಳು. ರಾಧೆ ತಾನೊಂದು ಬಿದಿರಾಗಿ ಕೃಷ್ಣ ನುಡಿಸಿದರೆ ಸ್ವರವಾಗಿ.. ಗಂಡನ ಉಸಿರಿಗೆ ಸ್ವರವಿಲ್ಲದ ಕೊರಡಾಗುವುದು ಯಾಕೆಂದು ನನ್ನ ಕೇಳಿದರೆ ನಾನೊ ಸಹಾಯಕ್ಕಾಗಿ ಮತ್ತೆ ಕೃಷ್ಣ ಪರಮಾತ್ಮ ಎಲ್ಲೆಂದು ಹುಡುಕುತ್ತೇನೆ.

ಎರಡು ಪಾತ್ರಗಳನ್ನು ಮೆರೆಸಲು ಬರೆದಲ್ಲಿ ಮೂರನೇ ಪಾತ್ರವೊಂದು ಥಣ್ಣಗೆ ಹಣುಕುವುದು. ಬೇಕೆಂದಾಗ ಕೈಗೆ ಸಿಗದ ರಾಧೆಯ ಮೇಲೆ ಅವಳ ಗಂಡನ ಅಹವಾಲನ್ನ ಆಲಿಸಲು ಯಾರೂ ಇಲ್ಲದೆ ಬೇಡೆಂದರೂ ಆತನಲ್ಲಿ ರಾಧೆ ಕುರಿತು ವಿರಸದಂತಹ ಭಾವವೊಂದು ಬೆಳೆದು ಅದು ಅವನನ್ನೂ ಮೀರಿ ಎದ್ದು ನನ್ನ ಮುಂದಿನ ಕಟಕಟೆಯಲ್ಲಿ ತನ್ನೊಳಗನ್ನು ಬಯಲುಗೊಳಿಸಿಕೊಳ್ಳಲು, ನಿವೇದಿಸಿಕೊಳ್ಳಲು ಸೆಟೆದು ನಿಂತುಕೊಳ್ಳುವುದು.

'ಕೊಳಲು ನುಡಿಸಲು ಆಗದಿದ್ದರೇನಂತೆ.. ಉಸಿರುಗಟ್ಟಿಸುವಂತೆ ಪ್ರೀತಿಸಬಲ್ಲೆ.. ಪ್ರೀತಿಗೆ ಕೊಳಲ ಗಾನವೇ ಯಾಕೆ..?'–ಎಂದೆಲ್ಲ ರಾಧೆಯ ಗಂಡ ಪಾಟೀಸವಾಲು ಹಾಕಿ ಉತ್ತರಕ್ಕಾಗಿ ಒತ್ತಾಯಿಸತೊಡಗುತ್ತಾನೆ! ಮರೆಯೊಳಗಿನ ಹರಿತವಾದ ಮತ್ತು ಹಸಿ ರಕ್ತದ ದಾಹದಿಂದ ಹೊಳೆವ ಮಸಿದ ಮಚ್ಚನು

ಝುಳಪಿಸಿ ಅದೊಂದು ತೆರನಾಗಿ ಎದೆಯಲ್ಲಿ ನಡುಕ ಹುಟ್ಟುವಹಾಗೆ ರಾಧೆಯ ಗಂಡ ನನ್ನ ನೋಡಿ ಯಾರಿಗೂ ಕಾಣದಹಾಗೆ ಚಿಗುರು ಮೀಸೆಯಡಿ ನಗುತ್ತಾನೆ. ಇಂಗದ ರಕ್ತದ ದಾಹಕೆ ನಾಲಗೆ ಚಾಚಿದ ಮಚ್ಚಿನ ಹರಿತ ರಾಧೆಗೊ ಇಲ್ಲಾ ನನಗೊ–ಎಂಬೂದು ತಿಳಿಯದೆ ಕುತ್ತಿಗೆ ಸುತ್ತ ಜಿನುಗೊಡೆದ ಬೆವರನ್ನು ಒರೆಸಿಕೊಳ್ಳಲು ಎರಡು ಕೈ ಸಾಲದೆ ನಾಲಗೆಯ ಪಸೆ ಆರಿಹೋಗಿ ಕುಸಿದುಬೀಳುವಂತಾಗಿ ಆಸರೆಗೆ ಕೃಷ್ಣನೇನಾದರೂ ಕೈ ಚಾಚುವನೊ ಎಂದು ಸುತ್ತಲೂ ಕಣ್ಹಾಯಿಸುತ್ತೇನೆ! ದೂರದಲ್ಲೆಲ್ಲೊ ಕೊಳಲ ಗಾನ ಕೇಳಿ ಬರುತ್ತದೆ. ಕೃಷ್ಣ.. ಕೃಷ್ಣಾ..

ಯಾವುದಕ್ಕೂ ನಾನು ಜವಾಬುದಾರನಲ್ಲವೆಂದು ಸದಾ ನಿರ್ಲಿಪ್ತದ ನಗೆಯಲ್ಲಿ ಲೀನನಾದ ಕಡುಗಪ್ಪ ಮೈಯವನ ಸಂಗಾತದ ಹಿಂದೆ ಹಸಿದ ಮಗುವಿಗೂ ಮೊಲೆಯುಣಿಸದೆ.. ಮೈ ಮೇಲಿನ ವಸ್ತ್ರಗಳನ್ನೂ ಸರಿಪಡಿಸಿಕೊಳ್ಳದೆ.. ಹೊತ್ತೂ ಗೊತ್ತಿಲ್ಲದೆ ಅಂಗೈಯೊಳಗಿನ ಹಿಡಿ ಬದುಕನೇ ನೈವೇದ್ಯವಾಗಿಸಿ ಸದ್ದಿಲ್ಲದೆ ರಾಸ ನರ್ತನಕೆ ಬೃಂದಾವನದೆಡೆಗೆ ನೆರಳುಗಳಾಗಿ ನಡೆದುಹೋಗುವ ಹುಚ್ಚು ರಾಧೆ ಮತ್ತು ಅಂಥವರಿಗಾಗಿ ಇದೆಲ್ಲ ಉಪದ್ವ್ಯಾಪ ಯಾಕೆ ಬೇಕಿತ್ತೆಂದು ಮತ್ತೊಂದು ಕತೆ ಬರೆದು ನಿನಗೆ ನ್ಯಾಯ ಕೊಡಿಸುತ್ತೇನೆಂದು ಅವಳ ಗಂಡನಿಗೆ ಅರೆ ಮನಸ್ಸಿನಿಂದ ಆಶ್ವಾಸನೆ ಕೊಡುತ್ತೇನೆ.

‘ಆ ಗೊಲ್ಲನೊಂದಿಗೆ ಕುಣಿಯಲು ನಾನು ತೊಡಿಸಿದ ಗೆಜ್ಜೆಗಳೇ ಆಗಬೇಕಾ ರಾಧೆಯ ಪಾದಗಳಿಗೆ..’–ರೋಷದ ಲೇಪ ಅಂಟಿಸಿಕೊಂಡ ಅವಳ ಗಂಡನ ಮತ್ತೊಂದು ತಕರಾರನ್ನು ಗುರುತಿಸಿಕೊಳ್ಳುವಾಗ ಎದೆಯೊಳಗೆ ಕಡಗೋಲಿಟ್ಟು ಕಡಿದಂತಾಗಿ ಮೈಯೊಳಗಿನ ಕಸುವೆಲ್ಲ ಸೋರಿಹೋದ ಭಾಸವಾಗುವುದು.

ಹೆಸರಿರದ ನಂಟು ಬೆರೆತು ಬಾಳಲು ಅಡ್ಡಿಯಾಗುವುದೇ..?– ಹೇಳೆನ್ನುವಳು. ಉಸಿರು ಅವನು.. ಬಿದಿರಾದ ತನ್ನನು ಕೊಳಲಾಗಿಸಿದ ಧನ್ಯತೆಗೆ ಅರಳುವಳು. ಕೃಷ್ಣನ ಕೊಳಲ ಗಾನಕೆ ಮತ್ತೆ ಮತ್ತೆ ಕಳೆದುಹೋಗುವಳು. ಎಷ್ಟು ಮೊಗೆದರೂ ಬತ್ತದ ಪ್ರೀತಿಯ ಒರತೆಯಲಿ ಮಿಂದೆದ್ದು ಬೃಂದಾವನದ ಬೆಳುದಿಂಗಳಿನಲಿ ತೆರೆದ ಆಕಾಶದ ಕೆಳಗೆ ಯಾವ ಮುಜುಗರವೂ ಇಲ್ಲದೆ ಒಲವುಣಿಸುವಳು ರಾಧೆ. ಬಂಧಗಳ ಸಿಕ್ಕು ಬಿಡಿಸಿಕೊಂಡು ಪ್ರಾಂಜಲದಿ ದೈವವನೇ ಬೆರಗುಗೊಳಿಸುವಳು. ಕೈಗೆ ಸಿಗದ ಶಾಮನಿಗಾಗಿ ತಹತಹಿಸಿ ತಾನೇ ಕೊಳಲಾಗಿ ಗಂಡನ ಕೈ ಸೇರುವಳೀ ರಾಧೆ. ಗಂಡ ಎಷ್ಟು ಊದಿದರೂ ಬಿದಿರೊಳಗಿಂದ ಹುಟ್ಟದ ರಾಗಕೆ ಮತ್ತೆ ಕನಲುವಳು ಕೃಷ್ಣನ ಕರೆಗೆ ರಾಧೆ. ಬದುಕನೇ ಬಸಿದು ಹನಿಸಿದರೂ ತೊಳೆದು ಹೋಗದ ಮೈಲಿಗೆ ಜತೆಯವರೊಳಗೆ.. ಮನಸೊಳಗೆ ಧೇನಿಸಿ ಹೆಚ್ಚಿಸಿಕೊಂಡ ಪ್ರೀತಿಗೆ ಕೃಷ್ಣನನು

ಇನ್ನೂ ಕಪ್ಪಾಗಿಸುವಳು. ಅಂಥ ರಾಧೆಯೂ ಬೇಸತ್ತು: ಬೃಂದಾವನದಲಿ ನೆರಳಿಗೂ ಕಾಲು ಬರಿಸಿ ನರ್ತಿಸೆನ್ನುವುದು ಸಾಕಿನ್ನು.. ಆತ್ಮದ ನಂಟನು ದೈವೀಕರಿಸಲು ಉಸಿರು ಹಿಡಿದಿಟ್ಟುಕೊಳ್ಳಬೇಕಿದೆ ನನಗೆ ಅಂದ ಮಾತನು ಕೇಳಿಸಿಕೊಳ್ಳುವ ಹೊತ್ತಿಗೆ ಅನಿಸುವುದೇನೆಂದರೆ: ಬದುಕಿನ ತುಂಬೆಲ್ಲ ಗೊಂದಲಗಳೊಂದಿಗೆ ಬೇಯುವ ಬದಲು ಒಮ್ಮೆ ಅಂತರಾಳದ ಮಾತನ್ನು ರಾಧೆಯ ಹಾಗೆ ಯಾಕೆ ಕೇಳಬಾರದೆಂದುಕೊಳ್ಳುವ ಹೊತ್ತಿಗೆ ಅದ್ಯಾಕೊ ಗೊತ್ತಿಲ್ಲ ಮಚ್ಚಿನ ಹರಿತದ ಹೊಳಪಿನಾಚೆಗೂ ಇತ್ತೀಚೆಗೆ ರಾಧೆಯ ಮುಖದ ಚಹರೆಯ ಹಿಂದೆ ಮತ್ತೊಂದು ಮುಖದ ಚಹರೆ ಕಾಣಿಸತೊಡಗಿ ಆ ಚಹರೆಯ ಹಿಂದೆ ಇಲ್ಲಿಯವರೆಗೆ ಜೋತುಬಿದ್ದು ಇಷ್ಟಪಡತೊಡಗಿದ ಸಂಗತಿ ಪಾಪವಲ್ಲವೆನ್ನಿಸತೊಡಗಿದ್ದು ನನಗೇ ಅಚ್ಚರಿ ಹುಟ್ಟಿಸಿಬಿಡುತ್ತದೆ!

*

ಯಶೋಧರೆ:

ಯಶೋಧರೆಯಂತೂ: 'ಸುರಿದ ಜೀವದ್ರವವ ಜೇನೆಂದು ಸವಿದವನೆ ಹೇಳು ಪ್ರೀತಿ ಯಾಕೆ ಕಹಿಯಾಯಿತೆಂದು..? ಹೆಣ್ಣನು ತೊರೆಯದೆ ಬರೆಯಲಾಗದ ಚರಿತೆಯಿಂದ ನೋವು ನಗೆಯಾಯಿತೆ..? ಹೆಣ್ಣೆಂದರೆ ನೋವು..! ಅರಿವಿಗವಳಡ್ಡಗೋಡೆಯೆಂದು ತೀರ್ಪು ನೀಡಿಯಾಯಿತೆ?'– ಎಂದೆಲ್ಲ ನೇರವಾಗಿಯೇ ಕೇಳತೊಡಗಿದ್ದಾಳೆ.

ಅಂದುಕೊಳ್ಳುತ್ತೇನೆ: ಏನಾಗಿದೆ ಇವರುಗಳಿಗೆಲ್ಲ.. ನೆಮ್ಮದಿ ಅರಸಲು ಕಾಡು ಸುತ್ತುವರಲ್ಲ.. ಹೀಗೆ ಕೈ ಕಟ್ಟಿ ನಿಂತುಕೊಂಡರೇನಾಯ್ತು.. ಅವಳಲ್ಲಿ ನೊಂದಿದ್ದಕ್ಕೆ ಕ್ಷಮೆ ಇರುವುದೇನು.. ಮನುಷ್ಯರನ್ನು ಅರ್ಥಮಾಡಿಕೊಳ್ಳಲು ಕಾಡಿಗೆ ಹೋಗುವುದೇ ಆದರೆ ಪಾಪದ ಮನಸನು ಮಹಲೊಳಗೆ ಬಾಡಿಸುವುದೇತಕೆ.. ಹೇಳುತ್ತೇನೆ: ಬಾರಿ ಬಾರಿ ಅವನ ಮುಂದೆ ನಾಚಿಕೆ ಮರೆತು ಪ್ರೀತಿಗಾಗಿ ಅಲವತ್ತುಕೊಳ್ಳುವುದು ಬೇಡ. ಅಂಗಲಾಚುತ ನಿನಗಿಂತ ನಿನ್ನ ಪ್ರೀತಿಯನೇ ಅಗ್ಗವಾಗಲು ಬಿಡುವುದು ಬೇಡ. ಹೇಳದೇ ಹೋದವನ ತೊಡಕಾದ ಪ್ರೀತಿಯ ಸಿಕ್ಕನು ನಯವಾಗಿ ಬಿಡಿಸುವುದೂ ಬೇಡ.

ಸಮಾಧಾನಗೊಳ್ಳದವಳು: ಎದೆಯೊಳಗೊಂದು ಆಸೆಯ ಕಿಡಿ ಗೊತ್ತಿಲ್ಲದೆ ಹೊತ್ತಿಸಿ ಉರಿಯ ಝಳಕೆ ಕಾಯಲು ನನ್ನೊಬ್ಬಳನ್ನೇ ಬಿಟ್ಟುಹೋಗಿದ್ದು ಸರಿಯೆ? ಒಬ್ಬಳಿಗೇ ಜಂಜಡಗಳನೆಲ್ಲ ಹಾಸಿ ಹೊದಿಸಿ ಮಲಗಿಸುವುದಿರದು.. ಕಣ್ಣ ನೀರು ತುಳುಕಿಸಿ ಮನಸೆಲ್ಲ ತೋಯಿಸಿ, ಅಗಲುವ ಮುನ್ನ ಕೊನೆಯ ಭೇಟಿಯೆಂದೂ ಹೇಳದೆ ದೂರಾಗಿದ್ದು ಸರಿಯೆ..?

ನೆನಪಿಸಿಕೊಳ್ಳುತ್ತಾಳೆ: ಆಗಸದಲಿ ತುಂಬು ಚಂದ್ರ ಹಿಟ್ಟು ಹರವಿದ ಬೆಳುದಿಂಗಳು. ನಿಸ್ತೇಜದ ಆರಿದ ರಾತ್ರಿ.. ಬಟ್ಟಲು ತುಂಬ ಹಾಲು.. ತುಟಿಯಂಚಲಿ ಒಸರಿದ ಜೇನು. ಬಾಹುಗಳ ಅಪ್ಪುಗೆಯ ಬೆಚ್ಚನೆಯ ಕಾವಿಗೆ ಕರಗುವ ಕನಸು.. ರಾಗರತಿ ಮೀರಿ ಆತ್ಮದೊಳು ಬೆರೆತು ಒಂದಾಗುವ ಭಾವ.. ಹೂವ ಬಾಳಿಗೆ ಮುಳ್ಳಬೇಲಿಯೂ ಆಗದೆ ಹೇಳದೇ ಹೋಗುವುದೆ..?–ಯಶೋಧರೆಯ ಒಂದರ ಹಿಂದೆ ಒಂದು ಪ್ರಶ್ನೆಗೆ ನಾನು ನಿರುತ್ತರನಾಗುತ್ತೇನೆ.

ಭೋಧಿವೃಕ್ಷದ ಕೆಳಗೆ ಕುಳಿತು ಹಲವರು ಅದೆಷ್ಟೇ ಪ್ರಯತ್ನಿಸಿದರೂ ಇಲ್ಲಿಯವರೆಗೆ ಯಾರಿಗೂ ಮತ್ತೊಬ್ಬ ಬುದ್ಧನಾಗಲು ಆಗಲಿಲ್ಲದುದೇ ಹೆಮ್ಮೆ ನಿನಗೆಂದು–ಯಶೋಧರೆಗೆ ತಿಳಿಸಹೋದರೆ.. ಇರುಳಿನಲಿ ಬೆಳಗಿಸಿದ ದೀಪ ಮಂಕಾಗಿದೆ.. ಹಗಲಿನ್ನೂ ದೂರವಿದೆ.. ಅದೆಂಥ ಹಠ ನನ್ನ ಮನೆಯ ದಾರಿ ತುಳಿಯದಿರಲೆಂದು.. ತೊರೆದನೇನೊ ಸರಿ.. ಇರಿದುಹೋಗದ ಅವನಿಗೆ ಏನು ಹೇಳಲಿ..–ಎನ್ನುವಳು. ಯಶೋಧರೆಯ ಕೆನ್ನೆ ಮೇಲಿನ ಕಣ್ಣ ಹನಿಗಳನೊರೆಸಿ ಅವಳ ತುಟಿಗಳಲ್ಲೊಂದು ಮಂದಹಾಸ ಮೂಡಿಸುವುದು ಹೇಗೆಂದು ತಿಳಿಯದೇ ಒದ್ದಾಡುವುದಾಗುತ್ತದೆ. ಅಂದು ಅರಿವನ್ನು ಹೊಂದಿ ಅರಮನೆಗೆ ಬಂದ ಬುದ್ಧ ಹೊಳ್ಳಿ ಹೋಗುವಾಗ ಯಶೋಧರೆಯ ಕೆನ್ನೆ ಮೇಲಿನ ಕಣ್ಣ ಹನಿಗಳನು ಪುಣ್ಯಾತ್ಮ ಅದ್ಯಾಕೆ ಗಮನಿಸದೇ ಹೋದನೊ..?

ಮಿದುವೆದೆಗೊಂದು ಅಪ್ಪುಗೆಯಾಗದವನ ಹಳಿಯುವುದು ಬೇಡ.. ಕಾರಣ ಹೇಳಲಾಗದವನ ಎದೆ ಬಗೆದು ನೋಡುವುದು ಬೇಡ–ಶುಷ್ಕದ ನನ್ನ ಸಮಜಾಯಿಷಿಗೆ ಯಶೋಧರೆ ಒಣ ನಗೆಯೊಂದನು ಮುಖದಲ್ಲಿ ಮೂಡಿಸಲೆತ್ನಿಸುವಳು. ಆದರೂ ತೀರ ಸೇರಿಸದೆ ನಡುವಲೆ ಬಿಟ್ಟುಹೋಗಿದ್ದು ಯಾಕೆಂದು ಸಹ ಕೇಳದವಳ ಮಾತಿಗೆ ನಾನೂ ಕಿವಿಯಾಗದೇ ಹೋದರೆ ಕೆನ್ನೆಮೇಲಿಂದಿಳಿವ ಕಣ್ಣೀರುಗಳಿಗಾದರೂ ಒಂದು ಗೌರವ ಬೇಡವೆ–ಎಂದುಕೊಂಡು ಅವಳ ಬಾಳಿನ ಏರನು ಇಳಿಜಾರಾಗಿಸಲು ತಯಾರಿಮಾಡಿಕೊಳ್ಳುತ್ತೇನೆ. ಹರಡಿದ ಇರುಳಿಗೆ ದೀಪದ ಹಂಗ್ಯಾಕೊ ಬೇಡವೆನಿಸುವುದೆಂದು ಊಟವೂ ಬೇಡವೆಂದು ಹಠ ಹಿಡಿದವಳ ಗಂಟಲಲಿ ತುತ್ತನ್ನ ಇಳಿಸಲು ಹರಸಾಹಸ ಪಡುತ್ತೇನೆ.

*

ಊರ್ಮಿಳೆ:

ಸೃಷ್ಟಿಸಿದ ಊರ್ಮಿಳೆಯ ಪಾತ್ರ ಸೀದಾ ಸರಯೂ ನದಿ ದಂಡೆಗೆ ಕರೆದೊಯ್ದು ಸ್ವಗತಕ್ಕೆ ಮುಂದಾಗುವುದು.

ವಿರಹದುರಿಗೆ ಸಾಗರಲೆಗಳೂ ಉಸಿರಾಡಲು ಉಕ್ಕುವವು.. ಆಂತರ್ಯದ ಒಳತೋಟಿ ತುಟಿಯ ತೇವಲ್ಲ.. ಸಿಕ್ಕಿಹಾಕಿಕೊಂಡು ತೇಲಲೆತ್ನಿಸುವ ನೆನಕೆ ಅಪ್ಪುಗೆಯ ಕಾವಲ್ಲ.. ಆಸೆಗಳನು ನಿರ್ದಯದಿ ಕೊಂದುಕೊಂಡ ಪುರಾವೆಗಳು ಮಂಚದಮೇಲೆ ಹರಡಿಹವು ನೋಡಿಲ್ಲಿ.. ಅಪರಿಚಿತನಾಗುಳಿದವನ ಹೊರತಾದ ಬಾಳು ಈ ಜನುಮಕೆ ದಕ್ಕುವುದೇ..?–ಊರ್ಮಿಳೆಯ ಕಂಗಳಲಿ ಮಡುಗಟ್ಟಿದ ಕನಸು ಸರಯೂ ನದಿಯಲಿ ತುಳುಕಿ ಮುಳುಗದೆ ತೇಲುವುದು ನನಗೂ ಕಾಣಿಸುವುದು! ದು:ಖ ತಡೆಯಲಾಗದೆ ಆಗಸವೂ ಗುಡುಗು ಸಿಡಿಲಾಗಿ ಮಳೆಯಾಗಿ ಸುರಿವುದು.

ನಸೀಬಿನಲಿ ನೀನಿರಲಿಲ್ಲ ಏಳು ಹೆಜ್ಜೆ ತುಳಿದಿದ್ದೊಂದೇ ಬಂತು

ಜತೆಯಲಿ ಹೆಜ್ಜೆಹಾಕಲು ನನ್ನನಾರಿಸಿಕೊಳ್ಳಲಿಲ್ಲವಲ್ಲ ಅದೊಂದೇ ಹಳಹಳಿ..

ಜತೆಗಾರನಿಲ್ಲದಿರುವಾಗ ಚಂದಿರನಲೂ ಕಲೆಗಳು ಕಾಣಿಸುವವು ಈ ಬಾಳಲಿ..

ವಿದಾಯ ಕೂಡ ಹೇಳದೆ ದೂರವಾದನಲ್ಲ ಅದೊಂದೇ ಹಳಹಳಿ..

ಸರಯೂ ನದಿ ನೀರಲಿ ಕಾಲಾಡಿಸುತ್ತ ಕೂತರೂ ಸಿಗದ ಸಮಾಧಾನ. ಉದುರಿದ ಒಂದೊಂದೇ ಕಣ್ಣ ಹನಿಗಳು ನದಿಯ ಪಾತಳಿಯನು ಹೆಚ್ಚಿಸುವವು.

ಕರುಣೆಯೆಂಬುದು ಬೆಳುದಿಂಗಳಿಗೂ ಬಾರದು

ಇನಿಯನಗಲಿಸಿದ ಪಾಪಕೆ ವಿಧಿಯೂ ಈಡಾಗುವುದು..

ತ್ಯಾಗದ ಹೆಸರಿನಲಿ ಅಗಲಿಸಿ ಮೋಜು ನೋಡಿದರು..

ಜತೆ ಕರೆದೊಯ್ಯಲು ಗೋಣಾಡಿಸಿ ಒಲ್ಲೆಂದರು..

ಮುಖವನೂ ತೋರಿಸದೆ ಬೆನ್ನು ತಿರುವಿ ಹೋದವ ಅರಮನೆಯನು ಸೆರೆಮನೆಯಾಗಿಸಿದ.

ಅದೇ ತಾನೆ ಬೆಸುಗೆಯಾದ ಒಂದು ಹೊಸ ನಂಟು.. ಇನ್ನೂ ಸರಿಯಾಗಿ ನೋಡದ ಗಂಡನ ಮುಖ. ನನ್ನೊಂದಿಗಿನ ಮದುವೆ ಮೂಲಕ ಹುಟ್ಟಿಕೊಂಡ ಕೆಲ ಜವಾಬ್ದಾರಿಗಳಿಗೆ ಅವನು ದೂರ ಸರಿದು ನಿಂತು ಕುರುಡಾದ; ಕಿವುಡಾದ.

ಯಾರ ವಚನಕೆ ಯಾರು ಬದ್ಧರೊ

ಮುಗ್ಧ ಎಳೆ ಜೀವ ಹುರಿದು ಮುಕ್ಕಿದರು..

ಕತ್ತಲೆಂದು ಬಟ್ಟೆ ಕಳಚಿ ಪ್ರೀತಿ ಬೆತ್ತಲಾಗಿಸುವುದೇ ಹೇಳು.. ಕಾಡು ಮಲ್ಲಿಗೆಯಾದರೇನು ಘಮ ಕಾನನದಲೂ ಸೂಸುವುದು.. ತಿಂಗಳದ ಕಡು ನೆತ್ತರು ಪ್ರೀತಿಯನು ಕೆಂಪಗಾಗಿಸದಿರುವುದೇ.. ಅಂಬಿಗನಿಲ್ಲದ ದೋಣಿ.. ಮರೆತುಹೋದವನ ದಡ ಸೇರುವುದು ಹೇಗೆ..? ಲಂಗರಿಗೆ ಕಟ್ಟಿದ ಕನಸು..

ಪ್ರೀತಿ ತುಕ್ಕುಹಿಡಿಸುವುದೇ ಹೇಳು..–ಊರ್ಮಿಳೆಯ ಭೋರ್ಗರೆವ ಭಾವನೆಗಳ ಮುಖಗಳು ಹಲವು.

ಸಿಂಗರಿಸಿಕೊಳ್ಳುವುದು ಸಖನಿಗಾಗಿಯೆಂದು ತಡವಾಗಿ ತಿಳಿಯುವುದು. ಉಟ್ಟುಕೊಂಡ ತೆಳು ಸೀರೆಯೇ ಬೇಸರದಿ ಭಾರವೆನ್ನಿಸುವುದು. ಸಖನಿಲ್ಲದ ಸಿಂಗಾರಕೆ ಜೀವಕಳೆಯೇ ಕಲ್ಬಂಡೆಯಾಗುವುದು. ಆಸೆಗಳೆಲ್ಲ ಉಸಿರು ನಿಲ್ಲಿಸಿ ತಲೆಕೆಳಹಾಕಿ ಬಿಳಿಲಾಗಿ ಜೋತುಬೀಳುವವು. ತಲ್ಲಣದಲ್ಲದ್ದಿದ ನೆನಪುಗಳ ತಾಕಲಾಟಿಗೆ ಭಾವನೆಗಳೆಲ್ಲ ಕಲಸಿಹೋಗುತಿವೆ. ಉರಿವ ಒಳಗುದಿಗೆ ತಣ್ಣೀರೆರೆಚಿ ನಂದಿಸುವ ಪ್ರಯತ್ನ ಹುಸಿಯಾಗುವುದು. ಕಲ್ಲೆದೆಗೂ ಬೆಚ್ಚನೆಯ ಆಲಿಂಗನ ಸುಖವೆನಿಸುವುದು. ಬೀಳುವ ಮಳೆಯ ಮೊದಲ ಹನಿ.. ಮುತ್ತಾಗಲು ಕಾಯುವ ಚಿಪ್ಪು.. ದೂರ ಸರಿದು ಹೋದರೂ ಸೆಳೆತವ್ಯಾಕೊ ಕಡಿಮೆಯಾಗುವುದಿಲ್ಲ.

ಭುಗಿಲೆದ್ದ ಬೆಂಕಿಗೆ ಆಸೆಗಳೆಲ್ಲ ಒಣಗಿ ಉರಿ ನಾಲಗೆಯಾಗುವುದು. ದಿವ್ಯ ಅನುಭವಕೆ ಸಾಕ್ಷಿಯಾಗದಾತ ಭಾವನೆಗಳಿಗೆ ಕೂಡ ಮುಖವಾಗುವುದಿಲ್ಲ. ಆದರ್ಶವನು ಮೈಗೆ ಬಳಿದುಕೊಂಡು ಪಾಪದವಳ ಬದುಕಿನೊಂದಿಗೆ ಆಟ ಆಡುವುದೇಕೊ. ಬಯಕೆಗಳನ್ನು ದ್ರವಿಸಿ ಕಣಕಣವಾದವಳು ನದಿಯಾಗಿ ಸದ್ದಿಲ್ಲದೆ ಹರಿಯುವಳು. ಮತ್ತೆ ಮುಂದುವರಿದು ಹೇಳುತ್ತಾಳೆ: ಸುರಿದ ಬೆಳುದಿಂಗಳು ಕಣ್ಣ ಹನಿಗಳನು ನೀರಡಿಸಿ ನೆಕ್ಕುವುದು ಸಾಕಿನ್ನು.. ಹದಿನಾಕು ವರುಷ ಅಗಲಿದವನ ಎದೆ ಬಗೆದು ನೋಡಬೇಕಿದೆ ನನಗೆ.. – ಊರ್ಮಿಳೆಯ ಸ್ವಗತಕ್ಕೆ ಕಲಸಿ, ಕುಸಿದುಹೋದಂತೆನಿಸಿ ಇನ್ನು ಈ ಪರಕಾಯ ಪ್ರವೇಶದ ಸಹವಾಸವೇ ಸಾಕೆನ್ನಿಸಿಬಿಡುವುದು.

*

ಭೀಷ್ಮ:

ಖಡ್ಗದ ಮೊನೆಗೆ ಧರ್ಮವನ್ನು ಅಂಟಿಸಿ ಯಾವ ಯುದ್ಧವನ್ನೂ ಗೆಲ್ಲಲಾಗುವುದಿಲ್ಲವೆಂದು ಭೀಷ್ಮ ಶರಶಯ್ಯೆಯಲ್ಲಿ ಮಲಗಿಯೇ ಗೊಣಗುತ್ತಿರುವುದು ನನಗೆ ಮಾತ್ರ ಕೇಳಿಸುತ್ತದೆ. ಆತ್ಮಾವಲೋಕನಗಳು ಆಗಿಹೋದ ತಪ್ಪುಗಳನ್ನು ಸರಿದೂಗಿಸಬಲ್ಲವೆ..? ಸೆಳೆದ ಸೀರೆಯ ಹಿಂದೆ ಕಾಣಲೆತ್ನಿಸುವ ನಗ್ನತೆಗೆ ಐದು ಊರುಗಳು.. ನೂರು ತಲೆಗಳು ಸಮವಾಗಬಲ್ಲವೆ..? ಪಾಠ ಕಲಿಸಲು ಒಂದು ಅವತಾರ ಎಂದಾದರೆ ಆ ಅವತಾರಕ್ಕೆ ರಜಸ್ವಲೆಯ ಸೆಳೆದ ಸೀರೆಯೇ ನೆವವಾಗಬೇಕಿತ್ತಾ..? ಯುದ್ಧದಿಂದಾಗಿ ಆಸರಾಗಿದ್ದವರೆಲ್ಲ ಗೋರಿಯಾಗಿ ಹೋದರು. ಮಣ್ಣುಕೊಟ್ಟು

ಬಂದು ಉಂಡ ಹೊಟ್ಟೆ ತಡವಿದರೆ ಅಲ್ಲೊಂದು ಜೀವ ಮಿಸುಕುವುದೇ.. ದೇವ್ರೇ..! ಬದುಕನ್ನು ಮೀಸಲಿಡುವುದು ಗೋರಿಯಾದವರಿಗೋ..? ಇಲ್ಲಾ ಗರ್ಭದಲ್ಲಿ ಮೊಳಕೆಯೊಡೆದವರಿಗೋ..? ಇಲ್ಲಿಯವರೆಗೆ ಒಬ್ಬರ ಗೋರಿ ಇನ್ನೊಬ್ಬರ ಸಿಂಹಾಸನವಾಗಿರುವಾಗ ಇನ್ನಾದರೂ ಅಂಥದೊಂದು ಪರಂಪರೆ ತಪ್ಪುವುದೆಂಬ ಪೂರ್ವಗ್ರಹಿಕೆಯಿಂದ ನಾನು ಮದುವೆಯಾಗದೇ ಇದ್ದುದು ವಂಶಕ್ಕೇ ಶಾಪವಾಯಿತೆ..?–ಭೀಷ್ಮನ ಮಿಸುಕಿಗೆ ಗೋರಿಯಾಗುವ ಸರದಿ ನನ್ನದಾಗುವುದು.

*

ಸೀತೆ:

ಬಾರಿ ಬಾರಿ ಆರೋಪಿಸಿ ಅರೆಜೀವವಾಗಿಸುವುದರಲ್ಲಿ ಅದೆಂಥ ಸುಖವಿದೆಯೆಂದು ನೀನಾದರೂ ಹೇಳು.. ಪ್ರಶಾಂತ ಕೊಳದವಳ ಮನಕೆ ಕಲ್ಲೆಸೆಯುವುದು ಬೇಡ.. ನೋಯಿಸಲೆಂದೇ ಒಂಟಿಯಾಗಿಸಿ ಕಲ್ಲಾಗಿಸುವುದು ಸಾಕಿನ್ನು.. ತಿಳಿಕೊಳದಲಿ ಅಲೆಯನೆಬ್ಬಿಸಿ ಭಾವ ಕದಡುವುದಿನ್ನು ಬೇಡ. ನಮ್ಮವರೇ ಉಣ್ಣಿಸಿದ ನೋವು ಹೊಟ್ಟೆ ತುಂಬಿಸಿರುವುದು. ಹೊಟ್ಟೆಯಲ್ಲಿ ಚಲಿಸುವವು ಅನಾಥದ ಮಿಡುಕುಗಳು.. ವಿಳಾಸವಿಲ್ಲದ ಒಂಟಿ ಪಯಣ ಗಮ್ಯ ಸೇರಿಸಬೇಕಿದೆ.. ಸೋಸಲು ಬರದ ಪಾಡನು ಸವೆಸದೆ ಗತ್ಯಂತರವಿಲ್ಲ. ಯಾಗದ ಬಂಗಾರದ ಪ್ರತಿಮೆ ಸಂಗಾತಿಯಾಗುವುದೇನು..? ಭಾವದಲ್ಲದ್ದಿದ ಕುಂಚದಿ ನಯವಾಗಿ ಮನಸೊಳಗಿನ ಸಿಬುರು ಸೀಳುವುದು ಬೇಡ.. ಉರಿಯೊಳಗಿನ ಕಾವಿಗೆ ಪ್ರೇಮ ಮರುಹುಟ್ಟು ಪಡೆವುದೇನು..? ಅರಗದ್ದನ್ನೆಲ್ಲ ಕಕ್ಕಿದರೂ ಒಳಗುಳಿದ ಅಗಲು ಜೀವವನೇ ಹಿಂಡುವುದು.. ಕಣ್ಣ ಹನಿಗಳನೂ ಎಣಿಸಿ ತೂಕ ಮಾಡುವುದಿನ್ನು ಸಾಕು.. ರಕುತದ ರುಚಿ ತೋರಿಸಲು ಬೆನ್ನಿಗೆ ಚೂರಿ ಹಾಕುವುದು ಬೇಡ.. ಎಂದಾದರೂ ಒಂದಿನ ಮುಖವಾಡದವನನ್ನು ಎದುರುಗೊಳಿಸು.. – ಎಂದೆಲ್ಲ ನನಗೆ ದುಂಬಾಲು ಬೀಳುವಳು.

ನಾನೆಂದರೆ ಕಾಡಿಗಟ್ಟುವ ಪ್ರಾಣಿಯೆ..? ಮೌನದಲಿ ಕೊಲ್ಲುವುದು ಸಾಕು.. ಮಾತಾಗಿಸು.. ಕರುಳು ಹಿಚುಕಿ ಅದೇನು ಬಸಿದು ನೋಡುವೆ.. ನಾನೆಂದರೆ ದಾಳವಲ್ಲ.. ನಿಂತ ದೋಣಿಯಲೆಂಥ ಪಯಣ.. ಒಂಟಿಯಾದವಳ ತಲ್ಲಣಗಳಿಗೆ ಉಸಿರಾಗು.. ಕರುಣೆ ಇಲ್ಲದವ ನೀನು.. ಕಡುಗತ್ತಲಲಿ ಒಬ್ಬಳನೇ ನಿಲ್ಲಿಸಿ ಹೇಳದೇ ಹೋದೆ.. ಮನಸಿಗ್ಯಾವ ರೂಪೂ ಇಲ್ಲ.. ಅನಾಥ ಭಾವಗಳು ಕೊಂಬೆಗಳ ತುದಿಗೆ ನೇತಾಡಿ ಬಿಕ್ಕುತಿವೆ ಕಾಡಿನಲ್ಲಿ.. ಸತ್ಯ ಸಾಬೀತುಪಡಿಸಲು ಹೋಳಾಗಬೇಕೇನು? ಪಾವಿತ್ರ್ಯವನ್ನು ಪ್ರತಿಷ್ಠಾಪಿಸಲು ಬೆಂಕಿಯ ಕೆನ್ನಾಲಿಗೆಗಳಿಗೆ

ಒಡ್ಡಿಕೊಳ್ಳುವುದೇನು ನಿಯಮವೆ..? ಜೀವನದ ಹಸನು ಋಜುವಾತಾಗಿಸಲು ಬಾರಿ ಬಾರಿ ಪರೀಕ್ಷೆಗೀಡಾಗುವುದು ಯಾಕೊ.. ಅಗ್ನಿಕುಂಡದಲ್ಲಿ ಬಿದ್ದು ಶುಭ್ರವಾಗುವ ಅಶರೀರ ಮಿಡಿತ ಯಾರಿಗಾಗೊ..? ಆಗಾಗ ತಲೆ ಇಡಲೊಂದು ಹೆಗಲು ಬೇಕು.. ನನ್ನ ಕುತ್ತಿಗೆ ಹಿಚುಕಿ ನನ್ನದೇ ಪ್ರತಿಬಿಂಬಕೆ ಜೀವ ಬರಿಸುವುದಿನ್ನು ಸಾಕು.. ಸಂಶಯಿಸಿದ ಲೋಕವೇ ಬೇಡಾಗಿ ಬದುಕು ಮುಗಿಸಿಕೊಳ್ಳಬೇಕಿದೆ ನನಗೆ..–ಎಂದೆಲ್ಲ ಮತ್ತೆ ಸೀತೆ ಆತ್ಮಾವಲೋಕನಕ್ಕಿಳಿದು ಕಲ್ಲಾಗಿಬಿಡುವಳು. ಬೆಸುಗೆ ಹಿಡಿಯದ ವೇಳೆಯಲಿ ತಂತುಗಳೆಲ್ಲ ಸಡಿಲುಗೊಂಡ ಬಂಧಗಳನು ಪಾರುಗಾಣಿಸುವ ಭರದಲಿ ಶಾಪಗ್ರಸ್ತರಾದವರ ಮರುಜನ್ಮಕೆ ಮತ್ತೆ ರಾಮನ ಅವತಾರವಾಗಿಸಿದರೆ ನನ್ನಂಥವರ ಮುಕ್ತಿಗೆ ಸೀತೆ ಮತ್ತೆ ಕಾಡಿಗೆ ಹೋಗುವುದು ಎಷ್ಟು ಸರಿಯೆಂದು ಅಹಲ್ಯೆ ನಾಟಕೀಯವಾಗಿ ಪ್ರಶ್ನಿಸುತ್ತಾಳೆ. ವಿಧಿಯಾಟಕೆ ಬಯಲಲಿರುವವಳಿಗೆ ಮೆತ್ತನೆ ಹೊದಿಕೆಯಾಗು ಮತ್ತು ಮನಸು ಮುಚ್ಚಿಕೊಂಡವಳ ತಲ್ಲಣಕೆ ಆತುಕೊಂಡು ನೋಡೆಂದು– ಬರೆದು ಪಾಪದ ಪಾತ್ರವನು ಬೆಂಕಿಯ ಝಳಕೆ ನಿಲ್ಲಿಸಿ ಸಶೇಷವನ್ನೂ ಹೇಳದ ನನ್ನೊಳಗಿನ ಕುದಿ ಯಾರಿಗೆ ಹೇಳಲಿ?

*

ಅಹಲ್ಯೆ:

ಅದು ಬ್ರಾಹ್ಮೀ ಮುಹೂರ್ತವಾಗಿತ್ತು..

ಬೆಳಕಿನ್ನೂ ಮೂಡಿರಲಿಲ್ಲ.. ರಾತ್ರಿ ಕಳೆದು ಬೆಳಕು ಮೂಡುವ ಹೊತ್ತಾಗುತ್ತಿತ್ತು. ನಿದಿರೆಯನ್ನು ಬಿಟ್ಟುಕೊಡದ ರೆಪ್ಪೆಗಳು ತೆರೆದುಕೊಳ್ಳಲು ಹಠಹಿಡಿದು ಕನಸ ಕಾಣಲು ಉತ್ತೇಜಿಸತೊಡಗಿದ್ದವು.. ತೆರೆದ ಬಾಗಿಲ ಒಳಗೆ ನುಸುಳಿ ಹೊಸೆದ ಬೆಳದಿಂಗಳು ಪರ್ಣಕುಟೀರದೊಳಗೆ ಹದವಾಗಿ ಹರವಿಕೊಂಡಿದ್ದು ಅರೆತೆರೆದ ಕಂಗಳಿಗೆ ಹಬ್ಬದ ರಸಾನುಭೂತಿ.. ಒಂದಳತೆಯಲ್ಲಿ ಒಳ ಸುಳಿದ ತಂಗಾಳಿಯಲ್ಲಿ ಮೈ ಮನಸುಗಳನ್ನು ತಣ್ಣಗೇ ತೀಡಿ ನೇವರಿಸುವ ಭಾವವೊಂದು ಅಂತರಾಳದಲಿ ಅದುಮಿಟ್ಟ ಆಸೆಗಳಿಗೆ ಕಿಚ್ಚು ಹಚ್ಚಿದಂತಾಗಿ ಮೈಯೆಲ್ಲ ಕಾವೇರತೊಡಗಿ ಮಲಗಿದಲ್ಲೇ ಇದ್ದ ಆಕಾರ ಬದಲಾಗಿ ಅಂಕು ಡೊಂಕಾದುದರ ಗುರುತು ಹತ್ತಿ.. ಇತ್ತ ಕತ್ತಲೂ ಅಲ್ಲ ಅತ್ತ ಬೆಳಗೂ ಅಲ್ಲದ ಹೊತ್ತಲ್ಲಿ ತುಂಬ ನಾಚಿಕೆ ಅನ್ನಿಸಿ ಹಿಡಿಯಷ್ಟಾಗಿ ಹೋಗಿದ್ದೆ..

ತೆರೆದುಕೊಳ್ಳಲು ಒಲ್ಲೆನ್ನುವ ಕಣ್ರೆಪ್ಪೆಯೊಳಗೆ ಹೆಪ್ಪುಗಟ್ಟಿದ ಆಸೆಗಳ ಅಮಲು ಮೈತುಂಬ ಹಬ್ಬಿ ಹರಿದಾಡುತ್ತಿರುವ ಘಳಿಗೆಯಲ್ಲಿಯೇ ಬೆಚ್ಚಗಿನ ಒಂದು ತಬ್ಬುಗೆ.. ಒಂದು ಕ್ಷಣ ಎದೆಯೊಳಗಿನ ಗುಂಡಿಗೆ ಘಳಾರನೇ

ಒಡೆದಂತಾಗಿ ಲಜ್ಜೆಯಿಂದ ನೀರಾಗಿಬಿಟ್ಟಿದ್ದೆ. ಇದೆಲ್ಲ ಬೆಳಗಿನ ಜಾವದ ಕನಸೇ ಎಂದುಕೊಳ್ಳುತ್ತಿರುವಾಗಲೇ ನನ್ನೀ ಮಿದುವೆದೆಯಲಿ ಬೆಚ್ಚನೆಯ ಉಸಿರೊಂದು ಘಟ್ಟಿಸಿದಂತಾಗಿ ಹೆದರಿಕೆಯಿಂದಲೋ.. ಆಸರೆಗೆ ಅಂತಲೋ ಎರಡೂ ಕೈಚಾಚಿ ತಬ್ಬಿಕೊಂಡಿದ್ದು ಗಂಡು ದೇಹವೇ ಆಗಿತ್ತು.. ತಬ್ಬಿದ ದೇಹ ಹುರಿಯಾಗಿತ್ತು.. ಅಲ್ಲೊಂದು ಹೊಸದೇ ಆದ ಸುಖದ ಪರಿಮಳವಿತ್ತು.. ಆ ತೋಳುಗಳಲ್ಲಿ ಹೂವ ಮೈಯ್ಯುವಳನು ಹಿಂಡಿ ಪರಿಮಳ ಬಸಿದು ಕುಡಿಯುವ ಕಸುವಿತ್ತು.. ಸನಿಹ ಹುಟ್ಟಿಸಿದ ಮಾರ್ಧವತೆಗೆ ಎದೆ ನಡುಗಿ ನಗಾರಿಯಾಗುವುದು. ಬಿಚ್ಚಿಟ್ಟ ವೀಣೆಯ ತಂತಿಯನ್ನು ಜೋಡಿಸಿ ಹೊಸರಾಗ ನುಡಿಸಲು ಮೈಯೆಲ್ಲ ಅನುರಾಗವಾಗುವುದು. ಗೌತಮನಿಂದ ಇದೆಲ್ಲ ಹೇಗೆ ಸಾಧ್ಯವೆಂದುಕೊಳ್ಳುತ್ತಿರುವಾಗ ಆತನೊ ಕಠೋರ ತಪಸ್ಸು ಮಾಡಿದ ಕರ್ಮಠದ ಋಷಿ.. ನನ್ನ ಅವಸ್ಥೆ ಕಂಡು ಮರುಗಿ ತೆರೆದುಕೊಳ್ಳಲೆಂದೇ ಕಾಯುತಿರುವ ವಾಂಚೆಗಳನು ತಣಿಸಲು ಈ ದಿನ ಮಿಲನ ಮಹೋತ್ಸವ ಕರುಣಿಸಿರಬೇಕೆಂದು ನನಗೆ ನಾನೇ ಸಮಜಾಯಿಷಿ ಕೊಟ್ಟುಕೊಂಡಿದ್ದೆ.

ಕಣ್ತೆರೆದರೆ ರೆಪ್ಪೆಗಳ ಹಿಡಿತಕೆ ಸಿಕ್ಕ ಸುಖ ಎಲ್ಲಿ ತುಳುಕಿ, ದಕ್ಕದೆ ಹೋಗುವುದೋ ಎಂದು ಬಿಗಿಯಾಗಿ ಕಣ್ಮುಚ್ಚಿಕೊಂಡಿದ್ದೆ.. ಮೈಯೆಲ್ಲ ನಾಲಗೆಯಾಗಿಸಿಕೊಂಡು ಜಿನುಗಿದ ಸುಖವನ್ನು ನೆಕ್ಕಿ ನೆಕ್ಕಿ ಸವಿಯುತ್ತಿದ್ದೆ.. ಮದುವೆಯಾಗಿ ಇಷ್ಟು ವರ್ಷಗಳಾದರೂ ಸಿಗದ ಸುಖ.. ಹಾಗೇ ಸುಮ್ಮನೆ ಕಣ್ತೆರೆದು ಸುಖದ ಆ ತೀವ್ರತೆಯಿಂದ ವಂಚಿತಗೊಳ್ಳಲು ನಾನು ಯಾವುದೇ ಕಾರಣಕ್ಕೂ ತಯಾರಿರಲಿಲ್ಲ.

ಎರಡು ಉಸಿರುಗಳು ಮಂದ್ರದ ಒಂದೇ ಲಯದಲ್ಲಿ ತಳಕುಹಾಕಿಕೊಂಡು ಪರಿಚಯಿಸಿಕೊಳ್ಳತೊಡಗಿದ್ದವು. ಕಂಡರಿಯದ ಸುಖ.. ಬೆಳುದಿಂಗಳ ತೆಕ್ಕೆಯಲಿ ಸುಖವೆಂಬುದಕೆ ಇನ್ನಿಲ್ಲದ ಉಬ್ಬರದ ಮೊರೆತ.. ಕನಸೋ.. ನನಸೋ ಅನ್ನುವುದೇ ಮರೆತುಹೋಗಿ ಸುಖಕೆ ಮಾತ್ರ ದಕ್ಕಿದ ಘಳಿಗೆ.. ಕನಸಾದರೂ ಸರಿಯೆ.. ದಕ್ಕಿದ ಸುಖವನ್ನು ಇನ್ನಷ್ಟು ಹಿಗ್ಗಿಸಿ ಉದ್ದಕೂ ಸುರಿದುಕೊಳ್ಳುವ ಹಂಬಲ.. ನನ್ನೊಳಗೆ ಉಕ್ಕಿದ್ದೆಲ್ಲ ಸೂರೆಗೊಳ್ಳುತ್ತಿದ್ದರೂ ಬಿಗುಗೊಂಡ ನರ ನಾಡಿಗಳೆಲ್ಲ ಹಗುರಗೊಳ್ಳುವ ಸೆಣಸಾಟ ತುಂಬ ಹೊತ್ತು ನಡೆದೇ ಇತ್ತು.. ಕತ್ತಲೆಗೆ ಬೆಳುದಿಂಗಳು ಕೊಡುಗೆಯಾಗಿತ್ತು. ಕತ್ತಲು ಮತ್ತು ಬೆಳುಂದಿಂಗಳು ಒಂದಕೊಂದು ಪರಿಚಯಿಸಿಕೊಳ್ಳುವ ಸಡಗರದಲ್ಲಿ ಬೆಳಕಾದದ್ದು ಗೊತ್ತೇ ಆಗಿರಲಿಲ್ಲ. ಚಿತ್ರಕಾರನೊಬ್ಬ ಬಣ್ಣ ಎರಚಿ ಎರಚಿ ಚಿತ್ರಕ್ಕೆ ಜೀವ ಬರಿಸಿದಂತೆ.. ಸುಖದ ಜಳಕದಿಂದ ಪರ್ಣಕುಟಿಯ ನೆಲವೂ ಹಸಿಯಾಗಿ, ಒದ್ದೆಯಾಗಿ ಮೈಯ ಕಾವು ಕಳೆವ ಹೊತ್ತಿಗೆ ಮೂಡಿದ ಬೆಳಗಿನಲ್ಲಿ ತನ್ನದೇ ಬೆತ್ತಲೆ ಕಂಡು ನಾಚಿ ನೀರಾಗಿ ಮೈಯ ಮೇಲಿನ ಲಜ್ಜೆ ಮುಚ್ಚಿಕೊಳ್ಳಲು

ಕಳಚಿಹೋದ ಸೀರೆ ಹುಡುಕುವ ವೇಳೆಯಲ್ಲಿ ಬಾಗಿಲ ಬಳಿ ಸಿಡಿಲು ಬಡಿದ ಸದ್ದು..

ಹೇಳುತ್ತಾಳೆ:

ಇಂದ್ರನೂ ಪರಸ್ತ್ರೀಯನು ಮೋಹಿಸುವನೆಂದು ನನಗೇನು ಗೊತ್ತಿತ್ತು.. ಬೆಳುದಿಂಗಳಲಿ ಮೀಯುವಾಗ ಕದ್ದು ನೋಡುವನೆಂದು ನನಗೇನು ಗೊತ್ತಿತ್ತು

ರಚ್ಚೆ ಹಿಡಿದ ಆಸೆಗಳು ಹಾಸಲೂ ಹೊಸಕದೆ ನಿತ್ಯ ಬೇಯುವ ವಿರಹದುರಿಯಲ್ಲಿ.. ರತಿಯಾಸೆಗೆ ದೇವನೂ ವೇಷ ಬದಲಿಸುವನೆಂದು ನನಗೇನು ಗೊತ್ತಿತ್ತು

ಪತಿವ್ರತೆಯರ ಮಾನವೂ ದೇವತೆಯರ ತೆವಲಿಗಿದೆಯೆಂದು ತಿಳಿದಿರಲಿಲ್ಲ.. ಇಂದ್ರ ಗಂಡನದೇ ರೂಪ ಧರಿಸಿ ರಮಿಸುವನೆಂದು ನನಗೇನು ಗೊತ್ತಿತ್ತು

ನಸುಗತ್ತಲಿನಲಿ ತುಟಿಗೆ ಲೇಪಿಸಿದ ಸುಖವನು ನೆಕ್ಕಿದ ಅಪರಾಧವನ್ನು ನಾನು ಮಾಡಿದ್ದೆನೆನ್ನುವ ಅಹಲ್ಯೆಯ ಅಂತರಂಗ ಅದಾರು ಬಲ್ಲರು..?

*

ದ್ರೌಪದಿ:

ಕೇಳುತ್ತಾಳೆ: ಹಾಲಾಹಲವಾದ ನೋವನು ಕಡೆದು ಉಕ್ಕಿಸುವುದು ಯಾಕೆ..? ಮಡಿಯೆಂದರೆ ನೀರಿನಲ್ಲಿ ತೊಳೆದುಕೊಳ್ಳುವ ಮೈಲಿಗೆಯಲ್ಲವೆಂದು ತಿಳಿಸುವುದಕ್ಕಾಗಿ ನನಗೆ ಐವರು ಗಂಡಂದಿರನ್ನು ಸೆರಗಿಗೆ ಗಂಟುಹಾಕಬೇಕಿತ್ತಾ..? ಹೋಲಿಕೆಗೆ ಐದು ಮುಖಗಳು.. ಸುಖವೆನ್ನುವುದು ಐದು ಮುಖಗಳೆಲ್ಲಿರುತ್ತದೆಂದು ಯಾರಿಗೆ ಹೇಳುವುದು..? ಐವರು ನನಗೆ ಬೇಕಾಗಿಯೇ ಇರಲಿಲ್ಲ..! ಒಂದನ್ನು ಮೀರಿದರೆ ಹೋಲಿಕೆಯ ಒತ್ತಾಯಕ್ಕೆ ಮಣಿಯುವ ಮನಸನ್ನು ಕಟ್ಟಿ ಹಾಕುವುದಾದರೂ ಹೇಗೆ..? ಮೈವಾಸನೆಯನೇ ಕಳೆದುಕೊಂಡು ಹೆಣವಾದವಳನು ಇರುಳಲಿ ಮುಕ್ಕಿ ತಿಂದವರ ಆಸೆಗಳು ತಂಪೊತ್ತಿನಲಿ ತಣಿಯಲಿ.. ಸುಡು ಕೆಂಡದ ಭಾವಗಳನು ಆರಿಸದೇ ಉಣ್ಣಿಸಿ ಮೈಮರೆಸಿ ತಣ್ಣೀರೆರೆಚಿದರೆ ಬೆಚ್ಚಿಬೀಳಲಾಗದಿರುವುದೆ ಹೇಳು? ಏನಂದಿ..? ಒಬ್ಬನೊಂದಿಗಿದ್ದು ಇನ್ನೊಬ್ಬನನ್ನು ನೆನಪಿಸಿಕೊಳ್ಳುವುದು ಹಾದರವೆಂದೆಯಾ..?! ಬದುಕಿನ ದೊಂಬರಾಟದಲಿ ಬದ್ಧತೆ ಹೋಯ್ದಾಡದೇನೊ. ಜೋಲಿ ತಪ್ಪಲು ಒಳಗುದಿಗೆ ನೂರು ಕಾರಣಗಳು. ಜೂಜಿನಲ್ಲಿ ತನ್ನ ಪಣಕ್ಕೆ ಹಚ್ಚಿ ಸೋತಮೇಲೆ ನನ್ನ ಪಣಕ್ಕೆ ಹಚ್ಚಿದ್ದು ಯಾಕೆಂದು ಕೇಳಬೇಕಿದೆ ನನಗೆ.. ಇಳಿಬಿಟ್ಟ ಸೀರೆ ಉಟ್ಟು ಹರಾಜಾದ ಮಾನ ಮುಚ್ಚಿಕೊಳ್ಳಬೇಕಿದೆ ನನಗೆ..–ದ್ರೌಪದಿ ಕೇಳಿದ ಪ್ರಶ್ನೆಗೆ ದಾಂಪತ್ಯದ ಪರಿಕಲ್ಪನೆಯೆಡೆಗಿನ ನನ್ನ ಒಳನೋಟವನ್ನು ಇನ್ನಷ್ಟು

ವಿಸ್ತಾರಗೊಳಿಸಿಕೊಳ್ಳಲು ಒಳಗಿಳಿದುಬಿಡುತ್ತೇನೆ. ಅರಗಿನ ಮನೆಯಲಿ ಉರಿದ ಬೆಂಕಿಯನು ಕಾಡಿನಲ್ಲಾದರೂ ಬೆಳಕಾಗಿಸು ದೇವ್ರೆ.. ಬೆಂಕಿ ಕಾಡ್ಗಿಚ್ಚಾಗುವುದು ನನಗೂ ಬೇಡವಾಗಿದೆ. ದ್ವೇಷಕಟ್ಟಿಕೊಂಡವರಿಗೆ ಶವಪೆಟ್ಟಿಗೆಯಾಗಿ ಬದಲಾದ ನೇತಾಡುವ ದ್ರೌಪದಿಯ ಆತ್ಮವನು ಕೆಳಗಿಳಿಸಿ ಸಾಕ್ಷಿಯಾಗುವುದು ನನಗಾದರೂ ಯಾಕೆಂದು ಸುಮ್ಮನೆ ಇರಲು ಯತ್ನಿಸುತ್ತೇನೆ. ಒಮ್ಮೆ ಬರೆಯಲು ಶುರುಮಾಡಿದರೆ ಸಾಕು ನಾನು ಬಿಟ್ಟರೂ ಅರ್ಧಕ್ಕೇ ಬಿಟ್ಟ ಪಾತ್ರಗಳು ಎಬ್ಬಿಸಿ ಬರೆಯಿಸಿಕೊಳ್ಳಲು ಶುರುವಿಡುವ ಪರಿಗೆ ಬೆಚ್ಚಿಬೀಳುತ್ತೇನೆ.

ದ್ರೌಪದಿಯ ಮುಡಿಯ ಮಡಿಗೆ ರುಧಿರಸ್ನಾನ ಯಾಕೆ ಬೇಕೆಂದು ಭೀಮನನ್ನು ಕೇಳಿದರೆ ಸೆಡ್ಡು ಹೊಡೆದ ಭೀಮ ಎದೆ ಬಗೆದು ಕುಡಿದ ಬಿಸಿ ನೆತ್ತರಿಗೆ ಪ್ರತಿಜ್ಞೆಯ ದಾಹ ತೀರಿತೆನ್ನುತ್ತಾನೆ. ಎಲ್ಲ ಮೊದಲೆ ಗೊತ್ತಿದ್ದರೂ ಅಕ್ಷಯದ ಸೀರೆ ಇಳಿಬಿಟ್ಟು ದುರುಳನೋರ್ವ ಅಬಲೆಯ ಸೀರೆ ಸೆಳೆಯಲು ತನ್ನದೊಂದು ಅವತಾರವನ್ನು ತೋರಿಸುವುದು ಎಷ್ಟು ಸರಿಯೆಂದು ಕೃಷ್ಣನಿಗೇ ಪ್ರಶ್ನೆಮಾಡುವ ಧೈರ್ಯ ಮಾಡುತ್ತೇನೆ.

ಮಹಾಪ್ರಸ್ಥಾನದ ದಾರಿಯಲಿ ಅಕಾಲಿಕವಾಗಿ ಎದುರಾಗುವ ನೆರಳಿಲ್ಲದ ಮರ.. ತಲೆಯಿಲ್ಲದ ಮನುಷ್ಯ.. ವಿಸ್ಮಯ ಹುಟ್ಟಿಸುವುದು! ಸತ್ಯ ಮತ್ತು ಸಂಬಂಧಗಳನು ಒರೆಗೆ ಹಚ್ಚಿ ಗೆದ್ದು ಅದನ್ನು ಧರ್ಮದ ವಿಜಯವೆಂದರೂ ಹಾದಿ ಹೆಣವಾಗುವ ದ್ರೌಪದಿಗೂ ತೆರೆಯದ ಸ್ವರ್ಗದ ಬಾಗಿಲು ನನಗಾದರೂ ತೆರೆಯುವುದೇನೊ ಎಂದು ಕಾಯುತ್ತಲೇ ಇದ್ದೇನೆ!

*

ವಿಧವೆಯ ಪಾತ್ರ:

ಹೊತ್ತಲ್ಲದ ಹೊತ್ತಲ್ಲಿ ಬಾಗಿಲು ಬಡಿದಿದ್ದು ಯಾರೆಂದು ಬಾಗಿಲು ತೆರೆದರೆ ವಿಧವೆಯ ಪಾತ್ರವೊಂದು ತೀರ ಪರಿಚಯದ ನಗು ನಗುತ್ತ ನಿಂತಿರುವುದು. ಮೊದಲ ಭೇಟಿಯಲ್ಲಿಯೇ ಅವಳ ಕಣ್ಣಲಿ ಮುಳುಗುವ ಆಳವಿದೆಯೆಂಬ ಭಾವನೆ ಅರಿವನ್ನು ಮೆಲ್ಲಗೆ ನೇವರಿಸುವುದು. ಮಾತಿಗಿಳಿದ ಸ್ವಲ್ಪವೇ ಹೊತ್ತಿನಲ್ಲಿ ತೀರ ಪರಿಚಿತಳೆಂಬುವಂತೆ ಸಲುಗೆ ಬೆಳೆದಿದ್ದು ಹಾಗೇ ಸುಮ್ಮನೇ ಅಲ್ಲವಾಗಿತ್ತು. ಆವಾಗಾವಾಗ ನಿದ್ದೆಯಿಂದಲೂ ಒಮ್ಮೊಮ್ಮೆ ಎಬ್ಬಿಸಿ ಬರೆಸಿಕೊಂಡ ಪಾತ್ರ ಗಾಯದ ತೆರದಿ ತೀರ ಎದೆಗೇ ಹಕ್ಕಳೆಯಾಗಿ ಅಂಟಿಸಿಕೊಂಡಂತಿತ್ತು. ಮಾತಿನ ಮಧ್ಯೆ ನೆನಪಿಗೆ ಬಿಕ್ಕಾಗುವ ಅವಳ ಗಂಡ ನನ್ನೊಳಗೊಂದು ಸೂತಕದ ಭಾವನೆ ಹುಟ್ಟಿಸುವನು. ಭೇಟಿ ಸಂಭ್ರಮದ್ದು.. ಭೇಟಿಯ ನಡುವಿನ ಸಮಯ ಉರುಳದೆ ನಿಲ್ಲುವುದು.. ಒಬ್ಬರ ಮಾತುಗಳು ಇನ್ನೊಬ್ಬರಿಗೆ ಕವಿತೆಯ ಹಾಗೆ

ಕೇಳಿಸುವವು.. ಈ ಅಂತರವೆನ್ನುವುದು ಹಿಂಸಿಸಲು ಮುಂದಾಗುವುದು. ಕೈಯಳತೆಯೊಳಗಿನ ಒಬ್ಬರು ಇನ್ನೊಬ್ಬರಿಗೆ ನಿಲುಕದಿರುವುದರ ಹಿಂದಿನ ದೂರ ಇನ್ನೂ ದೊಡ್ಡದಾಗುವುದು. ಇಬ್ಬರ ನಡುವೆ ಕಿತ್ತುತಿನ್ನುವ ಬಟಾಬಯಲು ಪ್ರವಾಹಕ್ಕೆ ಎದುರಾಗಿ ನಿಂತುಕೊಂಡಿದೆ. ಬಯಲಿನಲಿ ನಡಿಗೆ ಸರಾಗ.. ಬೇಲಿಯೇ ಇಲ್ಲದ ಬಯಲು.. ಮೀನು ಕುಯ್ದು ಉಪ್ಪು, ಖಾರ ಹಾಕುವವಳು ಮೀನ ರುಚಿ ತಿಳಿದವನಿಗೆ ಇಷ್ಟವಾಗದಿರುವಳೆ..?

ಹೆಣೆಯಲು ಕನಸುಗಳೇ ಇಲ್ಲವಾಗಿ ಸತ್ತು ಹೋದವನ ನೆನೆದು ಅವಳಲ್ಲಿ ಬಿಕ್ಕಳಿಸಿದರೆ ನನಗಿಲ್ಲಿ ಕೇಳಿಸುವುದು. ಈ ಸಮಯವೆನ್ನುವುದು ಗಡಿಯಾರದ ಮುಳ್ಳಿಗೆ ಹೊರಿಸಿದಂತಾಗಿ ಅವಳಲ್ಲಿ ಕನಲಿದರೆ ನಾನಿಲ್ಲಿ ಮಗ್ಗುಲು ಬದಲಿಸುವೆನು. ಆಳದಲಿ ಆವರಿಸಿಕೊಳ್ಳುವ ಧಗೆಯ ಪರಿಚಯ ಇಬ್ಬರಿಗೂ ಹತ್ತಿ ಬೇಗೆಯಲಿ ಹದವಾಗಿ ಬೇಯುವೆವು. ಅವಳ ಕಣ್ಣೊಳಗಿನ ಮಿನುಗು ನನ್ನ ಮೈಯೊಳಗಿನ ನರನಾಡಿಗಳಲಿ ಪ್ರವಹಿಸುವುದು.. ಉಕ್ಕುವ ಭಾವಗಳು ಕೈ ಕೈ ಹಿಡಿದು, ತಬ್ಬಿ ನರ್ತಿಸುವವು. ಅವಳೊಂದಿಗಿನ ಸಾಮಿಪ್ಯದಲ್ಲಿ ಕಲಕಿದ್ದೆಲ್ಲ ಹೊಸದೇ ಒಂದು ಆಕಾರ ಪಡೆದುಕೊಳ್ಳಲು ಹವಣಿಸುವುದು. ಕಣ್ಣ ಅಂಚಲಿ ತುಳುಕುವ ಕುಡಿ ನೋಟ.. ನಾಲಗೆ ತುದಿ ಜಾರಿ ಬೀಳುವ ಪಿಸು ಮಾತು.. ಎಲ್ಲದರಲ್ಲೂ ಎಂದೂ ಕಾಣದ ಹೊಸತು. ಮೈಯ್ಯೊಳಗೆ ತೆವಳುವ ಹುಳುಗಳು ರೆಕ್ಕೆ ಮೂಡಿಸಿಕೊಂಡು ಹಾರಲು ಸಜ್ಜಾಗಿ ನಿಂತುಕೊಳ್ಳುವ ಭಾವದ ಬಿಸುಪಿಗೆ ಗಾಳಿಯಲ್ಲಿ ತೇಲಿದ ಅನುಭವವಾಗುವುದು. ಅಚಾನಕ್ಕಾಗಿ ಬಂದು ಉಸಿರಿಗೆ ತಾಕುವಷ್ಟು ಎದುರು ಕೂತ ಘಳಿಗೆಗಳನ್ನು ಕಣ್ಣ ತುಂಬ ತುಂಬಿಸಿಕೊಳ್ಳುವ ಅವಳ ರೂಪ ಎದೆಯಾಳಕ್ಕಿಳಿದು ಒಸರಿದ ಬೆಚ್ಚಗಿನ ಭಾವಕ್ಕೆ ಮೈಯೆಲ್ಲ ಹಸಿಯಾಗುವುದು. ಇಬ್ಬರಲೂ ಅದ್ಯಾವುದೊ ಕೊರತೆಯನು ನೀಗಿಸಿಕೊಳ್ಳುವ ಒಂದು ಕಾತರತೆ ಇರುವುದು ಒಡೆದು ಕಾಣುವುದು. ಎರಡು ಒಂದಾಗುವ ತತ್ಪರತೆಯೊಂದು ಹಣಿಕಿ ಕೂತ ಕೂತಲ್ಲೇ ಕನಲುವುದಾಗುವುದು. ಅತೃಪ್ತದ ಬೇಗೆಯೊಂದು ಸೋಕಿ ನಿಟ್ಟುಸಿರಾಗುವೆವು. ಬದುಕನ್ನು ಹೇಗೆಲ್ಲ ಚಪ್ಪರಿಸಬಹುದೆನ್ನಲು ಒಂದಾಗುವ ಕಂಗಳ ನೋಟದಲ್ಲಿ ಸಸಾರಾಗಿ ತಿಳಿದುಬಿಡುವುದು. ಕಾರಣವಿಲ್ಲದೆ ನಗುತ್ತಾಳೆ. ನನಗದು ಕನಸಿನಲ್ಲಿ ನಕ್ಕಂತೆ ಭಾಸವಾಗುತ್ತದೆ. ಕೈ ಚಾಚಿ ಅವಳ ಕೈ ಹಿಡಿದುಕೊಳ್ಳುತ್ತೇನೆ. ತನ್ನ ಕೈಯ್ಯನ್ನು ಹಿಂದಕ್ಕೆಳೆದುಕೊಳ್ಳುವುದಿಲ್ಲ. ಬದಲಿಗೆ ಅವಳ ಮೈಯೊಳಗೆ ಹೊತ್ತಿದ ಕಿಡಿ ಕಣ್ಣೊಳಗೆ ಜ್ವಾಲೆಗಳಂತೆ ಕಾಣಿಸುತ್ತದೆ. ಇಬ್ಬರ ಕೈಗಳ ನಡುವಿನ ಬಿಸುಪಿನಲ್ಲಿ ಬಿಟ್ಟು ಹೋದ ತಂತುವನ್ನು ಜೋಡಿಸುವ ಆಪ್ತತೆಯ ಮಾಲಿಕೆಯೊಂದು ಹಣುಕುವುದು. ಪಯಣದಲಿ ನನ್ನ ಜತೆಗಿರುವೆಯಾ..?–ಪಾತ್ರದ ಪ್ರಶ್ನೆ ನೇರವಾಗಿ ತಿವಿಯುತ್ತದೆ. ಭಾಷೆ ಕೊಡಲು ಆಗುವುದಿಲ್ಲ.. ಸುಖಕ್ಕೆ ಅಮರಿದಷ್ಟೇ

ಇಲ್ಲಿ..-ಎನ್ನುವುದನ್ನು ಹೇಳಲೂ ಬಾಯಿ ಬರುವುದಿಲ್ಲ. ಹಸಿವೆಯೆಂದು ಬಂದವಳು ಅಮೃತ ಕೇಳಿದರೆ ಎಲ್ಲಿಂದ ತಂದು ಕೊಡಲಿ..? ಎಲ್ಲ ಗೊಂದಲಗಳಾಚೆ ಅವಳ ಮೈಮೇಲೆ ಕಾಣಿಸುವ ಸತ್ತುಹೋದವನ ಬೆರಳುಗಳ ಗುರುತನು ಅಳಿಸುವುದೇ ಮುಂದುವರಿಕೆಗೆ ಇರುವ ಸವಾಲಾಗುವುದು!

ಅರ್ಧಕ್ಕೇ ಬಿಟ್ಟ ಕತೆಯನ್ನು ಮುಂದುವರಿಸುವ ಗತ್ಯಂತರ ನನ್ನುದ್ದಕ್ಕೂ ಬೆಳೆದು ನಿಲ್ಲುವುದು. ಇಲ್ಲದಿದ್ದರೆ ಶೀಷೆಯಲಿ ತುಂಬಿಸಿಟ್ಟ ಪಾತ್ರಗಳು ಹೊರಬರಲು ತವಕಿಸುತ್ತವೆ. ಶೀಷೆಯ ಬಿರಡೆ ತೆಗೆಯದ ಹೊರತು ನನಗೂ ಬಿಡುಗಡೆ ಇಲ್ಲ. ಕತೆಗಳೊಳಗಿನ ಪಾತ್ರಗಳು ಸಮಕ್ಕೆ ಸಮ ನಡೆಯುವ ಸಲುಗೆ ಬೆಳೆಸಿಕೊಂಡಿವೆ. ವಿಧವೆಯ ಈ ಪಾತ್ರವೂ ತನ್ನೊಳಗನ್ನು ಬಯಲುಗೊಳಿಸಿ ನನ್ನೊಳಗನ್ನು ಬೆತ್ತಲೆ ಮಾಡದೇ ಇರದು-ಎಂಬ ಹೆದರಿಕೆಯು ವಿನಾಕಾರದ ಎದೆಗುದಿಗೆ ಈಡು ಮಾಡುವುದು.

ಒಬ್ಬಳೇ ಇರುವಾಗ ಕತ್ತಲೆಯೆಂದರೆ ಭಯ.. ರಾತ್ರಿ ದೆವ್ವದಂಥ ಕತ್ತಲು ಕುತ್ತಿಗೆ ಹಿಚುಕಲು ಬಂದರೆ ಏನು ಮಾಡಲಿ..? ಉತ್ತರಕ್ಕಾಗಿ ತಡಕಾಡುವಾಗ ಬಾಯೊಳಗೆ ಉಳಿದ ಕೊನೇ ಅಗುಳು ನೆತ್ತಿಗೆ ಹತ್ತಿಸುವುದು. ಸುಡುಗಾಡಿನಲಿ ಸುಟ್ಟು ಬಂದ ಗಂಡನ ಅತಿರೇಕವನ್ನು ಹೊತ್ತು ತಿರುಗುವವಳಿಗೆ ಏನು ಹೇಳಲಿ..? ಮರ್ಕಟದ ಮನಸಿನ ಸಿಕ್ಕುಗಳಿಗೆ ಹಲವು ವೇಷ. ಒಳಗೊಳಗೇ ಕುಸಿದುಹೋದವಳಿಗೆ ಆಸರಾಗುವ ಹಂಬಲವೊಂದು ಒಳಗಿನಿಂದ ಸಣ್ಣದಾಗಿ ಉಸಿರು ಬಿಡುವುದು.ಇಬ್ಬರ ನಡುವೆ ಬಿಸಿಲ್ಗುದುರೆ ನಿಂತಲ್ಲಿ ನಿಲ್ಲಲಾಗದೆ ಕೆನೆಯುವುದು. ನೆರಳನ್ನೇ ಕಳೆದುಕೊಂಡ ಮುಖವಾಡದ ಈ ವಿಧವೆಯ ಪಾತ್ರ ನನ್ನೊಳಗನ್ನು ಬಗೆದು ಒರೆಗೆ ಹಚ್ಚುವುದು.

ಗಂಡನ ವರ್ಷದ ತಿಥಿಯನ್ನಾದರೂ ಮಾಡಲಿ.. ಸತ್ತುಹೋದವನೊಬ್ಬ ಅವಳ ಮೈಯಿಂದಿಳಿದುಹೋಗದ ಹೊರತು ನನ್ನ ಆಸೆಗಳಿಗಿಲ್ಲ ಮುಕ್ತಿ! ಪುರಾಣದ ದೇವರುಗಳಿಗೇ ಇಲ್ಲದ ಲಜ್ಜೆ, ಕಟ್ಟಳೆ ನನಗಾದರೂ ಯಾಕೆಂದು ನಿಟ್ಟುಸಿರುಬಿಟ್ಟು ಹಗುರಾಗಲೆತ್ನಿಸುತ್ತೇನೆ.. ಮತ್ತೊಂದು ಕ್ಷಣಕ್ಕೆ ನನ್ನ ನಿರ್ಲಜ್ಜತನಕೆ ನಾನೇ ನಾಚಿಕೊಳ್ಳುತ್ತೇನೆ. ಇದ್ದುಬಿಡಬೇಕೆನಿಸುತ್ತದೆ ಬಿಸಿಲಿಗೆ.. ಮಳೆಗೆ.. ಚಳಿಗೆ. ಪಾತ್ರಗಳಿಗೆ ಜೀವ ತುಂಬುವ ತಲುಬಿಗೆ ಬಹುಶ: ಬಿಡುಗಡೆ ಇಲ್ಲವೆನಿಸುತ್ತದೆ.

*

ಸಾಮಾಜಿಕ ಪಾತ್ರಗಳು:

ಅದು ಹೇಗೊ ತಿಳಿದೊ ತಿಳಿಯದೆಯೊ ಗಂಡ-ಹೆಂಡತಿಯಾಗಿ ಒಮ್ಮೆ ಏರಿಗೆ ಒಮ್ಮೆ ಕೇರಿಗೆ ಎಳೆದುಕೊಂಡು ಸುಖವಾಗಿದ್ದೆವು. ದಾಂಪತ್ಯದ

ಅನಾವರಣಕೆ ಬೇಡನನ್ನು ಮತ್ತೆ ಯಾಕಾಗಿ ಚಿತ್ರಿಸಿದೆಯೆಂದು ದುಂಬಾಲು ಬೀಳುತ್ತಿವೆ ಸಾಮಾಜಿಕ ಪಾತ್ರಗಳು. ಸಂಬಂಧಗಳು ನೆರಳುಗಳಾಗಿ.. ಆ ನೆರಳುಗಳದೂ ಕೂಡ ನಿಜ ಮುಖ ಕಾಣಲು ಹಗಲು ರಾತ್ರಿಯೆನ್ನದೆ ಬೆನ್ನು ಬೀಳುತ್ತಿವೆ ಈ ಪಾತ್ರಗಳೆಲ್ಲ. ತ್ರೇತಾಯುಗದ ಬೇಡನನ್ನು ಕಲಿಯುಗಕೆ ತಂದು ನಿಲ್ಲಿಸಿ ಬದುಕಿನ ಮೂಲಕ್ಕೇ ಕೈ ಹಾಕುವುದರ ಹಿಂದಿನ ಹೇತು ಏನೆಂದು ಕೇಳುತ್ತಿವೆ. ನನ್ನಿಂದ ಇದೇನಾಯಿತೆಂದು ಹಲುಬುವುದನ್ನು ಬಿಟ್ಟರೆ ಮತ್ತೇನೂ ಮಾಡಲಾಗದೆ ಹದ ತಪ್ಪುವ ಪ್ರಸ್ತುತತೆಗೆ ಮ್ಲಾನಗೊಳ್ಳುವುದಾಗುತ್ತದೆ.

*

ಗೋರಿಯೊಳಗಿನ ಹೆಣದ ಪಾತ್ರ:

..ಖಬ್ರಸ್ತಾನದಲಿ ದೋಸ್ತಗಳ್ಯಾರೊ.. ದುಷ್ಮನ್‌ಗಳ್ಯಾರೊ ತಲ್ಲಣಿಸಿರುವೆ– ಎನ್ನುತ್ತ ಗೋರಿಯೊಳಗಿನ ಹೆಣದ ಪಾತ್ರವೊಂದು ಸದ್ದಿಲ್ಲದೇ ಮೇಲೆದ್ದು ಬಂದು ಸಮಾಧಿಯ ಮುಂದೆ ನಿಂತು: ಮಧುಬಟ್ಟಲಿನ ಗುಟುಕುಗಳಲಿ ಪ್ರೀತಿ ಅರಸಿ ಸಾಕಾಗಿದೆ.. ಲೇಸೆಂದು ವಿಷ ಕುಡಿದವನಿಗೆ ಮದಿರೆಯ ಹಂಗೇತಕೆ.. ಮಧುಶಾಲೆಯಲಿ ಮೌನ ಆಚರಿಸಿದ ಗೆಳೆಯರಿಗೆ ಋಣಿಯಾಗಿರುವೆ.. ಸತ್ತು ಹೋದವರ ತಪ್ಪುಗಳನು ಲೆಕ್ಕ ಹಾಕುವುದಿರುವುದಿಲ್ಲ.. ಕೊಟ್ಟ ಆಣೆ ಭಾಷೆ ಸತ್ತುಹೋದರೆಂದು ಮುರಿಯುವುದಿರುವುದಿಲ್ಲ..– ಎಂದೆಲ್ಲ ಹೇಳಿ ಸಣ್ಣಗೆ ಆಕಳಿಸುತ್ತದೆ.

..ಮಣ್ಣಿ ಕೆಳಗೂ ಆಸೆಗಳು ಅರಳುವವು ಅವಳ ಮೈವಾಸನೆಗೆ.. ಮಸಣದಲಿ ಬಿದ್ದ ಮಳೆಯ ಹಸಿಗೆ ಗೋರಿಯೊಳಗೂ ಕನಸುಗಳು ಮೊಳಕೆಯೊಡೆದಿರುವವು.. ಸಿಂಗರಿಸಿ ಬೀಳ್ಕೊಟ್ಟ ಹೆಣಗಳೆಂದೂ ಸಂಬಂಧ ಹೇಳಿಕೊಂಡು ಮರಳಲಾರವು..–ತನ್ನ ತಾ ಸಮರ್ಥಿಸಿಕೊಳ್ಳುವ ಹೆಣ ಗೋರಿಯಿಂದ ಮೇಲೆದ್ದು ಬೇಸರಗೊಂಡು ವಿಕಾರವಾಗಿ ಮೈಮುರಿಯುವುದು.

..ಬೆನ್ನಿಗೆ ಚೂರಿ ಹಾಕಿದವರು ಬೇರಾರೂ ಅಲ್ಲ.. ಹೆಗಲ ಮೇಲೆ ಕೈ ಹಾಕಿದ ನಮ್ಮವರೇ ಎಲ್ಲ. ಸ್ಮಶಾನ ಕಾಯ್ದುವರೆಲ್ಲ ಹರಿಶ್ಚಂದ್ರರಾಗಲಿಲ್ಲ.. ಹರಿಶ್ಚಂದ್ರರಾದೆವೆಂದುಕೊಂಡವರೆಲ್ಲ ಸತ್ಯ ನುಡಿಯಲಿಲ್ಲ..–ಹೆಣದ ಮಾತುಗಳನ್ನು ಕೇಳುತ್ತಿದ್ದರೆ ಹೆಣವಾದವರ ಕುರಿತು ನಾನು ಬರೆದುದು ತೀರ ಕಡಿಮೆಯೆನಿಸುವುದು.

ಹೆಗಲು ಬದಲಿಸದೆ ಹೆಣದ ಪಯಣ ಮಸಣ ಸೇರದು–ಎನುತ ಸ್ಮಶಾನದ ಮತ್ತೊಂದು ಮೂಲೆಯಿಂದ ಎದ್ದ ಹೆಣ: ಅಚಾನಕ್ಕಾಗಿ ಸಾವಾಗಿಹೋದ ಗಂಡ ಸುಂದರ ಹೆಂಡತಿ ನೆನೆದು ಗೋರಿಯೊಳಗೂ ಚಡಪಡಿಸುವುದ ಕಂಡು ಮರುಕವೆನಿಸುವುದು. ಮೂರು ದಿವಸದ ಸೂತಕದ

ದೀಪವಿನ್ನೂ ಆರದಿರುವಾಗ ಬೆರುಗುಮೂಡಿಸಿದವನ ಭೇಟಿಗವಳು ಪರಿತಪಿಸಿ ಹಲಬುವುದ ಕಂಡು ಗೋರಿಯೊಳಗೂ ಉಸಿರುಗಟ್ಟಿದವನಂತೆ ವಿಲಪಿಸುವುದ ಕಂಡು ಸಶೇಷದ ಕತೆಯ ಮುಂದುವರಿದ ಭಾಗ ಬರೆಯಲು ಸಜ್ಜಾಗುತ್ತೇನೆ. ನನ್ನ ಹೆಣದ ದಹನದಲಿ ಅವನೆಡೆಗಿನ ನನ್ನವಳ ಪ್ರೀತಿ, ನನಗೆ ಹಚ್ಚಿದ ಚಿತೆಯ ಉರಿಯೊಳಗೂ ಚಿಗುರೊಡೆಯುವಾಗ, ನನ್ನ ಮಣ್ಣಿಗೆ ಬಂದವನನು ಹೇಗೆ ಕ್ಷಮಿಸಲಿ–ಎಂದೆನ್ನುತ್ತ ಕಣ್ಣು ಕೆಂಪು ಮಾಡಿಕೊಂಡು ಜಗಳಕ್ಕೆ ಕಾಲು ಕೆರೆದು ವಾದಿಸುವ ಹೆಣದಿಂದ ದೂರಿರುವುದೇ ಲೇಸೆಂದು ಸ್ಮಶಾನದಿಂದ ಓಡಿಬಿಡುತ್ತೇನೆ. ಎತ್ತ ಓಡಿದರೂ ಮತ್ತೆ ಸ್ಮಶಾನಕ್ಕೇ ಬಂದು ತಲುಪುವ ಆಟಕೆ ಥಕ್ಕಾಗಿಬಿಡುತ್ತೇನೆ.

*

ವಿರಹಿಯ ಪಾತ್ರ:

ಈ ಎಲ್ಲ ಪಾತ್ರಗಳ ನಡುವೆ ಅತ್ಯಂತ ಶ್ರದ್ಧೆ, ನಯ, ನಾಜೂಕಿನಿಂದ ಚಿತ್ರಿಸಿದ ವಿರಹಿಯೋರ್ವನ ಪಾತ್ರ ಕೈಯಲ್ಲಿ ಮಧುಬಟ್ಟಲು ಹಿಡಿದು ನಿಧಾನಕ್ಕೆ ಸುಡುತ್ತ ಗಂಟಲೊಳಗಿಳಿವ ದ್ರವವ ಅಮೃತವೆಂಬಂತೆ ಚಪ್ಪರಿಸುತ್ತ ನನ್ನ ಕತ್ತಿನ ಪಟ್ಟಿಗೇ ಕೈಹಾಕಿ: ಅವಳ ಅಂಗೈಯೊಳಗಿನ ಯಾವ ಗೆರೆಯೂ ನಾನ್ಯಾಕಾಗಲಿಲ್ಲ.. ದೇವರು ನನ್ನ ಹಣೆಯಲಿ ಅವಳ ಹೆಸರನು ಅದ್ಯಾಕೆ ಬರೆಯಲಿಲ್ಲ..–ಯಾಕೆಂದು ಹೇಳಲು ಗೊಣಗುತ್ತ.. ಸುಟ್ಟುಹೋದ ಕರುಳಿನ ಮಿಡಿತಕೆ ಯಾತನೆಯಲಿ ನರಳುವನು. ಸಿಗರೇಟಿನ ಹೊಗೆ ತುಂಬಿಸಿಕೊಂಡ ಅದೇ ಎದೆಗೂಡೊಳಗೆ ಬಸಿದುಹೋಗದ ಉಸಿರಾದವಳು ಇಂದ್ಯಾಕೆ ಉಸಿರು ಕಟ್ಟಿಸುತಿರುವಳೆಂದು ಪ್ರಶ್ನೆ ಮಾಡುವನು. ಎದೆ ಸುಡುವ ಮರುಭೂಮಿ ಬದುಕಿನಲಿ ಹಿತವಾಗಿ ಬೀಸುವ ತಂಗಾಳಿಯಾಗಿರುವವಳನು ಒಮ್ಮೆಯಾದರೂ ಭೇಟಿ ಮಾಡಿಸಿ ಈ ಜೀವಕ್ಕೊಂದು ನೆಮ್ಮದಿ ದಯಪಾಲಿಸಲು ದುಂಬಾಲು ಬೀಳುವನು. ನೆಟ್ಟ ಮುಳ್ಳಾಗಿ ಒಳಗಿದ್ದರೂ ಸುಖದ ಅಳುಕಾಗಿ ಮುದನೀಡುತ ಹಿತವೆನಿಸುವವಳಿಗಾಗಿ ಅದು ಇನ್ನೂ ಎಷ್ಟು ದಿನ ಮಧುಶಾಲೆಗೆ ಅಲೆವುದೆಂದು ನನ್ನ ಕೈಗೆ ಮಧುಬಟ್ಟಲನು ಕೊಟ್ಟು ಚಿಯರ್ಸ್ ಅನ್ನುವನು.

ತುಂತುರದಿ ಸುರಿವ ಮಳೆಗೆ ಕೊಳೆಯೆಲ್ಲ ಕೊಸರಿ ಶುಭ್ರಗೊಳ್ಳುವ ಆರದ ಗಾಯವಾಗಿರುವವಳ ನೆನೆದು ಮುಲಾಮಿಗೆ ನನ್ನ ಕಡೆ ದೈನೇಸದಲಿ ನೋಡುವನು. ನೂರು ಕನಸುಗಳನು ಕಣ್ಣಾಲಿಗಳಲಿ ಮುಚ್ಚಿ ತೆರೆದ ಕಣ್ಣ ಕಾಡಿಗೆಯಾಗಿರುವವಳನು ಕಾಣಲು ಅವಳು ಅದ್ಯಾವಾಗಲೊ ಒಮ್ಮೆ ಹಣಿಕಿ

ಹೋಗಿದ್ದ ಕನ್ನಡಿಯನ್ನು ಬಗೆದು ನೋಡುವನು. ಸುತ್ತ ಕತ್ತಲಿನ ಮೌನದಲಿ ಏಕಾಗ್ರದಿ ಉರಿವ ಮೋಂಬತ್ತಿ ಬೆಳಕಿನಲಿ ಬೆಳದಿಂಗಳಾಗಿರುವವಳನು ಕಾಣಲು ರಾತ್ರಿಗಳನೇ ಉರಿಸುವನು.

ಊರು ಬಿಟ್ಟವಳನು ಊರೊಳಗಿನ ಯಾವ ರಸ್ತೆಗಳೂ ಯಾಕೆ ತೋರಿಸವೆಂಬ ತಕರಾರು ಹೇಳುತ್ತಾನೆ. ನಾನಿಲ್ಲದೆ ಅವಳಿಗೆ ಜೀವನವೇ ಇಲ್ಲವೆಂದು ತೀರ್ಮಾನಿಸಿದ್ದೆ.. ನನ್ನ ಹೊರತಾಗಿಯೂ ಜೀವಿಸಲವಳಿಗೆ ಹಲವು ಕಾರಣಗಳಿವೆಯೆಂದು ತಿಳಿಯದೇ ಹೋದೆ. ಅವಳು ನನ್ನ ಕಾಬಿಲ್ ಅಲ್ಲವೆಂದುಕೊಂಡು ನನ್ನ ಬೆಳ್ಳಗಿನ ಪ್ರೀತಿ ಗುರುತಿಸದೇ ಹೋದಳಲ್ಲ ಅದೊಂದೇ ಹಳಹಳಿ ನನಗೆ. ಪಾಠ ಕಲಿಯಲು ಬದುಕನಾರಿಸಿಕೊಂಡಳು.. ಜತೆಯಲಿ ಹೆಜ್ಜೆಹಾಕಲು ನನ್ನನಾರಿಸಿಕೊಳ್ಳಲಿಲ್ಲ ಅದೊಂದೇ ಹಳಹಳಿ ನನಗೆ..–ಅಗಲಿಸಿದ ದೇವನೂ ಪಾತ್ರದ ಹಾಲಾದ್ ನೋಡಿ ಪುರುಸೊತ್ತಿನಲಿ ನೊಂದುಕೊಳ್ಳುವನು.

ಸೂಳೆಯ ಮಿದುವೆದೆಯಲಿ ಅವಳನು ಹುಡುಕಬೇಕೆಂದರೆ ಸಾಲ ಕೊಡುವವರು ಒತ್ತೆ ಇಡಲು ಪ್ರೀತಿ ಕೇಳುತಿರುವರು.. ಷರಾಬುಖಾನೆಯಲಿ ಬಸಿದು ಕುಡಿದ ಕೊನೇ ಗುಟುಕುಗಳು ಕರುಳು ಸುಟ್ಟಿರುವವು.. ಮಧುಶಾಲೆಯ ಸೆರಗನು ಆದಷ್ಟು ಬೇಗ ಬಿಡಿಸಿಕೊಳ್ಳಬೇಕಿದೆ.. ಬಾಯಾರಿಕೆಗೂ ಮಧುಬಟ್ಟಲು ನೆನಪಾಗುವುದು.. ನನ್ನ ಗೋರಿ ಮಧುಶಾಲೆಯಿಂದ ದೂರವಿರದಿರಲಿ ಕಾಲ.. ಅವಳ ಓಣಿಯಲಿ ನನ್ನ ಹೆಣದ ಮೆರವಣಿಗೆ ಬೇಡೆಂದು ಹೇಳಿಟ್ಟಿರುವೆ.. ನನ್ನ ಪತ್ರೆಯನು ಗಂಗೆಯಲಿ ದೋಣಿಯಾಗಿಸಿದ ಅವಳಿಗೆ ಏನು ಹೇಳಲಿ.. ನನ್ನ ಸಾವಿನ ಸುದ್ದಿ ತರುವವರ ಬಾಯಿಗಿಷ್ಟು ಸಕ್ಕರೆ ಹಾಕಲು ಹೇಳು.. ತೆರೆದ ಬಾಯಿಗೆ ಮಣ್ಣೂ ಹಾಕದೆ ಹೋದವಳಿಗೆ ನೀನಾದರೂ ಏನು ಹೇಳುವೆ ಬಿಡು..–ತನಗವಳು ಸಿಗದೇ ಹೋದಳೆಂದು ನನ್ನ ಮೂದಲಿಸುವ ಪಾತ್ರ ಶರದೃತುವಿನಲಿ ಉದುರಿಹೋದ ಎಲೆಗಳ ಬೋಳು ಮರ ಹೋಲಿಕೆಗೆ ಸಿಕ್ಕು ಸಂಕಟವಾಗುವುದು. ನಡೆದಾಡುವ ಹುಳುವೊಂದು ರೆಕ್ಕೆ ಬರಿಸಿಕೊಂಡು ಹಾರಿಹೋದಂತೆ.. ಮೂಲೆಯೊಳಗಿನ ಕತ್ತಲಿನಂಥ ಪಾತ್ರವೊಂದರ ಆಳದಲ್ಲಿ ಅಳುಕುವ ತಂತುವಿನ ತತ್ಪರತೆಗೆ ನನ್ನ ಮೇಲೆ ನನಗೇ ಹೇಸಿಗೆಯೆನ್ನಿಸಿಬಿಡುವುದು.

ಕಾರಣ ಹೇಳದೆ ದೂರವಾದರೂ ಬೇವಫಾ ಅವಳಲ್ಲ.. ಕೊನೆಯ ಗುಟುಕಾಗದವಳನು ಮಧುಶಾಲೆಯಲೂ ದೂಷಿಸದಿರುವುದು.. ನೂರೆಂಟು ಜಿಮ್ಮೇದಾರಿಗಳಿರುವ ಅವಳಿಗೆ ತನ್ನ ದಾರಿ ತಾ ತುಳಿಯಲು ಬಿಡು ಮಾರಾಯ! – ಎಂದೆಲ್ಲ ಸಮಾಧಾನಿಸುವ ಹೊತ್ತಿಗೆ ಯಾಕಾದರೂ ಈ ಕತೆ ಬರೆಯುವ ಗೀಳು ಹಚ್ಚಿಕೊಂಡೆನೆಂದು ಪಡಿಪಾಟಲೆನಿಸುವುದು. ಮರುಕಪಟ್ಟುಕೊಳ್ಳುವಂಥ

ಒಂದು ಪಾತ್ರ ಸೃಷ್ಟಿಸಿ ಅವರಿಬ್ಬರನ್ನೂ ಅಗಲಿಸಿದ ಪಾಪ ನನಗೆ ತಾಕದಿರಲೆಂದು ಕೊನೆಗೆ ಗಂಗಾ ನದಿಯ ಒಂದು ಮುಳುಗಾದರೂ ಬೇಕೆಂದುಕೊಳ್ಳುತ್ತೇನೆ.

*

ಸಂಭಾವಿತ ಪಾತ್ರಗಳು:

ಕೆಟ್ಟವರೇ ತುಂಬಿರುವ ಈ ಪ್ರಪಂಚದಲ್ಲಿ ಒಳ್ಳೆಯವರು ಇರದಿದ್ದರೆ ಎಷ್ಟೊಂದು ಚನ್ನಾಗಿರುತ್ತಿತ್ತು–ಎಂದು ಕೆಲವು ಸಂಭಾವಿತ ಪಾತ್ರಗಳು ಶುಭಂ ಹೇಳಿದ ಕತೆ ಮುಗಿದುಹೋದರೂ ನಿಟ್ಟುಸಿರುಬಿಡುತ್ತವೆ. ಹೀಗೆಲ್ಲ ಬರೆದು ನಮ್ಮೊಳಗನ್ನೆಲ್ಲ ಹರಾಜು ಹಾಕಿದ್ದಕ್ಕೆ ಯಾರು ಜವಾಬುದಾರರೆಂದು ನನ್ನನು ಹೊಣೆಗಾರನನ್ನಾಗಿಸಲು ಬರೆದಿಟ್ಟ ಕತೆಗಳೊಳಗಿನ ಪಾತ್ರಗಳು ತವಕಿಸತೊಡಗಿವೆ. ಬರೆದಿದ್ದೆಲ್ಲ ಲೊಳಲೊಟ್ಟೆಯೆಂದು ಸಾರಿಹೇಳಲು ಬೆಂಬಿಡದೆ ಒತ್ತಾಯಿಸುತ್ತಿವೆ.. ಉತ್ತರಕ್ಕಾಗಿ ಭೋಧಿವೃಕ್ಷವನರಸಿ ಹೊರಟಿದ್ದೇನೆ.

ಬಸಣ್ಣನ ಸರ್ತಿ ಸೈಕಲ್ಲು

ಲಕ್ಷ್ಮಣ್ ವಿ.ಎ.

ಗುಡ್ಡದ ಮಡ್ಡಿ ಲಗಮವ್ವನ ಜಾತ್ರೆಯ ಸೈಕಲ್ ರೇಸಿನಲ್ಲಿ ಪ್ರಥಮ ಬಹುಮಾನ ಪಡೆದವರಿಗೆ ಎಪ್ಪತ್ತೈದು ಸಾವಿರ ರೂಪಾಯಿ ಇನಾಮು ಎಂದು ಘೋಷಣೆಯಾದಾಗಿನಿಂದ ಬಸಣ್ಣ ವಿಚಿತ್ರ ಸಂಕಟದಲ್ಲಿ, ಸಂಭ್ರಮದಲ್ಲಿ ಪುಳಕದಲ್ಲಿ, ದುಗುಡದಲ್ಲಿ ಇದು ಹೀಗೆ ಎಂದು ಖಚಿತವಾಗಿ ಹೇಳಲಾಗದ ವಿಚಿತ್ರ ಅಯೋಮಯದಲ್ಲಿ ತೊಳಲಾಡುತ್ತಿದ್ದ.

'ಈ ಸಲ ಕಪ್ಪು ಗ್ಯಾರಂಟಿ ಬಸಣ್ಣಗ ನೋಡ್ರೀ'

'ಏ ಅವಂಗ ಆಗಲ್ಲ ಬಿಡೋ ಭಾಳ ವಯಸಾತೂ' ಎಡ್ಡ ಹೆಜ್ಜೀ ಇಡೂದರಾಗ ದಮ್ಮ ಕೆಮ್ಮ ಹತ್ತಿ ನೆಲಕ ಕುಂದ್ರತಾನ'

'ಅಂವನ ಹೇಂತಿ ಇದ್ದಿದ್ರ ಹೀಂಗಾಕ್ಕರ್ತಿರಲಿಲ್ಲ ಹುಚ್ಚ ಹಿಡದದ ಅಂವಗ' ಸಾಯಕಲ್ ಏನ್ ಓಡಸ್ತಾನ ನಡಿ ನಡಿ ಅತ್ಲಾಗ'

ಈ ಇಂತಹವೇ ಹತ್ತು ಹಲವೆಂಟು ಊರವರ ಮೆಚ್ಚುಗೆ, ಕೊಳಕು ನುಡಿ, ಯಾಸೀ ದೀಡಿ ಮಾತಿನ ತಿವಿತಕೆ ಬಸಣ್ಣ ಕನಲಿ ಹೋಗಿದ್ದ.

ಏಳೂವರೆ ಅಡಿ ಎತ್ತರ, ಉಬ್ಬು ಹಲ್ಲು, ಅಗಲ ಹಣೆ, ಕಡುಗಪ್ಪಿನ ಮುಖದ ಮೇಲೆ ಅಲ್ಲಲ್ಲಿ ಬೆಳ್ಳಗಾಗಿದ್ದ ಪೊದೆ ಮೀಸೆ, ಕುರುಚಲು ಗಡ್ಡ, ಪಾಳು ಭಾವಿಯ ಹಾಗಿರುವ ಆಳವಾದ ಕಣ್ಣುಗಳು ಯಾವಾಗಲೂ ಪ್ರೀತಿಯ ಮಳೆಗೆ ಹಂಬಲಿಸುವ ಹಾಗೆ ಭೋಳೆ ಬಸಣ್ಣ ಯಾವಾಗಲೂ ನಗು ಮುಖದವನಂತೆ ಕಾಣಲು ಅವನ ಉಬ್ಬು ಹಲ್ಲೇ ಕಾರಣ.

ಕಣಿವೆ ಹೊನ್ನಾಪುರ ಎಂಬ ಊರಿನಿಂದ ಎರಡು ಎರಡೂವರೆ ಮೈಲಿ ದೂರದ ಉತ್ತರದ ದಿಕ್ಕಿನಲ್ಲಿ ಇಂದಿರಾ ಆವಾಸ ಯೋಜನೆಯಲ್ಲಿ ಅರ್ಧ ಸಿಮೆಂಟು ಗೋಡೆ ಇನ್ನರ್ಧ ಕಬ್ಬಿನ ಸೋಗೆಯಿಂದ ಹೊದಿಸಿದ

ಎರಡಂಕಣದ ಬಸಣ್ಣನ ಮನೆ. ಇಕ್ಕಟ್ಟಿಕ್ಕನಲ್ಲಿ ಜೋಡಿಸಿಟ್ಟ, ಹೊಗೆಯಡರಿ ಕಪ್ಪಾದ ಮೆಡಲುಗಳು, ಸ್ಮರಣಿಕೆಗಳು, ಫಲಕಗಳು, ದೊಡ್ಡ ದೊಡ್ಡವರೊಂದಿಗಿನ ಕಪ್ಪು ಬಿಳುಪಿನ ಅಲ್ಲಲ್ಲಿ ಗೆದ್ದಲು ಹತ್ತಿದ ಫೋಟೋಗಳು, ಗಂಧದ, ಪ್ಲಾಸ್ಟಿಕ್ ಹಾರಗಳು ಅವನ ಸೈಕಲ್ ರೇಸಿನ ಗತ ಇತಿಹಾಸವನ್ನು ಹೇಳುತ್ತವೆ.

ಒಳಗೆ ಒಲೆ ಹೊತ್ತಿದಾಗ ಮಾತ್ರ ಬೆಳಗುವ ಇನ್ನುಳಿದಂತೆ ಸದಾ ಕತ್ತಲಲ್ಲಿ ಬೆಚ್ಚಗಿರುವ ಅಡುಗೆ ಮನೆ. ಹೊರಗೆ ಮೇಕೆ ಕೋಳಿಗಳಿಗೆಂದೆ ಕಬ್ಬಿನ ಸೋಗೆಯ ಸೂರು. ಕಣಿವೆ ಹೊನ್ನಾಪುರದ ಸರಕಾರಿ ಶಾಲೆಯಲ್ಲಿ ಏಳನೇಯ ಈಯತ್ತೆ ಓದುವ ಮಗಳು ಪಾರೋತಿ. ಹಾಜರೀ ಪುಸ್ತಕದ ಸರ್ಕಾರಿ ದಸ್ತಾವೇಜಿನಲ್ಲಿ ಮಾತ್ರ ಇವಳ ಹೆಸರು ಪಾರ್ವತಿ. ಒಂದು ನಾಯಿ, ಎರಡು ಬೆಕ್ಕು ಇರುವ ಒಂದು ಪುಟ್ಟ ಸಂಸಾರ. ಹೆಣ್ಣು ಬೆಕ್ಕಿನ ಆಸೆಗೆ ರಾತ್ರಿ ಎಷ್ಟೊತ್ತಿನಲ್ಲೊ ಬಂದು ಬೇಟ ವಾಡಿ ಹೋಗುವ ಗಂಡು ಬೆಕ್ಕುಗಳು ಈ ಲೆಕ್ಕದಲ್ಲಿ ಸೇರಿಲ್ಲ. ಈ ಮನೆ ಊರು ಜೋಡಿಸುವ ಮಣ್ಣು ರಸ್ತೆಯಿಂದ ನೂರಿನ್ನೂರು ಹೆಜ್ಜೆ ದೂರದಲ್ಲಿ ಹಳೆಯ ಹುಣಸೆ ಮರಗಳ ಮೆಳೆಯಲ್ಲಿ ಮರೆಯಾಗಿ ಇಲ್ಲೊಂದು ಮನೆ ಇದೆಯೆಂಬುದು ಕಾಲು ದಾರಿ ಹಿಡಿದು ಒಳಗೆ ಬಂದವರಿಗೆ ಮಾತ್ರ ಗೊತ್ತಾಗುತ್ತಿತ್ತು.

ಈ ವರ್ಷದ ಶ್ರಾವಣ ಕಡೆಯ ಸೋಮವಾರ ಕಣಿವೆ ಹೊನ್ನಾಪುರದ ಗುಡ್ಡದ ಮಡ್ಡಿ ಲಗಮವ್ವನ ಜಾತ್ರೆ ನೆರವೇರುವುದಾಗಿಯೂ ತೇರು ಎಳೆಯುತ್ತಾರೆನ್ನುವ ಸುದ್ದಿ ಊರಿನೊಳಗೊಂದು ದೊಡ್ಡ ಸಂಚಲನ ಮೂಡಿಸಿದ್ದು ಇತ್ತೀಚಿನ ಹೊಸ ಬ್ರೇಕಿಂಗ್ ನ್ಯೂಜು. ಕಳೆದೈದು ವರ್ಷಗಳಿಂದ ನೆರೆ ಬರ ಕೋವಿಡ್ಡು ಕಾಯಿಲೆ ಕಸಾರಿಕೆಯಂತಹ ನಾನಾ ನಮೂನಿಯ ಹತ್ತು ಹಳವಂಡಗಳ ಕಾರಣಗಳಿಂದ ನಿಂತೇ ಹೋಗಿದ್ದ ಲಗಮವ್ವನ ಜಾತ್ರೆಯ ತೇರಿನ ಗಾಲಿಗಳು ಈ ವರ್ಷ ಚಾಲನೆ ಪಡೆಯುವುತ್ತಿವೆಯೆಂದರೆ ಜನರ ಬದುಕು ಇದ್ದುದರಲ್ಲೇ ಹಳಿ ಪಡೆಯತ್ತಿದೆಯೆಂದೇ ಅರ್ಥ. ಊರು ಸಣ್ಣದಾದರೇನು ಲಗಮವ್ವ ದೊಡ್ಡವಳು. ಅವಳ ಮಹಿಮೆಯಿಂದ ಸುತ್ತ ಮುತ್ತಲ ಹತ್ತು ಹಳ್ಳಿಗೆ ಹೆಸರು ವಾಸಿಯಾದವಳು. ಈ ಇಂತಹ ಜಾತ್ರೆಯೆಂದರೆ ಹರಕು ಮುರುಕಿನ ತಗಡಿನ ಶೆಡ್ಡುಗಳು, ಇಂದಿರಾ ಆವಾಸ ಯೋಜನೆಯ ಎರಡಂಕಣದ ಮನೆಗಳು, ಮಣ್ಣಿನ ಗೋಡೆಗಳು, ಸುಣ್ಣಬಣ್ಣ ಮೆತ್ತಿಕೊಂಡು ರವೆಯಷ್ಟು ಇರುವ ಮಾನ ಮುಚ್ಚಿಕೊಂಡು ರಾತ್ರಿ ಚೈನಾ ಲೈಟಿನ ತಳಕು ಬೆಳಕಿನೊಳಗೆ ತಮ್ಮ ದುಗುಡ ದುಮ್ಮಾನ ಮರೆಯುತ್ತವೆ. ಉಳಿದ ದಿನಗಳಲ್ಲಿ ಈ ಊರ ಕಡೆಗೆ ಎಂದೂ ಬರದ ಟೂರಿಷ್ಟು ಬಸ್ಸುಗಳು ಏ.ಸಿ. ಕಾರುಗಳು ಡರ್ರ ಡುರ್ರೆಂದು ತೇಗಿ ಎರಡು ಮೂರು ದಿನ ಇಲ್ಲಿ ಝುಂಡಾ ಹೂಡಿ ಬರುವಾಗ ಮಿಣಿ ಮಿಣಿ ಮಿನುಗುವ ಅವುಗಳ ಕಿಡಕಿಯ ಗಾಜುಗಳು ಕರಿ

ಹೆಬ್ಬಾವಿನಂತಹ ಟಯರುಗಳು ಜಾತ್ರೆ ಮುಗಿಸಿ ಮಹಾನಗರಗಳಿಗೆ ಮರಳುವಾಗ ಕಣಿವೆ ಹೊನ್ನಾಪುರ ನೆಲದ ಕಪ್ಪಾನೆ ಕಪ್ಪು ಕರಿ ಮಣ್ಣು ಲಗಮವ್ವಳ ಅರಿಷಿಣ ಭಂಡಾರ ಮೆತ್ತಿಕೊಂಡು ಪೂನಾ–ಬೆಂಗಳೂರು ಹೆದ್ದಾರಿಗೂ ತುಸು ಮೆತ್ತಿ ಬೆಂಗಳೂರು ಪ್ಯಾಟೆಗೂ ಅಂಟಿಸಿ ಎರಡು ಮೂರು ದಿನ ನಡೆದಿದ್ದೆಲ್ಲಾ ಕೇವಲ ಒಂದು ಸುಂದರ ಕನಸು ಎಂಬಂತೆ ಮುಂದಿನ ಜಾತ್ರೆ ಬರುವವರೆಗೆ ಸಾರಾ ಸಗಟಾಗಿ ಮರೆತುಬಿಡುತ್ತವೆ. ಈ ಜಾತ್ರೆಯ ಮತ್ತೊಂದು ವಿಶೇಷತೆಯೆಂದರೆ ಇಲ್ಲಿನ ಜೋಡು ಎತ್ತುಗಳ ಗಾಡಿ ಸ್ಪರ್ಧೆ, ಕುಸ್ತಿ ಪಂದ್ಯ, ಕಬಡ್ಡಿ, ಹಾಗು ವಾಲಿಬಾಲ್ ಪಂದ್ಯಾವಳಿ ಇದ್ದರೂ ಬಲು ಜನ ಪ್ರಿಯಗೊಂಡಿದ್ದು ಇಲ್ಲಿನ ಸೈಕಲ್ ರೇಸು. ಅರ್ಥಾತ್ ಸೈಕಲ್ 'ಸರ್ತಿ'.

ಈ ತುರುಸಿನ ಸೈಕಲ್ ಸರ್ತಿಗೆ ಸಾಂಗ್ಲಿ ಸಾತಾರಾ ಮೀರಜ್ ಕೊಲ್ಲಾಪುರದಂತಹ ಊರಿನಿಂದ ಬರುವ ನಾನಾ ನಮೂನಿ ಮಂದಿ ಮತ್ತು ಅವರ ಹೊಸ ಹೊಸ ಮಾಡೆಲ್ಲುಗಳ ಸೈಕಲ್ಲುಗಳನ್ನು ನೋಡಲೆಂದೆ ಇಲ್ಲಿನ ಸುತ್ತ ಮುತ್ತಲ ಹತ್ತು ಹನ್ನೆರೆಡು ಊರಿನ ಜನ ಚಕ್ಕಡಿ ಹೂಡಿಕೊಂಡು ಬಂದು ಸರ್ತಿ ನೋಡಿ ಕಣ್ಣು ತುಂಬಿಕೊಂಡು ಹೋಗುತ್ತಾರೆ. ಇದೇ ಊರಿನವನಾದ ಬಸಣ್ಣ ಕಳೆದ ಹತ್ತು ಹದಿನೈದು ವರ್ಷಗಳಿಂದ ಈ ಸೈಕಲ್ ಸರ್ತಿಯಲ್ಲಿ ಮೊದಲ ಬಹುಮಾನವನ್ನು ಬೇರೆ ಊರಿನವರಿಗೆ ಬಿಟ್ಟುಕೊಟ್ಟಿಲ್ಲ ಎಂಬುದೇ ದೊಡ್ಡ ಅಭಿಮಾನದ ಸಂಗತಿ.

ಬಸಣ್ಣನಿಂದಾಗಿಯೇ ಸೈಕಲ್ ಸರ್ತಿಯೋ, ಸೈಕಲ್ ಸರ್ತಿಯ ಸಲುವಾಗಿ ಬಸಣ್ಣ ಇರುವನೋ ಎಂಬುದು ಬಿಡಿಸಿ ಹೇಳಲಾಗದಷ್ಟು ಅವಿನಾಭಾವದ ಬೆಸುಗೆಯೊಂದು ಇರುವುದು ಊರಿನ ಹಿರಿಯರಿಗೆ ಮಾತ್ರ ಗೊತ್ತು.

***

'ಹಾಲ ಕುಡ್ದು ಸಾಲಿಗಿ ಹೋಗೋ ಭಾಡ್ಯಾ ಅಂದರ ಹೆಂಡಿ ತಿಂದು ಹಮಾಲಿ ಮಾಡ್ತಾನಂತ ಕುರುಸಾಲ್ಯಾ' ಅಂತ ದಮ್ಮುತ್ತಲೇ ಅವರಿವರ ಮುಂದೆ ಮಗನ ತಕರಾರು ಒಪ್ಪಿಸುತ್ತಿದ್ದವಳು ಅವ್ವ ಲಕ್ಕವ್ವ. ಅವ್ವನ ಮಾತು ಮೀರಿ ಸೈಕಲ್ ಏರಿ ಸುತ್ತ ಮುತ್ತ ಹಳ್ಳೀಲಿ ಹೈನುದವರ ಮನೆ ಮನೆ ಅಲೆದು ತನ್ನ ಅಟ್ಲಾಸ್ ಸೈಕಲ್‌ನ ಹಿಂಬದಿಯ ಕ್ಯಾರಿಯರ್‌ಗೆ ನೇತು ಬಿಟ್ಟಿರುವ ತಾಮ್ರದ ಕೊಡಗಳಲ್ಲಿ ಹಾಲು ಸಂಗ್ರಹಿಸಿ ಹೈವೇ ಹೊನ್ನಾಪುರದ ಹಾಲಿನ ಡೈರಿಗೆ ಹಾಕುತ್ತ ಸೈಕಲ್ ತುಳಿದು ತುಳಿದೇ ಬಸಣ್ಣ ದೊಡ್ಡವನಾಗಿದ್ದ. ಈ ಊರಿನ ತುಂಬ ಹತ್ತು ಹನ್ನೆರಡು ಜನ ಬಸಣ್ಣರು ಇರುವುದರಿಂದಲೋ ಈ ಬಸಣ್ಣನನ್ನು ಸೈಕಲ್ ಸರ್ತಿ ಬಸಣ್ಣ, ಹಾಲು ಬಸಣ್ಣ ಭೋಳೇ ಬಸಣ್ಣ, ಅಂತಲೂ ಫೇಮಸ್ಸು.

'ಪರದೇಸಿ ಕೂಸಿನ ಹಣಿಗಿ ಬಾಸಿಂಗ ಕಟ್ಟಿ ಮದವಿ ಮಾಡೂತನಕರೇ ನನ್ನ ಜೀವ ಇಡವ್ವಾ ತಾಯಿ ಲಗಮವ್ವಾ'–ದಮ್ಮು ಜಾಸ್ತಿಯಾಗಿ ಇನ್ನೇನು ತಾನು ಸತ್ತೇ ಹೋಗುತ್ತೀನೇನೊ ಎನ್ನುವಾಗ ಅವ್ವ ಲಕ್ಕವ್ವ ಲಗಮವ್ವನಿಗೆ ಕೈ ಜೋಡಿಸಿ ತನ್ನ ಆಯುಷ್ಯ ಬೇಡಿಕೊಳ್ಳುತ್ತಿದ್ದಳು.

'ಥೇಟ್ ನಿನ್ನ ಥರಾನೇ ಇದ್ದ ನಿಮ್ಮಪ್ಪ. ಬದುಕಿ ಬಾಳೋ ಮಾಡೋ ಹೊತ್ತಿಗಿ ಬಿಳಿ ಜ್ವಾಳ ಹೊಲದ್ದ ಕಸಾ ತಗೀಬೇಕಾರ ಹುಳಾ ಮುಟ್ಟಿ ಸತ್ತೋದ್ನಪ್ಪ' ಅವನಿದ್ದಿದ್ರ ಈ ಹಾಲು ತುಂಬೂ ದಗದಾ ಮಾಡಾಕ ಬಿಡತಿರಲಿಲ್ಲ ನಿನಗ. ಲಕ್ಕವ್ವ ತನ್ನ ಸತ್ತು ಹೋದ ಗಂಡನ ನೆನಪಿಸದ ದಿನವೇ ಇರುತ್ತಿರಲಿಲ್ಲ.

ಈಗ ಅಪ್ಪನೂ ಇಲ್ಲ. ಅವ್ವನೂ ಇಲ್ಲ.

ಅಪ್ಪ ಎಂಬುವವನು ಎಂತಹವನಿದ್ದ ಎಂದು ನೋಡಬೇಕೆನಿಸಿದಾಗಲೆಲ್ಲ ಬಸಣ್ಣ ಸೈಕಲ್‌ನ ಕನ್ನಡಿಯೊಳಗೆ ತನ್ನ ಮುಖ ನೋಡಿಕೊಳ್ಳುತ್ತಿದ್ದ. ಅವ್ವ ನೆನಪಾದಾಗಲೆಲ್ಲ ಮಗಳು ಪಾರೋತಿನ ತಬ್ಬಿಕೊಂಡು

'ಯವ್ವಾ.. ಎಲ್ಲಿದ್ದಿ? ನೀ ಯವ್ವಾ ಎಲ್ಲಿದ್ದೀ? ಯವ್ವಾ ಪಾರೋತಿ ಇಲ್ಲೇ ಇದ್ದೀ ನೀ ಸತ್ತಿಲ್ಲ ನೋಡ ಇನ್ನ' ಅಂತ ಪಾರೀನ ತಬ್ಬಿಕೊಂಡು ಸಣ್ಣ ಮಕ್ಕಳಂಗೆ ಗೋಳೋ ಅಂತ ಅಳುತ್ತಿದ್ದ.

'ಹಾಲು ತುಂಬೋ ಕೊಡಾ ಕಟ್ಕೊಂಡ ಗಾಳಿ ಹೊಕ್ಕವರಂಗ ಜೋರಾಗಿ ಹೋದ್ರ ಸೈಕಲ್ ಮ್ಯಾಲಿಂದ ಬಿದ್ದ ಕೈ ಕಾಲ್ ಮುರ್ಕೊಂಡ್ ಪಾಂಗಳ್ಯಾ ಆಗಿ ಮನ್ಯಾಗ ಕುಂದರತಿ ನೋಡ' ಅಂತ ಅವನು ಸೈಕಲ್ ಹೊಡಿಯುವ ಜೋಶು ನೋಡಿದವರೆಲ್ಲಾ ಎಚ್ಚರಿಸುವ ಮಾಮೂಲೀ ಮಾತುಗಳನ್ನು ಬಸಣ್ಣಾ ಎಂದಿಗೂ ಕಿವಿಗೆ ಹಾಕಿಕೊಂಡವನೇ ಅಲ್ಲ.

'ಜಲ್ದಿ ಜಲ್ದೀ ಎಮ್ಮಿ ಹಿಂಡ್ರೀ ವೈನೀರಿ' ಹಾಲಿನ ಗಾಡಿ ತಪ್ಪಿಸಿಕೊಂಡ್ರ, ಹಾಲು ವೇಸ್ಟಾಗಿ ಬಿಡತೈತಿ... ಬಸಣ್ಣ ಸೈಕಲ್ ಮ್ಯಾಲ ಕುಂತಿದ್ರೂ ಓಡೋ ಕುದರೀ ಮ್ಯಾಲ ಕುಂತವರಂಗ ಯಾವಾಗಲೂ ಅವಸರದಲ್ಲೇ ಇರ್ತಿದ್ದ.

'ನೀ ಹಾಲ ತುಂಬಿಸಿಕೊಳ್ಳಾಕ ಬರ್ತಿಯೋ ಯಾನ ಸೈಕಲ್ ಸರ್ತಿಗೆ ಬರ್ತಿಯೋ ಬಸಣ್ಣ?' ಅಂತ ಎಮ್ಮೆ ಹಿಂಡುತ್ತಲೇ ಅಕ್ಕಾರು ಅವ್ವಂದಿರು ಬಸಣ್ಣನ ಮ್ಯಾಲೆ ಒಂಥರದ ಕೀಟಲೆಯಲ್ಲೇ ಕಾಲೆಳೆಯುತ್ತಿದ್ದು ಗೊತ್ತಿದ್ದೂ ಬಸಣ್ಣ ಎಂದಿಗೂ ಬೇಜಾರು ಮಾಡಿಕೊಳ್ಳುತ್ತಿರಲಿಲ್ಲ.

ಹಾಲು ತುಂಬುವ ಬಸಣ್ಣನಿಗೆ ಸೈಕಲ್ಲು ಸರ್ತಿ ಹುಚ್ಚು ಹತ್ತಿದ್ದೂ ಒಂದು ದೊಡ್ಡ ಕತೆಯೇ! ಮೊಟ್ಟ ಮೊದಲ ಸಲ ರೇಸಿಗೆ ಇಳಿದಾಗ ಬಸಣ್ಣಂಗೆ ಕೇವಲ ಹದಿನೆಂಟು ಹತ್ತೊಂಬತ್ತರ ಹರೆಯ, ಚಿಗುರು ಮೀಸೆ.

ಯಥಾ ಪ್ರಕಾರ ಶ್ರಾವಣದ ಕಡೆಯ ಸೋಮವಾರ ಗುಡ್ಡದ ಮಡ್ಡಿ ಲಗಮವ್ವನ ತೇರು. ಸಂಜೆಯಾದರೆ ಆ ದಿನ ಬೆಳಗು ಪೂರ್ತಿ

ಕಬಡ್ಡಿ, ವಾಲೀಬಾಲು, ಗಾಡಿ ಸರ್ತಿ, ಮತ್ತು ಸೈಕಲ್ ಸರ್ತಿಗಳ ಭರ್ಜರಿ ಮನೋರಂಜನೆ. ಆ ವರ್ಷ ತಾನೂ ಸೈಕಲ್ ಸರ್ತಿಯಲಿ ಹೆಸರು ಕೊಟ್ಟು ಊರವರು ಹುಬ್ಬೇರುವಂತೆ ಮಾಡಿದ್ದ ಈ ಹುಡುಗ.

ಬಸ್ಯಾ ಮಗನ ಸಾಯಕಲ್ ಸರ್ತಿ ಅಂದರ ಮನಿ ಮನಿಗ್ಹೋಗಿ ಕೊಡದಾಗ ಹಾಲ ತುಂಬ್ಕೊಂಡ್ ಡೈರಿಗಿ ಹಾಕಿದಂಗ ಅಲ್ಲ... ಉಸರ ಕಟ್ಟಿ ಓಡಸಬೇಕೂ..

'ಸಾಯಕಾಲ್ ಗಾಲ್ಯಾಗ ಹವಾ ಹಾಕ್ಕೋ ಬೇಸೆಂಗ್' ಗೆಳೆಯರೆನ್ನುವವರು ಕಾಲೆಳೆಯುತ್ತಿದ್ದರೋ? ಹುರುದುಂಬಿಸುತ್ತಿದ್ದರೋ?

ಅವರ ಚಿಲ್ಲರೆ ಮಾತುಗಳಿಗೆಲ್ಲ ಕಿವಿಗೊಡದೆ ತನ್ನ ಕುಡಿ ಮೀಸೆ ಕೆಳಗಿನ ಕಪ್ಪನೆಯ ತುಟಿಗಳಲ್ಲಿ ಇಷ್ಟಗಲ ಬಾಯಿ ತೆರೆದು ನಕ್ಕಾಗ ಕರಿ ಮಾರಿಯಲ್ಲಿ ಬರೀ ಬಿಳಿ ಹಲ್ಲು ಮಾತ್ರ ವಿಚಿತ್ರ ಹೊಳಪಿನಿಂದ ಮಿಂಚುತ್ತಿದ್ದವು.

ಈ ಸೈಕಲ್ಲು ರೇಸಿನ ಹಾದಿ-ಕಣಿವೆ ಹೊನ್ನಾಪುರದ ಮಣ್ಣಿನ ದಾರಿಯ ಗುಡ್ಡದ ಮಡ್ಡಿಯಿಳಿದು ಮಾದಾಪುರ, ಬಸವನ ಹಳ್ಳಿ, ತಗಚಿ, ತುಂಬಾಡಿ, ಹೈವೇ ಹೊನ್ನಾಪುರದ ಬೈಪಾಸು ಮುಟ್ಟಿ ಮತ್ತೆ ಅದೆ ಮಣ್ಣಿನ ದಾರಿಯಲಿ ಮರಳಿ ಕಣವೆ ಹೊನ್ನಾಪುರ ತಲುಪಬೇಕಿತ್ತು.

ಬಸಣ್ಣ ಪ್ರತಿ ನಿತ್ಯ ತನ್ನ ಅಟ್ಲಾಸ್ ಸೈಕಲಿನ ಕ್ಯಾರಿಯರ್ ಮೇಲೆ ಎರಡೂ ಬದಿ ಒಂದೊಂದು ಭಾರದ ಹಾಲಿನ ಕೊಡ ಹೊತ್ತು ಓಡಾಡಿದ ಪರಿಚಿತ ದಾರಿಯೇ ಅದು.

ಆ ದಿನ ರೇಸಿನ ಮಣ್ಣು ರಸ್ತೆಯಲ್ಲಿ ಜನವೋ ಜನ. ಹೊಚ್ಚ ಹೊಸ ಮಿರಿ ಮಿರಿ ಮಿಂಚುವ ಹತ್ತು ಹನ್ನೆರೆಡು ಸಾಲಾಗಿ ನಿಲ್ಲಿಸಿದ ಸರ್ತಿ ಸೈಕಲ್ಲುಗಳು ಸೈಕಲ್ ಮೇಲೆ ಸವಾರಿ ಮಾಡುವ ತಹರೇವಾರಿ ಮಂದಿ, ಅವರ ಸ್ಪೋರ್ಟ್ಸ್ ಉಡುಪುಗಳು, ಬಣ್ಣ ಬಣ್ಣದ ಕನ್ನಡಕಗಳು, ಹಾಫ್ ಟೀ ಶರಟು, ಟೈಟು ಬರ್ಮುಡಾಗಳ ನಡುವೆ-ಬಸಣ್ಣ ಸೈಕಲ್ ನ ಹಿಂದಿನ ಕ್ಯಾರಿಯರನ್ನು ತೆಗೆದು ತನ್ನ ದೊಗಳೆ ಇಜಾರ, ಮಾಸಿದ ಅಂಗಿಯ ಮೇಲೆ ಒಂಥರ ಬೇರೆಯದ್ದೇ ಲೋಕದ ವಿಲಕ್ಷಣವಾಗಿ ಹಾಲಂಡ್ ತಳಿಯ ಹಿಂಡುವ ಹಸುಗಳ ನಡುವೆ ಜವಾರಿ ತಳಿಯ ಕಿಲಾರಿ ಹೋರಿ ತರಹ ಕಾಣುತ್ತಿದ್ದ.

ಒನ್... ಟೂ... ಥ್ರೀ... ಆನ್ ಯುವರ್ ಮಾರ್ಕ್ ಗೆಟ್ ಶಟ್ ರೆಡೀ ಗೋ...

ಎನ್ನುವುದರೊಂದಿಗೆ ಸರ್ತಿ ಆರಂಭವಾಗಿತ್ತು. ಕಪ್ಪು ಮಣ್ಣಿನ ರಸ್ತೆಯ ಮೇಲೆ ಒಂದರ ಹಿಂದೊಂದು ಸೈಕಲ್ಲುಗಳ ಹಿಂದೆ ಸೈಕಲ್ಲುಗಳು, ಅದರ ಹಿಂದೆ ಬಸಣ್ಣ ತನ್ನ ಹಾಲಿನ ಸೈಕಲ್ಲಿನ ಮೇಲೆ ಕಣಿವೆ ಹೊನ್ನಾಪುರದ ಗುಡ್ಡದ ಮಡ್ಡಿ ಇಳಿದು ಮಾದಾಪುರದ ಹಳ್ಳ ದಾಟಿ ಬಸವನಹಳ್ಳಿ, ತಗಚಿ, ತುಂಬಾಡಿಯ

ಕುರುಚಲು ಮಡ್ಡಿ ಹೊಲಗಳ ಸೀಮೆ ದಾಟಿ ಬೈಪಾಸು ತಲುಪುವ ತನಕ ಹಿಂದೆಯೇ ಇದ್ದುದ ಗಮನಿಸಿ ಒಂದು ಕ್ಷಣ ಆತಂಕಗೊಂಡವರಂತೆ ಒಂದೇ ಲಯದಲ್ಲಿ ಪೆಡಲು ತುಳಿಯುತ್ತಿದ್ದವನು ಇದ್ದಕ್ಕಿದ್ದಂತೆ ಅದ್ಯಾವುದೋ ರೋಷ ಉಕ್ಕಿದವರ ಹಾಗೆ ಬೈ ಪಾಸು ಮುಟ್ಟಿ ಮರಳಿ ಅಲ್ಲಿಂದ ಕಣಿವೆ ಹೊನ್ನಾಪುರ ಬರುವವರೆಗೆ ಮೈಯೊಳಗೆ ಗಾಳಿ ಹೊಕ್ಕವರ ಹಾಗೆ ಪೆಡಲು ತುಳಿದು ತುಳಿದು ಮೊಟ್ಟ ಮೊದಲ ಬಹುಮಾನ ಪಡೆದರೆ ಊರಿಗೆ ಊರೇ ಹಿಗ್ಗಿ ಹೋಗಿತ್ತು. ಧೂಳಪ್ಪನ ಕಣ್ಣಲ್ಲಿ ಖಡ್ಗ ಹರಿತದ ಮಿಂಚು. ಗೆಲುವಿನ ನಗು. ಊರಿನ ಹೆಮ್ಮೆ. ರಾತ್ರೋ ರಾತ್ರಿ ಬಸಣ್ಣ ಹೀರೋ ಎನಿಸಿಕೊಂಡು ಬಿಟ್ಟಿದ್ದ. ಊರವರು ಅವನನ್ನು ಹೆಗಲ ಮೇಲೆ ಹೊತ್ತುಕೊಂಡು ಅವನಿಗೆ ಗುಲಾಲು ಹಾಕಿ ಸೈಕಲ್ ಮೇಲ್ತೆ ಮೆರೆಸುವಾಗ ಕೊಂಕ ಕುಹುಕವಾಡಿದ ಜನ ಎಲ್ಲಿ ಮರೆಯಾಗಿ ಹೋಗಿದ್ದರೋ!?

'ದಿನಾ ಸೈಕಲ್ ಓಡಾಡೋ ರೋಡಿನ್ಯಾಗ ಗೆಲ್ಲೂದೇನು ಭಾಳ ದೊಡ್ಡದಲ್ಲ ಬಿಡೋ ತಾಕತ್ ಇದ್ರ ಗೆದ್ದು ಬಾ ನೋಡೋಣ ಸಾತಾರಾ ಸಾಂಗ್ಲೀ ಮೀರಜ್ ಸೀಟಿ ಸರ್ತೀನ' ಅಂತ ಕುಹಕವಾಡುವ ಮಂದಿಯ ಮಾತು ಸುಳ್ಳು ಮಾಡುವವರ ಹಾಗೆ ಇವನು ಹೋದ ಕಡೆಯೆಲ್ಲಾ ಗೆದ್ದು ಮೆಡಲು ತಂದ. ಅಷ್ಟಿಷ್ಟು ದುಡ್ಡು ಸಿಗತೊಡಗಿತು. ಗೆಲುವಿನ ರುಚಿಗೆ ಬಿದ್ದ ಹಾಲು ಬಸಣ್ಣ– ಸೈಕಲ್ ರೇಸು ಬಸಣ್ಣ ಆಗಲಿಕ್ಕೆ ಬಹಳ ದಿನಗಳೇನೂ ಹಿಡಿಯಲಿಲ್ಲ.

ಮನೆಯೇ ಇಲ್ಲದವನು ಮನೆ ಮರೆತ. ತನ್ನ ಎಂದಿನ ದೈನಿಕದ ಕೆಲಸ ಮರೆತ. ಹಾಲು ಸಂಗ್ರಹಿಸಲು ತನ್ನ ಸೋದರ ಸಂಬಂಧಿ ರೂಪೇಶನ ನೇಮಿಸಿದ. ಬಸಣ್ಣನ ಸೈಕಲ್ ಸವಾರಿಯ ಉಸ್ತಾದನ ಹಾಗೆ ಗರಡಿ ಮನೆಯಲ್ಲಿ ಕವಾಯತು ಮಾಡುತ್ತ, ಬಸ್ಕಿ ಹೊಡೆಯುತ್ತ ಕುಸ್ತಿ ಆಡುತ್ತ ಕುಸ್ತಿ ಕಲಿಯುತ್ತ ಕಲಿಸುತ್ತ ತನಗೆ ತಾನೇ ಗುರುವಾಗಿ ಊರಿನ ಅಚ್ಚುಮೆಚ್ಚಿನ ಮಗನಾಗಿ ಬೆಳೆಯುತ್ತ ಹೋದ.

ಮುಂದೆ ದೊಡ್ಡವನಾಗಿ ಮದುವೆಯಾಗಿ ಒಂದು ಮಗೂವೂ ಆಗುವ ಗಳಿಗೆಯಲ್ಲಾಗಲೆ ಬಸಣ್ಣ ಹೋದ ಕಡೆಯೆಲ್ಲಾ ಬಂಗಾರದ ಪದಕ ಕೊರಳಿಗೆ ಹಾಕಿಕೊಂಡೇ ಬಂದಿದ್ದ. ಅದೂ ಒಂದು ಲಟಗಾಸಿ ಹಾಲು ತುಂಬೋ ಸೈಕಲ್ಲಿನ ಮೇಲೆ. ಹೀಗೆ ಆಗಾಗ ಪೇಪರಿನ ಅರ್ಧ ಪುಟದ ಸುದ್ದಿಯಾಗಿ ಬಲು ಫೇಮಸ್ಸಾಗಿ ಮೆರೆದಿದ್ದು ಬರೋಬ್ಬರಿ ಇಪ್ಪತ್ತು ವರ್ಷ.

***

'ಅಂವನೌನ ಈ ಸಲ ನೋಡೇ ಬಿಡೋಣ ಒಂದ ಕೈ' ಅಂತ ಆ ದಿನ ಗಟ್ಟಿ ನಿರ್ಧಾರ ಮಾಡಿದ ಬಸಣ್ಣಾ ಬೆಳಿಗ್ಗೆ ಎದ್ದು ಕರಿ ಚಾ ಕುಡ್ದು ತನ್ನ

ಹಳೆಯ ಸೈಕಲ್ ರಿಪೇರಿ ಮಾಡಲೆಂದು ಎದ್ದು ಹೊರಗೆ ಬಂದು ಎಷ್ಟೊಂದು ದಿನಗಳ ನಂತರ ತನ್ನ ಸಾಯಕಲ್ಲನ್ನು ನೋಡಿದ.

ಹುಣಸೆ ಮರದ ಬುಡಕೆ ಆನಿಸಿದ ಹಳೆಯ ಸೈಕಲ್ಲು ಅದು. ಕಳೆದು ಐದು ವರ್ಷಗಳಿಂದ ಲಗಮವ್ವಳ ಗುಡಿಯ ಮುಂದೆ ಚಲಿಸದೇ ನಿಂತ ತೇರಿನಂತೆ ನಿಂತೆ ಇರುವ ಗಾಳಿ ಇಲ್ಲದ ಚಕ್ರಗಳು. ಚಕ್ರಗಳು ತಿರುಗಿದರೆ ಮಾತ್ರ ಇವನ ಜೀವನ ಸಾಗಬೇಕು. ಅದು ತೇರಿನ ಚಕ್ರವೇ ಇರಲಿ ಸಾಯಕಲ್‌ನ ಚಕ್ರಗಳೇ ಇರಲಿ.

ತುಕ್ಕು ಹಿಡಿದ ಪೆಡಲ್ಲುಗಳು ತೂತು ಬಿದ್ದ ಸೀಟಿನ ಕವರು ಎಣ್ಣೆ ಕಾಣದ ಅದರ ಕೀಲುಗಳು ಸುಮ್ಮನೆ ಮುಟ್ಟಿದರೆ ಮುರಿದೇ ಹೋಗುತ್ತದೆ ಎಂದು ಕಿರಕಿರನೇ ಕಿರುಗುಡುವ ಸೈಕಲ್ಲು ರಿಪೇರಿ ಮಾಡುವುದು ಸಣ್ಣ ಮಾತಲ್ಲ. ಕನಿಷ್ಠವೆಂದರೆ ಒಂದು ಸಾವಿರ ರೂಪಾಯಿಯಾದರೂ ಬೇಕು. ಅಷ್ಟೊಂದು ಮೊತ್ತವನ್ನು ಈ ದುರ್ದಿನಗಳಲ್ಲಿ ಹೊಂದಿಸುವುದಾದರೂ ಹೇಗೆ?

ಕೊನೆಯ ಬಾರಿ ಈ ಸೈಕಲ್ ಹತ್ತಿ ಸರ್ತಿ ನಡೆದಿದ್ದನ್ನು ನೆನಪಿಸಿಕೊಂಡ. ಈಗ ಐದಾರು ವರ್ಷಗಳ ಹಿಂದೆ ಮಾದಾಪುರ ಜಾತ್ರೆಯ ರೇಸಿನಲ್ಲಿ ಮೊಟ್ಟ ಮೊದಲ ಬಾರಿ ಬಸಣ್ಣ ಹೀನಾಯವಾಗಿ ಸೋತಾಗ ಅಲ್ಲೇ ತಲೆ ತಿರುಗಿ ಬಿದ್ದು–ಹೇಗೋ ಸುಧಾರಿಸಿಕೊಂಡಿದ್ದ. ಜನ 'ಅಯ್ಯೋ ಛೇ, ಪಾಪ! ಹಿಂಗಾಗಬಾರದಿತ್ರೀ' ಎಂಬ ಅನುಕಂಪದ ಮಾತುಗಳು ಇವನಿಗೆ ಅವಮಾನದಂತೆಯೇ ಕೇಳಿಸಿದ್ದವು.

ಎರಡು ತಿಂಗಳಿನ ನಂತರ ಬಸವನಹಳ್ಳಿ ಜಾತ್ರೆಯ ರೇಸಿನಲಿ ಎರಡನೆಯ ಬಹುಮಾನ ಬಂದಾಗ–ತಾನು ಮತ್ತೆ ಚಿಗುರಬಲ್ಲೆ ಎಂಬ ಧೈರ್ಯದಲ್ಲಿ ಪೊದೆ ಮೀಸೆ ತಿರುವುತ್ತ ಊರಲ್ಲಿ ಓಡಾಡಿಕೊಂಡಿದ್ದ. ತುಸು ದಿನಗಳ ನಂತರ ತುಂಬಾಡಿ ಜಾತ್ರೆಯ ರೇಸಿನಲಿ ಮೂರನೇ ನಂಬರು ಕೂಡ ಬರದೆ ಇದ್ದಾಗ–ರೇಸಿನ ಕೊನೆಯ ಮೆಟ್ಟಿಲನ್ನೂ ತಲುಪದೇ ಸೀದಾ ತನ್ನ ತೋಟದ ಮನೆಗೆ ನುಗ್ಗಿದವನೇ ತನ್ನ ಸೈಕಲ್ಲನ್ನು ಹುಣಸೆ ಮರದ ಬುಡಕೂ ನಿಲ್ಲಿಸದೆ ನೆಲಕೆ ಬೀಳಿಸಿ, ಕುಯ್ಲಿಗೆ ಬಂದ ನಾಲ್ಕೈದು ಬಾಳೆ ಗಿಡಗಳನ್ನು ಹರಿತ ಕುಡಗೋಲಿನಿಂದ ಕಚಕಚನೇ ಕಡಿದು ಹಾಕಿದಾಗ ಮಗಳು ಪಾರಿ ಅಪ್ಪನ ಅವತಾರಕ್ಕೆ ಬೆದರಿ ಎರಡು ದಿನ ಶಾಲೆಗೆ ಹೋಗದೆ ಮನೆಯೊಳಗೆ ಅಡುಗಿ ಕುಳಿತಿದ್ದಳು.

ಅವನು ಈ ಸಲ ಸೋತಿದ್ದು ಆ ಉಂಡಿಗೀ ಮಗ ರೂಪ್ಯಾನ ಸಲುವಾಗಿ ಎಂದು ಗೊತ್ತಾದಾಗಲಂತೂ ಬಸಣ್ಣನ ಮೈಯೆಲ್ಲಾ ಉರಿದುರಿದು ಬೆಂಕಿಯಂತಾಗಿದ್ದ.

'ಹುಚ್ಚ ಸೂಳೀ ಮಗ್ಗ... ನನಗ ಮಾರೀ ತೋರ್ಸಾಕರೆ ಹೆಂಗ್ ಮನಸ ಬಂತ ರಂಡೀ ನನ ಮಗ್ಗs'

ಭೋಳೆ ಶಂಕರ ಬಸಣ್ಣನ ಎಂದಿಲ್ಲದ ಬಾಯಿ ಇಂದು ಬೆಂಕಿಯುಗುಳುತ್ತಿತ್ತು. ಜೀವನದುದ್ದಕ್ಕೂ ಒಬ್ಬರಿಗೆ ಒಂದು ಕೆಡಕು ಮಾಡಿದವನಲ್ಲ. ಕೊಂಕು ನುಡಿದವನಲ್ಲ. ಅಪ್ಪಿ ತಪ್ಪಿಯೂ ಹೊಲಸು ಬೈಗುಳ ಬೈದವನಲ್ಲ. ಹಸುವಿನಂತಹ ಮೂಗ ಬಸವಣ್ಣನಂತಹ ಬಸಣ್ಣಾ ಅಂದು ತನ್ನ ಸ್ಥಿಮಿತ ಕಳೆದುಕೊಂಡು ಹುಚ್ಚು ಹಿಡಿದವರಂತೆ ಬಾಯಿಗೆ ಬಂದ ಬೈಗುಳ ಬೈಯ್ಯುತ್ತ ಏನೂ ಮಾಡಲಾಗದ ಅಸಹಾಯಕತೆಯಲ್ಲಿ ಹತಾಶೆಯಲ್ಲಿ ಉರಿದುರಿದು ಬೀಳುತ್ತಿದ್ದ.

ಹಾಲು ತುಂಬೂ ಕೊಡಾ ನನ್ನ ಸೈಕಲಿನಿಂದ ಅವನ ಕೈಗೆ ಕೊಟ್ಟದ್ದ ತಪ್ಪಾತು.

'ತಾತ್ಯಾ ರೀ ತಾತ್ಯಾರೀ' ಅಂತ ಮನಿ ಮುಂದ ಬಂದ ಕುಂತ, ಮನೆಯೊಳಗೆ ಬಂದ. ನಗಚ್ಯಾಟಿಕಿ ಮಾಡಿ ಹುಸಿ ನಗಿ ನಕ್ಕ. ಚಿಗವ್ವನೂ ನಗಿಸಿದ.

'ಚಿಗವ್ವ ಚಿಗವ್ವ...ಯಾಕ ಮೈಯಾಗ ಹುಷಾರಿಲ್ಲೇನ್ರೀ ಚಿಗವ್ವ ಅಂತ ಅಡಿಗಿ ಮನೀ ಹೊಕ್ಕ.'

ಸರಿಯಾಗಿ ಮೂರು ಕಲ್ಲಿನ ಒಲೆಯ ಮೇಲಿಟ್ಟ ಚಿಲಾವರದ ಗಡಿಗೀಲಿ ಮಾಂಸ ಬೇಯುವ ಹೊತ್ತಿಗಿ ಸೆರೆ ಕುಡದ ಮನಿ ಹೊಕ್ಕಿದ್ದ ರೂಪ್ಯಾ ಉಳ್ಳಾಗಡ್ಡಿ ಕತ್ತರಿಸಿ, ಹಚ್ಚನೆಯ ಕೊತ್ತಂಬರಿ ಹೆರಚಿಟ್ಟವ ಹೂವಿನಂತಹ ಬಸಣ್ಣನ ಹೆಂಡತಿ ಚಂದ್ರೀನ ಹರದು ತಿಂದು ಮುಕ್ಕಿ ಮೂತಿ ಒರೆಸಿಕೊಂಡು ಊರು ಬಿಟ್ಟು ಹೋಗಿದ್ದ. ನಡುಮನೆಯ ಸೀರೆಯ ಜೋಲಿಯಲಿ ಏಳ ತಿಂಗಳ ಕೂಸು ಪಾರೋತಿ ಕಿಟ್ಟನೇ ಕಿರುಚಿದಾಗ ಚಂದ್ರಿಗೆ ಧ್ಯಾಸ ಬಂದಿತ್ತು.

ನ್ಯಾಯ, ಪಂಚಾಯತಿ ಕೋರ್ಟು ಕಚೇರಿ ಎಲ್ಲಾ ಕಾನೂನಿನ ಕುಣಿಕೆಗಳಿಂದ ಅನಾಯಾಸವಾಗಿ ಗೆದ್ದ ರೂಪೇಶ ಏನೇನೂ ನಡೆದೇ ಇಲ್ಲ ಎನ್ನುವಂತೆ ಊರೊಳಗೆ ಚಂದ್ರಿಯ ನಡತೆಯ ಬಗ್ಗೆ ಪುಕಾರು ಎಬ್ಬಿಸಿದ್ದ. ಬಸಣ್ಣನಿಗೆ ಇನ್ನಿಲ್ಲದ ಅವಮಾನ ಹಿಂಸೆ ಕೊಡುತ್ತಿರಬೇಕಾದರೆ ಚಂದ್ರಿ ಇದರ ದುಸ್ವಪ್ನದಲ್ಲೇ ಒಂದು ದಿನ ಮನೆಯ ಮುಂದಿನ ಪಾಳು ಬಾವಿಗೆ ಬಿದ್ದು ಹೆಣವಾಗಿದ್ದಳು.

ಎರಡು ವರ್ಷದ ಕೂಸು ಪಾರಿ. ಅರೆ ತಿರುಕನಂತಾಡುತ್ತಿದ್ದ ಅಪ್ಪ. ಅದು ಹೇಗೆ ಇಷ್ಟುದ್ದ ಅವಳನ್ನು ಅವನ ಎದೆಯೆತ್ತರ ಬೆಳಿಸಿ ನಿಂತನೋ ಆ ಗುಡ್ಡದ ಮಡ್ಡಿ ಲಗಮವ್ವಳಿಗೇ ಗೊತ್ತು.

***

ಸೈಕಲ್ ಶಾಪ್ ಮದಪ್ಪನ ಕೈಯೊಳಗೆ ಬಸಣ್ಣನನ ಸೈಕಲ್ಲು ರೆಡಿಯಾಗಿ ಮತ್ತೆ ಫಳಫಳ ಹೊಳೆಯುತ್ತ ಹುಣಸೆ ಮರಕೆ ಆತುಕೊಳ್ಳದೇ ತನ್ನದೇ ಬಲದ ಮೇಲೆ ನಿಲ್ಲುತ್ತೇನೆ ಎನ್ನುವ ಹಾಗೆ ಸೆಂಟರ ಸ್ಟ್ಯಾಂಡಿನ ಮೇಲೆ ಎಪ್ಪತ್ತೈದು ಸಾವಿರ ರೂಪಾಯಿ ಇನಾಮು ಗೆದ್ದೇ ತರುತ್ತೇನೆಂಬ ಠೀವಿಯಲಿ ನಿಂತಿತ್ತು.

ಗುರುನಾಥ ಪಾಟೀಲ–ಕೊಲ್ಲಾಪುರ, ಶಮಶುದ್ದೀನ ಮುಬಾರಕ–ಕಾಗವಾಡ. ಮಹಾವೀರ ಜೈನ್–ಮೀರಜ್. ಕಲ್ಲಪ್ಪ ಬನಸೋಡೆ, ಶ್ರೀನಾಥ ಪವಾರ, ದೀನನಾಥ ಗುರವ, ಕೇಶವ ಪಾಟೀಲ, ರೂಪೇಶ ಕೊಕಟನೂರ ಪಟ್ಟಿ ಇನ್ನೂ ಉದ್ದ ಬೆಳೆದಿತ್ತು.

ಬಸಣ್ಣ ಮುಂದೆ ಓದಲಾಗದೆ ಅಲ್ಲೇ ನಿಲ್ಲಿಸಿದ್ದ.

ಗುಡ್ಡದ ಮಡ್ಡಿ ಲಗಮವ್ವ ಜಾತ್ರಾ ಕಮೀಟಿಯ ಹ್ಯಾಂಡ್ ಬಿಲ್ ಅದು. ಹದಿನೆಂಟು ಇಪ್ಪತ್ತರ ಆಸುಪಾಸಿನ ಹುಡುಗರ ವಯಸ್ಸು ಓದಿ–ಎಲ್ಲಾ ಬಚ್ಚಾಗಳು. ಕೊನೆಯಲ್ಲಿ ರೂಪೇಶನ ಹೆಸರು ಓದಿ ಥೂ! ಎಂದು ಕ್ಯಾಕರಿಸಿ ಉಗಿದು ಬೀಡಿ ಅಂಟಿಸಿದ್ದ.

ಬಸಣ್ಣ ಮೊಟ್ಟ ಮೊದಲ ಬಾರಿಗೆ ಸೈಕಲ್ ಸರ್ತಿಗೆ ಇಳಿದಾಗ ಇವರಿನ್ನೂ ಬಹುಶಃ ಹುಟ್ಟಿರಲಿಕ್ಕಿಲ್ಲ. ಬಿಸಿ ರಕ್ತ. ಆವೇಶ ಹೆಚ್ಚು. ಹೊಸ ಹೊಸ ನಮೂನಿಯ ಹೆಚ್ಚು ಶ್ರಮವಹಿಸಿದೆ ಜೋರಾಗಿ ಓಡುವ ಸೈಕಲ್ಲುಗಳ ಜೊತೆಗೆ ಅಂದಾಜು ನಲವತ್ತರ ಹರೆಯದ ಬಸಣ್ಣಾ ತನ್ನ ಹಳೆಯ ಹಾಲಿನ ಸೈಕಲ್ಲಿನಲ್ಲೇ ರೇಸಿನ ಆಖಾಡಕ್ಕಿಳಿಯಬೇಕು.

ಪಾರೋತಿ ಮತ್ತೊಂದು ಕರಿ ಚಾ ಮಾಡಿಕೊಟ್ಟಿದ್ದಳು ಅದು ಆ ದಿನದ ನಾಲ್ಕನೇ ಚಾ. ಹಾಲು ಹಾಕದ ಕಪ್ಪಾನೆ ಕರಿ ಚಹಾ ಅದು. ವಿಧಿಯಿಲ್ಲಿದೇ ಕುಡಿಯಬೇಕು. ಚಂದ್ರೀ ತೀರಿದ ದಿನದಿಂದಲೇ ಈ ಮನೆಯ ಲಕ್ಷ್ಮಿ ಹೊರಟು ಹೋಗಿದ್ದಳು. ಇದ್ದ ಎರಡು ಎಮ್ಮೆಗಳು ಕಾಲು ಬ್ಯಾನಿ ಬಾಯಿ ಬ್ಯಾನಿ ಬಂದು ಸತ್ತು ಹೋಗಿದ್ದವು. ಕುರಿ ಮೇಕೆಗೆ ಮೇವು ಸಾಲದೆ ಇನ್ನೇನು ಸತ್ತೇ ಹೋಗುತ್ತೇನೆನ್ನುವ ಹೊತ್ತಿಗೆ ಕಡಿದು ಮಾಂಸ ತಿಂದಿದ್ದ. ಹಸಿವೆಗೆ ಕೋಳಿ ಹುಂಜ ಯಾವೊತ್ತೋ ಆಹುತಿಯಾಗಿದ್ದವು. ಕಾಲದಿಂದಲೂ ಗರಡಿ ಮನೆಯಲ್ಲಿ ಕುಸ್ತಿಯಾಡಿದ ದಷ್ಟ ಪುಷ್ಟ ದೇಹ ಅದು. ಹಸಿವು ಹೆಚ್ಚು. ಈಗ ಮತ್ತೆ ಕಸುವು ಪಡೆಯಬೇಕೆಂದರೆ ಒಂದೊತ್ತಿನ ಊಟಕ್ಕೂ ತತ್ವಾರ. ಭೀಕರ ಬರಗಾಲ. ಕೋವಿಡ್ಡು, ಕಾಯಿಲೆ ಕಸಾರಿಕೆ ಹತ್ತು ಹಳವಂಡಗಳು, ನಿಂತ ನಿಲುವಿನಲ್ಲೇ ಕಲ್ಲಾದ ಹಾಗೆ ತಿರುಗದೆ ನಿಂತ ಲಗಮವ್ವಳ ತೇರಿನ ಗಾಲಿಗಳು. ಓಡದ ಸೈಕಲ್ ಚಕ್ರ. ಅಕ್ಷರಶಃ ಲೋಕದ ಬದುಕು ಹಿಮ್ಮುಖ ಚಲನೆಯಲ್ಲಿತ್ತು. ಸಾಲು ಸಾಲು ಒಳ್ಳೆಯವರ ಸಾವು. ಅವನೊಬ್ಬ ಹರಾಮ ಖೋರ ಸಾಯಲಿಲ್ಲ. ಲಗಮವ್ವಳ ಮಹಿಮೆ ನಿಜವೇ ಆಗಿದ್ದರೆ ಇಷ್ಟೊತ್ತಿಗೆ ರೂಪ್ಯಾ ರಕ್ತ ಕಾರಿ

ಸಾಯಬೇಕಿತ್ತು. ಕಾಯುವ ದೇವರುಗಳು ನೆರೆಯಲ್ಲಿ ಮುಳುಗಿ ಹೋಗಿದ್ದವು. ಮುಟ್ಟಬಾರದ ಮೂಸಬಾರದ ಕಾಯಿಲೆಗೆ ಗುಡಿಗಳು ಹಾಡು ಹಗಲೇ ಬೀಗ ಜಡಿದುಕೊಂಡು ಗರ್ಭ ಗುಡಿಯಲ್ಲಿ ಎಷ್ಟೊಂದು ವರ್ಷಗಳಿಂದ ಉರಿಯುತ್ತಲೇ ಇರುವ ತುಪ್ಪದ ದೀಪಗಳು ಈಗ ಗಾಣದ ಎಣ್ಣೆಗೂ ಗತಿಯಿಲ್ಲದೆ ಬತ್ತಿ ಹೋಗಿದ್ದವು. ಬತ್ತಿದ ಕೆರೆ ಕಟ್ಟೆಗಳು ಬತ್ತಿದ ಬಾವಿಗಳು ಥೇಟ್ ಬಸಣ್ಣನ ಕಣ್ಣಿನ ಹಾಗೆ.

ಬಸಣ್ಣ ತನ್ನ ಅಂಗಳದಲ್ಲೇ ನಿಂತು ಅಂಗಿ ಕಳೆದು ಸಾಮು ಮಾಡತೊಡಗಿದ್ದ. ತೋಳಿನ ದಷ್ಟಪುಷ್ಟ ಮಾಂಸಗಳು ಬಲವಿಲ್ಲದೆ ಜೋತು ಬಿದ್ದಿದ್ದವು. ನಾಕು ಬಸ್ಕಿ ಹೊಡೆಯುವುದರೊಳಗೆ ಸುಸ್ತಾಗಿ ನೆಲಕ್ಕೆ ಕುಸಿದು ಕುಳಿತ. ಆಯಾಸವಾದ ದೇಹ ಜಲ ಜಲನೇ ಬೆವತು ಹೋಗಿತ್ತು. ಹೆಚ್ಚು ಆಯಾಸ ಮಾಡಿಕೊಳ್ಳದೆ ಒಂದು ಚಂಬು ನೀರು ಕುಡಿದು ಪಾರೋತಿಯನ್ನು ಕರೆದು

'ಅವ್ವಾ ಚೂರು ರೊಟ್ಟೀ ಸಾರು ಉಳದಿದ್ದರ ತಾಟಿಗೆ ಹಾಕಿ ಕೊಡವ್ವಾ' ಪಾರೀ ತೊಲೆಬಾಗಿಲಿಗೆ ತಲೆಯಾಣಿಸಿ ಇಲ್ಲ ಎನ್ನುವ ಹಾಗೆ ಗೋಣು ಅಲ್ಲಾಡಿಸಿದ್ದಳು.

ನಿಜ ಹೇಳಬೇಕೆಂದರೆ ಕಳೆದ ಒಂದು ವಾರದಿಂದ ಒಂದು ಹೊತ್ತು ಜೋಳದ ಅಂಬಲಿ ಕುಡಿದು ಅಪ್ಪ ಮಗಳು ಅರೆ ಹೊಟ್ಟೆಯಲ್ಲೇ ಮಲಗಿದ್ದರು. ಅಂಗಡಿಯವರು ಸಾಲ ಕೊಡುವುದ ನಿಲ್ಲಿಸಿ ಎಷ್ಟೊ ತಿಂಗಳಾಗಿ ಹೋಗಿತ್ತು. ಕೈಯೊಳಗಿನ ಹಾಲು ತುಂಬುವ ಕೆಲಸ ತಾನಾಗೇ ರೂಪ್ಯಾ ಎಂಬ ಹದ್ದಿನ ಕೈಗೆ ಕೊಟ್ಟು ಕುಳಿತು ಖಾಲೀಯಾಗಿದ್ದ. ಬಸಣ್ಣನ ಇಡೀ ಯೌವನ ಸೈಕಲ್‌ನ ಚಕ್ರ ತಿರುಗಿಸುತ್ತ, ಬಸ್ಕಿ ಹೊಡೆಯುತ್ತ ಸಾಮು ಮಾಡುತ್ತ ಕುಸ್ತಿ ಆಡುತ್ತ ಕಳೆದಿತ್ತು. ಇವನಿಗೆ ಬೇರೆ ಉದ್ಯೋಗಗಳೂ ಗೊತ್ತಿರಲಿಲ್ಲ.

ಒಂದು ಕಾಲವಿತ್ತು, ಅದು ಬಸಣ್ಣನ ಪಾಲಿನ ಸುವರ್ಣ ಯುಗದ ಕಾಲ. ಮೈಯೊಳಗೆ ಹರೆಯವಿತ್ತು, ಕೈ ಕಾಲಿನೊಳಗೆ ಕಸುವು ಇತ್ತು. ಕಾಲಿಟ್ಟ ಕಡೆ ಗೆಲುವು ಇತ್ತು. ಬೇಕಾದಷ್ಟು ದುಡ್ಡು ಇದ್ದರೂ ಇವನ ಜೇಬಿನಿಂದ ಒಂದು ಪೈಸೆಯೂ ಖರ್ಚಾಗುತ್ತಿರಲಿಲ್ಲ. ಗೆಳೆಯರು ಹೊತ್ತು ಮೆರೆಸುತ್ತಿದ್ದರು. ಯಥೇಚ್ಛ ತಿಂಡಿ ತಿನಿಸು, ಮದ್ಯ ಮಾಂಸ ಕುಡಿದು ತೂರಾಡುತ್ತ ನಡೆದು ಕೊಂಡೇ ಬರುತ್ತಿದ್ದ. ಕುಡಿದಾಗ ಮಾಂಸ ತಿಂದಾಗ ಅಪ್ಪಿ ತಪ್ಪಿ ಸೈಕಲ್ ಮೇಲೆ ಹತ್ತುತ್ತಿರಲಿಲ್ಲ. ಸೈಕಲ್ಲು ಸಾಕ್ಷಾತ್ ಲಕ್ಷ್ಮಿ. ಊರ ದೇವಿ ಲಗಮವ್ವ, ಬಸಣ್ಣನ ಅದೃಷ್ಟದ ವಾಹನ. ಪ್ರತಿ ಹುಣ್ಣಿಮೆ ಅಮವಾಸ್ಯೆಗೊಮ್ಮೆ ಪೂಜೆ ಪುನಸ್ಕಾರ.

ಮನೆ ತುಂಬ ಹೊಗೆಯಡರಿ ಕಪ್ಪಾದ ಪುರಸ್ಕಾರದ ಮೆಡಲ್ಲುಗಳು. ಹಾರ ತುರಾಯಿ ಶಾಲು ಸನ್ಮಾನದ ಫಲಕಗಳು ಹಸಿವಿಗಾಗುವುದಿದ್ದರೆ ಅವುಗಳನ್ನೆಲ್ಲಾ

ಕುರಿ ಕೋಳಿ ತಿಂದಂತೆ ಬಸಣ್ಣ ಅರೆದು ಕುಡಿದಿರುತ್ತಿದ್ದ. ಧೂಳು ಮೆತ್ತಿದ ಈ ಸ್ಮರಣಿಕೆಗಳು ಗುಜರಿಯವರಿಗೂ ಪ್ರಯೋಜನಕ್ಕೆ ಬಾರದು.

ಬಸಣ್ಣ ಮುಂಡಾದ ಕಿಸೆಯೊಳಗೆ ಕೈ ಹಾಕಿ ತುಂಡು ಬೀಡಿಗಾಗಿ ತಡಕಾಡಿದ್ದ. ಸಿಕ್ಕಿದ್ದು ಕೊನೆಯ ಒಂದೇ ಒಂದು ಬೀಡಿ. ಸೇದಲು ಮನಸಾಗದೆ ಮತ್ತೆ ಜೋಬಿಗೆ ಹಾಕಿದ್ದ.

ಟೈಮೆಷ್ಟಾತು ನೋಡು ಪಾರೋತಿ ಅಂದಿದ್ದ. ಪಾರೋತಿ ಕೀ ಪ್ಯಾಡ್ ಮೊಬೈಲನ್ನೊಮ್ಮೆ ಬೆರಳಿನಿಂದ ಅಮುಕಿ ಟೈಮು ನೋಡಿದಳು ಸರಿಯಾಗಿ ಎಂಟು ಗಂಟೆ ನಲವತ್ತೆರಡು ನಿಮಿಷ. ಇನ್ನು ಒಂದು ಗಂಟೆಯಲ್ಲಿ ರೇಸಿನ ರಸ್ತೆಯಲ್ಲಿ ಹಾಜರಿ ಇರಬೇಕು.

ಬಸಣ್ಣ ತನ್ನ ಕೈಯೊಳಗೆ ಜಾತ್ರೆಯ ಹ್ಯಾಂಡ್ ಬಿಲ್ಲು ಹಿಡಿದು ಶತ ಪಥ ಹಾಕುತ್ತಿದ್ದ. ಎಪ್ಪತ್ತೈದು ಸಾವಿರ ಎಂಬುದು ದೊಡ್ಡ ಇನಾಮು. ಗೆದ್ದರೆ ಅಂಗಡಿಯ ಸಾಲ ತೀರಿಸಬಹುದು. ಪಾರೋತಿಗೆ ಬಟ್ಟೆ ಕೊಳ್ಳಬಹುದು. ಮನೆಯಿಂದ ಶಾಲೆ ದೂರ. ಅವಳಿಗೊಂದು ಪುಟಾಣಿ ಸೈಕಲ್ ಕೊಡಿಸಬಹುದು. ಮತ್ತೆ ಕುರಿ ಕೋಳಿ ಸಾಕಿ ಅವು ಹಾಕಿದ ಮೊಟ್ಟೆ ತಿಂದೇ ಹಸಿವು ನೀಗಿಸಬಹುದು. ಗೆದ್ದರೆ ಮಾತ್ರ ಬದುಕಿನ ಚಕ್ರಕ್ಕೊಂದು ಗತಿ. ಅದಕ್ಕೆ ಸೈಕಲ್ ಚಕ್ರ ತಿರುಗಬೇಕು. ಅದನ್ನು ತಿರುಗಿಸುವವನ ಕಾಲುಗಳಲ್ಲಿ ಕಸುವು ಇರಬೇಕು, ಕಣ್ಣೊಳಗೆ ಇನ್ನಿಲ್ಲದ ಗೆಲುವಿನ ಹಸಿವು ಇರಬೇಕು. ಹಸಿವು ಎಂದರೆ ಮತ್ತೆ ಊಟ ನೆನಪಾಗುತ್ತದೆ, ಬೇಡ. ಈ ಸಲ ಗೆಲ್ಲಲೇಬೇಕು ತನ್ನ ಹಸಿವಿಗೆ, ತನ್ನ ಮಾನಕ್ಕೆ ತನ್ನ ಹಠಕ್ಕೆ ಮತ್ತೆ ತಲೆ ಎತ್ತಿ ಪೊದೆ ಮೀಸೆ ತಿರುವಿ ಊರೊಳಗೆ ಠೀವಿಯಿಂದ ಓಡಾಡುವುದಕ್ಕೆ.

ಇನ್ನೇನು ಸರ್ತಿಗೆ ಹೊರಡಲು ಬಸಣ್ಣ ಸೈಕಲ್ ಮೇಲೆ ಕುಳಿತ. ತೋಲೆ ಬಾಗಿಲಿಗೆ ತಲೆಯಾನಿಸಿ ಶೂನ್ಯ ದಿಟ್ಟಿಸುತ್ತಿದ್ದ ಪಾರೋತಿಯನ್ನು ನೋಡಿ ಇವನ ಕಣ್ಣು ತುಂಬಿ ಬಂದಿದ್ದವು. ಪಾರೋತಿ ಆ ಶೂನ್ಯದಲ್ಲಿ ಏನಾದರೂ ಸೃಷ್ಟಿಯಾಗಬಹುದೇನೋ ಎನ್ನುವ ಹಾಗೆ ಅನ್ಯ ಮನಸ್ಕತೆಯಿಂದ ಏನೋ ಹುಡುಕುತ್ತಿದ್ದಳು. ಬಸಣ್ಣ ಸೈಕಲಿನಿಂದ ಇಳಿದು ಮತ್ತೆ ಕೆಳಗೆ ಮೌನವಾಗಿ ಕುಳಿತ, ನಿಂತ. ಕೊನೆಯ ಬೀಡಿ ಅಂಟಿಸಿ ಅದು ಮುಗಿಯುತನಕ ಅಲ್ಲೇ ಇದ್ದು ನಂತರ ಸೈಕಲೇರಿ ಹೊರಟು ನಡೆದಿದ್ದ. ಪಾರೀಯ ಕಣ್ಣುಗಳಲ್ಲಿ ಧಾರಾಕಾರ ನೀರು.

ಊರ ದಾರಿಯಲ್ಲಿ ಜನವೋ ಜನ. ಟೂರಿಷ್ಟು ಬಸ್ಸುಗಳು, ಏ.ಸಿ.ಕಾರುಗಳು ಅದೇ ಮಣ್ಣಿನ ರಸ್ತೆಯ ಮೇಲೆ ಹೋಗುತ್ತ ಬರುತ್ತ ಇದ್ದವು. ಕಳೆದ ಇಪ್ಪತ್ತೈದು ವರ್ಷಗಳಿಂದ ಇಲ್ಲಿ ಏನೇನೂ ಬದಲಾಗಿಲ್ಲ. ಬದಲಾಗಿದ್ದು ಬಸಣ್ಣನ ಹಣೆಬರಹ ಮಾತ್ರ. ವೃಥಾ ಸುರಿದಿದ್ದು ಹಾಳು ಯೌವನ. ಮಣ್ಣು ರಸ್ತೆಗೆ

ಗ್ರಾಮ ಪಂಚಾಯಿತಿಯವರು ಟಾರು ಹಾಕುತ್ತೇವೆಂದು ತಿಂಗಳ ಹಿಂದೆಯೇ ಜಲ್ಲಿ ಸುರಿದು ಇದ್ದ ರಸ್ತೆಯನ್ನೂ ಹದೆಗೆಡಿಸಿ ಬಿಟ್ಟಿದ್ದರು.

ಅದು ರೇಸು ಆರಂಭವಾಗುವ ಸ್ಥಳ. ಕಿಕ್ಕಿರದ ಜನಸಂದಣಿಯನ್ನು ತಳ್ಳುತ್ತ ಸಾಗಿ ಸಾಲಿನಲ್ಲಿ ನಿಂತ. ಯಥಾ ಪ್ರಕಾರ ಸಾಲಿನಲ್ಲಿರುವ ಮಿರಿಮಿರಿ ಮಿಂಚುವ ಹೊಸ ಹೊಸ ನಮೂನಿಯ ಸೈಕಲ್ಲುಗಳು ಹೊಸ ನಮೂನಿಯ ಜನ. ಅಲ್ಲೊಬ್ಬ ನಿಂತಿದ್ದಾನೆ ಖೂಳ. ಯಾವ ಕಾಯಿಲೆಗೂ ಯಾವ ಶಾಪಕೂ ತಟ್ಟದೆ ಊರು ಹೇಲು ಹಸನು ಮಾಡುವ ಹಂದಿಯ ಹಾಗೆ ಕೊಬ್ಬಿ ನಿಂತಿದ್ದಾನೆ

ಕೊನೆಯಲ್ಲಿ! ಅವನು ರೂಪೇಶ. ಅವನ ಸೋಲಿಸುವುದಷ್ಟೇ ಅಲ್ಲ ಕತ್ತು ಹಿಸುಕಿ ಸಾಯಿಸಬೇಕು. ಈ ರೇಸನ್ನು ತಾನು ಗೆಲ್ಲಲೇ ಬೇಕು.

ಒನ್... ಟೂ... ಥ್ರೀ... ಆನ್ ಯುವರ್ ಮಾರ್ಕ್ ಗೆಟ್ ಶಟ್ ಶಟ್ ರೆಡಿ ಗೋ...

ಮಿಂಚು ಹೊಡೆದವರ ಹಾಗೆ ಖನನ ಖನ ಖನ ಪೆಡಲುಗಳ ಸದ್ದಾಗಿ ರೇಸು ಶುರುವಾಯಿತು. ಮೈಯೊಳಗೆ ಕರೆಂಟು ಹರಿದವರ ಹಾಗೆ ಎಷ್ಟೋ ಮುಂದಕ್ಕೆ ಹೋದ ಸೈಕಲ್ಲುಗಳು. ಜಲ್ಲಿ ತುಂಬಿದ ಕಚ್ಚಾ ರಸ್ತೆ. ಧೂಳಪ್ಪನಿಗೆ ಈ ರಸ್ತೆಯ ಇಂಚು ಇಂಚೂ ಪರಿಚಯ. ಈಗಲೇ ಜೋರಾಗಿ ಹೊಡೆದರೆ ದಮ್ಮು ಕಟ್ಟಬಹುದೆಂದು ಒಂದೇ ವೇಗದ ಗತಿ ಕಾಯ್ದುಕೊಂಡು ಓಡಿಸುತ್ತಿದ್ದ. ಸರ್ತಿಯವರೆಲ್ಲಾ ಮುಂದೆ ಕಣ್ಣಿಗೆ ಕಾಣುತ್ತಿದ್ದವರು ಮಾದಾಪುರದ ಕಣಿವೆ ಏರು ದಾಟಿದಂತೆಲ್ಲ ಮಾಯವಾಗಿ ಬಹಳ ಮುಂದೆ ಮುಂದೆ ಹೋಗಿದ್ದರು. ಆದರೂ ತಾಳ್ಮೆ ಕಳೆದು ಕೊಳ್ಳದ ಬಸಣ್ಣ ತನ್ನದೇ ಲೆಕ್ಕ ಹಾಕಿದ ಸ್ಥಿಮಿತ ವೇಗದಲ್ಲಿದ್ದ. ಬಸವನಹಳ್ಳಿ ತಗಚಿ ತುಂಬಾಡಿಯ ಗುಡ್ಡದ ಮಡ್ಡಿಯನ್ನು ದಾಟುವಾಗ ಸರ್ತಿಯವರೆಲ್ಲಾ ಆಗಲೇ ಹೈವೇ ಹೊನ್ನಾಪುರದ ಗಡಿ ಮುಟ್ಟಿ ವಾಪಸಾಗುತ್ತಿದ್ದರು. ಒಂದೊಂದು ಊರಿನ ನಡುವೆ ನಾಲ್ಕೈದು ಕಿಲೋ ಮೀಟರುಗಳ ಅಂತರ. ಈ ಅಂತರದ ನಡುವಿನ ರಸ್ತೆಯಲ್ಲಿ ಸರ್ತಿಯವರ ಸೈಕಲ್ಲುಗಳ ಹೊರತುಪಡಿಸಿ ಯಾರೆಂದರೆ ಯಾರೂ ಕಾಣಿಸುತ್ತಿರಲಿಲ್ಲ.

ಕೆಲವರು ಜಲ್ಲಿ ಕಲ್ಲಿನಲ್ಲಿ ಓಡಿಸಲಾಗದೇ ಅಲ್ಲಲ್ಲೇ ಬಿದ್ದು ಗಾಯ ಮಂಡಿ ಮೊಣಕಾಲಿಗೆ ರಕ್ತವೊಸರಿಕೊಂಡೇ ಓಡಿಸುತ್ತಿದ್ದರು, ಕೆಲವರು ಮರದ ನೆರಳಿನಲಿ ನೀರು ಕುಡಿಯುತ್ತ ಸುಧಾರಿಸಿಕೊಳ್ಳುತ್ತಿದ್ದರು. ಇವರೆಲ್ಲರಕ್ಕಿಂತ ರೂಪ್ಯಾ ಬಹಳ ಮುಂದೆ ಇದ್ದ.

ಬಸಣ್ಣನಿಗೆ ಇನ್ನು ವೇಗ ವರ್ಧಿಸದೇ ಬೇರೆ ವಿಧಿ ಇರಲಿಲ್ಲ. ಹೈ ವೇ ಹೊನ್ನಾಪುರದ ಗಡಿ ಗುರುತು ಮುಟ್ಟಿದವನೇ ಹರ ಹರ ಮಹಾದೇವ ಎಂದು ಜೋರಾಗಿ ಜೈಕಾರ ಹಾಕಿದವನೇ ಇದು ತನ್ನ ಬದುಕಿನ ಕೊನೆಯ ಸೈಕಲ್ ಸರ್ತಿಯೆಂದು ವೇಗವಾಗಿ ಪೆಡಲು ತುಳಿಯತೊಡಗಿದ ನೋಡಿ ಹಸಿದ ಕಪ್ಪು

ಚಿರತೆಯ ಹಾಗೆ ಇವನ ಹಾಲು ತುಂಬುವ ಅಟ್ಲಾಸು ಸೈಕಲ್ಲು ಜಲ್ಲಿ ರಸ್ತೆಯ ಮೇಲೆ ಹಾರುತ್ತ ಹೊರಟವರ ಹಾಗೆ ಕಾಣಿಸುತ್ತಿತ್ತು.

ನೋಡ ನೋಡುತ್ತಿದ್ದಂತೆ ತುಂಬಾಡಿ ದಾಟಿ ತಗಚಿಯ ಹಳ್ಳದ ದಿಬ್ಬ ಏರಿ ಬಸವನಹಳ್ಳಿ ಮಾದಾಪುರದವರೆಗೂ ಒಂದೇ ವೇಗದಲ್ಲಿ ಓಡಿಸಿದರೂ ಮುಂದಿನವರು ಯಾರೂ ಕಾಣದೇ ಕಂಗಾಲಾಗಿ ಈ ಸರ್ತಿಯೂ ಕೈ ಬಿಟ್ಟಿತೆಂದು ಆತಂಕಗೊಂಡ ಬಸಣ್ಣನ ಎದೆ ನಡುಗತೊಡಗಿತು. ಅದೇನು ಆವೇಶವೋ ಏನೋ ಇದು ತನ್ನ ಸಾವು ಬದುಕಿನ ಪ್ರಶ್ನೆ ಎನ್ನುವ ಹಾಗೆ ಜಲ್ಲಿ ಕಲ್ಲುಗಳ ಹಾರುತ್ತ ನೆಗೆಯುತ್ತ ಓಡಿಸಿದವನಿಗೆ ಮಾದಾಪುರದ ಏರಿನಲ್ಲಿ ಒಬ್ಬೊಬ್ಬರೇ ಕಾಣಿಸಿತೊಡಗಿದಾಗ ತುಸು ಸಮಾಧಾನವಾಗಿ ಮತ್ತೆ ಜೋರಾಗಿ ಪೆಡಲು ತುಳಿಯ ತೊಡಗಿದ. ಅಷ್ಟರಲ್ಲಾಗಲೇ ಸರ್ತಿಯ ಅರ್ಧಕ್ಕರ್ಧ ಹುಡುಗರು ಸುಸ್ತಾಗಿ ಬೆವರುತ್ತಿದ್ದರು, ಕೈ ಕಾಲುಗಳಲ್ಲಿ ರಕ್ತವೊಸರುತ್ತಿತ್ತು. ಸಿಟಿಯ ಹುಡುಗರು ಈ ಕಣಿವೆ ಹೊನ್ನಾಪುರ ಸೀಮೆಯ ರಸ್ತೆಯ ಹಣೆ ಬರಹ ಗೊತ್ತಿಲ್ಲದೆ ರೇಸಿಗೆ ಬಂದಿದ್ದು ನೋಡಿದ ಬಸಣ್ಣನಿಗೆ ಅವರೆಲ್ಲಾ ಒಂದು ಕ್ಷಣ ಪಾಪದವರೆನಿಸಿದರು. ಎಲ್ಲರೂ ಕಂಡರೂ ಅವನೊಬ್ಬ ಕಾಣಲಿಲ್ಲ, ಆ ಖದೀಮ ರೂಪೇಶ... ಅಗೋ ಅಲ್ಲಿ ಇನ್ನೇನು ಕಣಿವೆ ಹೊನ್ನಾಪುರ ಎರಡೇ ಎರಡು ಕಿ.ಮಿ. ದೂರದಲ್ಲಿ ಸರ್ತಿ ಕೊನೆಯಾಗುತ್ತದೆ. ಓಡಿಸಿದ... ಓಡಿಸಿದ... ಓಡಿಸಿದ... ಒಂದೇ ಸಮನೆ ತುಳಿದು ಅವರನ್ನೂ ಹಿಂದಿಕ್ಕಿದ್ದ. ಆದರೂ ಖದೀಮ ರೂಪೇಶ ಇವನ ಮುಂದೆ ಇದ್ದ. ತನ್ನ ಹಾಗೆಯೇ ಈ ಜಲ್ಲಿ ರಸ್ತೆಯಲ್ಲಿ ದಿನ ನಿತ್ಯ ಓಡಾಡಿಕೊಂಡವನು. ಪಟ್ಟು ಬಿಡದೇ ಸುಸ್ತಾಗದೇ ಓಡಿಸುತ್ತಲೇ ಮತ್ತೆ ಬಸಣ್ಣನ ಹಿಂದೆ ಹಾಕಿದ. ಒಮ್ಮೆ ಅವನು ಹಿಂದೆ ಮತ್ತೊಮ್ಮೆ ಇವನು ಮುಂದೆ. ಮತ್ತೊಮ್ಮೆ ಇಬ್ಬರೂ ಸಮ ಸಮ.

ಇನ್ನೆರಡು ಕ್ಷಣಗಳಲ್ಲಿ ಮೊದಲು ಯಾರೆಂದು ನಿರ್ಧಾರವಾಗುತ್ತದೆ. ಎಪ್ಪತ್ತೈದು ಸಾವಿರ ರೂಪಾಯಿ. ಹಾರ, ತುರಾಯಿ, ಸನ್ಮಾನ, ಮೆರವಣಿಗೆ, ಮಾನ ಹಸಿವು...ಮತ್ತೆ ಹೊಸ ಬದುಕು.

ಇನ್ನೇನು ಕಣಿವೆ ಹೊನ್ನಾಪುರ ಎರಡು ಕಿ.ಮಿ. ಇರುವಂತೆ ಮುಂದೆ ಇದ್ದ ಬಸಣ್ಣನ ಹಿಂದಿಕ್ಕಿದ ರೂಪೇಶ ಒಮ್ಮೆ ಹಿಂದೆ ಮತ್ತೊಮ್ಮೆ ಮುಂದೆ ಹೀಗೆ ಬೇಕೂಂತಲೇ ಚಮಕ್ ಕೊಟ್ಟು ಬಸಣ್ಣನ ಕೆಣಕಲು ಶುರು ಮಾಡಿದ. ಇಂತಹ ಕುಟಿಲತೆಯನ್ನು ಮೊದಲೇ ಊಹಿಸಿದವರ ಹಾಗಿದ್ದ ಬಸಣ್ಣ, ಅವನ ಆಟಕೆ ಚೂರೂ ವಿಚಲಿತನಾಗದೆ ಒಂದೇ ಸಮನೆ ಓಡಿಸುತ್ತಲೇ ಇದ್ದ. ಮತ್ತೊಮ್ಮೆ ಹಿಂದಿನಿಂದ ಬಸಣ್ಣನನ ಸೈಕಲ್ಲಿಗೆ ಒದೆಯಲು ಹೋದವನೇ ಸಮತೋಲನ ತಪ್ಪಿ ದರದರನೇ ಆಳವಾದ ಹಳ್ಳಕ್ಕೆ ಹೋಗಿ ಬಿದ್ದಿದ್ದ. ಅಲ್ಲಿಂದ ಚೂರೇ ಚೂರು ಮುಂದೆ ಬಂದಿದ್ದ ಬಸಣ್ಣನಿಗೆ ಏನೋ ಅನಾಹುತವಾಗಿದೆ

ಎನಿಸಿ ಹಿಂತಿರುಗಿ ನೋಡಿದ. ಸುತ್ತಮುತ್ತ ಯಾರೂ ಇರಲಿಲ್ಲ. ರೇಸಿಗೆಂದು ರೋಡು ತೆರವುಗೊಳಿಸಿದ್ದರಿಂದ ಯಾವ ವಾಹನದ ಓಡಾಟವೂ ಜನ ಸಂಚಾರವೂ ಇರಲಿಲ್ಲ. ಹಿಂದಿನ ಸರ್ತಿ ಸೈಕಲ್ಲಿನವರು ಎಲ್ಲೋ ಹಿಂದೆಯೇ ಉಳಿದಿದ್ದರು.

ಏನು ತೋಚಿತೊ ಏನೋ? ಬಸಣ್ಣ ತನ್ನ ಸೈಕಲ್ಲು ತಿರುಗಿಸಿ ವಾಪಸು ಅವನು ಬಿದ್ದ ಹಳ್ಳಕ್ಕೆ ಓಡಿ ಹೋದ. ರೂಪೇಶನ ತಲೆಗೆ ಚೂಪಾದ ಕಲ್ಲು ತಾಗಿತ್ತೋ ಏನೋ!? ಬಸಣ್ಣ ಚೂರೂ ತಡ ಮಾಡದೇ ತನ್ನ ಅಂಗಿ ಕಿತ್ತು ಹರಿದು ರಕ್ತ ವೊಸರುವ ಅವನ ತಲೆಗೆ ಕಟ್ಟಿದ. ಕೈ ಹಿಡಿದು ನಾಡಿ ಪರೀಕ್ಷಿಸಿದ. ರೂಪೇಶ ದೀರ್ಘವಾಗಿ ಉಸಿರಾಡುತ್ತ ಏನೇನೋ ಕನವರಿಸುತ್ತಿದ್ದ. ಇವನು ಬಿದ್ದಿದ್ದು ರಸ್ತೆಯಿಂದ ಅಂದಾಜು ಹತ್ತು ಮೀಟರ ಆಳದ ಕಣಿವೆಯ ಮುಳ್ಳು ಕಂಟಿಯ ಪೊದೆಯೊಳಗೆ. ರೇಸು ಮುಗಿಯುವ ತನಕ ಇಲ್ಲಿ ಒಂದು ನರ ಪಿಳ್ಳೆಯೂ ಓಡಾಡಲಾರದು. ಅಲ್ಲಿಯ ತನಕ ರೂಪೇಶ ಬದುಕಿ ಉಳಿಯುವುದು ಕಷ್ಟ ಎಂದು ಅರಿತವನೇ ಬೆನ್ನಿಗಿದ್ದ ಬಾಟಲಿಯಿಂದ ನೀರು ಕುಡಿಸಿ ಎಚ್ಚರವಾಗಿಸಲು ನೋಡಿದ. ಆದರೆ ಆಗಲೇ ಪ್ರಜ್ಞೆ ತಪ್ಪಿದ್ದ ರೂಪೇಶ ಏಳುವ ಲಕ್ಷಣಗಳು ಕಾಣಲಿಲ್ಲ. ಬಸಣ್ಣನಿಗೆ ಸರ್ತಿ ಗೆಲ್ಲಬೇಕಿತ್ತು. ಅಷ್ಟು ದೂರದವರೆಗೆ ಸಧ್ಯ ಸರ್ತಿಯವರು ಯಾರೂ ಕಾಣಿಸಲಿಲ್ಲ. ತಕ್ಷಣ ರೂಪೇಶನನ್ನು ಅನಾಮತ್ತಾಗಿ ಹೆಗಲ ಮೇಲೆ ಹೊತ್ತುಕೊಂಡು ರಸ್ತೆಯ ಏರು ಏರಿ ಇನ್ನುಳಿದ ಎರಡು ಕಿ.ಮಿ. ಕಣಿವೆ ಹೊನ್ನಾಪುರದ ತನಕ ಸೈಕಲ್ಲು ತುಳಿಯುತ್ತಲೇ ಇದ್ದ. ಹಿಂದಿದ್ದ ಸರ್ತಿಯವರು ದೂರದೂರದವರೆಗೆ ಇನ್ನೂ ಯಾರೂ ಕಾಣಿಸುತ್ತಿರಲಿಲ್ಲ.

ಅಂಗಿ ಇಲ್ಲದ ಬೆತ್ತಲೆ ಮೈ ಮೇಲೆ ಬಸಣ್ಣ, ಬಸಣ್ಣನ ಹೆಗಲ ಮೇಲೆ ಜೀವ ಹೋಗುತ್ತಿರುವ ರೂಪೇಶ. ರಕ್ತ ಸಿಕ್ತ ಬಸಣ್ಣನ ಮೈ.

ಬಸಣ್ಣ ಪೆಡಲ್ಲುಗಳನ್ನು ಇನ್ನಷ್ಟು ಜೋರಾಗಿ ತುಳಿಯತೊಡಗಿದ್ದು ತಾನು ಸರ್ತಿ ಗೆಲ್ಲಲೋ ಅಥವ ರೂಪೇಶನ ಉಳಿಸಲೋ ಎಂದು ಯೋಚಿಸದಷ್ಟೂ ಅವನ ತಲೆ ಖಾಲೀಯಾದವರ ಹಾಗೆ ಓಡಿಸುತ್ತಿದ್ದ. ಸರ್ತಿ ಇನ್ನೂರು ಮೀಟರು ಇದೆ ಎನ್ನುವಾಗ ರಸ್ತೆಯ ಅಕ್ಕ ಪಕ್ಕ ಜನ ಜಾತ್ರೆ ಎದಿರಾಯಿತು. ಬಸಣ್ಣನ ಈ ವಿಚಿತ್ರ ಅವತಾರ ನೋಡಿ ಜನ ಬೆಚ್ಚಿ ಬಿದ್ದು ಗಾಬರಿಯಾಗಿ ಅವನ ಸೈಕಲ್ಲಿನ ಹಿಂದೆ ಹಿಂದೆ ಓಡೋಡಿ ಬರತೊಡಗಿದ್ದರು.

ಬಸಣ್ಣಾ ಸರ್ತಿಯ ಕೊನೆಯ ಗೆರೆ ಮುಟ್ಟಿದವನೇ ಸೈಕಲ್ಲು ನಿಲ್ಲಿಸಿ ರೂಪೇಶನನ್ನು ತನ್ನ ಭುಜದ ಮೇಲಿಂದ ಇಳಿಸಿ ತಕ್ಷಣ ನೆರೆದ ಜನರಿಗೆ ಏನೋ ಹೇಳಲು ವಿವರಿಸಲು ನೋಡುತ್ತಿದ್ದ. ಆದರೆ ವಿಪರೀತ ಆಯಾಸ, ದಮ್ಮಿಗೆ ಅವನ ನಾಲಿಗೆಯೇ ಹೊರಳುತ್ತಿರಲಿಲ್ಲ.

'ಉಂಡಿಗೀ ಮಗನ ರಂಡೀ ಮಗನ ಬಸ್ಯಾ, ರೂಪ್ಯಾನ ಜೊತಿ ಹಳೀ ಇರ್ಷೆ ಕಟಗೊಂಡವ ನೀ. ನೀ ಖರೆ ಗಂಡ ಮಗಾ ಆಗಿದ್ರ ಆಖಾಡದಲ್ಲಿ ಇಳಿದು ಕುಸ್ತಿ ಆಡಬೇಕಿತ್ತು. ಹೀಂಗ ಹೆಣ್ಯಾರಂಗ ಹಿಂದ್ ನಿಂತ ಬೆನ್ನಿಗೆ ಚಾಕೂ ಹಾಕೋ ಹಲಕಟ್ ಧಂಧೆ ಮಾಡಬಾರದಿತ್ ನೀ...' ಹಿಂದೆ ಯಾರೋ ಕಿರುಚಾಡುತ್ತಿದ್ದರು...

ಅದಲ್ರೀ ಅದಲ್ರೀ ಅದ ಹಂಗಲ್ರೀ ಸೊಲಪ ಕೇಳ್ರಿಲ್ಲೀ... ಬಸಣ್ಣನಿಗೆ ಬಾಯಿಯೇ ಬಿದ್ದೋದಾಗಲೂ ಉಬ್ಬಲ್ಲು ಬಸಣ್ಣ ನಗ್ತಾ ಇರುವುಂತೆಯೇ ಕಾಣಿಸುತ್ತಿದ್ದರಿಂದ ಜನ ಇನ್ನಷ್ಟು ರೊಚ್ಚಿಗೆದ್ದಿದ್ದರು.

ಕ್ಷಣಾರ್ಧದಲ್ಲೇ ಸೇರಿದ ಗುಂಪೊಂದು ಬಸಣ್ಣನ ಮೇಲೆ ಹಲ್ಲೆ ಮಾಡುತ್ತ 'ಮಾಡೂದ್ ಮಾಡಿ ಈಗ ನಾಟಕಾ ಮಾಡ್ತಿಯೆನಲೇ ಭೋಸುಡೀ ಮಗನ' ಅಂತ ಅವನ ಅಲ್ಲೇ ಎಳೆದಾಡಿ ಧಭಧಭಧಭನೇ ಕಾಲಿನಿಂದ ಕೈಯಿಂದ ಕಲ್ಲಿನಿಂದ ಕೈ ಸಿಕ್ಕ ಸಿಕ್ಕ ವಸ್ತುಗಳಿಂದ ಹೊಡೆಯತೊಡಗಿರು. ಭೋಳೆ ಬಸಣ್ಣಾ, ಸೈಕಲ್ ಬಸಣ್ಣಾ, ಹಾಲು ಬಸಣ್ಣಾ, ಉಬ್ಬಲ್ಲು ಬಸಣ್ಣಾ ಈಗಷ್ಟೇ ಕೊಲೆ ಆರೋಪಿ ಬಸಣ್ಣಾ ಅವರಿಗೆಲ್ಲಾ ಕೈ ಮುಗಿದು ಏನೋ ಹೇಳಲು ತಡವರಿಸುತ್ತಿದ್ದ.. ಆದರೆ ಬಾಯಿ ಬರುತ್ತಿರಲಿಲ್ಲ. ಬಾಯಿ ಇಲ್ಲದ ಮೂಗ ಬಸಣ್ಣ.

ಹಿಗ್ಗಾ ಮುಗ್ಗಾ ಥಳಿಸುವುದು ನಡದೇ ಇತ್ತು. ದೂರದಲ್ಲೆಲ್ಲೋ ಅಂಬ್ಯುಲೆನ್ಸ್‌ನ ಸೈರನ್ ಸದ್ದು ಕ್ಷೀಣವಾಗಿ ಕೇಳಿಸುತ್ತಿತ್ತು.

ಖಾಸ್ ಬಾಗ್

ವಿನಯ್ ಗುಂಟೆ

ರೈಲಿನ ಬಾಗಿಲಿನಲ್ಲಿ ಕೂತು ಜಗತ್ತು ನೋಡುವುದೆಂದರೇ ವಿಸ್ಮಯವೇ ಸರಿ. ಹಾಗೆ ಭಾರತೀಯರ ಜೀವನ, ಸಂಸ್ಕೃತಿಯ ದರ್ಶನವಾಗಬೇಕಿದ್ದರೇ ಅದೇ ರೈಲಿನ ಜನರಲ್ ಬೋಗಿಯಲ್ಲಿ ಪ್ರಯಾಣಿಸಬೇಕೆಂಬ ಹೇಳಿಕೆ ಸತ್ಯಕ್ಕೆ ದೂರವಾದದ್ದೇನಲ್ಲ. ದೀಪಾವಳಿ ರಜೆ ಸಿಕ್ಕಾಗಲೆಲ್ಲಾ ದೂರದ ಅಜ್ಜಿಯ ಊರಿಗೆ ರೈಲಿನಲ್ಲೇ ಪ್ರಯಾಣ ಬೆಳೆಸುವ ನನಗೆ ಜನರಲ್ ಬೋಗಿಯ ಬಾಗಿಲಿನ ಜಾಗವೇ ಖಾಯಂ ಆಗಿರುತ್ತದೆ. ಅಲ್ಲಿ ಕೂತು ದೂರದ ಬೆಟ್ಟ, ಕಾಡು, ನದಿ, ಕೆರೆ, ತೋಟ, ಊರು, ಬೆಳಗಿನ ಸೂರ್ಯೋದಯ ನೋಡುತ್ತಾ, ಒಳಗಿನ ಗೌಜು ಗದ್ದಲ, ಮಕ್ಕಳ ಅಳುವಿನ ಜೊತೆ ಜೋಕಾಲಿ ಹಾಡಿನ ಮಧ್ಯೆ ರೈಲು ಮುಂದಕ್ಕೆ, ಕಾಲ ಹಿಂದಕ್ಕೆ ಹೋಗುವುದೇ ಗೊತ್ತಾಗುವುದಿಲ್ಲ. ಊರಿನ ಹಿಂದಿನ ನಿಲ್ದಾಣ ಬಂದಾಗಲೇ ಮುಂದಿನ ನಿಲ್ದಾಣ ನನ್ನದೇ ಎಂದು ಅರಿವಾಗುವುದು. ರೈಲು ಹಾರ್ನ್ ಮಾಡಿಕೊಂಡು ನಿಧಾನವಾಗಿ ಖಾಸ್‌ಬಾಗಿನ ಪ್ಲಾಟ್ ಫಾರಂಗೆ ಬಂದಾಗ ಎಂಥದೋ ಹರ್ಷ ಒಳಗೇ ಸುಳಿದು ಮುಖವರಳುತ್ತದೆ. ಆದರೆ ಈ ಬಾರಿ ರೈಲು ನಿಂತಾಗ ಬಾಗಿಲಿನಲ್ಲೇ ಕುಳಿತಿದ್ದ ನನಗೆ ಮುಖ ಕಿವುಚಿಕೊಳ್ಳುವಂತಾಯಿತು. ಹೆಜ್ಜೆ ಕೆಳಗಿಟ್ಟು ಇಳಿಯಲು ಜಾಗವೇ ಇಲ್ಲದ ಹಾಗೆ ಮುಂದೆ ಕಪ್ಪು ಕಂಬಳಿಯೊದ್ದುಕೊಂಡಿದ್ದ ದೇಹ ಮಿಸುಕಾಡದೇ ಮಲಗಿತ್ತು. ಕಂಬಳಿ ತುಂಬಾ ನೊಣದ ಜಾತ್ರೆ, ವಾಕರಿಕೆ ಬರುವಷ್ಟು ದುರ್ನಾತ. ಮೂಗು ಮುಚ್ಚಿಕೊಂಡು ಸ್ವಲ್ಪ ಬಗ್ಗಿ ನೋಡಿದೆ. ತೆರೆದ ಬಾಯಿಯಲ್ಲಿ ಎರಡು ಹಲ್ಲು ಕಾಣಿಸಿ ಕಂಬಳಿ ಮೇಲೆ ಮುತ್ತಿದ್ದ ನೊಣ ಬಾಯಿಯಿಂದ ಒಳಗೂ ಹೊರಗೂ ತುಂಬಿ ಹೋಗಿದ್ದವು. ಹಿಂದಿನಿಂದ ಕೆಳಗಿಳಿಯಲು ಕೇಳಿದಾಗ ಅಲ್ಲಿಂದ ಮುಂದಕ್ಕೆ ನೆಗೆದು ನಿಂತೆ. ನನ್ನ ಹಾಗೆ ಉಳಿದವರೂ ನೆಗೆದು ಹೋದರು.

ರೈಲು ಕೂಡ ಆ ದುರ್ನಾತಕ್ಕೆ ಉಸಿರು ಕಟ್ಟಿದಂತಾಗಿ ಕೂಗಿಕೊಂಡು ಗಾಲಿಗೆ ಬುದ್ಧಿ ಹೇಳಿತು. ಅಕ್ಕಪಕ್ಕದಲ್ಲಿ ಯಾರೂ ಕೂಡ ಅತ್ತ ಲಕ್ಷ್ಯ ಕೊಡದೇ ತಮ್ಮ ಪಾಡಿಗೆ ತಾವು ಹೋದರು.

ಅಕಸ್ಮಾತ್ ಅಲ್ಲಿ ಮಲಗಿದ್ದವರು ಉರುಳಿಕೊಂಡು ಹಳಿಗಳ ಮೇಲೆ ಬಿದ್ದರೇನು ಕಥೆ! ಎಂದು ಯೋಚನೆ ಹತ್ತಿತು. ಅಲ್ಲೇ ಇದ್ದ ಮರದಲ್ಲಿ ರೆಕ್ಕೆಯೊಂದನ್ನು ಮುರಿದುಕೊಂಡು ಕಂಬಳಿಯನ್ನ ಮುಖದ ಮೇಲಿಂದ ಸರಿಸಿದೆ. ತಲೆಯಲ್ಲಿ ಮುಡಿದಿದ್ದ ಮಲ್ಲಿಗೆ ಇನ್ನೂ ಫ್ರೆಶ್ಶಾಗಿತ್ತು. ಮುಖದ ಮೇಲೆ ರೆಕ್ಕೆಯಿಂದ ಆಡಿಸಿದೆ ಎಚ್ಚರವಾಗಲಿಲ್ಲ. ನಲ್ಲಿಯಿಂದ ನೀರು ತಂದು ಎರಚಿದೆ ಆಗಲೂ ಎಚ್ಚರವಾಗಲಿಲ್ಲ. ಏನು ಬೆಳಗ್ಗೆಯ್ಯೇ ಈ ಪಾಟಿ ಕುಡಿದು ಮಲ್ಗಿದ್ದಾರಲ್ಲಾ ಎನಿಸಿ ಹಾಗೆ ಗಮನಿಸಿದೆ. ಹೊಟ್ಟೆಯಲ್ಲಿ ಉಸಿರಾಟದ ಏರಿಳಿತವೇ ಇರಲಿಲ್ಲ. ಕೈ ಬೆರಳುಗಳು ಮುರುಟಿ ದೇಹ ಪೂರ್ತಿ ಸೆಟೆದುಕೊಂಡಿತ್ತು. ಜೀವವಿರಲಿಲ್ಲ. ಗಾಂಡ್ ಗಾಬ್ರಿ ಆಗ್ಬಿಟ್ಟೆ. ಅಲ್ಲಿಂದ ಕಂಬಿ ಕೀಳೋದಾ? ಸ್ಟೇಷನ್ ಮಾಸ್ತರ್ಗೆ ಹೇಳೋದಾ ಅಂತ ಯೋಚಿಸುವಷ್ಟರಲ್ಲಿಯೇ ಆ ಕಡೆಯಿಂದ ಸ್ಟೇಷನ್ ಮಾಸ್ತರ್ ಜೊತೆಗೆ ಪೋಲಿಸ್‌ನವರೂ ಕೂಡ ಬರುತ್ತಿದ್ದುದು ಕಾಣಿಸಿ ಕಾಲುಗಳು ನನಗರಿವಿಲ್ಲದೆಯೇ ಸಣ್ಣಗೆ ನಡುಗಲು ಶುರು ಮಾಡಿದವು. ಈಗೇನ್ ಮಾಡೋದು, ಅವ್ರು ಬರುವಷ್ಟರಲ್ಲಿ ಹೊರಟುಬಿಡಲೇ, ಮೋದಲೇ ಕಂಬಳಿ ಸರಿಸಿ ನೀರು ಹಾಕಿದ್ದಾಗಿದೆ. ಈಗ ಪೋಲೀಸ್ ಬಂದು ಸ್ಟೇಷನ್ ಗೀಷನ್ ಅಂದ್ರೇ ಏನಪ್ಪಾ ಕರ್ಮಾ ಅಂತ ಅಲ್ಲೇ ಯೋಚನೆಯಲ್ಲೇ ನಿಂತುಕೊಂಡೆ. ಸ್ಟೇಷನ್ ಮಾಸ್ತರ್ ಮತ್ತು ಪೋಲೀಸ್ ಬಂದು ಬಾಡಿ ನೋಡಿ ಇದುರಿಗೆ ಇದ್ದ ನನ್ನ ನೋಡಿದರು. ನಂಗೇನೂ ಗೊತ್ತಿಲ್ಲ ಸರ್, ಯಾರೋ ಮಲ್ಗಿದಾರೆ ಅಂತ ಎಬ್ಸಕ್ಕೆ ಹಾಗ್ ಮಾಡ್ದೆ ಅಂತ ಹೇಳುವುದಕ್ಕೆ ಒಳಗೇ ಪ್ರಾಕ್ಟೀಸ್ ಮಾಡ್ಕೊಂತಾ ಇದ್ದೆ. ಅವರು ಏನೂ ಕೇಳದೇ, ಓ ಇವಳಾ; ಇಷ್ಟು ದಿನ ಊರಾಳ್ಮಾಡಿದ್ದಾಯ್ತು, ಈಗ ಇಲ್ಲಿ ಸತ್ತು ಸ್ಟೇಷನ್ನು ಹಾಳ್ಮಾಡಿದ್ಲಾ ಹಾದ್ರಗಿತ್ತಿ ಮಲ್ಲಿಕಾ ಅಂದು ಹೆಣ ಸಾಗಿಸುವ ಏರ್ಪಾಡು ಮಾಡಲು ತೊಡಗಿದರು. ಮಲ್ಲಿಕಾ ಹೆಸರು ಕೇಳುತ್ತಲೇ ನಾನು ಈ ಖಾಸ್ ಬಾಗ್‌ಗೆ ಸುಮಾರು ವರ್ಷಗಳ ಹಿಂದೆ ಬಂದಾಗಲೆಲ್ಲಾ ಅಜ್ಜಿ ಮನೆಯ ಹಿಂದಿನ ಮೊಹಲ್ಲಾದ ಬಂಗ್ಲಾದ ಮಹಡಿಯಲ್ಲಿ ರಾಣಿಯಂತೆ ಕಾಣಿಸಿಕೊಳ್ಳುತ್ತಿದ್ದ ಮಲ್ಲಿಕಾ, ಊರಿನ ಹದಿ ಹರೆಯದ ಯುವಕರಿಂದ ನರಸತ್ತ ಮುದಿಯರನ್ನೂ ಕೂಡ ತನ್ನ ಕಡೆಗಣ್ಣಿ ನೋಟದಲ್ಲೇ ಸೆಳೆಯುತ್ತಿದ್ದ ಮಲ್ಲಿಕಾ, ಖಾಸ್ ಬಾಗಿನಲ್ಲಿ ಏನೇ ತೀರ್ಮಾನಗಳಿದ್ದರೂ ಮುಖ್ಯಸ್ಥೆಯಾಗಿರುತ್ತಿದ್ದ ಮಲ್ಲಿಕಾ ಈಗ ಇಲ್ಲಿ ಹೀಗೆ ಹೆಣವಾಗಿದ್ದಾಳಲ್ಲಾ! ಅಜ್ಜಿಯ ಜೊತೆ ಇದ್ದಾಗ ಬೀದಿಯಲ್ಲಿಯೋ, ಸಂತೆಯಲ್ಲಿಯೋ ಎಲ್ಲಾದರೂ ಎದುರು ಸಿಕ್ಕಾಗ ಮುತ್ತಮ್ಮಾ ನಿನ್ ಮೊಮ್ಮಗ ನೋಡ್ದಾ, ಇಷ್ಟಿದ್ದಾ ಈಗ್ನೋಡು ಎಷ್ಟಾಗಿದ್ದಾನೆ

ಅಂತೆ ತಲೆಯ ಮೇಲೆ ಕೈ ಆಡಿಸಿ ತಿಂಡಿಯ ಪೊಟ್ಟಣಗಳನ್ನು ಕಳುಹಿಸುತ್ತಿದ್ದ ಮಲ್ಲಿಕಾಳ ಹೆಣ ಈಗ ಇಲ್ಲಿ ಇಷ್ಟು ನಿಕೃಷ್ಟವಾಗಿಯೂ, ಅನಾಥವಾಗಿಯೂ ಬಿದ್ದಿದೆಯಲ್ಲಾ ಎಂದು ವ್ಯಥೆಯಾಯಿತು. ಆ ದುರ್ನಾತದಲ್ಲಿ ನಿಲ್ಲಲೂ ಆಗದೆ ಮನೆಗೆ ಹೋಗಲೂ ಆಗದೇ ಹಾಗೆ ನಿಂತುಕೊಂಡಿದ್ದೆ. ಪೋಲೀಸರು ಮಹಜರು ಮಾಡಿ ಬಾಡಿಯನ್ನು ಪೋಸ್ಟ್ ಮಾಟಂಗೆ ತೆಗೆದೋಯ್ದರು. ಕಂಬಳಿ ಮೇಲಿನ ಅಸಂಖ್ಯಾತ ನೋಣಗಳು ಜುಯ್ ಗುಡುತ್ತಾ ಅಲ್ಲೇ ಸುತ್ತುತ್ತಿದ್ದವು. ಟ್ರೈನ್ ಬಂದು ಇಷ್ಟೊತ್ತಾದರೂ ನಾನು ಬಾರದಿದ್ದದ್ದಕ್ಕೆ ಅಜ್ಜಿಯು ಕರೆ ಮಾಡುತ್ತಲೇ ಇದ್ದಳು. ಭಾರವಾದ ಹೆಜ್ಜೆ ಹಾಕುತ್ತಾ ಅದೇ ಮೊಹಲ್ಲಾದ ದೊಡ್ಡದಾದ ಬಂಗ್ಲೋ ಮುಂದಿನ ಹಾದಿಯಿಂದ ಮನೆಗೆ ಬಂದೆ. ಅಲ್ಲಿ ಅಲುಗಾಡದೆ ನಿಂತಿದ್ದ ಬಂಗ್ಲೋ ರಾಣಿಯಿಲ್ಲದೇ ಬಿಕೋ ಎನ್ನುತ್ತಿತ್ತು.

ಮನೆಗೆ ಬಂದಾಗ ಅಜ್ಜಿ ತಡವಾದದ್ದು ಯಾಕೆಂದು ಕೇಳದೇ ಇರಲಿಲ್ಲ. ಉತ್ತರವಾಗಿ ನಾನು ನಡೆದದ್ದನೆಲ್ಲಾ ತಿಳಿಸಿದೆ. ಅಜ್ಜಿ "ಪಾಪ ಕನಪ್ಪಾ! ಇಂತಾ ಸಾವ್ ಬರ್ಬಾರ್ದಿತ್ತು. ಆದ್ರೂ ಅವ್ರವ್ರು ಮಾಡಿತ್ ಕರ್ಮ ಅವರ್ನ ಬಿಡಾಕಿಲ್ಲಾ ಬಿಡು ಮಗಾ" ಅಂತೇಳಿ ಕುಶಲೋಪರಿ ವಿಚಾರಿಸಿ ಬೆಳಗಿನ ತಿಂಡಿ ಕೊಟ್ಟು ತನ್ನ ಕೆಲಸದಲ್ಲಿ ತೊಡಗಿದಳು.

ತಿಂಡಿ ತಿಂದವನು ಹೊರಗೆ ಸ್ವಲ್ಪ ಅಡ್ಡಾಡಿ ಬಂದೆ. ವಾತಾವರಣವೆಲ್ಲಾ ಆ ಮಲ್ಲಿಕಾಳ ಸಾವಿನ ಸುದ್ದಿಯೇ ತುಂಬಿ ಹೋಗಿತ್ತು. ಊರಾಳು ಮಾಡಿದವ್ಳು, ಗಂಡನ್ನ ನುಂಕಂಡವ್ಳು, ಹರೇದ ಹುಡ್ಗುರ್ನೆಲ್ಲಾ ಕುಲ್ಗೆಡಿಸಿಬಿಟ್ಲು ಅಂತ ಖಾಸ್‌ಬಾಗಿನ ಹಿಂದೂಗಳು ಮಾತಾಡ್ತಾ ಇದ್ರೇ ಅವಳದೇ ಕಮ್ಯುನಿಟಿಯ ಮೊಹಲ್ಲಾದ ಮಂದಿ ದಂದಾ ಮಾಡಿ ಧರ್ಮ ಕೆಡ್ಸುದ್ಲು, ಅಲ್ಲಾಹ್ ಸರಿಯಾಗೆ ಶಿಕ್ಷೆ ಕೊಟ್ಟಿದ್ದಾನೆ ಅಂತೆಲ್ಲಾ ಮಾತುಗಳು ಕಿವಿಕಚ್ಚುತ್ತಿದ್ದವು. ನಿಜಕ್ಕೂ ಮಲ್ಲಿಕಾ ನನಗೆ ಎದುರಾದಾಗಲೆಲ್ಲಾ ತಾಯಿಯಿಲ್ಲದ ನನಗೆ ತಾಯಿಯ ಮಮತೆಯನ್ನ ತೋರಿಸುತ್ತಿದ್ದಳು. ತಲೆ ಸವರಿ, ಕೆನ್ನೆ ಗಿಂಡಿ, ತಿಂಡಿ ಕೊಡಿಸಿ ಕಳುಹಿಸುತ್ತಿದ್ದಳು. ಅವಳ ಮೇಲಿನ ಇಂತಹ ಆಪಾದನೆಗಳನ್ನು ಕೇಳಿ ಅವಳ ಚರಿತ್ರೆಯನ್ನ, ಹಿನ್ನೆಲೆಯನ್ನು ತಿಳ್ಕೊಬೇಕು ಅನ್ನೊ ಕುತೂಹಲ ಹೆಚ್ಚಾಯ್ತು. ರಾಣಿಯಂತೆ ಬದುಕಿದವಳು ಬೀದಿಯ ಹೆಣವಾಗಲು ಕಾರಣವಾದರೂ ಏನೆಂಬ ಪ್ರಶ್ನೆ ತಲೆ ಹತ್ತಿ ಪರಿಚಯದವರನ್ನೆಲ್ಲಾ ಕೇಳಿದೆ. ಮಾಡ್ದೋರ್ ಪಾಪ ಆಡ್ದೋರ್ ಬಾಯ್ಗೆ ಅನ್ನಂಗೆ ಅವ್ಳ್ ಮಾಡಿತ್ ಕರ್ಮ ಅವ್ಳ್ದು ಅಂತೇಳಿ ಜಾರಿಕೊಳ್ಳುತ್ತಿದ್ದರೇ ಹೊರತೂ ಉತ್ತರವಂತೂ ಸಿಗಲಿಲ್ಲ. ಮನೆಗೆ ಹಿಂತಿರುಗಿ ಅಜ್ಜಿಯನ್ನೇ ಗೋಗರೆದು ಕೇಳಿದೆ. ನಿಟ್ಟುಸಿರು ಬಿಟ್ಟ ಅಜ್ಜಿ ಯವಸ್ತೆನಾಗ ಆಸ್ರೇಯಿಲ್ದ ಹೆಣ್ಣಂದ್ರೆ ಯಲ್ರೂ ಒಂದು ಕಣ್ಣಿಟ್ಟಿರ್ತಾರೆ ಮಗಾ. ಹಂಗೆ ಈ ಮಲ್ಲಿಕಾ ಮತ್ತವಳ ತಂಗಿ ಜಬೀನಾ. ಬಾಳಾ ಚಿಕ್ಕ ಹರೇದಾಗೇ ತಂದೆ ತಾಯಿ ಕಳ್ಕಂಡು ಎಲ್ಲಿಂದ್ಲೋ

ಆಸ್ರೆ ಕೇಳ್ಕಂದ್ ಈ ಊರ್ಗೆ ಬಂದವ್ರು. ದೊಡ್ಡಾವ್ಳು ಮಲ್ಲಿಕಾ ನಮ್ ಸೈತಾನೇ ಕೂಲಿಗೆಲ್ಲಾ ಬರ್ತಾ ಇದ್ಲು. ಇನ್ನೂ ಚಿಕ್ಕವ್ಳಾದ ತಂಗಿನ ಶಾಲೆಗಚ್ಚಿದ್ಲು. ಏಷ್ಟ್ ಚೆಂದ ದುಡೀತಿದ್ಲು, ಕೂಲ್ಯಾಗ ನಾವೇನಾರಾ ಹಿಂದ್ಬಿದ್ರೆ ಬಂದು ಸಾಲೇಳುಸ್ತಾ ಇದ್ಲು, ವತಾರೆನೇ ಹಸ್ಕಂಡ್ ಬತ್ತಿದ್ಲಾ, ಸಾಬ್ರಾದ್ರೂ ನಮ್ ಬುತ್ತಿನೇ ಈಸ್ಕಂಡ್ ತಿನ್ಕಂತಿದ್ಲು. ಗುಣ ಹಿಂಗಾದ್ರೆ ರೂಪ್ನೂ ಬಾಳಾ ಇದ್ಲು. ಮುತ್ತಮ್ಮಾ ನನ್ನೆಸ್ರಾಗೆ ರಾಣಿ ಅದಂತೆ ಹಂಗಂತ ನಮಪ್ಪ ಹೇಳ್ತಿದ್ನು, ನೋಡ್ತಿರ್ರೀ ನಾನು ರಾಣಿ ಹಾಂಗಾ ಆಗ್ತೀನಿ ಅಂತ ದುಡಿತಿದ್ಲು. ಅವ್ಳು ಕೂಲಿಗೆ ಬಂದ್ರೇ ಗಂಡಾಳ್ ಕಣ್ ಕೆಂಪಾಯ್ತಿದ್ವು, ಅವ್ಳ್ ಸುತ್ಲೇ ಗಿರ್ಕಿ ಹೊಡಿತಿದ್ವು. ಆದ್ರೂವಿ ಮಲ್ಲಿ ಮಾತ್ರಾ ಯಾನನ್ ಮಗಿಂಗೂ ಕ್ಯಾರೇ ಅಂತಿದ್ದಿಲ್ಲ, ತಾನಾಯ್ತು ತನ್ ಕೆಲ್ಸಾಯ್ತು ಅನ್ನಂಗಿದ್ಲು.

ಹಿಂಗೆ ಪಸಂದಾಗಿದ್ದ ಕಾಲ ಅವ್ಳ್ ಮೇಲೆ ಕರಿ ನೆಳ್ಳು ಕಾರ್ಬುಡ್ತು ಮಗಾ. ಯಾರೋ ಅವ್ಳಿಗೆ ದೂರ್ದ ಸಂಬಂಧಿ ಅಂತೆ. ಕರೀಮ ಅಂತ ಅವ್ನೆಸ್ರು. ನೋಡಾಕೂ ಹಂಗೆ ಇದ್ದ. ಇವ್ಳಿಗೆ ಮಾವ ಆಗ್ಬೇಕು ಅಂತೇಳ್ಕಂಡು ಬಂದ. ಬರುವಾಗ್ಲೆ ಒಂದಷ್ಟು ವಡ್ವೆ, ಬಟ್ಟೆ ಎಲ್ಲಾನು ತಂದ್ಕೊಟ್ಟು ಸಂಬಂಧಿ ಅಂತ್ಲೇ ಇಸ್ವಾಸ ತಗಂಡ. ಆಮೇಕಾಮೇಕೆ ಅದೇನ್ ಮೋಡಿ ಮಾಡಿದ್ನೋ ಮಲ್ಲಿನಾ ಮದ್ವೆ ಮಾಡ್ಕಂಡ. ಹಂಗೆ ವಯ್ನಾಗಿದ್ರು ಇಬ್ರೂವಿ. ಆದ್ರೇ ವಿಧಿ ಅನ್ನೋದು ಒಂದಿರ್ತದಲ್ಲಾ ಮಗಾ ಅದು ಬಾಳಾ ಕೆಟ್ದು, ಯಾರ್ ಬಾಳ್ ಯೆಂಗ್ ಬೇಕಿದ್ರು ಬರ್ಬಾದ್ ಮಾಡ್ತದೆ, ಹೆಂಗೆಂಗೋ ಆಗ್ತದೆ. ಮಲ್ಲಿಗೆ ಮದ್ವೇ ಆಗಿದ್ರು ದಿನಾ ರಾತ್ರಿ ಆದ್ರೆ ಅವ್ಳ್ ಮನೆ ಮಂದೆ ಚೂಲ್ಗೆಟ್ಟವ್ರೂ ಸರ್ತಿ ನಿಲ್ತಿದ್ರು. ಅವ್ರ ಧರ್ಮದಾಗ ಹಂಗೆಲ್ಲಾ ಮಾಡದು ಹರಾಮಿ ಕೆಲ್ಸಾಂತ ನಮ್ಕೆ.. ಆದ್ರೂ ಆ ಕರೀಮ ನನ್ ಹಾಟ್ಗಳ ದಿನಾಲೂ ಮಲ್ಲಿಗೆ ಅದೆಂತದೋ ಮಾತ್ರೆ ಹಾಕಿ ದಿನಾ ಒಬ್ಬುಂತಾವ ಮಲ್ಗುಸ್ತಿದ್ನಂತೆ, ಅವ್ಳಿಗೂ ದಿನಾ ಆ ಪಾಟಿ ಮೈ ನೋವು ಬಂದ್ರೂ ಏನೊಂದು ಗೊತ್ತಾಗ್ದೆ, ಅವ್ಳ ಮೈ ಅರ್ಧ ಊರು ತಿಂದು ತೇಗ್ಬಿಟ್ಟಿತ್ತು. ಈ ಹಾದ್ರು ಕೆಲ್ಸವಾ ಹೆಂಗೋ ಆಕಿ ತಂಗಿ ಜಬೀನಾ ನೋಡ್ಕಂಬಿಟ್ಟು ಅಕ್ಕಂಗೆ ಹೇಳ್ಬಿಟ್ಟಿದ್ದಾಳೆ. ಹೆಂಗಾಗ್ಬೇಕು ಮಗಾ ಆ ಜೀವ್ಕ! ತಾನ್ ನಂಬ್ಕಂಡ್ ಮದ್ವಿ ಆದ ಗಂಡಾನೆ ಆಕಿನಾ ಊರ್ಗೆಲ್ಲಾ ಹಂಚವ್ನೆ ಅಂದ್ರೆ ಅದೆಷ್ಟು ನೋವ್ ತಿಂದಯ್ತೋ ಆಕಿಗೇ ಗೊತ್ತು. ಅವತ್ತು ರಾತ್ರಿ ಮಲ್ಕೊಂಡವ ವತಾರೇ ಏಳ್ಳೇ ಇಲ್ಲ! ಯಾರ್ಗೂವಿ ಅದು ಕೊಲಿ ಅಂತ ಅನ್ಸಕ್ಕೆ ಇಲ್ಲ ಅಂತ ಸಾವು ಕಂಡಿದ್ದ ಅವ.

ಕಟ್ಕಂಡ್ ಗಂಡಾನೆ ಮಲ್ಲಿನಾ ಆಕೀಗೇ ತಿಳಿದಾಂಗ ಆಕಿನಾ ಸೂಳಿ ಮಾಡಿದ್ದ. ಅವ ಹೋದ್ಮೇಲೆ ಅವ್ಳನ್ನ ಅದೆಷ್ಟೋ ರಾತ್ರಿ ಕೂಡ್ದವ್ರು ಆಮೇಲೆ ಸುಮ್ಕೆ ಇದ್ದಾರಾ? ಆಕಿ ದೇಹದಾಗ ಹರೇದ ಇರೋ ವರ್ಗು ಹಿಂಡಿಬಿಡ್ಬೇಕು

ಅಂತ ಮಸ್ಲತ್ತು ಮಾಡಿ ಊರಲ್ಲಿ ಎಲ್ಲೂ ಆಕೆನಾ ಕೆಲ್ಸಕ್ಕೆ ಕರ್ಕಳ್ಳಾಕೆ ಸುತಾರಾಮ್ ಒಪ್ಪಿಲ್ಲ. ಹೊಟ್ಟಿ ಬಟ್ಟಿ ನಡೀಬೇಕಲ್ಲಾ ಮಗಾ, ಹಂಗೇ ಗುಟ್ಟಾಗಿ ರಾತ್ರಿ ಆದ್ರೆ ಅವ್ಳ್ ಮನೆ ಮಂದೆ ಸರ್ತಿ ಸಾಲು ಮಾಮೂಲು ಶುರುವಾತು. ಸಣ್ಣದು ಮನಿ ದೊಡ್ಡಾದ್ತು, ಆಮೇಕಾಮೇಕ ಅರ್ಮನಿ ಆತು. ತಂಗಿನೂ ಓದ್ಕಂಡು ದೊಡ್ಡವ್ಳಾದ್ಲು. ಆಕಿ ಮಾಡ್ತಿದ್ದ ಕೆಲ್ಸಾ ಆ ಧರ್ಮದ ಮಂದಿಗೆಲ್ಲಾ ಹರಾಮಿ ಕೆಲ್ಸಾಂತ ಕಣ್ಣು ಕೆಂಪು ಮಾಡಿತ್ತು ಅನ್ನು. ಬೆಳಿಗ್ಗೆ ಎಲ್ಲಾ ಅವ್ಳನ್ನ ಬೈಕಂತ್ತಾ ಓಡಾಡ್ತಿದ್ದವ್ರೇ, ರಾತ್ರಿ ಆದ್ರೆ ಅವ್ರೂ ಕೂಡೆ ಕಳ್ಬೆಕ್ಕಿನ ಹಾಂಗಾ ಮಲ್ಲಿ ಮನೇಲಿ ಸೆಂಟು ಹಾಕ್ಕಂಡು ಓಡಾತ್ತಿದ್ದವೇ ತಕಾ ಮಗಾ. ಮಲ್ಲಿ ಹಿಂದೊಂದ್ಸಾರಿ ಅಂದಿದ್ಲು ನನ್ ಹೆಸ್ರಾಗೆ ರಾಣಿ ಅಯ್ತೆ, ರಾಣಿ ಹಂಗೆ ಆಗ್ತೀನಿ ಅಂತ. ಆದ್ರೆ ಅವ್ಳ್ಗೆ ಇದ್ದ ಅರಸೊತ್ಗೆ ಸುಖ್ವಾದ್ದಂತೂ ಆಗಿರ್ಲಿಲ್ಲಾ, ಹೊರಗ್ ನಿಂತು ನೋಡೋರ್ಗೆ ರಾಣಿ ಹಾಂಗಾ ಕಾಣ್ತಿದೆ. ಅಂತ ಬದುಕೊಳ್ಗ ಎಷ್ಟು ಕೇಡಯ್ತಿ ಅಂತ ಅಕಿಗೂ ಗೊತ್ತಿತ್ತೋ ಇಲ್ಲೋ ಮಗಾ. ಮೊಹಲ್ಲಾದ ಮಂದಿ ಎಲ್ಲಾ ಆಕಿನಾ ಉಚ್ಚಾಟ್ನಿ ಮಾಡಿದ್ರು, ಸತ್ ಮ್ಯಾಲ ಖಬರಸ್ತಾನ್‌ಲಿ ನಿನ್ನ ದಫನ್ ಮಾಡ್ಲಿಕ್ಕೆ ಬಿಡಾಕಿಲ್ಲಾ ಅಂತ ಅತೆಂತದೋ ಫತ್ವಾ ತಂದಿದ್ರೂ, ಅದ್ಕೆಲ್ಲಾ ಅವ್ಳು ಜಪ್ಪಯ್ಯ ಅಂದಿಲ್ಲ. ಬದ್ಕಿದ್ದಾಗ್ಲೇ ನನ್ನ ಮಸೀದಿಗೆ ಬಿಡ್ದಿರೋ ನೀವು ಇನ್ನೂ ನಾನ್ ಸತ್ಮೇಲಿ ನಿಮ್ ಖಬರಸ್ತಾನ್‌ಗೆ ಬಿಡ್ತಿರಂತ ನಂಗೆ ನಂಬ್ಕೆ ಇಲ್ಲಾ. ಮರಿಬ್ಯಾಡ್ರಿ ನನ್ನ ಈ ಸ್ಥಿತಿಗೆ ತಂದಾವ್ರು ನೀವಾ, ರಾತ್ರಿ ಆದ್ರೆ ಸೆಂಟ್ ಹಚ್ಕೊಂಡ್ ಬತ್ತೀರಿ, ಬೆಳಗಾದ್ರೆ ಫತ್ವಾ ತತ್ತೀರಿ. ಅಲ್ಲಾಹ್ ಎಲ್ಲಾ ನೋಡ್ತಿರ್ತಾನೆ ಅಂತ ಸವಾಲ್ ಎಸ್ದಿದ್ಲು ಮಲ್ಲಿ. ಅವ್ಳ್ ಬದ್ಕು ಬೀದಿಗೆ ಬಿದ್ದಿರೋ...ಆಗಿದ್ರು ತಂಗಿ ಬದ್ಕು ಚೆನ್ನಾಗಿರ್ಬೇಕು ಅಂತ, ಊರವ್ರ ಕಣ್ಣುರಿಯಿಂದ ಅವ್ಳನ್ನ ದೂರ ಇರ್ಸಿ ಓದ್ಸಿದ್ಲು. ಅವ್ಳಿಗೆ ಸಂಪಾದ್ನೀನು ಮಸ್ತಿತ್ತು. ಹೊಲ, ಮನಿ, ತೋಟ ಎಲ್ಲಾ ಮಾಡ್ಕಂಳ್ಲು. ಜೊತ್ಗ ದಾನ ಧರ್ಮ ಅಂತೂ ಲೆಕ್ಕಿಲ್ಲಾ. ಬಿದ್ದೋಗಿದ್ದ ಊರಾಗಿನ ಮಾರುತಿ ಮಂದಿರ ಕಟ್ಸಕ್ಕ ಲಕ್ಸ ಕೊಟಿದ್ಲು ಲಕ್ಸಾ ಅದ್ಕಾ ಊರಾವ್ರು ಆಕಿನಾ ಮುಂದಿನ್ ಓಟ್ ಬಂದಾಗ ಮೆಂಬರ್ರು ಮಾಡಿದ್ರು. ಇದ್ಕೆಲ್ಲಾ ಆ ಮೊಹಲ್ಲಾದ ಮಂದಿ ಎಲ್ಲಾ ಕುರುಬಿ ಕುಂತ್ರು. ಇತ್ತಾ ಊರಾಳೋ ಗಂಡ್ಸ್ಗಳು ಇದ್ವಲ್ಲಾ ಅವ್ಕೆ ಒಬ್ಳು ಹೆಣ್ಣೆಂಗ್ಸು, ಅದೂ ದಂದಾ ಮಾಡಿದ್ ದುಡ್ಡಿಂದ ಮಂದಿರ ಊರ್ಜಿತ್ವಾಯ್ತು ಅಂತ, ತಮ್ಮ ಅಧಿಕಾರ ಹೋಯ್ತಂತ ಬೆಂಕಿ ಹಚ್ಚೋಕೆ ಶುರು ಮಾಡಿದ್ರು. ನೀನು ಅದೆಂತದೋ ಕೆಲ್ಸಾಂತ ದಿಲ್ಲಿಗೋಗಿದ್ಯಲ್ಲ ಆಗ ಊರ್ನಾಗ ಜಾತ್ರೆ ಆಯ್ತು. ಮಲ್ಲೀನೇ ಮೆಂಬರ್ರು ಆದ್ರಿಂದ ಅದ್ನು ಅವ್ಳೇಯಾ ಮುಂದ್ನಿಂತು ಚೆನ್ನಾಗಿ ನಡ್ಸಿಕೊಟ್ಳು. ಇಲ್ಲಿ ಊರೆಲ್ಲಾ ದ್ಯಾವ್ರಿಗೆ ಕೊಂಡ ಹಾಯ್ತಿದ್ರೆ ಅಲ್ಲಿ ಮಲ್ಲಿ ತೋಟ ಎಲ್ಲಾ ಸುಟ್ಟು ಬೂದಿ ಆಗಿತ್ತು. ದ್ಯಾವ್ರ ಕೆಲ್ಸ ಮುಂಡೆ ಅಂತಾವ್ಳು ಮುಂದಾಳತ್ವ ತಗಂಡ್ರೆ ಇನ್ನೇನಾಗ್ತದೇ, ಅದೂ ಅಲ್ದೆ

ಅವ್ರ ಧರ್ಮ ಬೇರೆ ನಮ್ ಧರ್ಮ ಬೇರೆ. ದಂಥೆ ಮಾಡ್ಕಂಡು ಧರ್ಮ ಕೆಡ್ಸಿತ್ತು ಸಾಲ್ದು ಅಂತಾ ನಮ್ ದೇವ್ರನ್ನೂ ಕೆಡ್ಸ್ಬೇಕು ಅಂತ ಇದ್ಲೇನೋ, ಅದ್ಕೆ ದೇವ್ರೇ ಸರೀಗ್ ಮಾಡ್ದಾ ನೋಡು ಅಂತ ಊರ್ತುಂಬ ಮಾತಾಯ್ತು. ಮಲ್ಲಿ ನಾಕ್ ಗೋಡೆ ನಡ್ವೆ ಬೆತ್ಲಾಗ್ತಿದ್ಲು ದಿಟಾ, ಈ ಕಚ್ಚೆ ಹರುಕ್ ಬಾಯ್ಗಳು ಊರ್ನ

ಬಯ್ಲಾಗೆ ಬೆತ್ಲಾದ್ರು ಮಗಾ.

ಮಲ್ಲಿ ಅದ್ಕೆಲ್ಲಾ ಜಪ್ಪಯ್ಯ ಅಂದಿಲ್ಲಾ. ಅಕಿಗೂ ಗೊತ್ತಿತ್ತು ಆ ಗೂಸುಂಬೆ ಮಕ್ಳಾಟ. ಸಂಜಿ ಆದ್ರೆ ಮೂಸ್ಕೊಂತಾ ಬತ್ತವೆ ಅಂತ ಸುಟ್ಟ ಬೂದೀನೆ ಗೊಬ್ರ ಮಾಡ್ಕಂಡು ತಿರ್ಗ ತೋಟನ ನಿಗಿ ನಿಗಿ ಹಸ್ರಾಂಗ ಮಾಡ್ಕಂಡು ರಾಣಿ ಹಾಂಗಾ ಇದ್ಲು, ಅವ್ಳ ಕಸ್ಬೂನೂ ಹಾಂಗಾ ಇತ್ತು ಎಂದು ಮಾತು ನಿಲ್ಲಿಸಿದ ಅಜ್ಜಿ ಏಕೋ ಕಣ್ಣೊರಸಿಕೊಳ್ಳುತ್ತಾ ಬಾಯೊಳಗಿದ್ದ ಹಳತಾದ ಎಲೆಯಡಿಕೆ ತೊಂಬಲನ್ನು ಉಗಿಯಲು ಹಟ್ಟಿಗೆ ಹೋದಳು. ಅಜ್ಜಿ ಒಂದೇ ಉಸಿರಿಗೆ ಹಿಂಗೆ ಮಲ್ಲಿಯ ಹಿಂದಿನ ಕತೆಯೆಲ್ಲಾ ಹೇಳುವಾಗ ನಾನು ಆಮೇಲೆ, ಮತ್ತೆ, ಹಾ ಎಂದೇನು ಉದ್ಗಾರವೆತ್ತುತ್ತಿರಲಿಲ್ಲ. ಅಜ್ಜಿ ವಿರಾಮ ಕೊಡದೇ ಮುಂದುವರೆಸುತ್ತಲೇ ಇದ್ದಳು. ಇಷ್ಟೆಲ್ಲಾ ಸಂಪಾದಿಸಿದ್ದರೂ ಮಲ್ಲಿ ಬೀದಿಯ ಹೆಣವಾದದ್ದು ಯಾಕೆ? ಎಂಬ ನನ್ನ ಕುತೂಹಲ ಮತ್ತಷ್ಟು ಹೆಚ್ಚಿ ನನ್ನದೇ ಕೆಲವು ಕಲ್ಪನೆಯ ಕಾರಣಗಳನ್ನು ಹುಡುಕುತ್ತಾ ಅಜ್ಜಿಯ ಮಾತುಗಳಿಗೆ ಕಿವಿ ಕೊಟ್ಟಿದ್ದೆ. ಹಟ್ಟಿಯಿಂದ ಬಂದ ಅಜ್ಜಿ ಮತ್ತೊಮ್ಮೆ ಜಗಿಯಲು ಎಲೆಯನ್ನು ತನ್ನ ಸೀರೆಗೆ ವರೆಸಿಕೊಂಡು ಸುಣ್ಣ ಹಚ್ಚುತ್ತಾ ಮತ್ತೆ ಮಾತು ಆರಂಭಿಸಿದಳು. ಇಷ್ಟೆಲ್ಲಾ ಆದ್ಮೇಲೆ ಪ್ಯಾಟೇಲಿ ಓತ್ತಿದ್ಲಲ್ಲಾ ಮಲ್ಲಿ ತಂಗಿ ಜಬೀನಾ ಅವ್ಳು ಓದ್ಮುಗ್ಸಿ ಊರಿಗ್ ಬಂದ್ಲಾ, ಆಗ ಸುರುವಾಯ್ತು ಮಲ್ಲಿ ಬದ್ಕು ಬೆಂಕಿಗ್ ಬಿದ್ದ ಹಾವಂಗಾಯ್ತು. ಜಬೀನಾ ಇದ್ಲಲ್ಲಾ ಅವ್ಳು ನಮ್ ಐನೋರ್ ಮನೆ ಪರ್ಸಾದ ಇದ್ನಲ್ಲ ಅವ್ನು ಇಬ್ರೂವೆ ಪ್ಯಾಟೇಲಿ ಒಂದೇ ಸಾಲೇಗೆ ಓದ್ತಿದ್ರಂತೆ. ಹಂಗೆ ಇಬ್ರೂ ಪಿರೂತಿ ಮಾಡ್ಕಂಡು ಜಬೀನಾ ಊರ್ಗೆ ಬಂದಾಗ ಜೀವಾ ಎಲ್ಡಾಗಿತ್ತಂತೆ. ಹೊಟ್ಟೆ ತುಂಬಿಸ್ಕಂಡ್ ಬಂದವ್ಳನ ಕೇಳ್ದಾಗ ಅದ್ಕೆ ಕಾರ್ಣ ಐನೋರ್ ಮಗ ಪರ್ಸಾದ ಅಂತ ಗೊತ್ತಾತು. ಅದ್ಕೆ ಮಲ್ಲಿ ಐನೋರ ಮನೆ ಮುಂದೆ ಹೋಗಿ ಮದ್ವೇ ಮಾಡ್ಕಬೇಕು ಅಂತ ಕುಂತ್ಗಂಡ್ಳು. ಅದ್ಕೆ ಐನೋರು ನಿಂದು ಅಂತ ಒಂದು ಕುಲ ಇಲ್ಲ, ಜಾತಿ ಇಲ್ಲ, ಊರ್ಗೆಲ್ಲಾ ಸೆರ್ಗಾಸ್ಗಂಡ್ ಇದ್ದೀಯ. ನಿನ್ ತಂಗಿ ಪ್ಯಾಟೇಲಿ ಹ್ಯಾಂಗಿದ್ಲೋ ಏನೋ, ಎಲ್ಲೆಲ್ಲಿ ಕಾಲೆತ್ತಿ ಬಸ್ರಾದ್ಲೋ, ಅದ್ಕೆಲ್ಲಾ ನಮ್ ಹೈದಾನೇ ಕಾರ್ಣ ಅಂತ ಹೆಂಗ್ ನಂಬೋದು ಅಂತ ಪಂಚಾಯ್ತಿ ಹಾಕ್ದ. ಪಂಚಾಯ್ತಿಲೀ ಪರ್ಸಾದ ನಾನೆ ಕಾರ್ಣ ಅಂತ ಒಪ್ಗಂಡ್ರೂ ಊರವ್ರು ಮದ್ವೇಗೆ ಸುತಾರಂ ಒಪ್ಪಿಲ್ಲ. ಮಲ್ಲಿ ಹಠ ಬಿಡ್ಲಿಲ್ಲ. ಮಲ್ಲಿ ಕಡೇಂದಾ ಪೋಲೀಸು ಗೀಲೀಸು ಅಂತೆಲ್ಲಾ ಮಾತು ಬಂದಾಗ ಕೊನೀಗ

ಒಂದ್ ಮಾತಾಯ್ತು. ಇದು ಊರಿನ ಮಾನದ ಪ್ರಶ್ನೆ ಅದೆ. ಇಲ್ಲೀ ವರ್ಗೂ ಊರಲ್ಲಿ ಜಾತಿ ಬಿಟ್ಟು ಜಾತೀಲಿ, ಧರ್ಮ ಬಿಟ್ಟು ಧರ್ಮದಲ್ಲಿ ಮದ್ವೀ ಗಿದ್ವೀ ನಡ್ದಿಲ್ಲಾ. ಈ ಮದ್ವಿ ಆದ್ರೆ ಕುಲಾಚಾರ ಎಲ್ಲಾ ಕೆಟ್ಟೋಗ್ತದೆ. ಕೋನೀಗೆ ನಮ್ಮನಿ ಹಸು ಕೆಚ್ಚಲ್ಗೆ ಬೀದಿ ನಾಯ್ಗಳು ಬಾಯಾಕ್ತವೆ. ಹಂಗೂ ಈ ಮದ್ವೆ ನಡೀಬೇಕು ಅಂದ್ರೆ ಮಲ್ಲಿ ತನ್ನ ಹೊಲ ತೋಟ ಎಲ್ಲಾ ಊರಿನ ದೇವಸ್ಥಾನದ ಹೆಸ್ರುಗ ಬರ್ದು ಕೊಡ್ಬೇಕು. ಹಂಗಾ ಮದ್ವಿ ಆದ ಪರ್ಸಾದ ಮತ್ತಾ ಜಬೀನಾನ ಊರ್ನಿಂದ ಬಹಿಸ್ಕಾರ ಹಾಕ್ಬೇಕು. ಪಂಚಾಯ್ತಿ ಹೇಳಿರೋ ಈ ನಿರ್ದಾರ್ಕ ಬದ್ಧ ಆದ್ರೇ ಹೇಳ್ರಿ, ಇಲ್ಲಾಂದ್ರೆ ಇಬ್ರು ದೇಹ ಊರ್ಗೆ ಎರಡೂ ದಿಕ್ಕು ತೋರಣ ಆಗ್ತದೆ. ಮುಂದ್ಯಾರು ಊರ್ನಾಗ ಪಿರೂತಿ ಗಿರೂತಿ ಅಂತ ಯೋಚ್ನೆ ಕೂಡ ಮಾಡ್ಬಾರ್ದು ಅಂದಾಗ ಮಲ್ಲಿ ತನ್ನ ತಂಗಿ ಮಾನ ಪ್ರಾಣ ಉಳ್ಸಕ್ಕ ತನ್ ತೋಟ, ಹೊಲ ಎಲ್ಲಾ ದೇವಸ್ಥಾನ್ಕ ಬರ್ದು ಕೊಟ್ಳು. ಮದ್ವೆ ಆದ ಪರ್ಸಾದ ಜಬೀನಾ ಊರ್ಬಿಟ್ಟು ಪ್ಯಾಟೆಗೋದ್ರು.

ವರ್ಷ ಪೂರ್ತ ಉಳ್ಮೆ ಮಾಡುದ್ರಾ ಭೂಮ್ತಾಯಿ ಎಷ್ಟಂತ ಫಲ ಕೊಟ್ಟಾತು ಮಗಾ ಹಾಂಗಾ ಮಲ್ಲಿ ಸೀರೆ ಸೆರ್ಗು ಅರ್ಗು ಮೂಲೆ ಸವ್ದು ಹರಿತಾ ಬಂತು. ಊರೋವ್ರೆಲ್ಲಾ ಹಿಂಡಿ ಬಿಸಾಡಿದ ಸಿಪ್ಪಿ ಆಗೋದ್ಲು ಮಲ್ಲಿ. ಅವ್ಳಿಗೂ ವಯ್ಸಾಯ್ತಾ ಬಂತು ಮಕ್ಳಾದ್ರೆ ಅಪ್ಪಾರು ಅಂತ ಕೇಳುದ್ರೇ ಅವ್ಳು ಊರ್ನ ದಿಕ್ಕು ತೋರ್ಸ್ಬೇಕಾಗ್ತದೆ ಅಂತ ಮಕ್ಳು ಮರೀನು ಮಾಡ್ಕಂಡಿಲ್ಲ. ಮಲ್ಲಿ ಮನೇಲಿ ಮೊದ್ಲು ಇರ್ತಿದ್ದ ಸೆಂಟ್ ವಾಸ್ನಿ ಕಡ್ಮೆ ಆಗಿ ಎಣ್ಣೆ ಬೀಡಿ ವಾಸ್ನಿ ಜೋರಾಯ್ತು. ಸಂಪಾದ್ನಿ ಉಪ್ಪಿನ್ ಕಾಯ್ಗೂ ಸಾಲ್ದಂಗಾದಾಗ ಮಲ್ಲಿ ಆಗಾಗ ಕೂಲಿಗೂ ಬರ್ತಿದ್ಲು. ಪ್ಯಾಟೀಲಿದ್ದ ಜಬೀನಾ ಎಷ್ಟ್ ಕರುದ್ರು ಈಕಿ ಮಾತ್ರ ಊರ್ಬಿಟ್ಟು ಹೋಗ್ಲಿಲ್ಲ. ಈ ಊರು ನಂಗೆ ಆಸ್ರೆನು ಕೊಟ್ಟಯ್ತೆ, ನನ್ ಬದ್ಕನ್ನೂ ನುಂಗಯ್ತೆ ನಾನ್ ಸತ್ರೆ ಇಲ್ಲೇ ಸಾಯ್ತೀನಿ, ಊರ್ ಬಿಟ್ಟು ಬರಾಕಿಲ್ಲ ಅಂತ ಇಲ್ಲೇ ಉಳ್ಕಂಬಿಟ್ಲು ಮಗಾ ಅಂತಾ ಚೀಲದಲ್ಲಿದ್ದ ಕಡ್ಡಿಪುಡಿಯನ್ನು ತೆಗೆದು ಧೂಳು ಊದಿ ಬಾಯಿಗಾಕಿಕೊಂಡಳು. ಮಲ್ಲಿಕಾಳ ಬದುಕಿನ ದುರಂತ ತಿರುವುಗಳ ಕಥೆಯನ್ನು ಕೇಳಿ ಕಣ್ಣು ಕರವಸ್ತ್ರ ಬೇಡಿದವು. ಕಣ್ಣುಜ್ಜಿಕೊಂಡು ಅಜ್ಜಿಯತ್ತ ತಿರುಗಿ ಮತ್ತೊಂದು ಪ್ರಶ್ನೆ ಕೇಳಿದೆ. ಅಲ್ಲಜ್ಜಿ ಮಲ್ಲಿಕಾ ಸ್ಟೇಷನ್ ಅತ್ರ ಬೀದಿ ಹೆಣ ಆದ್ಲಲ್ಲಾ ಅದು ಅವ್ಳೆ ಸತ್ತಿರೋದಾ ಇಲ್ಲಾ ಯಾರಾದ್ರೂ ಊರಾವ್ರೆ ಸಾಯ್ಸಿಬರ್ೋದಾ ಅಂತ. ಅದ್ಕೆ ಅಜ್ಜಿ ಹೂ ಕನಪ್ಪಾ ನೀ ಯೇಳಿದ್ದೂ ದಿಟ. ಹಿಂದೆ ಒಂದೆಲ್ಡ್ ಸಾರಿ ಆ ಮೊಹಲ್ಲಾ ಒಳ್ಗಿರೋ ಸಾಬ್ರೆ ಧರ್ಮ ಕೆಡ್ಸಿದ್ಲು ಅಂತ ಅವ್ಳನ್ನ ಖೂನಿ ಮಾಡ್ಬೇಕಂತೆ ಸೈ ಮಾಡಿದ್ರಂತೆ. ಆಗ ಮಲ್ಲಿ ಅತ್ರ ದುಡ್ಡು ಜೋರಾಗಾಡ್ತಿತ್ತು. ಸುತ್ಲು ಆಳು ಕಾಳು ಜೋರಾಗಿದ್ರು. ಅದ್ರಿಂದ ಅವ್ಳನ್ನ ಯಾರೂ ಏನೂ ಮಾಡಕ್ಕಾಗಿಲ್ಲ. ಈಗ ಅವ್ಳುಗೆ ಕೂಳ್ಗೆ ಗತಿ ಇಲ್ದಾಗ ಯಾರ್

ಕಾಯ್ತಾರೆ? ಕೊಲಿನೆ ಆಗಿರ್ಬೋದು ಮಗಾ ಅದೂ ಅಲ್ದೇ ಈ ಹೇಸ್ಗೀ ಬದ್ಕು ಬ್ಯಾಡಾಂತ ಏನಾರ ಮಾಡ್ಕಂಡಿದ್ರೂ ಇರ್ಬೋದು. ಪಾಪುದ್ ಜೀವ ಅದೇನ್ ಕರ್ಮ ಮಾಡಿ ಈ ಊರ್ಗ ಬಂತೋ ಅಂತ ಮಾತು ಮುಗಿಸಿ ನನ್ನ ಮರುಮಾತಿಗೆ ಕಾಯದೆ ಎದ್ದು ಪಕ್ಕದ ಮನೆಯ ಕಡೆ ಹೋದಳು. ಅಜ್ಜಿ ಹೋದ ದಿಕ್ಕಿನಿಂದಲೇ ಕ್ಷೀಣವಾಗಿ ವ್ಯೋವ್ ವ್ಯೋವ್ ಸದ್ದು ಬರು ಬರುತ್ತಾ ಜೋರಾಗಿ ಹಾಗೇ ಗಕ್ಕನೆ ನಿಂತಿತು. ದಿವಾನದಿಂದ ಎದ್ದು ಬಾಗಿಲವರೆಗೂ ಬಂದು ಇಣುಕಿದೆ. ಸಂಜೆಯ ಸೂರ್ಯನ ಕಿರಣ ಅಟ್ಟಿಯ ತುಂಬಾ ಚೆಲ್ಲಿದ್ದವು. ಹೊರಗೆ ಬಂದು ಚಪ್ಪಲಿ ತೊಡುತ್ತಿದ್ದೆ. ಹಿಂದೆಯೇ ಬಂದ ಅಜ್ಜಿ ಮಗಾ ಮಲ್ಲಿ ಹೆಣ ತಂದ್ರಂತೆ, ಈಗ ಅಂಬ್ಲೆಸ್ಸಲ್ಲಿ. ಪಕ್ಕದ್ಮನೆ ಸಾಕಿ ಮಮ್ಮಗ ಹಂಗಂದಾ ಅಂತ ಅಂದಳು. ಸರಿ ಅಜ್ಜಿ ನಾನು ನೋಡ್ಕಂಡ್ಬತ್ತೀನಿ ಅಂದು ಹೊರಡಲು ಅಜ್ಜಿ ಮೂಜಂಜಿ ಆಗೋ ಹೊತ್ತಾಯ್ತು ಬೇಗ ಬಂದ್ಬಿಡು ಮಗಾ ಅಂತೇಳಿ ಒಳಗೋದಳು. ಭಾರವಾದ ಕಾಲುಗಳನ್ನು ಎಳೆದುಕೊಂಡು ಖಾಸ್‌ಬಾಗಿನ ಮೊಹಲ್ಲಾದಲ್ಲಿದ್ದ ಮಲ್ಲಿಯ ಬಂಗ್ಲಾದ ಬಳಿ ಬಂದಾಗ ಕೆಲವೊಂದಿಷ್ಟು ಜನ ಸೇರಿದ್ದರೂ ಮಲ್ಲಿಯ ಹೆಣವನ್ನು ಆಂಬುಲೆನ್ಸ್ ಇಂದ ಕೆಳಗಿಳಿಸಿರಲಿಲ್ಲ. ಮಲ್ಲಿ ತನ್ನ ಬಂಗ್ಲಾವನ್ನು ಸಾಯುವ ಹಿಂದಿನ ದಿನ ನೆನ್ನೆಯೇ ನನಗೆ ಬರೆದು ಕೊಟ್ಟಿದ್ದಾಳೆಂದು ಇಡೀ ಖಾಸ್‌ಬಾಗಿಗೇ ಅಪರಿಚಿತನಾದ ವ್ಯಕ್ತಿ ಕಾಗದ ಪತ್ರ ತೋರಿಸುತ್ತಾ ಅವಳ ಹೆಣವನ್ನು ಅಲ್ಲಿ ಇಳಿಸಲು ಅವಕಾಶ ಕೊಡದೆ ಗಲಾಟೆ ಮಾಡುತ್ತಿದ್ದ.

ಪೋಸ್ಟ್ ಮಾಟಂಗೆ ಆಗಿ ಬಂದ ಮಲ್ಲಿಯ ಹೆಣದ ಜೊತೆ ಹೆರಿಗೆಗೆ ದಿನ ಎಣಿಸುತ್ತಿದ್ದ ಅವಳ ತಂಗಿ ಜಬೀನಾ ಕೂಡ ಬಂದಿದ್ದಳು. ಎಷ್ಟು ಬೇಡಿಕೊಂಡರು ಅಲ್ಲಿ ಹೆಣ ಇಳಿಸಿಕೊಳ್ಳಲು ಬಿಡದ ಅವನು ಕೊನೆಗೆ ಆಂಬುಲೆನ್ಸ್ ಅನ್ನು ಅಲ್ಲಿಂದ ಓಡಿಸಲು ಯಶಸ್ವಿಯಾದನು. ಡ್ರೈವರ್ ಕೂಡ ರಿಟರ್ನ್ ಹೊರಡಬೇಕಿದ್ದರಿಂದ ಹೆಣ ಇಳಿಸಿಕೊಳ್ಳಲು ಅವನೂ ಕೂಡ ದಡಬಡಾಯಿಸಿ ಒತ್ತಾಯಿಸುತ್ತಿದ್ದ. ಜಬೀನಾಗೆ ಸೂಕ್ತ ಜಾಗ ಸಿಗದೆ ಅಲ್ಲಿದ್ದವರನ್ನೆಲ್ಲಾ ಗೋಗರೆಯುತ್ತಿದ್ದರೆ ಡ್ರೈವರ್ ಅಲ್ಲೇ ಮೊಹಲ್ಲಾದ ಎದುರಿಗಿದ್ದ ಒಂದು ದೊಡ್ಡ ಗುಲ್‌ಮೊಹರ್ ಮರದಡಿ ನೆಲದ ಮೇಲೆಯೇ ಇಳಿಸಿ ತಾನು ಬಂದ ದಾರಿ ಹಿಡಿದು ಹೊರಟು ಹೋದನು. ಸ್ವಲ್ಪ ಮಾತ್ರ ಮುಖ ಕಾಣುವ ಹಾಗೆ ದೇಹ ಪೂರ್ತಿ ಬಿಳಿ ಬಟ್ಟೆ ಸುತ್ತಿದ್ದ ಮಲ್ಲಿಯ ಹೆಣ ಬೀದಿಯಲ್ಲಿ ಬಿದ್ದಿದ್ದರೆ ಅಂದು ದೇವಸ್ಥಾನದ ಊರ್ಜಿತಕ್ಕೋ, ತಮ್ಮ ಕಷ್ಟ ಹೇಳಿಕೊಂಡು ಸಹಾಯ ಪಡೆದವರೋ, ಮಲ್ಲಿಯ ಬಂಗ್ಲೆಯಲ್ಲಿ ವಿಧ ವಿಧ ಸೆಂಟ್ ಪೂಸಿಕೊಂಡು ಹಸಿ ಮಾಂಸ ತಿಂದು, ಬೆವರು ಸುರಿಸಿ ಹೋಗಿದ್ದವರಾರೂ ಇತ್ತ ಕಡೆ ಸುಳಿಯಲಿಲ್ಲ. ಬೆಳಿಗ್ಗೆ ರೈಲ್ವೇ ಸ್ಟೇಷನ್ನಲ್ಲಿ ಮಲ್ಲಿಯನ್ನು ಅಮರಿಕೊಂಡಿದ್ದ

ನೊಣಗಳು ವಾಸನೆ ಹಿಡಿದು ಬಂದಿದ್ದು ಜೋಯ್ ಗುಡುತ್ತಾ ಹೆಣಕ್ಕೆ ಸಿತ್ತಿದ್ದ ಬಿಳಿ ಬಟ್ಟೆ ಕಪ್ಪಾಗಿಸಿಬಿಟ್ಟವು. ತುಂಬು ಗರ್ಭಿಣಿ ಜಬೀನಾ ನಿಲ್ಲಲೂ ಆಗದೆ ಕೂರಲು ತಾವಿಲ್ಲದೆ ಸಹಾಯಕ್ಕಾಗಿ ಅಂಗಲಾಚುತ್ತಿದ್ದುದು ಕಂಡು ನಾನೆ ಮನೆಗೆ ಬಂದು ಒಂದು ಹಳೆಯ ಟಾರ್ಪಲಿನ್ ತಂದು ಹೆಣಕ್ಕೆ ಮರೆ ಮಾಡಿ ಕೊಟ್ಟೆ. ಜಬೀನಾಗೆ ಕೂರಲು ಒಂದು ಹಳೆ ಕುರ್ಚಿಯ ವ್ಯವಸ್ಥೆಯೂ ಆಯಿತು. ಅಷ್ಟೊತ್ತಿಗೆ ಖಾಸ್‌ಬಾಗಿನ ತುಂಬಾ ಗವ್ವನ್ನುವ ಕತ್ತಲ ತುಂಬಿಕೊಂಡು ಅಲ್ಲಲ್ಲಿ ಇದ್ದ ಬೀದಿ ದೀಪಗಳು ಕತ್ತಲ ಜೊತೆ ಜಿದ್ದಿಗೆ ಬಿದ್ದಂತೆ ಕೆಂಪಗೆ ಉರಿಯುತ್ತಿದ್ದವು. ಆ ಕೀರಲು ಬೆಳಕಿನಿಂದ ಬಂದ ಕತ್ತಲೆಯಂತೆ ಅಜ್ಜಿ ಮತ್ತು ನಮ್ಮ ಕೇರಿಯ ಒಂದಿಬ್ಬರು ಮುದುಕಿಯರು ಬಂದರು. ಕೈನಲ್ಲಿ ಹೊದಿಕೆ ಮತ್ತು ಊಟ ತಂದಿದ್ದ ಅವರು ಜಬೀನಾಗೆ ಸಮಾಧಾನಿಸಿ ಸ್ವಲ್ಪ ಉಣಿಸಿದರು. ಹೊದಿಕೆ ಕೊಟ್ಟು ಅಲ್ಲೇ ಗೋಣಿ ಚೀಲವನ್ನೂ, ಈಚಲು ಚಾಪೆಯನ್ನು ಹಾಸಿಕೊಂಡು ಕೂತರು. ಬಾಯಿಗೆ ಎಲೆಯಡಿಕೆ ಹಾಕಿಕೊಂಡು ಪದವಾಡಲು ಶುರು ಮಾಡಿದರು. ಈ ದೇಹದಿಂದ ದೂರವಾದೆ ಏಕೆ ಆತ್ಮವೇ, ಈ ಸಾವು ನ್ಯಾಯವೇ, ಈ ಸಾವು ನ್ಯಾಯವೇ...? ಹೀಗೆ ಹಾಡು ಒಂದಾದಮೇಲೊಂದು ಮುದುಕಿಯರ ಗುಂಪಿನಿಂದ ಗುನುಗುತ್ತಿರುವಾಗ ಆಗಾಗ್ಗೆ ಒಂದೊಂದು ಯಾವುದೋ ಬೀದಿಯಿಂದ ಬುರ್ಕಾ ತೊಟ್ಟ ದೇಹಗಳು ಬಂದು ಸೇರಿ ಗುಂಪು ಮೊದಲಿದ್ದದ್ದಕ್ಕಿಂತ ದುಪ್ಪಟ್ಟಾಗಿ ಅಲ್ಲಿ ಉಳಿದವರಿಗೆ ಕೂರಲೂ ತಾವಿಲ್ಲದೇ ಹೋಯಿತು. ಅಜ್ಜಿಯರು ಹಾಡುತ್ತಿದ್ದ ಭಜನೆ ಹಾಡುಗಳ ಜೊತೆಗೆ ಲಾ ಇಲಾಹ ಇಲ್ಲಲ್ಲಾಹ್

ಮೊಹಮ್ಮದುರ್ ರಸೂಲುಲ್ಲಾಹ್... ಅಂತ ಒಂದಿಬ್ಬರು ಯಾವುದೋ ಅರೇಬಿಕ್ ಭಾಷೆಯಲ್ಲಿದ್ದ ಪುಸ್ತಕದಿಂದ ಪಠಿಸುತ್ತಿದ್ದರು. ಹಾಗೂ ಹೀಗೂ ಒತ್ತರಿಸಿಕೊಂಡೋ, ತೂಕಡಿಸಿಕೊಂಡೋ ಬೆಳಾಗಾಗೋವರೆಗೂ ಭಜನೆಯಂತೂ ನಡೆದೇ ಇತ್ತು. ಅಜ್ಜಿಯೂ ಇಲ್ಲೆ ಇದ್ದಿದ್ದರಿಂದ ನಾನೊಬ್ಬನೆ ಮನೆಗೆ ಹೋಗಿ ಮಲಗಲು ಮನಸಾಗಲಿಲ್ಲ. ಅಲ್ಲಿಯೇ ಬೀದಿಯೊಂದರ ಮನೆಯ ಕಾಂಪೌಂಡಿನ ಗೋಡೆಗೆ ಒರಗಿ ತೂಕಡಿಸುತ್ತಿದ್ದೆ.

ಮಸೀದಿಯ ಗೋಪುರದಿಂದ ಬಂದ ಬೆಳಗಿನ ಆಝಾನ್ ಊರಾದ ಊರನ್ನೇ ಎಚ್ಚರಿಸಿತ್ತು. ಥಟ್ಟನೆ ಎದ್ದು ಕಣ್ಣು ಬಿಟ್ಟೆ. ರೈಲ್ವೆ ಸ್ಟೇಷನ್ನಿನ ಎತ್ತರವಾದ ಊರಿಡೀ ಕಾಣುವ ಗಡಿಯಾರ ಗೋಪುರದ ಮರೆಯಿಂದ ಕೇಸರಿಯ ಕಿರಣಗಳು ಇಡೀ ಖಾಸ್‌ಬಾಗಿನ ಬೀದಿ ಎಲ್ಲವನ್ನೂ ಕೆಂಪಾಗಿಸಿದವು. ಆ ಗೋಪುರದ ದೊಡ್ಡ ಗಡಿಯಾರ ಕೆಟ್ಟು ಎಷ್ಟೋ ದಿನಗಳಾಗಿದ್ದವು. ಅಲ್ಲಿಂದ ಎದ್ದು ಮನೆಗೆ ಹೋಗಿ ಬಂದೆ. ಅಷ್ಟೊತ್ತಿಗೆ ಮೊಹಲ್ಲಾದಿಂದ ಒಂದಷ್ಟು ಜನರೂ ಸೇರಿದರು. ಬಂದವರು ಅಂತ್ಯಸಂಸ್ಕಾರಕ್ಕೆ ತಯಾರಿ ಮಾಡತೊಡಗಿದರು. ರಾತ್ರಿ

ತಂದಿದ್ದ ಟಾರ್ಪಲನ್ನೇ ಯಾರಿಗೂ ಕಾಣದಂತೆ ಮರೆ ಮಾಡಿ ಅಲ್ಲಿಯೇ ನೀರು ಕಾಯಿಸಿ ಮಲ್ಲಿಕಾಳ ಹೆಣವನ್ನು ತೊಳೆದು ಸ್ವಚ್ಛ ಮಾಡಲು ತೆಗೆದೋಯ್ದರು. ಮರಳಿ ಮರೆಯಿಂದ ಹೊರಗೆ ತಂದಾಗ ಮುಖವೇ ಕಾಣದ ಹಾಗೆ ಬಿಳಿಯಾದ ಬಟ್ಟೆಯಿಂದ ಮುಚ್ಚಿದರು. ದೇಹದ ತುಂಬಾ ಸೆಂಟು ಹೊಡೆದರು. ಸಾಂಬ್ರಾಣಿ ಹಚ್ಚಿದರು. ಅದರ ವಾಸನೆ ಅಲ್ಲೆಲ್ಲಾ ಹರಡಿ ಇಡೀ ಖಾಸ್‌ಬಾಗ್ ಸುತ್ತಲು ದಾರಿ ಹಿಡಿಯುತ್ತಿತ್ತು. ಅತ್ತ ಟಾರ್ಪಲ್ಲಿನ ಮೂಲೆಯಲ್ಲಿ ಜಬೀನಾ ಎರಡೆರಡು ನೋವು ಹೊತ್ತು ರೋದಿಸುತ್ತಿದ್ದಳು. ರಾತ್ರಿ ಮಲ್ಲಿಕಾಳ ಹೆಣ ಎಲ್ಲಿ ಅನಾಥವಾಗಿಬಿಡುತ್ತದೋ ಎಂಬ ಚಿಂತೆಯಿದ್ದ ನನಗೆ ಯಾರ್ಯಾರೋ ಕೂಡಿಕೊಂಡು, ಯಾರದೋ ಮನೆಯ ನೀರು, ಯಾರದೋ ಮನೆಯವರು ತಂದ ಹೊಸ ಬಟ್ಟೆ, ಸುಗಂಧ ಅವಳ ಅಂತ್ಯಕ್ರಿಯೆಗೆ ಸಿದ್ಧತೆ ನಡೆಸುತ್ತಿದ್ದಾಗ ಕೊಂಚ ನಿರಾಳವೆನಿಸಿತು. ಹೆಣದ ಸಾಗಾಟಕ್ಕೆ ಪಲ್ಲಂಗವೂ ಸಿದ್ಧವಾಗಿ ತಯಾರಾಗಿತ್ತು. ಹೆಣವನ್ನು ಪಲ್ಲಂಗದಲ್ಲಿ ಮಲಗಿಸಿ ಮಸೀದಿಯ ಆಚೆ ಪಕ್ಕಕ್ಕಿದ್ದ ಸ್ಮಶಾನದ ಕಡೆ ಒಯ್ಯಲು ತಯಾರಾಗಿತ್ತು. ಆದರೆ ಹೆಣ ಹೊರಲು ಗಟ್ಟುಮುಸ್ತಾದ ಗಂಡಸರೇ ಇರಲ್ಲಿಲ್ಲ. ಒಂದಿಬ್ಬರ ಮಧ್ಯವಯಸ್ಕ ಗಂಡಸರು ಇಲ್ಲಿವರೆಗೆ ಪಲ್ಲಂಗ ತಯಾರು ಮಾಡುತ್ತಿದ್ದವರು, ಕುತೂಹಲದಿಂದ ಅವರವರಮ್ಮಂದಿರ ಬುರ್ಕಾದ ಮರೆಯಲ್ಲಿ ಕಣ್ಣು ಬಿಡುತ್ತಾ ಬುರ್ಖಾ ಜಗ್ಗುತ್ತಿದ್ದ ಬಾಲಕರು ಮತ್ತು ನಾನು ಇಷ್ಟೇ ಜನ.

ಹೆಣ ಎತ್ತುವ ಮೊದಲು ಸ್ಮಶಾನದಲ್ಲೊಂದು ಗುಂಡಿ ತಯಾರಾಗಬೇಕಿತ್ತು. ಮಸೀದಿಯಲ್ಲೊಂದು ಆಝಾನ್ ಕೂಗಬೇಕಿತ್ತು. ಗುಂಡಿ ಯಾರು ತೆಗೆಯುತ್ತಾರೆ. ಅಜ್ಜಿಯಲ್ಲಿ ಕೇಳಿದೆ. ಗುಂಡಿ ಆಗಿದ್ಯಾ ಅಜ್ಜಿ? ತನ್ನ ಎರಡೂ ಕೈಗಳನ್ನು ಅಲ್ಲಾಡಿಸಿ ಗೊತ್ತಿಲ್ಲಾ ಮಗಾ ಎಂದು ಸೂಚಿಸಿದಳು. ಯಾರನ್ನು ಕೇಳುವುದು ಜಬೀನಾ ಅಕ್ಕನನ್ನು ಕಳೆದುಕೊಂಡು, ಹೊಟ್ಟೆಯಲ್ಲಿ ಮಗು ಹೊತ್ತು ಸಂಕಟದಲ್ಲಿದ್ದಾಳೆ. ಒಂದಷ್ಟು ಹೆಂಗಸರು ಗಲ್ಲಕ್ಕೆ ಕೈ ತಾಕಿಸಿಕೊಂಡು ನಿಂತಿದ್ದಾರೆ. ನಾನೇ ಹೋಗಿ ವಿಚಾರಿಸಿ ಗುಂಡಿ ತೋಡಿಸಿ ಬರಲೆ ಎನಿಸಿ ಸ್ಮಶಾನದ ಕಡೆ ಹೆಜ್ಜೆ ಹಾಕತೊಡಗಿದೆ. ಮಸೀದಿ ಬಳಸಿ ಸ್ಮಶಾನಕ್ಕೆ ತಿರುವು ತೆಗೆದುಕೊಳ್ಳಬೇಕು ಅಷ್ಟರಲ್ಲಿ ಹತ್ತಕ್ಕೂ ಮೀರಿದ ತಲೆಗಳ ಗುಂಪು. ಕೆಲವರು ಬಿಳಿ ಪೈಜಾಮದೊಂದಿಗೆ ಟೋಪಿ ಧರಿಸಿದ್ದವರು, ಉಳಿದವರು ಪಂಚೆ ಅಂಗಿ ತೊಟ್ಟಿದ್ದರು. ಎದುರುಬದರಾದರು. ಮುಖದಲ್ಲಿ ಎಂಥದೋ ವ್ಯಘ್ರತೆಯ ಗೆರೆಗಳು. ಸ್ಮಶಾನದ ಕಡೆ ಇಂದ ಬರುತ್ತಿದ್ದರಿಂದ ಗುಂಡಿಯ ಬಗ್ಗೆ ತಿಳಿದಿರಬೇಕೆಂದು ತಡೆದು ಕೇಳಿದೆ. ಅಣ್ಣಾ ಸ್ಮಶಾನದಲ್ಲಿ ಗುಂಡಿ ಆಗಿದ್ಯಾ? ಉತ್ತರವಿಲ್ಲದೇ ಅಷ್ಟೂ ಕಣ್ಣು ತಿವಿಯುವಂತೆ ನನ್ನನ್ನೇ ನೋಡಿ ಮಲ್ಲಿಕಾಳ ಹೆಣವಿದ್ದ ಕಡೆ ಮುಂದುವರಿದವು. ತಿರು ತಿರುಗಿ ಅವರನ್ನೇ ನೋಡುತ್ತಾ

ಸ್ಮಶಾನದ ಒಳಗೆ ಬಂದು ನೋಡಿದರೆ ಒಬ್ಬ ನರಪಿಳ್ಳೆಯೂ ಇರಲಿಲ್ಲ, ನೀರವ ಮೌನ. ಅಲ್ಲಿ ನಿಲ್ಲಲು ಭಯವಾಗಿ ಬಂದ ದಾರಿಯಲ್ಲೇ ಓಡಿಬಂದೆ.

ಆಗಲೆ ನನಗೆ ಅಡ್ಡ ಸಿಕ್ಕಿ ಹೋದವರು ಹೆಣವಿದ್ದಲ್ಲಿಗೆ ಬಂದಿದ್ದರು. ಮೊದಲಿದ್ದದ್ದಕ್ಕಿಂತ ಗುಂಪು ದುಪ್ಪಟ್ಟಾಗಿತ್ತು. ಪೈಜಾಮ ಮತ್ತು ಟೋಪಿ ತೊಟ್ಟ ವಯಸ್ಸಾದ ಮುದುಕ ಬೆಳಿಗ್ಗೆ ಕುರಾನ್ ಪಠಿಸುತ್ತಿದ್ದವರ ಕೈನಿಂದ ಅದನ್ನು ಕಸಿದುಕೊಂಡು, ದಂದಾ ಮಾಡಿ ಅಲ್ಲಾಹ್‌ನ ಹೆಸರಿಗೆ ಮಸೀಗೆ ಬಳ್ದಿಬಿಟ್ಟು, ಅವ್ಳಿಗೆ ನೀವು ದುವಾ ಮಾಡ್ತಾರೇ? ಪವಿತ್ರ ಕುರಾನ್ ಓದ್ತಾರೆ! ಕ್ಯಾಮಾ,,, ಜಬೀನಾ ಅವತ್ತು ಹೇಳಿಲ್ವಾ ನಿಮ್ಗೆ. ನಿಮ್ದುಕ್ಕೆ ಏನಾದ್ರು ಆದ್ರೆ ನಮ್ದುಕ್ಕೆ ಕಬರಸ್ತಾನ್ ಮೇ ದಫನ್ ನಹೀ ಕರೇಂಗೆ ಅಂತ ಕಿರುಚಾಡುತ್ತಾ ಬೆಳಗ್ಗಿಂದ ಅಂತ್ಯಕ್ರಿಯೆಗೆ ಸಹಕರಿಸುತ್ತಿದ್ದವರೆಲ್ಲರನ್ನೂ ಬೈದಾಡುತ್ತಿದ್ದ. ಅಜ್ಜಿಯಲ್ಲಿ ಮೆಲ್ಲಗೆ ಕೇಳಿದೆ ಯಾರಜ್ಜಿ ಇದು, ಯಾಕೆ ಗಲಾಟೆ ಮಾಡ್ತಾ ಇದಾರೆ? ನೆನ್ನೆ ಹೇಳ್ಳಿಲ್ವಾ ಮಗಾ ಮಲ್ಲಿ ಬದ್ಕಿದ್ದಾಗ ಅದೆಂತದೋ ಫತ್ವಾ ತಂದಿದ್ರು, ಅವ್ಳು ಸತ್ಮೇಲೆ ಸ್ಮಶಾನದಲ್ಲಿ ಜಾಗ ಕೊಡಲ್ಲಾ ಅಂತ ಅದ್ಕೆ ಮಸೀದಿ ಮೌಲ್ವಿ ಈಗ ಬಂದು ತಕ್ರಾರ್ ಮಾಡ್ತಾವ್ರೆ ಅಂದಳು. ಮೂಲೆಯಲ್ಲಿದ್ದ ಜಬೀನಾ ಅಳುತ್ತಾ ಆ ಮೌಲ್ವಿಯ ಮುಂದೆ ಬಂದು ಕೈ ಮುಗಿದು ಮುಜೆ ಮಾಫ್ ಕರ್ದೋ ಮೌಲಾನ. ಆಗಿತ್ತಲ್ಲಾ ಮರ್ತುಃ ಈಗ ದಫನ್ ಮಾಡಕ್ಕೆ ಬಿಡಿ ಮೌಲಾನ. ಇನ್ನೆಂದೂ ನಾನು ಈ ಕಡೆ ಬರಲ್ಲ ಮಾಫ್ ಕರ್ದೋ ಮುಜೆ ಅಂತ ಕೇಳಿಕೊಂಡರೂ ಯಾವುದೇ ಕಾರಣಕ್ಕೂ ನಾವು ಬಿಡುವುದಿಲ್ಲಾ. ಬೇರೆ ಎಲ್ಲಾದರೂ ತಗೊಂಡೋಗಿ ದಫನ್ ಮಾಡ್ಕೋ. ನಮ್ಮ ಕಬರಸ್ತಾನ್ ರೀತಿ ನೀತಿ ಎಲ್ಲಾ ಹಾಳಾಗಕ್ಕೆ ನಾವು ಬಿಡಲ್ಲಾ, ಅಲ್ಲಾಹ್ ನಮ್ಮನ್ನ ಕ್ಷಮಿಸಲ್ಲ, ಅವನಿಗೆ ಉತ್ತರ ಕೊಡುವವರು ಯಾರು? ಇಲ್ಲ ಯಾವುದೇ ಕಾರಣಕ್ಕೂ ದಫನ್ ಆಗುವುದಿಲ್ಲ, ಈಗಲೇ ಹೆಣ ಎತ್ತಿಕೊಂಡು ತೊಲಗು ಇಲ್ಲಿಂದ ಅಂತ ಹೌಹಾರಿದ. ಜಬೀನಾ ಹೊಟ್ಟೆ ಹಿಡಿದುಕೊಂಡು ಪರಿಪರಿಯಾಗಿ ಬೇಡಿಕೊಂಡರೂ ಕರುಣೆಯ ಕಟ್ಟೆ ಒಡೆಯಲಿಲ್ಲ. ಇದರ್ ದೇಕ್ ತಪ್ಪು ಮಾಡಿದವರು ಕ್ಷಮೆ ಕೇಳಿದರೆ ಆ ಆಲ್ಲಾಹ್ ಖಂಡಿತ ಕ್ಷಮಿಸುತ್ತಾನೆ. ನಿನ್ನಕ್ಕ ಸಾಯುವ ಮುಂಚೆ ಮಾಡಿದ ದಂದಾಗೆ ಎಲ್ಲರ ಮುಂದೆ ಕ್ಷಮೆ ಕೇಳಿ ಒಳ್ಳೆಯ ದಾರಿಯಲ್ಲಿ ನಡೆದಿದ್ದರೆ ಅಲ್ಲಾಹ್ ಕ್ಷಮಿಸುತ್ತಿದ್ದ. ಆದರೇ ನಿನ್ನಕ್ಕ ಕ್ಷಮೆ ಕೇಳಲಿಲ್ಲ. ಅದಕ್ಕೆ ಅವಳನ್ನು ನಮ್ಮ ಕಬರಸ್ತಾನದಲ್ಲಿ ದಫನ್ ಮಾಡಲು ಬಿಡುವುದಿಲ್ಲ ಎಂದ. ಅದಕ್ಕೆ ಜಬೀನಾ ಮೌಲಾನ ಈ ಹೊಸ ಪತ್ವಾ ನಿಮ್ಮದೋ ಆ ಅಲ್ಲಾಹ್‌ನದ್ದೋ? ನನ್ನಕ್ಕ ನಿಮ್ಮ ಮುಂದೆ ಕ್ಷಮೆ ಕೇಳದೆ ಇರಬಹುದು, ಆದರೆ ಅಲ್ಲಾಹ್‌ನಲ್ಲಿ ಕ್ಷಮೆ ಕೇಳಿರಬಹುದಲ್ಲವೇ. ಕ್ಷಮೆ ಕೇಳುವುದು ಬಿಡುವುದು ಅವಳಿಗೆ ಬಿಟ್ಟಿದ್ದು. ಕೊನೆ ಉಸಿರಿನ ಕ್ಷಣದಲಿ, ಒಣಗಿದ ಗಂಟಲಿನಲ್ಲಿ ಯಾ ಅಲ್ಲಾಹ್ ನನ್ನನ್ನು

ಕ್ಷಮಿಸು ಎಂಬ ಆರ್ತನಾದ ಬಂದಿರಬುಹುದಲ್ಲವೇ, ಇಲ್ಲವೇ ಇಂತಹ ನಿಕೃಷ್ಟ ಬದುಕನ್ನ ಕರುಣಿಸದ ಅವನ್ನು ದೂರಿರಲೂಬಹುದು. ಕ್ಷಮೆ ಕೇಳಲು ಕಾಲ ಗಳಿಗೆ, ಶಾಸ್ತ್ರ ಇಹುದೇನು? ಕ್ಷಮೆ ಕೇಳುವುದು, ಕ್ಷಮಿಸುವುದು ಅವಳಿಗೆ, ಆ ಅಲ್ಲಾಹ್‌ನಿಗೆ ಬಿಟ್ಟಿದ್ದು. ಕಬರಸ್ತಾನ್ ಕೇವಲ ನಿಮ್ಮದು ಮಾತ್ರವಲ್ಲ. ಅದು ಎಲ್ಲರದ್ದು. ಎಲ್ಲರೂ ಕೊನೆಗಾಲದಲ್ಲಿ ಅಲ್ಲಿಗೆ ಹೋಗೋದು. ಎಲ್ರೂ ಮಣ್ಣಲ್ಲಿ ಮಣ್ಣಾಗೋದೆ. ನೀವೆಲ್ಲರೂ ಇಲ್ಲಿಯೇ ಶಾಶ್ವತವಾಗಿರುವಿರೇ? ಎಂದ ಪ್ರಶ್ನೆಗೆ ಮೌಲ್ವಿ ವಿಚಲಿತನಾದಂತೆ ವಿಹ್ವಲಗೊಂಡು, ಕೋಪದಿಂದ ನಿನ್ನ ಬಾಯಿಗೆ ಬೀಗ ಹಾಕು. ಇಲ್ಲಿಂದ ಬೇಗ ಜಾಗ ಖಾಲಿ ಮಾಡು. ಕಬರಸ್ತಾನದ ನಿಯಮಗಳನ್ನೇ ಪ್ರಶ್ನಿಸುವಷ್ಟು ಕೊಬ್ಬಿದ್ದೀಯ. ಇಲ್ಲಿಂದ ಹೊರಡದಿದ್ದರೇ ನೀನು ನಿನ್ನಕ್ಕನ ಪಕ್ಕದಲ್ಲಿ ಕಫನ್ ಬಟ್ಟೆಯೊಂದಿಗೆ ಮರೆಯಾಗಿಬಿಡುತ್ತಿ ಹುಷಾರ್! ಎಂದು ಎಚ್ಚರಿಕೆ ನೀಡಿದ. ಅವನ ಹಿಂದೆ ಇದ್ದವರು ಅವನ ಆಜ್ಞೆಗೆ ಕಾಯುತ್ತಿದ್ದವರಂತೆ ಬುಸುಗುಡುತ್ತಿದ್ದರು.

ಜಬೀನಾಗೆ ಇನ್ನು ಬೇಡಿಕೊಂಡು ಪ್ರಯೋಜನವಿಲ್ಲ ಎಂದೆನಿಸಿರಬೇಕು. ಅವಳ ಅಸಹಾಯಕತೆಯ ಕಟ್ಟೆ ಹೊಡೆಯಿತು. ಮೈನಲ್ಲಿ ಅಡಗಿದ್ದ ಆವೇಶವನ್ನೇಲ್ಲಾ ಕೂಡಿಸಿಕೊಂಡು ಮೌಲ್ವಿಯ ಕೈಯಲ್ಲಿದ್ದ ಕುರಾನ್ ಕಸಿದುಕೊಂಡು ಅದೆಲ್ಲಿ ಬರೆದಿದೆ ಇದರಲ್ಲಿ, ಕುರಾನ್‌ನ ಪುಟಗಳನ್ನು ತಿರುಗಿಸಿ ಆ ಆಲ್ಲಾಹ್ ಅದೆಲ್ಲಿ ಹೇಳಿದ್ದಾನೆ ಇದರಲ್ಲಿ, ದಂದಾ ಮಾಡುವ ಹೆಣ್ಣಿಗೆ ಮಾತ್ರ ನೀತಿ ನಿಯಮ ಅಂತ. ದಂದಾ ಮೊದಲು ಆದದ್ದು ಆ ಹಲ್ಕಟ್ ಕರೀಮ್ ನಿಂದಲ್ಲವೇ? ಕಟ್ಕೊಂಡ ಹೆಂಡ್ತಿ ಅಂತಾನು ನೋಡ್ದೆ ದಿನಾ ರಾತ್ರಿ ಒಬ್ಬೊಬ್ರುಗೆ ಖರ್ಜೂರ ತರ ಮಾರುದ್ನಲ್ಲಾ ಅವನಿಗೇಕೆ ಜಾಗ ಕೊಟ್ಟಿರಿ ನಿಮ್ಮ ಸ್ಮಶಾನದಲ್ಲಿ, ಅವನಿಗೇಕೆ ದುವಾ ಮಾಡಿದಿರಿ? ಆಗ ನಿಮ್ಮ ಧರ್ಮ ಕೆಡಲಿಲ್ಲವೇ? ಇಲ್ಲಿ ಇರೋ ಎಷ್ಟು ಜನ ನನ್ನಕ್ಕನಲ್ಲಿಗೆ ಬಂದಿದ್ದೀರಿ, ಸೆಂಟ್ ಹೊಡೆದಿದ್ದೀರಿ, ನನ್ನಕ್ಕ ತಿಂದು ಬಿಸಾಡಿದ ಖರ್ಜೂರ ತಿಂದಿದ್ದೀರಿ, ನೀವೇಲ್ಲಾ ದಂದಾ ಮಾಡಿಲ್ಲವೇ? ನಿಮಗೆಲ್ಲಾ ದುವಾ ಮಾಡುವುದಿಲ್ಲವೇ? ಇದನ್ನೆಲ್ಲಾ ಆ ಅಲ್ಲಾಹ್ ಕೇಳುವುದಿಲ್ಲವೇ? ಓಹ್ ಅಲ್ಲಾಹ್ ಕೂಡ ಗಂಡಸು ಅಲ್ಲವೇ, ಅವನೂ ಗಂಡಸರ ಪರವೇ ಇರಬೇಕು ಅದಕ್ಕೆ ಹೆಂಗಸರಿಗೊಂದು ನೀತಿ ಗಂಡಸರಿಗೊಂದು ನೀತಿ. ಚನ್ನಾಗಿದೆ ನಿಮ್ಮ ನೀತಿ, ನನ್ನಕ್ಕ ಅವತ್ತೇ ಹೇಳಿದ್ದಳು ಬದುಕಿದ್ದಾಗಲೇ ನಮ್ಮನ್ನು ಕಬರಸ್ತಾನ್‌ಗೆ ಬಿಡದ ನೀವು ಸತ್ತಮೇಲೆ ಬಿಡ್ತೀರಾ ಅಂತ ಅದು ನಿಜವೇ ಆಗ್ತಾ ಇದೆ. ನನ್ನಕ್ಕ ಬದುಕಿದ್ದಾಗಲೇ ಬಯಸದ ಆ ನಿಮ್ಮ ಕಬರಸ್ತಾನ್, ಆ ನಿಮ್ಮ ದುವಾ, ನಿಮ್ಮ ಅಲ್ಲಾಹ್, ನಿಮ್ಮ ಧರ್ಮದ ಕೊನೆಯ ಮೊಳೆ ಈಗೇಕೆ ಬೇಕು. ನನ್ನಕ್ಕ ಬದುಕಿದ್ದಾಗಲೇ ನರಕ ಕಂಡಿದ್ದಾಳೆ ಸ್ವರ್ಗವನ್ನೂ. ಈಗೇಕೆ ನಿಮ್ಮ ಧರ್ಮದ ನೆರಳು? ಬೇಡ ಬೇಡ; ಹೀಗಾಗುವುದು

ಬೇಡ ತೆಗೆದುಕೊಳ್ಳಿ ನಿಮ್ಮ ಪವಿತ್ರ ಗ್ರಂಥ, ಅಂತ ಮೌಲ್ವಿಯ ಕೈಗಿಟ್ಟು ಹೊಟ್ಟೆಯಿಡಿದುಕೊಂಡು ಕುಸಿದುಬಿದ್ದಳು. ಇಡೀ ವಾತಾವರಣ ಮೌನವಾಗಿ ಜಬೀನಾಳ ಮಾತು ಕೇಳಿತ್ತು.

ಹಿಂದೆಯೆ ಗುಂಪಿನವರಲ್ಲಿ ಒಬ್ಬ ಏ ಹಲ್ಕಟ್ ಲೌಡಿ ನಮ್ ಮೌಲಾನಗೆ ಬೈತಿ, ನೀನು ನಿನ್ನಕ್ಕ ಹೆಣ್ಣು ನಾಯಿಗೆ ಹುಟ್ಟಿದವರು. ಅಲ್ಲಾಹ್‌ಗೆ ಬೈತಿ! ನಮ್ಮ ಪವಿತ್ರ ಕುರಾನ್‌ಗೆ ಪ್ರಶ್ನೆ ಮಾಡ್ತಿ! ಎಷ್ಟು ಧೈರ್ಯ ನಿಂಗೆ. ಎಲ್ಲಿಂದ್ಲೊ ದಿಕ್ಕಿಲ್ದೆ ಬಂದವ್ರು ನಮ್ಗೆ ಉಸ್ರೆತ್ತಿ ಮಾತಾಡ್ತಿ. ಈಗ್ಗೀದ್ದಿಂಗ್ಲೆ ಇಲ್ಲಿಂದ ಜಾಗ ಖಾಲಿ ಮಾಡು, ಇಲ್ಲಾಂದ್ರೆ ಆ ಲೌಡಿ ಹೆಣ ನಾಯಿ ತಿಂತವೇ ಹುಷಾರ್! ಎಂದು ಗದರಿದ. ಕೂತಲ್ಲಿಂದಲೇ ಜಬೀನಾ ಹೆದರದೇ ತಣ್ಣಗೆ ಅವಳ ದೇಹಾನಾ ಯಾವತ್ತೋ ನಿನ್ನಂತ ನಾಯಿಗಳು ತಿಂದು ಮುಕ್ಕಿದ್ದು ಆಯ್ತು, ಇನ್ನ್ಯಾವ ನಾಯಿಗೆ ಹಾಕ್ತಿ? ಕೇಳಿದಳು ಅವನು ಅವಮಾನಿತನಾದಂತೆ ಉದ್ರಿಕ್ತನಾಗಿ ಜಬೀನಾಳ ತುರುಬಿಗೆ ಕೈ ಹಾಕಿ ಮೇಲಕ್ಕೆತ್ತಿ ಎಳೆದಾಡಿದ. ತುಂಬಿದ ಬಸುರಿಯಾದ ಕಾರಣ ಒಂದಿಬ್ಬರು ಬಂದು ಬಿಡಿಸಲು ಯತ್ನಿಸಿದರು. ಅಷ್ಟರಲ್ಲಿ ಮೌಲ್ವಿ ಅವನಿಗೆ ಅವಳ ತುರುಬು ಬಿಟ್ಟು ನಿಲ್ಲಲು ಸೂಚಿಸಿದ. ಜಬೀನಾ ಈ ದಿನ ಕಬರಸ್ತಾನಕ್ಕೆ ನಿನ್ನಕ್ಕನ ಹೆಣ ಬಿಟ್ಟರೆ ನಮ್ಮ ಧರ್ಮ ಕೆಡುತ್ತೆ. ನಿನ್ನಕ್ಕನಂತೆ ಎಲ್ಲರೂ ದಂದಾ ಮಾಡಲು ಹೋದರೆ ಏನು ಕತೆ! ಈ ರೀತಿಯ ಕೆಲಸ ಮಾಡಲು ಹೋಗುವವರಿಗೆ ಇದೊಂದು ಉದಾಹರಣೆ. ಮುಂದೆ ಎಷ್ಟು ದುರಂತ ಇರುತ್ತದೆ ಅಂತ ಅವರಿಗೆ ಅರಿವಾಗಬೇಕು. ಅದಕ್ಕೆ ನಮ್ಮ ಕಬರಸ್ತಾನದಲ್ಲಿ ಇವಳನ್ನ ದಫನ್ ಮಾಡುವುದಿಲ್ಲ ಅಷ್ಟೇ. ಬೇರೆ ಎಲ್ಲಾದರೂ ದಫನ್ ಮಾಡಿಕೊ, ನಮ್ಮ ಅಭ್ಯಂತರವಿಲ್ಲ ಎಂದು ತನ್ನ ಗುಂಪನ್ನು ನಿಯಂತ್ರಿಸಿಕೊಂಡು ಒಂದೆ ಮಾತಿಗೆ ನುಡಿದ.

ಜಬೀನಾ ಇನ್ನೂ ಸುಧಾರಿಸಿಕೊಳ್ಳುತ್ತಿದ್ದಳು. ಕೆಲವರು ನೀರು ಕುಡಿಸಿ ಆರೈಸುತ್ತಿದ್ದರು. ಮೌಲ್ವಿ ಹೇಳಿದ ಬೇರೆಲ್ಲಾದರೂ ದಫನ್ ಮಾಡಿಕೊ ಎಂದ ಮಾತಿನಿಂದ ನನಗೊಂದು ಉಪಾಯ ಹೊಳೆಯಿತು. ಆಕೆಯನ್ನು ಊರಿನ ನಮ್ಮ ಹಿಂದೂಗಳ ಸ್ಮಶಾನದಲ್ಲಿ ಮಣ್ಣು ಮಾಡಬಹುದಲ್ಲಾ ಎಂದು ಅಜ್ಜಿಯಲ್ಲಿ ಕೇಳಿದೆ ಅಜ್ಜಿ ಶ್! ಸೂಚನೆ ಕೊಟ್ಟು ಸುಮ್ಮನಿರಲು ಹೇಳಿದಳು. ಇದೆಲ್ಲಾ ಸೂಕ್ಷ್ಮ ನಿಂಗೆ ಗೊತ್ತಾಗಲ್ಲ ಸುಮ್ಕಿರು, ಊರಿನ ಪಟೇಲರು, ಐನೋರು ಇದ್ಕೆಲ್ಲಾ ಒಪ್ಪಲ್ಲ ಅಂತ ಸುಮ್ಮನಿರಿಸಿದಳು. ಮಲ್ಲಿಕಾ ತನ್ನ ಕೆಲಸದಿಂದಾ ಸಾಕಷ್ಟು ಆಸ್ತಿ; ಜಮೀನು, ತೋಟ ಎಲ್ಲವನ್ನೂ ಗಳಿಸಿದ್ದಳು. ಆದರೇ ಅದೆಲ್ಲಾ ಹೇಗೆ ಬಂದಿತೋ ಹಾಗೇ ಕಳೆದುಕೊಂಡಿದ್ದಳು. ಕೆಲವನ್ನು ಕಿತ್ತುಕೊಂಡಿದ್ದರು. ಈಗ ಅವಳಿಗೆ ಕೇವಲ ಆರಡಿ ಮೂರಡಿ ಜಾಗ ಇಲ್ಲದಾಯಿತ್ತಲ್ಲಾ ಎಂಬ ವ್ಯಥೆ ಕನಲಿಸಿಬಿಟ್ಟಿತ್ತು.

ನಾನು ಈ ಊರಿನ ಭಾಗವಲ್ಲ. ರಜೆ ಸಿಕ್ಕಾಗಲೋ, ಹಬ್ಬಗಳಿದ್ದಾಗಲೋ ಬಂದು ನಾಲ್ಕು ದಿವಸ ಇದ್ದು ಹೋಗುವ ನಾನು ಊರಿನ ಉಸಾಬರಿಗೆ ಮೂಗು ತೂರಿಸುವಷ್ಟು ಅವಕಾಶವಿರಲಿಲ್ಲ. ಹಾಗೇನಾದರೂ ಹಾಕಿದರೆ ಅದು ನನ್ನಜ್ಜಿಯ ಮೇಲೆ ಪ್ರತಿಕೂಲ ಪರಿಣಾಮ ಬೀರದೆ ಇರುತ್ತಿರಲಿಲ್ಲ. ಅದನ್ನೆಲ್ಲಾ ಯೋಚಿಸಿ ಒಳಗೆ ಎದೆಯುರಿಯುತ್ತಿದ್ದರೂ ಅಸಹಾಯಕವಾಗಿರಬೇಕಾದ ಸ್ಥಿತಿ, ಜಬೀನಾಳ ರೋಧನೆ, ಮಲ್ಲಿಕಾಳ ಹೆಣದಿಂದ ಬರುತ್ತಿದ್ದ ಅತ್ತರಿನ ವಾಸನೆ, ಗುಂಪಿನ ಇರಿವ ಬಾಣದಂತಹ ನೋಟ ಎಲ್ಲವೂ ಸೇರಿ ನನ್ನನ್ನೇ ದಫನ್ ಮಾಡಿದಂತೆ, ಮಣ್ಣಿನ ಆಳದಲ್ಲಿ ಹೂತಾಕಿದಂತೆ ಭಾಸವಾಗುತ್ತಿತ್ತು. ಇನ್ನು ಜಬೀನಾಳ ಸ್ಥಿತಿ ಹೇಗಿರಬೇಕು? ಎದೆಯ ಮೇಲೆ ಎದ್ದು ಕಾಣುವ ಜನಿವಾರವಿದ್ದ ಊರಿನ ಮುಖ್ಯಸ್ಥನೊಬ್ಬ ಬಂದು ನೋಡು ಜಬೀನಾ ನೀನು ಈಗಲೇ ಇಲ್ಲಿಂದ ಹೆಣ ತೆಗೆದುಕೊಂಡು ಹೊರಟು ಹೋಗು. ನಾವು ನಿನಗೆ ಯಾವ ಸಹಾಯವನ್ನೂ ಮಾಡುವುದಿಲ್ಲ. ನೀನು ನನ್ನ ಮಗ ಪರ್ಸಾದುನ್ನ ಬುಟ್ಟಿಗೆ ಹಾಕಿಕೊಂಡು ನಮ್ ಜಾತಿ, ಧರ್ಮ ಕೆಡ್ಸಿದ್ದೀಯ, ನಿನಗೆ ಮೊದಲೇ ಊರಿಗೆ ಬಹಿಷ್ಕಾರ ಹಾಕಿದ್ದೀವಿ. ನಿಮ್ಮಕ್ಕಳನ್ನು ನಮ್ಮ ಸ್ಮಶಾನದಲ್ಲಿಯೂ ಮಣ್ಣು ಮಾಡಲು ಬಿಡುವುದಿಲ್ಲ. ಪಟ್ಟಣಕ್ಕೆ ಹೋಗಿ ಅದೇನೋ ಮಿಷಿನ್ನು ಇದೆಯಂತಲ್ಲಾ ಅದಕ್ಕೆ ಕೊಟ್ಟುಬಿಡು. ಮತ್ತೆ ಈ ದಿಕ್ಕಿಗೆ ಬರಬೇಡ ಅಂತ ಸೌಮ್ಯವಾಗಿ ಹೇಳಿ ಮಾತು ಮುಗಿಸಿದ. ನನಗೂ ಅದು ಸರಿ ಎನಿಸಿತು. ಮಲ್ಲಿಕಾ ಬದುಕಿದ್ದಾಗ ಅವಳ ಹತ್ತಿರ ತಿಂದವರು, ಅವಳನ್ನೂ ಸಾಕಷ್ಟು ತಿಂದವರು ಈಗ ಅವಳ ಅಂತ್ಯಕ್ರಿಯೆ ಮಾಡಲು ತಯಾರಿಲ್ಲದಾಗ ಬದುಕಿದ್ದ ಅಷ್ಟೂ ದಿವಸ ಬೇಯುತ್ತಲೇ ಇದ್ದವಳು ಈಗ ಒಮ್ಮೆಲೆ ಬೆಂದು ಬೂದಿಯಾಗುವುದೇ ಸರಿ ಎನಿಸಿತು.

ಜಬೀನಾ ಆ ಮುಖ್ಯಸ್ಥನಿಗೆ ಕೈ ಮುಗಿದು ನನ್ನ ಕಡೆಯೇ ಬಂದಳು. ಕೈನಲಿದ್ದ ಬಳೆಯೊಂದನ್ನು ತೆಗೆದು ನಮ್ರವಾಗಿ ನನಗೆ ಒಂದು ಗಾಡಿ ವ್ಯವಸ್ಥೆ ಮಾಡಿ ಕೊಡು ಎಂದು ನನ್ನ ಕೈಗಿತ್ತಳು. ಸುತ್ತಲಿನ ಅಷ್ಟೂ ಕಣ್ಣುಗಳು ನನ್ನನ್ನೇ ಕೇಂದ್ರೀಕರಿಸಿದ್ದವು. ತಲೆಯಾಡಿಸಿ ರೈಲ್ವೆ ಸ್ಟೇಷನ್ ಬಳಿ ಇದ್ದ ಬಾಡಿಗೆ ಗಾಡಿಗಳ ಸ್ಟ್ಯಾಂಡಿಗೆ ಬಂದು ಹುಡುಕಿದೆ. ಅಲ್ಲಿ ತೆರೆದ ಟಾಪು ಇದ್ದ ಕೆಲ ಟೆಂಪೋಗಳಷ್ಟೇ ಇದ್ದವು. ಅವುಗಳಲ್ಲೇ ಒಂದನ್ನು ಮಾತನಾಡಿಸಿ ಚಾರ್ಜು ವಿಚಾರಿಸಿ ಒಪ್ಪಿಸಿ ಕರಕೊಂಡು ಬಂದೆ. ಮೊಹಲ್ಲಾದ ಒಂದಿಬ್ಬರು ಮತ್ತು ಊರಿನ ಒಂದಿಬ್ಬರು ಮಲ್ಲಿಕಾಳ ಹೆಣವನ್ನು ಪಲ್ಲಂಗದ ಸಮೇತ ಗಾಡಿಯಲ್ಲಿ ಹಾಕಲು ಸಹಾಯ ಮಾಡಿದರು. ಗಾಡಿಯಲ್ಲಿ ಒಣ ಹುಲ್ಲು ಇದ್ದಿದ್ದರಿಂದ ಜಬೀನಾಳು ಅಲ್ಲಿಯೇ ಹತ್ತಿ ಕೂತಳು. ಗಾಡಿ ನಿಧಾನಕ್ಕೆ ಮುಂದಕ್ಕೆ ಹೋದಂತೆ ಅದರಿಂದ ಎದ್ದ ಧೂಳು ಮತ್ತು ಅತ್ತರಿನ ವಾಸನೆ ಇಡೀ ಗುಂಪನ್ನು ಮುಸುಕಿಬಿಟ್ಟಿತು. ಮೌಲ್ವಿ

ಕುರಾನ್ ಅನ್ನು ಕಣ್ಣಿಗೊತ್ತಿಕೊಂಡ ಹಾಗೆ ಎದೆಗೊತ್ತಿಕ್ಕೊಂಡು ಅದ್ಯಾವುದೋ
ಗಂಡಾಂತರ ಕಳೆದವನ ಹಾಗೆ, ಧರ್ಮದುರಂತ ತಪ್ಪಿಸಿದವನ ಹಾಗೆ, ಮುಂದೆ
ತನಗೆ ಅಲ್ಲಾಹ್ ಯಾವ ಪ್ರಶ್ನೆಯನ್ನೂ ಕೇಳುವುದಿಲ್ಲ ಎಂಬ ಭಾವದೊಂದಿಗೆ
ಮಸೀದಿಯ ಕಡೆ ನಡೆದ. ಅವನ ಹಿಂದೆ ಆ ಗುಂಪು ಕೂಡ ತಿರುವಿನಲ್ಲಿ
ಮರೆಯಾಯಿತು. ಮಸೀದಿಯಿಂದ ಮಧ್ಯಾನ್ಹದ ಅಝಾನ್–

ಅಲ್ಲಾಹು ಅಕ್ಬರ್ ಅಲ್ಲಾಹು ಅಕ್ಬರ್

ಲಾಇಲಾಹ ಇಲ್ಲಲ್ಲಾಹ್

ಅಷ್ಹದು ಅಲ್ಲಾ ಇಲಾಹ ಇಲ್ಲಲ್ಲಾ

ಅಷ್ಹದು ಅನ್ನಾ ಮೊಹಮ್ಮದುರ್ ರಸೂಲುಲ್ಲಾಹ್

ಹಯ್ಯಾ ಅಲಸ್ಸಲಾ

ಹಯ್ಯಾ ಅಲಲ್ ಫಲಾ...

ಕೇಳುತ್ತಿತ್ತು. ಗುಂಪು ಚದುರಿತು.

ಕರಿಧೂಳು

ಶಂಕರ್ ಸಿಹಿಮೊಗೆ

ದಿನಾ ಬೆಳಿಗ್ಗೆ ಎದ್ದು ಮನೆ ಅಂಗಳ ಗುಡಿಸಿ ನೀರಾಕುತ್ತಿದ್ದ ಕರಿಯಕ್ಕ 'ಇವರ ಮನೀ ಹಾಳಾಗ, ಎಷ್ಟು ಅಂತಾ ಗುಡಿಸೋದು. ಸಾಕಾಗ್ ಹೋಗದೆ ಅತ್ಲಾಗೆ. ಅಡಿಗೆ ಮನೆ ಪಾತ್ರೆಗಳೆಲ್ಲಾ ಕರ್ರೂಗಾಗವೇ, ನಾನು ಎಷ್ಟು ಅಂತಾ ತಿಕ್ಲಿ, ಸೋಪೇನ್ ಇವ್ರಪ್ಪ ತಂದು ಕೊಟ್ಟಾನ? ಮೊದ್ಲೆ ಇಲ್ಲಿ ತಿಕ ತೋಳಿಯಾಕು ನೀರು ಸರಿಯಾಗಿ ಸಿಗಾಕ್ಕಿಲ್ಲ, ಇನ್ನೂ ತಿಕ್ಕಿದ್ದೆ ತಿಕ್ಕು ತೊಳ್ದಿದ್ದೆ ತೊಳಿ, ಕೆಲ್ಸ ಮಾಡೋಕೆ ನೀರ್ ಎಲ್ಲಿಂದ ತರ್ಲಿ? ಮನೆ ಹೆಂಚೆಲ್ಲಾ ಬರೀ ಕರಿಧೂಳೇ ತುಂಬೋಗದೆ' ಎಂದು ಮೂರು ತಿಂಗಳ ಹಿಂದೆ ಊರಿನಲ್ಲಿ ಶುರುವಾಗಿದ್ದ ಡಾಂಬರ್ ಫ್ಯಾಕ್ಟರಿಯವರಿಗೆ ಯರ್ರಾಬಿರ್ರಿ ಬಯ್ಯುತ್ತಿದ್ದಳು.

ಸಂಡೂರಿನಲ್ಲಿ ಡಾಂಬರ್ ಫ್ಯಾಕ್ಟರಿ ಆರಂಭಕ್ಕು ಮುನ್ನ ನಾಗರೀಕ ಸಮಿತಿಯವರು ಪ್ರತಿಭಟನೆ ಮಾಡಿ 'ನಮ್ಮೂರ್ನಾಗೆ ಡಾಂಬರ್ ಫ್ಯಾಕ್ಟರಿ ಮಾಡೋಕು ಮುಂಚೆ ಚೂರು ಇಸನಾದ್ರು ಕೊಟ್ಟು ಬಿಡ್ರಿ' ಎಂದು ಜಿಲ್ಲಾಧಿಕಾರಿಗೆ ಮನವಿ ಸಲ್ಲಿಸಿದ್ರು. ಇವರ ಮನವಿಗೆ ಕಿಮ್ಮತ್ತು ಕೊಡದ ಜಿಲ್ಲಾಡಳಿತ ಸಬೂಬು ಹೇಳಿ ಫ್ಯಾಕ್ಟರಿ ನಡೆಸಲು ಲೈಸನ್ಸ್ ಕೊಟ್ಟು ಸರಿಯಾಗಿ ಮೂರು ತಿಂಗಳಾಗಿತ್ತು ಅಷ್ಟೇ. ಇಂಜಿನಿಯರ್ ಕಾಳೇಗೌಡರ ಮನೆಯ ತೋಟದ ಎಲೆಗಳ ಮೇಲೆಲ್ಲಾ ಡಾಂಬರಿನ ಕಪ್ಪು ಕಣಗಳೇ. ಈ ಹಿಂದೆ ಊರಿನಿಂದ ಬಂದ ನೆಂಟರೆಲ್ಲಾ ಇವರ ಮನೆಯ ಕೈದೋಟದ ಬಗ್ಗೆ ಹೊಗಳುತ್ತಿದ್ದವರೇ 'ಇಂಜಿನಿಯರ್ ಸಾಹೇಬ್ರು ಇಂತದ್ದು ಬೆಳೆದಿಲ್ಲ ಅನ್ನಂಗಿಲ್ಲ ಸಣ್ಣ ಕೈದೋಟದಲ್ಲಿ ಗರಿಕೆಯಿಂದ ಹಿಡಿದು, ಬೆಟ್ಟದ ನೆಲ್ಲಿ, ಕರಿಬೇವು, ಬೋನ್ಸಾಯಿ ಮತ್ತು ತರತರಹದ ಆರ್ಕಿಡ್ ಗಿಡಗಳು ಸೇರಿದಂತೆ ನೂರಾರು ವಿಧದ ಸಾವಿರಾರು ಗಿಡಗಳನ್ನು ಬೆಳೆದಿದ್ದಾರೆ' ಎಂದು ಅವರಿಗೆ ಖುಷಿಯಾಗುವ ಹಾಗೆ ಹೇಳೋರು. ಈಗ ಕೈದೋಟದ

ಗಿಡಗಳ ಮೇಲೆಲ್ಲಾ ಬರೀ ಡಾಂಬರಿನ ಕಣಗಳೇ ಆವರಿಸಿದ್ದು ನೋಡಿ ಕಾಳೇಗೌಡರಿಗೆ ಮೈಯೆಲ್ಲಾ ಉರಿದು ಹೋಗುತ್ತಿತ್ತು.

ನಮ್ಮೂರಿಗೊಂದು ಫ್ಯಾಕ್ಟರಿ ಬಂದರೆ ನಿರುದ್ಯೋಗಿಗಳಿಗೆ ಕೆಲಸ ಸಿಗುತ್ತದೆ ಎಂದು ಅಂದುಕೊಂಡವರಿಗೆ ಅದರ ಕೆಟ್ಟ ಪರಿಣಾಮಗಳನ್ನು ತಿಳಿದ ನಂತರ ನೆಮ್ಮದಿಯಾಗಿ ಬದುಕಿದರೆ ಸಾಕಪ್ಪ ಅನ್ನುವಂತಾಗಿತ್ತು. ದೀಪದ ಕೆಳಗೆ ಕತ್ತಲು ಅನ್ನುವ ಹಾಗೆ ರಾಜ್ಯದ ಬೇರೆ ಬೇರೆ ಭಾಗದ ರಸ್ತೆಗಳಿಗೆ ಇಲ್ಲಿನ ಡಾಂಬರು ಸರಬರಾಜಾದರು, ಅದರ ಸಂಕಟ ಮಾತ್ರ ಸಂಡೂರಿನವರಿಗೆ. ಹೋಟೆಲ್ ನಡೆಸುವವರ ಪರಿಸ್ಥಿತಿ, ಗಿರಾಕಿಗಳಿಲ್ಲದೆ ಬಾಗಿಲು ಹಾಕುವ ದುಸ್ಥಿತಿಗೆ ಬಂದು ತಲುಪಿತ್ತು. 'ತಿನ್ನುವ ಟೇಬಲ್ಲಿನಿಂದ ಹಿಡಿದು ಉಣ್ಣುವ ತಟ್ಟೆಯ ಮೇಲೆಲ್ಲ ಕರಿಧೂಳಿನ ಮುದ್ರೆ ಇರುವಾಗ ಗಿರಾಕಿಗಳಿಗೆ ತಿನ್ನುವ ಮನಸ್ಸಾದರು ಬರುತ್ತದೆಯೇ?' ಎಂದು ಹೋಟೆಲ್ ನಡೆಸುವ ಮಾಣಿ ಹೇಳುತ್ತಾನೆ. ದಿನೇ ದಿನೇ ವಾಯುಮಾಲಿನ್ಯದ ತೀವ್ರತೆ ಏರಿಕೆಯಾದಂತೆ ಪಕ್ಷಿಗಳು ತಮ್ಮ ದಿಕ್ಕನ್ನು ಬದಲಾಯಿಸಿದ್ದವು. ಅಪರೂಪಕ್ಕೆ ಬರ್ಡ್ ರೆಸ್ಕ್ಯೂ ತಂಡಕ್ಕೆ ಸಿಗುತ್ತಿದ್ದ ಹಕ್ಕಿಗಳ ಸಂಖ್ಯೆಯು ಕ್ರಮೇಣವಾಗಿ ಏರಿಕೆಯಾಗುತ್ತ ಬಂದಿತ್ತು. ಕರಿಧೂಳಿನ ಗಾಳಿ ಆಕಾಶದೆತ್ತರಕ್ಕೆ ಆವರಿಸಿ ಆಪೋಶನ ತೆಗೆದುಕೊಳ್ಳುತ್ತಿದ್ದರೆ ಆಕಾಶದಲ್ಲಿ ಹಾರುತ್ತಿದ್ದ ಒಂದೊಂದೆ ಹದ್ದುಗಳು ದುಬುಕ್ ದುಬುಕ್ ಎಂದು ಭೂಮಿಯ ಕಡೆಗೆ ಬೀಳುವುದು ನಾಗರೀಕರ ಕಣ್ಣಿಗೆ ಕಟ್ಟಿದಂತಿತ್ತು.

ಗಂಡಿನ ಮನೆ ನೋಡಲು ಬರುತ್ತಿದ್ದ ಹೆಣ್ಣಿನ ಕಡೆಯವರು 'ಹೇಳಿ ಕಳಿಸುತ್ತೇವೆ' ಎಂದ ನಂತರ ಅವರದು ಸುದ್ದಿಯೇ ಇರುತ್ತಿರಲಿಲ್ಲ! ಈ ಮೊದಲು ಹೀಗೇನು ಇರಲಿಲ್ಲ, ಸಂಡೂರಿಗೆ ಧಾರಾಳವಾಗಿ ಹೆಣ್ಣನ್ನು ಕೊಡುತ್ತಿದ್ದರು. ಬಯಲು ಸೀಮೆಯ ಭಾಗದಲ್ಲಿದ್ದರು, ಸಂಡೂರು ಅರೆ ಮಲೆನಾಡಿನಂತಿತ್ತು. ಯಾವಾಗ ಇಲ್ಲಿ ಡಾಂಬರಿನ ಫ್ಯಾಕ್ಟರಿ ಆರಂಭವಾಯಿತೋ ಊರಿಗೆ ಒಂದೊಂದೆ ಸಮಸ್ಯೆಗಳು ಎದುರಾಗಲು ಆರಂಭವಾಗಿದ್ದವು. ಕರಿಧೂಳಿನ ಗಾಳಿ ಕುಡಿದು ಬದುಕಲಿ ಎಂದು ಯಾರು ತಾನೇ ತಮ್ಮ ಹೆಣ್ಣು ಮಕ್ಕಳನ್ನು ಇಂತಹ ಊರಿಗೆ ಕೊಟ್ಟಾರು. 'ಮನೆ ನಲ್ಲಿಯಲ್ಲಿ ನೀರು ಬಿಟ್ಟರೆ ಅಲ್ಲೂ ಧೂಳಿನ ಕಣಗಳೇ, ಹರಿಯುವ ಹೊಳೆಯ ನೀರು ಕರಿಧೂಳು. ಹೀಗಾದರೆ ಬದುಕುವುದು ಹೇಗೆ? ಮನುಷ್ಯನ ಮೂಲಭೂತ ಅಗತ್ಯಗಳಲ್ಲಿ ಗಾಳಿ ನೀರು ಪ್ರಮುಖವಾದದ್ದು. ಅವುಗಳೆರಡು ಕಲುಷಿತವಾಗಲು ಆರಂಭಿಸಿದರೆ ಎಲ್ಲಿಗೆ ಓಡಬೇಕು ನಾವು?' ಎಂದು ಕಾರ್ಪೋರೇಟರ್ಗಳಿಗೆ ಕೇಳಿದರೆ ಅವರದು ಯಾವಾಗಲೂ ಒಂದೇ ಮಾತು 'ಇದರಲ್ಲಿ ನಮ್ಮದೇನು ಇಲ್ಲ, ಎಲ್ಲಾ ಶಾಸಕರದ್ದು ಪ್ರಭಾವ' ಎಂದು ಎಂ.ಎಲ್.ಎ. ರಂಗಣ್ಣನ ಕಡೆಗೆ ಬೊಟ್ಟು ತೋರಿಸುತ್ತಿದ್ದರು.

ಸಂಡೂರಿನ ಅಂಗಳಯ್ಯನಕೆರೆಯ ಐದನೆ ಬೀದಿಯ ಕೊನೆಯ ಮನೆಯಲ್ಲಿ ವಾಸ ಮಾಡುತ್ತಿದ್ದ ಪ್ರವೀಣ್ ವೈದನಿ ಮತ್ತು ಆತನ ಅಮ್ಮ ಹಪ್ಪಳ ಸಂಡಿಗೆ ಉಪ್ಪಿನಕಾಯಿ ಮಾರಿ ಜೀವನ ಸಾಗಿಸುತ್ತಿದ್ದರು. ಇವರ ಪ್ರಾಡಕ್ಟುಗಳು ಅದೆಷ್ಟು ಜನಪ್ರಿಯವಾಗಿದ್ದವೆಂದರೆ ದೂರದ ದುಬೈ ದೇಶಕ್ಕು ಕೂಡ ಎಕ್ಸ್‌ಪೋರ್ಟ್ ಮಾಡುತ್ತಿದ್ದರು. ಕೆಲಸ ಆಗಿನ್ನು ಕೈಹಿಡಿದಿತ್ತು. ಅಮ್ಮ ಮನೆಯಲ್ಲಿ ಕೂತು ಹಪ್ಪಳ ಸಂಡಿಗೆ ಮಾಡಿಕೊಟ್ಟರೆ ಅವುಗಳನ್ನು ಮಾರ್ಕೆಟಿಂಗ್ ಮಾಡುವುದು ಪ್ರವೀಣ್ ವೈದನಿಯ ಕೆಲಸ. ಮಾರ್ಕೆಟಿಂಗ್ ವಿಭಾಗದಲ್ಲಿ ಎಂ.ಬಿ.ಎ. ಮುಗಿಸಿದ್ದ ಇವನು 'ಬೇರೆಯವರ ಅಡಿಯಲ್ಲಿ ಕೆಲಸ ಮಾಡುವುದಿಲ್ಲ, ಮಾಡುವುದಾದರೆ ಸ್ವಂತ ವ್ಯಾಪಾರ ಮಾಡಿಯೇ ಮುಂದೆ ಬರುತ್ತೇನೆ' ಎಂದು ಹಠ ತೊಟ್ಟಿದ್ದವನು, ಖಾಸಗಿ ಫೈನಾನ್ಸಿನವರ ಬಳಿ ಸಾಲ ಮಾಡಿ ವ್ಯಾಪಾರವನ್ನು ವಿಸ್ತರಿಸಿದ್ದ. ಆರಂಭದಲ್ಲಿ ಅಮ್ಮ ಮತ್ತು ಮಗ ಇಬ್ಬರೇ ಕೆಲಸ ಮಾಡುತ್ತಿದ್ದವರು, ಪ್ರಾಡಕ್ಟುಗಳು ಜನಪ್ರಿಯವಾಗುತ್ತಿದ್ದಂತೆ ಇಬ್ಬರಿಗೆ ನಿಭಾಯಿಸಲು ಕಷ್ಟವಾಗಿ ಹತ್ತು ಜನ ಮಹಿಳೆಯರನ್ನು ಕೆಲಸಕ್ಕೆ ನೇಮಿಸಿಕೊಂಡಿದ್ದರು. ಪುಟ್ಟದಾಗಿ ಆರಂಭವಾಗಿದ್ದ ಕೆಲಸವೊಂದು ಈಗ ಹನ್ನೊಂದು ಕುಟುಂಬಕ್ಕೆ ಹಸಿವು ನೀಗಿಸಿಕೊಳ್ಳುವ ದಾರಿಯಾಗಿತ್ತು.

ಯಾವಾಗ ಸಂಡೂರಿನಲ್ಲಿ ಡಾಂಬರ್ ಫ್ಯಾಕ್ಟರಿ ಆರಂಭವಾಯ್ತೋ ಆಗಲೇ ಅವರ ಕನಸುಗಳಿಗೂ ಬರ ಬಡಿಯಲು ಆರಂಭವಾಗಿತ್ತು. ಎಲ್ಲೆಂದರಲ್ಲಿ ಗಾಳಿಯಿಂದ ಬಂದು ಕೂರುತ್ತಿದ್ದ ಕರಿಧೂಳಿನ ಕಣಗಳಿಂದಾಗಿ ಗುಣಮಟ್ಟವನ್ನು ಕಾಪಾಡಿಕೊಳ್ಳಲು ಆಗದ ಇವರ ಪ್ರಾಡಕ್ಟುಗಳನ್ನು ಗ್ರಾಹಕರು ನಿರಾಕರಿಸುತ್ತಿದ್ದರು. ದುಬೈನಿಂದ ಇದ್ದ ಬೇಡಿಕೆಯು ಕಡಿಮೆಯಾಗಿತ್ತು. ಇವರ ಸಂಡಿಗೆ ಹಪ್ಪಳ ಫ್ಯಾಕ್ಟರಿಯಲ್ಲಿ ಕೆಲಸಕ್ಕೆ ಬರುತ್ತಿದ್ದ ಬಸಮ್ಮ 'ಈ ಡಾಂಬ್ರು ಫ್ಯಾಕ್ಟರಿ ಮಾಡಿ ನಮ್ಮ ಹೊಟ್ಟೆ ಮ್ಯಾಲೇ ಹೊಡೆದು ಬುಟ್ರು, ನಮ್ಗೂ ಒಂದು ಕೆಲ್ಸ ಅಂತಾ ಆಗಿ ಮೂರು ಹೊತ್ತು ಗಂಜೀ ಕುಡುದ್ರು ನೆಮ್ದಿಯಾಗಿ ಮಲಗ್ತಾ ಇದ್ವಿ, ಈಗ ಕೆಲ್ಸಾನು ಇಲ್ಲ, ಮೈ ಕೂಡ ಹುಷರಾಗಿರಲ್ಲ, ಯಾವಾಗ್ ಬೇಕಂದ್ರೆ ಅವಾಗ ಧಮ್ಮು ಕಟ್ತಾದೆ. ದವಾಖಾನೆಗೆ ದುಡ್ಡು ಎಲ್ಲಿಂದ ತರ್ಲಿ! ಈ ಫ್ಯಾಕ್ಟರಿ ಮಾಡ್ದೋನ ಮನೀ ಯಕ್ಕುಟೋಗ್ಲಿ. ನಮ್ಮ್ ಹೊಟ್ಟೆ ಉರಿದಂಗೆ ಅವ್ರ್ ಹೊಟ್ಟೇನು ಉರಿಲಿ' ಅಂತಾ ಶಾಪ ಹಾಕೋಳು. ಮಾಡಿದ್ದ ಸಾಲದ ಕಂತು ಕಟ್ಟಲಾಗದೆ ಪ್ರವೀಣ್ ವೈದನಿ ಸಾಲ ಕೊಟ್ಟ ಫೈನಾನ್ಸಿನವರಿಗೆ ಮುಖ ತೋರಿಸಲು ಆಗದೆ ತಲೆ ತಪ್ಪಿಸಿಕೊಂಡು ಓಡಾಡುತ್ತಿದ್ದ. ಕೊನೆಗೆ ಬೇರೆ ದಾರಿ ಕಾಣದೆ ಕಠಿಣ ಮನಸ್ಸಿನಿಂದ ಕೆಲಸಕ್ಕೆ ಬರುತ್ತಿದ್ದ ಮಹಿಳೆಯರಿಗೆ 'ಇನ್ನೂ ಮುಂದೆ ಕೆಲಸಕ್ಕೆ ಬರಬೇಡ್ರಿ ಕಣ್ರವ್ವ, ಸಂಬ್ಳ ಕೊಡಾಕೆ ಆಗಾಕ್ಕಿಲ್ಲ. ಬೇರೆ

ಯಾವ್ದಾದ್ರೂ ಕೆಲ್ಸ ಹುಡುಕ್ಕಳಿ. ನಾವು ಊರು ಬಿಡ್ತಾ ಇದೀವಿ, ಇಲ್ಲೇ ಇದ್ರೆ ಕರಿಧೂಳಿನಿಂದ ಇರೋ ಆರ್ಡರ್ಗಳುನ್ನ ಕಳ್ಕ ಬೇಕಾಗುತ್ತೆ. ಈ ಸರಕಾರನ ಎದ್ರುಸಿಕೊಂಡು ಬದುಕೋಕೆ ಆದದ, ನಮ್ಮ ಮೂಳೆ ಸವಿತಾದೆ ಅಷ್ಟೇ' ಎಂದು ಪ್ರವೀಣನ ಅಮ್ಮ ಕೆಲಸಕ್ಕಿದ್ದ ಮಹಿಳೆಯರಿಗೆ ಹೇಳಿದಾಗ ಅವರು ಗೋಳೋ ಎಂದು ಸೆರಗಿನಲ್ಲಿ ಕಣ್ಣು ಒರೆಸಿಕೊಳ್ಳುತ್ತಾ ಅಳುತ್ತಿದ್ದರು. ನಾಲ್ಕು ವಾರಗಳ ನಂತರ ಪ್ರವೀಣ್ ವೈದನಿ ಮತ್ತು ಅವನ ಅಮ್ಮ ಊರು ಖಾಲಿ ಮಾಡಿ, ಅವನ ಮಾವನ ಮನೆಯಿದ್ದ ದೂರದ ಸಂತೆಕಡೂರಿನಲ್ಲಿ ನೆಲೆ ಕಂಡುಕೊಂಡರು.

ರಾತ್ರಿಪಾಳಿ ಸೆಕ್ಯೂರಿಟಿ ಕೆಲಸ ಮುಗಿಸಿ ಮನೆಗೆ ಬರುತ್ತಿದ್ದ ಡಾಂಬರ್ ಫ್ಯಾಕ್ಟರಿಯ ವಾಚ್ಮನ್ ಲಿಂಗಪ್ಪನಿಗೆ ಹಗಲಿನಲ್ಲಿ ಸರಿಯಾಗಿ ನಿದ್ದೆ ಬರುತ್ತಿರಲಿಲ್ಲ, ಇವನಿಗೆ ಇವನ ಕೆಲಸವೇ ನುಂಗಲು ಆಗದ, ಉಗುಳಲು ಆಗದ ಬಿಸಿತುಪ್ಪವಾಗಿತ್ತು. ಊರಿನವರೆಲ್ಲಾ ನಾಗರೀಕ ಸಮಿತಿ ಮಾಡಿಕೊಂಡು ಅದರ ವಿರುದ್ಧ ಹೋರಾಟ ಮಾಡುತ್ತಿದ್ದರೆ, ಇವನಿಗೆ ಮಾತ್ರ ತಿಂಗಳ ಸಂಬಳದ ಚಿಂತೆ. ಡಾಂಬರ್ ಫ್ಯಾಕ್ಟರಿ ಬಂದ ನಂತರ ಇವನ ಹೆಂಡತಿಯು ಸೇರಿದಂತೆ ಕುಟುಂಬದ ಕೆಲವರಿಗೆ ಅನಾರೋಗ್ಯವಾಗಲು ಶುರುವಾಗಿತ್ತು. ಬಂದ ಸಂಬಳದಲ್ಲಿ ಕಾಲು ಭಾಗ ಆಸ್ಪತ್ರೆಗೆ ಮೀಸಲಿಡಬೇಕಾಗುತ್ತಿತ್ತು. ವಾಚ್ಮನ್ ಕೆಲಸಕ್ಕು ಮುನ್ನ ಲಿಂಗಣ್ಣ ಕೊಡಲಿಯೊಂದನ್ನು ಭುಜಕ್ಕೆ ನೇತುಹಾಕಿಕೊಂಡು ಊರೆಲ್ಲಾ ತಿರುಗಿ ಅವರಿವರ ಮನೆಯ ಸೌದೆ ಹೊಡೆದು ಜೀವನ ಸಾಗಿಸುತ್ತಿದ್ದನು. ಬಿಸಿಲಿನಲ್ಲಿ ಅಲೆದಲೆದು ಜೀವಕ್ಕೆ ಸಾಕಾಗಿತ್ತು, 'ನಂಗೂ ಒಂದ್ಕಡೆ ಕೂತು ಮಾಡುವ ಕೆಲ್ಸ ಸಿಕ್ರೆ ನೆಮ್ದಿ' ಎಂದು ಅವನ ಗೆಳೆಯನ ಬಳಿ ಹೇಳಿಕೊಳ್ಳುತ್ತಿದ್ದವನಿಗೆ ಡಾಂಬರ್ ಫ್ಯಾಕ್ಟರಿ ಕರೆದು ಕೆಲಸ ಕೊಟ್ಟಿತ್ತು. ಹೆಂಡತಿ ಮಗನಿಗೆ ಆಗಾಗ ಧಮ್ಮು ಕಟ್ಟಿ ಆಸ್ಪತ್ರೆಗೆ ಹೋಗಿ ಬರುವುದು ಹೆಚ್ಚಾಗ ತೊಡಗಿತ್ತು. ಅವನ ಅಕ್ಕ ಪಕ್ಕದ ಮನೆಯವರು 'ಇದು ಡಾಂಬರ್ ಫ್ಯಾಕ್ಟರಿಯ ಪರಿಣಾಮ, ಮೊದಲು ಸ್ಥಳೀಯರು ಆ ಫ್ಯಾಕ್ಟರಿ ಕೆಲಸಕ್ಕೆ ಹೋಗುವುದು ನಿಲ್ಲಿಸಿ ಎಂದು ನಾಗರೀಕ ಸಮಿತಿಯವರು ಎಷ್ಟು ಹೇಳಿದರು ನೀವು ಕೇಳುವುದಿಲ್ಲ. ಹುಟ್ಟಿದ ದೇವರು ಹುಲ್ಲು ಮೇಯಿಸ್ತಾನ? ಇದಲ್ಲ ಅಂದರೆ ಇನ್ನೊಂದು ಕೆಲಸ ಸಿಗುತ್ತದಪ್ಪ' ಎಂದು ಲಿಂಗಪ್ಪನಿಗೆ ಆಗಾಗ ಗದರುತ್ತಿದ್ದರು. ಅವರ ಮಾತುಗಳಿಗೆ ತಲೆಕೆಡಿಸಿಕೊಳ್ಳುತ್ತಿದ್ದ ಲಿಂಗಪ್ಪ 'ಸರಿ ಕೆಲ್ಸ ಬಿಟ್ಟು ಬಿಡ್ತೀನಿ, ನನಗೂ ಮತ್ತು ನನ್ನ ಹೆಂಡ್ತಿ ಮಕ್ಳಿಗೂ ಮೂರು ಹೊತ್ತು ಊಟ ನೀವೇ ಹಾಕಿ' ಎಂದು ಅವರ ಬಾಯಿ ಮುಚ್ಚಿಸುತ್ತಿದ್ದನು. ಅದೊಂದು ರಾತ್ರಿ ಡಾಂಬರ್ ಫ್ಯಾಕ್ಟರಿಯಲ್ಲಿ ನಡೆದ ಬೆಂಕಿ ಅವಗಢದಲ್ಲಿ ಗಾಯಗೊಂಡಿದ್ದ ವಾಚ್ಮನ್ ಲಿಂಗಣ್ಣ, ಪರಿಹಾರವು ಸಿಗದೆ ಮನೆಯ ಮೂಲೆ ಸೇರಿದ್ದವನು ಮತ್ತೆ ಮೇಲೆ ಎದ್ದಿಲ್ಲ.

ನಗರದಲ್ಲಿ ಅಸ್ತಮಾ ರೋಗಿಗಳ ಸಂಖ್ಯೆ ದಿನೇ ದಿನೇ ಏರಿಕೆಯಾಗುತ್ತಲೇ ಹೋಗುತ್ತಿತ್ತು ವಿನಃ ಕಡಿಮೆಯಾಗಲಿಲ್ಲ, ಜನರು ಇದ್ದ ಒಂದೇ ಒಂದು ಸರಕಾರಿ ಆಸ್ಪತ್ರೆಯ ಮುಂದಿನ ದೊಡ್ಡ ಸಾಲಿನಲ್ಲಿ ನಿಂತು, ಡಾಕ್ಟರಿಗೆ ತೋರಿಸಿಕೊಂಡು ಮನೆಗೆ ಬರುವ ಹೊತ್ತಿಗಾಗಲೇ ಸಂಜೆಯಾಗಿಬಿಡುತ್ತಿತ್ತು. ಯಾರು ಹೋದರು ಅವರಿಗೆ 'ನಿಮ್ಮ ದೇಹದಲ್ಲಿ ಸಕ್ಕರೆ ಪ್ರಮಾಣ ವ್ಯತ್ಯಾಸವಾಗಿದೆ, ರಕ್ತದ ಒತ್ತಡದಲ್ಲಿ ಏರಿಕೆಯಾಗಿದೆ' ಎಂದಷ್ಟೇ ಕಾರಣ ಹೇಳಿ ಔಷಧಿಗಳನ್ನು ಬರೆದುಕೊಡುತ್ತಿದ್ದರು. ಡಾಕ್ಟರ್ ಇಲ್ಲದ ಸಮಯದಲ್ಲಿ ಕಾಂಪೌಂಡರ್ಗಳೇ ಡಾಕ್ಟರ್ ಆಗಿಬಿಡುತ್ತಿದ್ದರು. ಬೇರೆ ದಾರಿ ಕಾಣದ ಜನರು ಅವರು ಕೊಟ್ಟ ಔಷಧಿಗಳು ಇಸಿದುಕೊಂಡು ಬರುತ್ತಿದ್ದರು. ಎಲ್ಲರಿಗೂ ಎಲ್ಲಿ ಒಂದೇ ಕಾರಣ ಬರೆದರೆ ಮೇಲಾಧಿಕಾರಿಗಳಿಗೆ ಉತ್ತರ ಕೊಡಬೇಕಾಗುತ್ತದೆ ಎಂದು ಈ ಮಾರ್ಗವನ್ನು ಕಂಡುಕೊಂಡಿದ್ದರು. ಅಲ್ಲದೇ ಡಾಂಬರ್ ಫ್ಯಾಕ್ಟರಿಯಿಂದ ಡಾಕ್ಟರಿಗೆ ಸಲ್ಲಬೇಕಾದ ಕಮಿಷನ್ ಸರಿಯಾದ ಸಂದರ್ಭಕ್ಕೆ ಸಲ್ಲುವಂತೆ ನೋಡಿಕೊಳ್ಳಲಾಗಿತ್ತು. ಇದರ ಬಗ್ಗೆ ಯಾರಾದರು ಚಕಾರ ಎತ್ತಿದರೆ ಅವರಿಗೂ ಒಂದಿಷ್ಟು ಕೈಬಿಸಿ ಮಾಡಿ ಬಾಯಿ ಮುಚ್ಚಿಸುವುದನ್ನು ಚೆನ್ನಾಗಿ ಕಲಿತಿದ್ದರು. ಇದರಿಂದಾಗಿ ರಾಜ್ಯ ಮಟ್ಟದಲ್ಲಿ ಬ್ರೇಕಿಂಗ್ ಸುದ್ದಿಯಾಗಬೇಕಿದ್ದ ವಿಷಯವೊಂದು ಅಲ್ಲಿಯೇ ತಣ್ಣಗೆ ಸುದ್ದಿಯಾಗದೆ ಮಲಗಿತ್ತು.

ಸರಕಾರಿ ಶಾಲೆಯ ಟೀಚರ್ಗಳು ಸಾವಿರಾರು ರೂಪಾಯಿ ಲಂಚ ಕೊಟ್ಟರು ಪರವಾಗಿಲ್ಲ, ಈ ಊರಿನಲ್ಲಿ ಕರಿಧೂಳು ಕುಡಿದು ಬದುಕಲು ಸಾಧ್ಯವೇ ಇಲ್ಲ ಎಂದು ವರ್ಗಾವಣೆ ಮಾಡಿಸಿಕೊಳ್ಳಲು ನಾ ಮುಂದು ತಾ ಮುಂದು ಎಂದು ಓಡಾಡುತ್ತಿದ್ದರು. ಶಿಕ್ಷಣ ಇಲಾಖೆಯವರಿಗೂ ಹಣ ಮಾಡಲು ಒಳ್ಳೆಯ ಸಂದರ್ಭ ಬಂದೊದಗಿತ್ತು. ವರ್ಗಾವಣೆಯ ಡಿಮ್ಯಾಂಡ್ ಹೆಚ್ಚಾದಂತೆ ಅದರ ಬೆಲೆಯು ಏರಿಕೆಯಾಗುತ್ತಿತ್ತು. ಶಿಕ್ಷಕರು ಸಾಲ ಮಾಡಿ ವರ್ಗಾವಣೆ ಮಾಡಿಸಿಕೊಳ್ಳಲು ಸಿದ್ಧರಾಗಿದ್ದರೆಂದರೆ, ಎಂತವರು ಊಹಿಸಿಕೊಳ್ಳಬಹುದಿತ್ತು ಊರವರು ಡಾಂಬರ್ ಫ್ಯಾಕ್ಟರಿಯಿಂದ ಅದೆಷ್ಟು ಹಿಂಸೆಯನ್ನು ಅನುಭವಿಸುತ್ತಿದ್ದಿರಬಹುದೆಂದು. ಕ್ರಮೇಣ ಸಂಡೂರಿನ ಸರಕಾರಿ ಶಾಲೆಗಳಲ್ಲಿ ಶಿಕ್ಷಕರ ಕೊರತೆಯಿಂದಾಗಿ ಪಾಠ ಪ್ರವಚನಗಳು ನಿಂತವು, ಇದರಿಂದಾಗಿ ಮಕ್ಕಳು ಶಾಲೆಗೆ ಬರಲು ಹಿಂದೇಟು ಹಾಕ ತೊಡಗಿದರು. ಶಾಲೆಗಳ ಭಾವಣಿಗಳು ಕರಿಧೂಳಿನ ಕಣಗಳಿಂದ ಮುಚ್ಚಿಹೋಗಿ, ಫ್ಯಾನ್ ಹಾಕಿದರೆ ಸಾಕು ಕಣ್ಣಿನ ರೆಪ್ಪೆಯ ಮೇಲೆಲ್ಲಾ ಬರಿ ಕರ್ರನೇಯ ಕಣಗಳು ಹಾರಿ ಬಂದು ಕೂರುತ್ತಿದ್ದವು. ಇದರಿಂದ ಬೇಸತ್ತು ಹೋಗಿದ್ದ ಹೆಡ್ ಮಾಸ್ಟರ್ ಮಂಜಪ್ಪ ಮುಖವನ್ನು ಸಂಪೂರ್ಣವಾಗಿ ಮುಚ್ಚಿಕೊಂಡು, ಕಣ್ಣಿಗೆ ಕನ್ನಡಕವನ್ನು ಹಾಕಲು ಶುರುಮಾಡಿದ್ದನು. ಇಂತಿಪ್ಪ ಮಂಜಪ್ಪನಿಗೆ ಬಿಳಿಯ ಬಟ್ಟೆಯೆಂದರೆ

ಸಣ್ಣವನಿಂದಲೂ ಅದೇನೋ ವ್ಯಾಮೋಹ, ಅದಕ್ಕಾಗಿ ಶಾಲೆಗೆ ಪ್ರತಿದಿನವು ಬಿಳಿ ಬಟ್ಟೆಯನ್ನೇ ಹಾಕಿಕೊಂಡು ಬರುತ್ತಿದ್ದನು. ಶಾಲೆಯಿಂದ ಮನೆಗೆ ಹೊರಡುವ ಹೊತ್ತಿಗಾಗಲೇ ಅವನ ಬಟ್ಟೆ ಮಸಿಯರ್ಬೆಯಂತಾಗುತ್ತಿತ್ತು. ಇದರಿಂದಾಗಿ ಇತ್ತೀಚಿಗೆ ಅವನ ಮನಸ್ಸಿಗೆ ನೆಮ್ಮದಿ ಇಲ್ಲದಂತಾಗಿತ್ತು.

ಮೊನ್ನೆ ಸರಕಾರದ ಕೆಲಸ ನಿಮಿತ್ತ ಸಂಡೂರಿಗೆ ಬಂದಿದ್ದ ಆರೋಗ್ಯ ಮಂತ್ರಿ ಮಹಾದೇವಪ್ಪನಿಗೆ ಜೀವ ಕೈನಲ್ಲಿ ಹಿಡಿದುಕೊಳ್ಳುವಂತಾಗಿಬಿಟ್ಟಿತ್ತು. ಕಾರ್ಯಕ್ರಮಕ್ಕೆ ಬರಲು ಹೆಲಿಕಾಪ್ಟರ್ ಏರಿದ್ದ ಪೈಲಟ್ಟಿಗೆ ಲ್ಯಾಂಡಿಂಗ್ ಮಾಡುವಾಗ, ವಾತಾವರಣದಲ್ಲಿ ತುಂಬಿದ್ದ ಕರಿಹೊಗೆಯಿಂದಾಗೆ ಹೆಲಿಪ್ಯಾಡ್ ಸ್ಥಳ ಸರಿಯಾಗಿ ಗುರುತಿಸಲು ಆಗದೆ ಗೊಂದಲಕ್ಕೆ ಒಳಗಾದವನು ಜೀವ ಉಳಿದರೆ ಸಾಕು ಎಂದು ಸುರಕ್ಷಿತವಾಗಿ ಇನ್ನೆಲ್ಲಿಯೋ ಲ್ಯಾಂಡಿಂಗ್ ಮಾಡಿಬಿಟ್ಟಿದ್ದ, ಈ ಕಾರಣದಿಂದಾಗಿ ಮಂತ್ರಿ ಮಹಾದೇವಪ್ಪನಿಗೆ ಸಣ್ಣ ಪುಟ್ಟ ಗಾಯಗಳಾಗಿತ್ತು ಬಿಟ್ಟರೆ ಜೀವಕ್ಕೆ ಏನು ತೊಂದರೆಯಾಗಿರಲಿಲ್ಲ. ಇದರಿಂದಾಗಿ ಸ್ಥಳೀಯ ಎಂ.ಎಲ್.ಎ. ರಂಗಣ್ಣನಿಗೆ ಹಿಗ್ಗಾ ಮುಗ್ಗಾ ತರಾಟೆಗೆ ತೆಗೆದುಕೊಂಡಿದ್ದ ಮಂತ್ರಿ ಮಹಾದೇವಪ್ಪ 'ಏನ್ರಿ ನನ್ನ ಸಾಯಿಸ್ಬೇಕು ಅಂತಾನೆ ಇಲ್ಲಿನ ವಾತಾವರಣದ ಬಗ್ಗೆ ಸರಿಯಾದ ಮಾಹಿತಿ ಕೊಡದೆ ಕರೆಸಿರುವಿರಾ' ಎಂದು ಎತ್ತರದ ದನಿಯಲ್ಲಿ ಎಲ್ಲರ ಮುಂದೆಯೆ ಅವನಿಗೆ ಅವಮಾನವಾಗುವಂತೆ ಬೈದುಬಿಟ್ಟ. ದಾರಿ ಕಾಣದ ಎಂ.ಎಲ್.ಎ. ರಂಗಣ್ಣ ಕಸಿವಿಸಿಯಿಂದ ಕಿಸಿಯುತ್ತಾ 'ಕ್ಷಮಿಸಬೇಕು ಸರ್' ಎಂದಷ್ಟೇ ಹೇಳಿ ಅವನ ಬಾಲ ಹಿಡಿದು ಹಿಂದೆ ಹಿಂದೆಯೇ ಹೋದ. ವಾರದ ಹಿಂದೆಯಷ್ಟೇ ಜನರು ಎದುರಿಸುತ್ತಿರುವ ಆರೋಗ್ಯ ಸಮಸ್ಯೆಗಳ ಬಗ್ಗೆ ಬೆಂಗಳೂರಿಗೆ ಮನವಿ ಕೊಡಲು ಹೋಗಿದ್ದ ನಾಗರೀಕ ಸಮಿತಿಯವರಿಗೆ ಸೌಜನ್ಯಕ್ಕಾದರು ಸರಿಯಾಗಿ ಮಾತನಾಡಿಸದ ಮಂತ್ರಿ ಮಹಾದೇವಪ್ಪ, ಕಾಟಾಚಾರಕ್ಕೆ ಮನವಿ ಸ್ವೀಕರಿಸಿ 'ಅಲ್ರಿ ನೀವ್ ಹಿಂಗೆ ಮನ್ವಿ ಕೊಟ್ರೆ, ನಾವ್ ರೋಡ್ ಮಾಡಾಕೆ ಡಾಂಬರ್ ಎಲ್ಲಿಂದ ತರ್ಬೇಕು? ಅಭಿವೃದ್ಧಿ ಆಗ್ಬೇಕ್ ಅಂದ್ರೆ ರೋಡ್ ಆಗ್ಬೇಕ್, ರೋಡ್ ಆಗ್ಬೇಕಾದ್ರೆ ಡಾಂಬರ್ ಬೇಕು' ಎಂದು ಸಮಿತಿಯವರಿಗೆ ವ್ಯಂಗ್ಯ ಮಾಡಿ ವಾಪಾಸು ಕಳಿಸಿದ್ದನು.

ನಾಲ್ಕು ದಿನ ಬಿಡದೆ ಸುರಿದ ಜೂನ್ ಮಳೆಗೆ ಸಂಡೂರಿನ ಮನೆಗಳ ಗೋಡೆಗಳು ಕರಿಮುದ್ದೆಯ ತೊಪ್ಪೆಯಂತಾಗಿತ್ತು. ಕಣಕಣಗಳಾಗಿ ಬೀಳುತ್ತಿದ್ದ ಡಾಂಬರಿನ ಧೂಳು ಮಳೆ ನೀರಿನೊಂದಿಗೆ ಬೆರೆತು ಇತ್ತ ನೀರು ಆಗದೆ ಅತ್ತ ಗೋಡೆಗೆ ಬಳಿಯುವ ಬಣ್ಣವು ಆಗದೆ ಅಂಟಿನಂತಾಗಿ ಮುಟ್ಟಿದರೆ ಕೈಗೆಲ್ಲಾ ಮೆತ್ತಿಕೊಳ್ಳುತ್ತಿತ್ತು. ಮಳೆ ಬಂದ ನಂತರ ಬೀದಿಬದಿಯಲ್ಲಿ ಬರಿಗಾಲಿನಲ್ಲಿ ನಡೆದುಕೊಂಡು ಹೋದರೆ ಮುಗಿದೇಹೋಯ್ತು, ಕಾಲುಗಳು ಕರಿ

ಪಾದಗಳ ಮೊಹರು ಹೊತ್ತು ತಿರುಗುವಂತಾಗುತ್ತಿತ್ತು. ಸೋರುತ್ತಿದ್ದ ಹೆಂಚಿನ ಮನೆಯೊಡೆಯರಿಗೆ ಅಲ್ಲಲ್ಲಿ ಪಾತ್ರೆಗಳನ್ನು ಇಡುವುದು ಸಾಮಾನ್ಯವಾಗಿದ್ದರು, ಬೀರುತ್ತಿದ್ದ ದುರ್ಗಂಧದ ವಾಸನೆ ಮಾತ್ರ ಹೊಸದಾಗಿತ್ತು. ಇಟ್ಟ ಪಾತ್ರೆಗಳು ಕೂಡ ಬಹಳ ಬೇಗ ತುಕ್ಕು ಹಿಡಿದು ಬಿಡುತ್ತಿತ್ತು. ಇದರಿಂದ ಬೇಸತ್ತು ಹೋಗಿದ್ದ ಹುಲಿಗಮ್ಮ 'ನೀನು ಹೆಸ್ರಿಗೆ ಕಾರ್ಪೋರೇಟರು, ಏನುಕ್ ಬಂತು! ನಿಮ್ ಅಧಿಕಾರ ಬಳ್ಸಿ ಒಂದ್ ಫ್ಯಾಕ್ಟರಿ ನಿಲ್ಸಾಕ್ ಆಗ್ಲಿಲ್ಲ ಅಂದ್ಮೇಲೆ ಅಧಿಕಾರ ಯಾಕ್ ಬೇಕೋ?' ಎಂದು ಕಾರ್ಪೋರೇಟರ್ ಆಗಿದ್ದ ಮಗ ಯಲ್ಲಪ್ಪನ ಮೇಲೆ ಕೆಂಡಕಾರುತ್ತಿದ್ದಳು. ಇದನ್ನು ಕೇಳಿ ಕೇಳಿ ಕಾರ್ಪೋರೇಟರ್ ಯಲ್ಲಪ್ಪನಿಗೆ ಮನೆಗೆ ಬರುವುದೇ ಒಂದು ದೊಡ್ಡ ಹಿಂಸೆಯಾಗತೊಡಗಿತ್ತು. ಹುಲಿಗಮ್ಮ ಆ ಕಾಲದಲ್ಲಿಯೇ ಹತ್ತನೆಯ ಇಯತ್ತು ಓದಿ ಪಾಸಾಗಿದ್ದವಳು. ಗಂಡನ ಮನೆ ಕಡೆಯಿಂದ ಪಾಲಿಗೆ ಬಂದಿದ್ದ ಸುಮಾರು ಐವತ್ತು ವರ್ಷಗಳ ಹಳೆಯ ಮನೆಯನ್ನು ಮುರಿದು ಹೊಸಮನೆ ಕಟ್ಟಲು ಸುತಾರಾಮ್ ಒಪ್ಪಿರಲಿಲ್ಲ. ಮಗ ಕಾರ್ಪೋರೇಟರ್ ಆಗಿದ್ದರು ಇನ್ನೂ ಹಳೆಯ ಮನೆಯಲ್ಲಿಯೇ ವಾಸವಿದ್ದರು. ಆಗಾಗ ಹೆಂಚಿನ ರಿಪೇರಿ ಮಾಡಿಸಿದರು, ಮಳೆಗಾಲದ ಸಮಯಕ್ಕೆ ಸರಿಯಾಗಿ ಒಂದೋ ಎರಡೋ ಹೆಂಚಾದರು ದುರಸ್ತಿಗೆ ಬರುತ್ತಿದ್ದವು.

ಅದೊಂದು ದಿನ ಹುಲಿಗಮ್ಮ, ಪೊರಕೆ ಹಿಡಿದವಳೇ ಡಾಂಬರು ಫ್ಯಾಕ್ಟರಿಯ ಮುಂದೆ ಹೋಗಿ 'ಫ್ಯಾಕ್ಟರಿ ಮುಚ್ತಿರೋ ಇಲ್ಲ ಮಣ್ಣು ತೂರ್ಬೇಕೋ' ಎಂದು ಅರಚುತ್ತಿದ್ದಳು. ವಿಷಯ ತಿಳಿದ ಮಗ ಹೇಗೋ ಅವಳನ್ನು ಸಮಾಧಾನ ಮಾಡಿ ಅಲ್ಲಿಂದ ಕರೆದುಕೊಂಡು ಬಂದಿದ್ದ. ಇದಾದ ನಂತರ ಹುಲಿಗಮ್ಮ ವಿಚಿತ್ರವಾಗಿ ಆಡಲು ತೊಡಗಿದ್ದಳು. ಅವಳ ಬುದ್ಧಿ ಅವಳ ಸ್ಥಿಮಿತದಲ್ಲಿಯೇ ಇರುತ್ತಿರಲಿಲ್ಲ. ದಾರಿಯಲ್ಲಿ ಯಾವುದಾದರು ಡಾಂಬರು ಫ್ಯಾಕ್ಟರಿಯ ಗಾಡಿಗಳು ಕಂಡರೆ ಸಾಕು ಕಿರುಚುತ್ತಾ ಕಲ್ಲು ಹೊಡೆದು ಬಿಡುತ್ತಿದ್ದಳು. ಹೀಗೆ ಒಂದು ದಿನ ಹೊಡೆದಿದ್ದ ಕಲ್ಲು ಗಾಡಿಗೆ ತಗಲುವ ಬದಲು, ಗಾಡಿ ಚಲಾಯಿಸುತ್ತಿದ್ದವನ ತಲೆ ಸೀಳಿ ಅವನು ಆಸ್ಪತ್ರೆಗೆ ಸೇರುವಂತಾಗಿತ್ತು. ಅಲ್ಲಿ ಓಡಾಡುವ ಜನರಿಗೂ ಹುಲಿಗಮ್ಮನನ್ನು ಕಂಡರೆ ಭಯವಾಗಲು ಶುರುವಾಗಿತ್ತು. ಮಗ ಕಾರ್ಪೋರೇಟರ್ ಆದ ಕಾರಣ ಜನರಿಗೆ ನೇರವಾಗಿ ಹೇಳಲು ಧೈರ್ಯ ಇರಲಿಲ್ಲ. ಅವಳನ್ನು ಮನೋತಜ್ಞರ ಬಳಿ ಕರೆದುಕೊಂಡು ಹೋಗಿ ಕೌನ್ಸಿಲಿಂಗಿಗೆ ಒಳಪಡಿಸಲಾಗಿತ್ತು. ಆರಂಭದಲ್ಲಿ ಡಾಕ್ಟರಿಗೆ ವಿರೋಧ ತೋರಿದ್ದರು, ಒಂದೆರಡು ಸೆಶನ್ಗಳ ನಂತರ ಚಿಕಿತ್ಸೆಗೆ ಸಹಕರಿಸುತ್ತಿದ್ದಳು. ಡಾಕ್ಟರ್ಗೆ ಕ್ರಮೇಣ ಅವಳ ಮಾನಸಿಕ ಖಾಯಿಲೆಗೆ ಮೂಲ ಕಾರಣ ಅರಿವಾಗತೊಡಗಿತ್ತು. ಗಂಡನ ನೆನಪಾಗಿದ್ದ ಹಳೆಯ ಮನೆಯನ್ನು ಹುಲಿಗಮ್ಮ ಇನ್ನಿಲ್ಲದಂತೆ ಪ್ರೀತಿಸುತ್ತಿದ್ದಳು. ಇದೇ ಕಾರಣಕ್ಕಾಗಿ ಅವಳು, ಮಗನಿಗೂ ಕೂಡ

ಮನೆ ಬೀಳಿಸಿ ಹೊಸಮನೆ ಕಟ್ಟಲು ಬಿಟ್ಟಿರಲಿಲ್ಲ. 'ನಾನು ಸಾಯೋದಾದ್ರೆ ನನ್ನ ಗಂಡನ ಈ ಹಳೆಮನೆಯಲ್ಲೇ ಸಾಯ್ಬೇಕು, ನಾನು ಸತ್ತ ಮೇಲೆ ಬೇಕಾದ್ರೆ ನೀವು ಈ ಮನೆ ಕೆಡ್ವಿ, ಹೊಸಮನೆ ಕಟ್ಕಳಿ. ನಾನು ಜೀವಂತ ಇರೋವರ್ಗು ಈ ಮನೆ ಕೆಡ್ವಾಕೆ ಮಾತ್ರ ಬೀಡಾಕ್ಕಿಲ್ಲ' ಎಂದು ಹಠ ಹಿಡಿದಿದ್ದವಳ ಮಾತನ್ನು ಕೇಳದೇ ಮನೆಯವರಿಗು ಬೇರೆ ದಾರಿ ಇರಲಿಲ್ಲ. ಹಳೆಯ ಕಾಲದ ಶೈಲಿಯಿಂದ ಊರಿನವರ ಗಮನ ಸೆಳೆಯುತ್ತಿದ್ದ ಮನೆ ಡಾಂಬರು ಫ್ಯಾಕ್ಟರಿ ಬಂದ ನಂತರ ತನ್ನ ಕಳೆ ಕಳೆದುಕೊಳ್ಳಲು ಆರಂಭಿಸಿತ್ತು. ಇದರಿಂದಾಗಿ ಖಿನ್ನತೆಗೆ ಒಳಗಾಗಿದ್ದ ಹುಲಿಗಮ್ಮ ಹುಚ್ಚಿಯಂತಾಡತೊಡಗಿದ್ದಳು. 'ಮನೆಗೆ ಬಣ್ಣ ಬಳಿಸಿ, ಮತ್ತೆ ನವೀಕರಿಸಿದರೆ ನಿಮ್ಮ ಅಮ್ಮ ಮೊದಲಿನಂತಾಗುವರು. ಇದಕ್ಕೆ ಮಾತ್ರೆ ಔಷಧಿ ಎಲ್ಲಾ ಬೇಡ' ಎಂದು ಮಗನಾದ ಕಾರ್ಪೋರೇಟರ್ ಯಲ್ಲಪನಿಗೆ ಡಾಕ್ಟರ್ ಹೇಳಿ ಕಳಿಸಿದ್ದರು.

ತಾಂತ್ರಿಕ ಕಾರಣಗಳಿಂದಾಗಿ ಡಾಂಬರ್ ಫ್ಯಾಕ್ಟರಿಯಲ್ಲಿ ಮತ್ತೊಮ್ಮೆ ಬೆಂಕಿ ಅನಾಹುತವಾಗಿತ್ತು. ಕಳೆದ ಬಾರಿ ಹೆಚ್ಚೇನು ತೊಂದರೆಯಾಗದಿದ್ದರು, ಫ್ಯಾಕ್ಟರಿಯ ಒಂದಷ್ಟು ವಸ್ತುಗಳು ಬೆಂಕಿಯಲ್ಲಿ ಸುಟ್ಟು ನಷ್ಟ ಅನುಭವಿಸಬೇಕಾಗಿತ್ತು. ಆದರೆ ಈ ಬಾರಿ ಇಬ್ಬರು ಕಾರ್ಮಿಕರು ಸಾವಿಗೀಡಾಗಿದ್ದರು. ಈ ವಿಷಯ ಊರಿನಲ್ಲಿ ದೊಡ್ಡ ಮಟ್ಟದಲ್ಲಿ ಸುದ್ದಿಯಾಗುತ್ತಲೇ ಫ್ಯಾಕ್ಟರಿಯವರಿಗೆ ಮತ್ತಷ್ಟು ಮುಜುಗರ ಹೆಚ್ಚಾಗಿತ್ತು.

ಸಾವಿಗೀಡಾದ ಇಬ್ಬರು ಕಾರ್ಮಿಕರಲ್ಲಿ ಒಬ್ಬನಾದ ಅಮೃತಪ್ಪನಿಗೆ ಮದುವೆಯಾಗಿ ಕೇವಲ ಆರು ತಿಂಗಳಾಗಿತ್ತು. ಮನೆಯಲ್ಲಿ ಅವನ ಹೆಂಡತಿಯ ಗೋಳು ಊರ ಜನರಿಗೆ ನೋಡಲು ಆಗುತ್ತಿರಲಿಲ್ಲ. ಖಾಯಿಲೆಯಿಂದ ಹಾಸಿಗೆ ಹಿಡಿದ ಅಪ್ಪ ಮತ್ತು ಹೆಂಡತಿ ಇಬ್ಬರನ್ನೂ ಅಮೃತಪ್ಪನೇ ನೋಡಿಕೊಳ್ಳುತ್ತಿದ್ದ. ಈಗ ಅವನ ಮನೆಯವರಿಗೆ ದಿಕ್ಕೇ ತೋಚದಂತಾಗಿತ್ತು. ಹಾಸಿಗೆಯಲ್ಲಿ ಮಲಗಿದ್ದ ಅವನ ಅಪ್ಪನಿಗೆ ಅಳಲು ಕೂಡ ಶಕ್ತಿ ಇರಲಿಲ್ಲ. ಮನೆಗೆ ಬಂದವರ ಎದುರಿಗೆ ಮೂಕ ಭಾಷೆಯಲ್ಲಿಯೇ ಸಂಜ್ಞೆ ಮಾಡಿ ದುಃಖ ತೋಡಿಕೊಳ್ಳುತ್ತಿದ್ದ. ಸಮಾಧಾನ ಮಾಡಲು ಬಂದವರು ಅವನ ಹೆಂಡತಿಯ ಕೈಗೆ ಒಂದಿಷ್ಟು ಹಣವಿಟ್ಟು ಕಷ್ಟಕ್ಕೆ ಆಗುತ್ತದೆ ಎಂದು ಹೇಳಿ ಹೊರಟ್ಟಿದ್ದರು. ಸತ್ತ ಮತ್ತೊಬ್ಬ ಕಾರ್ಮಿಕ ಸತೀಶನ ಮನೆಯಲ್ಲಿ ಪರಿಸ್ಥಿತಿ ಮಾತ್ರ ವಿಭಿನ್ನವಾಗಿತ್ತು. ಆಗಷ್ಟೇ ಐಟಿಐ ತರಬೇತಿ ಮುಗಿಸಿಕೊಂಡಿದ್ದ ಸತೀಶ, ಕೆಲಸಕ್ಕೆ ಸೇರಿ ಮೂರು ತಿಂಗಳಾಗಿತ್ತು. 'ಇರೋ ಸಣ್ಣ ಗಿರಾಣಿ ಅಂಗಡಿ ನೋಡಿಕೊಂಡಿರು, ನಿನಗೆ ಈ ಫ್ಯಾಕ್ಟರಿ ಕೆಲಸ ಎಲ್ಲಾ ಬೇಡ. ಮೂರು ಹೊತ್ತಿನ ಊಟಕ್ಕೆ ಏನು ತೊಂದರೆಯಾಗೋದಿಲ್ಲ' ಎಂದು ಅವನಪ್ಪ ಅಮ್ಮ ಹೇಳಿದ್ದರು, ಅವರ ಮಾತನ್ನು ಕೇಳದೆ 'ನನಗೆ ತಿಂಗಳ ಸಂಬಳವೇ ಬೇಕು' ಎಂದು ಹೋಗಿ

ಫ್ಯಾಕ್ಟರಿಗೆ ಸೇರಿಕೊಂಡಿದ್ದ. ಅವನು ಸತ್ತ ಸುದ್ದಿ ಕೇಳುತ್ತಲೇ ಅವರ ಕನಸುಗಳು ನುಚ್ಚು ನೂರಾಗಿದ್ದವು.

'ಇಲ್ಲಿ ಯಾರು? ಯಾರಿಗಾಗಿ? ಸಂಕಲ್ಪ ಮಾಡಬೇಕು? ಪ್ರಕೃತಿ ನಮಗಾಗೋ? ನಾವು ಪ್ರಕೃತಿಗಾಗೋ? ಗೇಹದೊಳಗಿನ ಪ್ರಕೃತಿ ತದೇಕಚಿತ್ತದೊಳಗಿರಬೇಕೋ? ಹಿಡಿತ ಸಾಧಿಸಬೇಕೋ? ಸಾಧಿಸಿ ತೋರಬೇಕೋ? ಗಮ್ಯ ತಲುಪುವ ಹಾದಿ ಕಠಿಣವಾಗಿದೆ. ದಿನ ನಿತ್ಯದ ವಾಸ್ತವದ ಅರಿವು ಒಬ್ಬ ಬಡವನಿಗೆ ಮಾತ್ರ ಆಗಲು ಸಾಧ್ಯ! ಮನುಷ್ಯರು ಶ್ರೀಮಂತನ ಎದುರು ಕಪಟವಾಗಿ ನಡೆದುಕೊಳ್ಳಬಹುದು ಆದರೆ ಬಡವನ ಎದುರು ಹಾಗೆ ನಡೆದುಕೊಳ್ಳಲು ಸಾಧ್ಯವೇ ಇಲ್ಲ. ಬಡವನಿಗೆ ಆಗುವ ಸಂಬಂಧಗಳ ಸತ್ಯ ದರ್ಶನ ಒಬ್ಬ ಕವಿಗೋ, ಲೇಖಕನಿಗೋ ಅಥವಾ ಶ್ರೀಮಂತನಿಗೋ ಆಗಲು ಸಾಧ್ಯವೇ ಇಲ್ಲ!' ಎಂದು ಜನರಿಗೆ ಉಪನ್ಯಾಸ ನೀಡುತ್ತಿದ್ದ ಗುರು ಆಧುನಿಕ್, ಪರಿಸರ ಮಾಲಿನ್ಯ ನಿಯಂತ್ರಣ ಮಂಡಳಿಗೆ ದೂರು ಕೊಡಲು ನಿರ್ಧರಿಸಿದ್ದ. ಈ ಕುರಿತು ನಾಗರೀಕ ಸಮಿತಿಯೊಂದಿಗೆ ಒಂದು ದಿನ ಸಭೆ ಏರ್ಪಡಿಸಿದ್ದವನು, ಅದರ ಬಗ್ಗೆ ಮುಕ್ತ ಚರ್ಚೆಗೆ ಎಲ್ಲರಿಗೂ ಆಹ್ವಾನಿಸಿದ್ದ. ಸಭೆಯಲ್ಲಿ ಈ ಬಗ್ಗೆ ಚರ್ಚೆಯಾಗುವ ಸಂದರ್ಭದಲ್ಲಿ 'ಈ ಪರಿಸರ ಮಾಲಿನ್ಯ ನಿಯಂತ್ರಣ ಮಂಡಳಿ ಕೂಡ ಸರಕಾರದ ಒಂದು ಸಂಸ್ಥೆ, ಇದರಿಂದ ಹೆಚ್ಚೇನೂ ಲಾಭವಾಗುವುದಿಲ್ಲ, ಅವರು ಸರಕಾರ ಹೇಳಿದಂತೆ ಕೇಳುತ್ತಾರೆ. ನಮ್ಮ ಸಮಯ, ಶಕ್ತಿ ಮತ್ತು ಹಣ ವ್ಯರ್ಥವಾಗುತ್ತದೆ ಅಷ್ಟೇ' ಎಂದು ನಾಗರೀಕ ಸಮಿತಿಯ ಸದಸ್ಯನೊಬ್ಬನು ನಿರಾಸೆಯಿಂದ ಹೇಳಿದನು. 'ಕತ್ತಲಿಗೆ ಸೂರ್ಯನಾಗುವುದು ಬೇಡ! ಬೆಳಕಿನ ಪಾಚಿಯಾದರು ಆಗಬೇಕು. ನಾವು ನಮ್ಮ ಪ್ರಯತ್ನವನ್ನು ಮಾಡೋಣ. ಅದಕ್ಕು ಮುಂಚೆಯೇ ಋಣಾತ್ಮಕವಾಗಿ ಮಾತನಾಡುವ ಅವಶ್ಯಕತೆ ಇಲ್ಲ. ಅದು ನಮ್ಮೆಲ್ಲರನ್ನು ನಿರಾಸಕ್ತಿಗೊಳಿಸುತ್ತದೆ' ಎಂದು ಗುರು ಆಧುನಿಕ್ ಶಾಂತಚಿತ್ತನಾಗಿ ಉತ್ತರಿಸಿದ. ಕೊನೆಗೆ ಸಭೆಯು ಪರಿಸರ ಮಾಲಿನ್ಯ ನಿಯಂತ್ರಣ ಮಂಡಳಿಯ ಆಯುಕ್ತರಿಗೆ ದೂರನ್ನು ಕೊಡಲು ನಿರ್ಧರಿಸಿ, ಅಲ್ಲಿಂದ ನಿರ್ಗಮಿಸಿತು.

ಇದಾದ ಎರಡು ದಿನಗಳ ನಂತರ, ಬಳ್ಳಾರಿಯಲ್ಲಿದ್ದ ಪರಿಸರ ಮಾಲಿನ್ಯ ನಿಯಂತ್ರಣ ಮಂಡಳಿಯ ಪ್ರಾದೇಶಿಕ ಕಛೇರಿಯ ಮುಂದೆ ಸೇರಿದ್ದ ಗುರು ಆಧುನಿಕ್ ಮತ್ತು ನಾಗರೀಕ ಸಮಿತಿಯವರು, ಆಯುಕ್ತ ಹನುಮಂತಪ್ಪನಿಗಾಗಿ ಕಾಯುತ್ತಿದ್ದರು. ಹತ್ತು ಗಂಟೆಗೆ ಬರಬೇಕಾಗಿದ್ದ ಆಯುಕ್ತ ಹನುಮಂತಪ್ಪ ಹನ್ನೊಂದು ಗಂಟೆಗೆ, ಅಂದರೆ ಒಂದು ಗಂಟೆ ತಡವಾಗಿ ಕಛೇರಿಗೆ ಆಗಮಿಸಿದ್ದನು. ಕಛೇರಿಗೆ ಬಂದವನಿಗೆ ಜನರ ಗುಂಪು ನೋಡಿ ದಿಗಿಲಾಗಿತ್ತು. ಒಳಗೆ ಬಂದವನೇ ತಡವಾಗಿ ಬಂದದ್ದಕ್ಕಾಗಿ ಜನರಿಗೆ 'ನಮ್ ಮಾವಂಗೆ

ಆರಾಮ್ ಇರ್ಲಿಲ್ಲ ರೀ, ಆಸ್ಪತ್ರೆಗೆ ಸೇರ್ಸಿ ಬರುವಷ್ಟರಲ್ಲಿ ತಡವಾಗಿದೆ. ಪ್ರತಿದಿನ ನಾನು ಹತ್ತು ಗಂಟೆಗೆ ತಲೆ ಮೇಲೆ ತಲೆ ಬಿದ್ರು ಕಛೇರಿಯಲ್ಲಿ ಇದ್ದು ಬಿಡ್ತೀನಿ' ಎಂದು ಸಬೂಬು ಹೇಳಿದನು. ಒಬ್ಬರ ಮುಖ ಮತ್ತೊಬ್ಬರು ನೋಡಿಕೊಂಡು ಒಳಗೊಳಗೆ ನಕ್ಕಾ ನಾಗರೀಕ ಸಮಿತಿಯವರು ಬಂದ ಕಾರಣ ಹೇಳಲು ಆರಂಭಿಸಿದರು. 'ಡಾಂಬಾರು ಫ್ಯಾಕ್ಟರಿ ಬಂದ ನಂತರ ಊರಿನಲ್ಲಿ ಮಾಲಿನ್ಯದ ಪ್ರಮಾಣ ಹೆಚ್ಚಾಗಿದೆ. ಇದನ್ನು ನೀವು ಪರಿಶೀಲಿಸಬೇಕು' ಎಂದು ಗುರು ಆಧುನಿಕ್ ಹೇಳಿದನು. ಇದಕ್ಕೆ ಉತ್ತರಿಸಿದ ಆಯುಕ್ತ ಹನುಮಂತಪ್ಪ 'ಫ್ಯಾಕ್ಟರಿಗಳು ಇಲ್ಲದೆ ಹೋದರೆ, ಊರುಗಳು ಮುಂದುವರಿಯೋದು ಹೆಂಗೆ?' ಎಂದು ಮತ್ತದೇ ಹಳೆಯ ಕತೆಯನ್ನು ಹೇಳಿದ. 'ಊರ ಜನರ ಆರೋಗ್ಯ ಹಾಳು ಮಾಡೋ ಅಭಿವೃದ್ಧಿ, ಜನರಿಗೆ ಯಾಕ್ ಬೇಕು?' ಎಂದು ನಾಗರೀಕ ಸಮಿತಿಯ ಸದಸ್ಯನೊಬ್ಬ ಪ್ರಶ್ನೆ ಮಾಡಿದ. 'ಅದನ್ನು ನೀವು ಸರಕಾರಕ್ಕೆ ಕೇಳ್ಬೇಕು. ನಾವ್ ಏನಿದ್ರು ವರದಿ ಕೊಡಬಹುದು. ಫ್ಯಾಕ್ಟರಿಯವರಿಗೆ ರಾತ್ರಿ ಪಾಳಯದಲ್ಲಿ ಹೊಗೆ ಹೊರಬಿಡಲು ಹೇಳಬಹುದು. ಇಲ್ಲ ಹೊಗೆ ಬಿಡುವ ಕೊಳವೆಯ ಎತ್ತರ ಏರಿಸುವಂತೆ ನೋಟಿಸು ಕೊಡಬಹುದು. ಮುಂದುವರಿದು ಮತ್ತೇನು ನಮ್ಮ ಕಡೆಯಿಂದ ಮಾಡಲಾಗದು' ಎಂದನು. 'ಇಲ್ಲ ಫ್ಯಾಕ್ಟರಿಯವರು ದಿನಕ್ಕೆ ನಿಗದಿಗಿಂತ ಹೆಚ್ಚಿನ ಉತ್ಪಾದನೆ ಮಾಡುತ್ತಿದ್ದಾರೆ. ಇದರಿಂದಾಗಿ ದಿನವೊಂದಕ್ಕೆ ವಾತಾವರಣದಲ್ಲಿ ನಿಗದಿತ ಪ್ರಮಾಣಕ್ಕಿಂತ ಹೆಚ್ಚಿನ ಹೊಗೆ ಶೇಖರಣೆಯಾಗುತ್ತಿದೆ' ಎಂದು ಮತ್ತೊಬ್ಬ ಸದಸ್ಯ ಕರಾರುವಕ್ಕಾಗಿ ಹೇಳಿದನು. 'ಸರಿ, ನೀವು ಈಗ ದೂರು ಕೊಟ್ಟಿ ಹೋಗಿ, ನಾನು ಮುಂದಿನ ಕ್ರಮಗಳನ್ನು ಕೈಗೊಳ್ತೇನೆ' ಎಂದು ಅವರಿಂದ ದೂರು ತೆಗೆದುಕೊಂಡ ಆಯುಕ್ತ ಅವರನ್ನು ಅಲ್ಲಿಂದ ಸಾಗುಹಾಕಿದ. ನಾಗರೀಕ ಸಮಿತಿಯವರು ಕಛೇರಿಗೆ ಬರುವ ಮೊದಲೇ ಆಯುಕ್ತ ಹನುಮಂತಪ್ಪನಿಗೆ ಸಲ್ಲಬೇಕಾದ ಕಮಿಷನ್ ಸಲ್ಲಿಸಲಾಗಿತ್ತು.

ಜನರ ಕಣ್ಣು ತಪ್ಪಿಸಲು ಡಾಂಬಾರು ಫ್ಯಾಕ್ಟರಿಯವರಿಗೆ ನೋಟಿಸು ಜಾರಿ ಮಾಡಿದ್ದ ಪ್ರಾದೇಶಿಕ ಪರಿಸರ ಮಾಲಿನ್ಯ ನಿಯಂತ್ರಣ ಮಂಡಳಿ, ನಿಗದಿಗಿಂತ ಅಧಿಕವಾಗಿ ಡಾಂಬಾರು ಉತ್ಪಾದನೆ ಮಾಡದಂತೆ ತಾಕೀತು ಮಾಡಿತ್ತು. ಇದನ್ನು ಕೇಳಿ ನೆಮ್ಮದಿಯಿಂದ ನಿಟ್ಟುಸಿರು ಬಿಡುತ್ತಾ ಕುಣಿದಾಡಿದ ಜನರು ಮೋಸ ಹೋಗಿದ್ದರು. ಎರಡು ವಾರಗಳವರೆಗೂ ಮಾತ್ರ ಇದನ್ನು ಅನುಸರಿಸಿದ್ದ ಡಾಂಬಾರು ಫ್ಯಾಕ್ಟರಿ, ಮತ್ತೆ ತನ್ನ ಅಸಲಿ ವರಸೆಯನ್ನು ಶುರುಮಾಡಿತ್ತು. ಜನರು ಬೇಸತ್ತು ಹೋಗಿ ಕಲುಷಿತ ಗಾಳಿಯನ್ನೇ ಉಸಿರಾಡುವುದು ರೂಢಿಮಾಡಿಕೊಂಡರು. ಬಹಳ ದಿನಗಳಿಂದ ಮಬ್ಬು ಮಬ್ಬಾಗಿ ಕಾಣುತ್ತಿದ್ದ ಸಂಡೂರಿನ ಸೂರ್ಯ ಮಬ್ಬಾಗಿಯೇ ಉಳಿದ. ಚಂದ್ರನ

ಬೆಳುದಿಂಗಳು ಸಂಡೂರಿನ ನೆಲ ಮುಟ್ಟಲೇ ಇಲ್ಲ. ಮುಚ್ಚಿ ಹೋಗಿದ್ದ ಸರಕಾರಿ ಶಾಲೆಗಳು ಮತ್ತೆ ತೆರೆಯಲೂ ಇಲ್ಲ. ಸಂಡೂರಿನ ಕೆರೆಯಲ್ಲಿ ಮೀನುಗಳು ಮತ್ತೆ ಈಜುವುದು ತೋರಲು ಇಲ್ಲ. ಆಕಾಶದಲ್ಲಿ ಪಕ್ಷಿಗಳು ಮತ್ತೆ ಹಾರಾಡುವುದು ಕಾಣಲು ಇಲ್ಲ. ಲಂಚದ ಹಣದಲ್ಲಿ ಮುಳುಗಿಹೋಗಿದ್ದ ಕರಿಧೂಳಿನ ಕಣಗಳು ಗಗನದಲ್ಲಿ ಮನೆ ಮಾಡಿ, ನಾಳೆಯ ಭವಿಷ್ಯದ ಕರಾಳ ಚಿತ್ತಾರವನ್ನು ವ್ಯಂಗ್ಯವಾಗಿ ಮೂಡಿಸುತ್ತಿದ್ದವು.

ನೆತ್ತರ ನದಿ

ಶಶಿಧರ ಹಾಲಾಡಿ

ಭಾರವಾದ ಬ್ಯಾಗ್ ಹಿಡಿದು ನದಿ ದಡದಲ್ಲಿರುವ ಕಲ್ಲುಸಂಕ ಎಂಬ ಜಾಗದಲ್ಲಿ ಬಸ್ ಇಳಿದಾಗ ಮಧ್ಯಾಹ್ನ 1.30. 'ಯಾಕೆ ಲೇಟು?' ಎಂದು ಸಂಪಾದಕರು ಮೊಬೈಲ್ನಲ್ಲಿ ಕೇಳುತ್ತಲೇ ಇದ್ದರು. 'ಏನ್ರೀ, ನೀವು ಇಷ್ಟೊಂದು ಲೇಟಾಗಿ ಹೋಗ್ತಿದೀರಿ? ಡಾ. ಸುಚೇತನ ಹನ್ನೊಂದು ಗಂಟೆಗೇ ಹೋಗಿದ್ದಾರೆ, ಕಾಯ್ತಿದ್ದಾರೆ. ನೀವು ನೋಡಿದರೆ ಇನ್ನೂ ಬಸ್ನಲ್ಲಿ ಇದೀರಿ. ಜವಾಬ್ದಾರಿ ಬೇಡವೇನ್ರಿ..' ಸಂಪಾದಕರ ಮಾತು ಕ್ರಮೇಣ ಬೈಗುಳಕ್ಕೆ ತಿರುಗಿದ್ದರಿಂದ, ಅವರ ಮೊಬೈಲ್ ಕರೆಯನ್ನು ಕಟ್ ಮಾಡತೊಡಗಿದೆ. ಪುಣ್ಯಕ್ಕೆ, ಘಾಟಿ ರಸ್ತೆಯಲ್ಲಿ ಚಲಿಸುವಾಗ ಮೊಬೈಲ್ ಸಿಗ್ನಲ್ ಇಲ್ಲದೇ, ಯಾರದೇ ಫೋನ್ ಬರಲಿಲ್ಲ. ಡಾ. ಸುಚೇತನ ಅವರು ಬೇಗನೆ ಮಂಗಳೂರಿನಿಂದ ಹೊರಟು, 10.30ರ ಸಮಯಕ್ಕಾಗಲೇ ತಲುಪಿದ್ದರು; ಕೂಡಲೇ ಫೋನ್ ಕೂಡ ಮಾಡಿದ್ದರು. 'ಬೇಗನೆ ಹೊರಟಿದ್ದೀನಿ ಸಾರ್, 1.30ಕ್ಕೆಲ್ಲಾ ಅಲ್ಲಿರುತ್ತೇನೆ, ಬಸ್ ಟೈರ್ ಪಂಕ್ಚರ್ ಆಗಿದ್ದರಿಂದ ಲೇಟ್ ಆಯ್ತು' ಎಂದು ಅವರನ್ನು ಒಪ್ಪಿಸಿದ್ದೆ. ಆದರೆ ಸಂಪಾದಕರ ಬೈಗುಳ ಮಾತ್ರ ಕಡಿಮೆಯಾಗುವಂತಿರಲಿಲ್ಲ; ಎಷ್ಟೆಂದರೂ ಅವರ ಕೈಕೆಳಗೆ ಕೆಲಸ ಮಾಡಬೇಕಾದ, ಅವರು ಹೇಳಿದಲ್ಲಿಗೆ ಕ್ಯಾಮೆರಾ ಮತ್ತು ಲೆನ್ಸ್ ಹೊತ್ತುಕೊಂಡು ಓಡಬೇಕಾದ, ರಾತ್ರಿ ಇಡೀ ಬಸ್ ಪಯಣ ಎಂದರೂ ಸರಿ ಎಂದು ಸಮಯಕ್ಕೆ ಸರಿಯಾಗಿ ತಲುಪಬೇಕಾದ ದೈನೇಸಿ ಬದುಕು ನನ್ನದಾಗಿರುವುದರಿಂದ, ಅಂತಹ ಬೈಗುಳಗಳನ್ನು ತಿನ್ನಲೇಬೇಕಾದ ದಿನಚರಿ!

ಬಸ್ ತುಂಬಾ ಯಾತ್ರಿಕರ ಗದ್ದಲವೋ ಗದ್ದಲ; ಹೆಚ್ಚಿನವರು ಹಳ್ಳಿ ಜನ; ನದಿ ದಡದಲ್ಲಿರುವ 'ಪುಣ್ಯಭೂಮಿ' ಎಂಬ ಆ ಕ್ಷೇತ್ರದಲ್ಲಿ ಹರಕೆ

ತೀರಿಸಲು ಬಂದವರು ಅವರು. ಕರ್ನಾಟಕದ ಹಳ್ಳಿಹಳ್ಳಿಗಳಿಂದ ಅಲ್ಲಿಗೆ ಬಸ್ ಇದೆ; ರಾತ್ರಿಯಿಡೀ ಕೆಂಪುಬಸ್ಸಿನಲ್ಲಿ ಕುಳಿತು, ಈ ಕ್ಷೇತ್ರಕ್ಕೆ ಬಂದು, ಹರಕೆಯ ರೂಪದಲ್ಲಿ ಮನೆ ಮಂದಿಯೆಲ್ಲಾ ಕೂದಲು ತೆಗೆಸಿಕೊಂಡು, ನದಿಯಲ್ಲಿ ಪುಣ್ಯಸ್ನಾನ ಮಾಡಿ, ಇಲ್ಲಿನ ಪ್ರಧಾನ ದೇವತೆ ಬ್ರಹ್ಮದೇವರಿಗೆ ನಮಸಿ, ಭೋಜನಾಲಯದಲ್ಲಿ ನೀಡುವ ಉಚಿತ ಅನ್ನಪ್ರಸಾದ ಸೇವಿಸಿ, ಅದೇ ರಾತ್ರಿ ಬಸ್ ಹತ್ತಿ ತಮ್ಮ ಊರುಗಳಿಗೆ ವಾಪಸಾಗುವ ಜನರಿವರು. ವರ್ಷಕ್ಕೊಮ್ಮೆಯಾದರೂ ಪುಣ್ಯಭೂಮಿಗೆ ಬಂದು, ಕೂದಲು ತೆಗೆಸಿ, ನದಿ ಸ್ನಾನ ಮಾಡಿ, ಬ್ರಹ್ಮ ದೇವರಿಗೆ ನಮಿಸಿದರೇನೇ ಅವರಿಗೆ ಸಮಾಧಾನ. ವಿಶೇಷವೆಂದರೆ, ಬ್ರಹ್ಮದೇವರಿಗೆ ನಮಿಸುವಷ್ಟೇ ಪ್ರಾಮುಖ್ಯತೆಯು, ಇಲ್ಲಿನ ನದಿ ಸ್ನಾನಕ್ಕೆ ಇತ್ತು. ನಮ್ಮ ಬಸ್ ಸ್ನಾನಘಟ್ಟಕ್ಕೆ ಬಂದ ಕೂಡಲೇ, ಬಸ್ನಲ್ಲಿದ್ದ ಮುಕ್ಕಾಲು ಪಾಲು ಜನ ಇಳಿದುಬಿಟ್ಟರು. ಫೋನ್ ರಿಂಗಣಿಸಿತು.

ಡಾ. ಸುಚೇತನ ಅವರು ಫೋನ್ ಮಾಡಿ, 'ಎಲ್ಲಿದೀರಾ, ಇಲ್ಲೇ ಕಲ್ಲುಸಂಕದ ಹತ್ತಿರ ನಿಮಗಾಗಿ ಕಾಯ್ತಾ ಇದ್ದೇನೆ.' ಎಂದರು. 'ಸ್ನಾನಘಟ್ಟದಲ್ಲಿ ಬಸ್ ನಿಂತಿದೆ; ಎರಡೇ ನಿಮಿಷ, ಬಂದೆ' ಎನ್ನುವಷ್ಟರಲ್ಲೇ, ಬಸ್ ಚಲಿಸಿತು. ಕಲ್ಲುಸಂಕದ ಬಳಿ ಬಂದೂ ಆಯಿತು. 'ಕಲ್ಲುಸಂಕದ ಹತ್ತಿರ ನಿಲ್ಲಿಸಿ' ಎಂದು ಕಂಡಕ್ಟರ್ಗೆ ಕೇಳಿದೆ. ಅವರು ದುರುಗುಟ್ಟಿ ನೋಡುತ್ತಾ, 'ನೀವು ಕಲ್ಲುಸಂಕ ಅಂದರೆ ಯಾರಿಗೆ ಗೊತ್ತಾಗುತ್ತೆ? ಮಡ್ ಕ್ಯೂರ್ ಸೆಂಟರ್ ಹಾಸ್ಪಿಟಲ್ ಹತ್ತಿರ ನಿಲ್ಲಿಸಿ ಅನ್ನಬೇಕು' ಎಂದು ಗದರಿಸಿ, ವಿಷಲ್ ಊದಿ ಬಸ್ ನಿಲ್ಲಿಸಿದರು. ನಾನಿಳಿದ ಜಾಗದ ಬಲಭಾಗದಲ್ಲಿ, 'ಮಡ್ ಕ್ಯೂರ್ ಸೆಂಟರ್' ಎಂಬ ಫಲಕ ಹೊತ್ತ ಆಸ್ಪತ್ರೆ ಇತ್ತು; ಎಡಭಾಗದಲ್ಲಿ ಒಂದು ಪುಟ್ಟ ಪೆಟ್ಟಿಗೆ ಅಂಗಡಿ, ಅದರ ಹಿಂಬಾಗದಲ್ಲಿ ಗಿಡಮರಗಳು ಬೆಳೆದ ಸಣ್ಣ ಕಾಡು.

'ಬನ್ನಿ ಬನ್ನಿ ನಿಮಗಾಗಿ ಕಾಯ್ತಾ ಇದ್ದೇನೆ' ಎನ್ನುತ್ತಾ ವ್ಯಕ್ತಿಯೊಬ್ಬರು ಎದ್ದು ನಿಂತರು. ಬಸ್ ಇಳಿದ ಜಾಗದ ಪಕ್ಕದಲ್ಲೇ ಇದ್ದ ಪೆಟ್ಟಿಗೆ ಅಂಗಡಿಯ ಎದುರಿದ್ದ ಮರದ ಬೆಂಚಿನ ಮೇಲೆ ಅವರು ಕುಳಿತಿದ್ದರು. ಮಧ್ಯ ವಯಸ್ಸು, ಫ್ರೆಂಚ್ ಗಡ್ಡ, ಕನ್ನಡಕ, ಬಿಳಿ ಶರ್ಟು, ಕಪ್ಪು ಪ್ಯಾಂಟ್, ಕೈಯಲ್ಲೊಂದು ಲೆದರ್ ಬ್ಯಾಗ್. ಅವರೇ ಡಾ.ಸುಚೇತನ.

'ಸಾರಿ ಸಾರ್, ಬೆಳಗ್ಗೆ 5 ಗಂಟೆಗೇ ಹೊರಟೆ; ಬಸ್ ಟಯರ್ ಪಂಕ್ಚರ್ ಆಯ್ತು. ಅದಕ್ಕೇ ತಡವಾಯಿತು. ನಿಮಗೆ ಬೋರ್ ಆಯಿತಾ?'

'ಪರವಾಗಿಲ್ಲ. ಬೋರ್ ಆಗಿಲ್ಲ; ಈ ಪೆಟ್ಟಿಗೆ ಅಂಗಡಿಯವರು ಇಲ್ಲಿನ ಕಥೆಯನ್ನೆಲ್ಲಾ ಹೇಳ್ತಾ ಇದ್ದರು. ರೋಚಕ ಕಥೆಗಳು; ಬೋರ್ ಆಗಲಿಲ್ಲ. ಇವರ ಕಥೆಗಳು ನಿಜವೇ ಆಗಿದ್ರೆ, ಒಂದು ರೀತಿಯ ಭಯವೂ ಆಗುತ್ತೆ' ಎಂದರು ಡಾ.ಸುಚೇತನ.

'ಸಾರ್, ನಾನು ನಿಮಗೆ ಹೇಳಿದ ಕಥೆಗಳೆಲ್ಲಾ ನೂರಕ್ಕೆ ನೂರು ನಿಜ; ಮೂವತ್ತು ವರ್ಷಗಳಿಂದ ಇದೀನಿ. ಸುಳ್ಳು ಹೇಳುವುದು ನಮ್ಮ ಜಾಯಮಾನದಲ್ಲೇ ಇಲ್ಲ. ಇದು ಪುಣ್ಯ ಕ್ಷೇತ್ರ, ಇಲ್ಲಿ ಸತ್ಯಕ್ಕೆ ಬಹಳ ಗೌರವ, ಬೆಲೆ. ಸುಳ್ಳು ಹೇಳಿದರೆ ಆ ಬ್ರಹ್ಮ ದೇವರು ಬಿಡ್ತಾನಾ? ಇಲ್ಲವೇ ಇಲ್ಲ. ನಾನು ಹೇಳಿದ ಕತೆಗಳೆಲ್ಲವೂ ನಿಜ, ಆದರೆ ಅದನ್ನು ನಾನು ಹೇಳಿದೆ ಅಂತ ಯಾರಿಗೂ ಹೇಳಬೇಡಿ ಆಯ್ತಾ?' ಎಂದು ಪೆಟ್ಟಿಗೆ ಅಂಗಡಿಯಲ್ಲಿದ್ದ ಆ ವ್ಯಕ್ತಿ, ತನ್ನ ರುಮಾಲನ್ನು ಕೊಡವಿಕೊಳ್ಳುತ್ತಾ ಅಂಗಡಿಯಿಂದ ಹೊರಗೆ ಬಂದ.

'ಅಕಸ್ಮಾತ್ ನಾನು ಹೇಳಿಬಿಟ್ಟರೆ?' ಎಂದರು ಡಾ. ಸುಚೇತನ, ಕುಚೋದ್ಯದಿಂದ.

'ಅಯ್ಯೋ, ಹಾಗೆ ಮಾಡಬೇಡಿ ಸಾರ್. ಇಲ್ಲಿನ ಕಥೆಗಳೆಲ್ಲಾ ಇಲ್ಲಿ ಸುತ್ತಮುತ್ತಲಿನವರಿಗೆ ಚೆನ್ನಾಗಿ ಗೊತ್ತುಂಟು. ಆದರೆ, ನಾನು ಇಲ್ಲಿನ ಕಥೆಗಳನ್ನು ಹೇಳಿದೆ ಅಂತ ದೊಡ್ಡವರಿಗೆ ಗೊತ್ತಾದರೆ, ನನ್ನ ಕತೆ ಪಡ್ಚ' ಎಂದು, ತನ್ನ ಹಸ್ತವನ್ನು ಕುತ್ತಿಗೆ ಹತ್ತಿರ ತಂದು, ಕತ್ತರಿಸಿದಂತೆ ಮಾಡಿ, ನಾಲಗೆ ಹೊರಹಾಕಿದಂತೆ ನಟಿಸಿದ. ಅವನ ನಟನೆ ಕಂಡು ನನಗೆ ನಗು ಬಂತು.

'ಹಾಗೆಲ್ಲಾ ಆಗೊಲ್ಲ ಬಿಡಿ..' ಎಂದು ಹೇಳಿ, ಡಾ.ಸುಚೇತನ ಅವರ ಕಡೆಗೆ ತಿರುಗಿ 'ಸಾರ್, ಏನ್ ಕಥೆ ಇಲ್ಲಿದು? ಅಷ್ಟೊಂದು ರೋಚಕವಾದುದು?' ಎಂದು ಕುತೂಹಲ ವ್ಯಕ್ತಪಡಿಸಿದೆ.

ಡಾ. ಸುಚೇತನ ಅವರು ಎರಡು ಹೆಜ್ಜೆ ನಡೆದು ಹತ್ತಿರ ಬಂದು, ಗುಟ್ಟು ಹೇಳುವ ಧ್ವನಿಯಲ್ಲಿ 'ಈ ನದಿಯಲ್ಲಿ ಕಳೆದ ಹತ್ತು ವರ್ಷಗಳಲ್ಲಿ 300 ಜನ ಆತ್ಮಹತ್ಯೆ ಮಾಡಿಕೊಂಡಿದ್ದಾರಂತೆ–ಇಲ್ಲಿ ಕಾಣಿಸ್ತಾ ಇದೆಯಲ್ಲ, ಆ ಕಾಡಿನಲ್ಲಿ 50 ಹೆಣ ಸಿಕ್ಕಿದೆಯಂತೆ–ಅವೆಲ್ಲಾ ನೇಣು ಬಿಗಿದ ಸ್ಥಿತಿಯಲ್ಲಿದ್ದರೂ, ಕೊಲೆಗಳಂತೆ. ಆದರೆ ಅವೆಲ್ಲವನ್ನೂ ಆತ್ಮಹತ್ಯೆ ಎಂದು ದಾಖಲು ಮಾಡಿದ್ದಾರಂತೆ. ಈ ಹೊಳೆಯನ್ನು 'ನೆತ್ತರ ನದಿ' ಎಂದೂ ಕರೆಯಬಹುದಂತೆ, ಅಷ್ಟೊಂದು ಕೊಲೆಗಳು ಈ ಗ್ರಾಮದಲ್ಲಿ ಆಗಿವೆಯಂತೆ' ಎಂದರು. ತಕ್ಷಣ, ನಾಲಗೆ ಕಚ್ಚಿಕೊಂಡು, ತಾನು ಹೆಚ್ಚು ವಿವರ ಬಿಟ್ಟುಕೊಟ್ಟೆನೇನೋ ಎಂಬ ಭಾವದಿಂದ, ಮೌನವಾಗಿ, ಎರಡು ಹೆಜ್ಜೆ ಹಿಂದೆ ಸರಿದರು. ಅವರು ಮಾತನ್ನು ಅರ್ಧಕ್ಕೇ ತುಂಡರಿಸಿದ್ದನ್ನು ಕಂಡು, ಮಾತು ಮುಂದುವರಿಸುವ ಸಮಯ ಇದಲ್ಲ ಎಂದರಿತು, ನನ್ನ ಕೆಲಸ ಜವಾಬ್ದಾರಿಯನ್ನು ನೆನಪಿಸಿಕೊಂಡೆ.

'ಹೋಗಲಿ ಬಿಡಿ ಸರ್, ಈಗ ನನ್ನ ಕೆಲಸ ಏನು ಹೇಳಿ? ಎಲ್ಲಿ, ಯಾವುದರ ಫೋಟೋ ತೆಗೀಬೇಕು... ಬೇಗ ಕೆಲಸ ಮುಗಿಸಿಬಿಡೋಣ' ಎನ್ನುತ್ತಾ, ನನ್ನ ಕ್ಯಾಮೆರಾ ಹೊರತೆಗೆದೆ. ಡಾ. ಸುಚೇತನ ನಕ್ಕರು.

'ನೀವು ಪ್ರೆಸ್ ಫೋಟೋಗ್ರಾಫರ್, ಅಲ್ವಾ.. ಎಲ್ಲವೂ ಅವಸರದಲ್ಲಿ ಮುಗಿಬೇಕು, ಬಿಸಿ ಸುದ್ದಿ, ಬಿಸಿ ಬಿಸಿ ಫೋಟೋ. ಆದರೆ ನಿಮ್ಮ ಇವತ್ತಿನ ಸಬ್ಜೆಕ್ಟ್ ಅಷ್ಟು ಬೇಗ ಸಿಗುವುದು ಡೌಟು. ಬೇಗ ಸಿಕ್ಕಿದರೆ, ನಿಮ್ಮ ಪುಣ್ಯ, ನನ್ನ ಅದೃಷ್ಟ. ಇಲ್ಲವಾದರೆ ಕಾಯುತ್ತಾ ಕೂರಬೇಕು' ಎನ್ನುತ್ತಾ, ಆ ಪೆಟ್ಟಿಗೆ ಅಂಗಡಿಯ ಹಿಂಭಾಗದಲ್ಲಿ ಸಾಗಿದ್ದ ಒಂದು ಕಾಲುದಾರಿಯತ್ತ ನಡೆದರು.

ಅಂಗಡಿಯಲ್ಲಿದ್ದ ವ್ಯಕ್ತಿಯು ನನ್ನತ್ತ ಕೈಚಾಚಿ 'ನಿಮ್ಮ ಬ್ಯಾಗ್ ಇಲ್ಲೇ ಇಡಿ, ಫೋಟೋ ತೆಗೆದು ಬೇಗ ಬನ್ನಿ' ಎಂದು ನನ್ನ ಬ್ಯಾಗ್ ಒಳಗಿಟ್ಟುಕೊಂಡ.

'ಸಾರ್, ಬೇಗ ಫೋಟೋ ಸಬ್ಜೆಕ್ಟ್ ತೋರಿಸಿ, ತೆಗೆದು ಬಿಡುತ್ತೇನೆ, ಲೈಟಿಂಗ್ ಚೆನ್ನಾಗಿದೆ; ಮೋಡ ಕಡಿಮೆಯಾಗಿದೆ. ಆ ಮೇಲೆ ಮಳೆ ಬಂದರೆ ಕಷ್ಟ' ಎನ್ನುತ್ತಾ, ಡಾ. ಸುಚೇತನ ಅವರನ್ನು ಹಿಂಬಾಲಿಸುತ್ತಾ, ಕ್ಯಾಮೆರಾದ ಲೆನ್ಸ್ ಫೋಕಸ್ ಮಾಡತೊಡಗಿದೆ. ಕಾಲ್ದಾರಿಯಲ್ಲಿ ನಡೆಯುತ್ತಿದ್ದ ಡಾ.ಸುಚೇತನ ಅವರು ಗಕ್ಕೆಂದು ತಿರುಗಿ ನಿಂತು, ತಮ್ಮ ಆಕರ್ಷಕ ಗಡ್ಡವನ್ನು ನೀವುತ್ತಾ, ನಸುನಗುತ್ತಾ 'ನೀವು ದೂರದ ಬೆಂಗಳೂರಿನಿಂದ ಬಂದಿದೀರಿ–ನಿಮ್ಮ ಎಡಿಟರು ಯಾವುದರ ಫೋಟೋ ತೆಗೆಯಬೇಕು ಅಂತ ಹೇಳಿ ಕಳಿಸಿಲ್ಲವೆ?' ಎಂದರು. ನಾನು ಉಹುಂ ಎಂದು ತಲೆಯಾಡಿಸಿದೆ.

'ಅಲ್ಲಿ ನೋಡಿ, ಆ ಕಾಡಿನ ಜಾಗ ಇದೆಯಲ್ಲಾ, ಅಲ್ಲಿ ಹುಡುಕಬೇಕು, ನಮ್ಮ ಫೋಟೋದ ಸಬ್ಜೆಕ್ಟ್' ಎಂದು ಕೈ ತೋರಿದರು. ನಮ್ಮೆದುರಿದ್ದ ಕಾಲುದಾರಿಯು ಸುಮಾರು 30 ಅಡಿ ಮುಂದುವರಿದಿತ್ತು; ದಾರಿಯ ಎರಡೂ ಬದಿಯಲ್ಲಿ ಹುಲ್ಲು, ಕುರುಚಲು ಗಿಡಗಳು, ಅಲ್ಲಲ್ಲಿ ಮಳೆ ನೀರಿನಿಂದಾದ ಹೊಂಡಗಳು; ನಡುನಡುವೆ ಸಣ್ಣ ಗಾತ್ರದ ಮರಗಳು; ಮುಂದುವರಿದ ದಾರಿಗೆ ಅಡ್ಡಲಾಗಿ ಒಂದು ಪುಟ್ಟ ತೋಡು–ಅದರ ತುಂಬಾ ಕೆಂಪನೆಯ ನೀರು ಹರಿಯುತ್ತಿತ್ತು. ಬೆಳಗ್ಗೆ ಸ್ವಲ್ಪ ಮಳೆಬಂದಿರಬೇಕು, ಅದೇ ನೀರು ಆ ತೋಡಿನಲ್ಲಿ ಹರಿದಿತ್ತು. ತೋಡಿನಿಂದಾಚೆ ಸಾಕಷ್ಟು ದಟ್ಟವಾಗಿ ಬೆಳೆದಿದ್ದ ಗಿಡಮರಗಳು, ಕಾಡುಬಳ್ಳಿಗಳು. ಆ ಪುಟ್ಟ ಕಾಡಿನ ದಿಕ್ಕಿಗೆ ಅವರು ಕೈ ತೋರಿದರೇ ಹೊರತು, ವಿವರ ಬಿಟ್ಟುಕೊಡಲಿಲ್ಲ.

ಇಲ್ಲೇನು ಗಿಡ ಮರಗಳನ್ನು ಅಥವಾ ಹೂವನ್ನು ಹುಡುಕಿ ಫೋಟೋ ತೆಗೆಯಬೇಕೆ? ಹಕ್ಕಿಗಳ ಫೋಟೋ ತೆಗೆಯಬೇಕೆ? ನಿನ್ನೆ ಸಂಜೆ ಸಂಪಾದಕರು ಕರೆದು, 'ಪುಣ್ಯಭೂಮಿಗೆ ಹೋಗಿ ಫೋಟೋ ತೆಗೆದುಕೊಂಡು ಬನ್ನಿ, ಅಲ್ಲಿ ಡಾ. ಸುಚೇತನ ಅಂತ ಇರುತ್ತಾರೆ, ಅವರು ನಿಮಗೆ ಎಲ್ಲಾ ಹೇಳ್ತಾರೆ' ಎಂದಿದ್ದರೇ ಹೊರತು, ಯಾವುದರ ಫೋಟೋ ತೆಗೆಯಬೇಕು ಎಂದು ಹೇಳಿರಲಿಲ್ಲ. ಯಾವುದಾದರೂ ಪ್ರಮುಖ ಕಾರ್ಯಕ್ರಮ ಇರಬಹುದು,

ಮಂಗಳೂರಿನ ನಮ್ಮ ಫೋಟೋಗ್ರಾಫರ್ ರಜದಲ್ಲಿ ಇದ್ದಿದ್ದರಿಂದ ನನ್ನನ್ನು ಕಳಿಸಿದ್ದಾರೆ ಎಂದುಕೊಂಡು, ಬೆಳಗಿನ ಜಾವವೇ ಬಸ್ ಹತ್ತಿದ್ದೆ. ಆದರೆ, ಇಲ್ಲಿ ಎದುರಿರುವ ಕಾಡನ್ನು ತೋರಿಸಿ, ಇಲ್ಲಿ ಹುಡುಕಾಟ ನಡೆಸಿದ ನಂತರ ಫೋಟೋ ತೆಗೆಯಬೇಕಿದೆ ಎನ್ನುತ್ತಿದ್ದಾರೆ, ಡಾ.ಸುಚೇತನ!

'ನಿಧಾನವಾಗಿ ಬನ್ನಿ, ಜಾರಿಕೆ ಇದೆ. ಹದಿನೈದು ದಿನದ ಹಿಂದೆ ಇಲ್ಲಿಗೆ ಬಂದಿದ್ದಾಗ, ಒಂದು ಅಡಿ ನೀರು ಇತ್ತು, ಈಗ ಎರಡು ಅಡಿ ನೀರು ಇದೆ, ಒಳ್ಳೆ ಮಳೆ ಬಂದಿದೆ' ಎನ್ನುತ್ತಾ, ಅವರು ಅಲ್ಲಿ ಅಡ್ಡಲಾಗಿ ಹರಿಯುತ್ತಿದ್ದ ತೋಡಿಗೆ ಇಳಿದರು. ಮೊಣಕಾಲಿನ ತನಕ ಪ್ಯಾಂಟ್ ಮಡಚಿದ್ದರೂ, ಸ್ವಲ್ಪ ಒದ್ದೆಯಾಯಿತು. ಹರಿಯುವ ನೀರಿನಲ್ಲಿ ಸುಮಾರು ಎಂಟು ಅಡಿ ದೂರ ನಿಧಾನವಾಗಿ ನಡೆದ ಅವರು, ಆಚೆದಡ ತಲುಪಿದರು. ಕ್ಯಾಮೆರಾವನ್ನು ಜಾಗ್ರತೆಯಾಗಿ ಬಗಲಿಗೆ ಸಿಕ್ಕಿಸಿಕೊಂಡು, ಪ್ಯಾಂಟ್ನು ಮೊಣಕಾಲಿನ ತನಕ ಮಡಚಿ, ನೀರಿಗಿಳಿದೆ. ನೀರಿನಲ್ಲಿ ರಭಸ ಇರಲಿಲ್ಲ; ಆ ತೋಡಿನ ತಳದಲ್ಲಿ ಕೆಸರೂ ಇರಲಿಲ್ಲ. ನಿಧಾನವಾಗಿ ನಡೆದು ಆಚೆ ದಡ ಸೇರಿದೆ.

'ಇಲ್ಲಿ ಮುಂಚೆ ಈ ತೋಡಿಗೆ ಕಲ್ಲಿನ ಸಂಕ ಇತ್ತು ಅಂತ ಅನಿಸುತ್ತದೆ; ಆದ್ದರಿಂದಲೇ ಈ ಜಾಗಕ್ಕೆ ಕಲ್ಲುಸಂಕ ಎಂಬ ಹೆಸರು ಬಂದಿರಬೇಕು' ಎನ್ನುತ್ತಾ, ಡಾ. ಸುಚೇತನ ಅವರು ಮರಗಿಡಗಳ ನಡುವೆ ಹೆಜ್ಜೆ ಹಾಕಿದರು. ದಟ್ಟವಾದ ಕಾಡು ಎನ್ನಲಾಗದು, ಆದರೆ ಸಾಕಷ್ಟು ಪೊದೆಗಳು, ಮುಳ್ಳುಗಿಡಗಳು ಇದ್ದವು; ಅಲ್ಲಲ್ಲಿ ಬೃಹದಾಕಾರದ ಹಳೆಯ ಮರಗಳೂ ಇದ್ದವು. ಮಸುಕಾಗಿ ಸಾಗಿದ್ದ ದಾರಿಯಲ್ಲಿ ಅವರನ್ನು ಹಿಂಬಾಲಿಸುತ್ತಾ 'ಯಾವ ಫೋಟೋ ತೆಗೆಯಬೇಕು ಸರ್?' ಎಂದೆ.

'ಓಹ್, ನಿಮಗೆ ಹೇಳಲೇ ಇಲ್ಲ! ಇಲ್ಲೊಂದು ಅಪರೂಪದ ಗೋಸುಂಬೆ ಇದೆ. ಎರಡು ವಾರದ ಹಿಂದೆ ನನ್ನ ಸ್ಟೂಡೆಂಟ್ ಹೇಳಿದಾಗ, ನಾನು ಹುಡುಕಿಕೊಂಡು ಬಂದೆ. ಅವತ್ತು ಸಂಜೆಯಾಗಿತ್ತು, ಅದನ್ನು ದೂರದಿಂದ ನೋಡಿ, ಮೊಬೈಲ್ನಲ್ಲಿ ಕ್ಲಿಕ್ಕಿಸಿದೆವೇ ಹೊರತು, ಒಳ್ಳೆಯ ಫೋಟೋ ತೆಗೆಯಲಿಕ್ಕೆ ಆಗಲಿಲ್ಲ. ನಿಮ್ಮ ಸಂಪಾದಕರು ನನಗೆ ಪರಿಚಯ; ಅವರಿಗೆ ವಿಚಾರ ಹೇಳಿದೆ; ಅದಕ್ಕೇ ನಿಮ್ಮನ್ನು ಕಳಿಸಿದರು. ನೀವು ಎಕ್ಸ್‌ಪರ್ಟ್ ಫೋಟೋಗ್ರಾಫರ್ ಅಂತೆ! ನಮ್ಮ ಯೂನಿವರ್ಸಿಟಿಯಲ್ಲಿ ಈ ಅಪರೂಪದ ಗೋಸುಂಬೆ ಕುರಿತು ಒಂದು ರಿಸರ್ಚ್ ಪ್ರಾಜೆಕ್ಟ್ ಮಾಡಬೇಕು; ಇದು ಹೊಸ ಸ್ಪೀಷೀಸ್ ಆಗಿದ್ದರೂ ಆಗಿರಬಹುದು; ಅದಕ್ಕೆ ಒಳ್ಳೆಯ ಫೋಟೋಗಳು ಬೇಕು. ನಿಮ್ಮ ಪತ್ರಿಕೆಗೆ ಒಂದು ಸುದ್ದಿಯೂ ಆಗುತ್ತೆ' ಎನ್ನುತ್ತಾ ಅವರು ಗಿಡಗಳ ನಡುವೆ ಹೆಜ್ಜೆ ಹಾಕಿದರು.

'ಗೋಸುಂಬೆನಾ? ಅದೇ ಬಣ್ಣ ಬದಲಿಸುವ ಪ್ರಾಣಿ.. ಇಲ್ಲೇ ಇರುತ್ತಾ?'

'ಹೂಂ, ಬಣ್ಣ ಬದಲಿಸುವ ಜೀವಿ.. ಅದು ರೆಪ್ಟೈಲ್, ಒಂದು ಸರೀಸೃಪ. ನಮ್ಮ ದೇಶದಲ್ಲಿ ಇರುವ ಗೋಸುಂಬೆ, ಇಂಡಿಯನ್ ಕೆಮಿಲಿಯನ್ ಕುರಿತು ಸಾಕಷ್ಟು ಅಧ್ಯಯನ ನಡೆದಿದೆ. ನಾವು ಇಲ್ಲಿ ಅವತ್ತು ಕಂಡ ಗೋಸುಂಬೆ, ಒಂದು ಬೇರೆಯದೇ ಪ್ರಭೇದ ಇರಲೂಬಹುದು. ಗೋಸುಂಬೆಗಳೇ ಅಪರೂಪ. ಅವು ತಮ್ಮ ಚರ್ಮದ ಬಣ್ಣ ಬದಲಿಸುವ ರೀತಿಯಂತೂ ಇನ್ನಷ್ಟು ಅಪರೂಪ..'

ನೂರಿನ್ನೂರು ಅಡಿ ನಡೆದಾಗ, ಸಾಕಷ್ಟು ದಟ್ಟವಾದ ಕಾಡಿನ ಮಧ್ಯ ಬಂದಿದ್ದೆವು. 'ಇನ್ನೂ ಸ್ವಲ್ಪ ಮುಂದೆ ಹೋಗುವಾ. ಅವತ್ತು ಆ ಗೋಸುಂಬೆಯನ್ನು ನಾವು ನೋಡಿದ್ದು ಇದೇ ಮರದಲ್ಲಿ' ಎಂದು ಸುಚೇತನ ಅವರು ಪಕ್ಕದಲ್ಲೇ ಇದ್ದ ಮರವನ್ನು ತೋರಿಸಿದರು. ಆದರೆ ಅದು ಈಗ ಅಲ್ಲಿರಬೇಕಲ್ಲ! ಅಲ್ಲೇ ಹುಡುಕುವಂತೆ ಅತ್ತಿತ್ತ ನೋಡಿ, ಮುಂದೆ ನಡೆದರು. ಅತ್ತಿತ್ತ ಹುಡುಕುತ್ತಾ ಅರ್ಧ ಕಿ.ಮೀ. ನಡೆದೆವು. ಮುಂದೆ ಬಂದಂತೆಲ್ಲಾ ಮರಗಳ ದಟ್ಟಣೆ ಕಡಿಮೆಯಗಿ, ದಟ್ಟವಾಗಿ ಪೊದೆ ಬೆಳೆದಿದ್ದ ಜಾಗ. ನಾನು ಒಂದು ಮರಕ್ಕೆ ಒರಗಿ ನಿಂತು, ಪಕ್ಕದ ಮರದ ತುದಿಯಲ್ಲಿ ಕೊಟ ಕೊಟ ಎಂದು ಕಾಂಡವನ್ನು ಕುಕ್ಕುತ್ತಿದ್ದ ಗೋಲ್ಡನ್ ವುಡ್ಪೆಕರ್ ಫೋಟೋ ತೆಗೆಯತೊಡಗಿದೆ.

ಹತ್ತಿಪ್ಪತ್ತು ಅಡಿ ಮುಂದೆ ನಡೆದು, ಪೊದೆಗಳನ್ನು ದಾಟಿ ಹೋದ ಡಾ. ಸುಚೇತನ ಅವರು, ನೆಲದ ದಿಕ್ಕಿನಲ್ಲಿ ಏನನ್ನೋ ನೋಡಿದವರಂತೆ ಗಕ್ಕನೆ ನಿಂತು, ಕೈಸನ್ನೆ ಮಾಡಿ ನನ್ನನ್ನು ಕರೆದರು. ಸದ್ಯ, ಫೋಟೋ ತೆಗೆಸಿಕೊಳ್ಳಬೇಕಾದ ಆ ಅಪರೂಪದ ಗೋಸುಂಬೆ ಸಿಕ್ಕಿರಬೇಕು ಎಂದುಕೊಂಡು, ಸದ್ದುಮಾಡದೇ ಹೆಜ್ಜೆ ಹಾಕುತ್ತಾ ಅವರ ಬಳಿ ಹೋದೆ. 'ಶ್' ಎಂಬಂತೆ ಮೂಗಿನ ಮೇಲೆ ಬೆರಳಿಟ್ಟು, ನೆಲದತ್ತ ಕೈ ತೋರಿದರು. ಎರಡು ದೊಡ್ಡ ಪೊದೆಗಳ ನಡುವೆ ಸ್ವಲ್ಪ ತೆರವಾದ ಜಾಗ; ಅಲ್ಲಿ ಹುಲ್ಲು ಬೆಳೆದಿತ್ತು. ನಾನು ಕ್ಯಾಮೆರಾ ಫೋಕಸ್ ಮಾಡುತ್ತಾ, ಆ ಎರಡು ಪೊದೆಗಳ ನಡುವೆ ಇಣುಕಿದೆ!

ಒಮ್ಮೆಗೇ ಬೆಚ್ಚಿಬಿದ್ದೆ–ಅಲ್ಲೊಂದು ಅಸ್ಥಿಪಂಜರದ ಮೂಳೆಗಳು ಕಾಣಿಸುತ್ತಿದ್ದವು. ತಲೆಬುರಡೆ ಮತ್ತು ದೇಹದ ಮೇಲ್ಭಾಗದ ಮೂಳೆಗಳು ಹಸಿರು ಹುಲ್ಲಿನ ನಡುವೆ ಎದ್ದು ಕಾಣುತ್ತಿದ್ದವು; ದೇಹದ ಕೆಳಭಾಗವು ಒಂದು ಪೊದೆಯಲ್ಲಿ ತೂರಿಹೋಗಿದ್ದು, ಕಾಣಿಸುತ್ತಿರಲಿಲ್ಲ. ಮೊದಲಿಗೆ ಗಾಬರಿಯಾದರೂ ಸಾವರಿಸಿಕೊಂಡೆ; ಚಕಚಕನೆ ನಾಲ್ಕಾರು ಬಾರಿ ಕ್ಲಿಕ್ ಮಾಡಿದೆ. ಕೆಲಸಕ್ಕೆ ಸೇರಿದ ಹೊಸದರಲ್ಲಿ, ಕ್ರೈಮ್ ಬೀಟ್ನಲ್ಲಿದ್ದಾಗ, ಅಪಘಾತ, ಆತ್ಮಹತ್ಯೆಯ ಸನ್ನಿವೇಶಗಳನ್ನು ಫೋಟೋ ತೆಗೆದ ರೂಢಿ ಇತ್ತು;

ಆದ್ದರಿಂದ, ಆ ಬಿಳಿ ಅಸ್ಥಿಪಂಜರವನ್ನು ಕಂಡಾಗ ಆಗಿದ್ದ ಗಾಬರಿ ಬೇಗನೆ ಕಡಿಮೆಯಾಯಿತು. ಆರೆಂಟು ಫೋಟೋ ತೆಗೆದು, ಡಾ. ಸುಚೇತನ ಅವರತ್ತ ತಿರುಗಿದೆ. ಅವರು ತುಸು ದೂರ ನಿಂತು, ಬೆದರಿದವರಂತೆ ಮುಖಮಾಡಿ, ಆ ಅಸ್ಥಿಪಂಜರವನ್ನೇ ನೋಡುತ್ತಾ, ನನ್ನತ್ತ ತಿರುಗಿ, 'ಈಗೇನು ಮಾಡುವುದು?' ಎಂದು ಪಿಸುಗುಟ್ಟುವವರಂತೆ ಕೇಳಿದರು.

'ಗಾಬರಿಯಾಗಬೇಡಿ ಸಾರ್, ಇಂತಹ ನೂರಾರು ಫೋಟೋಗಳನ್ನು ನಾನು ತೆಗೆದಿದ್ದೇನೆ. ಆದರೆ, ನಿರ್ಜನ ಪ್ರದೇಶ, ಇಲ್ಯಾಕೆ ಇದು ಬಿದ್ದಿದೆ? ಅದೂ ಇಷ್ಟು ಕಾಲದಿಂದ ಇದನ್ನು ಯಾರೂ ನೋಡಿಲ್ಲವೆ? ಮುಖ್ಯರಸ್ತೆಗೆ ತುಂಬಾ ದೂರವೂ ಇಲ್ಲ. ಇರಲಿ ನೀವು ಹೆದರಬೇಡಿ'ಎಂದು ಅವರಿಗೆ ಸಮಾಧಾನ ಮಾಡಿದೆ.

'ಏನ್ರಿ ನೀವು! ಇದು ಗಾಬರಿ ಹುಟ್ಟಿಸುವ ವಿಚಾರ. ಈಗ ಪೊಲೀಸರಿಗೆ ಗೊತ್ತಾದರೆ, ನಾವು ಸಾಕ್ಷಿಗಳಾಗಿ ಕೋರ್ಟ್ಗೆ ಹೋಗಬೇಕು; ನನ್ನದು ಇದೆಂತಹ ಗ್ರಹಚಾರ. ರೇರ್ ಸ್ಪೀಷೀಸ್ ಕೆಮಿಲಿಯನ್ ಹುಡಕುತ್ತಾ ಬಂದರೆ, ವಾಟ್ ಈಸ್ ದಿಸ್? ಓಹ್ ಗಾಡ್–ಎ ಲೈವ್ ಸ್ಕೆಲಿಟನ್! ನೊ, ನೊ... ದಿಸ್ ಈಸ್ ಟೂ ಮಚ್. ಐ ಕಾಂಟ್ ಟಾಲರೇಟ್ ದಿಸ್ ಟೆನ್ಶನ್!' ಎನ್ನುತ್ತಾ ನಿಟ್ಟುಸಿರಿಟ್ಟು, ಬಂದ ದಾರಿಯತ್ತ ತಿರುಗಿದರು. ಗಾಬರಿ, ಒತ್ತಡ, ಆಘಾತಗಳಿಂದಾಗಿ ಅವರ ಬಾಯಲ್ಲಿ ಬರೇ ಇಂಗ್ಲಿಷ್ ಶಬ್ದಗಳೇ ಹೊರಬರತೊಡಗಿದವು. ಅವರು 'ಎ ಲೈವ್ ಸ್ಕೆಲಿಟನ್' ಎಂದುಸಿರಿದ ಶಬ್ದಗಳ ಅರ್ಥವೇನು? ನನಗೆ ನಗು ಬಂತು.

ನಾನು ಆ ಅಸ್ಥಿಪಂಜರ ಬಿದ್ದಿದ್ದ ಪೊದೆಯ ಇನ್ನೊಂದು ಭಾಗಕ್ಕೆ ಹೋಗಿ, ಇನ್ನಷ್ಟು ಫೋಟೋ ತೆಗೆದೆ. ಈ ಫೋಟೋಗಳನ್ನು ನಮ್ಮ ಕ್ರೈಂ ರಿಪೋರ್ಟರ್ಗೆ ಕೊಟ್ಟು ಒಂದು ಒಳ್ಳೆಯ ಸ್ಟೋರಿ ಮಾಡಬಹುದು ಎಂದುಕೊಂಡೆ. 'ಕಾಡಿನಲ್ಲಿ ಅನಾಥ ಅಸ್ಥಿಪಂಜರ!' ಡಾ. ಸುಚೇತನ ಅವರು ನಿಧಾನವಾಗಿ ನಡೆಯುತ್ತಾ ದೂರ ಸಾಗಿದ್ದರು. ಬೇರೆ ದಾರಿ ಕಾಣದೆ, ನಾನೂ ಅವರನ್ನು ಹಿಂಬಾಲಿಸಿದೆ. ಅವರು ಅದಾಗಲೇ ತೋಡಿನ ಬಳಿ ಹೋಗಿ, ಒಂದು ಕಲ್ಲಿನ ಮೇಲೆ ಕುಳಿತು, ನನ್ನ ಬರವನ್ನೇ ನಿರೀಕ್ಷಿಸುತ್ತಿದ್ದರು.

'ಈಗೇನು ಮಾಡುವುದು ಸರ್?' ಎಂದೆ.

ಅವರ ಮುಖದ ಮೇಲಿನ ಗಾಬರಿ ಸ್ವಲ್ಪ ಕಡಿಮೆಯಾಗಿತ್ತು. 'ಅದನ್ನು ನೋಡಿ ನನಗೆ ಹೆದರಿಕೆಯಾಗಿದ್ದಂತೂ ನಿಜ, ಎದೆ ಡವಡವ ಹೊಡೆದುಕೊಳ್ತಾ ಇದೆ' ಎಂದ ಅವರು, ಪಕ್ಕದಲ್ಲಿದ್ದ ಇನ್ನೊಂದು ಕಲ್ಲಿನ ಮೇಲೆ ಕುಳಿತುಕೊಳ್ಳುವಂತೆ ನನಗೆ ಸನ್ನೆ ಮಾಡಿದರು.

'ನೀವು ಗಾಬರಿಯಾಗಿದ್ದು ಗೊತ್ತಾಯಿತು. ಇದಕ್ಕೆಲ್ಲಾ ಹೆದರಬೇಡಿ ಸರ್. ಈಗ ಆ ಗೋಸುಂಬೆ ಹುಡುಕಬೇಕಲ್ಲಾ' ಎಂದೆ.

'ನಾನು ಎರಡು ವಾರದ ಹಿಂದೆ, ನನ್ನ ಸ್ಟೂಡೆಂಟ್ ಜತೆ ಬಂದಾಗ ಒಂದು ಗೋಸುಂಬೆ ಕಾಣಿಸಿತ್ತು. ಮೊಬೈಲ್ನಲ್ಲಿ ಕ್ಲಿಕ್ ಮಾಡಿದ್ದೆ. ಕ್ಲಿಯರ್ ಆಗಿ ಬಂದಿಲ್ಲ. ಈಗ ಅಲ್ಲಿಗೆ ಹೋಗೋಕೆ ಸಣ್ಣಗೆ ಭಯ ಆಗ್ತಿದೆ'

'ಹೆದರಿಕೆ ಬಿಡಿ ಸಾರ್. ಆ ಸ್ಕೆಲಿಟನ್ ನೋಡಿದರೆ, ಅದೆಷ್ಟೋ ವರ್ಷಗಳಿಂದ ಅಲ್ಲೇ ಇದ್ದಂತಿದೆ. ಅದರ ಮೇಲೆ ಅರ್ಧ ಭಾಗ ಗಿಡ ಬೆಳೆದಿದೆ. ಈಗ ಒಂದು ಕೆಲಸ ಮಾಡುವಾ. ಇನ್ನೊಮ್ಮೆ ಅದೇ ಕಾಡೊಳಗೆ ಹೋಗೋಣ. ಆದರೆ ಆ ಕಡೆ ಬೇಡ, ಎಡ ಭಾಗದಲ್ಲಿ ಇನ್ನೊಂದು ದಾರಿ ಇದೆಯಲ್ಲ, ಅಲ್ಲಿ ಹೋಗೋಣ. ಗೋಸುಂಬೆ ಅಲ್ಲೂ ಸಿಗಬಹುದು' ಎಂದು ಧೈರ್ಯ ಹೇಳಿ, ಮೇಲೆದ್ದೆ. ಡಾ.ಸುಚೇತನ ಅವರು ಎದ್ದು ಹೆಜ್ಜೆ ಹಾಕಿದರು. ಈಗ ನಾನೇ ಮುಂದೆ, ಅವರು ಹಿಂದೆ ಹಿಂದೆ ಬರುತ್ತಿದ್ದರು! ಕೆಲವೇ ನಿಮಿಷಗಳಲ್ಲಿ ನಾಯಕತ್ವ ಬದಲಾದ ಸನ್ನಿವೇಶ.

ತೋಡಿನಿಂದಾಚೆ ನೇರವಾಗಿ ಕಾಡಿನೊಳಗೆ ಸಾಗಿದ್ದ ದಾರಿಯನ್ನು ಬಿಟ್ಟು, ಎಡಭಾಗದ ಮಸುಕಾದ ಜಾಡನ್ನು ಅನುಸರಿಸಿದೆವು. ಇಲ್ಲೂ ಎರಡೂ ಕಡೆ ಗಿಡ ಮರಗಳು ಬೆಳೆದಿದ್ದವು; ಆಗ ಹೋಗಿದ್ದ ಕಾಡಿಗಿಂತಲೂ ಹೆಚ್ಚು ದಟ್ಟವಾದ ಪೊದೆಗಳು. ಮೈಕೈಗೆ ತಗಲುತ್ತಿದ್ದ ಗಿಡಗಳನ್ನು ಅತ್ತಿತ್ತ ಸರಿಸಿ ಮುಂದೆ ನಡೆದೆ.

'ನಿಲ್ಲಿ ಒಂದ್ನಿಮಿಷ' ಎಂದು ನನ್ನ ಹಿಂದೆ ನಡೆಯುತ್ತಿದ್ದ ಸುಚೇತನ ಕರೆದರು. ಬಲಭಾಗದ ಪೊದೆಯ ಸಂದಿಯಲ್ಲೇ ಕುತೂಹಲದಿಂದ ಇಣುಕಿ, ಕೈತೋರಿದರು. ಸದ್ಯ, ಗೋಸುಂಬೆಯನ್ನು ಹುಡುಕಿದರು ಎಂದು ನೆಮ್ಮದಿಯಾಗಿ, ಅವರು ತೋರಿಸಿದ ಪೊದೆಯ ಸಂದಿಯಲ್ಲಿ ನೋಡಿದೆ. ಏನೂ ಕಾಣಿಸಲಿಲ್ಲ. 'ಗೋಸುಂಬೆನಾ?' ಎಂದು ಪಿಸುಗುಟ್ಟಿ ಕೇಳಿದೆ.

'ಅದೇನು ನೋಡಿ, ಕೆಂಪಗೆ' ಎಂದರು ನಿಧಾನವಾಗಿ. ನನಗೇನೂ ಕಾಣಿಸಲಿಲ್ಲ.

'ಅಲ್ಲಿ ಅದೇನೋ ಬಟ್ಟೆಯ ರೀತಿ ಇದೆ ನೋಡಿ' ಎಂದರು. ಇನ್ನಷ್ಟು ಇಣುಕಿ ನೋಡಿದಾಗ, ಅಲ್ಲೊಂದು ಕೆಂಪನೆಯ ಬಟ್ಟೆ ಕಾಣಿಸಿತು. ಮಹಿಳೆಯರು ಧರಿಸುವ ಚೂಡಿದಾರ್ನ ವೇಲ್ನಂತೆ ಇತ್ತು.'ಚೂಡಿದಾರ್ನ ವೇಲ್ ಇರಬೇಕು. ಹೋಗಲಿ ಬಿಡಿ' ಎಂದೆ. ಡಾ.ಸುಚೇತನರ ಗಾಬರಿ ಕಡಿಮೆಯಾಗಲಿಲ್ಲ.

'ರೀ ಇವರೆ, ಬನ್ನಿ ವಾಪಸ್ ಹೋಗೋಣ' ಎಂದು ಕರೆದರು.

'ಹೆದರಬೇಡಿ ಸಾರ್, ಇವೆಲ್ಲಾ ಕಾಡಿನಲ್ಲಿ ಮಾಮೂಲು. ಇಲ್ಲೇ ನಿಮ್ಮ ಅಪರೂಪದ ಗೋಸುಂಬೆ ಸಿಗಬಹುದು. ಇನ್ನೂ ಒಂದು ಕಿ.ಮೀ. ನಡೆದು ನೋಡೋಣ' ಎಂದೆ.

‘ಬೇಡ ಅನ್ನುತ್ತೆ. ಆ ಅಂಗಡಿಯವ ಹೇಳಿದ್ದ–ಈ ಕಾಡಿನಲ್ಲೇ ಒಂದೆರಡು ಕಿ.ಮೀ. ನಡೆದರೆ, ಸ್ನಾನ ಘಟ್ಟದ ಒಂದು ತುದಿಯನ್ನು ತಲುಪಬಹುದಂತೆ, ಅಲ್ಲಿ ನಾನಾ ರೀತಿಯ ಅನ್ಯಾಯಗಳು ನಡೆದಿವೆಯಂತೆ. ಅವನು ಇಲ್ಲಿ ಮೂವತ್ತುವರ್ಷಗಳಿಂದ ಇಂತಹದ್ದನ್ನು ನೋಡಿದ್ದಾನಂತೆ. ಈ ನದಿಯನ್ನು ‘ನೆತ್ತರನದಿ’ ಎಂದೇ ಕರೆದಿದ್ದ. ಬನ್ನಿ ಈಗ ಸಾಕು, ಗೋಸುಂಬೆ ಸಿಗುವುದಾದರೆ, ಆ ತೋಡಿನ ಹತ್ತಿರವೇ ಸಿಗಬಹುದು’ ಎನ್ನುತ್ತಾ ಅವರು ಬಂದ ದಾರಿಯಲ್ಲೇ ಸರಸರನೆ ನಡೆಯತೊಡಗಿದರು. ಮಹಿಳೆಯ ಚೂಡಿದಾರ ಕಂಡು ಅವರಿಗೆ ಅದೇಕೆ ಅಷ್ಟೊಂದು ಭಯ ಎಂದು ನನಗೆ ಅರ್ಥವಾಗಲಿಲ್ಲ. ನನಗೆ ಗೋಸುಂಬೆ ಹುಡುಕುವ ಉತ್ಸಾಹವಿತ್ತು; ಆದರೆ ಅನಿವಾರ್ಯವಾಗಿ ವಾಪಸ್ಸು ಹೊರಟೆ.

ಅವರಾಗಲೇ ಪೆಟ್ಟಿಗೆ ಅಂಗಡಿ ಹತ್ತಿರ ಹೋಗಿಬಿಟ್ಟಿದ್ದರು. ‘ಬನ್ನಿ, ಟೀ ಮಾಡಿ ಕೊಡ್ತೇನೆ, ಇಡ್ಲಿ ಇದೆ ತಿನ್ನಿ’ ಎಂದು ಪೆಟ್ಟಿಗೆ ಅಂಗಡಿಯಾತ ಸ್ವಾಗತಿಸಿದ. ಅಂಗಡಿಯ ಮುಂದೆ ಇದ್ದ ಮರದ ಬೆಂಚಿನ ಮೇಲೆ ಡಾ.ಸುಚೇತನ ಮೌನವಾಗಿ ಕುಳಿತುಬಿಟ್ಟರು. ನಾನೂ ಕುಳಿತೆ.

‘ರೀ, ಸಿಗರೆಟ್ ಇದ್ರೆ ಕೊಡಿ’ ಎಂದರು ಸುಚೇತನ, ಅಂಗಡಿಯವನ ಬಳಿ.

‘ಯಾಕೆ ತಲೆನೋವು ಬಂತಾ? ನೋಡಬಾರದ್ದನ್ನು ನೋಡಿದಿರಾ. ಸಿಗರೆಟ್ ಸೇದಿ, ಖಡಕ್ ಚಾಯ್ ಕುಡಿಯಿರಿ, ಎಲ್ಲಾ ಸರಿಯಾಗುತ್ತದೆ. ಅದಕ್ಕೆಲ್ಲಾ ಹೆದರಬಾರದು. ನನ್ನನ್ನು ನೋಡಿ, ಮೂವತ್ತು ವರ್ಷದಿಂದ ಇಲ್ಲೇ ಪುಟಾಣಿ ಅಂಗಡಿ ಹಾಕಿಕೊಂಡು ಇದ್ದೇನೆ. ಇಲ್ಲೆಲ್ಲಾ ಏನನ್ನು ನೋಡಿದರೂ, ನೋಡದವರಂತೆ ಇರಬೇಕು. ಆಗಲೇ ನೆಮ್ಮದಿ’ ಎನ್ನುತ್ತಾ ಅಂಗಡಿಯಾತ ಸಿಗರೆಟ್ ಕೊಟ್ಟ. ಇಬ್ಬರೂ ಹಚ್ಚಿದೆವು; ಎರಡು ದಂ ಹೊಗೆ ಸೇದಿದ ಸುಚೇತನ ಅವರು ‘ನೋಡಿ ಈಗ ಸ್ವಲ್ಪ ನೆಮ್ಮದಿಯಾಯ್ತು’ ಎಂದು ನಸುನಕ್ಕರು.

‘ತಕೊಳೀ ಖಡಕ್ ಚಾಯ್’ ಎಂದು ಎರಡು ಗ್ಲಾಸ್ ಟೀ ನೀಡಿದ ಅಂಗಡಿಯಾತ, ‘ಇಡ್ಲಿ ಚಟ್ನಿ ಕೊಡ್ತೇನೆ’ ಎಂದ.

‘ನೀವು ಹೇಳಿದ್ದು ನಿಜ ಮಾರಾಯ್ರೆ, ನಾನು ಹೋಗಿದ್ದ ಆ ಗೋಸುಂಬೆ ಫೋಟೋ ತೆಗೆಯಲು. ಆದರೆ ನೋಡಿದ್ದು ಮಾತ್ರ ಬೇರೆಯೇ..’ ಎಂದರು ಡಾ.ಸುಚೇತನ.

ಅಂಗಡಿಯವನು ದೊಡ್ಡದಾಗಿ ಹಹಾ ಎಂದು ನಗುತ್ತಾ ‘ನಾನು ನಿಮಗೆ ಹೇಳಿಲ್ಲವೋ, ಮೂವತ್ತು ವರ್ಷದಿಂದ ನೋಡ್ತಾ ಇದೀನಿ. ಈ ನದಿದಡದಲ್ಲಿ, ಕಾಡಲ್ಲಿ ಅದೆಷ್ಟೋ ಆತ್ಮಹತ್ಯೆಗಳು, ಕೆಲವು ಕೊಲೆಗಳು ನಡೆದಿವೆ. ಆದರೆ, ಕೊಲೆ ಮಾಡಿದ್ದು ಯಾರು ಅಂತ ಗೊತ್ತೇ ಆಗುವುದಿಲ್ಲ. ನೀವು ಏನು ನೋಡಿದಿರಿ ಆ ಕಾಡಲ್ಲಿ, ನಿಜ ಹೇಳಿ’ ಎಂದ.

'ಹೇಗೆ ಹೇಳುವುದು, ಒಂದು ಕಡೆ ಚೂಡಿದಾರ್ ಬಟ್ಟೆ. ಇನ್ನೊಂದು ಕಡೆ..' ಎಂದು ಡಾ.ಸುಚೇತನ ಹೇಳುತ್ತಿರುವಾಗಲೇ, ಅವರ ಕೈಮುಟ್ಟಿ, ಕಣ್ಣು ಹೊಡೆದು ತಲೆಯಲ್ಲಾಡಿಸಿದೆ. ಅವರು ಸುಮ್ಮನಾದರು.

'ಏನು, ಇನ್ನೊಂದು ಕಡೆ ಸೀರೆಯಾ?' ಎಂದು ಅಂಗಡಿಯವನು ಕಣ್ಣು ಹೊಡೆದ. ನಾವಿಬ್ಬರೂ ಒಬ್ಬರನ್ನೊಬ್ಬರು ನೋಡುತ್ತಾ, ಮೌನವಾದೆವು.

ಅಂಗಡಿಯವನೇ ಮುಂದುವರಿದು 'ಈ ಕಾಡಿನಲ್ಲಿ ಹುಡುಕಿದರೆ ಈಗಲೂ ಅಂತಹದ್ದೆಲ್ಲಾ ಸಿಗಬಹುದು. ಒಬ್ಬ ದನ ಕಾಯುವವನು ಹೇಳಿದ್ದ, ಮೂಳೆಗಳೂ ಇವೆ ಅಂತ. ಎಷ್ಟು ನಿಜವೋ ಸುಳ್ಳೋ ಗೊತ್ತಿಲ್ಲ. ನಾನಂತೂ ಅಲ್ಲೆಲ್ಲಾ ಹುಡುಕಿಕೊಂಡು ಹೋಗುವುದಿಲ್ಲ' ಎಂದ.

'ಅಲ್ಲ ಸ್ವಾಮಿ, ನೀವೇ ಹೇಳ್ತೀರಿ ಇಲ್ಲಿ ಏನೇನೋ ನಡೆದಿದೆ ಅಂತ. ಕಾನೂನು ರಕ್ಷಕರು ಬಂದು ಅದನ್ನು ಪತ್ತೆ ಮಾಡುವುದಿಲ್ಲವೋ?' ಎಂದು ಡಾ.ಸುಚೇತನ ಕೇಳಿದರು.

'ಕಾನೂನು ರಕ್ಷಕರು, ರಾಜಕಾರಣಿಗಳು, ಸಾಹುಕಾರರು ಎಲ್ಲರೂ ದೊಡ್ಡವರ ಕೈಯಲ್ಲಿದ್ದಾರೆ. ಯಾರೂ ಏನೂ ಮಾಡೋದಿಕ್ಕೆ ಆಗೊಲ್ಲ. ಇದು ಆ ದೊಡ್ಡವರ ಸಾಮ್ರಾಜ್ಯ. ಇಲ್ಲಿ ದೇಶದ ಕಾನೂನು ನಡೆಯುವುದಿಲ್ಲ' ಎಂದ ಅಂಗಡಿಯವನು. ಸುಚೇತನ ಅವರು ಇನ್ನಷ್ಟು ವಿವರ ಕೇಳಿದಾಗ, 'ನಾನು ಹೇಳಿದ್ದು ಅಂತ ಯಾರಿಗೂ ಹೇಳಬೇಡಿ' ಎನ್ನುತ್ತಲೇ, ಅವನು ಅಲ್ಲಿಯ ಕಥೆಯನ್ನು ವಿವರವಾಗಿ ಹೇಳಿದ. ಆತನೇ ಬಳಸಿದ ವಿಶೇಷಣದಂತೆ, 'ನೆತ್ತರ ನದಿ'ಯಿಂದ ಮೂರು ಕಿ.ಮೀ.ದೂರದಲ್ಲಿ ಬ್ರಹ್ಮ ದೇಗುಲವಿದೆ; ನದಿಯಿಂದ ದೇಗುಲದ ತನಕ ಇರುವ ಎಲ್ಲಾ ಜಾಗ, ತೋಟ, ಕಾಡು, ಕಟ್ಟಡ, ಹುಲ್ಲುಗಾವಲು ಎಲ್ಲವೂ ಶೂರ ಬಲ್ಲಾಳ ಎಂಬ ಧಣಿಗಳದ್ದು. ಬ್ರಹ್ಮ ದೇಗುಲವೂ ಅವರ ಕುಟುಂಬದ ಒಡೆತನದಲ್ಲಿರುವ ಪುರಾತನ ಪೂಜಾಸ್ಥಳ. ಶೂರ ಬಲ್ಲಾಳರ ಕುಟುಂಬವು ಮುನ್ನೂರು ವರ್ಷಗಳಿಂದಲೂ ಆ ದೇಗುಲವನ್ನು ನಡೆಸಿಕೊಂಡು ಬಂದಿದೆ. ಶೂರಬಲ್ಲಾಳರು ಗೌರವಾನ್ವಿತರು; ಆದರೆ ಅವರ ಬಂಧುಗಳು ಪ್ರಬಲರು, ಎಲ್ಲಾ ಕೆಲಸಗಳಿಗೂ ಸಿದ್ಧವಿರುವಂತಹವರು. ಬ್ರಹ್ಮ ದೇಗುಲದ ಎದುರಿನ ನಾಲ್ಕು ಬೀದಿಗಳಲ್ಲಿರುವ ಇನ್ನೂರು ಕಟ್ಟಡಗಳು ಅವರ ಕುಟುಂಬದ ಒಡೆತನದಲ್ಲಿವೆ; ರಾಜ್ಯದ ಮೂಲೆಮೂಲೆಗಳಿಂದ ಇಲ್ಲಿಗೆ ಸರಕಾರಿ ಬಸ್ಸಗಳನ್ನು ಹಾಕಿಸಿದ್ದಾರೆ; ಪ್ರತಿದಿನ ಸಾವಿರಾರು ಭಕ್ತರು ನದಿಯಲ್ಲಿ ಸ್ನಾನ ಮಾಡಿ, ಬ್ರಹ್ಮ ದೇವರಿಗೆ ಪೂಜಿಸಿ, ಕಾಣಿಕೆ ಹಾಕುತ್ತಾರೆ; ಆ ಕಾಣಿಕೆಯ ಮೊತ್ತವೇ ಅವೆಷ್ಟೋ ಕೋಟಿ. ಶೂರ ಬಲ್ಲಾಳರು ಆ ಹಣವನ್ನು ದೇಗುಲದ ಅಭಿವೃದ್ಧಿಗೆ ಬಳಸುತ್ತಾರೆ; ಅಲ್ಲಿರುವ ಮಡ್ ಕ್ಯೂರ್ ಸೆಂಟರ್ ಆಸ್ಪತ್ರೆ ನಡೆಸಲು ಬಳಸುತ್ತಾರೆ; ಆ ಆಸ್ಪತ್ರೆಯಲ್ಲಿ ಬಡವರಿಗೆ ಉಚಿತ ಚಿಕಿತ್ಸೆ. ಜೊತೆಗೆ

ಎಲ್ಲಾ ರಾಜಕೀಯ ಪಕ್ಷಗಳ ಚುನಾವಣಾ ವೆಚ್ಚಕ್ಕೆ ಸಹ ಅವರು ತುಂಬಾ ಹಣ ಕೊಡುತ್ತಾರೆ ಎಂಬ ಗುಸು ಗುಸು ಇದೆಯಂತೆ. ಆದ್ದರಿಂದಲೇ, ಎಲ್ಲಾ ಪಕ್ಷದ ನಾಯಕರುಗಳು ಶೂರಬಲ್ಲಾಳರ ಮಾತುಗಳನ್ನು ಕೇಳುತ್ತಾರೆ ಎಂದು ಅಂಗಡಿಯವ ಹೇಳಿದ.

'ಅದೆಲ್ಲಾ ಸರಿ, ಈಗ ನಾವು ಈ ಕಾಡಿನಲ್ಲಿ ನೋಡಿದ್ದಕ್ಕೂ, ನೀವು ಹೇಳುವ ಶೂರಬಲ್ಲಾಳರ ವ್ಯವಹಾರಕ್ಕೂ ಏನು ಸಂಬಂಧ?' ಎಂದು ಕೇಳಿದೆ.

'ಈ ಕಾಡಿನ ಜಾಗವೂ ಅವರಿಗೇ ಸೇರಿದ್ದು, ಈ ಮಡ್ ಕ್ಯೂರ್ ಆಸ್ಪತ್ರೆಯೂ ಅವರದ್ದೇ. ಬ್ರಹ್ಮ ದೇಗುಲವೂ ಅವರದ್ದೇ. ಅಲ್ಲಿನ ಕಟ್ಟಡಗಳೂ ಅವರದ್ದೇ. ಈ ರಸ್ತೆಯೂ ಅವರದ್ದೇ, ನದಿಯ ಸ್ನಾನಘಟ್ಟವೂ ಅವರದ್ದೇ' ಎಂದು ಅಂಗಡಿಯವ ಹೇಳಿ ಹುಳ್ಳಗೆ ನಕ್ಕ.

'ಸರಿಯಪ್ಪಾ, ನಾವು ಕಂಡದಕ್ಕೂ ಅದಕ್ಕೂ ಏನು ಸಂಬಂಧ?' ಎಂದು ಡಾ.ಸುಚೇತನ ಮತ್ತೆ ಕೇಳಿದರು.

'ಅದನ್ನು ಮಾತ್ರ ನೀವು ಬಿಡಿಸಿ ಕೇಳಬಾರದು, ನಾನು ಬಿಡಿಸಿ ಹೇಳಬಾರದು. ಏಕೆಂದರೆ, ಬಿಡಿಸಿ ಹೇಳಿದರೆ ನಾನು ಪಡ್ಚ' ಎಂದ ಅಂಗಡಿಯವ.

ಸುಚೇತನ ಅವರು ಒಮ್ಮೆಗೇ ಎದ್ದು ನಿಂತು, 'ನಾನು ಈಗಲೇ ಮಂಗಳೂರಿಗೆ ಹೋಗಬೇಕು. ಅರ್ಜೆಂಟ್ ಕೆಲಸವಿದೆ' ಎಂದು ಬ್ಯಾಗ್ ಕೈಗೆ ಎತ್ತಿಕೊಂಡರು. 'ಸಾರ್, ಗೋಸುಂಬೆ ಫೋಟೋ? ಸಂಜೆ ತನಕ ಕಾಯೋಣ. ಪುನಃ ಕಾಡಿಗೆ ಹೋಗೋಣ. ಸಿಕ್ಕರೂ ಸಿಗಬಹುದು' ಎಂದೆ.

'ಇಲ್ಲ. ನೀವು ದೂರದಿಂದ ಫೋಟೋ ತೆಗೆಯಲಿಕ್ಕೆ ಬಂದಿರಿ. ಥ್ಯಾಂಕ್ಸ್. ಈ ಗೋಸುಂಬೆ ರಿಸರ್ಚ್ ಪ್ರಾಜೆಕ್ಟ್ನೇ ನಾನು ಕ್ಯಾನ್ಸಲ್ ಮಾಡ್ತೇನೆ. ಈ ನೆತ್ತರನದಿ ಮತ್ತು ಗೋಸುಂಬೆ ಸಹವಾಸವೇ ಬೇಡ. ನಿಷ್ಠೆಯಿಂದ ಪಾಠ ಮಾಡಿ, ತಿಂಗಳು ತಿಂಗಳು ಸಂಬಳ ತೆಗೆದುಕೊಂಡು, ನನ್ನ ಪಾಡಿಗೆ ನಾನಿರ್ತೇನೆ. ಜಾಸ್ತಿ ಮಾತನಾಡಿದರೆ ನಮ್ಮ ಕೆಲಸ ಹೋಗುವ ಸಂದರ್ಭ ಉಂಟು. ನಮ್ಮ ಯೂನಿವರ್ಸಿಟಿಯಲ್ಲಿ ಶೂರಬಲ್ಲಾಳರು ಸ್ಥಾಪಿಸಿದ ಪೀಠ ಉಂಟು, ಅವರು ಡೊನೇಶನ್ ಕೊಟ್ಟಿದ್ದಾರೆ. ಅಬ್ಬ, ನೆನಸಿಕೊಂಡರೆ ಭಯ ಆಗ್ತದೆ.' ಎನ್ನುತ್ತಾ, ಅಂಗಡಿಯವನಿಗೆ ಬೈ ಹೇಳಿ, ಬಸ್ರಸ್ತೆಯ ಆಚೆ ಪಕ್ಕಕ್ಕೆ ಹೋದರು. ಒಂದು ಕೆಂಪು ಬಸ್ ಬಂತು; ಟಾಟಾ ಮಾಡಿ ಬಸ್ ಹತ್ತಿ ಹೊರಟೇ ಬಿಟ್ಟರು.

ಅಂಗಡಿಯವನು ನಸುನಕ್ಕ. 'ನೀವೇ ಪರವಾಗಿಲ್ಲ. ಸಂಜೆ ತನಕ ಇರೋಣ ಅಂತಿದ್ದೀರಾ. ಅವರು ಹೆದರಿಬಿಟ್ಟರು. ಇಲ್ಲೆಲ್ಲಾ ಏನಾದರೂ ಕೆಟ್ಟದ್ದುನೋಡಿದರೆ, ನೋಡದೇ ಇರುವವರ ರೀತಿ ಇರಬೇಕು. ಕಳೆದ ಮೂವತ್ತು ವರ್ಷಗಳಿಂದ

ನಾನೇ ಹತ್ತು ಕೇಸ್ ವಿಚಾರ ಕೇಳಿದ್ದೇನೆ. ಆದರೆ ನೋಡಿಯೂ ನೋಡದಂತೆ ಇದ್ದೇನೆ. ಆ ಕೇಸ್ಗಳಿಗೆ ಯಾವುದಕ್ಕೂ ಪ್ರೂಫ್ ಇಲ್ಲ.'

'ನಿಮಗೆ ಭಯ ಇಲ್ಲವೆ?' ಎಂದು ಕೇಳಿದೆ.

'ನಮಗೇನು ಭಯ? ಪ್ರತಿ ವರ್ಷ ಬ್ರಹ್ಮ ದೇಗುಲಕ್ಕೆ ಹೋಗಿ ನಮಸ್ಕಾರ ಮಾಡಿ, ಪ್ರಸಾದ ಸ್ವೀಕರಿಸಿರ್ತೇನೆ. ಶೂರಬಲ್ಲಾಳರೂ ಅಲ್ಲೇ ನಿಂತು, ಎಲ್ಲರಿಗೂ ಆಶೀರ್ವಾದ ಮಾಡ್ತಾರೆ. ನಾನು ಅವರ ಕಾಲಿಗೆ ಬೀಳ್ತೇನೆ. ಈ ಪೆಟ್ಟಿಗೆ ಅಂಗಡಿ ನನ್ನ ಜೀವನಾಧಾರ, ಇದನ್ನು ನಡೆಸಿಕೊಂಡು ಹೋಗೋದಿಕ್ಕೆ ಅನುಮತಿ ಕೊಡಿ ಅಂತೇನೆ. ಅವರು ನಸು ನಕ್ಕು, ಕೈ ಎತ್ತಿ ಆಶೀರ್ವಾದ ಮಾಡಿ, ಹಾಗೇ ಮುಂದೆ ಹೋಗು ಅಂತಾರೆ. ಅವರ ಸುದ್ದಿಗೆ ನಾವು ಹೋಗಬಾರದು ಅಷ್ಟೆ; ಬಲ್ಲಾಳರು ಹೇಳಿದಂತೆ ನಾವು ಕೇಳಿದರೆ, ಆ ಬ್ರಹ್ಮ ದೇವರು ಕಾಪಾಡ್ತಾನಂತೆ. ಇಲ್ಲವಾದರೆ..ಕಷ್ಟ' ಎಂದನಾತ. ಏನು ಕಷ್ಟ ಎಂದು ಕೇಳಿದೆ.

ಮತ್ತೊಂದು ಕಥೆ ಹೇಳಿದ. ಬ್ರಹ್ಮ ದೇಗುಲ ಇರುವ ಬೀದಿಯ ಪಕ್ಕದ ಬೀದಿಯಲ್ಲಿದ್ದ ವಯಸ್ಸಾದ ಗಂಡ, ಹೆಂಡತಿ, ಒಂದು ಬಳೆ ಅಂಗಡಿ, ಫ್ಯಾನ್ಸಿ ಸ್ಟೋರ್ ನಡೆಸುತ್ತಿದ್ದರು. ಆ ಯಜಮಾನರ ತಂದೆಯ ಕಾಲದಿಂದಲೂ ಅವರ ಮನೆ, ಅಂಗಡಿ ಅಲ್ಲೇ ಇತ್ತು; ವಿಶಾಲವಾದ ಜಾಗದ ಒಂದು ಬದಿಯಲ್ಲಿ ಇವರ ಸಣ್ಣ ಅಂಗಡಿ ಮತ್ತು ಮನೆ. ಪುರಾತನ ಕಾಲದಿಂದಲೂ ಅವರ ವಶದಲ್ಲಿದ್ದ ಜಾಗ; ಆದರೆ ಅವರ ಹೆಸರಿಗೆ ಸರಿಯಾದ ದಾಖಲೆ ಮಾಡಿಸಿಕೊಂಡಿರಲಿಲ್ಲ. ಶೂರ ಬಲ್ಲಾಳರ ದೊಡ್ಡಪ್ಪನ ಮಗ ಅಲ್ಲೊಂದು ಲಾಡ್ಜ್ ಕಟ್ಟಬೇಕು ಅಂತ ಆಸೆಪಟ್ಟು, ಆ ಜಾಗ ಬಿಡಲು ಹೇಳಿದರು; ಎರಡು ಕಿ.ಮೀ. ದೂರದ ಕಾಡಿನ ಹತ್ತಿರ ಬೇರೆ ಜಾಗ ಕೊಡುತ್ತೇನೆ, ಅಲ್ಲೇ ಮನೆ ಕಟ್ಟಿಕೊಳ್ಳಿ ಅಂದರು. ಈ ಯಜಮಾನರು ಒಪ್ಪಲಿಲ್ಲ; ಕಾಡಿನ ಹತ್ತಿರ ಹೋದರೆ, ನಾನು ವ್ಯಾಪಾರ ಮಾಡುವುದಾದರೂ ಹೇಗೆ, ಇದು ನಮ್ಮ ಪೂರ್ವಿಕರು ವಾಸಿಸದ್ದ ಜಾಗ ಎಂದು ಹಠ ಹಿಡಿದರು. ಎಷ್ಟು ಕೇಳಿದರೂ ಜಾಗ ಕೊಡಲಿಲ್ಲ. ಒಂದು ದಿನ ಬೆಳಗ್ಗೆ ನೋಡಿದರೆ, ಆ ಮುದುಕ ಮುದುಕಿ ಇಬ್ಬರೂ ಅವರ ಮನೆ ಹಿಂದಿನ ಬಾವಿಯಲ್ಲಿ ಹೆಣ ಆಗಿದ್ದರು. ಕಾನೂನು ರಕ್ಷಕರು ಬಂದು ಆತ್ಮಹತ್ಯೆ ಎಂದು ಬರೆದುಕೊಂಡರು. ಈಗ ಆ ಜಾಗದಲ್ಲಿ ಒಂದು ಲಾಡ್ಜ್ ಇದೆ. ದಿನಾ ಯಾತ್ರಿಕರು ಅಲ್ಲಿ ತಂಗುತ್ತಾರೆ ಎಂದ ಅಂಗಡಿಯಾತ.

ಮತ್ತೊಂದು ಟೀ ಕುಡಿದೆ; ಎರಡು ಸಿಗರೇಟ್ ಸೇದಿದೆ. ಗೋಸುಂಬೆ ಫೋಟೋ ತೆಗೆಯಲಿಕ್ಕಂತೂ ಆಗಲಿಲ್ಲ; ಬ್ರಹ್ಮದೇಗುಲವನ್ನಾದರೂ ನೋಡಿಕೊಂಡುಬರೋಣ ಎಂದು ಹೊರಟೆ. 'ಇಲ್ಲೇ ಬಸ್ ಸಿಗುತ್ತೆ. ಉಳಿಯುವುದಾದರೆ ಅದೇ ಲಾಜ್ನಲ್ಲಿಯೂ ಉಳಿಯಬಹುದು. ಲಾಜ್ ಹೆಸರು ಕೂರ್ಮ ಲಾಜ್' ಎಂದ ಅಂಗಡಿಯಾತ. ಬ್ರಹ್ಮ ದೇಗುಲದ ಎದುರಿನಲ್ಲೇ ಬಸ್

ಇಳಿಸಿದರು; ಎಲ್ಲೆಲ್ಲೂ ಜನ. ಸಂಜೆಯ ಸಮಯ. ದೊಡ್ಡ ಶಿಲಾ ದೇಗುಲ, ಹೊಯ್ಸಳ ಶಿಲ್ಪಕಲೆಯ ವಾಸ್ತುಶೈಲಿ. ಸೆಕ್ಯುರಿಟಿಯವರ ಹತ್ತಿರ ಬ್ಯಾಗ್ ಇಟ್ಟು, ಕ್ಯೂ ನಿಂತೆ. ಕತ್ತಲಾಗುತ್ತಿದ್ದಂತೆ, ಝಗಮಗಿಸುವ ಲೈಟುಗಳು. ಒಂದು ಗಂಟೆ ಸರತಿ ಸಾಲಿನ ನಂತರ ದೇವರ ದರ್ಶನ ಆಯಿತು; ಹೊರ ಬಂದ ಕೂಡಲೆ 'ಊಟ ಮಾಡಿ, ಬನ್ನಿ' ಎಂದು ಕೂಗಿ ಕರೆಯುವ ಸ್ವಯಂಸೇವಕರು, ದೊಡ್ಡ ಹಾಲ್ನಲ್ಲಿ ಕೂರಿಸಿ ಊಟ ಹಾಕಿಸಿದರು.

ರಾತ್ರಿ ಬಸ್ ಹತ್ತಿ ಬೆಂಗಳೂರಿಗೆ ಹೋಗುವ ಯೋಚನೆ; ಆದರೆ ಅದೇಕೋ ಬಹಳ ಸುಸ್ತು ಎನಿಸಿತು; ಈ ರಾತ್ರಿ ಚೆನ್ನಾಗಿ ನಿದ್ರೆ ಮಾಡುವ ಎನಿಸಿತು. ದೇಗುಲದ ಸಮಾನಾಂತರ ಬೀದಿಯೊಂದರಲ್ಲಿ ಸಾಲಾಗಿ ಲಾಜಿಂಗ್ಗಳಿದ್ದವು. ಮತ್ಸ್ಯ ಲಾಜ್, ಕೂರ್ಮ ಲಾಜ್, ವರಾಹ ಲಾಜ್, ವಾಮನ ಲಾಜ್, ಬುದ್ಧ ಲಾಜ್–ಈ ರೀತಿಯ ಹೆಸರುಗಳು. ಅಂಗಡಿಯಾತ ಹೇಳಿದ್ದ ಕೂರ್ಮ ಲಾಜ್ ಬಹುದೊಡ್ಡದಾಗಿತ್ತು. ರೂಂ ಕೊಟ್ಟರು. ಬ್ಯಾಗನ್ನು ರೂಮಿನಲ್ಲಿಟ್ಟು, ಎದುರಿನ ಬೀದಿಯಲ್ಲಿದ್ದ ಇಂಟರ್ನೆಟ್ ಕೆಫೆಗೆ ಹೋಗಿ, ಕ್ಯಾಮೆರಾದಲ್ಲಿದ್ದ ಅಸ್ಥಿಪಂಜರ ಫೋಟೋಗಳನ್ನು ಕ್ರೈಂ ರಿಪೋರ್ಟರ್ಗೆ ಮೇಲ್ ಮಾಡಿದೆ. 'ಕಾಡಿನಲ್ಲಿ ಅನಾಥ ಅಸ್ಥಿಪಂಜರ' ಎಂಬ ಕ್ಯಾಪ್ಷನ್ ಕೊಟ್ಟು, 'ಪುಣ್ಯಭೂಮಿ ಗ್ರಾಮದ ನದಿ ಬಳಿಯ ಕಾಡಿನಲ್ಲಿ ಪತ್ರಿಕೆಯ ಛಾಯಾಗ್ರಾಹಕರಿಗೆ ಕಾಣಸಿಕ್ಕ ಅಸ್ಥಿಪಂಜರವನ್ನು ತಕ್ಷಣ ತನಿಖೆಗೆ ಒಳಪಡಿಸಬೇಕು' ಎಂಬ ಒಕ್ಕಣೆಯನ್ನೂ ಸೇರಿಸಿದೆ.

ಬೆಳಗ್ಗಿನಿಂದ ಓಡಾಟದಿಂದಾಗಿ ಸುಸ್ತಾಗಿತ್ತು; ರೂಂನಲ್ಲಿ ಬಿಸಿ ನೀರಿನ ಸ್ನಾನ ಮಾಡಿ, ಸ್ವಲ್ಪ ಹೊತ್ತು ಟಿವಿ ನೋಡಿ, ಫ್ಯಾನ್ ಜೋರಾಗಿಟ್ಟು ಮಲಗಿದ್ದೇ ಗೊತ್ತು. ಎಚ್ಚರವೇ ಇಲ್ಲದಂತಹ ಗಾಢ ನಿದ್ದೆ!

ಮಧ್ಯರಾತ್ರಿಯ ಸಮಯವಿರಬೇಕು; ವಿಪರೀತ ನಿದ್ದೆ. ಯಾರೋ ನನ್ನ ಕಾಲುಗಳನ್ನು ಹಿಡಿದು ಎಳೆದ ಅನುಭವ; ಕನಸಿರಬೇಕು ಎಂದುಕೊಂಡು, ರಗ್ಗು ಬಿಗಿಯಾಗಿ ಹೊದ್ದು ಮಲಗಿದೆ. ಮತ್ತೆ ನಿದ್ದೆ. ಮತ್ತೆ ಯಾರೋ ಎರಡೂ ಕಾಲುಗಳನ್ನು ಎತ್ತಿದಂತಹ ಅನುಭವ; ನಿಧಾನವಾಗಿ ತಿರುಗಿಸಿ ಮಲಗಿಸಿದಂತೆ ಅನುಭವ. ಧಿಗ್ಗನೆ ಎದ್ದು ಲೈಟ್ ಹಾಕಿದೆ. ಯಾರೂ ಇಲ್ಲ, ಮೈ ಬೆವರಿತ್ತು. ರಗ್ ಹೊದೆದಿದ್ದಕ್ಕೇ ಇರಬೇಕು ಎಂದುಕೊಂಡೆ. ಆದರೆ, ತಲೆಯ ಅಡಿ ಇರಬೇಕಾದ ದಿಂಬು ಕಾಲಿನ ಬಳಿ ಇತ್ತು. ಯಾವ ದಿಕ್ಕಿಗೆ ತಲೆ ಹಾಕಿ ಮಲಗಿದ್ದೆನೋ, ಅದರ ಸರಿವಿರುದ್ಧ ದಿಕ್ಕಿನಲ್ಲಿ ಈಗ ಮಲಗಿದ್ದೆ! ಇದು ಹೇಗೆ ಸಾಧ್ಯ? ಹೊಳೆಯಲಿಲ್ಲ. ಗಂಟೆ ನೋಡಿದೆ. ರಾತ್ರಿ ಎರಡು ಗಂಟೆ. ವಿಸ್ಮಯ ಎನಿಸಿತು. ಏನೋ ಕನಸು ಕಂಡಂತೆ, ಯಾರೋ ಬಂದು ನನ್ನ ಕಾಲುಗಳನ್ನು ಎತ್ತಿ ತಿರುಗಿಸಿ ಮಲಗಿಸಿದಂತೆ.. ಇದೆಂತಹ ವಿಚಿತ್ರ ಅನುಭವ? ಟಿವಿ ಹಾಕಿ,

ಮ್ಯೂಟ್ ಮಾಡಿ, ಹಿಂದಿ ಸಿನಿಮಾವೊಂದನ್ನು ನೋಡುತ್ತಾ ಹಾಸಿಗೆಗೆ ಒರಗಿದೆ. ನಿಧಾನವಾಗಿ ನಿದ್ರೆ ಬಂದಂತೆ ಅನಿಸಿತು.

'ಓಡಿ ಬನ್ರೋ, ಯಾರಾದ್ರೂ ಬನ್ರೋ' ಹೆಂಗಸೊಂದು ಕೂಗಿದ ಸದ್ದು ಕೇಳಿಸಿತು. ಕೀರಲು ದನಿ, ಆರ್ತನಾದ. ಸಮಯ ನೋಡಿದೆ. ಮೂರು ಗಂಟೆ. ಬಾಗಿಲು ತೆಗೆದು ನೋಡಿದೆ. ಲಾಜಿಂಗ್ನ ಹಿಂಭಾಗದ ಗೇಟು ಕಾಣಿಸಿತು; ಮರದ ನೆರಳಿನಲ್ಲಿ ಯಾರೋ ನಿಂತತೆ ಇತ್ತು. ತಕ್ಷಣ ವಿದ್ಯುತ್ ಹೊರಟುಹೋಯಿತು. ಎಲ್ಲಾ ಕಡೆ ಕತ್ತಲೆ. ಪಕ್ಕದ ಲಾಜ್ನಲ್ಲಿ ಸೆಕ್ಯುರಿಟಿಯವರು ಟಾರ್ಚ್ ಹಿಡಿದು ಓಡಾಡುತ್ತಿದ್ದರು. 'ಅಯ್ಯೋ, ಓಡಿ ಬನ್ರೋ' ಎಂದು ಮತ್ತೊಮ್ಮೆ ಯಾರೋ ಕೂಗಿದರು. ಹಿಂಭಾಗದ ಗೇಟಿನ ಕಡೆಯಿಂದ ಬಂದ ಸದ್ದು. ಆ ಕತ್ತಲಿನಲ್ಲಿ ಬುಡ್ಡಿ ದೀಪ ಹಿಡಿದು ಇಬ್ಬರು ನಿಂತಿದ್ದರು. ಅತ್ತಲೇ ನೋಡಿದೆ. ಅವರಿಗೂ ನಾನು ನೋಡಿದ್ದು ಗೊತ್ತಾಯಿತು 'ಬನ್ನಿ' ಎಂಬಂತೆ ಕೈ ಬೀಸಿ ಕರೆದರು. ಮಹಡಿಯ ಮೆಟ್ಟಿಲಿಳಿದು, ಅತ್ತ ಸಾಗಿದೆ.

ಕರೆಂಟ್ ಇಲ್ಲದ್ದರಿಂದ ಪೂರ್ತಿ ಕತ್ತಲು. ಗೇಟಿನ ಹೊರಭಾಗದಲ್ಲಿ ಬುಡ್ಡಿ ದೀಪ ಹಿಡಿದು ಒಂದು ಮುದುಕಿ ನಿಂತಿತ್ತು; ಅವರ ಪಕ್ಕದಲ್ಲೇ ವಯೋವೃದ್ಧರಾದ ಒಬ್ಬರು ಯಜಮಾನರು. 'ಹತ್ತಿರ ಬನ್ನಿ' ಎಂದರು. ಹೋದೆ. 'ಈ ಗೇಟ್ ಸ್ವಲ್ಪ ತೆರೆಯಿರಿ' ಎಂದರು. 'ಯಾಕೆ?' ಎಂದೆ. 'ನಿಮ್ಮಲ್ಲಿ ಏನೋ ಹೇಳುವುದುಂಟು' ಎಂದರು. ಮುಖ ನೋಡಿದೆ; ಮಸುಕು ಬೆಳಕಿನಲ್ಲಿ ಅಸ್ಪಷ್ಟ. ಗೇಟಿಗೆ ಬೀಗ ಹಾಕಿರಲಿಲ್ಲ; ತೆಗೆದೆ. ಆದರೆ, ಆ ಗೇಟನ್ನು ಅವರು ಹೊರಗಿನಿಂದಲೂ ತೆರೆಯಬಹುದಾಗಿತ್ತು. ಒಳಗೆ ಬಂದು, 'ನೋಡಿ ಇವರೆ, ಇಲ್ಲಿ ಬನ್ನಿ' ಎನ್ನುತ್ತಾ ಅವರಿಬ್ಬರೂ ಲಾಜ್ನ ಗೋಡೆಯತ್ತ ನಡೆದರು. ಮುದುಕಿ ಕುಸು ಕುಸು ಅಳುತ್ತಿತ್ತು; ನನಗೆ ಗಾಬರಿ ಆಯ್ತು. 'ಯಾಕೆ ಅಳ್ತೀರಾ, ನಾನು ಹೋಗ್ತೀನಿ' ಎಂದೆ.

'ಹೋಗುವಿರಂತೆ, ಪರವಾಗಿಲ್ಲ. ನಾವು ನಿಮಗೇನೂ ತೊಂದರೆ ಕೊಡುವುದಿಲ್ಲ. ಹೋಗುವ ಮುಂಚೆ ಇದನ್ನು ನೋಡಿಕೊಂಡು ಹೋಗಿ, ಅಷ್ಟೆ' ಎನ್ನುತ್ತಾ ಆ ಯಜಮಾನರು, ಗೋಡೆಯ ಬುಡಕ್ಕೆ ಬುಡ್ಡಿ ದೀಪವನ್ನು ಕೊಂಡೊಯ್ದರು.

'ಇಲ್ಲಿ ಮುಟ್ಟಿ ನೋಡಿ, ಇದು ಕಟ್ಟಡದ ತಳಪಾಯ. ಇಲ್ಲಿ ಕೆಂಪಗಿದೆ ನೋಡಿ, ಮುಟ್ಟಿ ನೋಡಿ' ಎಂದರು. ಅವರು ತೋರಿಸಿದ ಜಾಗದಲ್ಲಿ ಮಸುಕಾಗಿ ಕಪ್ಪಗೆ ಕಾಣಿಸುತ್ತಿತ್ತು–ಅದು ತಳಪಾಯ ನಿಜ. ಮೂರು ಸಾಲಿನ ಕಲ್ಲಿನ ಕಟ್ಟೋಣ ಅಲ್ಲಿತ್ತು–ಅವರು ತೋರಿದ ಜಾಗವನ್ನು ಮುಟ್ಟಿದೆ. ಕೈಗೆ ಏನೋ ಅಂಟಿತು. ಬುಡ್ಡಿ ದೀಪವನ್ನು ನನ್ನ ಕೈ ಹತ್ತಿರ ತಂದು ಆ ಯಜಮಾನರು ಹೇಳಿದರು–

'ಇಲ್ಲಿ ನೋಡಿ, ಇದು ರಕ್ತ. ನಿಮ್ಮ ಕೈಯಲ್ಲಿ ರಕ್ತ. ಅಲ್ಲವೆ?' ಎಂದರು.

'ಓಹ್,ಇದೆಲ್ಲಿಂದ ಬಂತು?' ಎಂದು ಕೇಳಿದೆ.

'ಈ ಕಟ್ಟಡವನ್ನು ಕಟ್ಟಿರುವುದೇ ರಕ್ತದ ತಳಪಾಯದ ಮೇಲೆ. ಇಲ್ಲಿ ಮುದುಕ, ಮುದುಕಿ ವಾಸವಿದ್ದರು. ಅವರ ತಲೆಯ ಮೇಲೆ ನಡುರಾತ್ರಿ ಕಲ್ಲು ಚಪ್ಪಡಿ ಎತ್ತಿಹಾಕಿದರು. ಆಗ ರಕ್ತ ಬಂತು, ಅದೇ ರಕ್ತ ಇದು. ನಂತರ ಅವರನ್ನು ಬಾವಿಗೆ ಎಸೆದರು. ಆ ನೀರು ಕೆಂಪಗಾಗಿ, ನೆತ್ತರ ನದಿಯಲ್ಲಿ ಹರಿಯುತ್ತಿದೆ' ಎಂದರು. ಮುದುಕಿ ಇನ್ನಷ್ಟು ಜೋರಾಗಿ ಅಳಲು ಶುರುಮಾಡಿತು. ನನ್ನ ಕೈಯನ್ನು ಮತ್ತೊಮ್ಮೆ ಮುಟ್ಟಿ ನೋಡಿಕೊಂಡೆ–ಕೆಂಪಗೆ ಏನೋ ಅಂಟಿದ್ದಂತೂ ನಿಜ. ಏನು ಮಾಡುವುದೆಂದು ಹೊಳೆಯಲಿಲ್ಲ.

'ಇಷ್ಟೇ ನಿಮಗೆ ತೋರಿಸಬೇಕಿತ್ತು' ಎಂದು ಆ ಯಜಮಾನರು ಹೇಳುತ್ತಿದ್ದಂತೆಯೇ, ಜೋರಾಗಿ ಗಾಳಿ ಬೀಸಿತು. ಬುಡ್ಡಿ ದೀಪ ಆರಿಹೋಯಿತು. ಎಲ್ಲಾ ಕಡೆ ಗವ್ ಎನ್ನುವ ಕತ್ತಲೆ. ನನಗೆ ಭಯ ಎನಿಸಿ, ಕತ್ತಲಿನಲ್ಲೇ ನಿಧಾನವಾಗಿ ಮೆಟ್ಟಿಲ ಕಡೆ ಸಾಗಿ, ಮೊದಲ ಮಹಡಿಯ ರೂಂಗೆ ಬಂದೆ. ಆ ಇಬ್ಬರು ವೃದ್ಧರು ಎಲ್ಲಿ ಕಣ್ಮರೆಯಾದರೋ ಗೊತ್ತಾಗಲಿಲ್ಲ. ರೂಂಗೆ ಹೋಗಿ ಮಲಗಿದ್ದೊಂದೇ ಗೊತ್ತು, ಮೈಮರೆವ ನಿದ್ದೆ ಬಂದುಬಿಟ್ಟಿತು.

ಎಚ್ಚರಾದಾಗ, ಎಲ್ಲಿದ್ದೇನೆಂದೇ ಹೊಳೆಯಲಿಲ್ಲ. ಸುತ್ತಲೂ ಬೆಳಕಾಗಿತ್ತು. ದಡಬಡಾಯಿಸಿ ಎದ್ದೆ. ರಾತ್ರಿ ಹಾಕಿಟ್ಟಿದ್ದ ಟಿವಿ ಇನ್ನೂ ಚಾಲೂನಲ್ಲೇ ಇತ್ತು. ಲೈಟು ಉರಿಯುತ್ತಲೇ ಇತ್ತು. ಕಣ್ಣುಜ್ಜಿದೆ. ಅಂಗೈಯಲ್ಲಿ ಕೆಂಪಗೆ ಏನೋ ಕಾಣಿಸಿತು–ನೋಡಿದರೆ, ರಕ್ತ. ಅಂಗೈಯಲ್ಲಿದ್ದ ತರಚಿದ ಗಾಯದಿಂದ ರಕ್ತ ಒಸರಿತು. ಈ ಗಾಯ ಆಗಿದ್ದು ಎಲ್ಲಿ?ನಿನ್ನೆ ಕಾಡಿನಲ್ಲ? ಮಧ್ಯರಾತ್ರಿ ಕಟ್ಟಡದ ತಳಪಾಯದಲ್ಲಿ ಕೆಂಪನೆಯ ರಕ್ತವನ್ನು ತೋರಿಸಿದ ಆ ಮುದುಕ ಮುದುಕಿ ಎಲ್ಲಿಗೆ ಹೋದರು? ಅದು ನಿಜವೇ, ಕನಸೆ? ಟಿವಿ ಆರಿಸಿ, ಮುಖ ತೊಳೆದು, ರೂಂನಿಂದ ಹೊರಬಂದೆ. ಲಾಜ್ನ ಹಿಂಭಾಗದ ಗೇಟ್ ಕಾಣಿಸಿತು; ಅದು ತೆರೆದುಕೊಂಡಿತ್ತು. ಮೆಟ್ಟಿಲಿಳಿದು, ಲಾಜ್ನ ತಳಪಾಯ ನೋಡಿದೆ. ಕಲ್ಲು ಕಟ್ಟಿ, ಆ ಕಲ್ಲುಗಳಿಗೆ ಸುಣ್ಣ ಬಳಿದಿದ್ದರು. ಪ್ರತಿ ಕಲ್ಲಿನ ಸಂದಿಗೆ ಕೆಂಪನೆಯ ಪೆಯಿಂಟ್ ಹಚ್ಚಿದ್ದರು. ಹತ್ತಿರ ಸಾಗಿ ಮುಟ್ಟಿದೆ; ಪೈಂಟ್ ಒಣಗಿತ್ತು, ಕೈಗೆ ಅಂಟಲಿಲ್ಲ. ಹಾಗಾದರೆ ರಾತ್ರಿ ಕಂಡದ್ದೆಲ್ಲವೂ ಕನಸೆ? ಭ್ರಮೆಯೆ? ತೆರೆದುಕೊಂಡೇ ಇದ್ದ ಗೇಟ್ನತ್ತ ನೋಡಿದೆ. ಸೆಕ್ಯುರಿಟಿ ಸಿಬ್ಬಂದಿ ಗೊಣಗುತ್ತಾ ಬಂದು, ಗೇಟ್ ಹಾಕಿದ–'ದಿನಾ ರಾತ್ರಿ ಯಾರೋ ಇದನ್ನು ತೆಗೆದುಹೋಗ್ತಾರೆ. ಹಾಕಿದ್ದ ಬೀಗವನ್ನು ಕಳೆದ ವಾರ ಒಡೆದುಹಾಕಿದ್ದಾರೆ. ಹೊಸ ಬೀಗ ತರಿಸಬೇಕು' ಎಂದು ಗೊಣಗಿದ.

ಬೆಳಗಾಗಿತ್ತು. ಬೇಗನೆ ರೂಮಿಗೆ ಹೋಗಿ, ಬ್ಯಾಗ್ ಎತ್ತಿಕೊಂಡು, ರೂಂ ಖಾಲಿ ಮಾಡಿದೆ. ಒಮ್ಮೆಗೇ ಮೊಬೈಲ್ ಕಿರುಚಿಕೊಂಡಿತು. ಸಂಪಾದಕರ ಫೋನ್! ಇಷ್ಟು ಬೇಗ? 'ನಮಸ್ಕಾರ ಸರ್' ಎಂದೆ.

'ಏನ್ರೀ, ಕೆಲಸದಲ್ಲಿ ಮುಂದುವರಿಯಬೇಕು ಅಂತ ಇದೆಯೋ ಹೇಗೆ?' ಎಂದರು ಗಂಭಿರವಾಗಿ. ಯಾಕೆ, ಏನಾಯ್ತು ಗೊತ್ತಾಗಲಿಲ್ಲ. 'ಸರ್, ಸರ್..' ಎಂದೆ.

ಅವರು ಒಮ್ಮೆಗೇ ದನಿ ಏರಿಸಿ 'ಏನ್ರೀ ನಿನ್ನೆ ರಾತ್ರೆಯಿಂದ ಎಷ್ಟು ಸಲ ಫೋನ್ ಮಾಡೋದು, ಉತ್ತರವೇ ಇಲ್ಲ! ನೀವೊಬ್ಬರು ಫೋಟೋ ಕಳಿಸೋಕೆ, ಆ ಕ್ರೈಂ ರಿಪೋರ್ಟರ್ ಅದನ್ನು ಕಂಪೋಸ್ ಮಾಡಿ ಹಾಕೋಕೆ.. ನಾನು ಕುಳಿತು, ರಾತ್ರಿ ಆ ಪೇಜ್ ನೋಡಿದ್ದರಿಂದ ಆಯ್ತು–ತಕ್ಷಣ ಡಿಲೀಟ್ ಮಾಡಿಸಿ, ಅಲ್ಲಿಗೆ ಬೇರೆ ಸುದ್ದಿ ಹಾಕಿಸಿದೆ. ಅಲ್ಲಾರೀ, ಗೋಸುಂಬೆ ಫೋಟೋ ತೆಗೆಯಿರಿ ಅಂದ್ರೆ, ಅಸ್ಥಿಪಂಜರದ ಫೋಟೋ ತೆಗೆದು ಕಳಿಸ್ತೀರಲ್ಲಾ–ಕಳಿಸೋ ಮುಂಚೆ ಯಾವ ಫೋಟೋ ತೆಗೆದೆ,ಯಾಕೆ ಕಳಿಸಬೇಕು ಎಂಬೋ ಪರಿಜ್ಞಾನ ಬೇಡವೇನ್ರಿ?' ಎಂದು ಕೂಗಾಡಿದರು.

'ಸಾರ್, ಆ ಕಾಡಿನಲ್ಲಿ ಅದು ಇತ್ತು ಸರ್, ಅದನ್ನೇ ಫೋಟೋ ತೆಗೆದು ಕಳಿಸಿದೆ'

'ಅದು ಯಾವ ಜಾಗದಲ್ಲಿತ್ತು ಗೊತ್ತಾ?'

'ಕಾಡಲ್ಲಿತ್ತು ಸಾರ್. ಅದು ಪುಣ್ಯಭೂಮಿ ಗ್ರಾಮಠಾಣಾ ವ್ಯಾಪ್ತಿಗೆ ಬರುತ್ತೆ ಸಾರ್'

'ಅದೇ ಅಲ್ವಾ ನಾನು ಹೇಳ್ತಿರೋದು. ನೀವು ಯಾವಾಗ ಕಲೀತೀರೋ ಗೊತ್ತಿಲ್ಲ. ಆ ಗ್ರಾಮದ ಮುಖ್ಯಸ್ಥರಾದ ಶೂರಬಲ್ಲಾಳರ ವಿರುದ್ಧ ಬರೆದರೆ ನಮ್ಮನ್ನು ಬಿಡ್ತಾರಾ? ವರ್ಷಕ್ಕೆ ಮೂರು ಸಲ ಫ್ರಂಟ್ ಪೇಜ್ ಆ್ಯಡ್, ಪ್ರತಿ ಆ್ಯಡ್ಗೆ ಆರು ಲಕ್ಷ, ವಿಶೇಷಾಂಕಕ್ಕೆ ಐದು ಲಕ್ಷ, ಇನ್ನೂ ಏನೇನೋ ಫಂಡ್–ಆ ಫೋಟೋ ಪ್ರಿಂಟ್ ಆದರೆ ಅಷ್ಟೂ ಕಟ್.. ನನ್ನನ್ನು ಬಿಡ್ತಾರಾ? ಮನೆಗೆ ಕಳಿಸ್ತಾರೆ..'ಚೆನ್ನಾಗಿ ಬೈದರು. ಗ್ರಾಮದ ವ್ಯಾಪ್ತಿಯಲ್ಲಿ ಸಿಕ್ಕ ಅಸ್ಥಿಪಂಜರದ ಫೋಟೋ ಹಾಕಿದರೆ, ಶೂರಬಲ್ಲಾಳರು ಕೊಡುವ ಆ್ಯಡ್ ಹೇಗೆ ನಿಂತು ಹೋಗುತ್ತೆ? ನನ್ನ ಫೋಟೋಗ್ರಾಫರ್ ತಲೆಗೆ ತಕ್ಷಣ ಉತ್ತರ ಹೊಳೆಯಲಿಲ್ಲ. ಸಾರಿ ಸಾರ್ ಅಂದೆ.

'ಈ ವಿಚಾರ ಎಂ.ಡಿ. ತನಕವೂ ಹೋಗಿದೆ. ಇದೆಲ್ಲಾ ನಿಮ್ದೇ ಕೆಲಸ ಅಂತ ಕ್ರೈಂ ರಿಪೋರ್ಟರ್ ಬಾಯ್ಬಿಟ್ಟಿದ್ದಾನೆ. ಎಂಡಿ ಕೇಳಿದರಂತೆ, ಫೋಟೋ ತೆಗೆದದ್ದು ಯಾರು ಅಂತ. ಪುಣ್ಯಭೂಮಿಯಲ್ಲಿ ಅಸ್ಥಿಪಂಜರ ಸಿಕ್ಕರೆ, ಆ ಸುದ್ದಿ ಹಾಕುವಂತೆಯೇ ಇಲ್ಲ. ಲಕ್ಷಗಟ್ಟಲೆ ಆದಾಯ ನಿಂತು ಹೋಗುತ್ತೆ. ಎಂಡಿಗೆ

ಕೋಪ ಬಂದಿದೆ. ನಿಮ್ಮನ್ನು ಇಲ್ಗೆ ಟ್ರಾನ್ಸ್‌ಫರ್ ಮಾಡಿದಾರೆ. ಬೇಗ ಬನ್ನಿ, ಇವತ್ತು ಸಂಜೆಯೇ ರಿಲೀವ್. ಸೋಮವಾರ ರಿಪೋರ್ಟ್ ಮಾಡ್ಕೊಳಿ..' ಎಂದು ಫೋನ್ ಕಟ್ ಮಾಡಿದರು.

ಗೋಸುಂಬೆ ಫೋಟೋ ತೆಗೆಯಲು ಕಳಿಸಿದರೆ, ನಾನು ಅಸ್ಥಿಪಂಜರದ ಫೋಟೋ ತೆಗೆದೆ. ಅದಕ್ಕೆ ಪನಿಶ್ಮೆಂಟ್ ಅಂದರೆ ಇಲ್ಗೆ ವರ್ಗಾವಣೆ! ಕುಟುಂಬ ಸಮೇತ ಹೋಗೋದಾ, ಒಬ್ಬನೇ ಹೋಗೋದಾ ಎಂದು ಚಿಂತಿಸುತ್ತಾ, ಬಸ್ ಹತ್ತಿದೆ. ನಿನ್ನೆ ಕಂಡಿದ್ದ ಪೆಟ್ಟಿಗೆ ಅಂಗಡಿಯ ಹತ್ತಿರ ನೂರಾರು ಜನ ಗುಂಪಾಗಿ ನಿಂತಿದ್ದರಿಂದ, ರಸ್ತೆ ಜಾಮ್ ಆಗಿತ್ತು. ಅಂಗಡಿ ಹಿಂದಿನ ಕಾಡಿನ ಬಳಿಯೂ ನೂರಾರು ಜನ ಅತ್ತಿತ್ತ ಓಡಾಡುತ್ತಿದ್ದರು. ರಸ್ತೆಯ ಪಕ್ಕದಲ್ಲೇ ನಿಂತಿದ್ದ ಒಬ್ಬರ ಬಳಿ 'ಏನಾಯ್ತು?' ಎಂದು ಕೇಳಿದೆ.

'ಆ ಅಂಗಡಿ ಹಿಂಭಾಗದ ಕಾಡಲ್ಲಿ ಒಂದು ಹೆಣ ಸಿಕ್ಕಿದೆ. ರೇಪ್ ಅಂಡ್ ಮರ್ಡರ್ ಅಂತೆ. ಜನರೇ ಹುಡುಕಿದ್ದು. ಇಲ್ಲೇ ಲೋಕಲ್ ಹುಡುಗಿ ಅಂತೆ. ಇದು ಈ ವರ್ಷದ ನಾಲ್ಕನೇ ಮರ್ಡರ್. ಅದಕ್ಕೇ ಜನ ರೊಚ್ಚಿಗೆದ್ದಿದ್ದಾರೆ.'

ಅಷ್ಟರಲ್ಲಿ ಪೊಲೀಸ್ ಜೀಪ್ ಸೈರನ್ ಮಾಡುತ್ತಾ ಬಂತು. ರಸ್ತೆ ತೆರವಾಯಿತು; ಬಸ್ ಚಲಿಸಿತು. ನಾನು ಕಣ್ಣು ಮುಚ್ಚಿ, ಸೀಟಿಗೆ ತಲೆ ಒರಗಿಸಿದೆ.

ಅನಾಮಧೇಯ

ಶ್ರುತಿ ಬಿ.ಆರ್

ಅತ್ತ ಪೂರ್ತಿ ಮಲೆನಾಡೂ ಅಲ್ಲದ, ಇತ್ತ ಪೂರ್ತಿ ಬಯಲು ಸೀಮೆಯೂ ಅಲ್ಲದ, ಮಲೆನಾಡಿನ ಸೆರಗೆನ್ನಬಹುದಾದ, ಇತ್ತ ಕುಗ್ರಾಮವೂ ಅಲ್ಲದ, ಅತ್ತ ಪೇಟೆಯೂ ಅಲ್ಲದ, ಊರವರೆಲ್ಲ ಒಬ್ಬರಿಗೊಬ್ಬರು ಪರಿಚಿತರೇ ಆಗಿದ್ದ, ಯಾವುದೇ ವಿಶೇಷತೆಗಳಿಲ್ಲದೆ ತೆಂಗು, ರಾಗಿ, ಬೆಳಕೊಂಡಿದ್ದ ಒಂದು ಚಿಕ್ಕ ಊರು. ಒಂದು ಮಟ ಮಟ ಮಧ್ಯಾನ ಬಿಸಿಲು ನೆತ್ತಿ ಸುಡುವ ಹೊತ್ತಿನಲ್ಲಿ ಅರ್ಧಂಬರ್ಧ ಗಾರೆ ಕಿತ್ತು ಹೋಗಿದ್ದ ಪೋಸ್ಟಾಫೀಸಿನ ಮುಂದಿನ ಕಟ್ಟೆ ಮೇಲೆ ಕುಳಿತು ವಿಶ್ವನಾಥನೂ, ತಗ್ಗಿನ ಮನೆ ಶಶಿಧರನೂ ದೀರ್ಘ ಸಮಾಲೋಚನೆಯಲ್ಲಿ ತೊಡಗಿದ್ದರು. ಇವರ ಮಾತನ್ನು ಕೇಳುತ್ತಾ ಕಿಟಕಿಯ ಹಿಂದೆ ತನ್ನ ಮರದ ಕುರ್ಚಿಯಲ್ಲಿ ಕುಳಿತು ಆಗಾಗ ಪೋಸ್ಟ್ ಮಾಸ್ಟರ್ ನಿಂಗಪ್ಪನೂ ಮಧ್ಯ ಮಾತು ಸೇರಿಸುತ್ತಿದ್ದ. ಆದರೂ ವಿಶ್ವನಾಥನಿಗೂ, ಶಶಿಧರನಿಗೂ ವಾಚಾಳಿ ನಿಂಗಪ್ಪನನ್ನು ತಮ್ಮ ಯೋಜನೆಯಲ್ಲಿ ಭಾಗಿಯಾಗಿಸಿಕೊಳ್ಳುವ ಬಗ್ಗೆ ಅರೆ ಮನಸು, ಇನ್ನೊಂದೆಡೆ ಅವನ ಸಹಕಾರ ಇಲ್ಲದೆ ತಮ್ಮ ಯೋಜನೆ ಪೂರ್ಣವಾಗದಿರುವ ಅಸಹಾಯಕತೆ. ಕೊನೆಗೂ ನಿಂಗಪ್ಪನ ಹರಕು ಬಾಯಿಯ ಮೇಲಿನ ಅನುಮಾನಗಳನ್ನು ಬದಿಗಿಟ್ಟು ಅವನ ಸಹಾಯ ಪಡೆಯಲು ನಿರ್ಧರಿಸಿ ಪೋಸ್ಟಾಫೀಸ್ ಕಟ್ಟೆ ಬಳಿ ಸೇರಿದ್ದರು.

"ಈಗ ನೀವೊಂದು ಕೆಲಸ ಮಾಡಿ ನಿಮಗೆ ಅನುಮಾನವಿದ್ದೋರ ಹ್ಯಾಂಡ್ ರೈಟಿಂಗ್ ಪರೀಕ್ಷೆ ಮಾಡಿ ಗೊತ್ತಾಗ್ಬೋದು ಯಾರು ಇಂತ ಹಲ್ಕಾ ಕೆಲಸ ಮಾಡ್ದೋರು ಅಂತ" ಎಂದು ನಿಂಗಪ್ಪ ಪತ್ರಗಳಿಗೆ ಠಸ್ಸೆ ಹಾಕುವ ಕೆಲಸ ಮುಂದುವರಿಸಲು ಸೀಲ್ ಪ್ಯಾಡಿಗೆ ಇಂಕು ತರಲು ಒಳನಡೆದ. "ಇವನಜ್ಜಿ ತಲೆ ಯಾರ್ಯಾರ ಹ್ಯಾಂಡ್ ರೈಟಿಂಗು ಅಂತ ನೋಡದು ಊರಲ್ಲಿ, ಥೂ

ಇವನ ದರಿದ್ರ ಐಡಿಯಾಗಿಷ್ಟು" ಎಂದು ಶಶಿ ಪಿಸುಗುಟ್ಟಿದ. ವಿಶ್ವ ನಿಂಗಪ್ಪ ವಾಪಾಸು ಬರುತ್ತಿದ್ದರ ಬಗ್ಗೆ ಶಶಿಗೆ ಮೊಣಕೈಯಿಂದ ತಿವಿದು ಸಿಗ್ನಲ್ಲು ಕೊಟ್ಟು, "ಅಲ್ಲ ನಿಂಗಣ್ಣ ನೀನೇ ಹೇಳಪ್ಪ ಅದೆಲ್ಲ ಸಾಧ್ಯನಾ ಅಂತ?" ಮಧ್ಯ ಶಶಿ ಅಸಹನೆಯಿಂದ ಬಾಯಿ ಹಾಕಿ "ನಾವು ಹೋಗಿ ಹ್ಯಾಂಡ್ ರೈಟಿಂಗ್ ನೋಡ್ತಿವಿ ಅಂದ್ರೆ ಎಲ್ಲಾ ವಿಷಯನೂ ಬಾಯಿ ಬಿಡಬೇಕು, ಹೇಳ್ತೀನಿ ನೋಡು ವಿಶ್ವ ನಿನ್ನ ಗುಂಡಿ ನೀನೇ ತೋಡ್ಕಂಡಂಗೆ" ಅಂದ. ಶಶಿ ಹೇಳಿದ ಮಾತು ಸರಿ ಅನ್ನಿಸಿ ನಿಂಗಪ್ಪ ಮತ್ತು ವಿಶ್ವ ಏನೂ ಹೇಳದೆ ಮತ್ತೆ ಯೋಚನೆಯಲ್ಲಿ ಮುಳುಗಿದರು. ನಂತರ ನಿಂಗಪ್ಪ "ನೀವಿಬ್ರು ಯೋಚ್ನೆ ಮಾಡಿ ನಾನೂ ಯೋಚ್ನೆ ಮಾಡ್ತಿನಿ ಏನಾದ್ರು ಉಪಾಯ ಮಾಡಿ ಆ ಪತ್ರ ಬರೆಯೋ ಹಲ್ಕ ಬಡ್ಡಿ ಮಗನಿಗೆ ಈ ಸಲ ಸರಿಯಾಗಿ ಬುದ್ದಿ ಕಲ್ಸೋಣ" ಎಂದ.

"ವಿಶ್ವ ನೀನು ಹೀಗೆ ಕೆಟ್ಟ ಮುಖ ಮಾಡ್ಕೊಂಡಿದ್ರೆ ಏನೋ ಆಗಿದೆ ಅಂತ ಎಲ್ರಿಗೂ ಅನುಮಾನ ಬರುತ್ತೆ ಸ್ವಲ್ಪ ಮಾಮೂಲಿಯಾಗಿರು, ಹೇಗೂ ಬೀಗರು ಒಂದದಿನ್ನೈದು ದಿನ ಅಂದಿದರಲ್ಲ" ಎಂದ ಶಶಿ. ಕಳಾಹೀನ ಮುಖದಲ್ಲಿ ಯಾವ ಗೆಲುವು ತಂದ್ಕೊಳ್ಳಲಾಗದೆ "ನಮ್ಮನೆ ಪೆದ್ದು ಮುಂಡೆ ಊರು ಹುಡುಗ್ರುನ್ನೆಲ್ಲ ಮನೆ ಜಗಲಿಲ್ಲಿ ಕೂರುಸ್ಕಂಡ್ ಹರಟೆ ಹೊಡಿತಾ ಕೂತಿದ್ದುಕ್ಕೆ ಹಿಂಗೆಲ್ಲಾ ಆಗಿರದು" ಅಂತಾ ಗೊಣಗುತ್ತಾ ಪೋಸ್ಟಾಫೀಸ್ ಜಗಲಿಯಿಂದೆದ್ದು ನಡೆದ.

***

ವಿಶ್ವನ ವಿಧವೆ ತಂಗಿ ಚಂದ್ರಿಯ ಹಿರಿ ಮಗಳು ಸುಧಾಳ ಮದುವೆ ಕಗ್ಗಂಟಾಗಿ ಕೂತಿತ್ತು. ಸುಧಾ ತಾಯಿಯ ಜೊತೆ ಬೆಳೆದದ್ದಕ್ಕಿಂತ ಮಕ್ಕಳಿಲ್ಲದ ಮಾಮ ಅತ್ತೆಯ ಮನೆಯಲ್ಲೇ ಅವರ ಮಗಳಂತೆ ಬೆಳೆದಿದ್ದಳು, ತಂಗಿಯ ಜವಾಬ್ದಾರಿ ಕಡಿಮೆಯಾದರೆ ಸಾಕು ಅನ್ನೋ ಒಳ್ಳೆ ಅಣ್ಣ ವಿಶ್ವ ತಂಗಿಯ ಹಿರಿ ಮಗಳನ್ನು ತನ್ನ ಮನೆಯಲ್ಲೇ ಸಾಕಿಕೊಂಡು ಓದಿಸುತ್ತಿದ್ದ. ಸುಧಾ ಎಂದರೆ ವಿಶ್ವನಿಗೆ ಅಪಾರ ಪ್ರೀತಿ, ಅಭಿಮಾನ, ಅವಳಷ್ಟು ಸುಂದರಿ ಊರಲ್ಲೇ ಇಲ್ಲವೆಂಬ ಹೆಮ್ಮೆ. ಅರೆ ನಿಮಿಷವೂ ಸುಮ್ಮನಿರದೆ ಮಾತನಾಡುತ್ತಾ, ನಗುತ್ತಾ ಎರಡನೇ ವರ್ಷದ ಬಿ.ಎಸ್.ಸಿಗೆ ಪ್ರತಿದಿನ ರೈಲಿನಲ್ಲಿ ಶಿವಮೊಗ್ಗೆಗೆ ಹೋಗಿ ಬರುವ ಸುಧಾಳಿಗೆ ರೈಲಿನ ತುಂಬಾ ಸ್ನೇಹಿತೆಯರೆ. ಅವಳ ಮಾಮ ಅಂದುಕೊಳ್ಳುತ್ತಿದ್ದಂತೆ ಅವಳೇನು ಓದಿನಲ್ಲಿ ಅಂತಹ ಜಾಣೆಯಲ್ಲ ಹೇಗೋ ಕಷ್ಟದಿಂದ, ಅದೃಷ್ಟದಿಂದ ಪಾಸಾಗುತ್ತಿದ್ದಳು. ಫಾರೆಸ್ಟ್ ಗಾರ್ಡ್ ಆಗಿದ್ದಾಗ ಸತ್ತಿದ್ದ ಅಪ್ಪನ ಸರ್ಕಾರಿ ಕೆಲಸ ಅನುಕಂಪದ ಆಧಾರದ ಮೇಲೆ ಸಿಗುವ ಅವಕಾಶ ಇದ್ದಿದ್ದರಿಂದ ಓದುವ ಅನಿವಾರ್ಯತೆ ಅವಳಿಗಿತ್ತು. ಮಾಮ ಒಳ್ಳೆಯ

ಶ್ರೀಮಂತ ಸಂಬಂಧ ಹುಡುಕಿ ನಿನ್ನ ಅಪ್ಪನ ಕೆಲಸಕ್ಕೆ ನಿನ್ನ ತಂಗಿ ವಾಣಿಯೇ ಹೊಗಲಿ ಎಂದಾಗ ಜವಾಬ್ದಾರಿ ತಪ್ಪಿತಲ್ಲ ಅಂತಾ ಖುಷಿಯಿಂದಲೇ ಮದುವೆಗೆ ಒಪ್ಪಿದ್ದಳು. ಫೈನಲ್ ಬಿ.ಎಸ್.ಸಿಗೆ ಮದುವೆಯಾದಮೇಲೂ ಹೋಗಬಹುದು ಅಂತ ಗಂಡಿನ ಮನೆಯವರು ಹೇಳಿದ್ದರಿಂದ ಸುಧಾಗೆ ಮದುವೆಯಿಂದ ಯಾವ ಸಮಸ್ಯೆಯೂ ಇರಲಿಲ್ಲ. ಎತ್ತರವಾಗಿ, ಲಕ್ಷಣವಾಗಿದ್ದ ಶಿವನಿ ಸಾಹುಕಾರರ ಮಗ ತನ್ನನ್ನು ಒಪ್ಪಿದ್ದು ತನ್ನ ವಾರಿಗೆಯ ಹುಡುಗಿಯರಲ್ಲಿ ಸುಧಾಗೆ ಹೆಮ್ಮೆಯ ಗರಿಯಾಗಿತ್ತು. ಈಗ ಒದಗಿರುವ ಸಂಕಷ್ಟದಿಂದ ವಿಶ್ವನಿಗೆ ಸುಧಾಳ ಮುಖ ನೋಡಲೂ ಸಂಕಟವಾಗುತ್ತಿತ್ತು.

***

ವಿಶ್ವನ ಸಂಕಟಕ್ಕೆಲ್ಲಾ ಕಾರಣ ಆ ಒಂದೇ ಒಂದು ಅನಾಮಧೇಯ ಪತ್ರ, ತನ್ನದೇ ಊರಿನ ಪೋಸ್ಟ್ ಆಫೀಸಿನ ಠಸ್ಸೆ ಇರುವ, ಸುಧಾಳ ನಡತೆಯ ಬಗ್ಗೆ ಸಂಶಯ ಸೃಷ್ಟಿಸಲು, ಮದುವೆ ಮುರಿಯಲು, ಯಾರೋ ಅಸೂಯೆ ತುಂಬಿದ ಅನಾಮಧೇಯನಿಂದ ವಿಶ್ವನ ಹೊಸ ಬೀಗರಿಗೆ ಹೋಗಿರುವ ಪತ್ರ. ತಮಗೆ ಯಾವುದರಲ್ಲೂ ಸರಿಸಾಟಿಯಿಲ್ಲದ ವಿಶ್ವನ ಮನೆ ಹುಡುಗಿಯನ್ನು ಆರಿಸಿದ್ದ ಗಂಡ ಮತ್ತು ಮಗನ ಆಯ್ಕೆಯ ಬಗ್ಗೆ ಅಸಮಾಧಾನವಿದ್ದ ಬೀಗಿತ್ತಿಗೆ ಮದುವೆ ನಿಲ್ಲಿಸಲು ನೆವ ಸಿಕ್ಕಂತಾಗಿತ್ತು. ಆದರೆ ಸುಧಾಳ ಮುದ್ದು ಮುಖಕ್ಕೆ ಮನಸೋತಿದ್ದ ಮಗನಿಗೆ ಇದೆಲ್ಲಾ ಗೌಣವಾಗಿತ್ತು. ಆದರೆ ಸ್ವಲ್ಪ ವಿವೇಚನೆಯಿದ್ದ ಶಿವನಿ ಸಾಹುಕಾರ ಯಾವ ನಿರ್ಧಾರಕ್ಕೂ ಬರದೆ ವಿಶ್ವನನ್ನು ಕರೆಸಿ ಪತ್ರದ ವಿಚಾರ ತಿಳಿಸಿ ಪತ್ರವನ್ನು ಕೊಟ್ಟು "ಇದು ಯಾರು ಬರೆದದ್ದು?, ಸತ್ಯಾಂಶವೇನು?" ಎಂದೆಲ್ಲಾ ವಿಚಾರಿಸಿದಾಗ, ಇಷ್ಟು ವರ್ಷ ಮಾನ ಮರ್ಯಾದೆಯೆ ಹೆಚ್ಚು ಅನ್ನುವಂತೆ ಇದ್ದ ವಿಶ್ವನಿಗೆ ಜೀವವೇ ಬಾಯಿಗೆ ಬಂದಿತ್ತು.

ಅನಾಮಧೇಯ ಪತ್ರಗಳು, ಅಶ್ಲೀಲ ಗೋಡೆ ಬರಹಗಳ ವಿಚಾರ ಅವನಿಗೂ, ಅವನ ಊರಿಗೂ ಹೊಸದೇನಲ್ಲ, ಇವುಗಳಿಂದ ಕಿರುಕುಳ ಪಟ್ಟ ಅನೇಕರು ಇವನ ಆತ್ಮೀಯರೇ ಆಗಿದ್ದರೂ ಸಹ ಈ ಪೀಡೆ ತನ್ನ ಮನೆಯತ್ತ ಮುಖ ಹಾಕುವವರೆಗೆ ತನ್ನ ಊರಿನಲ್ಲಿರುವ ಇಂತಹ ವಿಕೃತ ಮನಸ್ಸಿನವರು ಯಾರೆಂದು ಪತ್ತೆ ಹಚ್ಚುವ ಆಸಕ್ತಿ ಸ್ವಲ್ಪವೂ ಇರಲಿಲ್ಲ, ಎಲ್ಲರಂತೆ ಅವನೂ ಪತ್ರ ಮತ್ತು ಗೋಡೆ ಬರಹಗಳಿಂದ ನೊಂದ ಹೆಣ್ಣು ಮಕ್ಕಳಿಗೆ ಅಯ್ಯೋ, ಪಾಪ ಅಂತ ಮರುಕ ಪಟ್ಟು ಸುಮ್ಮನಾಗುತ್ತಿದ್ದ. ಈಗ ಆ ಕಿಚ್ಚು ತನ್ನ ಮನೆಯನ್ನೇ ಸುಡಲು ಬಂದಾಗ ಆ ಅನಾಮಧೇಯನನ್ನು ಹಿಡಿದು ಸುಟ್ಟು ಹಾಕಿಬಿಡುವಷ್ಟು ಕೋಪಗೊಂಡಿದ್ದ, ಅಸಹಾಯಕತೆಯಿಂದ ಕಣ್ಣೀರಿಟ್ಟಿದ್ದ. ಇಂತಹ ಸೂಕ್ಷ್ಮ

ವಿಚಾರವನ್ನು ಯಾರೊಂದಿಗೆ ಹಂಚಿಕೊಳ್ಳಬೇಕೆಂದೂ ಅರಿಯದೆ ಒಂದೆರಡು ದಿನ ಚಿಂತಿಸುತ್ತಾ ಕಳೆದ ವಿಶ್ವನಿಗೆ ತನಗೆ ಸಹಾಯ ಮಾಡಬಲ್ಲ ವ್ಯಕ್ತಿ ತಗ್ಗಿನ ಮನೆ ಶಶಿಧರ ಮಾತ್ರ ಎಂಬುದು ಹೊಳೆದಿತ್ತು. ಚೀಟಿ ವ್ಯವಹಾರದಲ್ಲಿ ಕೈ ಸುಟ್ಟಿಕೊಂಡು ಹೆಂಡತಿ ಮಕ್ಕಳನ್ನು ಬಿಟ್ಟು ಊರಿನಿಂದ ಓಡಿಹೋಗಿದ್ದ ಶಶಿಧರನ ಅಣ್ಣನ ಹೆಂಡತಿಯ ಮರ್ಯಾದೆ ಹೋಗುವಂತಿದ್ದ ಸಂದರ್ಭದಲ್ಲಿ, ಶಶಿಧರ ಅತ್ತಿಗೆ ಲಕ್ಷ್ಮಿಯ ಪರವಾಗಿ ನಿಂತು, ಇದ್ದರೆ ಇರಬೇಕು ಇಂಥ ಮೈದುನ ಅನ್ನಿಸಿಕೊಂಡಿದ್ದ.

ಗಂಡ ಊರು ಬಿಟ್ಟು ಓಡಿ ಹೋದ ಮೇಲೆ ಅವನ ನಿರೀಕ್ಷೆಯಲ್ಲಿ ಒಂದು ವರ್ಷ ಕಾಲ ತಳ್ಳುವುದೇ ಲಕ್ಷ್ಮಿಗೆ ಸಾಕು ಸಾಕೆನಿಸಿತ್ತು. ಆಗ ಅವಳ ಅತ್ತೆ ಅವಳನ್ನು ಹುರಿದುಂಬಿಸಿ ಟಿಸಿಎಚ್ ಓದಿಸಿದರು, ಆನಂತರ ಅವಳಿಗೆ ಸರ್ಕಾರಿ ಶಾಲೆಯಲ್ಲಿ ಟೀಚರ್ ಕೆಲಸವೂ ಸಿಕ್ಕಿತ್ತು, ತಮ್ಮ ಊರಿನ ಶಾಲೆಯಲ್ಲೇ ಕೆಲಸ ಸಿಗದಿದ್ದು ಅವಳ ಅತ್ತೆ ಮೈದುನರಿಗೆ ಬೇಸರವಾದರೂ ಸದ್ಯ ಹತ್ತಿರದಲ್ಲೇ ಇರುವ ಹಳ್ಳಿ ಶಾಲೆಯಲ್ಲಿ ಸಿಕ್ಕಿದ್ದು ಹೇಗೋ ಅವಳ ಮತ್ತು ಮಕ್ಕಳ ಜೀವನಕ್ಕೆ ಆಧಾರವಾಗಿದ್ದಕ್ಕೆ ಸಮಾಧಾನವೆನಿಸಿತ್ತು. ಅವಳು ಕೆಲಸಕ್ಕೆ ಹೋಗಬೇಕಾಗಿದ್ದ ಹಳ್ಳಿಗೆ ದಿನವೂ ಬೆಳಗ್ಗೆ-ಸಂಜೆ ಇದ್ದದ್ದು ಒಂದೇ ಪ್ರೈವೇಟ್ ಬಸ್ಸು, ಒಂದಾರು ತಿಂಗಳು ಓಡಾಡುವಷ್ಟರಲ್ಲಿ ಅವಳಿಗೆ ಬಸ್ ಡ್ರೈವರ್ ಗಳು, ಏಜೆಂಟುಗಳು ಎದುರು ಸಿಕ್ಕರೆ ನಮಸ್ತೆ ಮೇಡಂ ಅನ್ನುವಷ್ಟು ಪರಿಚಿತರಾಗಿದ್ದರು. ಲಕ್ಷ್ಮಿಗೆ ತೊಂದರೆ ಶುರುವಾಗಿದ್ದೇ ಬಸ್ಸಿನ ಏಜೆಂಟ್ ರಮೇಶ ಸಾಲ ಕೇಳಲಾರಂಭಿಸಿದ ಮೇಲೆ, ಲಕ್ಷ್ಮಿ ತನ್ನ ಅಗತ್ಯಕ್ಕೆ ತಕ್ಕಷ್ಟು ಹಣ ಮಾತ್ರ ಇಟ್ಟುಕೊಂಡು ಉಳಿದ ಸಂಬಳವನ್ನು ಅತ್ತೆಯ ಸಲಹೆಯಂತೆ ಮಕ್ಕಳ ಹೆಸರಿನಲ್ಲಿ ಪೋಸ್ಟಾಫೀಸಿನಲ್ಲಿ ಅರ್.ಡಿ ಮಾಡುತ್ತಿದ್ದಳು. ಮೊದಮೊದಲು ಸಾಲ ಕೇಳಿದಾಗ ಒಮ್ಮೆ ಅವನ ಕಷ್ಟಗಳಿಗೆ ಮರುಗಿ ಒಂದೈವತ್ತು ರೂಪಾಯಿ ಕೊಟ್ಟಿದ್ದಳು, ಅದನ್ನೇ ಹಿಂದಿರುಗಿಸದ ರಮೇಶ ಮತ್ತೆ ಸಾಲಕ್ಕಾಗಿ ಪೀಡಿಸಲಾರಂಭಿಸಿದ್ದ, ಒಮ್ಮೊಮ್ಮೆ ಜಬರದಸ್ತಿನಿಂದ ತನ್ನ ಹಣವೇನೋ ಎಂಬಂತೆ ಕೇಳಲಾರಂಭಿಸಿದ್ದ. ಇವನ ಹಾವಳಿ ದಿನ ದಿನಕ್ಕೂ ಹೆಚ್ಚಾಗಿ ಬೆದರಿಕೆಯ ರೂಪ ತಾಳಿತ್ತು. ಇದನ್ನೆಲ್ಲ ಮನೆಯಲ್ಲಿ ಹೇಳಿದರೆ ಎಲ್ಲಿ ತನ್ನನ್ನೇ ತಪ್ಪು ತಿಳಿಯುತ್ತಾರೋ ಎಂದು ಲಕ್ಷ್ಮಿ ಯಾರಲ್ಲೂ ಹೇಳದೆ ಮುಚ್ಚಿಟ್ಟಳು. ಒಮ್ಮೆ ಬಸ್ ಇಳಿದಾಗ ಹಿಂದೆಯೇ ಬಂದು ಹಣ ಕೊಡದೇ ಇದ್ದರೆ ಅವಳ ಬಗ್ಗೆ ಅಪಪ್ರಚಾರ ಮಾಡುವುದಾಗಿ ಬೆದರಿಸಿದ್ದ. ಲಕ್ಷ್ಮಿಗೆ ಒಳಗೊಳಗೇ ಭಯವಾದರೂ ತೋರ್ಪಡಿಸದೆ ನನ್ನಲ್ಲಿ ಅಷ್ಟು ಹಣವಿಲ್ಲಪ್ಪ ಎಂದು ನಡೆದುಬಿಟ್ಟಿದ್ದಳು.

ಮರು ದಿನ ಬೆಳಗ್ಗೆ ಲಕ್ಷ್ಮಿ ಬಾಗಿಲಿಗೆ ನೀರು ಹಾಕುವಾಗ ನೋಡುತ್ತಾಳೆ ತಮ್ಮ ಮನೆಯ ಮುಂದಿನ ಗೋಡೆ ಮೇಲೆ 'ಲಕ್ಷ್ಮೀ ಟೀಚರ್ ಸೂಳೆ'

ಎಂದು ಇದ್ದಿಲಿನಲ್ಲಿ ಬರೆದಿತ್ತು, ಕಳವಳಗೊಂಡ ಲಕ್ಷ್ಮಿ ಅದನ್ನು ಅಳಿಸುವ ಪ್ರಯತ್ನದಲ್ಲಿದ್ದಾಗ ಹೊರಬಂದ ಅವಳ ಅತ್ತೆ ಲಕ್ಷ್ಮಿಯ ಕಣ್ಣೀರು ನೋಡಿ ನೊಂದು ಅದನ್ನು ಬೇಗ ಬೇಗ ಒರೆಸಲು ಲಕ್ಷ್ಮಿಗೆ ಸಹಾಯ ಮಾಡಿದಳು. ಆ ದಿನ ಲಕ್ಷ್ಮಿ ಶಾಲೆಗೂ ಹೋಗದೆ ಇಡೀ ದಿನ ಅಳುತ್ತಾ ಮನೆಯಲ್ಲೇ ಕಳೆದಳು. ಮರುದಿನ ಶಾಲೆಗೆ ಹೊರಟಾಗ ಬೀದಿಯ ನೀರಿನ ಟ್ಯಾಂಕಿನ ಮೇಲೂ, ಬೇರೆ ಬೇರೆಯವರ ಮನೆ ಗೋಡೆಗಳ ಮೇಲೂ 'ಲಕ್ಷ್ಮೀ ಟೀಚರ್ ಸೂಳೆ, ಒಂದು ರಾತ್ರಿಗೆ ಐವತ್ತೇ ರೂಪಾಯಿ' ಅನ್ನೋ ಕೆಟ್ಟ ಬರಹ ಕಣ್ಣಿಗೆ ರಾಚಿತು. ಬಸ್ ಸ್ಟ್ಯಾಂಡಿನಲ್ಲಿ ಏಜೆಂಟ್ ರಮೇಶ ಹುಸಿ ನಗೆ ನಕ್ಕು "ನಮಸ್ತೆ ಟೀಚರ್" ಎಂದಾಗ ಇದು ಅವನದೇ ಕೆಲಸ ಅನ್ನೋದು ಗೊತ್ತಾಯಿತು. ಅಪಮಾನಿತಳಾದ ಲಕ್ಷ್ಮಿ ಇದನ್ನು ಮನೆಯಲ್ಲಿ ಹೇಳಲು ಹೆದರಿ ಸುಮ್ಮನಾದಳು ಆದರೆ ಲಕ್ಷ್ಮಿಯ ಅತ್ತೆ ಮತ್ತು ಮೈದುನ ಶಶಿಧರ ತಮ್ಮ ಮನೆ ಸೊಸೆಯ ಮರ್ಯಾದೆಗೆ ಕಳಂಕ ತರುವ ಪ್ರಯತ್ನ ಮಾಡುತ್ತಿರುವವರು ಯಾರೆಂದು ಕಂಡು ಹಿಡಿದು ಬುದ್ಧಿ ಕಲಿಸಲು, ಲಕ್ಷ್ಮಿಗೆ ಯಾರ ಮೇಲಾದರೂ ಅನುಮಾನವಿದೆಯೇ ಎಂದಾಗ ಅನಿವಾರ್ಯವಾಗಿ ರಮೇಶನ ವಿಚಾರ ಬಾಯಿ ಬಿಟ್ಟಳು.

ರಮೇಶನನ್ನು ರೆಡ್ ಹ್ಯಾಂಡಾಗಿ ಹಿಡಿದು ಒದ್ದು ಬುದ್ಧಿ ಕಲಿಸೋಕೆ ಅಂತ ಒಂದು ರಾತ್ರಿ ಶಶಿಧರ ತನ್ನ ಸ್ನೇಹಿತರೊಂದಿಗೆ ಅಲ್ಲಲ್ಲಿ ಅಡಗಿ ಕುಳಿತು ರಮೇಶನಿಗಾಗಿ ಕಾಯುತ್ತಿದ್ದ. ಒಂದಿಬ್ಬರು ಶಶಿಯ ಮನೆ ಕಾಂಪೌಂಡಿನಲ್ಲೇ ಬಚ್ಚಿಟ್ಟುಕೊಂಡಿದ್ದರು, ಅದರ ಅರಿವಿಲ್ಲದೆ ಬೆಳಗಿನ ಜಾವ ಮೂರರ ವೇಳೆಗೆ ಸದ್ದಿಲ್ಲದಂತೆ ಅಲ್ಲಿಗೆ ಬಂದು ಇದ್ದಿಲನ್ನು ಜೇಬಿನಿಂದ ತೆಗೆದು ಬ್ಯಾಟರಿ ಬೆಳಕು ಬಿಟ್ಟು ಇನ್ನೇನು ಬರೆಯುವಷ್ಟರಲ್ಲಿ ನಾಲ್ಕಾರು ಜನ ಅವನ ಮುಖ ಮೂತಿ ನೋಡದೆ ಚಚ್ಚಲಾರಂಭಿಸಿದರು. ರಮೇಶನ ಅರಚುವಿಕೆ ಮತ್ತು ಶಶಿಧರನ ಸ್ನೇಹಿತರ ಕೂಗಾಟಗಳನ್ನು ಕೇಳಿ ಮನೆಗಳಿಂದ ಹೊರ ಬಂದ ಗಂಡಸರು ಕೂಡ ವಿಷಯ ಕೇಳಿ ತಾವು ನಾಲ್ಕೇಟು ಹಾಕಿದ್ದರು. ಇನ್ನೂ ಹೊಡೆತ ಬಿದ್ದರೆ ತಾನು ಸತ್ತೇ ಹೋಗಬಹುದು ಅಂತ ತಿಳಿದ ರಮೇಶ ಇದ್ದ ಬದ್ದ ಶಕ್ತಿಯನ್ನೆಲ್ಲಾ ಒಗ್ಗೂಡಿಸಿಕೊಂಡು ಅಲ್ಲಿಂದ ಓಟಕಿತ್ತಿದ್ದ. ಮುಂದೆ ಲಕ್ಷ್ಮಿಗೆ ಅವನಿಂದ ಯಾವ ತೊಂದರೆಯೂ ಆಗಲಿಲ್ಲ.

ಆಗ ಶಶಿಯ ಧೈರ್ಯವನ್ನು ಮೆಚ್ಚಿದ್ದ ವಿಶ್ವ, ಸಹಾಯಕ್ಕಾಗಿ ಅವನ ಬಳಿಯೇ ಹೋದ. ಸುಧಾಳ ಸಮಸ್ಯೆ ತನ್ನ ಅತ್ತಿಗೆಯದರಷ್ಟು ಸರಳವಲ್ಲಾ ಎಂದು ಮನದಟ್ಟಾದರೂ, ವಿಶ್ವನ ಕಳಾಹೀನ ಮುಖ ನೋಡಿ ಇನ್ನಷ್ಟು ಹೆದರಿಸದೆ "ಏನಾದರೂ ಪರಿಹಾರ ಕಂಡು ಹಿಡಿಯೋಣ, ಕಾಗದ ಬರೆದ ಬೇವರ್ಸಿ ನನ್ ಮಗನಿಗೆ ಒಂದು ಗತಿ ಕಾಣಿಸೋಣ ಕಣೋ"

ಎಂದು ಸಮಾಧಾನ ಹೇಳಿದ. ಒಂದು ಹುಡುಗಿಯ ಮರ್ಯಾದೆ ಮತ್ತು ಜೀವನದ ಪ್ರಶ್ನೆಯಾಗಿದ್ದರಿಂದ ಹೆಚ್ಚಿನ ಜನರಿಗೆ ಹೇಳುವುದೂ ಅಪಾಯವೇ ಆಗಿದ್ದರಿಂದ, ಅವರಿಬ್ಬರೂ ಪತ್ತೇದಾರಿ ಪುರುಷೋತ್ತಮರಾದರು. ಅನುಮಾನಿಸಬಹುದಾದವರ ಪಟ್ಟಿ ತಯಾರಿಸಲು ಕೂತವರಿಗೆ ಹೆಚ್ಚು ಕಡಿಮೆ ಊರಿನ ಎಲ್ಲರ ಮೇಲೂ ಅನುಮಾನವೇ ಬಂದು ಈ ಪತ್ತೇದಾರಿಕೆ ತಮ್ಮಿಬ್ಬರಿಂದಲೆ ಸಾಧ್ಯವಿಲ್ಲೆಂದು ಅರಿತು ಪೋಸ್ಟ್ ಮಾಸ್ಟರ್ ನಿಂಗಪ್ಪನ ಬಳಿ ಹೋಗಿ ಅವನಿಗೆ ವಿಷಯದ ಸೂಕ್ಷ್ಮ ತಿಳಿಸಿ, ಅದನ್ನು ಗುಟ್ಟಾಗಿಡುವಂತೆ ಮಾಡಲು ತಮಗೆ ತಿಳಿದಿದ್ದ ಎಲ್ಲಾ ದೇವರ ಮೇಲೂ ಆಣೆ ಹಾಕಿಸಿದ್ದರು.

***

ಬೀಗರು ನೀಡಿದ್ದ ವಾಯಿದೆಗೆ ಕೇವಲ ಹತ್ತೇ ದಿನ ಉಳಿದಿತ್ತು, ಮಗಳ ನಿಶ್ಚಿತಾರ್ಥಕ್ಕಾಗಿ ಸಂಭ್ರಮದಿಂದ ಎದುರುನೋಡುತ್ತಿದ್ದ ವಿಶ್ವನ ತಂಗಿ ಚಂದ್ರಿಗೆ ಅಣ್ಣನ ಮುಖದಲ್ಲಿ ಕಳೆಯೇ ಇಲ್ಲವೆಂದು ತಿಳಿಯಿತೇ ಹೊರತು ಅದಕ್ಕೆ ಕಾರಣ ಊಹಿಸಲಾಗಲೇ ಇಲ್ಲ. ವಿಶ್ವ, ಶಶಿ ಮತ್ತು ನಿಂಗಪ್ಪನ ಪತ್ತೇದಾರಿಕೆ ಚುರುಕುಗೊಂಡಿತ್ತು. ಶಶಿಯ ಸಲಹೆ ಮೇರೆಗೆ 12/03/1985 ಎಂದು ಆ ಕಾಗದದ ಮೇಲಿದ್ದ ಠಸ್ಸೆಯಲ್ಲಿ ಕಾಣುತ್ತಿದ್ದ ದಿನಾಂಕ ನೋಡಿಕೊಂಡು ಅದಕ್ಕೆ ಒಂದೆರಡು ದಿನ ಹಿಂದೆ ಮತ್ತು ಆ ದಿನ ಇನ್ ಲ್ಯಾಂಡ್ ಲೆಟರ್ ಕೊಂಡವರ್ಯಾರು ಅಂತ ಯೋಚಿಸಿ ಯೋಚಿಸಿ ನಿಂಗಪ್ಪನಿಗೆ ತಲೆ ಕೆಟ್ಟು ಹೋಗಿತ್ತು. ಕೊನೆಗೂ ಆ ವಾರ ಅಕ್ಕಿ ರಾಜಣ್ಣ ಮತ್ತು ಸಾಲದ ಸೋಮ ಬಂದು ಇನ್ ಲ್ಯಾಂಡ್ ಲೆಟರ್ ಕೊಂಡಿದ್ದು ಹೊಳೆದಿತ್ತು, ಅವರನ್ನೇ ಮೊದಲು ವಿಚಾರಿಸಬೇಕು ಅಂತಾ ವಿಶ್ವ ಮತ್ತು ಶಶಿ ಒಮ್ಮತದಿಂದ ತೀರ್ಮಾನಿಸಿದ್ರು. ಮೊದ್ಲು ಅಕ್ಕಿ ರಾಜಣ್ಣನ ಅಂಗಡಿಗೆ ಹೋದ್ರು, ರಾಜಣ್ಣ ಯಾರೊಂದಿಗೋ ವ್ಯಾಪಾರದ ವಿಷಯ ಮಾತಡುತ್ತಾ ತುಂಬಾ ಬ್ಯುಸಿ ಇದ್ದಿದ್ದರಿಂದ ಅಲ್ಲೆ ಗಲ್ಲಾ ಪೆಟ್ಟಿಗೆ ಮೇಲಿದ್ದ ಯಾರೋ ಹೇಳಿದ ಸಾಮಾನುಗಳ ಲಿಸ್ಟನ್ನು ಬರೆದಿಟ್ಟಿದ್ದ ಚೀಟಿಯನ್ನು ಸುಮ್ಮನೆ ಎತ್ತಿಕೊಂಡತೆ ನಟಿಸಿದ ಶಶಿ "ಇದೇನ್ ರಾಜಣ್ಣ ಉದ್ದಿನ ಬೇಳೆ ಅಂತ ಬರಿಯಕ್ಕೆ ಊದು ಬೇಳೆ ಅಂತ ಬರ್ದಿದ್ಯಾ" ಅಂತಾ ಪ್ರಶ್ನಿಸಿದ, ತಕ್ಷಣ ಇವನತ್ತ ತಿರುಗದೇ ಉದಾಸೀನದಿಂದ "ಎಂತದೋ ಒಂದು ಬಿಡು ಉದ್ದಿನ ಬೇಳೆ ಅಂತ ಗೊತ್ತಾದ್ರೆ ಆಯ್ತಲ್ಲ" ಎಂದ. ಆದರೆ ರಾಜಣ್ಣನ ಕೈಬರಹ ಆ ಪತ್ರದಲ್ಲಿರೋ ಕೈಬರಹ ಅಲ್ಲಾ ಅಂತಾ ಅಷ್ಟರಲ್ಲೇ ಅವರಿಬ್ಬರಿಗೂ ತಿಳಿಯಿತು. ಅಕ್ಕಿ ರಾಜಣ್ಣನದು ದುಂಡಾಗಿದ್ದರೂ ತಪ್ಪು ತಪ್ಪಾದ ಕಾಗುಣಿತವಿರುವ ಬರಹ, ಆದರೆ ಪತ್ರದ್ದೋ ವಕ್ರ ವಕ್ರ ಅಕ್ಷರಗಳಾದರೂ ತಪ್ಪಿಲ್ಲದ ಕಾಗುಣಿತ.

ಇನ್ನು ಅವರಿಗುಳಿದ ಒಂದೇ ಆಯ್ಕೆ ಸಾಲದ ಸೋಮ, ಸೋಮ ಸಿಕ್ಕ ಸಿಕ್ಕವರನ್ನೆಲ್ಲಾ ಸಾಲ ಕೇಳುತ್ತಿದ್ದರಿಂದ ಅವನ ಹೆಸರಿನ ಹಿಂದೆ ಅದು ಸೇರಿ ಹೋಗಿತ್ತು. ಸೋಮನನ್ನು ಹುಡುಕಿ ಹೋದಾಗ ಯಾವುದೋ ಹಳೆಯ ಬಾಕಿ ವಸೂಲಿಗಾಗಿ ಇವರಿಬ್ಬರೂ ಬಂದಿರಬಹುದೆಂದುಕೊಂಡು, ಅವರು ಕೂಗಿದ್ದು ಕೇಳಿಸದಂತೆ ಜಾಣ ಕಿವುಡು ನಟಿಸಿ ಹೊರಟು ಹೋದ ಸೋಮನ ಮೇಲೆ ವಿಶ್ವನಿಗೆ ಗುಮಾನಿ ಹೆಚ್ಚಾಯಿತು. "ಈ ಕಚಡಾ ನನ್ ಮಗ್ನೆ ಕಾಗದ ಬರ್ದಿರಬೇಕು ಕಣೊ, ಹೆಂಗ್ ಓಡ್ತಿದಾನೆ ನೋಡು" ಅಂದ. ಪಟ್ಟು ಬಿಡದ ಹಟವಾದಿ ಶಶಿ ಸೋಮನ ಹಿಂದೆಯೇ ಹೋಗಿ ಅವನ ಕಾಲರಿನ ಹಿಂಬಾಗವನ್ನು ಹಿಡಿದ, ಮೊದಲೇ ಹೆದರಿದ್ದರೂ ಸೋಮ ಅದನ್ನು ತೋರಿಸಿಕೊಳ್ಳದೆ "ಯಾಕೋ ಶಶಿ ಎಲ್ಲೋಗಿದ್ರಿ ಇಬ್ರು ಯಾಕಿಂಗ್ ಓಡಿ ಬರ್ತಿದ್ಯ" ಎಂದ. "ಓಡಿ ಬರದೆ ಇದ್ರೆ ನೀನೆಲ್ ಸಿಕ್ತಿಯಾ ನಿನ್ನುನ್ ಹಿಡ್ಯೋಕೆ ಓಡ್ಕೊಂಡ್ ಬಂದಿದ್ದು, ನೋಡು ಸೋಮ ಸುಮ್ನೆ ಬೇರೆವ್ರ ಮನೆ ಹೆಣ್ಮಕ್ಳು ಜೀವನ ಹಾಳ್ಮಾಡ್ಬೇಡ ನಿಂಗೂ ಹೆಣ್ಮಕ್ಳಿದವೆ" ಅಂತಾ ಹೇಳಿದ ಶಶಿಯ ಮುಖವನ್ನೇ ಸೋಮ ಕಕ್ಕಾಬಿಕ್ಕಿಯಾಗಿ ನೋಡಿದ. "ನಾನೇನಯ್ಯ ಮಾಡ್ದೆ" ಅಂತ ಅವನು ತೊದಲುವಷ್ಟರಲ್ಲಿ ಅಲ್ಲಿಗೆ ಬಂದ ವಿಶ್ವನನ್ನು ನೋಡಿದ ಸೋಮ "ವಿಶ್ವಣ್ಣ ಈ ಶಶಿ ನೋಡು ಏನೇನೋ ಹೇಳ್ತಿದನೆ, ನಾನ್ಯಾವ್ ಹೆಣ್ಮಕ್ಳು ಜೀವನ ಹಾಳ್ ಮಾಡಿದಿನಿ ನೀನೆ ಹೇಳು?" ಎಂದ. ವಿಶ್ವ ನಿಧಾನವಾಗಿ ಶಶಿ ಹಿಡಿದಿದ್ದ ಸೋಮನ ಕಾಲರನ್ನು ಬಿಡಿಸಿ "ನೋಡು ಸೋಮು ನಿಜ ಹೇಳು ನೀನೇನಾದ್ರು, ನಮ್ಮ ಸುಧಾನ ಮದ್ವೆ ಆಗ್ತಿರೋ ಹುಡ್ಗನ ಮನೆಗೆ ಕಾಗ್ದ ಬರ್ದಿದ್ಯಾ?, ಅಪ್ಪ ಇಲ್ಲುದ್ ಹುಡ್ಗಿ ಸುಮ್ನೆ ಅವಳ ಮದ್ವೆ ನಿಂತ್ರೆ ಭವಿಷ್ಯನೆ ಹಾಳಾಗುತ್ತೆ" ಅಂತಾ ಹೇಳುತ್ತಾ ಹನಿಗಣ್ಣಾದ. "ಅಯ್ಯೋ ವಿಶ್ವಣ್ಣ ನಾನ್ಯಾರಿಗೂ ಕಾಗ್ದ ಬರ್ದಿಲ್ಲಪ್ಪ, ಅಷ್ಟುಕ್ಕೂ ನಂಗೆ ನಿಮ್ಮುಡ್ಗಿ ಮದ್ವೆ ಸೆಟ್ಟಾಗಿದ್ದೂ ಗೊತ್ತಾಗಿದ್ದು ಮೊನ್ ಮೊನ್ನೆ ಅಷ್ಟೆ, ನಾನೇ ಕುತ್ತಿಗೆ ತಂಕ ಮುಳುಗೋಗಿದಿನಿ, ಯಾವ್ ಕೆಲ್ಸನೂ ಕೈಗೆ ಹತ್ತುತಿಲ್ಲ, ರೇಷನ್ ಅಂಗ್ಡಿ ತೆಗ್ಯಕ್ಕೆ ಅಂತಾ ಪರ್ಮಿಷನ್ನಿಗೆ ಅಪ್ಲಿಕೇಷನ್ ಹಾಕಿದ್ದೆ, ಒಂದ್ಸಾವ್ರ ಡೆಪಾಜಿಟ್ ಇಡ್ಬೇಕಂತೆ ಅದ್ಕೆ ಸಾಲ ಬೇಕಿತ್ತು, ಬಾಬು ಹತ್ರ ಕೇಳಕ್ ಹೋಗ್ತಿದ್ದೆ, ನೀವ್ ನೋಡುದ್ರೆ ಕಾಗ್ದ ಗೀಗ್ದ ಅಂತ ನನ್ನುನ್ ಹಿಡ್ಕಂಡ್ರಿ" ಅಂದು ನಿಟ್ಟುಸಿರು ಬಿಟ್ಟ. ಇನ್ನೊಂದೈದು ನಿಮಿಷ ಅಲ್ಲೆ ಇದ್ರೆ ಸಾಲದ ಸೋಮ ತಮ್ಮತ್ರನೇ ಹೇಗಾದ್ರೂ ಗೋಗರೆದು ದುಡ್ಡು ವಸೂಲಿ ಮಾಡಬಹುದು ಅನ್ನೋ ಭಯದಿಂದ ಶಶಿ, ವಿಶ್ವ ಇಬ್ಬರೂ ಸೋಮ ಅನಾಮಧೇಯ ಪತ್ರ ಬರೆದಿಲ್ಲಾ ಅಂತ ತೀರ್ಮಾನಿಸಿ, ಈ ವಿಷಯ ಯಾರಿಗೂ ಹೇಳಬೇಡ ಅಂತಾ ಎಚ್ಚರಿಸಿ ಕಳುಹಿಸಿದರು.

ನಿಂಗಪ್ಪ ಹೇಳಿದ ಇಬ್ಬರು ಆಸಾಮಿಗಳೂ ಕಾಗದ ಬರೆದಿಲ್ಲಾ ಅಂತಾದ್ರೆ ಇನ್ಯಾರು ಬರೆದಿದ್ದು ಅಂತಾ ಪಿಸು ಪಿಸು ಮಾತಲ್ಲೇ ಚರ್ಚಿಸುತ್ತಾ

ಪೋಸ್ಟಾಫೀಸ್ ಹತ್ರ ಬಂದಾಗ ಇವರನ್ನೇ ಕಾಯುತ್ತಿದ್ದ ನಿಂಗಪ್ಪ ಹೊರಗೆ ಬಂದು "ಆ ವಾರ ಮೂರು ಇನ್ ಲ್ಯಾಂಡ್ ಲೆಟರ್ ಖರ್ಚಾಗಿತ್ತು ಅಂತ ರೆಕಾರ್ಡ್ ಬುಕ್ ನೋಡಿ ಗೊತ್ತಾಯ್ತು ಕಣ್ರೋ, ಅವತ್ತು ನಿಮ್ಮನೆ ಎದ್ರು ಮನೆ ಅಯೂಬನ ಮಗ ಚಿಕ್ಕುಡ್ಗ ಬಂದು ಲೆಟರ್ ತಗೊಂಡ್ಹೋಗಿದ್ದ ಕಣೋ ವಿಶ್ವ, ನಂಗೆ ಬೆಳಗ್ಗೆ ನೆನೆಪಾಯ್ತು ನೋಡು, ಅದ್ಕೆ ನಿಮ್ಗೆ ಕಾಯ್ತಿದ್ದೆ" ಅಂತ ಆತುರಾತುರವಾಗಿ ಒಂದೇ ಉಸಿರಿಗೆ ಹೇಳಿದ. "ನಿಂಗಣ್ಣ ಏನ್ ತಮಾಷೆನ ಆ ಸಾಬ್ರು ಮನೆಲ್ಲಿ ಯಾರಿಗೂ ಓದಕ್ ಬರಿಯಕ್ ಬರಲ್ಲ, ಅವ್ರಿಗೆ ಮೂರೊತ್ತು ಅವ್ರ್ ಮನೆದೆ ರೋತೆ, ಇನ್ನು ಅವು ಕಾಗ್ದ ಬರೀತವ ನಿಂಗೆಲ್ಲೋ ಹುಚ್ಚು" ಎಂದು ಹತಾಶ ಧ್ವನಿಯಲ್ಲಿ ಹೇಳಿದ ವಿಶ್ವ. "ರಾಜಣ್ಣನ್ನ, ಸೋಮುನ ವಿಚಾರ್ಸಿದ್ರ? ಯಾರು ಅಂತ ಗೊತ್ತಾಯ್ತಾ?" ಅಂತಾ ಕೇಳಿದ ನಿಂಗಪ್ಪನ ಪ್ರಶ್ನೆಗೆ ಅಡ್ಡಡ್ಡ ತಲೆ ಆಡಿಸಿದ ಶಶಿ ತಟ್ಟನೆ "ಅಲ್ವೋ ವಿಶ್ವ, ಆ ಸಾಬ್ರುಡ್ಗ ಲೆಟ್ರು ತಗಂಡೋದ ಸರಿ, ಅವ್ರ್ ಮನೆಗೆ ಅಂತಾ ಯಾಕ್ ಅನ್ಕೊಬೇಕು, ಯಾರಾದ್ರು ಅವ್ನತ್ರ ತರುಸ್ಕೊಂಡಿರ್ಬೋದಲ್ಲ?" ಎಂದ. ತಕ್ಷಣವೇ ಶಶಿ ವಿಶ್ವ ಇಬ್ಬರೂ ಒಂದು ನಿಮಿಷವೂ ನಿಲ್ಲದೆ ಅಯೂಬನ ಮನೆ ಕಡೆ ನಡೆದರು.

ಇಸ್ತ್ರೀ ಪೆಟ್ಟಿಗೆಗೆ ತುಂಬೋಕೆ ಇದ್ದಿಲಿಗೆ ಗಾಳಿ ಹಾಕುತ್ತಾ ಮನೆ ಮುಂದೆ ಅಯೂಬನ ಎಂಟು ವರ್ಷದ ಮಗ ಸಲ್ಲೂ ಕುಕ್ಕರುಗಾಲಲ್ಲಿ ಕುಳಿತಿದ್ದ. ಅಲ್ಲೇ ಸ್ವಲ್ಪ ಹಿಂದೆ ಕೂತು ಅಯೂಬನೂ ಇಸ್ತ್ರಿ ಪೆಟ್ಟಿಗೆಗೆ ಇದ್ದಿಲು ಹಾಕ್ತಿದ್ದ. ಇವರಿಬ್ಬರನ್ನೂ ಕಂಡು ಎದ್ದು ನಿಂತ ಅಯೂಬ "ಏನ್ ಅಣ್ಣ ಇಬ್ರೂ ಇಷ್ಟ್ ಬಿಸ್ಲಲ್ ಬಂದ್ರಿ ಬಟ್ಟೆ ಇದ್ದಿದ್ರೆ ನಮ್ಮುಡ್ಗನೇ ಬಂದು ಇಸ್ಕೊಂತಿದ್ದ" ಅಂದ. ಆಗ ವಿಶ್ವ "ಏನಿಲ್ಲ ನಿನ್ ಮಗನ್ನ ಒಂದೈದ್ ನಿಮಿಷ ಕಳುಸ್ತಿಯಾ, ಸ್ವಲ್ಪ ಕೆಲ್ಸ ಇತ್ತು" ಎಂದ. ಇವರು ಕರೆದದ್ದೇ ತಡ ಇದ್ದಿಲಿಗೆ ಗಾಳಿ ಹಾಕಿ ಹಾಕಿ ಕೈ ನೋಯುತ್ತಿದ್ದ ಪುಟ್ಟ ಹುಡುಗ ಸಲ್ಲು ಕೆಂಡದ ಬಾಂಡಲಿಯನ್ನು ಬಿಟ್ಟು ಎದ್ದು ಓಡಿ ಬಂದ. ಅವನನ್ನು ಕರೆದುಕೊಂಡು ವಿಶ್ವನ ಮನೆ ಜಗಲಿಗೇ ಹೋದರು. "ಸಲ್ಲೂ, ನೀನು ಪೋಸ್ಟಾಫೀಸಿಂದ ಇನ್ ಲ್ಯಾಂಡ್ ಲೆಟರ್ ತಂದಿದ್ಯೇನೋ ಯಾವತ್ತಾದ್ರೂ" ಅಂತಾ ವಿಶ್ವ ಕೇಳಿದ ಪ್ರಶ್ನೆಗೆ ಸಲ್ಮಾನ್ ಹೆಮ್ಮೆಯಿಂದ "ಎಲ್ರುಗೂ ನಾನೆ ತಂದ್ಕೊಡದು" ಅಂದ. "ಯಾರಿಗ್ ತಂದ್ಕೊಟ್ಟಿದ್ಯೋ" ಅಂತಾ ಶಶಿ ಕೇಳುವುದೇ ತಡ ಎದೆಯುಬ್ಬಿಸಿ ನಿಂತು ಬೆರಳು ಮಡಚಿ ಲೆಕ್ಕ ಹಾಕಲು ಕೈಯನ್ನು ತಯಾರಾಗಿಟ್ಟುಕೊಂಡು" ಸರೋಜಮ್ಮಂಗೆ, ಕೊನೆ ಮನೆ ಗಿರಿಜಕ್ಕಂಗೆ, ಸುಧಕ್ಕಂಗೆ, ನಾಗಮ್ಮತ್ತೆಗೆ, ಶೆಟ್ರು ಮನೆ ಅಜ್ಜಿಗೆ, ಅಂಗಡಿ ತಮ್ಮಣ್ಣಂಗೆ, ಶಿವು ಮನೆ ಅಕ್ಕಂಗೆ, ಮಲ್ಲಣ್ಣಜ್ಜಂಗೆ..." ಅಂತಾ ಒಬ್ಬೊಬ್ಬರ ಹೆಸರನ್ನೂ ಸಲ್ಲು ರಾಗವಾಗಿ ಹೇಳಿ ಮುಗಿಸಿದ. ಅವನ ಉದ್ದನೆ ಪಟ್ಟಿ ಕೇಳಿ ಅಷ್ಟೊಂದು ಜನರಲ್ಲಿ ಯಾರನ್ನಾ ಅಂತ ಅನುಮಾನಿಸೋದು, ಪತ್ತೆ

ಹಚ್ಕೋದು ಅನ್ನೋ ಭಾವದಲ್ಲಿ ಶಶಿ ವಿಶ್ವ ಮುಖ ಮುಖ ನೋಡಿಕೊಂಡರು. ಅಷ್ಟರಲ್ಲೇ ಹೊರ ಬಂದ ಸುಧಾ "ಮಾಮ ನಿಮ್ ಧ್ವನಿ ಕೇಳ್ತು ಅದ್ಕೆ ಅತ್ತೆ ಊಟಕ್ಕೆ ಕರಿ ಅಂದ್ಲು" ಅಂತ ಹೇಳಿ, ಸಲ್ಲು ಮುಖ ನೋಡಿ ನಾಲಿಗೆ ಚಾಚಿ ಅಣಕಿಸುತ್ತಾ ಒಳಗೆ ಹೋದಳು. ಪತ್ತೇದಾರಿಕೆಗೆ ವಿರಾಮ ಹಾಕಿ "ನಡಿ ಶಶಿ ಊಟ ಮಾಡಣ" ಎಂದ ವಿಶ್ವನ ಮಾತಿಗೆ "ಇಲ್ಲ ಕಣೋ ಮನೆಗೇ ಹೋಗ್ತಿನಿ, ನಮ್ ತೋಟುದ್ ಹುಡ್ಗಂಗೆ ಬರಕ್ಕೇಳಿದ್ದೆ, ಸ್ವಲ್ಪ ಕೆಲ್ಸ ಇದೆ ನಾಳೆ ಸಿಗ್ತಿನಿ" ಅಂತಾ ಶಶಿ ಎದ್ದು ಹೊರಟಾಗ, ಸಲ್ಮಾನ್ ತಾನೂ ಬಾಯಿಯಲ್ಲ್ ಬುರ್ರ್... ಎಂದು ಸದ್ದು ಮಾಡುತ್ತಾ ಮೋಟಾರು ಬೈಕಿನಂತೆ ತನ್ನ ಮನೆ ಕಡೆಗೆ ಓಡಿದ.

ಬಿಸಿಲಿನಲ್ಲಿ ಸುತ್ತಾಡಿ ದಣಿದಿದ್ದರೂ ವಿಶ್ವ ಊಟ ಮುಗಿಸಿ ವಿಶ್ರಾಂತಿ ತೆಗೆದುಕೊಳ್ಳದೇ ಹೊರ ಬಂದು ಹೊರಗೆಲ್ಲೂ ಸಲ್ಲೂನನ್ನು ಕಾಣದೆ, ಕಂಡ ತಕ್ಷಣ ಕರೆಯಲು ಅಯೂಬನ ಮನೆಯತ್ತಲೇ ನೋಡುತ್ತಾ ತನ್ನ ಮನೆ ಮುಂದೆ ಕುಳಿತ. ಸಲ್ಲೂನನ್ನು ಅವನ ಮನೆ ಬಾಗಿಲಲ್ಲಿ ಕಾಣುತ್ತಿದ್ದಂತೆ ಧ್ವನಿಯೇರಿಸಿ "ಏ ಇವ್ನೆ... ಬಾರೋ ಇಲ್ಲಿ" ಅಂತ ಕರೆದು, ಮನೆ ಜಗುಲಿಯಲ್ಲಿ ಪತ್ರದ ವಿಚಾರ ಮಾತನಾಡುವುದು ಬೇಡವೆಂದು ಎದ್ದು ನಿಂತ. ಓಡಿ ಬಂದ ಸಲ್ಲೂನ ಹೆಗಲ ಮೆಲೆ ಕೈ ಹಾಕಿ ಹಾಗೇ ಕರೆದುಕೊಂಡು ಬಾಗಿಲು ಮುಚ್ಚಿದ್ದ ತಮ್ಮಣ್ಣನ ಪೆಟ್ಟಿಗೆ ಅಂಗಡಿಯತ್ತ ನಡೆದ. "ಯಾಕೆ ವಿಸ್ವಣ್ಣ ಕರ್ದಿದ್ದು" ಅಂತಾ ಕೇಳಿದ ಸಲ್ಲೂನ ಹೆಗಲ ಮೇಲಿಂದ ಕೈತೆಗೆದು ಕೆನ್ನೆ ಸವರಿ "ಲೋ ಸಲ್ಲೂ ನೀನು ಹದಿನೈದು ದಿನದ ಕೆಳಗೆ ಯಾರಿಗೆ ಇನ್ ಲ್ಯಾಂಡ್ ಲೆಟರ್ ತಂದ್ಕೊಟ್ಟಿದ್ದೆ ಅಂತಾ ನೆನಪಿದ್ಯಾ?" ಎಂದು ನಿಧಾನವಾಗಿ ಕೇಳಿದ. ಮುಗ್ದವಾಗಿ ಮುಖವನ್ನು ಮೇಲೆತ್ತಿ ಯೋಚನಾ ಭಂಗಿಯಲ್ಲಿ ನಿಂತ ಸಲ್ಲುವಿಗೆ ಸರಿಯಾಗಿ ನೆನಪು ಮಾಡಿಕೊಂಡು ಹೇಳಿದರೆ ಕಡ್ಲೆ ಮಿಠಾಯಿ ಕೊಡಿಸುವ ಆಶ್ವಾಸನೆಯನ್ನೂ ವಿಶ್ವ ನೀಡಿದ. ಸಲ್ಲೂ ಒಂದೆರಡು ನಿಮಿಷಗಳ ನಂತರ ಏನೋ ಹೊಳೆದಂತೆ ಎರಡು ಹೆಜ್ಜೆ ನೆಗೆದು ನಿಂತ, ವಿಶ್ವ ಒಂದೊಂದು ಕ್ಷಣವೂ ಒಳಗೊಳಗೇ ಚಡಪಡಿಸುತ್ತಿದ್ದರೂ ಸಹ ತೋರ್ಪಡಿಸದೇ ಸಲ್ಲೂನ ಉತ್ತರವನ್ನೇ ಕಾಯತೊಡಗಿದ. "ಓ ವಿಶ್ವಣ್ಣ ಜ್ಯಾಪ್ಕ ಬಂತು ನೋಡು, ಎರಡು ವಾರ ಕೆಳಗೆ ನಿಮ್ಮನೆ ಸುಧಕ್ಕಂಗೆ ನಾನು ಲೆಟ್ರು ತಂದ್ಕೊಟ್ಟಿದ್ದು, ಈಗ ನಡೀರಿ ನಂಗೆ ಕಡ್ಲೆ ಮಿಠಾಯಿ ಕೊಡ್ಸಿ" ಎಂದು ಕೈ ಹಿಡಿದು ಎಳೆಯ ತೊಡಗಿದ. ಏನೂ ಮಾತನಾಡದೇ ಜೇಬಿನಿಂದ ಒಂದು ರೂಪಾಯಿ ನಾಣ್ಯ ತೆಗೆದು ಕೊಟ್ಟು ಸರ ಸರನೇ ತನ್ನ ಮನೆಯತ್ತ ನಡೆದ ವಿಶ್ವನನ್ನು ಏನೂ ಅರ್ಥವಾಗದೆ ಸಲ್ಲೂ ಬಿಟ್ಟ ಕಣ್ಣು ಬಿಟ್ಟಂತೆ ನೋಡುತ್ತಾ ನಿಂತ.

ವಿಶ್ವನಿಗೆ ನಿಂತ ನೆಲವೇ ಕುಸಿದಂತಾಗಿತ್ತು, ಆ ಪತ್ರದಲ್ಲಿನ ಬರಹ ಸುಧಾಳದ್ದಲ್ಲ ಎಂದು ಎರೆಡೆರಡು ಬಾರಿ ನೋಡಿ ಧೃಡವಾದ ಮೇಲೆ, ಸುಧಾ

ಏನಾದರೂ ಆ ಪತ್ರದಲ್ಲಿ ಬರೆದಿರುವಂತೆ ಯಾರನ್ನಾದ್ರು ಪ್ರೀತಿಸಿ, ಈ ಮದುವೆ ಇಷ್ಟವಿಲ್ಲದೆ ಈ ಪತ್ರ ಬರೆಸಿರಬಹುದೇ, ಎಂದು ಆಲೋಚಿಸತೊಡಗಿದ. ಈ ಬಗ್ಗೆ ಅವಳ ಹತ್ತಿರವೇ ಮಾತನಾಡುವುದು ಒಳ್ಳೆಯದು, ತಡವಾದರೆ ಕಷ್ಟ ಅವಳು ಪ್ರೀತಿಸಿದವನೊಂದಿಗೆ ಓಡಿ ಹೋದರೆ ನನ್ನ ಮರ್ಯಾದೆಯ ಗತಿ ಏನು, ಊರಲ್ಲಿ ತಲೆ ಎತ್ತಿ ತಿರುಗುವುದಕ್ಕೂ ಆಗುವುದಿಲ್ಲ ಎಂದು ನಿರ್ಧರಿಸಿದ. ಅದೇ ದಿನ ಸಂಜೆ ಸುಧಾಳನ್ನು ಕರೆದುಕೊಂಡು, ಚಿಕ್ಕೆರೆಯ ಹತ್ತಿರವಿದ್ದ ರಾಮಲಿಂಗೇಶ್ವರ ದೇವಸ್ಥಾನಕ್ಕೆ ಹೊರಟ. ತನಗೆ ಬುದ್ದಿ ಬಂದಾಗಿನಿಂದಲೂ ಎಂದೂ ಹೊರಗೆಲ್ಲೂ ಕರೆದುಕೊಂಡು ಹೋಗದ ಮಾಮ, ದೇವಸ್ಥಾನಕ್ಕೆ ಕರೆದದಕ್ಕೆ ಅಚ್ಚರಿಗೊಂಡಿದ್ದಳು.

ದೇವರ ದರ್ಶನ ಮಾಡಿ, ಹೊರ ಬಂದು ಕಲ್ಯಾಣಿಯ ಮೆಟ್ಟಿಲ ಮೇಲೆ ಕುಳಿತಾಗ, ಹೇಗೆ ಮಾತನ್ನು ಆರಂಭಿಸುವುದೆಂದು ಯೋಚಿಸುತ್ತಿದ್ದ ವಿಶ್ವನ ಒಳಗುದಿಯ ಅರಿವಾದವಳಂತೆ ಸುಧಾ "ಮಾಮಾ, ಏನಾದ್ರು ಹೇಳ್ಬೇಕಿತ್ತಾ ನೀನು?" ಎಂದು ಪ್ರಶ್ನಿಸಿದಾಗ, ಸ್ವಲ್ಪ ನಿಧಾನವಾಗಿ "ಏನಮ್ಮಾ, ನಿಂಗೆ ಈ ಮದ್ವೆಗೆ ಇಷ್ಟ ಇದೆ ತಾನೆ?" ಎಂದು ಕೇಳಿ ಅವಳ ಮುಖವನ್ನೇ ನೋಡಲಾರಂಭಿಸಿದ, ಆ ಪ್ರಶ್ನೆಯಿಂದ ವಿಚಲಿತಳಾದಂತೆ ಕಂಡು ಬಂದ ಸುಧಾ "ಯಾಕೆ ಮಾಮ ಹಿಂಗ್ ಕೇಳ್ತಾ ಇದ್ಯಾ? ಇಷ್ಟ ಇಲ್ದೆ ಒಪ್ಪಿದಿನಿ ಅನ್ಕೊಂಡ್ಯಾ?" ಎಂದಳು, "ಅದು ಹಾಗಲ್ಲ ವಿಷಯ ತುಂಬಾ ಸೂಕ್ಷ್ಮ, ನೀನು ಯಾರ್ನಾದ್ರು ಪ್ರೀತಿಸ್ತಿದ್ದೀಯೇನಮ್ಮಾ?" ಎಂದ ಮಾವನ ಪ್ರಶ್ನೆಗೆ ಸುಧಾಳ ಕಣ್ಣುಗಳು ತುಂಬಿಕೊಂಡವು, "ನಿಂಗ್ಯಾಕ್ ಮಾಮ ನನ್ಮೇಲೆ ಅನುಮಾನ? ದೇವ್ರಾಣೆಗೂ ನಾನು ಯಾರುನ್ನೂ ಪ್ರೀತ್ಸಿಲ್ಲಾ, ಈ ಮದ್ವೆಗೆ ಮನಸ್ಪೂರ್ತಿಯಾಗೆ ಒಪ್ಪಿದಿನಿ" ಎನ್ನುತ್ತಾ ಮುಂದಕ್ಕೇನು ಹೇಳಲಾಗದೆ ಗದ್ಗದಿತಳಾದಳು. ಅವಳ ಕಣ್ಣೀರು ನೋಡಿ ವಿಶ್ವನಿಗೆ ತಾನು ಯಾಕಾದರೂ ಹೀಗೆ ಕೇಳಿದೆನಿಂದು ಕಸಿವಿಸಿಯಾಯಿತು. "ಇದುನ್ನಾ ಕೇಳೋಕೆ ಇಲ್ಲಿವರೆಗೆ ಕರ್ಕೊಂಡ್ ಬಂದಾ! ಮನೆಲ್ಲೇ ಕೇಳಿದ್ರು ಹೇಳ್ತಿದ್ದೆ" ಎನ್ನುತ್ತಾ ಸೆರಗಿನಿಂದ ಕಣ್ಣೊರಿಸಿಕೊಂಡಳು. "ಅದೂ, ಮನೆಲ್ಲಿ ಮಾತಾಡೋದು ಬೇಡಾ ಅಂತಾ, ಈ ವಿಷ್ಯನ ನಿಮ್ಮತ್ತೆಗಾಗ್ಲಿ, ನಿಮ್ಮಮ್ಮಂಗಾಗ್ಲಿ ಹೇಳ್ಬೇಡ ಆಯ್ತಾ?" ಎಂದ ವಿಶ್ವನಿಗೆ "ಏನು ವಿಷ್ಯ, ನೀನ್ಯಾಕ್ ಹಿಂಗೆ ಸಪ್ಪುಗಿದೀಯಾ ಅದಾದ್ರು ಹೇಳು ಮಾಮ" ಎಂದು ಕಾಳಜಿಯಿಂದ ಕೇಳಿದ ಸುಧಾಳ ಮೇಲೆ ಮಮತೆಯುಕ್ಕಿ, ತಾನು ಮುಂದೆ ಹೇಳುವ ವಿಚಾರವನ್ನು ಹೇಗೆ ಸ್ವೀಕರಿಸಬಹುದೆಂಬ ಕಳವಳದಿಂದ ಅವಳ ತಲೆ ಸವರಿದ, "ಅದು, ಯಾರೋ ಹಲ್ಕಾ ನನ್ ಮಕ್ಳು, ಶಿವನಿ ಸಾಪ್ಕಾರ್ರಿಗೆ ನಿನ್ ಬಗ್ಗೆ ಏನೇನೋ ತಪ್ಪು ತಪ್ಪಾಗಿ ಪತ್ರ ಬರ್ದಿದಾರೆ ಕಣಮ್ಮಾ, ನೀನು ಯಾರ್ನೋ ಪ್ರೀತುಸ್ತಾ ಇದ್ಯಾ ಅಂತೆಲ್ಲಾ ಚಾಡಿ ಮಾತು ಬರ್ದಿದಾರೆ"

ಎಂದು ಹೇಳಿ ಅವಳ ಕೈ ಹಿಡಿದುಕೊಂಡು "ನೀನ್ಮೇಲೆ ನಂಗೆ ನಂಬಿಕೆ ಇತ್ತು ಸುಧಾ, ಆದ್ರೂ ಒಂದ್ಸಲ ಕೇಳ್ಬಿಡಣಾ ಅಂತಾ ಕೇಳ್ದೆ ಬೇಜಾರಾಗ್ಬೇಡಮ್ಮ" ಎಂದು ನುಡಿದ. ಈಗಷ್ಟೆ ಅತ್ತಿದ್ದ ಕುರುಹು ಇಲ್ಲದಂತೆ, ಕೋಪದಿಂದ ಹಲ್ಲು ಕಡಿಯುತ್ತಾ "ಯಾವ ಬೇವರ್ಸಿ ಮಾವ ಇಂತಾ ಕೆಲ್ಸ ಮಾಡಿರದು, ನನ್ಕೈಗೇನಾರ ಸಿಗ್ಬೇಕಲಾ ಚಪ್ಲಿ ತಗೊಂಡ್ ಹೊಡಿತೀನಿ" ಎಂದಳು ಸುಧಾ. "ಅದೇ ನಂಗೂ ಗೊತ್ತಾಗ್ತಿಲ್ಲಮ್ಮ, ಅದು ನಿನ್ನಕ್ಷರ ಅಲ್ಲ ಅಂತಾ ಗೊತ್ತಾಯ್ತು, ಆದ್ರೂ ಯಾರಾದ್ರು ಗೆಳತೀರ ಕೈಲಿ ಬರೆಸಿದ್ರೆ ಅನ್ಕೊಂಡು, ಕೇಳಿದ್ದು" ಎಂದ ತಕ್ಷಣವೇ ಸುಧಾ "ಆ ಲೆಟರ್ರು ನಿನ್ನತ್ರಾನೇ ಇದ್ಯಾ ಮಾಮಾ, ಇದ್ರೆ ನಂಗೂ ತೋರ್ಸು ನೋಡಣ, ಯಾರು ಅಂತಾ ಗೊತ್ತಾದ್ರೆ ಗ್ರಾಚಾರ ಬಿಡುಸ್ಬಿಡ್ತಿನಿ... ಅಲ್ಲಾ ನಾನೇನ್ಮಾಡಿದೀನಿ ಅಂತಾ, ನಮ್ಮದ್ವೆ ನಿಲ್ಸಕ್ಕೆ ನೋಡ್ತಿದಾರೆ?" ಎಂದು ಗದ್ಗದಿತಳಾದಳು. "ಬೇಡ ಬಿಡಮ್ಮಾ, ಅದೆಲ್ಲಾ ನೋಡಿದ್ರೆ ನಿಂಗೆ ಇನ್ನೂ ಬೇಜಾರಾಗುತ್ತೆ, ನಂಗೆ ಅದುನ್ನೆಲ್ಲಾ ಅರಗಿಸ್ಕಳಕ್ಕೆ ಅಗಿಲ್ಲ, ಯಾರಿಗಾದ್ರೂ ಸಿಕ್ರೆ ಕಷ್ಟ ಅಂತ ಅವತ್ತಿಂದ ಜೇಬಲ್ಲೆ ಇಟ್ಕೊಂಡು ತಿರುಗ್ತಾ ಇದೀನಿ" ಎಂದ ವಿಶ್ವ, "ಇಲ್ಲಾ ಮಾಮ, ನಾನು ನೋಡ್ಬೇಕು ದಯವಿಟ್ಟು ತೋರ್ಸು" ಎಂದು ಹಟ ಹಿಡಿದ ಸುಧಾಳಿಗೆ ಜೇಬನ್ನು ತಡಕಾಡಿ ಪತ್ರ ತೆಗೆದು ಕೊಡುತ್ತಾ "ಅಲ್ಲಾ, ನೀನ್ಯಾಕೆ ಒಂದೆರಡು ವಾರ ಹಿಂದೆ ಆ ಸಾಬ್ರುಡ್ಗುನತ್ರ ಇನ್ ಲ್ಯಾಂಡ್ ಲೆಟರ್ ತರ್ಸಿದ್ದು?" ಎಂದು ಕೇಳಿದ ಮಾಮನ ಪ್ರಶ್ನೆಗೆ, ಯೋಚಿಸತೊಡಗಿದ ಸುಧಾ ಸಾಮಾನ್ಯವೆಂಬಂತೆ "ಅದಾ... ನಂಗಲ್ಲ ಅತ್ತೆಗೆ" ಎನ್ನುತ್ತಿದ್ದಂತೆ, ಇಬ್ಬರೂ ಚಕಿತರಾಗಿ ಪರಸ್ಪರ ಮುಖ ನೋಡಿಕೊಂಡರು. ಮರುಘಳಿಗೆಯೇ ಇಬ್ಬರಿಗೂ ನಾಗಮ್ಮ ಯಾಕೆ ಇಂತಾ ಕೆಲಸ ಮಾಡ್ತಾಳೆ ಎನ್ನಿಸಿತು.

"ಇಲ್ಲಾ ಮಾಮ ಪಾಪ ಅತ್ತೆಗೆ ನಮ್ಮದ್ವೆ ಅಂತಾ ಎಷ್ಟು ಖುಷಿಯಾಗಿದೆ, ನಮ್ಮಮ್ಮನಿಗಿಂತ ಹೆಚ್ಚಾಗಿ ಸಾಕಿದಳೆ, ಅವಳ್ಯಾಕೆ ಇಂಥಾ ಕೆಲ್ಸ ಮಾಡ್ತಾಳೆ" ಎನ್ನುತ್ತಾ ಪತ್ರ ತೆರೆದ ಸುಧಾ, "ಇದು ಅತ್ತೆ ಅಕ್ಷರ ಅಲ್ಲಾ ಬಿಡು, ಅವಳಿಗೆಲ್ಲಿ ಇಷ್ಟುದ್ದಾ ಎಲ್ಲಾ ಬರಿಯೋಕೆ ಬರುತ್ತೆ?" ಎಂದಳು. ಪತ್ರ ಓದುತ್ತಾ ಹೋದಂತೆ ಅವಳ ಕಣ್ಣಿಂದ ತಡೆಯಿಲ್ಲದೇ ಕಣ್ಣೀರು ಹರಿಯಿತು, ಅವಳಿನ್ನೂ ಒಂದು ಪುಟ ಓದುವುದಿತ್ತು, ತಕ್ಷಣ ವಿಶ್ವ "ಸಾಕು ಕೊಡು" ಎನ್ನುತ್ತಾ ಬಲವಂತದಿಂದ ಕಿತ್ತುಕೊಂಡ. ಇಬ್ಬರೂ ಭಾರವಾದ ಮನಸ್ಸಿನಿಂದ ಮನೆ ಕಡೆ ಹೊರಟರು, ಯಾರಿಗೂ ಈ ವಿಷಯ ಹೇಳದಂತೆ ವಿಶ್ವ ಮತ್ತೊಮ್ಮೆ ಎಚ್ಚರಿಸಿದ, ತನಗೇ ನಂಬಿಕೆಯಿಲ್ಲದಿದ್ದರೂ ಅವಳ ಆತಂಕ ನೋಡಲಾಗದೇ ಮದ್ವೆ ನಿಲ್ಲದ ಹಾಗೇ ನೋಡಿಕೊಳ್ಳುವ ಭರವಸೆಯಿತ್ತು ಅವಳ ಮುಖದಲ್ಲಿ ವಿಶ್ವಾಸದ ಕಿರು ನಗೆ ಮೂಡುವಂತೆ ಮಾಡಿದ. ಸುಧಾಳಿಗೆ ತನ್ನ ಅತ್ತೆಯ ಮೇಲೆ ಬಲವಾದ ನಂಬಿಕೆ, ಸಂಪೂರ್ಣ ವಿಶ್ವಾಸ ಇದ್ದರೂ ಅದೇಕೋ ವಿಶ್ವನಿಗೆ ತನ್ನ ಹೆಂಡತಿ

ಒಳ್ಳೆಯವಳೇ ಆದರೂ ಈಗಿರುವ ಸನ್ನಿವೇಷದಲ್ಲಿ ಅವಳನ್ನೂ ವಿಚಾರಿಸುವುದೇ ಸರಿ ಎನಿಸಿತು.

ಪ್ರತಿದಿನವೂ ನಾಲ್ಕು ಗಂಟೆಗೇ ಎದ್ದು ಕೊಟ್ಟಿಗೆ ಕೆಲಸ ಶುರು ಮಾಡುವ ನಾಗಮ್ಮನನ್ನು ಪ್ರಶ್ನಿಸಲು ಅದೇ ಸರಿಯಾದ ಸಮಯವೆಂದು, ಮರುದಿನ ವಿಶ್ವನೂ ನಾಲ್ಕು ಗಂಟೆಗೇ ಎದ್ದದ್ದನ್ನು ಕಂಡು "ಯಾಕ್ರಿ, ಇನ್ನೂ ನಾಲಕ್ ಗಂಟೆ, ಮಲ್ಕೊಳಿ" ಎಂದಳು, ನಿಜವಾಗಿಯೂ ವಿಶ್ವ ರಾತ್ರಿಯೆಲ್ಲಾ ಸರಿಯಾಗಿ ನಿದ್ದೆ ಮಾಡದೆ ಯೋಚನೆಯಲ್ಲೇ ಮುಳುಗಿದ್ದ. ಕೊಟ್ಟಿಗೆಗೂ ತನ್ನ ಹಿಂದೆಯೇ ಬಂದ ಗಂಡನನ್ನು ನೋಡಿ, ಎಂದೂ ಹೆಂಡತಿಗೆ ಮನೆಗೆಲಸದಲ್ಲಿ ಸಹಾಯ ಮಾಡದವನು ಇಂದೇಕೋ ಸಹಾಯ ಮಾಡಲು ಬರುತ್ತಿದ್ದಾನೆ ಎಂದುಕೊಂಡು "ಇದೇನಪ್ಪಾ ಇವತ್ತು ಸೂರ್ಯ ಯಾವ ದಿಕ್ಕಿಗೆ ಹುಟ್ತಾನೋ" ಎಂದು ನಕ್ಕಳು. ಅವಳ ಹಾಸ್ಯಕ್ಕೆ ಮರುತ್ತರ ನೀಡದೇ ವಿಶ್ವ "ನಾಗು ನಿನ್ನುನ್ನ ಏನೋ ಕೇಳ್ಬೇಕಿತ್ತು ಕಣೆ, ತುಂಬಾ ಮುಖ್ಯವಾದ ವಿಷ್ಯ" ಎಂದು ಗಂಭೀರವಾಗಿ, ಮೆಲುದನಿಯಲ್ಲಿ ಹೇಳಿದ. "ಏನಾಯ್ತು ರೀ, ನೀವ್ಯಾಕೆ ಒಂದೆರಡ್ ದಿನದಿಂದ ಒಂಥರಾ ಇದೀರಾ, ಹುಶಾರಾಗಿದಿರ ತಾನೆ" ಎನ್ನುತ್ತಾ ಹಾಲು ಕರೆದುಕೊಳ್ಳಲು ತಂದಿದ್ದ ತಂಬಿಗೆಯನ್ನು ಕೆಳಗಿಟ್ಟು, ಒದ್ದೆಯಾಗಿದ್ದ ಕೈ ಸೀರೆಗೆ ಸೀಟಿಕೊಂಡು ಆತಂಕದಿಂದ ವಿಶ್ವನ ಹಣೆಯ ಮೇಲೆ ಕೈಯಿಟ್ಟಳು, "ಹೇ... ಏನೂ ಆಗಿಲ್ಲಾ ತೆಗಿ" ಎಂದು ವಿಶ್ವ ಅವಳ ಕೈಯನ್ನು ಅಸಹನೆಯಿಂದ ದೂಡಿದಾಗ ನಾಗಮ್ಮ ಅಚ್ಚರಿಯಿಂದ ನೋಡಿದಳು.

ಯಾರಾದರೂ ಎದ್ದು ಹಿತ್ತಲಿಗೆ ಬಂದು ಬಿಟ್ಟಾರೆಂದು ಹಿಂದೆ ತಿರುಗಿ ನೋಡಿ "ನೋಡೆ, ಯಾರೋ ಬೀಗ್ರಿಗೆ ನಮ್ಮ ಸುಧಾನ ಬಗ್ಗೆ ಏನೇನೋ ಕೆಟ್ಟದಾಗಿ ಪತ್ರ ಬರ್ದಿದಾರೆ, ಸವ್ಕಾರ್ರೆ ಹೇಳಿದ್ರು" ಎಂದ ವಿಶ್ವ, "ಆಃ.. ಏನೂ ಪತ್ರ ಬರ್ದಿದಾರಾ! ಯಾರ್ರಿ? ಏನಂತಾ ಬರ್ದಿದಾರೆ? ಮದ್ವೆ ನಿಂತೋದ್ರೆ ಏನ್ರೀ ಮಾಡೋದು?" ಎಂದು ಪ್ರಶ್ನೆಗಳ ಮಳೆಯನ್ನೇ ಸುರಿಸಿದಳು. ಎಂಥಾ ಪರಿಸ್ಥಿತಿಯಲ್ಲಿಯೂ ಸಮಾಧಾನದಿಂದ ಇರುತ್ತಿದ್ದ ನಾಗಮ್ಮ ವಿಚಲಿತಳಾದದ್ದು ಕಂಡ ವಿಶ್ವನಿಗೆ ವಿಚಿತ್ರವೆನಿಸಿತು, "ನೀನೇನಾದ್ರು, ಇನ್ಲ್ಯಾಂಡ್ ಲೆಟರ್ ತರ್ಸಿದ್ಯಾ ಸ್ವಲ್ಪ ದಿನ ಹಿಂದೆ?" ಎಂದು ಕೇಳಿಯೇ ಬಿಟ್ಟ, "ಹಾಃ, ಏನೇಳ್ತಿದೀರಾ, ನಾನ್ಯಾಕೆ ತರುಸ್ಲಿ?, ಯಾಕ್ರಿ ಏನೇನೋ ಮಾತಾಡ್ತಿದೀರಾ?" ಎನ್ನುತ್ತಾ ಹಸುಗಳಿಗೆ ಹುಲ್ಲು ಹಾಕಲಾರಂಭಿಸಿದಳು. "ಲೇ, ನಿಜ ಹೇಳು ಹದಿನೈದು ದಿನ ಆಗಿದೆ ಪತ್ರ ಹೋಗಿ, ನಮ್ಮೂರಿಂದನೇ ಹೋಗಿರೋದು, ನಿಂಗೆನಾದ್ರು ಗೊತ್ತಾ ಯಾರು ಬರ್ದಿರೋದು ಅಂತಾ?" ಎಂದು ಅನುಮಾನದಿಂದ ಗಂಡ ಕೇಳಿದಾಗ ನಾಗಮ್ಮ ಗಾಬರಿಯಿಂದ ಏನನ್ನೂ ಹೇಳದೆ ನಡುಗುವ ಕೈಗಳಿಂದ ತಂಬಿಗೆ ತಗೆದುಕೊಂಡು ಅವಸರದಿಂದ ಹಾಲು ಕರೆಯಲಾರಂಭಿಸಿದಳು, ವಿಶ್ವ

ಅವಳ ಹೊಸ ರೀತಿಯ ಚರ್ಯೆಗಳನ್ನು ನೋಡಿ ಇನ್ನಷ್ಟು ಸಂಶಯಗೊಂಡ. "ನಂಗೇನು ಬರಿಯಕ್ಕೆ ಬರುತ್ತಾ?... ಅಷ್ಟಕ್ಕು ನಾನ್ಯಾಕೆ ಇಂಥಾ ಕೆಲ್ಸ ಮಾಡ್ಲಿ ನೀವೆ ಹೇಳಿ" ಎಂದು ತೊದಲಿದಳು, ವಿಶ್ವ ಒರಟಾಗಿ ಅವಳ ರಟ್ಟೆ ಹಿಡಿದು ಎಬ್ಬಿಸಿ, "ನಾನೇನು ನಿನ್ನ ಹೊಸದಾಗಿ ನೋಡ್ತಾ ಇದೀನಾ ನಿನ್ಮೇಲೇನು ಅನುಮಾನ ಇರ್ಲಿಲ್ಲಾ, ನೀನು ಆಡೋದು ನೋಡ್ತಿದ್ರೆ ಬರ್ತಾ ಇದೆ, ಏನು ವಿಷ್ಯಾ ಅಂತಾ ಹೇಳು" ಎಂದು ಕೋಪದಿಂದ ಕೇಳಿದ.

"ನಾನೇನು ಮಾಡಿಲ್ಲಾ ರೀ..." ಎನ್ನುತ್ತಾ ನಾಗಮ್ಮ ಜೋರಾಗಿ ಅಳಲಾರಂಭಿಸಿದಳು, ಯಾರಿಗಾದರೂ ಎಚ್ಚರವಾದೀತೆಂದು ವಿಶ್ವ ಸರಸರನೆ ಹೋಗಿ ತಮ್ಮ ಮನೆಯ ಹಿತ್ತಿಲು ಬಾಗಿಲನ್ನು ಭದ್ರವಾಗಿ ಹಾಕಿಕೊಂಡು ಬಂದನು. "ಈಗ ಅಳೋದು ನಿಲ್ಸು, ಊರೆಲ್ಲಾ ಹುಡ್ಕಿದ್ದಾಯ್ತು ಪತ್ರ ಬರ್ದೋರ್ರುನ್ನಾ, ನೋಡಿದ್ರೆ ಮನೆಲ್ಲೇ ಇದಾರೆ ಕಳ್ಳರು" ಎಂದು ವ್ಯಂಗ್ಯವಾಗಿ ನುಡಿದ ಗಂಡನ ಕೈ ಹಿಡಿದು ಬಿಕ್ಕತೊಡಗಿದವಳನ್ನು, ಕರೆದೊಯ್ದು ಸ್ವಲ್ಪ ದೂರದ ಪೇರಲೇ ಮರದ ಕೆಳಗಿದ್ದ ಕಲ್ಲಿನ ಮೇಲೆ ಕೂರಿಸಿದ. "ಆಮೇಲೆ ಅಳುವಂತೆ, ಯಾರು ಪತ್ರ ಬರೆದಿದ್ದು ಹೇಳು, ನೀನೊಂತು ಅಲ್ಲಾ ಅಂತಾ ಗೊತ್ತು, ನೀನೇ ಯಾರಿಗಾದ್ರು ಹೇಳಿ ಬರ್ಸಿದ್ದೋ ಹೆಂಗೆ?" ಎಂದು ಅಬ್ಬರಿಸಿದ ವಿಶ್ವನನ್ನು ನೋಡಿ ನಾಗಮ್ಮ ನಡುಗತೊಡಗಿದಳು, "ಬೊಗಳೇ, ಬೇಗ" ಎಂದು ಕೋಪದಿಂದ ನೋಡುತ್ತಿದ್ದವನನ್ನು ಕಂಡು ಹೆದರಿ "ಅದೂ, ನಾನಲ್ಲ... ನಮ್ಮಣ್ಣ..." ಎಂದು ತೊದಲಿದಳು. ವಿಶ್ವ ಅಚ್ಚರಿಯಿಂದ 'ಏನು...?' ಎಂದಷ್ಟೆ ಉದ್ಗರಿಸಲು ಶಕ್ತನಾದ, ಉಸ್ಸೆಂದು ಉಸಿರುಗರೆಯುತ್ತಾ ಅವಳ ಮುಂದೆ ಕುಕ್ಕರುಗಾಲಿನಲ್ಲಿ ಕುಳಿತು, ಸೋತ ಸ್ವರದಲ್ಲಿ "ನಿಮ್ಮಣ್ಣನಾ, ಆ ಬೋಳಿ ಮಗನಿಗೆ ಏನೇ ಮಾಡಿದ್ಲು ನಮ್ ಸುಧಾ, ಅವನು ಹಿಂಗೆಲ್ಲಾ ಮಾಡಿದಾನೆ ಅಂತಾ ಗೊತ್ತಿದ್ರು ನೀನ್ಯಾಕೆ ನನ್ನತ್ರ ಹೇಳಿಲ್ಲಾ?" ಎಂದ.

ನಾಗಮ್ಮನ ಅಣ್ಣ ಬೆಕ್ಕಿನ ಕಣ್ಣಿನ ಕಾಂತ ತುಂಬಾ ದುರಾಸೆಯ ಮನುಷ್ಯ ಅನ್ನೋದು ವಿಶ್ವನಿಗೆ ಗೊತ್ತಿಲ್ಲದ್ದೇನಲ್ಲ, ಆದರೆ ಸುಧಾಳ ಮದುವೆ ನಿಲ್ಲಿಸೋದರಿಂದ ಅವನಿಗೇನು ಲಾಭ ಅನ್ನೋದು ಅರ್ಥವಾಗಲಿಲ್ಲ, ಹೇಳದಿದ್ದರೆ ಗಂಡ ಬಿಡಲಾರನೆಂದು ತಿಳಿದ ನಾಗಮ್ಮ ಅಳುತ್ತಲೇ "ಅಣ್ಣಂಗೆ ನಮ್ಮ ಸುಧಾನ ಶಿವುಗೆ ಮಾಡ್ಕೊಬೇಕು ಅಂತಾ ಆಸೆ, ಅದುಕ್ಕೆ ಅವತ್ತು ಮದ್ವೆ ಗೊತ್ತಾಗಿದ್ದು ನಿಜನಾ ಅಂತಾ ಕೇಳಕ್ಕೆ ಅಂತಾ ಬಂದಿದ್ದ, ನಾನೆಷ್ಟು ಬೇಡ ಅಂದ್ರೂ ಕೇಳ್ದೆ ಅಮ್ಮನ ಆಣೆ ಹಾಕುಸ್ಬಿಟ್ಟಾ" ಎಂದು ಹೇಳಿದಳು. ವಿಶ್ವನಿಗೆ ತಲೆ ಬುಡ ಅರ್ಥವಾಗದೆ "ನಿಮ್ಮಣ್ಣನ ಮಗನಿಗೇ ಕೊಡ್ಬೇಕು ಅನ್ನೋದಿದ್ರೆ ಮೊದಲೇ ಹೇಳೋದಲ್ವೇನೇ ಕತ್ತೆ ಲೌಡಿ" ಎಂದು ಬೈದ, "ಇಲ್ಲಾ ರೀ, ನಂಗೇನು ಆ ತರ ಆಸೆ ಇರ್ಲಿಲ್ಲಾ, ಶಿವುನೂ ಕುಡಿಯೋದೆಲ್ಲಾ ಕಲ್ತಿದಾನೆ,

ಅಣ್ಣ ಕೇಳ್ದಾಗ ನೀವೊಪ್ಪಲ್ಲ ಅಂತ ನಾನೆ ಹೇಳಿ ಕಳ್ಸಿದ್ದೆ" ಎಂದಳು ನಾಗಮ್ಮ, "ಮತ್ತ್ಯಾಕೆ ಈಗ ಇಂಥಾ ಹಲ್ಕಾ ಕೆಲ್ಸಕ್ಕೆ ಸಹಾಯ ಮಾಡ್ದೆ" ಎಂದು ರೋಷದಿಂದ ಕೇಳಿದ ವಿಶ್ವ. "ಅದೂ ಶಿವುಗೆ ವ್ಯಾಪಾರ ಕೈಗತ್ತುತಿಲ್ಲಾ, ಸುಧಾನಾ ಮದ್ವೆ ಆದ್ರೆ ನಮ್ಮ ಜಮೀನು, ಮನೆ ಎಲ್ಲಾ ಸಿಗುತ್ತೆ, ಅದುನ್ನೇ ನೋಡ್ಕೊಂಡಿರ್ತಾನೆ, ಅಂತಾ ಅಣ್ಣ ತಲೆ ಕೆಡಿಸ್ಬಿಟ್ಟಾ, ನಾನು ಅವನ ಮಾತು ಕೇಳಿ ತಪ್ಪು ಮಾಡ್ದೆ ರೀ... ಕ್ಷಮುಸ್ಬಿಡಿ,..." ಎಂದು ಬಿಕ್ಕಿ ಬಿಕ್ಕಿ ಅಳತೊಡಗಿದಳು.

"ನಿಮ್ಮಣ್ಣನ ದುರಾಸೆಗೆ ನಮ್ಮ ಸುಧಾ ನಡತೆನೆ ಸರಿ ಇಲ್ಲಾ ಅನ್ನೋ ತರ ಬರೆಸಿ, ಕೆಟ್ಟೆಸ್ರು ಬರೋ ಹಾಗೆ ಮಾಡಿಬಿಟ್ಯಲ್ಲೇ" ಎಂದು ಹೊಡೆಯಲು ಕೈ ಎತ್ತಿದಾಗ ಬೆದರಿದ ನಾಗಮ್ಮ "ನಿಜವಾಗ್ಲು ಅವನೇನು ಬರ್ದಾ ಅಂತಾ ನಂಗೊತ್ತಿಲ್ಲಾ ಕಣ್ರಿ, ಮದ್ವೆ ನಿಲ್ಲುಸ್ತಿನಿ, ಶಿವುಗೆ ಕೊಟ್ಟು ಮದ್ವೆ ಮಾಡಿ ಅವ್ನೂ ಉದ್ಧಾರ ಅಗ್ತಾನೆ, ಈಗ ಕುಡಿಯೋದೆಲ್ಲಾ ಬಿಟ್ಟಿದಾನೆ, ಮದ್ವೆ ನಿಂತ್ರೆ ನಿನ್ನ ಗಂಡಾನೂ ಶಿವುನ್ನ ಅಳಿಯ ಮಾಡ್ಕೊಳಕ್ಕೆ ಒಪ್ಕೋತಾನೆ, ಅಣ್ಣನ ಮಗ ಅನ್ನೋ ಪ್ರೀತಿ ಇಲ್ವಾ, ನಿಮ್ಮಾಸ್ತಿಯೆಲ್ಲಾ ಇನ್ನೊಬ್ರು ಪಾಲಾಗ್ಬೇಕಾ ಅಂತೆಲ್ಲಾ ಹೇಳ್ದಾ ರೀ, ನನ್ನ ಬುದ್ದಿಗೆ ಅದೇನು ಮಂಕು ಬಡ್ದಿತ್ತೋ, ಸ್ವಂತ ಮಗಳೂ ಅನ್ಕೊಂಡು ಬೆಳ್ಸಿದೋಳು ನಾನು ಯಾಮಾರಿಬಿಟ್ಟೆ" ಎಂದು ಮುಖ ಮುಚ್ಚಿಕೊಂಡು ರೋಧಿಸಿದಳು, ಅಷ್ಟರಲ್ಲೇ ಹಿತ್ತಲ ಬಾಗಿಲು ಯಾರೋ ಬಡಿದ ಸದ್ದಾಯಿತು, ಮುಂದೇನು ಮಾಡುವುದೆಂಬ ಯೋಚನೆಯಲ್ಲಿಯೇ ಚಿಂತಾಕ್ರಾಂತನಾಗಿ ವಿಶ್ವ ಯಾಂತ್ರಿಕವಾಗಿ ಬಾಗಿಲು ತೆರೆದ, ಸುಧಾಳ ತಾಯಿ ಚಂದ್ರಿ ಅಣ್ಣನ ಪೆಚ್ಚು ಮುಖ ನೋಡಿ ಗಾಬರಿಯಿಂದ "ಏನಾಯ್ತಣ್ಣ? ಯಾಕಿಂಗಿದಿಯಾ, ಅತ್ಗೆ ಎಲ್ಲಿ?" ಎಂದು ಕೇಳುತ್ತಾ ಹೊರಗೆ ಬಂದವಳೇ, ಬೆಳ್ಳಂಬೆಳಗ್ಗೆ ಎದ್ದು ಚೂಟಿಯಾಗಿ ಕೆಲಸ ಮಾಡುವ ಅತ್ತಿಗೆ ಮಂಕಾಗಿ ಪೇರಲೇ ಮರದ ಕೆಳಗೆ ಕುಳಿತಿದ್ದನ್ನು ಕಂಡು ಅತ್ತ ನಡೆದಳು, ಕಷ್ಟದಿಂದ ಅಳುವನ್ನು ನುಂಗಿಕೊಳ್ಳುತ್ತಿದ್ದ, ಅತ್ತು ಅತ್ತು ಸುಸ್ತಾದಂತಿದ್ದ ಅತ್ತಿಗೆಯ ಮುಖ ನೋಡಿ ಗಾಬರಿಯಾದಳು. ಎಲ್ಲಿ ಚಂದ್ರಿಗೆ ವಿಷಯ ತಿಳಿದುಬಿಡುತ್ತದೋ ಎಂದು ಹೆದರಿ ವಿಶ್ವ ಸಾವರಿಸಿಕೊಂಡು "ಏನಿಲ್ಲಮ್ಮ, ಹೀಗೆ ಸುಧಾ ಮದ್ವೆ ಆಗಿ ಹೋದ್ಮೇಲೆ ಇಬ್ರೇ ಹೇಗಿರೋದು ಅಂತಾ ಅಳ್ತಿದಾಳೆ" ಎಂದುಬಿಟ್ಟ. ತನ್ನ ಮಗಳ ಮೇಲೆ ಅಣ್ಣ-ಅತ್ತಿಗೆಗೆ ಇರುವ ಪ್ರೀತಿ ನೋಡಿ ಕೃತಜ್ಞತೆಯಿಂದ ಹೃದಯ ತುಂಬಿಬಂದು ಅತ್ತಿಗೆಯ ಕೈ ಹಿಡಿದು "ನಿವೆಷ್ಟು ಒಳ್ಳೆವ್ರು ಅತ್ಗೆ, ನಿಮ್ಮತ್ರ ಬೆಳಿಯೋಕೆ ನನ್ನ ಮಗಳು ಅದೃಷ್ಟ ಮಾಡಿದ್ಲು" ಎಂದು ನುಡಿದು ಕಣ್ಣೊರೆಸಿಕೊಳ್ಳುತ್ತಾ, ಇನ್ನೂ ಖಾಲಿಯಿದ್ದ ತಂಬಿಗೆ ನೋಡಿ, ಹಾಲು ಕರೆಯಲು ಹೋದಳು.

ಚಂದ್ರಿ ಅತ್ತ ಹೋದ ಮೇಲೆ ನಾಗಮ್ಮನಿಗೆ ಪಶ್ಚಾತ್ತಾಪದಿಂದ ಇನ್ನಷ್ಟು ದುಃಖವಾಯಿತು, ಸುಧಾಳಿಗೆ ವಿಷಯ ತಿಳಿದರೆ ತನ್ನ ಮೇಲೆ ಎಷ್ಟು ಅಸಹ್ಯ ಪಟ್ಟುಕೊಳ್ಳಬಹುದೆಂಬ ಕಲ್ಪನೆಯಿಂದಲೇ ನಾಗಮ್ಮ ನಡುಗಿದಳು, ಆತುರಾತುರವಾಗಿ ಎದ್ದು ಗಂಡನ ಕೈ ಹಿಡಿದು, ಮೆಲುದನಿಯಲ್ಲಿ “ರೀ, ನಿಮ್ಮ ದಮ್ಮಯ್ಯ ನನ್ನಿಂದ ತಪ್ಪಾಯ್ತು, ಈ ವಿಷ್ಯ ಸುಧಾಗೆ ಹೇಳ್ಬೇಡ್ರೀ” ಎಂದು ಬೇಡಿಕೊಂಡಳು. ಹೂಃ ಎಂದಷ್ಟೇ ಹೇಳಿ ಮನೆಯೊಳಗೆ ನಡೆದ ವಿಶ್ವ, ತನ್ನ ಹೆಂಡತಿಯ ಅಣ್ಣನೇ ಇಂಥಾ ಕಚಡಾ ಕೆಲಸ ಮಾಡಿದ್ದು, ಅದಕ್ಕೆ ತನ್ನ ಹೆಂಡತಿನೂ ಒಪ್ಪಿದ್ದಳು ಅನ್ನೋ ಸತ್ಯ ತಾನೇ ಅರಗಿಸಿಕೊಳ್ಳಲಾಗದೆ, ಅದನ್ನು ಶಶಿಧರನಿಗೂ, ನಿಂಗಪ್ಪನಿಗೂ ಹೇಗೆ ಹೇಳುವುದು? ಬೀಗರಿಗೆ ಏನಂತಾ ಹೇಳಲಿ? ಅವರು ನಂಬಬಹುದೆ? ಮದುವೆ ನಡೆಯುತ್ತಾ? ಮುಂದೊಂದು ದಿನ ಸುಧಾಗೆ ಗೊತ್ತಾದರೆ ಏನಾಗಬಹುದು? ಮದುವೆ ನಿಂತು ಹೋದರೆ ಏನು ಮಾಡೋದು? ಎಂದೆಲ್ಲಾ ನೂರಾರು ಪ್ರಶ್ನೆಗಳ ಭಾರದಿಂದ ತಲೆಯ ಮೇಲೆ ಕೈಹೊತ್ತು ವರಾಂಡದ ಕುರ್ಚಿಯ ಮೇಲೆ ಕುಸಿದ.

ರಾಜಮುದ್ರೆಯ ಕೋಣ

ಎನ್. ಆರ್. ತಿಪ್ಪೇಸ್ವಾಮಿ, ಚಿಕ್ಕಹಳ್ಳಿ

ಚನ್ನಗಾನಹಳ್ಳಿಯ ಊರ ಅಂಚಿಗೆ ಹೊಂದಿಕೊಂಡಂತಿರುವ ಹಟ್ಟಿಗೂ ಊರ ಪ್ರವೇಶಕ್ಕೂ ಮಧ್ಯ ದೊಡ್ಡ ಬೇವಿನಮರ ವಿಶಾಲವಾಗಿ ಹರಡಿ ಬೆಳೆದಿತ್ತು. ಇದು ಹಟ್ಟಿಯನ್ನು ಮತ್ತು ಊರನ್ನು ಬೇರ್ಪಡಿಸಿ ನಿಂತಂತೆ ಇತ್ತು. ಬೇವಿನಮರದ ಬುಡದಲ್ಲಿ ದೊಡ್ಡದಾದ ಕಟ್ಟೆ, ಅಲ್ಲಲ್ಲಿ ನೆರಳ ಜಾಡು ಹಿಡಿದು ಒಂದು ಕಡೆ ವಯಸ್ಸಾದ ಹೆಂಗಸರು ಗುಂಪಾಗಿ ಕುಳಿತು ಸೋಬಾನ ಹಾಡುವುದರಲ್ಲೋ, ಊರಿನ ಅವರಿವರ ಮನೆಗಳಲ್ಲಿ ನಡೆದ ಮದುವೆ, ಒಸಗೆ, ಹಬ್ಬ-ಹರಿದಿನ ವಿಷಯಗಳ ಬಗ್ಗೆ ಹರಟೆಯೊಡೆಯುತ್ತಾ ಕೂಡುವುದು ರೂಢಿ. ಇನ್ನು ಕಟ್ಟೆಯ ಮೇಲೆ ಊರಿನ ಗೊಂಚಿಕಾರರು, ಯಜಮಾನರು ಸಂಜೆಯೋ ಮುಂಜಾನೆಯೋ ಕುಳಿತು ಕೆಲಸದ ಆಯಾಸವನ್ನು ಕಳೆದಂತೆಯೂ, ಊರಿನ ಸಮಾಚಾರ ತಿಳಿದಂತೆಯೂ ಆಗುತ್ತದೆಯೆಂದು ಬರುತ್ತಿದ್ದರು. ಆ ಮರದ ಮತ್ತೊಂದು ಅಂಚಿಗೆ ಯುವಕರು ಕುಂತೋ, ನಿಂತೋ ತಮಾಷೆಯ ಮಾತಿನಲ್ಲಿ ತೊಡಗಿರುತ್ತಿದ್ದರು.

ಮಾಗಿಯ ಕಾಲ ಮುಗಿದಿದ್ದ ಒಂದು ಇಳಿ ಸಂಜೆ. ಬೇವಿನಮರದಡಿ ಕುಳಿತ ಅರವತ್ತೈದು ವರ್ಷದ ಬೊಮ್ಮಜ್ಜಿ, ಅಲ್ಲಲ್ಲಿ ಚದುರಿದಂತೆ ಕುಳಿತೋ, ನಿಂತೋ ಗುಸು ಗುಸು ಮಾತಾನಾಡುತ್ತಾ ನಿಂತವರಿಗೆ ಕೇಳಿಸುವಂತೆ ದೊಡ್ಡ ಧ್ವನಿಯಲ್ಲಿ 'ಎಂಥ ಚೆಂದಗಿನ ಕೋಣ ಊರ ತುಂಬ ಅಡ್ಡಾಡಿಕೊಂಡು ಬರುತ್ತಿತ್ತು. ನಾನೇ ಎಷ್ಟೋ ಸಾರಿ ಹುಳ್ಳಿ ಅಸನು ಮಾಡಿದ ಸೀರಲನ್ನು ಮರದಲ್ಲಿಟ್ಟು ಒಂದು ಬಕೆಟ್ ನೀರು ಕುಡಿಸಿ ಕಳಿಸ್ತಿದ್ದೆ. ಯಾಕೋ ಕೋಣ ಈ ನಡುವೆ ನಮ್ಮ ಓಣಿ ಕಡೆ ಬಂದೇ ಇಲ್ಲ! ಊರಿನ ಮಾನಸ್ಥರು ಊರ ಜಾತ್ರೆ ಮಾಡೋಕ್ಕೆ ಮಾರಮ್ಮನಿಗೆ ಕೋಣ ಮೀಸಲು ಬಿಟ್ಟಿದ್ದರು. ಈ ಹಾಳಾದ್ದು

ಬರಗಾಲ ಬಂದು ಜನರ ಕೈಕಾಲು ಅಲ್ಲಾಡದಂತೆ ಮಾಡಿದೆ' ಎಂದು ಕಣ್ಣಲ್ಲಿ ನೀರು ತಂದು ರೋಧಿಸಲು ಶುರು ಮಾಡಿದಳು. ಅಲ್ಲಿನ ಗೌಜು ಗದ್ದಲದ ನಡುವೆ ಕ್ಷಣಕಾಲ ಮೌನ ಆವರಿಸಿತು. ಬೊಮ್ಮಜ್ಜಿ ದೀರ್ಘ ಉಸಿರೆಳೆದು ಸುಧಾರಿಸಿಕೊಂಡವಳಂತೆ ಮತ್ತೆ ಮಾತು ಮುಂದುವರೆಸಿದಳು 'ಹಸುಗೂಸು ಮನೆಯಲ್ಲಿ ಓಡಾಡಿಕೊಂಡಿರುವಂಗೆ ಊರೆಲ್ಲಾ ಓಡಾಡಿಕೊಂಡಿದ್ದ ಆ ನನ್ನ ಬಂಗಾರದಂಥ ಮಾರಮ್ಮನ ಕೋಣಾನ ತಿಮ್ಮನಳ್ಳಿಯವರು ನಮ್ಮೂಂತ ಹೊಡ್ಕೊಂಡೋಗಿ ಕಟ್ಟಿ ಹಾಕಿಕೊಂಡಿದ್ದಾರಂತೆ! ಹನ್ನೆರಡು ವರ್ಷ ಆಗೋಕೆ ಬಂತು. ಇನ್ನೂ ಮಾರಿ ಜಾತ್ರೆ ಮಾಡಲಿಕ್ಕೆ ಆಗಲಿಲ್ಲ ನಮ್ಮೂರಿನೋರಿಗೆ. ನಾನು ಸತ್ತೋಗದೊರಳಗೆ ಮಾಡ್ತಾರೋ ಇಲ್ಲ ಹಂಗೆ ಕಣ್ಮುಚ್ತೇನೋ ಏನು ಕತೆನೋ. ಇಲ್ಲಿ ಕೂತ್ಕೊಂಡು ಹಲ್ಟೆ ಹೊಡೆಯೋ ಬದಲು ತಿಮ್ಮನಳ್ಳಿಗೆ ಹೋಗಿ ಕೋಣಾನ ಬಿಡಿಸ್ಕೊಂಡು ಬರೋದಕ್ಕೇನು ಇವರಿಗೆ ದಾಡಿ! ಗಂಡಸರ ಕೈಯಲ್ಲಿ ಆಗಲ್ಲಂದ್ರೆ ಹೇಳ್ರೀ. ಆ ಮೆಂಬರ್ ಸರೋಜಿನ, ಚಂದ್ರಿನಾ ಸೇರಿಸಿ ಹೆಂಗಸರೇ ಹೋಗಿ ಕೋಣ ಹೊಡ್ಕೊಂಡು ಬತ್ತೀವಿ' ಎಂದು ತನ್ನ ಇಳಿ ವಯಸ್ಸಿನಲ್ಲೂ ಗಟ್ಟಿತನ ಉಳಿಸಿಕೊಂಡಿದ್ದ ಬೊಮ್ಮಜ್ಜಿ ಒಬ್ಬಳೇ ಎಲ್ಲರೂ ಕೇಳಲೋ ಎಂಬಂತೆ ಲೊಟಗುಟ್ಟತೊಡಗಿದಳು. ಇದನ್ನ ಕೇಳೀಯೂ ಕೇಳದಂತೆ ನಟಿಸುತ್ತಾ ಅಲ್ಲಿದ್ದ ಬಬ್ಲಿಗರ ಮಾರ, ಸಣ್ಣತಿಮ್ಮ, ನರಸಿಂಹ, ಕಮ್ಮಾರ ರಾಜ, ದುರುಗ ಇನ್ನೊಂದಿಷ್ಟು ಜನ ಅವರವರಲ್ಲೇ ಚರ್ಚಿಸುತ್ತಾ ನಿಂತಿದ್ದರು.

ಬೊಮ್ಮಜ್ಜಿ ವಯಸ್ಸಿನಲ್ಲಿದ್ದಾಗ ತನ್ನ ಗಂಡನ ಬಾಡಿಗೆ ಗಾಡಿಯನ್ನು ವಾರದ ಸಂತೆಗೆ ಹೂಡುವುದು. ಅಂದರೆ ಅಲ್ಲಿಂದ ಇಪ್ಪತ್ತೈದು ಕಿಲೋಮೀಟರ್ ದೂರದ ಪಟ್ಟಣಕ್ಕೆ ಎತ್ತಿನಗಾಡಿಯಲ್ಲಿ ಊರಿನವರು ಬೆಳೆದ ಮತ್ತು ಸಣ್ಣ ಪುಟ್ಟ ಅಂಗಡಿಯವರು ಅವರಲ್ಲಿ ಖರೀದಿಗೆ ಬಂದ ಕಾಳು-ಕಡಿ, ಶೇಂಗಾ ಚೀಲ ಇವುಗಳನ್ನು ಗಾಡಿಯಲ್ಲಿ ಹೇರಿಕೊಂಡು ಅವರು ಹೇಳಿದ ದಲಾಲಿ ಮಂಡಿಗೆ ಬಿಡುವುದು. ಮರುದಿನ ಊರಿನವರು ಬಸ್ಸಿನಲ್ಲಿ ಬಂದು ತಮ್ಮ ದವಸಗಳನ್ನು ಮಾರಿ ಅದರ ಹಣದಲ್ಲಿ ಮನೆಗೆ ಬೇಕಾದ ದಿನಸಿ ಸಾಮಾನುಗಳನ್ನು ಕೊಂಡು ಗಾಡಿಗೆ ಚೀಲಗಳನ್ನು ಹೇರಿಕೊಂಡು ಬಂದು ಅವರವರ ಮನೆಗೆ ತಲುಪಿಸುವ ಕೆಲಸವನ್ನು ಮಾಡುತ್ತಿದ್ದ ಗಂಡನ ಜೊತೆಯಾಗಿ ಸದಾ ಇರುತ್ತಿದ್ದಳು. ಬೊಮ್ಮಜ್ಜಿ ಆತನಂತೆಯೇ ಕೆಲಸ ಮಾಡುವುದರ ಜೊತೆಗೆ ಹೊಲ, ಮನೆ ಕೆಲಸ ಎತ್ತುಗಳನ್ನು ಸಾಕಿ ಸಲಹವುದಲ್ಲದೆ ಆಕೆಯೇ ಮನೆಯ ಯಜಮಾನಿಯಾಗಿ ಮನೆ ಜವಾಬ್ದಾರಿ ನಿರ್ವಹಿಸುತ್ತಿದ್ದಳು. ಒಮ್ಮೆ ಅವರ ಜಮೀನಿನ ವಿಚಾರಕ್ಕೆ ಸಂಬಂಧಿಸಿದಂತೆ ಜಗಳವಾದಾಗ ಸೀರೆಯ ಕಚ್ಚೆ ಹಾಕಿ ಬಂಡಿ ಗುಸಿ ಹಿಡಿದು ಎದುರು ಬಂದವರನ್ನು ಹೊಡೆದಿದ್ದಳು. ಇದು ಊರಿನಲ್ಲಿ ದೊಡ್ಡ ರಾಣಾರಂಪವಾಗಿ ಪೋಲಿಸ್ ಕೇಸಾಗಿ ಕೋರ್ಟ್ನಲ್ಲಿ ಬಗೆಹರಿದಿತ್ತು.

ಇದರಿಂದಾಗಿ ಬೊಮ್ಮಜ್ಜಿಯ ಗಟ್ಟಿತನ ಏನೆಂಬುದು ಊರಿನವರಿಗೆ ತಿಳಿದಿತ್ತು. ಈ ಘಟನೆಯಿಂದಾಗಿ ಊರಿನವರು ಬೊಮ್ಮಜ್ಜಿಯನ್ನು ಗೌರವದಿಂದ ಕಾಣುತ್ತಿದ್ದರು. ಇದರಿಂದಾಗಿ ಊರಿನಲ್ಲಿ ನ್ಯಾಯ ಅಂದರೆ ಬೊಮ್ಮಜ್ಜಿ ಬೊಮ್ಮಜ್ಜಿ ಎಂದರೆ ನ್ಯಾಯ ಎಂದು ಹೇಳುವಂತಾಯಿತು.

'ಲೋ ನರಸಿಂಹ, ಮಾರ, ಏನ್ರೋ ಹಂಗೇ ನಿಂತೀರಾ, ಎತ್ತಿನಗಾಡೀಲಿ ಹದಿನೈದು ಇಪ್ಪತ್ತು ಜನ ತಿಮ್ಮನಳ್ಳಿಗೆ ಹೋಗಿ ಕೋಣ ಹೊಡ್ಕೊಂಡು ಬರ್ರೆಲಾ' ಎಂದಳು. ಬೊಮ್ಮಜ್ಜಿ ಮಾತನ್ನು ಕೇಳಿದ ಸಣ್ಣತಿಮ್ಮ ನರಸಿಂಹನ ಕಡೆ ಮುಖ ತಿರುಗಿಸಿ ನೋಡಿದ. ನರಸಿಂಹನಿಗೆ ಆ ಕ್ಷಣಕ್ಕೆ ಬೀಡಿ ಸೇದುವ ಚಟವಾಗಿ ಅಲ್ಲಿದ್ದ ಯಾರೂ ಅವನಿಗೆ ಬೀಡಿಯ ಸಹಾಯ ಮಾಡಲಿಲ್ಲ. ಇದೇ ಗೊಂದಲದಲ್ಲಿದ್ದ ಅವನಿಗೆ ಬೊಮ್ಮಜ್ಜಿಗೆ ಏನು ಹೇಳಬೇಕೆಂದು ತಿಳಿಯದೇ 'ಈವಜ್ಜಿಗೆ ಏನು ರೋಗ ಬಂದೈತೆ ಕಣ್ರೋ ಒಂದೇ ಸಮ್ಮನೆ ವದರ್ತಾಳೆ' ಎಂದು ಗೊಣಗುತ್ತಾ 'ಹೇ ಬೊಮ್ಮಕ್ಕತ್ತೆ ನಾವ್ಯಾವ ದೊಡ್ಡ ಮನುಷ್ಯರಂತ ಹೋದರೆ ಕೆಲಸ ಆಗ್ತದೆ! ಊರಿನ ರೆಡ್ಡೇರು, ಗೊಂಚಿಗಾರು, ಯಜಮಾನ್ರು, ಇಂಥಾ ಉತ್ತಮ ಕುಲದವರು ಹೊರಟು ಬಂದ್ರೆ ಅವರ ಹಿಂದೆ ನಾವು ಹೋಗಬಹುದು. ನಮ್ಮಂತ ಕೀಳು ಜಾತಿಯವರು ಹೋದರೆ ಪೋಲಿಸ್ ಕಂಪ್ಲೇಂಟ್ ಕೊಟ್ಟು ಒಳಗಾಕುಸ್ತಾರೆ. ಅಷ್ಟೆ ಯಾಕೆ ನಮ್ಮೂರ ಗೊಂಚಿಗಾರು ನಮ್ಮನ್ನೆಲ್ಲಾ ಬಿಟ್ಟು ಊರಿನಲ್ಲಿ ಇವರೇ ದೊಡ್ಡ ಬೋರನಾಯಕ ಆಗೋಕೆ ಹೊಲ್ಟವರೇ! ಇವರಿಗೊಂದು ಬಿಸಿ ಮುಟ್ಟಿಸಬೇಕಂತ ನಮ್ಮನ್ನೇ ಮುಂದೆ ಬಿಟ್ಟು ಹಿಂದೆ ಆಟ ಆಡ್ತಾರೆ' ಎಂದು ತುಸು ಗಡಸು ದನಿಯಲ್ಲಿ ಹೇಳಿದ. ಇದನ್ನ ಕೇಳಿ ಬಬ್ಲಿಗರ ಮಾರ ಅವನ ಮಾತಿನಿಂದ ಪುಷ್ಟಿಗೊಂಡವನಂತೆ 'ಹನ್ನೆರಡುವರ್ಷ ತುಂಬುತ್ತೇ ಅನ್ನೋವಾಗ ಊರಿನ ಮಾರಮ್ಮನ ದೊಡ್ಡ ಜಾತ್ರೆ ಮಾಡ್ತಾರೆ. ಆಗ ಕೋಣವನ್ನು ಮಾರಮ್ಮನಿಗೆ ಹತ್ತು ವರ್ಷದ ಹಿಂದೆ ಕೆಳಗಿನ ಕಪಿಲೆಯವರ ಎಮ್ಮೆ ಕೋಣ ಈದದ್ದೇ ನೆವವಾಗಿ ಅದನ್ನು ಊರ ಯಜಮಾನರೆಲ್ಲ ಒಮ್ಮತದ ನಿರ್ಧಾರಮಾಡಿ ಅಮ್ಮನಿಗೆ ಕೋಣ ಬಿಡುವ ಶಾಸ್ತ್ರ ಮಾಡಿ ಹರಕೆಯಾಗಿ ಬಿಟ್ಟಿದ್ದರು' ಎಂದು ಅಂದು ತಾನು ಊರ ತುಂಬೆಲ್ಲಾ ತಪ್ಪಡಿಯನ್ನು ಭರ್ಜರಿಯಾಗಿ ಬಾರಿಸಿದ್ದನ್ನು ನೆನಪಿಸಿಕೊಂಡು ಹೇಳಿದ.

ಇಷ್ಟೂ ವರ್ಷದಲ್ಲಿ ಆ ಕೋಣವು ಊರಲ್ಲಿ ಬೀದಿ ಬೀದಿ ಅಲೆದು ಅವರಿವರು ಕೊಟ್ಟ ಸೊಪ್ಪು-ಸೆದೆ, ಮುಸುರೆ ಕುಡಿದು ಅವರಿವರ ತೋಟ, ಕಪಿಲೆಗಳಲ್ಲಿ, ಹೊಲಗಳಲ್ಲಿ ಮೇಯ್ಕೊಂಡು ಹುಲುಸಾಗಿಯೇ ಬೆಳೆಯಿತು. ಕಳೆದ ಸಾರಿಯ ಜಾತ್ರೆ ಮಾಡಿ ಒಂಭತ್ತು ವರ್ಷ ಆಗಿತ್ತು. ಈ ಒಂಭತ್ತನೇ ವರ್ಷದಲ್ಲಿ ಜಾತ್ರೆಯನ್ನು ಮಾಡಬೇಕಿತ್ತು ಆದರೆ ಕಳೆದ ಎರಡ್ಮೂರು ವರ್ಷಗಳಿಂದ ಮಳೆ-ಬೆಳೆ ಸರಿಯಾಗಿ ಆಗದೇ ಇದ್ದುದರಿಂದ ಜನರ ಜೀವನ ಕಷ್ಟವಾಗಿ

ಊರಿನ ಯುವಕರೆಲ್ಲಾ ಬೆಂಗಳೂರು ಕಡೆ ದುಡಿಯಲಿಕ್ಕೆ ಹೋದರು. ಇಂತಹ ಪರಿಸ್ಥಿತಿಯಲ್ಲಿ ಜಾತ್ರೆ ಮಾಡುವುದು ಬೇಡ ಎಂದು ಊರಿನ ಗೊಂಚಿಗಾರು, ಯಜಮಾನ್ರು ಗುಡಿ ಮುಂದೆ ಸೇರಿಕೊಂಡು, ಹನ್ನೆರಡನೇ ವರ್ಷದಲ್ಲಿ ಏನೇ ಕಷ್ಟ ಆಗಲಿ ಜಾತ್ರೆ ಮಾಡಿ ಮುಗಿಸೋಣ ಎಂದು ನಿರ್ಧರಿಸಿದ್ದರು.

ಕೋಣಕ್ಕೂ ವಯಸ್ಸು ಹೆಚ್ಚುತ್ತಾ ಬಲವಾಗಿ ಬೆಳೆಯುತ್ತಾ ಹೋದಂತೆ ಅದರ ಪುಂಡಾಟಿಕೆ ಜಾಸ್ತಿಯಾಯಿತು. ತೋಟ, ಕಪಿಲೆ ಇದ್ದವರಂತೂ ಇದರ ಉಪಟಳ ಸಹಿಸಿಕೊಳ್ಳೋಕೆ ಆಗದೇ ಊರಿನಲ್ಲಿ ತಮ್ಮ ನೋವನ್ನು, ಬೆಳೆ ಹಾಳು ಮಾಡುವುದರ ಕುರಿತು ಹೇಳಿಕೊಳ್ಳತೊಡಗಿದರು. ಇಂತಹ ಒಂದು ದಿನ ಊರಿನ ಪಕ್ಕದ ಸಣ್ಣಪ್ಪನವರ ತೋಟದಲ್ಲಿದ್ದ ರಾಗಿ ಬೆಳೆಯನ್ನು ಹಾಳು ಮಾಡಿದ ಸಿಟ್ಟಿಗೆ ಆತ ಕೋಣವನ್ನು ಹೊಡೆದು ಬೆದರಿಸಿ ಅಟ್ಟಿದ್ದ. ಈ ಘಟನೆಯಿಂದ ಕೋಣ ಮುನಿಸಿಕೊಂಡು ಹೋಯಿತೇನೋ ಎಂಬಂತೆ ಪಕ್ಕದ ತಿಮ್ಮನಳ್ಳಿಯ ಹೊಲಗಳಿಗೆ ನುಗ್ಗಿತು. ತಿಮ್ಮನಳ್ಳಿಯವರು ಎರಡು ವರ್ಷದ ಹಿಂದೆ ಕಳೆದು ಹೋದ ನಮ್ಮ ಊರಿನ ಕೋಣವೇ ಈಗ ಮತ್ತೆ ಹುಡುಕಿಕೊಂಡು ಊರೊಳಗೆ ಬಂದಿದೆ ಎಂದು ಗುಲ್ಲೆಬ್ಬಿಸಿದರು. ಊರವರೆಲ್ಲಾ ಸೇರಿ ಕೋಣವನ್ನು ಊರಿನ ಮಧ್ಯದಲ್ಲಿದ್ದ ದೇವಸ್ಥಾನದ ಬಯಲಿನಲ್ಲಿ ಕಟ್ಟಿ ಹಾಕಿದರು. ಈ ಸುದ್ದಿ ಹಾಗೂ ಹೀಗೂ ಚನ್ನಗಾನಹಳ್ಳಿಗೂ ಹಬ್ಬಿ ಅಂತಿಮವಾಗಿ ಬೊಮ್ಮಜ್ಜಿಯ ಕಿವಿಯವರೆಗೂ ತಲುಪಿತು. ಸದ್ದಿ ತಿಳಿಯುತ್ತಿದ್ದಂತೆ ಚನ್ನಗಾನಹಳ್ಳಿಯಲ್ಲೆಲ್ಲಾ ಗುಸು ಗುಸು ಸುದ್ದಿ ಪ್ರಾರಂಭವಾಗಿ ಅಲ್ಲಲ್ಲಿ ಗುಂಪು ಗುಂಪಾಗಿ ಜನ ಸೇರಿಕೊಂಡು ಕೋಣವನ್ನು ವಾಪಸ್ ಊರಿಗೆ ಕರೆತರುವುದರ ಬಗ್ಗೆ ತಂತ್ರಗಾರಿಕೆಗೆ ನಡೆಯತೊಡಗಿತು.

ಬೊಮ್ಮಜ್ಜಿಯ ಗದ್ದಲದಿಂದ ಪ್ರೇರಣೆ ಪಡೆದುಕೊಂಡ ಈ ಸುದ್ದಿ ಸಂಜೆಯ ವೇಳೆಗೆ ಬಸವಣ್ಣನ ಗುಡಿಯ ಮುಂದೆ ಗೊಂಚಿಗಾರರು, ಯಜಮಾನರು, ಯುವಕರು ಸೇರಿ 'ನಾವು ತಿಮ್ಮನಳ್ಳಿಗೆ ಹೋಗಿ ನಮ್ಮ ಕೋಣ ನಮಗೆ ಕೊಡಿ ಎಂದು ಕೇಳಿಕೊಳ್ಳೋಣ. ನಮ್ಮ ಮಾತಿಗೆ ಅವರು ನಮ್ಮ ಕೋಣವನ್ನು ಕೊಟ್ಟರಂತೂ ಸರಿ. ಅದನ್ನೂ ಮೀರಿ ಮಾತಿಗೆ ಮಾತು ಬೆಳೆದು ನಮ್ಮ ಮತ್ತು ಅವರ ನಡುವೆ ಹೊಡೆದಾಟ–ಬಡಿದಾಟವಾಗಿ ಪರಿಸ್ಥಿತಿ ವಿಕೋಪಕ್ಕೆ ಹೋಗಬಹುದು! ಆದ್ದರಿಂದ ನಾವು ಮುನ್ನೆಚ್ಚರಿಕೆಯಾಗಿ ವೆಂಕಾಪುರ ಪೋಲಿಸ್ ಸ್ಟೇಷನ್ಗೆ ಹೋಗಿ ಕಂಪ್ಲೇಂಟ್ ಕೊಟ್ಟುಬರೋಣ ಎಂದು ಎಲ್ಲರೂ ನಿಶ್ಚಯ ಮಾಡಿದರು.

ಗುಂಪಿನಲ್ಲಿದ್ದ ಒಬ್ಬ 'ಕಂಪ್ಲೇಂಟ್ ಏನಂತ ಕೊಡ್ತೀರಾ?' ಎಂದ.

'ನಮ್ಮೂರ ಮಾರಮ್ಮನ ಕೋಣ ಕಳೆದು ಹೋಗಿದೆ ಹುಡುಕಿ ಕೊಡಿ ಎಂದು ಕಂಪ್ಲೇಂಟ್ ಕೊಡೋದು' ಎಂದ.

ಇನ್ನೊಬ್ಬ 'ಪೋಲಿಸ್ನೋರಿಗೆ ಒಳಗೊಳಗೆ, ತಿಮ್ಮನಳ್ಳಿಯವರೇ, ನಮ್ಮೂರ ಕೋಣವನ್ನು ಕದ್ದು ಹೊಡ್ಕೊಂಡು ಹೋಗಿದ್ದಾರೆ. ಅವರ ಊರಲ್ಲಿ ನಮ್ಮ ಕೋಣ ಇದೆ ಕೊಡಿಸಿ ಕೊಡಿ' ಎಂದೂ ಹೇಳಬಹುದು!.

ನರಸಿಂಹ ಇದೆಲ್ಲ ಬೆಳೆವಣಿಗೆಯಿಂದ ಹುರುಪುಗೊಂಡವನಂತೆ 'ಪೋಲಿಸ್ನೋರು ಕೋಣ ಹುಡುಕೋರತರ ನಾಟಕ ಮಾಡಿ ನಮ್ಮನ್ನೆಲ್ಲ ಹುಡ್ಕೊಂಡು ಊರಿಗೆ ಬರ್ತಾರೆ. ಆಗ ನಮ್ಮ ನಮ್ಮ ಮಧ್ಯೆ ಕೋಣಕ್ಕಾಗಿ ದೊಡ್ಡ ಜಗಳವೇ ನಡೆಯಬಹುದು! ಅದಕ್ಕಾಗಿ ನಾವು ಎಲ್ಲ ರೀತಿಯ ಹೋರಾಟಕ್ಕೂ ಸಿದ್ಧರಿರಬೇಕು' ಎಂದು ಹೇಳಿದ. ನರಸಿಂಹನ ಮಾತಿಗೆ ಚನ್ನಗಾನಹಳ್ಳಿಯ ಯುವಕರು, ಹಿರಿಯರು ಹೌದು ಎಂದು ಧ್ವನಿಗೂಡಿಸಿದರು.

'ಇನ್ನು ತಡ ಮಾಡುವುದು ಬೇಡ ನಮ್ಮೂರ ಹಾಲ್ಟಿಂಗ್ ಗಾಡಿ ಓನರ್ ಸೈಯದ್ ಅನ್ವರ್ ಹತ್ರ ಮಾತಾಡ್ತೀನಿ ಆ ಬಸ್ನಲ್ಲಿ ಎಲ್ರೂ ವೆಂಕಾಪುರ ಪೋಲಿಸ್ ಸ್ಟೇಷನ್ಗೆ ಹೋಗೋಣ. ಈಗ ಎಲ್ರೂ ಹೋಗಿ ಊಟ ಮಾಡ್ಕೊಂಡು ಬನ್ನಿ' ಎಂದು ಊರ ಗೊಂಚಿಗಾರ ಪಲ್ಲಕ್ಕಪ್ಪ ಹೇಳಿದ. ಕೆಲವೇ ಹೊತ್ತಿನಲ್ಲಿ ಪಲ್ಲಕ್ಕಪ್ಪನ ಮಾತಿನಂತೆ ಬಸ್ಸಿನ ಕೆಳಗೂ ಮೇಲೂ ಜನ ತುಂಬಿಕೊಂಡು ಪೋಲಿಸ್ ಸ್ಟೇಷನ್ ಹತ್ರ ಬಸ್ ಬಂದಿತು.

ಪೋಲಿಸ್ನವರು ಚನ್ನಗಾನಹಳ್ಳಿಯವರ ಕಂಪ್ಲೇಂಟ್ ಕೇಳಿ ಬಿದ್ದು ಬಿದ್ದು ನಕ್ಕರು 'ಏನ್ರಯ್ಯ ಕೋಣ ಕಳೆದುಹೋಗಿದೆ ಅಂತ ಸ್ಟೇಷನ್ಗೆ ಬಂದೀರಲ್ಲ ಎಂತವರಯ್ಯ ನೀವು!' ಎಂದು ನಗಾಡಿದರು. ಕೋಣದ ಮಹಿಮೆ ಊರ ಮಾರಮ್ಮಗೆ ಬಿಟ್ಟ ಹರಕೆಯ ಬಗ್ಗೆ, ಜಾತ್ರೆಯ ಮಹತ್ವದ ಕುರಿತು ಒಬ್ಬರಾದ ಮೇಲೆ ಒಬ್ಬರು ಹೇಳಿ, ತಿಮ್ಮನಳ್ಳಿಯವರ ಬಗ್ಗೆ ಇಲ್ಲಸಲ್ಲದ ಆರೋಪ ಹೇಳಿ ಕೋಣವನ್ನ ನಮಗೆ ಕೊಡಿಸೋವರೆಗೂ ನಾವು ಇಲ್ಲಿಂದ ಕದಲುವುದಿಲ್ಲವೆಂದು, ರಾತ್ರಿಯೆಲ್ಲಾ ಇಲ್ಲೇ ಜಾಗರಣೆ ಮಾಡುವುದಾಗಿಯೂ ಪೋಲಿಸರ ಮುಂದೆ ಹೆಣ್ಣು-ಗಂಡಾದಿಯಾಗಿ ಗದ್ದಲ ಶುರು ಮಾಡಿದರು. ಇದನ್ನೆಲ್ಲಾ ನೋಡಿದ ಪೋಲೀಸರು ಇದೆಲ್ಲಾ ಸುಲಭವಾಗಿ ಬಗೆಹರಿಯುವುದಲ್ಲ ಎಂದು ತಿಳಿದು ಕೇಸನ್ನು ಗಂಭಿರವಾಗಿ ಪರಿಗಣಿಸಿ ವಿಚಾರಣೆ ಪ್ರಾರಂಭಿಸಿದರು. ಅಲ್ಲಿದ್ದ ರೈಟರ್ ಮನೆಗೆ ಹೋಗಿದ್ದ ಪಿಎಸ್ಐ ಸಾಹೇಬ್ರಿಗೆ ಈ ವಿಷಯವನ್ನು ಫೋನ್ ಮಾಡಿ ತಿಳಿಸಿದ.

ಮನೆಗೆ ಆಗಾತಾನೆ ಹೋಗಿ ಊಟ ಮಾಡಿ ಕುಳಿತಿದ್ದ ಪಿಎಸ್ಐ ಈ ಗೋಜಲಿನ ಸುದ್ದಿ ಕೇಳಿ ಡ್ರೆಸ್ ಹಾಕಿಕೊಂಡು ಸ್ಟೇಷನ್ ಹತ್ರ ಬಂದರು. ಪಿಎಸ್ಐ ಯವರು ಗದ್ದಲ ಮಾಡುತ್ತಿದ್ದವರನ್ನು ಗದರಿಕೊಂಡಂತೆ ಮಾಡಿ ತಮ್ಮ ಚೇಂಬರಿನೊಳಗೆ ಹೋದರು. ಊರಿನ ಗೊಂಚಿಗಾರ ಮುಖಂಡರು ಚೇಂಬರಿನ ಒಳಗೆ ಹೋಗಿ ಪಿಎಸ್ಐ ಜೊತೆಗೆ ಹದಿನೈದು-ಇಪ್ಪತ್ತು ನಿಮಿಷ

ಅದೇನೇನೋ ಮಾತಾಡಿ ಹೊರ ಬಂದರು. ಅದಾದ ಮೇಲೆ ಪಿಎಸ್ಐ ದಫೇದಾರ ಹೊನ್ನೂರಸಾಬಿಯನ್ನು ಕರೆದು 'ನೀನು ಮತ್ತು ಆ ಪೇದೆ ಬಸಣ್ಣ ಇಬ್ಬರೂ ತಿಮ್ಮನಳ್ಳಿಯವರಿಗೆ ವಿಷಯ ಮುಟ್ಟಿಸಿ ನಾಜೂಕಾಗಿ ಕೋಣವನ್ನು ಕರ್ಕೊಂಡು ಬನ್ನಿ ಹೋಗಿ' ಎಂದರು. ನಯನಾಜೂಕಿನ ಮನುಷ್ಯ ದಫೇದಾರ ಹೊನ್ನೂರಸಾಬಿ ಪಿಎಸ್ಐ ಹೇಳಿದ ಮಾತನ್ನು ಕೇಳಿ ಪೆಚ್ಚು ಮೋರೆ ಮಾಡಿಕೊಂಡು ನಿಂತ. ಇದು ಊರಿನ ವಿಚಾರವಾದದ್ದರಿಂದ ನಾವಿಬ್ಬರೇ ಹೋದರೆ ಜನ ಮೇಟು ಮಾಡುವುದಿಲ್ಲ! ತಲೆಗೊಬ್ಬರಂತೆ ನಮ್ಮನ್ನೇ ದಬಾಯಿಸ್ತಾರೆ. ಏನಪ್ಪ ಮಾಡೋದು ಸಾಹೇಬ್ರೆಗೆ ಎದುರು ಮಾತಾಡೋ ಆಗಿಲ್ಲ ಎಂದು ಇಬ್ಬರೂ ಗೊಣಗಿಕೊಂಡರು. ಇದನ್ನ ಕೇಳಿದ ಬಸಣ್ಣ 'ಸಾರ್, ಕತ್ತಲಾಗೆ ಬೈಕ್ನಲ್ಲಿ ಇಬ್ಬರೇ ಹೋಗಿ, ಇಷ್ಟೊತ್ತಲ್ಲಿ ಜನರಿಗೆ ಕನ್ವಿನ್ಸ್ ಮಾಡೋದು ಹೇಗೆ? ಆಮೇಲೆ ದಾರಿ ಮಧ್ಯ ಹಳ್ಳ ಬರುತ್ತಲ್ಲ ಆ ಸರದಲ್ಲಿ ರೋಡ್ ಸರಿಯಿಲ್ಲ. ಬೈಕ್ನಲ್ಲಿ ಬಿದ್ದು ಗಿದ್ದರೆ ಏನು ಮಾಡ್ತೀರಾ! ನಿಮಗೂ ವಯಸ್ಸಾಗಿದೆ ಕಾಲುಗೀಲು ಮುರಿದೀತು. ಸಾಹೇಬ್ರಿಗೆ ಏನಾದರೂ ಹೇಳಿ, ನೀವೂ ಬನ್ನಿ ಸಾರ್ ಜೀಪಿನಲ್ಲಿ ಹೋಗಿ ಬರೋಣ ಅಂತ ಕರೀರಿ' ಎಂದ. ಆ ಕತ್ತಲ್ಲಲ್ಲಿ ತಿಮ್ಮನಹಳ್ಳಿಗೆ ಹೋಗಲು ಇಷ್ಟವಿಲ್ಲದಿದ್ದರಿಂದಾಗಿ ಹೇಗಾದರೂ ಮಾಡಿ ಜೀಪಿನಲ್ಲೇ ಹೋಗಬೇಕೆಂದು ಪಿಸಿ ಬಸಣ್ಣನೂ ಹೀಗೆ ಯೋಚಿಸಿದ.

ಬಗಲಲ್ಲಿದ್ದ ಟೋಪಿಯನ್ನ ತಲೆಯ ಮೇಲಿಟ್ಟು ಸರಿಮಾಡಿಕೊಳ್ಳುತ್ತಾ ಉದ್ದನೆಯ ಲಾಠಿಯನ್ನು ಬಗಲಿಗೆ ಸೇರಿಸಿಕೊಂಡು 'ಅಂಗಂತೀಯಾ ಬಸಣ್ಣ, ಆಯ್ತು ಇರು ಸಾಹೇಬ್ರಿಗೆ ಒಂದು ಮಾತು ಕೇಳಿ ಒಪ್ಪಿಸ್ಕೊಂಡು ಬರ್ತೀನಿ' ಎಂದು ಚೇಂಬರಿನೊಳಗೆ ಹೋದ ಹೊನ್ನೂರಸಾಬಿ. ಸಾಹೇಬ್ರಿಗೆ ಅದೇನು ಮೋಡಿ ಮಾಡಿದರೋ ಐದು ನಿಮಿಷದಲ್ಲಿ ಪಿಎಸ್ಐ ತಲೆಯ ಮೇಲಿನ ಹ್ಯಾಟ್ ಸರಿ ಮಾಡಿಕೊಳ್ಳುತ್ತಾ ಹೊರಬಂದರು. ಡ್ರೈವರ್ ಕಂ ಕಾನಸ್ಟೇಬಲ್ ದಾದಪೀರ್ಗೆ ಜೀಪ್ ತೆಗೆಯಲು ಹೇಳಿದರು. ಜೀಪ್ ಚಾಲು ಆದ ಶಬ್ದಕ್ಕೆ ಅಲ್ಲಿದ್ದ ಚನ್ನಗಾನಹಳ್ಳಿಯವರಿಗೆ ಇನ್ನಷ್ಟು ಹುರುಪು ಬಂದಂತಾಗಿ ಖುಷಿಯಾದರು.

ತಿಮ್ಮನಳ್ಳಿ ಅಲ್ಲಿಂದ ಏಳೆಂಟು ಕಿಲೋಮೀಟರಿನ ಹಾದಿ. ಅಲ್ಲಿನ ಜನರಿಗೆ ಈ ಕೋಣದ ವಿಷಯ ಪೋಲಿಸ್ ಸ್ಟೇಷನ್ಗೆ ಬಂದಿರುವ ವಿಷಯ ಮುಂಚಿತವಾಗಿಯೇ ತಿಳಿಯಿತು. ಪೋಲಿಸಿನವರು ತಿಮ್ಮನಹಳ್ಳಿಗೆ ಬರ್ತಾರೆ ಎಂಬ ನಿರೀಕ್ಷೆಯಲ್ಲಿ, ಅಲ್ಲಲ್ಲಿ ಜನ ಗುಂಪಾಗಿ ನಿಂತು ಪೋಲಿಸರಿಗೆ ಯಾವ ರೀತಿ ಉತ್ತರಿಸಬೇಕೆಂಬ ಮಾತಿನಲ್ಲಿ ತೊಡಗಿದ್ದರು. ಅದು ಹಳೆಯ ಜೀಪ್ ಆದ್ದರಿಂದ, ದೊಡ್ಡ ಶಬ್ದದೊಂದಿಗೆ ಬಂದು ಅಲ್ಲಿ ನಿಂತದ್ದೇ ತಡ ಜನ ಜಮಾಯಿಸಿದರು. ಊರಿನ ಮುಖಂಡರನ್ನ ಸೇರಿಸಿ ದಫೇದಾರರು ವಿಚಾರ

ತಿಳಿಸಿದರು. ಅವರು 'ಈ ಕೋಣ ನಮ್ಮದು ಸಾರ್ ಎರಡು ವರ್ಷದ ಹಿಂದೆ ಕಳೆದುಹೋಗಿತ್ತು ಈಗ ಆ ಮಾರಮ್ಮ ತಾಯಿಯ ದಯೆಯಿಂದ ಅದೇ ನಮ್ಮೂರಿಗೆ ಬಂದಿದೆ. ನಾವು ಕೊಡುವುದಿಲ್ಲ' ಎಂದು ಗೋಳಾಡಿದರು. ಪಿಎಸ್ಐ ಜೊತೆಗೆ ಇದ್ದಾರೆಂಬ ಧೈರ್ಯದಿಂದ ಹೊನ್ನೂರಸಾಬಿ ಲಾಠಿ ನೆಲಕ್ಕೆ ಕುಟ್ಟುತ್ತಾ 'ಈ ಕೋಣ ನಿಮ್ಮದು ಅನ್ನೋದಕ್ಕೆ ಸಾಕ್ಷಿ ಪುರಾವೆ ಬೇಕಾಗುತ್ತೆ. ಡಿವೈಎಸ್ಪಿ ಸಾಹೇಬ್ರು ಬಂದು ಸ್ಟೇಷನ್ನಲ್ಲಿ ಕುಳಿತಿದಾರೆ. ಈ ವಿಷಯ ಆಗಲೇ ಎಲ್ಲೆಲ್ಲಿಗೋ ಹೋಗಿದೆ ಈಗ ಕೋಣಾನ ಸ್ಟೇಷನ್ ಹತ್ರ ಹೊಡ್ಕೊಂಡು ಬನ್ನಿ ಅಲ್ಲೇ ಮಾತಾಡೋಣ' ಎಂದು ಗದರಿಸಿ ಕೋಣ ಹೊಡ್ಕೊಂಡು ಬರೋದಕ್ಕೆ ಊರಿನ ಇಬ್ಬರಿಗೆ ಗೊತ್ತು ಮಾಡಿದರು. ಮುಂದೆ ಕೋಣ ಹೋಗುತ್ತಿದ್ದರೆ, ಅದನ್ನು ಹಿಂಬಾಲಿಸುತ್ತಾ ಜೀಪು ತೆವಳುತ್ತಾ ಬರುತ್ತಿತ್ತು.

ಚನ್ನಗಾನಹಳ್ಳಿಯ ಜನ ವೆಂಕಾಪುರದ ಪೋಲಿಸ್ ಸ್ಟೇಷನ್ನಿನ ಹತ್ತಿರ ಅಲ್ಲಲ್ಲಿ ಗುಂಪಾಗಿ ಕುಳಿತು ತಮ್ಮತಮ್ಮಲ್ಲೇ ಮಾತಾಡುತ್ತಿದ್ದರೆ, ಹೆಂಗಸರು ಸೋಬಾನ ಪದ ಹೇಳುತ್ತಾ ಕುಳಿತಿದ್ದರು. ಆ ಸೋಬಾನ ಪದಗಳು ಮಾರಮ್ಮ ದೇವಿಯ ಸ್ತುತಿ ಮಾತ್ರವಾಗಿರದೇ, ಆಕೆ ತನಗೆ ಹರಕೆ ಬಿಟ್ಟ ಕೋಣವನ್ನು ತನ್ನೂರಿನಲ್ಲಿ ಉಳಿಸಿಕೊಳ್ಳಲಾಗದ ಹೊಸ ಅಂಶವನ್ನು ಸೇರಿಸಿಕೊಂಡು ಹಾಡುತ್ತಿದ್ದರು. ಊರಿನ ಮುಖಂಡರು ಅಲ್ಲೇ ಒಂದೆಡೆ ದುಂಡಾಗಿ ಕುಳಿತು 'ಈ ಬಾರಿ ಊರ ಮಾರಮ್ಮನ ಜಾತ್ರೆ ಹಮ್ಮಿಕೊಳ್ಳಲೇಬೇಕು, ಅದರ ಮುನ್ಸೂಚನೆಯಾಗಿಯೇ ಮಾರಮ್ಮದೇವಿ ಕೋಣವನ್ನ ಈ ರೀತಿ ಕಣ್ಮರೆ ಮಾಡಿದ್ದಾಳೆ, ಜಾತ್ರೆ ಮಾಡದೇ ಇರುವುದಕ್ಕೆ ಮುನಿಸಿಕೊಂಡಿರಬೇಕು. ನಾಳೆ ಸಂಜೆಯೇ ಗುಡಿ ಹತ್ತಿರ ಹನ್ನೆರಡು ಆಯಗಾರ ಕುಲದವರನ್ನು ಸೇರಿಸಿ ಜಾತ್ರೆ ಮಾಡುವುದಕ್ಕೆ ಹರಕೆ ಹೊತ್ತು ಅಮವಾಸ್ಯೆ ಕಳೆದ ಐದು ದಿನಕ್ಕೋ ಒಂಭತ್ತು ದಿನಕ್ಕೋ ನಿಗದಿ ಮಾಡಿಬಿಡಬೇಕು' ಎಂದು ಚರ್ಚಿಸುತ್ತಿದ್ದರು. ಇದನ್ನ ಕೇಳಿಸಿಕೊಂಡ ಯುವಕರು ಊರಿನ ತುಂಬಾ ಸೀರಿಯಲ್ ಲೈಟ್ ಸೆಟ್ ಹಾಕಿಸಬೇಕು, ನಾಟಕ ಆಡಿಸಬೇಕು, ವೀಡಿಯೋ ಮಾಡಿಸಬೇಕು, ಬ್ಯಾನರ್ / ಫ್ಲೆಕ್ಸ್ ಹಾಕಿಸಬೇಕು ಎಂದು ಅವರವರು ಜಾತ್ರೆಯನ್ನು ಕಂಡಂತೆ ಮನಸಿನ ಆಸೆಗಳ ಇಚ್ಛೆಯನ್ನು ಹೇಳಿಕೊಂಡರು. ಅಷ್ಟರಲ್ಲಿ ಕೋಣವೂ ಅದರ ಹಿಂದೆ ಜೀಪೂ ಬಂದದ್ದನ್ನು ಮಂದವಾದ ಬೆಳಕಿನಲ್ಲಿ ನೋಡಿ ಕೇಕೆ ಹಾಕಿ ಸಂಭ್ರಮಿಸಿದರು.

ದಫೇದಾರ ಹೊನ್ನೂರಸಾಬಿ ಕೋಣವನ್ನ ಎಲ್ಲರಿಗೂ ಕಾಣುವಂತೆ ಅಲ್ಲಿದ್ದ ಮರವೊಂದಕ್ಕೆ ಕಟ್ಟಿಹಾಕಿಸಿದರು. ಕೋಣ ಚನ್ನಗಾನಹಳ್ಳಿಯವರ ಮೈಯ ವಾಸನೆ ಮೂಗಿಗೆ ಬಡಿಯುತ್ತಿದ್ದಂತೆ ಒಮ್ಮೆ ಆ ಕಡೆ, ಈ ಕಡೆ ನೋಡಿ ತಲೆ ಎತ್ತಿ ತನ್ನ ಊರಿನವರನ್ನ ಮಾತನಾಡಿಸಲೋ ಎಂಬಂತೆ ಅರಚಿ ತಾಯಿ

ಕರುಳಿನ ಮಮತೆಯನ್ನು ತೋರಿಸಿತು. ಇದನ್ನು ಕಂಡು ಚನ್ನಗಾನಹಳ್ಳಿಯವರ ಮುಖದಲ್ಲಿ ಮಂದಹಾಸ ಮೂಡಿ, ಕೋಣವೂ ನಮ್ಮನ್ನು ಗುರುತು ಹಿಡಿಯಿತು ಎಂಬುದನ್ನು ಒಬ್ಬರ ಮುಖ ಒಬ್ಬರು ನೋಡಿಕೊಂಡು ಖುಶಿಪಟ್ಟರು. ಇತ್ತ ಪೋಲಿಸಿನವರು ವಿಚಾರಣೆ ಪ್ರಾರಂಭಿಸಿದರು. 'ನೋಡ್ರಪ್ಪಾ ತಿಮ್ಮನಳ್ಳಿಯವರು ಇದು ನಮ್ಮ ಕೋಣ, ನಮ್ಮೂರಿನ ಮಾರಮ್ಮದೇವಿಗೆ ಬಿಟ್ಟಂತಹ ಕೋಣ ಎರಡು ವರ್ಷದ ಹಿಂದೆ ಕಳೆದು ಹೋಗಿತ್ತು. ಈವತ್ತು ಅದಾಗಿಯೇ ನಮ್ಮೂರಿಗೆ ಬಂದಿದೆ. ಇದು ನಮ್ಮ ಊರಿನದೇ ಕೋಣ ಎಂದು ಹೇಳುತ್ತಿದ್ದಾರೆ. ಅವರೇ ಹೇಳುತ್ತಾರೆ ಕೇಳಿ' ಎಂದು ಹೊನ್ನೂರಸಾಬಿ ಗಟ್ಟಿಯಾಗಿ ಎಲ್ಲರಿಗೂ ಕೇಳಿಸುವಂತೆ ಹೇಳಿದರು. ಇದನ್ನ ಕೇಳಿದ ಚನ್ನಗಾನಹಳ್ಳಿಯವರು ಆಕ್ರೋಶಿತರಾಗಿ ಗಲಭೆ ಶುರು ಮಾಡಿದರು. ಪೋಲಿಸರು ಎಲ್ಲರನ್ನೂ ಗದರಿಸಿ ಸುಮ್ಮನಾಗಿಸಿ ಮುಖಂಡರು ಮಾತ್ರ ಮಾತಾಡಲಷ್ಟೆ ಅನುವು ಮಾಡಿಕೊಟ್ಟರು.

ಎರಡೂ ಕಡೆಯವರೂ ಪೋಲಿಸಿನವರೊಂದಿಗೆ ವಾಗ್ವಾದ ಮಾಡಿದ ಬಳಿಕ 'ಇದೇ ನಮ್ಮ ಕೋಣ ಎನ್ನೋದಕ್ಕೆ ಏನಾದರೂ ಸಾಕ್ಷಿ, ಪುರಾವೆ, ಗುರುತು ಇದ್ದರೆ ದೇವರ ಹೆಸರಿನಲ್ಲಿ, ಆ ಮಾರಮ್ಮದೇವಿ ಮೇಲೆ ಪ್ರಮಾಣ ಮಾಡಿ ತಿಮ್ಮನಳ್ಳಿಯವರು ಹೇಳಿಬಿಡಲಿ ಅವರಿಗೆ ಕೋಣವನ್ನು ಬಿಟ್ಟುಕೊಡ್ತೀವಿ' ಎಂದು ಚನ್ನಗಾನಹಳ್ಳಿಯ ಮುಖಂಡರು ಸವಾಲೆಸದರು.

ಕೋಣ ಸಿಕ್ಕ ಗಡಿಬಿಡಿಯಲ್ಲಿದ್ದ ತಿಮ್ಮನಳ್ಳಿಯವರಿಗೆ ಇದು ಹೊಸ ರೀತಿಯ ಸವಾಲೆನಿಸಿ ಗಾಬರಿಗೊಳಗಾದರು. ಗುರುತು ಹೇಳುವುದಕ್ಕಿಂತ ಮಾರಮ್ಮದೇವಿಯ ಹೆಸರಿನಲ್ಲಿ ಪ್ರಮಾಣ ಮಾಡಲು ಹಿಂಜರಿದು ಗೊಂದಲಕ್ಕೆ ಬಿದ್ದರು. ಸ್ವಲ್ಪ ದೂರ ಹೋಗಿ ಅವರವರಲ್ಲೇ ಗುಟ್ಟಾಗಿ ಮಾತಾನಾಡಿ, ಈಗ ಏನು ಮಾಡುವುದು ಎಂಬುವಷ್ಟರಲ್ಲಿ, ಅವರ ನಡುವೆ ಕುಡಿದ ಮತ್ತಿನಲ್ಲಿ ತೂರಾಡುತ್ತಿದ್ದವನೊಬ್ಬ 'ನಾನು ತೋರಿಸ್ತೀನಿ ಬನ್ರಲೇ' ಎನ್ನುತ್ತಾ ಕೋಣ ನಿಲ್ಲಿಸಿದ್ದ ಕಡೆ ನುಗ್ಗಿದ. ಮುಖಂಡನೊಬ್ಬ ಇವನಿಗೇನು ಗೊತ್ತಪ್ಪ ಎನ್ನುತ್ತಾ 'ಲೇ ಬೊಮ್ಮ ಸ್ವಲ್ಪ ನಿಂದ್ರೋ, ಏನು ಮಾಡೋದು ಅಂತ ಯೋಚನೆ ಮಾಡೋಣ' ಎಂದರೂ ಕೇಳದೆ ಕೋಣದ ಕಡೆ ತೂರಾಡುತ್ತಾ ಬಂದವನನ್ನ ಆ ಊರಿನ ಯುವಕನೊಬ್ಬ ಹಿಡಿದು ನಿಲ್ಲಿಸಿದನು. ಮುಖಂಡರ ಮಾತುಕತೆಯ ಬಳಿಕ ಅವರಲ್ಲೊಬ್ಬರು ಕೋಣದ ಬಾಲದ ಮೇಲಿದ್ದ ಗುರುತೊಂದನ್ನು ನೆರದಿದ್ದವರಿಗೆ ತೋರಿಸಿದರು ಮತ್ತು ಪೋಲಿಸರಿಗೆ ಇದು ನಮ್ಮ ಕೋಣವೇ ಎಂದು ವಾದಮಾಡುತ್ತಿದ್ದರು.

ಇದನ್ನೆಲ್ಲಾ ಕುತೂಹಲದಿಂದ ನೋಡುತ್ತಿದ್ದ ಚನ್ನಗಾನಹಳ್ಳಿ ಮುಖಂಡರು ಅವರು ಹೇಳುತ್ತಿದ್ದುದನ್ನು ಬಲವಾಗಿ ಅಲ್ಲೆಗೆಳೆದರು. ಇವರಿಬ್ಬರ ಮಾತುಗಳನ್ನೆಲ್ಲಾ ಕೇಳುತ್ತಿದ್ದ ಪೋಲಿಸರು 'ನೀವೆಲ್ಲಾ ಮಾರಮ್ಮದೇವಿಯ

ಮೇಲೆ ಪ್ರಮಾಣ ಮಾಡಿ ಹೇಳಬೇಕಾಗುತ್ತೆ, ಇನ್ನೊಮ್ಮೆ ಯೋಚನೆ ಮಾಡಿ ಎಂದರು'. ಇದಕ್ಕೆ ಪ್ರತಿಕ್ರಿಯೆಯಾಗಿ ತಿಮ್ಮನಳ್ಳಿಯವರು 'ಕೋಣ ನಮ್ದು ಅನ್ನೋದಕ್ಕೆ ನಾವು ತೋರಿಸಿದೀವಿ ಸರ್, ಅದೇ ಸರಿಯಾದ್ದು. ಅವರೇನು ತೋರಿಸ್ತಾರೆ ತೋರಿಸಲಿ ಆಮೇಲೆ ನಾವು ಪ್ರಮಾಣ ಮಾಡ್ತೀವಿ' ಎಂದು ಬಿಗುವಿನಲ್ಲೇ ಹೇಳಿದರು.

ಚನ್ನಗಾನಹಳ್ಳಿಯವರು ಇದನ್ನು ಕಂಡು ಇನ್ನಷ್ಟು ಹುರುಪುಗೊಂಡು ಪೋಲಿಸಿನವರಿಗೆ 'ನಾವು ತೋರಿಸ್ತೀವಿ ಬನ್ನಿ ಸಾ' ಎಂದು ಊರಿನ ಮುಖಂಡನೋರ್ವ ಬಬ್ಲಿಗರ ಮಾರನಿಗೆ ತೋರಿಸುವಂತೆ ಅಪ್ಪಣೆ ಕೊಡುವ ದಾಟಿಯಲ್ಲಿ ಕಣ್ಸನ್ನೆ ಮಾಡಿದನು. ಇದರಿಂದ ಮತ್ತಷ್ಟು ಉತ್ಸಾಹ ತುಂಬಿಕೊಂಡ ಬಬ್ಲಿಗರ ಮಾರ ಕೋಣದ ಹತ್ತಿರ ಹೋಗಿ ಅದರ ಮೈದಡವಿ ಕೋಣದ ಬಲಗಿವಿಯ ಹಿಂದೆ ಮಾರಮ್ಮ ದೇವಿಗೆ ಹರಕೆ ಬಿಡುವ ಶಾಸ್ತ್ರದಲ್ಲಿ ಬಸವಣ್ಣ ದೇವಸ್ಥಾನದ ರಾಜಮುದ್ರೆಯನ್ನು ಕೆಂಪಗೆ ಕಾಯಿಸಿ ಒತ್ತಿದ್ದ ಮುದ್ರೆಯ ಗುರುತನ್ನು ದಫೇದಾರರಿಗೆ ತೋರಿಸಿ, 'ನೋಡಿದ್ರಾ ಸರ್' ಎಂದ. ಇದರ ಜೊತೆಗೆ ಕೋಣದ ಕಾಲನ್ನು ತೋರಿಸಿ ಅಲ್ಲಿ ಸ್ವಲ್ಪ ದೊಡ್ಡದೇ ಆದ ಗಾಯದ ಗುರುತನ್ನ ತೋರಿಸುತ್ತಾ 'ಇದು ನೋಡಿ ಸರ್, ನಾನು ತಿಂಗಳೊಪ್ಪತ್ತಿನಿಂದ ಇದರ ಗಾಯದ ಕಾಲನ್ನ ವಾಸಿಮಾಡಿದ್ದೆ. ಅದರ ಗುರುತು ಇನ್ನೂ ಮಾಸಿಲ್ಲ ಹಳೆಯ ಗಾಯದ ಗುರುತು ಆಗೇ ಇದೆ.' ಎಂದು ಮುಂಗಾಲಿನ ಬಲ ಸಂದಿಯ ಒಳಭಾಗದ ಮೇಲ್ಗಡೆ ಕಬ್ಬಿಣದ ಸಲಾಕೆ ಬಡಿದು ಗಾಯ ಮಾಡಿಕೊಂಡಿದ್ದಾಗ ಅದಕ್ಕೆ ಗಿಡಮೂಲಿಕೆ ಔಷಧಿ ಹಾಕಿ ಆರೈಕೆ ಮಾಡಿದ ಅದರ ವೃತ್ತಾಂತವನ್ನೆಲ್ಲಾ ನೋವಿನಿಂದ ಬಿಡಿಸಿ ಹೇಳಿದ. ಗಾಯಗೊಂಡ ಸಂದರ್ಭದಲ್ಲಿ ಗೊಂಚಿಗಾರರ ತೋಟದಲ್ಲಿ ತನ್ನ ಕೆಲಸದ ಜೊತೆಜೊತೆಗೆ ವಾರಗಟ್ಟಲೇ ಕೋಣಕ್ಕೆ ಮೇವು ನೀರು ಅಲ್ಲೇ ಕೊಟ್ಟು ಆರೈಕೆ ಮಾಡಿದ್ದರ ಬಗ್ಗೆ ಮಾರನೂ, ಅಲ್ಲಿದ್ದ ಹೆಂಗಸರು ದನಿಗೂಡಿಸಿ ಹೇಳಿದರು. 'ನಾವು ಮಾರಮ್ಮದೇವಿ ಮೇಲೆ ಪ್ರಮಾಣ ಮಾಡಿ ಘಂಟಾಘೋಷವಾಗಿ ಹೇಳ್ತೀವಿ' ಎಂದು ಬಬ್ಲಿಗರ ಮಾರ ಹೇಳಿದ್ದನ್ನೇ ಸಮರ್ಥಿಸಿಕೊಳ್ಳುವಂತೆ ಒಕ್ಕರೊಲಿನಿಂದ ಹೇಳಿದರು.

ಇದು ಮುಗಿಯುವಷ್ಟರಲ್ಲಿ ತಿಮ್ಮನಳ್ಳಿಯವರು ಒಬ್ಬೊಬ್ಬರಾಗಿ ಜಾಗ ಖಾಲಿ ಮಾಡಲು ಹೊರಟರು. ಅವರ ಕೋಣ ಕಳೆದು ಹೋದದ್ದು ನಿಜವಾದರೂ ಇದು ಅದಾಗಿರಲಿಲ್ಲ. ಇನ್ನು ಹೆಚ್ಚಿನ ವಾದ ಮಾಡುವಲ್ಲಿ ಅವರು ಮುಂದುವರೆಯಲಿಲ್ಲ. ಪೋಲಿಸರಿಗೂ ಚನ್ನಗಾನಹಳ್ಳಿಯವರದೇ ಸರಿಯಾದುದು ಎನಿಸಿ ದಫೇದಾರ ಹೊನ್ನೂರಸಾಬಿ, ರಾತ್ರಿ ಎರಡು ಗಂಟೆಯಾದರೂ ಸ್ಟೇಷನಲ್ಲೇ ಇರಬೇಕಾಗಿ ಬಂದ ಸಿಟ್ಟನ್ನೆಲ್ಲಾ ಅವರ ಮೇಲೆ

ತೀರಿಸಿಕೊಳ್ಳಲೆಂಬಂತೆ ತಿಮ್ಮನಳ್ಳಿಯವರನ್ನು ತರಾಟೆಗೆ ತೆಗೆದುಕೊಂಡು., ಅಲ್ಲಿದ್ದವರನ್ನೆಲ್ಲಾ ಅಷ್ಟಕ್ಕೇ ಬಿಡದೇ ಅವರನ್ನು ಕರೆದು 'ಎಲ್ಲರೂ ಕೇಳ್ರಪ್ಪಾ ಈ ವಿಚಾರಣೆಯಲ್ಲಿ ನೀವು ಎರಡೂ ಊರಿನವರು ತಪ್ಪು ಮಾಹಿತಿ ನೀಡಿ ನಾಳೆ ಮತ್ತೊಂದು ಸಮಸ್ಯೆಯಾಗೋದು ಬೇಡ. ಸ್ಟೇಷನ್ಗೆ ಬಂದ ಮೇಲೆ ಪ್ರೊಸಿಜರ್ ಮಾಡದೇ ಕಳಿಸೋಕೆ ಆಗಲ್ಲ. ಸ್ವಲ್ಪ ಇರಿ ಬರ್ತೀನಿ' ಎಂದು ಪಿಎಸ್‌ಐ ಹತ್ರ ಗುಸುಗುಸು ಮಾತಾಡಿ ರೈಟರ್ನ್ನ ಕರೆಸಿದರು. 'ಎರಡೂ ಊರಿನ ಮುಖಂಡರನ್ನ ಕರೆಸಿ ಹೇಳಿಕೆ ಬರಿಸ್ಕೊಂಡು, ಮುಚ್ಚಳಿಕೆ ಪತ್ರ ಬರೆದು ಸೈನ್ ಹಾಕಿಸ್ಕೊಂಡು ಕೋಣ ಕಳಿಸಿ' ಎಂದು ಹೇಳಿ ಪಿಎಸ್‌ಐಯವರು ಜೀಪು ಹತ್ತಿ ಹೊರಟರು. ಪ್ರೊಸಿಜರ್ ಮುಗಿಯೋದಕ್ಕೂ ಕಾಯದೇ ಬಬ್ಲಿಗರ ಮಾರ ಜೇಬಿನಲ್ಲಿದ್ದ ಕೊರೆಬೀಡಿ ತೆಗೆದು ಹಚ್ಚಿಕೊಂಡು ನರಸಿಂಹ, ಸಣ್ಣತಿಮ್ಮನ್ನ ಕರ್ಕೊಂಡು ಕೋಣ ಸಿಕ್ಕ ಖುಷಿಯಲ್ಲಿ ಅದನ್ನ ಹಗ್ಗ ಹಾಕಿ ಹಿಡಿದು ಬಸ್ಸಿಗಿಂತ ಮುಂಚೆ ನಾವೇ ಓಡಿಸ್ಕೊಂಡು ಹೋಗಿ ಗುಡಿ ಹತ್ತಿರ ಕಟ್ಟಿಹಾಕಬೇಕು ಎಂದು ಕೇಕೆ ಹಾಕಿ, 'ಈ ಸಾರಿ ಊರಮ್ಮನ ಜಾತ್ರೆ ಅದ್ದೂರಿಯಾಗಿ ಮಾಡೋಣ' ಎಂದು ಚನ್ನಗಾನಹಳ್ಳಿಯ ಕಡೆ ಆ ಕತ್ತಲಲ್ಲೂ ಧೂಳೆಬ್ಬಿಸ್ಕೊಂಡು ಸಾಗಿದರು.

ಬೊಮ್ಮಜ್ಜಿ ಅದೇ ಬೇವಿನಮರದ ಕೆಳಗೆ ತನ್ನ ವಾರಿಗೆಯ ಹತ್ತಿಪ್ಪತ್ತು ಹೆಂಗೆಳೆಯರನ್ನು ಸೇರಿಸಿಕೊಂಡು ಕೋಣ ಬರುವ ದಾರಿಯನ್ನೇ ಎದರುನೋಡುತ್ತಾ ನಿದ್ದೆ ಕಳೆಯಲು ಹಟ್ಟಿಯ ಪದ ಹೇಳುವ ಕರಿಯಜ್ಜಿಯನ್ನು ಮಧ್ಯೆ ಕೂರಿಸಿಕೊಂಡು "ಊರಿನ ಸರದಾರ, ಏಳೇಳು ಸಮುದ್ರಗಳಾಚೆ, ಏಳೇಳು ದೊಡ್ಡ ಪರೋತಗಳ ದಾಟಿ, ಅಲ್ಲೊಂದು ಗಿಳಿ..." ಎನ್ನುವ ರಾತ್ರಿಯುದ್ಧಕ್ಕೂ ಮುಗಿಯದ ಕತೆಯನ್ನು ಆಲಿಸುತ್ತಾ ಕುಳಿತಿದ್ದಳು. ಬೆಳಗಿನ ಜಾವಕ್ಕೆ ಊರ ಹತ್ತಿರದಿಂದ ಬಂದ ಕೇಕೆಯ ಸದ್ದನ್ನು ಕೇಳಿ ಬೊಮ್ಮಜ್ಜಿ ಮೈಯಲ್ಲಿನ ನರನಾಡಿಯ ರಕ್ತ ಉದ್ವೇಗಕ್ಕೊಳಾಗದಂತೆ ಅಲ್ಲಿದ್ದವರಿಗೆ ಕೋಣಕ್ಕೆ ನೀವಳಿಸಲು ಎಲೆ, ಅರಿಶಿನ, ಕುಂಕುಮ, ತುಂಬಿದ ಕೊಡದ ನೀರು, ಎಣ್ಣೆ ಬತ್ತಿ ತರುವಂತೆ ಹೇಳಿ ಸಂಭ್ರಮದಿಂದ ಆಚೀಚೆ ಓಡಾಡುತ್ತಲೇ ಇದ್ದಳು.

ಊರ ಮಾರಮ್ಮನ ಜಾತ್ರೆಯ ಆಚರಣೆಯೆಂದರೆ ಒಂದೆರೆಡು ದಿನದ ತಯಾರಿಯಾಗಿರದೇ ತಿಂಗಳಾದಿಯಲ್ಲಿ ಒಂದೊಂದು ಕಾರ್ಯವಾದ ನಂತರ ಮತ್ತೊಂದು ಮಾಡುತ್ತಾ ತಿಂಗಳೇ ಕಳೆದು ಕೊನೆಯಲ್ಲಿ ಜಾತ್ರೆಯು ನಿರಂತರವಾಗಿ ಒಂದು ವಾರ ಜರುಗಿ ಕೊನೆಯ ಭಾಗವಾಗವಾಗಿ ಊರಿನ ಶೂದ್ರ ಜಾತಿಯ ಅಂದರೆ ಮಾಂಸ ತಿನ್ನುವವವರ ಮನೆ ಮನೆಗಳಲ್ಲಿ ಅವರ ಇಚ್ಛೆಯನುಸಾರ ಕುರಿ, ಕೋಳಿ, ಮೇಕೆ ಇತ್ಯಾದಿಯ ಮಾಂಸದೂಟವನ್ನು ನೆಂಟರಿಷ್ಟರನ್ನೆಲ್ಲಾ ಸೇರಿಸಿಕೊಂಡು, ಊರಿನಲ್ಲಿ ಅವರ ಮನೆಯಲ್ಲಿ ಇವರೂ ಇವರ ಮನೆಯಲ್ಲಿ ಅವರೂ ಜಾತಿ

ಬೇಧವಿಲ್ಲದೇ ಗಡದ್ದಾಗಿ ಸವಿಯುವ ಸಂಭ್ರಮದ ನಂತರವೇ ಮಾರಮ್ಮನ ಜಾತ್ರೆ ಕೊನೆಯಾದಂತೆ.

ಪೋಲಿಸ್ ಸ್ಟೇಷನ್ ಪ್ರಸಂಗದ ನಂತರದ ಕೆಲವು ದಿನಗಳು ಕಳೆದಂತೆ ಒಂದು ದಿನ ಹಬ್ಬ ಆಚರಿಸಲು ಸಂಪ್ರದಾಯದಂತೆ ಆಗಬೇಕಾದ ತಯಾರಿಗಳ ಬಗ್ಗೆ ಊರಿನ ಪ್ರಮುಖರಲ್ಲದೇ ಎಲ್ಲಾ ಜಾತಿಯ ಹನ್ನೆರೆಡೂ ಆಯಗಾರರು ಬಸವಣ್ಣ ದೇವಸ್ಥಾನದ ಚಾವಡಿಯ ಹತ್ತಿರ ಸೇರಿದರು. ಬಡಗಿಯು ದೇವಿಯ ಪೂಜಾ ಮೂರ್ತಿಯನ್ನು ಮತ್ತು ಊರಾಚೆ ಸಾಗಿಸುವ ಮಾರಿಯ ವಿಕಾರ ರೂಪದ ಮೂರ್ತಿಯನ್ನು ಮೀಸಲಿಟ್ಟ ಆಲದ ಕಟ್ಟಿಗೆಯಲ್ಲಿ ಒಂದೊತ್ತಿನ ಉಪವಾಸವಿದ್ದು ಮಾಡುವುದು, ನೇಕಾರರು ದೇವಿಗೆ ಬೇಕಾದ ವಸ್ತ್ರಗಳನ್ನು ಸಿದ್ಧಪಡಿಸುವುದು, ಅಗಸರು ಮಡಿ ಸೀರೆ ಹಾಸುವುದು, ಪಂಜು ಹೊರುವುದು, ಹಟ್ಟಿಯವರು ಉರುಮೆ ವಾದ್ಯ ಬಾರಿಸುವುದು, ಮತ್ತು ಚರುಗ ಚೆಲ್ಲುವುದು, ಊರನ್ನು ಸ್ವಚ್ಛಗೊಳಿಸುವುದು ಈ ರೀತಿಯಾಗಿ ಊರಿನ ಎಲ್ಲಾ ಜನಾಂಗದವರು ಅವರವರ ಯೋಗ್ಯತನುಸಾರ ನಿಗಧಿಪಡಿಸಿದ ಹಬ್ಬದ ಕಾರ್ಯಗಳನ್ನು ಮಾಡಬೇಕಾಗುತ್ತದೆ. ಹಬ್ಬದ ಪೂರ್ವ ತಯಾರಿಯಾಗಿ ಹಿಂದಿನಿಂದಲೂ ನಡೆದುಕೊಂಡು ಬಂದಿರುವಂತೆ ಪದ್ಧತಿಯನುಸಾರ ಮಾಡಬೇಕಾದ ಕಾರ್ಯಗಳನ್ನು ಅವರವರಿಗೆ ಒಪ್ಪಿಸುವಿಕೆಗಾಗಿ ವೀಳ್ಯವನ್ನು ನೀಡುತ್ತಾ ಮಾತು ಮುಂದುವರೆದಂತೆ ಕೊನೆಯಲ್ಲಿ ಚರುಗ ಚೆಲ್ಲುವ ಕಾರ್ಯದ ಬಗ್ಗೆ ಹಟ್ಟಿಯ ಏಳು ಗುಂಪಿನ ಯಜಮಾನರಲ್ಲಿ ಗುಸು ಗುಸು ಪ್ರಾರಂಭವಾಗಿ ಊರಿನ ದೇವರ ಗುಡಿಗಳಂತೆ ನಮ್ಮ ಹಟ್ಟಿಯಲ್ಲಿರುವ ದೇವರ ಗುಡಿಗಳಿಗೂ ಸಿಂಗಾರ ಮಾಡುವ ಬಗ್ಗೆ ನಮ್ಮ ದೇವರುಗಳಿಗೆ ಮಾನ್ಯತೆ ನೀಡದಿರುವುದು ಮತ್ತು ಈ ಹಿಂದಿನ ಹಬ್ಬಗಳಲ್ಲಿ ನಮಗೆ ಸಲ್ಲಬೇಕಾದ ಗೌರವವನ್ನು ಸಲ್ಲಿಸದೇ ಅವಮಾನ ಮಾಡಿರುವ ಬಗ್ಗೆ ಹಟ್ಟಿಯವರು ತಕರಾರು ಎತ್ತಿದ್ದರು ಇದು ಒಬ್ಬರಿಗೊಬ್ಬರಿಗೆ ಮಾತು ಬೆಳೆದು ಒಮ್ಮತ ಮೂಡದೇ ದೀರ್ಘ ಚರ್ಚೆಯಾಗಿ ಒಂದು ನಿರ್ಣಯಕ್ಕೆ ಬರಲಾಗದಿದ್ದಕ್ಕೂ ಸಮಯ ಆಗಲೇ ರಾತ್ರಿ ಒಂದು ಗಂಟೆ ಮೀರಿದ್ದಕ್ಕೂ ಸಭೆಯನ್ನು ಎರಡು ದಿನ ಬಿಟ್ಟು ಸೇರುವ ಬಗ್ಗೆ ಊರಿನ ಪ್ರಮುಖರು ತಿಳಿಸಿದರು.

ಚರುಗ ಚೆಲ್ಲುವುದೆಂದರೆ ಊರಿನ ಒಳಿತಿಗಾಗಿ ಮತ್ತು ಯಾವುದೇ ಖಾಯಿಲೆಗಳು ಬಾರದಂತೆ ರಕ್ಷಣೆಗಾಗಿ ಊರ ಸುತ್ತ ಚೆಲ್ಲವ ಬಲಿ. ಚರುಗ ಚೆಲ್ಲಲು ನೇಮಿಸುವ ಮುಖ್ಯ ವ್ಯಕ್ತಿ ಒಂಭತ್ತು ದಿನ ಮಡಿ ಮೈಲಿಗೆಯಾಗದಂತೆ ಇದ್ದು ಒಂದೊತ್ತಿನ ಭಾಗವಾಗಿ ಹಾಲು, ಬಾಳೆಹಣ್ಣು ಆಹಾರ ಕ್ರಮವನ್ನು ಅನುಸರಿಸಬೇಕು. ದೇವಿಗೆ ಕೋಣದ ಬಲಿಯ ದಿನ ತಲೆ ಬೋಳಿಸಿಕೊಂಡು, ಕಣ್ಣುಹುಬ್ಬಗಳ ಕೂದಲೂ ಸೇರಿದಂತೆ ಮೈಮೇಲಿನ ಎಲ್ಲ ರೋಮವನ್ನು

ತೆಗೆದು ಹುಟ್ಟಿನ ರೂಪಿನಲ್ಲಿ ಅಂದು ನಟ್ಟ ನಡು ರಾತ್ರಿ ತಲೆ ಮೇಲೆ ಕಂಬಳಿ ಹೊದ್ದು ಚರುಗವನ್ನು ಹೊತ್ತು ಓಲಿಗ್ಗ.... ಓಲಿಗ್ಗ.... ಎಂದು ಅರಚುತ್ತಾ ಊರ ಸುತ್ತಾ ಚೆಲ್ಲಬೇಕು. ಇದಕ್ಕಾಗಿ ಹಟ್ಟಿಯ ಏಳು ಗುಂಪಿನವರು ಈ ಜಾತ್ರೆ ಮಾಡುವಾಗಲೆಲ್ಲಾ ಸರದಿಯಂತೆ ಈ ಕಾರ್ಯ ಮಾಡಬೇಕಿರುತ್ತದೆ. ಈ ಸಾರಿ ಹಟ್ಟಿಯ ಮಾಳಿಗಾರ ಗುಂಪಿಗೆ ಬಂದಿದ್ದು ಅವರು ಈ ಕಾರ್ಯ ಮಾಡಬೇಕಾಗಿತ್ತು.

ಹಟ್ಟಿಯ ಯುವಕರು ಕಾಲೇಜು ಶಿಕ್ಷಣಕ್ಕೆ ತೆರೆದುಕೊಂಡು ವಿದ್ಯಾವಂತರ ಸಂಖ್ಯೆ ಹೆಚ್ಚಾದಂತೆ ಪ್ರಶ್ನಿಸುವ ಮನೋಗುಣ ಯುವಕರಲ್ಲಿ ಹೆಚ್ಚಾಯಿತು ಅಲ್ಲದೇ ಕಳೆದೆರೆಡು ವರ್ಷಗಳಿಂದ ಊರಲ್ಲಿ ಪ್ರತಿ ವರ್ಷ ಜರುಗುವ ಬಸವಣ್ಣ ತೇರಿನ ಉತ್ಸವದಲ್ಲಿ ಹಟ್ಟಿಯ ಯುವಕರೂ ದೊಡ್ಡ ಹೂವಿನಹಾರವನ್ನು ವಾದ್ಯಗಳೊಂದಿಗೆ ನೃತ್ಯ ಮಾಡುತ್ತಾ ತೇರಿಗೆ ಅರ್ಪಿಸುವ ಕಾರ್ಯವನ್ನು ಹಮ್ಮಿಕೊಂಡು ನಗುವಿನ ಅಲೆ ಬೀರುತ್ತಿದ್ದರು ಇದು ಊರಿನ ಮೇಲ್ವರ್ಗದ ಜನರಲ್ಲಿ ಅಸಹನೆ ಉಂಟು ಮಾಡಿತ್ತು.

ಹಟ್ಟಿಯಲ್ಲಿ, ಹಟ್ಟಿಯ ಏಳೂ ಗುಂಪಿನ ಜನರೆಲ್ಲಾ ಸೇರಿದರು. ಈ ಊರ ಜಾತ್ರೆಯಲ್ಲಿ ಚರುಗ ಚೆಲ್ಲುವುದು ಹಟ್ಟಿಯವರ ಕಾರ್ಯವಾಗಿದಿದ್ದುದರ ಬಗ್ಗೆ ತಿಳಿದ ಯುವಕರು, "ಇದರಲ್ಲಿ ಬೆತ್ತಲೆ ತಿರುಗುವುದು ಅಮಾನುಷವಾದುದು, ಮಾರಿ-ಮಸಣಿ ಯಾವುದೂ ಇಲ್ಲ, ಹಿಂದೆ ಕಾಲರಾ, ಸಿಡಿಬಿನಂತಹ ಅಂಟುಜಾಡ್ಯ ರೋಗರುಜಿನಗಳು ಬಂದಾಗ ಜನ ಆ ರೀತಿಯ ಮೌಢ್ಯ ಆಚರಣೆ ಮಾಡುತ್ತಿದ್ದರು. ಈಗ ಅಂತಹ ರೋಗಗಳು ಜಗತ್ತಿನಲ್ಲಿ ಪೂರ್ಣವಾಗಿ ಮುಕ್ತವಾಗಿವೆ. ವಿಜ್ಞಾನ ಜನರಲ್ಲಿ ಸತ್ಯವಾದ ಜ್ಞಾನ ಬಿತ್ತರಿಸಿದ ಈ ಕಾಲದಲ್ಲಿಯೂ ಈ ರೀತಿ ಮೇಲ್ವರ್ಗದವರ ಊಳಿಗಕ್ಕೆ ಒಳಗಾಗಿ ಮೌಢ್ಯದ ಆಚರಣೆಗಳಿಗೆ ಸಹಕಾರ ಮಾಡಬಾರದು. ಹಬ್ಬ ನಿಂತು ಹೋದರು ಸರಿ ಈ ಬೆತ್ತಲೆ ತಿರುಗುವ ಕಾರ್ಯ ಆಗಬಾರದು" ಎಂದು ಹಟ್ಟಿಯ ಯಜಮಾನರೆಲ್ಲರಿಗೂ ಮನವರಿಕೆ ಮಾಡಿ ಅವರೊಂದಿಗೆ ಜೋರು ಗಲಾಟೆಯೇ ಮಾಡುತ್ತಾ ಹಿರಿಯರೊಂದಿಗೆ ವಾಗ್ವಾದ ಮಾಡಿದರು. ಹಟ್ಟಿಯ ಹಿರಿಯ ಯಜಮಾನರಿಗೆ ಇದು ಧರ್ಮಸಂಕಟಕ್ಕಿಟ್ಟುಕೊಂಡು ಏನು ಹೇಳಬೇಕೆಂದು ತೋಚದೆ ಕುಳಿತರು.

ಎರಡು ದಿನ ಬಿಟ್ಟು ಊರ ಮುಂದಿನ ಚಾವಡಿಯಲ್ಲಿ ಸೇರಿದಾಗ ಈ ವಿಷಯವನ್ನು ಹಟ್ಟಿಯ ಯುವಕರೇ ಊರಿನ ಪ್ರಮುಖರಿಗೆ ಜೋರು ದನಿಯಲ್ಲಿ ತಿಳಿಸಿದರು. ಊರಿನ ಪ್ರಮುಖರು, ಆಯಗಾರರು, ಹಟ್ಟಿಯ ಯಜಮಾನರು ಸೇರಿದಂತೆ ಎಲ್ಲರೂ ಮನವರಿಕೆ ಮಾಡಿದರು ಯುವಕರು ಒಪ್ಪಿಕೊಳ್ಳಲಿಲ್ಲ. 'ಬೇರೆಯವರು ಆ ಕಾರ್ಯ ಮಾಡಿರಿ ನಾವು ಅದನ್ನು ಬಿಟ್ಟು

ಬೇರೆ ಕಾರ್ಯವನ್ನು ಮಾಡಿ ಊರಿನ ಜನರಿಗೆ ಸಹಕಾರ ಮಾಡುತ್ತೇವೆ' ಎಂದು ಸವಾಲಿನ ರೂಪದಲ್ಲಿ ಸಭೆಯ ಮುಂದಿಟ್ಟರು. ಇದು ಊರಿನ ಪ್ರಮುಖರಲ್ಲಿ ಗೊಂದಲಕ್ಕಿಟ್ಟುಕೊಂಡಿದ್ದಲ್ಲದೇ ಯಾವ ನಿಲುವು ತಾಳಬೇಕೆಂಬುದೇ ದೊಡ್ಡ ಪ್ರಶ್ನೆಯಾಗಿ ಮೂಡಿ ಒಬ್ಬೊಬ್ಬರೇ ಮನೆ ಕಡೆ ನಡೆದಂತೆಯೇ ಮತ್ತೊಮ್ಮೆ ಸೇರಿಕೊಳ್ಳುವ ಬಗ್ಗೆಯೂ ಯಾರೂ ಗಮನಹರಿಸದೇ ಮೌನವಹಿಸಿದರು.

ಚಾವಡಿಯಿಂದ ಸ್ವಲ್ಪ ದೂರದಲ್ಲಿ ಬೊಮ್ಮಜ್ಜಿ ಮತ್ತು ಅವರ ಸಂಗಡಿಗರ ಗುಂಪು ಕತೆ ಕೇಳುವುದರಲ್ಲಿ ಮಗ್ನರಾಗಿದ್ದರು.

ಇದಾದ ತಿಂಗಳುಗಳ ಬಳಿಕ ಚನ್ನಗಾನಹಳ್ಳಿಯಲ್ಲಿ ಅದೇ ಚಾವಡಿಯ ಮುಂದೆ ಊರಿನ ಪ್ರಮುಖರು, ಗೊಂಚಿಕಾರರು, ಪೂಜಾರಪ್ಪನವರ ಸಮ್ಮುಖದಲ್ಲಿ ಜಾತ್ರೆಗಾಗಿ ಬಿಟ್ಟ ಕೋಣಕ್ಕೆ ಪೂಜೆಯನ್ನು ಮತ್ತು ಬೊಮ್ಮಜ್ಜಿ ಮುಂದಾಳತ್ವದಲ್ಲಿ ಆರತಿ ಮಾಡಿ ಅಲ್ಲಿಂದ ಹತ್ತು ಕಿಲೋಮೀಟರ್ ದೂರದ ಗೌರಸಮುದ್ರ ಮಾರಮ್ಮ ದೇವಿಯ ಮೂಲ ದೇವಸ್ಥಾನಕ್ಕೆ ಕೋಣವನ್ನು ಅರ್ಪಿಸಲು ಕಳಿಸಿಕೊಟ್ಟರು. ಊರ ಮಾರಮ್ಮನ ಜಾತ್ರೆ ಮಾಡದೇ ಇದ್ದುದಕ್ಕಾಗಿ ಪೂಜಾರಪ್ಪನವರು ಊರಿನವರ ಸಲಹೆಯಂತೆ ದೇವಸ್ಥಾನದಲ್ಲಿ ತಪ್ಪಿನ ಮುಡಿಪು ಕಟ್ಟಿ ಹಿಂದಿರುಗಿದರು.

ಅಂದು ಸಂಜೆ ಅದೇ ದೊಡ್ಡ ಬೇವಿನ ಮರದಡಿ ಬಬ್ಲಿಗರ ಮಾರ, ಸಣ್ಣತಿಮ್ಮ, ನರಸಿಂಹ, ಕಮ್ಮಾರ ರಾಜ, ದುರುಗ ಇನ್ನೊಂದಿಷ್ಟು ಜನ, ಗೊಂಚಿಗಾರರು, ಬೊಮ್ಮಜ್ಜಿ ಎಲ್ಲರೂ ಇದ್ದರೂ ಮಾತಿಲ್ಲದೇ ಮೌನ ಆವರಿಸಿತ್ತು. ಆ ಮಟ ಮಟ ಮಧ್ಯಾಹ್ನದಲ್ಲಿ ಅಲ್ಲಿದ್ದ ನಾಯಿಯೊಂದು ತಲೆ ಮೇಲೆತ್ತಿ ಊಳಿಡಲು ಶುರು ಮಾಡಿತು.

ಸೂರೀಕೆರೆಯಲ್ಲಿ

ಸಿದ್ದು ಸತ್ಯಣ್ಣವರ್

'ಬರಗಾಲ ಬಿದ್ದಾಗೆಲ್ಲ ಸರದೇಸಾಯರ ಋಣ ನಮ್ಮ್ಯಾಲ ಹಿರೀದು' ಅಂತ ಸೂರೀಕೆರೆ ಗ್ರಾಮದ ಜನರೆಲ್ಲ ಮಾತಾಡಿಕೊಳ್ಳುತ್ತಿದ್ದರು. ಸೂರೀಕೆರೆಗೆ ಇಡೀ ಮುಂಡರಗಿ ತಾಲೂಕಷ್ಟೇ ಏಕೆ? ಜಿಲ್ಲೆಯಲ್ಲೂ ಒಂದು ವಜನಿತ್ತು. ಊರಿನ ಸರದೇಸಾಯಿ ಮನೆತನದ ಗತ್ತು ಗೈರತ್ತು ಹಿರೀಕರಿಂದಲೇ ಆ ಊರಿಗೂ ಬಳುವಳಿಯಾಗಿ ಬಂದಿದ್ದವು. ಸಮಸ್ಯೆ ಅಂತ ಬಂದವರಿಗೆಲ್ಲ ಸರದೇಸಾಯರು ತಮ್ಮ ಪತ್ರದ ಮೂಲಕವೋ? ಇಲ್ಲ ಫೋನು ಮಾಡಿಯೋ? ಶಿಫಾರಸು ಮಾಡಿ ಅನುವಾಗುತ್ತಿದ್ದರು. ಮೊನ್ನೆಯೂ ಹೀಗೆ ಆಯಿತು. ಒಣಗಿದ ನೆಲದ ಬಿರುಕುಗಳನ್ನು ಅಪ್ಪನ ಆಸ್ತಿ ಎಂಬಂತೆ ಸಾಕಿಕೊಂಡಿದ್ದ ಬರಿದಾಗಿದ್ದ ಕೆರೆ ಊರನ್ನೇ ಹೈರಾಣಾಗಿಸಿತ್ತು. ಕುಡಿಯಲು ಫ್ಲೋರೈಡಿನಿಂದ ಕೂಡಿದ ಸಪ್ಪನೆ ನೀರು ತರಲು ಸಹಿತ ಸೂರೀಕೆರೆ ಗ್ರಾಮಸ್ಥರು ಅಂಟು ಬೀಳುವಂತೆ ಕಿಲೋಮೀಟರುಗಟ್ಟಲೇ ನಡೆಯಬೇಕಿತ್ತು. ಸುದ್ದಿ ಖುದ್ದು ಸರದೇಸಾಯರ ಕಿವಿಗೆ ಬಿದ್ದದ್ದೇ ತಡ. ಊರ ಜನರನ್ನೆಲ್ಲ ತಮ್ಮವೇ ಟ್ರಾಕ್ಟರ್‌ಗಳಲ್ಲಿ ಹೊಂಡಿಸಿಕೊಂಡು ಜಿಲ್ಲಾಧಿಕಾರಿಗಳ ಕಚೇರಿಗೆ ಹೋಗಿ ಬರಗಾಲದಿಂದ ಉಂಟಾಗಿದ್ದ ಸಮಸ್ಯೆಗಳನ್ನೆಲ್ಲ ವಿವರಿಸಿದ್ದರು. ಕಾಲಾವಕಾಶದ ಗಡುವು ನೀಡಿ ಬಂದಿದ್ದ ಮಳೆಮರದಿನವೇ ಸೂರೀಕೆರೆಗೆ ಟ್ಯಾಂಕರ್ ನೀರು ಪೂರೈಸಿತ್ತು ಜಿಲ್ಲಾಡಳಿತ. ಉದ್ಯೋಗ ಖಾತ್ರಿ ಯೋಜನೆ, ಆಶ್ರಯ ಮನೆಗಳು, ಉಚಿತ ವಾಹನ ಸೌಲಭ್ಯ, ಗಂಗಾ ಕಲ್ಯಾಣಿ ಯೋಜನೆ, ಉದ್ಯೋಗಕ್ಕೆ ಧನ ಸಹಾಯ ಹೀಗೆ ಸರಕಾರದಿಂದ ಬಂದ ಪ್ರತೀ ಯೋಜನೆಗೆ ಸರದೇಸಾಯರ ಶಿಫಾರಸ್ಸಿದ್ದರೆ ಮುಂಡರಗಿ ತಾಲೂಕಿನಲ್ಲಿ, ಗದುಗಿನ ಜಿಲ್ಲಾ ಕಚೇರಿಗಳಲ್ಲಿ ಕೆಲಸ ಸಲೀಸಾಗಿ ಆಗುತ್ತಿತ್ತು. ಆಗೆಲ್ಲ ಸುತ್ತಲ ಹಳ್ಳಿಯ ಜನ 'ನೋಡ್,

ನಾವ್ ಅಷ್ಟ ಬಂದಿದ್ರ ಹಿಂಗ ಮರಾದಿ ಕೊಡ್ತಿದ್ರನು, ಧಣ್ಯಾರ ಹೇಳಿದ್ದಕ್ಕ ಅಷ್ಟ್ ಚೊಲೊ ಮಾತಾಡಿದ್ರು' ಅಂತಂದುಕೊಳ್ಳುತ್ತ ವಾಪಸಾಗುತ್ತಿದ್ದರು. ಮತ್ತೊಂದು ಸಲವು ಹೀಗೆ ಆಯಿತು. ಭೂ ಸೇನಾ ನಿಗಮದಿಂದ ಆಶ್ರಯ ಯೋಜನೆ ಮನೆ ಕಟ್ಟಿಸಿದ್ದ ಸರಕಾರ ಫಲಾನುಭವಿಗಳಿಗೆ ವಿತರಿಸಿರಲಿಲ್ಲ. ನಾಲ್ಕು ವರ್ಷಗಳಿಂದ ಹಾಗೇ ಬಿದ್ದಿದ್ದ ಮನೆಗಳ ಸುತ್ತ ದೇಖರಾಕಿಯಿಲ್ಲದೆ ಪೀಕಜಾಲಿ ದಟ್ಟವಾಗಿ ಬೆಳೆದಿತ್ತು. ಸೂರೀಕೆರೆ ಹೋಬಳಿಯ ಎಲ್ಲ ಗ್ರಾಮದ ದಲಿತ ಮುಖಂಡರನ್ನು ಕರೆಸಿ ಮಾತನಾಡಿದ್ದ ಸರದೇಸಾಯರು ರಾತ್ರೋರಾತ್ರಿ ಸ್ವಂತ ಮನೆಯಿಲ್ಲದವರನ್ನೆಲ್ಲ ಆರಿಸಿ ಮನೆಗಳಿಗೆ ನುಗ್ಗಿಸಿದ್ದರು. ನಂತರ ಜಿಲ್ಲಾಡಳಿತ, ಚುನಾಯಿತ ಪ್ರತಿನಿಧಿಗಳು ಮೀಟಿಂಗು ಮಾಡಿದರೂ ಇದ್ದವರೆಲ್ಲ ಮನೆ ಬಿಟ್ಟುಕೊಡಲು ಒಪ್ಪಲಿಲ್ಲ. 'ಯಾಂವ ಬಂದ್ರು ನೀವ್ ಮನೀ ಬಿಟ್ಟ್ ಹೊರಗ ಬರಂಗಿಲ್ಲ' ಅಂತ ಹಿಂದಿನ ದಿನವೇ ಸರದೇಸಾಯಿ ಎಲ್ಲರಿಗೂ ಹುಕುಂ ಕೊಟ್ಟು 'ನಾ ಇರ್ತೀನಿ ಏನಾದ್ರು' ಅಂತ ಧೈರ್ಯ ಕೊಟ್ಟಿದ್ರು. ಅಧಿಕಾರಿಗಳು ಒತ್ತಾಯ ಮಾಡತೊಡಗಿದಾಗ ಉಪವಾಸ ಸತ್ಯಾಗ್ರಹ, ಧರಣಿವರೆಗೂ ಮಾತು ಹೋಯಿತು. ಅನಿವಾರ್ಯವಾಗಿ ಮನೆಯಲ್ಲಿದ್ದವರ ಹೆಸರಿಗೆ ಹಕ್ಕು ಪತ್ರ ವಿತರಿಸಿ ಕೈ ತೊಳೆದುಕೊಂಡಿತ್ತು ಜಿಲ್ಲಾಡಳಿತ. ಕೂಲಿನಾಲಿ ಮಾಡಿಕೊಂಡಿದ್ದ ಬಡಜನರ ಸ್ವಂತ ಮನೆಯ ಕನಸು ಹೀಗೆ ಅಚಾನಕ್ಕಾಗಿ ಈಡೇರುವುದೆಂದು ಅವರೆಂದು ಅಂದುಕೊಂಡಿರಲಿಲ್ಲ. ಕೆಲವೊಬ್ಬರಿಗೆ ಇದು ತಮ್ಮದೇ ಮನೆ ಎನ್ನುವ ಖುಷಿಗೆ ಎರಡ್ಮೂರು ದಿನ ಹೊಸ ಆಶ್ರಯ ಯೋಜನೆ ಮನೆಗಳಲ್ಲಿ ನಿದ್ದೆಯೇ ಹತ್ತಿರಲಿಲ್ಲ. ದೇಸಾಯರ ಬಗ್ಗೆ ಮೊದಲೇ ಇದ್ದ 'ದೇವ್ರಂಥ ಮನುಷ್ಯ' ಎಂಬ ಗೌರವದ ನಂಬಿಕೆ ಜನರಲ್ಲಿ ಮತ್ತಷ್ಟು ಬಿಗಿಯಾಯಿತು. 'ಅಂಬೇಡ್ಕರ್ ನಗರ'ವೆಂದೇ ಆ ಏರಿಯಾವನ್ನು ಕರೆಯಲು ಎಲ್ಲರೂ ಯೋಚಿಸಿದ್ದರು. ದಲಿತ ಮುಖಂಡ ಮಹಲಿಂಗಪ್ಪ ಮಾತ್ರ ದೇಸಾಯರು ಇಲ್ಲದಿದ್ರೆ ಈ ಮನೆಗಳೆಲ್ಲಿ ಇರ್ತಿದ್ವು? 'ಸರದೇಸಾಯಿ ನಗರ' ಅಂತಿರಲಿ ಅಂದ. ಬಹುತೇಕರು ಚಕಾರ ಎತ್ತದೆ ಇದ್ದುದರಿಂದ ವಿರೋಧಿಸಿದ ಒಂದಿಬ್ಬರನ್ನು ತಣ್ಣಗಾಗಿಸಲು ಮಹಲಿಂಗಪ್ಪ ಕಷ್ಟಪಡಲಿಲ್ಲ. 'ಹೆಸರೇನರ ಇಟಗೋರಿ ನಮ್ಗಂತೂ ಮನೀ ಸಿಕ್ತು' ಧಾಟಿಯಲ್ಲಿದ್ದ ಬಹುತೇಕರು 'ಹಮ್ಮ್' ಅಂದರು. ಅವತ್ತಿನಿಂದ ಆಶ್ರಯ ಕಾಲೋನಿ 'ಸರದೇಸಾಯಿ ನಗರ'ವೆಂದು ಹೆಸರಾಗಿ, ದೊಡ್ಡ ನಾಮಫಲಕ ಹಾಕಲಾಯಿತು.

ಮಗಳ ಮದುವೆಗೆ ಸುಣ್ಣ ಹೊಡೆಸಿದರಾಯ್ತೆಂದು ಬಿಟ್ಟಿದ್ದ ದೇಸಾಯರ ವಾಡೆ ಹಳೆಯದಾಗಿ ಕಂಡರೂ ನಿಂತು ನೋಡುವಂತಿತ್ತು. ಮನೆಮುಂದೆ ಸದಾ ಚಕ್ಕಡಿ, ಟ್ರಾಕ್ಟರ್, ರಂಟೆ, ಕುಂಟೆಗಳು ಹರವಿಕೊಂಡಿದ್ದವು. ಇಡೀ ಮನೆಯ ತುಂಬ ಓಡಾಡೋರ ಸಂಖ್ಯೆ ಕಡಿಮೆಯಿರಲಿಲ್ಲ. ಎಕರೆ ವಿಸ್ತಾರದಲ್ಲಿದ್ದ

ಮನೆಯಲ್ಲಿ ಎಲ್ಲರಿಗೂ ಪ್ರವೇಶವಿತ್ತು. ಎಲ್ಲಾ ಜಾತಿಯವರಿದ್ದ ಆಳುಗಳು ಸದಾಕಾಲ ಓಡಾಡಿಕೊಂಡೇ ಇರುತ್ತಿದ್ದರಿಂದ ಮನೆತುಂಬ ಯಾವಾಗಲೂ ಗದ್ದಲ. ಅದರಲ್ಲೂ ಶಂಕರಗೌಡ ಸರದೇಸಾಯರ ಮಗಳು ಕೌಸಲ್ಯಳ ಕ್ಲಾಸ್ಮೇಟಾದ್ರು ಅಲ್ಲೇ ದುಡಿಯುತ್ತಿದ್ದ ರೇಣಕಪ್ಪನ ಕೆಲಸದ ಅಚ್ಚುಕಟ್ಟುತನದ ಬಗ್ಗೆ ಮೆಚ್ಚುಗೆ ವಾಡೆಯಲ್ಲಿ ಹೆಚ್ಚಿತ್ತು. ಹೆಂಡತಿ ಸತ್ತ ಮೇಲೆ ಎರಡನೇ ಮದುವೆಯಾಗದ ಸರದೇಸಾಯರು ಇದ್ದೊಬ್ಬ ಮಗಳ ಜೋಪಾನಕ್ಕಾಗಿ ತಂಗಿ ಮತ್ತೆ ಅಳಿಯನನ್ನು ಮನೆಯಲ್ಲೇ ಇಟ್ಟುಕೊಂಡಿದ್ದರು. ಸಣ್ಣ ಪುಟ್ಟ ವ್ಯವಹಾರಗಳನ್ನೆಲ್ಲ ತಂಗಿ ಗಂಡನೇ ನಿಭಾಯಿಸುತ್ತಿದ್ದದ್ದರಿಂದ ಇವರಿಗೂ ಹಳವಾರ ಅನಿಸಿತ್ತು.

ಮಜವೆಂದರೆ ರಾಚಪ್ಪಜ್ಜನಂತಹ ಕೆಲ ಹಿರಿಯರನ್ನ ಬಿಟ್ಟರೆ ಅಲ್ಲಾರಿಗೂ ಸರದೇಸಾಯರ ಹೆಸರೇ ಗೊತ್ತಿರಲಿಲ್ಲ. 'ಧಣ್ಯಾರ'ಅಂತಲೇ ಎಲ್ಲರೂ ಕರೆಯುತ್ತಿದ್ದರು. ಹಾಗಾಗಿ ಶಂಕರಗೌಡ ಸರದೇಸಾಯಿ ಎಂಬ ಅವರ ನಿಜ ಹೆಸರನ್ನು ಇತ್ತೀಚೆಗೆ ಊರಲ್ಲಿ ಯಾರೂ ಕರೆದಿರಲಿಲ್ಲ. ಸುತ್ತಲ ಊರಿನ ಎಲ್ಲ ಲಫಡಗಳು ಸರದೇಸಾಯರ ಗಮನಕ್ಕೆ ಬಂದೇ ಮುಂದೆ ಹೋಗುತ್ತಿದ್ದವು. ಪೊಲೀಸ್ ಇಲಾಖೆಗೆ ಕಂಪ್ಲೇಟಾಗುವಂತಿರುತ್ತಿದ್ದ ಘಟನೆಗಳನ್ನು ಸರದೇಸಾಯರು ಕೈ ಚೆಲ್ಲುತ್ತಿದ್ದರು. ಕೆಲವೊಮ್ಮೆ ಅವರೇ ಪೊಲೀಸರಿಗೆ ತಿಳಿಸುತ್ತಿದ್ದರು. ಗಂಡ ಹೆಂಡಿರ ಜಗಳ, ಆಸ್ತಿ ಜಗಳ, ಪ್ರೇಮ ಪ್ರಕರಣ, ಅನೈತಿಕ ಸಂಬಂಧಗಳ ಕುರಿತಾದ ಪ್ರಕರಣಗಳು ಬಂದರೆ ಜನರೇ ಪೊಲೀಸರ ಬಳಿ ಹೋಗದೆ ನೇರ ವಾಡೆಯ ಬಳಿ ಬರುತ್ತಿದ್ದರು. ಇಂತಹ ಪ್ರಕರಣಗಳನ್ನು ಬಗೆಹರಿಸಲು ದೈವ ಕೂಡಿಸಿದರೆ ಸರದೇಸಾಯರ ಮಾತೇ ಅಲ್ಲಿ ನಡೆಯುತ್ತಿತ್ತು. ಊರ ಜನರೆಲ್ಲ ಅವರನ್ನು ಪ್ರೀತಿಸಲು ಇದು ಒಂದು ಕಾರಣವಾಗಿತ್ತು. ಪ್ರೇಮ ಪ್ರಕರಣಗಳಲ್ಲಿ ದಲಿತರಿಗೆ ಮೋಸ ಆಗುವಂತಿದ್ದರೆ ಅವರು ಸಹಿಸುತ್ತಿರಲಿಲ್ಲ. ತಮ್ಮ ಸೋದರ ಸಂಬಂಧಿ ದೊಡ್ಡಣ್ಣ ದೇಸಾಯಿಯ ಮಗ ರಾಘವೇಂದ್ರನನ್ನೇ ಅವರು ಬಿಟ್ಟಿರಲಿಲ್ಲ. ಅವನ ಕೇಸನ್ನು ಸಹಿತ ನ್ಯಾಯಪರವಾಗಿಯೇ ಮಾಡಿದ್ದರು. ಅವತ್ತು ಅವರ ತೀರ್ಪಿಗೆ ಸುತ್ತ ಹಳ್ಳಿಯ ಜನರೇ ಆಶ್ಚರ್ಯಗೊಂಡು ಮೆಚ್ಚಿಕೊಂಡಿದ್ದರು. ಕೆಲ ದೊಡ್ಡ ದೊಡ್ಡ ಜಾತಿಯ ನಾಯಕರಷ್ಟೇ 'ಸರದೇಸಾಯಿಯದು ಅತಿಯಾಯಿತು. ಎಲ್ಲಾನು ಕಲಕಾಮಲಕಾ ಮಾಡಾಕ ಹೊಂಟಾನಲ ಇಂವ'ಅಂತ ತಮ್ಮತಮ್ಮಲ್ಲೇ ಸಿಟ್ಟಿನಿಂದ ಮಾತಾಡಿಕೊಂಡಿದ್ದರು. ಆದರೆ, ಆ ಅಸಮಾಧಾನ ಸಿಟ್ಟನ್ನು ಬಹಿರಂಗವಾಗಿ ಹೊರಗೆಡುವಂತಿರಲಿಲ್ಲ. ಕಾನೂನಿನ ಅರಿವಿದ್ದ ಸರದೇಸಾಯಿ ಬೆನ್ನಿಗೆ ದಲಿತ ಜಾತಿ ಜನರಗಳೆಲ್ಲರ ಬೆಂಬಲ ಇತರೆ ದೊಡ್ಡ ಜಾತಿಗಳ ನಾಯಕರಿಗೆ ದೊಡ್ಡ ಬೆದರಿಕೆಯಾಗಿದ್ದುದಂತೂ ಖರೇ. ದಲಿತರ

ಹುಡುಗೀಗೆ ಸರದೇಸಾಯಿ ತನ್ನೆದುರಲ್ಲೇ ತನ್ನ ಮಗನ ಕಡೆಯಿಂದ ತಾಳಿ ಕಟ್ಟಿಸುವಾಗ ದೊಡ್ಡಣ್ಣ ದೇಸಾಯಿಗೇ ಸುಮ್ಮನೇ ನೋಡುವುದನ್ನು ಬಿಟ್ಟು ಏನು ಮಾಡಲಾಗಿರಲಿಲ್ಲ.

ದಲಿತಕೇರಿಯ ನರಸಪ್ಪನ ಮಗಳು ಕಲಾವತಿ ಹಾಗೂ ದೊಡ್ಡಣ್ಣ ದೇಸಾಯಿಯ ಹಿರಿಮಗ ರಾಘವೇಂದ್ರ ಇಬ್ಬರದ್ದು ಒಂದೂವರೆ ವರ್ಷಗಳ ಪ್ರೀತಿ. ಎಂದಿನಂತೆ ಅವತ್ತು ಸಹ ಹೊಲಕ್ಕೆ ಹೋದವಳು ಮನೆಗೆ ವಾಪಸಾಗತೊಡಗಿದ್ದಳು. ಹಿಂದೆ ಪೊದೆಯಿಂದ 'ಸಳ್'ಅಂತ ಶಬ್ದ ಬಂದಿದ್ದರಿಂದ ಏಕಾಏಕಿ ಬೆದರಿ ಹಿಂದೆ ನೋಡಿದವಳಿಗೆ ರಾಘವೇಂದ್ರನ ಕಂಡು ಎದೆ 'ಧಸಕ್'ಅಂದರೂ ಚೂರು ಧೈರ್ಯ ಬಂದಂತಾಯಿತು. ಪೊದೆಯೊಳಗೆ ಕಲ್ಲೆಸೆದಿದ್ದ ರಾಘವೇಂದ್ರ ಸಪ್ಪಳ ಬಂದಲ್ಲಿಗೆ ಕೈ ಮಾಡಿ 'ಹಾವಿರಬೇಕಾಳ, ಈ ಕಾಲ ದಾರಿಯಾಗ ಹಾವ ಕಾಟ ಜಾಸ್ತಿ. ಒಬ್ಬಾಕೀನ ಹೊಂಟೀಯಲ'ಅಂದು ಏಕಾಏಕಿ ಅವಳ ಎರಡು ಕೈಗಳನ್ನು ಹಿಡಿದೆಳೆದು ತನ್ನೆದೆಗೆ ಒತ್ತಿಕೊಂಡ. 'ನನ್ ಮದ್ವೀ ಆಗ್ತೀ. ಎಷ್ಟ್ ದಿನ ಆತು ನಿನ್ನ್ ಹಿಂದ ಮುಂದ ಓಡಾಡಕತ್ತು. ನಿಂಗೊಟ್ಟ ಅರ್ಥ ಆಗಿಲ್ಲನು?' ಅಂದವನ ದನಿ ತೀರಾ ಮೆತ್ತಗಿತ್ತು. ತನ್ನ ಕೈಗಳನ್ನ ಅವನು ಎದೆಗೊತ್ತಿಕೊಂಡಿದ್ದಕ್ಕೆ ಕಲಾವತಿ ಗಾಬರಿಯಾಗಿದ್ದಳು. ರಾಘವೇಂದ್ರ ಪದೇ ಪದೇ ತನ್ನ ಮನೆ, ಓಣಿಯ ಹತ್ತಿರ ಕಾಣಿಸಿಕೊಳದಲುತ್ತಿದ್ದ ಮರ್ಮ ಅವಳಿಗೆ ಆ ತಕ್ಷಣಕ್ಕೆ ತಿಳಿದದ್ದು ಹಾಗೂ ಒಮ್ಮೆಲೆ ಮದುವೆಯಾಗಲು ಕೇಳಿದ್ದು ಮನಸ್ಸಿನಾಳದಲ್ಲೆಲ್ಲೋ ಅವನ ಪ್ರೇಮದ ಪರವಾಗಿ ಯೋಚನೆಗಳೇಳಲು ಕಾರಣವಾದವು ಎನಿಸುತ್ತದೆ. ಅವನಿನ್ನು ಕೈಗಳನ್ನು ಹಿಡಿದೇ ನಿಂತಿದ್ದು ಗಮನಕ್ಕೆ ಬಂದು, ಸರಕ್ಕನೇ ಬಿಡಿಸಿಕೊಂಡವಳೇ ಎರಡು ಹೆಜ್ಜೆ ಹಿಂದೆ ಸರಿದಳು.

'ನಾವ್ ಕೇರಿ ಜನಾ, ನೀವ್ ಸಾವ್ಕಾರ್ರು, ಅಲ್ದ ದೇವ್ರಂಥಾ ದಣ್ಯಾರ ಸಂಬಂಧಿಕ್ರು. ಅದ್ಹೆಂಗ ಆಕ್ಕೇತಿ?' ಮುಂದೆ ಏನೋ ಹೇಳಬೇಕೆಂದವಳಿಗೆ ಮಾತನಾಡಲಾಗಲಿಲ್ಲ.

'ಜಾತಿ, ಗೀತಿ ಎಲ್ಲ ಪ್ರೀತಿ ಮುಂದ ಊರಿಂದ ಆಚ್ಗೆ. ನಾನ್ ಮನ್ಸ್ ಮಾಡಿನ್ಯೆಲ್ಲ. ಮದ್ವಿ ಆದ್ರ ಬಿಡು, ಎಲ್ಲ ತಾನ ಶುದ್ಧಾಕ್ಕೇತಿ' ಅಂದ.

'ಇಲ್ಲ, ಇದು ಅಷ್ಟ್ ಸರಳ ಆಗೂವಂಥದ್ದಲ್ಲ. ಅಟ್ಟಕ್ಕೂ ಹಗೇಕು ಭಾಳ ಅಂತರ ಅದ'ಅವಳ ದನಿಯಲ್ಲಿ ಗಾಬರಿಯಿತ್ತು.

'ಏ ಹುಚ್ಚಿ, ಹಳೇ ಹುಚ್ಚಿ. ಅಟ್ಟ ಹಗೇದಾನ ಕಾಳ ಕಡಿ ಎಲ್ಲು ಹೊಟ್ಟಿಗಾಗೀನ. ಈ ಜಾತಿಗೀತಿ ಎಲ್ಲ ನಾವ್ ಮಾಡ್ಕೊಂಡಿದ್ವು'

ಆತಂಕದಲ್ಲಿ ಹಿಂದೆ ಸರಿದವಳ ಮೇಲೆ ಕಳ್ಳೀಸಾಲಿನ ನೆರಳು ಮಟ್ಟಸವಾಗಿ ಹರಡಿಕೊಂಡಿತ್ತು. 'ಧಣ್ಯಾರ, ನಂಗ್ಯಾಕೋ ಭಾಳ ಹೆದರಕಿ ಆಗಾಕತ್ತದ.

ನಾನ್ ವಿಚಾರ ಮಾಡಬೇಕ್'ಅಂದವಳ ಅವಸರ ಕಾಲಲ್ಲಿತ್ತು. ಹಿಂದೆಯೇ ಹೋದ ರಾಘವೇಂದ್ರ 'ಮತ್ತ್ ನಾ ಎಲ್ಲಿ ಸಿಗಬೇಕ್ ನಿಂಗ, ಮನೀಗೆ ಬಂದು ನಿಮ್ಮಪ್ಪನಗೂಡ ಮಾತಾಡ್ಲಿ?' ಅಂದವ ಉತ್ತರಕ್ಕಾಗಿ ಕಾದ.

ಹೆಜ್ಜೆಗಳ ವೇಗ ಹೆಚ್ಚು ಮಾಡಿ ನಾಲ್ಕು ಹೆಜ್ಜೆ ನಡೆದಿದ್ದ ಕಲಾ 'ಏ ಬ್ಯಾಡ, ಬ್ಯಾಡ. ನಾಳೆ ಇಟ್ಟೊತ್ತಿಗೆ ಇಲ್ಲೇ ಸಿಗತೀನಿ' ಅಂದಳು. 'ದಣ್ಯಾರ ದಣ್ಯಾರ'ಅಂದವಳು ಒಂಟಕ್ಷರದಲ್ಲಿ ಮಾತನಾಡಿದ್ದು ಗಮನಕ್ಕೆ ಬಂದು ಇವನೆದೆಯಲ್ಲಿ ಹುಕಿ ಹೆಚ್ಚಾಯಿತು. 'ನಿಮ್ಮಪ್ಪನ ಜೊತೆ ಮಾತಾಡ್ಲೆನು'ಅಂದದ್ದು ವರ್ಕೌಟ್ ಆಯ್ತೇನೋ ಎಂದುಕೊಂಡ. ನಗುತ್ತಿದ್ದವ ಅವಳನ್ನೇ ಮರೆಯಾಗುವತನಕ ದಿಟ್ಟಿಸುವಾಗ ಕಲಾವತಿ ಮೊದಲಿಗಿಂತ ಆಕರ್ಷಕವಾಗಿ ಕಂಡಳೇನೋ?

ಗುಡಿಸಲ ಸೂರಿನಲ್ಲಿ ನಿದ್ದೆ ಬರದೆ ಅತ್ತಿತ್ತ ಹೊರಳಾಡತೊಡಗಿದ್ದ ಕಲಾವತಿ ಚುಮಣಿ ದೀಪದ ಬುಡ್ಡಿಯನ್ನೇ ದಿಟ್ಟಿಸಿ ನೋಡುತ್ತಾ ಯೋಚಿಸತೊಡಗಿದ್ದಳು. ಗಂಭೀರವಾಗಿದ್ದವಳು ಒಮ್ಮೆ ಮಾತ್ರ ಮದುವೆಯನ್ನು ಕಲ್ಪಿಸಿಕೊಂಡು 'ಕಿಸಕ್' ಅಂತ ನಕ್ಕಿದ್ದು ಅವಳಿಗೇ ತಿಳಿಯಲಿಲ್ಲ. ಮಾರನೇ ದಿನ ಹೊಲದ ದಾರಿಯ ಅಂಚಿಗೆ ದೂರದಲ್ಲಿ ರಾಘವೇಂದ್ರ ಕಾಣಿಸತೊಡಗಿದ್ದ. ಎದುರಾದಾಗ ರಾಘವೇಂದ್ರನೇ ಮುಂದುವರೆದು 'ಸೌವ್ಕಾರ್ತಿ ಮಾತಾಡ್ಲಿ ಅಂತ ಸುಮ್ಮಿದ್ದರ ಮಾತಾಡವಲ್ಲೆಲ, ನಿನ್ನ ಬಲಗಾಲ ನನ್ನೆದಿ ಮ್ಯಾಲ ಹಚ್ಚಿ ಹಾಕಿಸ್ತೀನಿ' ಅಂದವನ ಮಾತಿನಲ್ಲಿ ರೇಷ್ಮೆಯಂತಹ ಮೃದುತ್ವ. ಕೈ ಬಳಸಿ ಎಳೆದವನ ಅಪ್ಪಿದವಳ ಎದೆಯೊಳಗೆ ಸುಖ ಸಂಸಾರದ ಯೋಚನೆಗಳ ಚಿತ್ರ ಸರಣಿಗಳು ಓಡತೊಡಗಿದ್ದವು. ಹೊಸ ಸುಖದ ಅನುಭವವೊಂದು ದಕ್ಕಲಿದೆ ಅಂತ ಕಾತರಿಸಿದ್ದವನು ಮೊದಲ ಅಪ್ಪುಗೆಗೆ ಒಳಗೊಳಗೆ ಹದ್ದಾಗಿದ್ದ. ದಿನಗಳೆದಂತೆ ಸಲುಗೆ ಬೆಳೆದು ನಾಲ್ಕೈದು ಬಾರಿ ಊರಾಚೆಯ ಹಳ್ಳದ ಸೆಳವಿನಂತೆ ಅವನೊಳಗೆ ಹರಿದಿದ್ದಳು. ಒಂದೂವರೆ ವರ್ಷದಲ್ಲಿ ಇವರಿಬ್ಬರ ಒಡನಾಟ ಕಂಡದ್ದು ದನ ಕಾಯುವ ಹುಡುಗರಿಗಷ್ಟೇಯಾದರೂ 'ಯಾಕ ಬೇಕ ಬಿಡಲೇ ಪಾ ದೊಡ್ಡಮಂದಿ ಸುದ್ದಿ ದುಡಕೊಂಡು ತಿನ್ನೋರಿಗೆ'ಅಂದುಕೊಂಡು ಆಸಕ್ತಿ ತೋರಿರಲಿಲ್ಲ.

ಬೆಳಗೊಂದರಲ್ಲಿ ಪುರಗಟಗಿ ಮುರಿಯುತ್ತಿದ್ದ ಕಲಾವತಿ ತಲೆತಿರುಗಿದಂತಾಗಿ ಕುಸಿದಳು. ಬಾಜುಮನಿ ಹಾಲವ್ವನಿಗೆ 'ಚೂರ ನೋಡಿಕೋವಾ' ಅಂದವನೇ ಓಡಿದ್ದ ಅವಳಪ್ಪ ಡಾಕ್ಟರನ್ನು ಕರಕೊಂಡು ಬಂದಿದ್ದ. ನಾಡಿ ನೋಡಿ, ಸ್ತೆತಾಸ್ಕೋಪ್ ಹಿಡಿದು ಚೆಕ್ ಮಾಡಿದ ಡಾಕ್ಟರ್ ಬಸುರಾದದ್ದನ್ನು ಅವನ ಕಿವಿಯಲ್ಲಿ ಉಸುರಿದ. ಮಗಳು ಬಸುರಾದದ್ದಕ್ಕಿಂತ ದೇಸಾಯರ ಮನೆತನದ ಹುಡುಗ ಇದಕ್ಕೆ ಕಾರಣ ಎಂಬುದು ತಿಳಿದಾಗ

ನರಸಪ್ಪನ ಎದೆಯೇ ನಡುಗಿತ್ತು. ಮೈ ಎಲ್ಲ ಉರಿದರೂ ಮಗಳ ಮೇಲೆ ಕೈ ಎತ್ತಲು ಬಲ ಬರಲಿಲ್ಲ. ಅವಳನ್ನು ಕರೆದುಕೊಂಡೇ ಶಂಕರಗೌಡರ ಮನೆಗೆ ಹೋದ. ಆಗ ಅವರ ಮನೆ ಮುಂದೆ ಎಂಥದೋ ಬಾವುಟ ಕಟ್ಟಲಾಗಿದ್ದ ಆರೇಳು ಕಾರು ನಿಂತಿದ್ದವು. ಗದ್ದಲ ಇತ್ತು. ನರಸಪ್ಪ ಮೂಲೆಯೊಂದರಲ್ಲಿ ಕಾದು ಕೂತ. ಮುಂಬರುವ ಎಲೆಕ್ಷನ್ನಿನ ತಯಾರಿಯಲ್ಲಿದ್ದರು ಸರದೇಸಾಯಿ. ಮುಂಡರಗಿ ಕ್ಷೇತ್ರದಿಂದ ಜನರ ಪಕ್ಷ ಅವರ ತಂಗಿಗೆ ಟಿಕೇಟ್ ಘೋಷಿಸಿತ್ತು. ತಾನಾಗಿದ್ದರೆ ಆರಾಮಾಗಿ ಗೆಲ್ಲುತ್ತಿದ್ದೆ. ಜನರ ಪಕ್ಷ ಮಹಿಳಾ ಕೋಟಾದಡಿ ಟಿಕೆಟ್ ನೀಡಲು ನಿರ್ಧರಿಸಿದಾಗ ನಿರ್ವಾಹವಿಲ್ಲದೆ ಒಪ್ಪಿಕೊಂಡಿದ್ದ. ಹಾಗಾಗಿ ತಮ್ಮ ಕ್ಷೇತ್ರದಲ್ಲಿದ್ದ ಹೆಚ್ಚಿನ ದಲಿತ, ಹಿಂದುಳಿದವರ ಒಲವನ್ನು ಮತಬ್ಯಾಂಕ್ ಆಗಿಸಿಕೊಳ್ಳಬೇಕಿತ್ತು. ಅದಕ್ಕಾಗಿ ಚರ್ಚೆ, ಯೋಜನೆಗಳನ್ನು ಹೆಣೆಯುವ ಪ್ರಕ್ರಿಯೆ ನಡೆಯುತ್ತಿದ್ದಾಗ ನಡುವೆ ಎಲೆ ಅಡಿಕೆ ಉಗುಳಲು ಬಂದ ಸರದೇಸಾಯರಿಗೆ ಮೂಲೆಯಲ್ಲಿ ನಿಂತಿದ್ದ ನರಸಪ್ಪ ಕಂಡಿದ್ದ. 'ಕೂತ್ಕೋ ಬಂದೆ' ಅಂತ ಸನ್ನೆ ಮಾಡಿದ್ದರು. ತಾಸಿನ ನಂತರ ಸಿಕ್ಕ ನರಸಪ್ಪ ಹೇಳಿದ ಸುದ್ದಿಯ ಕೇಳಿ ಅವರ ತಲೆ ಓಡಿತು. ತನ್ನ ಸೋದರ ಸಂಬಂಧಿ ದೊಡ್ಡಣ್ಣ ದೇಸಾಯಿ ಮಗ ರಾಘವೇಂದ್ರನೇ ಇದಕ್ಕೆ ಕಾರಣ ಎಂಬುದನ್ನು ಎರಡೆರಡು ಸಲ ಕೇಳಿ ಪಕ್ಕಾ ಮಾಡಿಕೊಂಡರು. ದೊಡ್ಡಣ್ಣ ಹಿಂದೊಮ್ಮೆ ದಾಯಾದಿ ಕಲಹದಲ್ಲಿ ತಮ್ಮನ್ನು 'ಕೆಟ್ಟಹಾವು' ಎಂದು ಜರೆದದ್ದು ನೆನಪಾಯಿತು. ಒಂದೇ ಕೋಲಿಗೆ ಎರಡು ಹಕ್ಕಿಗಳನ್ನು ಹೊಡೆಯಲು ಇದು ಸರಿಯಾದ ಸಮಯ ಅಂದುಕೊಂಡ. ತರಾತುರಿಯಲ್ಲೇ ಪಂಚಾಯತಿ ಕಟ್ಟೆಗೆ ಎಲ್ಲರನ್ನು ಕರೆಸಲು ವಿಷಯ ಹೇಳದೆ ಡಂಗುರ ಸಾರಿಸಿದ್ದರಿಂದ ಜನರೆಲ್ಲ ಹೆಚ್ಚು ಸೇರಿದ್ದರು. ವೈರತ್ವ ಮರೆತು ಎಲೆಕ್ಷನ್ನಿಗೆ ಬೆಂಬಲ ಕೇಳಲು ಕರೆಸಿರಬೇಕೆಂಬ ಲೆಕ್ಕಾಚಾರದೊಂದಿಗೆ ದೊಡ್ಡಣ್ಣ ಸಹ ಬಂದಿದ್ದ.

ಪಂಚಾಯತಿ ಶುರುವಾದ ಕೂಡಲೇ ಜನರಿಗೆ 'ಕಲಾವತಿ ಬಸುರಿ' ಎಂಬುದನ್ನು ಹೇಳಿದ ಸರದೇಸಾಯಿ ಯಾರಿಂದ ಇದಾಯಿತು? ಎಂದು ಕೇಳಿ ಮಾತನಾಡಲು ಕಲಾವತಿಯತ್ತ ನೋಡಿ ಗೋಣೆತ್ತರಿಸಿ ಸನ್ನೆ ಮಾಡಿದ. ಈ ಅನಿರೀಕ್ಷಿತ ಘಟನೆಯಿಂದ ಕಕ್ಕಾಬಿಕ್ಕಿಯಾಗಿದ್ದ ರಾಘವೇಂದ್ರ 'ಇದು ಹೆಸ್ರು ಕೆಡ್ಸೋ ಪ್ರಯತ್ನ. ನಾ ಅಂಥಾವಲ್ಲ. ನಾ ದೊಡ್ಡ ಮನ್ತನದಾವ, ನೀಚ ಕೆಲಸ ಮಾಡಾವಲ್ಲ. ಆಕೀನ ನಾ ನೋಡೇ ಇಲ್ಲ' ಎಂದೆಲ್ಲ ಚೀರತೊಡಗಿದ್ದ. ದೊಡ್ಡಣ್ಣನೂ ಸೇರಿದಂತೆ ನೆರೆದ ಜನರೆಲ್ಲ ರಾಘವೇಂದ್ರನ ದನಿಗೆ ಕಕ್ಕಾಬಿಕ್ಕಿಯಾಗಿದ್ದರು. ಆ ಕ್ಷಣಕ್ಕೆ ದಿಗಿಲುಗೊಂಡ ಕಲಾವತಿ 'ಹೆಜ್ಜೆ ಗುರುತು ಎದೀ ಮ್ಯಾಲ ಹಚ್ಚಿ ಹಾಕಿಸಗೋತೀನಿ ಅಂದಾವ ಇವನಾ? ಬಣವೀ ಸಂದೀ, ಹಳ್ಳದಾಗ ಮೈ ಮ್ಯಾಲ ಬಿದ್ದಾಗೆಲ್ಲ ಏನೇನೋ ದೊಡ್ಡ

ಮಾತ ಮಾತಾಡಿದಾಂವ ಇವನಾ?' ಅನಿಸಿತು. ಕಣ್ಣಲ್ಲಿ ದಳ ದಳನೇ ನೀರು ಸುರಿಯತೊಡಗಿದವು. ರಾಘವೇಂದ್ರ ಎಲ್ಲರಿಗಿಂತ ಮೊದಲೇ 'ನಾನಲ್ಲ ನಾನಲ್ಲ' ಎಂದು ಚೀರಿ ತಾನೇ ಸಿಕ್ಕಿ ಬಿದ್ದಿದ್ದ. ನೆರೆದಿದ್ದ ಜನರೆಲ್ಲ 'ಎಂಥಾ ಹುಚ್ಚ್ ಸೂಳೀ ಮಗಲೇಪಾ, ಹುಚ್ಚಬುಲ್ಲಿ' ಅಂತ ಕುಹಕದ ನಗೆ ನಗತೊಡಗಿದ್ದರು. ಮಗ ಅಪರೋಕ್ಷವಾಗಿ ಒಪ್ಪಿಕೊಂಡಿದ್ದು ದೊಡ್ಡಣ್ಣ ದೇಸಾಯಿ ಎದೆಯಲ್ಲಿ ಧಗ ಧಗ ಬೆಂಕಿ ಹತ್ತಿಸಿತ್ತು. ಕುರುಬರ ಹುಡುಗರನ್ನು ಮೊದಲೇ ಸಾಕ್ಷಿ ಹೇಳಲು ತಯಾರು ಮಾಡಿದ್ದ ಶಂಕರಗೌಡ ಅವರಿಗೆ ಅಭಯ ನೀಡಿದ್ದ. ಏನು ಮಾಡಿದರೂ ಸೋಲಬೇಕಾದಾಗ ತನ್ನ ಮುಖ ನೋಡಿ ನಗತೊಡಗಿದ್ದ ಶಂಕರಗೌಡ ಸರದೇಸಾಯಿಯನ್ನ ಕಟ್ಟೆ ಏರಿ ಕತ್ತು ಹಿಸುಕಿ ಬಿಡಲೇನು? ಅಂತ ದೊಡ್ಡಣ್ಣನಿಗೆ ಅನಿಸಿತಾದರೂ ಅವನ ಬೆಂಬಲಕ್ಕಿದ್ದ ಜನರ ನೋಡಿ ಹಿಂಜರಿಯದೆ ನಿರ್ವಾಹವಿರಲಿಲ್ಲ.

ಇಡೀ ಪಂಚಾಯತಿ ಕಟ್ಟೆಯಲ್ಲಿ ಸೇರಿದ್ದ ಜನರೆಲ್ಲ ಬಿಟ್ಟಗಣ್ಣು ಬಿಟ್ಟಂತೆ ನೋಡತೊಡಗಿದ್ದರು. ತರಿಸಲಾದ ಅರಿಶಿಣ ಕೊಂಬಿನ ದಾರ ಕಟ್ಟುವಂತೆ ಆಜ್ಞೆಯಾಯಿತು. ದೊಡ್ಡಣ್ಣ ಮಗನ ಮೇಲೆ 'ಸರೀಕನಾಗಿದ್ದ ಶಂಕರಗೌಡನ ಮುಂದ ಸಣ್ಣಾವನ್ನ ಮಾಡಿದೆಲ್ಲಲೇ'ಅಂತ ಹಲ್ಲು ಕಡೆಯತೊಡಗಿದ್ದ. ರಾಘವೇಂದ್ರ ತಾಳಿ ಕಟ್ಟಲು ಬಂದಾಗಲೂ ಕಲಾವತಿ ಅಳುತ್ತಲೇ ಇದ್ದಳು. ರಾಘವೇಂದ್ರ ಅವಮಾನವಾಯಿತೆಂದು ತಲೆ ತಗ್ಗಿಸಿ ನಿಂತವನು ಚಂಡು ಮೇಲೆತ್ತಲಿಲ್ಲ. ಈಗ ಮೊದಲಿಗಿಂತ ಹೆಚ್ಚು ಹೆದರಿಕೊಂಡಿದ್ದ ನರಸಪ್ಪನ ಎದೆ ಜೋರಾಗಿ ಹೊಡೆದುಕೊಳ್ಳತೊಡಗಿತ್ತು. ಸೇರಿದ್ದ ಜನರೆಲ್ಲ 'ಸರದೇಸಾಯಾರಂದ್ರ ದೇವ್ರಂಥೋರು. ನಮ್ಮೂರ ಶಾಹು ಮಹಾರಾಜರು' ಎಂದೆಲ್ಲ ಮಾತಾಡತೊಡಗಿದ್ದರು.

ಈ ತೀರ್ಪು ಸರದೇಸಾಯರ ಕುರಿತಾದ ಗೌರವವನ್ನೇ ಸುತ್ತಲ ಹಳ್ಳಿಗಳಲ್ಲಿ ನೂರ್ಮಡಿಸಿತ್ತು. ಅವತ್ತು ಸಂಜೆಯೇ ಮಹಲಿಂಗಪ್ಪನನ್ನು ಮನೆಗೆ ಕರೆಸಿಕೊಂಡ ಸರದೇಸಾಯಿ 'ನಮ್ಮ ಕ್ಷೇತ್ರದಾಗ ಎಲ್ಲಾ ಹಳ್ಳಿಗಳ ದಲಿತ್ರಕೇರಿ, ಹಿಂದುಳಿದವರ ಓಣಿಗಳಿಗೂ ಈ ಸುದ್ದಿ ಮುಟ್ಟಬೇಕು. ಸೂರೀಕೆರಿಯೊಳಗ ದಲಿತಕೇರಿ ನರಸಪ್ಪನ ಮಗಳನ ತಮ್ಮ ಸಂಬಂಧಿಕ ದೊಡ್ಡಣ್ಣ ದೇಸಾಯಿ ಮಗ್ಗ ಶಂಕರಗೌಡ ಸರದೇಸಾಯರು ಮದವಿ ಮಾಡಿಸ್ಯಾರ. ಈ ಸಲ ಜನರ ಪಕ್ಷಕ್ಕ ಸರದೇಸಾಯರ ತಂಗೀ ನಿಂತಾರ. ಅವ್ರಗೇ ನಮ್ಮ್ ಓಟು ಅಂತ ಹುಡುಗ್ರ ಕಡೆಯಿಂದ ಪ್ರಚಾರ ಮಾಡ್ಸು' ಅಂದು ನೋಟಿನ ಕಟ್ಟೊಂದನ್ನು ಕೈಗಿಟ್ಟ. ಮಹಲಿಂಗಪ್ಪನಿಗೆ ಸಂಘಟನೆಯೊಂದರ ಜಿಲ್ಲಾಧ್ಯಕ್ಷನನ್ನಾಗಿ ಮಾಡಿದ್ದ ಮುಲಾಜಿತ್ತು. ಅಲ್ದೆ 'ಎಲೆಕ್ಷನ್ನಲ್ಲಿ ಅವ್ವಾರ್ ಗೆದ್ರೆ ನಾನು ಮನ್ಸ್ಯಾ ಆಕ್ಕೇನಿ'ಅಂದುಕೊಂಡ. ಇನ್ನಿಲ್ಲದ ಮುತುವರ್ಜಿಯಿಂದ ಇಡೀ ಮುಂಡರಗಿ

ವಿಧಾನಸಭಾ ಕ್ಷೇತ್ರದಲ್ಲಿ ಸರದೇಸಾಯಿ ಹೇಳಿದಂತೆಯೇ ಸುದ್ದಿ ಸುದ್ದಿ ಟಾಂ ಟಾಂ ಆಯಿತು.

ದಿನ ಉರುಳಿದವು. ಸುಭದ್ರಾ ಇಪ್ಪತ್ತೊಂದು ಸಾವಿರ ಮತಗಳ ಅಂತರದಿಂದ ಗೆದ್ದು ಶಾಸಕಿಯಾದಳು. ಗೆಲುವಿನ ಅಂತರ ಕಡಿಮೆ ಅನಿಸಿ ಸರದೇಸಾಯಿ ಮಹಲಿಂಗಪ್ಪ ಸೇರಿದಂತೆ ಉಳಿದವರನು ಬೈದ. ಆಡಳಿತದಲ್ಲಿ ಕೈ ಮತ್ತಷ್ಟು ಗಟ್ಟಿಯಾಗಿ ಶಂಕರಗೌಡ ಮುಟ್ಟಿದ್ದೆಲ್ಲಾ ಚಿನ್ನವಾಗತೊಡಗಿತ್ತು. ಮಗಳ ಮದುವೆಯೊಂದು ಮುಗಿದರೆ ನಾನಿನ್ನು ನಿರಾಳ ಎಂದುಕೊಳ್ಳುತ್ತಿದ್ದವನಲ್ಲಿ ಅಳಿಯ ಹಾಗಿರಬೇಕು, ಶಾಸಕರ ಮಗನಿಗೇ ಮದುವೆ ಮಾಡಿಕೊಡಬೇಕು ಎಂದೆಲ್ಲ ಯೋಚನೆಗಳ ಸಂಚಾರ. ಇಪ್ಪತ್ತೊಂದಕ್ಕೆ ಕಾಲಿಟ್ಟಿದ್ದ ಕೌಸಲ್ಯ ಅಂಗಳದ ಕಣಗಿಲೆಯಷ್ಟೇ ರೂಪವತಿ. ಅಪ್ಪನ ಸಂಪತ್ತಿನ ಬಗೆಗೆ ಒಲವಿಲ್ಲದ ಹುಡುಗಿ. ಕಲಾವತಿಯ ಅಪ್ಪನಂತೂ 'ಅವ್ವೋರೆ ಅವ್ವಾರೇ' ಅಂತ ಅವಳ ಬೇಕು ಬೇಡಗಳಿಗೂ ಕಿವಿಯಾಗುತ್ತಲೇ, ಹೂಂಗುಟ್ಟುತ್ತಿದ್ದ. ನೋಡಲು ಐದಾರು ದೊಡ್ಡ ಸಂಬಂಧದ ಗಂಡುಗಳು ಬಂದರೂ ಯಾರೂ ಹಿಡಿಸಿರಲಿಲ್ಲ. ಇತ್ತೀಚೆಗೆ ಹೆಣ್ಣು ನೋಡಲು ಬಂದವರು ಹೋದ ಮೇಲೆ ಮಗಳ ಸಪ್ಪೆ ಮುಖ ಕಂಡು 'ಯಾಕ್ ಮಗಳ ಗರ ಬಡದೋರಂಗ ಭಾಳ ಸಪ್ಪದೀಯಲವಾ'ಅಂದಾಗ 'ನಂಗ ಮದವೀ ಬ್ಯಾಡ. ಈ ಮನೀ ಬಿಟ್ಟ ಹೋಗಂಗಿಲ್ಲ ನಾ' ಅಂದು ಅಳತೊಡಗಿದ್ದಳು. 'ಹುಚ್ಚ ಹುಡಗಿ' ಸಂತೈಸುತ್ತಲೇ ಸರದೇಸಾಯಿ ತಲೆ ತಟ್ಟುತ್ತಾ ಮಲಗಿಸಿದ್ದ.

ಈಗೀಗ ಜಿಲ್ಲಾ ಮಟ್ಟದಲ್ಲೂ ದಲಿತ ಸುಧಾರಣೆಯ ಬಗ್ಗೆ ಸರದೇಸಾಯರು ಉಪನ್ಯಾಸ ಕೊಡತೊಡಗಿದ್ದರು. ಕಾರ್ಯಕ್ರಮಗಳ ಸಂಖ್ಯೆಗೆ ಓಡಾಡುವುದು ಹೆಚ್ಚಾದಂತೆ ಸರದೇಸಾಯರಿಗೆ ಕೆಲವು ಪ್ರಗತಿಪರ ಮಠಾಧೀಶರ ಸಂಪರ್ಕವು ಸಾಧ್ಯವಾಯಿತು. ಇತ್ತೀಚೆಗೆ ಕೆಲ ಪ್ರಗತಿಪರ ಮಠಾಧೀಶರು ಸಹಿತ ತಾವು ಹೋದ ಕಾರ್ಯಕ್ರಮಗಳಲ್ಲೆಲ್ಲ ಸರದೇಸಾಯಿ ಹೆಸರು ಉಲ್ಲೇಖಿಸಿ ಮಾತನಾಡತೊಡಗಿದ್ದರು. ಸರದೇಸಾಯರ ಸಾಮಾಜಿಕ ವಜನು ಹೀಗೆ ಹೆಚ್ಚುತ್ತಲೇ ಸಾಗಿದರೆ, ಮೇಲ್ಜಾತಿಯ ಜನರಲ್ಲಿ ಕೆಲವರು ಬದ್ಧ ವೈರಿಗಳಾಗುತ್ತಲೇ ಸಾಗಿದ್ದರು. ಆದರೆ ಸರದೇಸಾಯಿಯ ತಪ್ಪಿಗೂ ವೈರಿಗಳು ಸೊಲ್ಲೆತ್ತುವುದಲ್ಲ, ಕೊಸರಾಡಿದ್ದರೂ ಅವರ ಮೇಲೆಲ್ಲ ದಲಿತರ ಮೇಲೆ ಹಲ್ಲೆ ಪ್ರಕರಣದಲ್ಲಿ ಕಂಪ್ಲೇಟು ದಾಖಲಾಗುತ್ತಿದ್ದವು.

ಒಂದು ದಿನ ಕಾರ್ಯಕ್ರಮವೊಂದರಲ್ಲಿದ್ದ ಸರದೇಸಾಯಿ ಏಕಾಏಕಿ ಮನೆಗೆ ಬರಬೇಕಾಯಿತು. ತಲೆ ತಿರುಗಿ ಬಿದ್ದಿದ್ದ ಕೌಸಲ್ಯ ಕೈಕಾಲೆಲ್ಲ ಬಳ ಬಳ ಅಂತಿದಾವು ಅನ್ನುತ್ತ ನಿಶ್ಶಕ್ತಳಾಗಿದ್ದಳು. ಡಾಕ್ಟರರನ್ನ ಕರೆತರಲು ಹೋಗಿದ್ದ ನರಸಪ್ಪ ಬೇಗ ಬಂದಿರಲಿಲ್ಲ. ಅಷ್ಟರಲ್ಲೇ ದೇಸಾಯಿ ಮನೆತನಕೆ ನಾಟಿ ಔಷಧ

ಕೊಡ್ತಿದ್ದ ಗುಲ್ಯಾನಮ್ಮನನ್ನು ಆಳೊಬ್ಬ ಹೋಗಿ ಕರೆತಂದಿದ್ದ. ಹಣೆ, ಕೈಯನ್ನೆಲ್ಲ ಮುಟ್ಟಿ ಪರೀಕ್ಷಿಸಿದ ಗುಲ್ಯಾನಮ್ಮ 'ವಾಂತಿ ಆತಾ?' ಅಂದಾಗ ಕೌಸಲ್ಯ 'ಹಮ್ಮ್' ಅಂದಳು. ಆತಂಕದಿಂದ ಹೊರಗೆ ಬಂದ ಗುಲ್ಯಾನಮ್ಮ ತನ್ನ ಹಿಂದೆಯೇ ಬಂದ ದೇಸಾಯಿಗೆ ಅಂಜುತ್ತ 'ಬಸುರಿ' ಅಂದಳು. ಇಡೀ ಮನೆಯೇ ಕುಸಿದಂತೆನಿಸಿತು ಸರದೇಸಾಯಿಗೆ. ಕಣ್ಣು ಕೆಂಪಗಾಗಿ ಕೊಲ್ಲುವಷ್ಟು ಸಿಟ್ಟು ಬಂದರೂ ತಡೆದುಕೊಂಡ. ಒಲೆಯ ಮೇಲೆ ಕೊತಕೊತನೆ ಕುದಿಯತೊಡಗಿದ್ದ ಹಬ್ಬದ ಹೋಳಿಗೆ ಸಾರಿನಂತೆ ಸಿಟ್ಟೆಲ್ಲ ಎದೆಯಲ್ಲಿ ಕುದಿಯತೊಡಗಿತ್ತು. ನೆಹರೂ ಶರ್ಟಿನ ಬಕ್ಕಣದಿಂದ ಕೈಗೆ ಬಂದಷ್ಟು ನೋಟುಗಳನ್ನು ಗುಲ್ಯಾನಮ್ಮನ ಕೈಗಿಟ್ಟ. ಬಾಯಿ ಮೇಲೆ ಬೆರಳಿಟ್ಟು ಈ ಸುದ್ದಿ ಯಾರಿಗೂ ಹೇಳದಂತೆ ಮರುಕ್ಷಣವೇ ಹೋಗುವಂತೆ ಸನ್ನೆ ಮಾಡಿದ. ಹೆದರಿದ್ದ ಅವಳಿಗೆ ಆತನ ಸನ್ನೆ ಅರ್ಥವಾಗಿತ್ತು. ಮರುಕ್ಷಣವೇ ಏನೊಂದು ಮಾತನಾಡದೆ ಮನೆ ದಾರಿ ಹಿಡಿದಳು.

ಒಳಗೆ ಬಂದವನಿಗೆ ಮಲಗಿದ್ದ ಕೌಸಲ್ಯ ಕಂಡಳು. ಎಬ್ಬಿಸಲಿಲ್ಲ. ಕುರ್ಚಿಯೊಂದನ್ನು ಎಳೆದುಕೊಂಡು ಪಕ್ಕದಲ್ಲೇ ಕೂತ. 'ಇದಕ್ಕಾ ನೀನು ಮದುವೆ ಗಂಡುಗಳನ್ನು ಒಲ್ಲ್ಯಾ ಅಂದಿದ್ದು. ಮನೀ ಬಿಟ್ಟು ಹೋಗಾಕ ಒಲ್ಲೆ ಅಂತ ಬಿಕ್ಕಿ ಬಿಕ್ಕಿ ಅತ್ತದ್ದು' ಎಂದು ಮನದಲ್ಲೇ ಅಂದುಕೊಂಡ. 'ಯಾಂವ ಸೂಳೇ ಮಗ ಇರಬೇಕ್ ಅವ'ಎದೆಯಲಿ ಯೋಚನೆ ಬೆಂಕಿಯಲೆಯಂತೆ ಎದ್ದು ಅಸಹನೆ, ಸಿಟ್ಟು ಹೆಡೆ ಎತ್ತಿದ್ದರೂ ಊರೊಳಗೆ ಗಳಿಸಿದ್ದ ಮರ್ಯಾದೆ, ಗೌರವದ ಕೋಟೆ ನೆನಪಾಗಿ ಹೆದರಿಕೆಯುಂಟಾದರೂ ಧೈರ್ಯ ತೆಗೆದುಕೊಂಡು ತನ್ನ ತಾನೇ ತಣ್ಣಗಾಗಿಸಿಕೊಳ್ಳತೊಡಗಿದ್ದ. ಮಂಚದ ಅಂಚಿಗೆ ಹೋಗಿ ಕೂತವನು ತಲೆ ನೇವರಿಸುತ್ತ 'ಅಶಕ್ತೀಗ ಹಂಗ ಆಗೇತ್ಯೆಂತ. ಚೊಲೋತ್ನಾಗ ಉಣ್ಣವಾ'ಅಂತ ಪಕ್ಕದಲ್ಲಿದ್ದ ತಾಮ್ರದ ತಾಟಿಗೆ ಕೈ ಹಾಕಿದ. ಸಿಕ್ಕ ಮುಸಂಬಿ ಹಣ್ಣಿನ ಸಿಪ್ಪೆ ಬಿಡಿಸಿ ತಿನಿಸತೊಡಗಿದ. 'ನಾಳೆ ಭದ್ರಾಪೂರ ಪಾಟೀಲರ ಮಗ ಬರ್ತಾನ. ನಿನ್ನ ನೋಡಾಕ' ಮುಸಂಬಿ ಎಸಳು ಬಾಯಿಗಿಡುತ್ತ ಹೇಳಿದ.

ಕೌಸಲ್ಯ 'ಹಮ್ಮ್'ಎಂದಷ್ಟೇ ಅಂದಳು.

ಚೂರು ಹೊತ್ತು ಇಬ್ಬರ ನಡುವೆಯೂ ಮಾತಿರಲಿಲ್ಲ.

'ಯಾರನರ ಮೆಚ್ಚಿದ್ರ ಹೇಳವಾ ಮಗಳ. ನಾಳೇ ಅಂವಾ ಬಂದು ಹೋಗುದು, ನೀ ಬ್ಯಾಡ ಅನ್ನೂದು ಆಗಬಾರದು. ಗಂಡು ನೋಡಾಕ ಬಂದು ಹೋದಾಗೊಮ್ಮೆ ಸಪ್ಪಗ ಮಖ ಮಾಡಕೊಂಡ ಕುಂದರತಿ. ಮೆಚ್ಚಿದ ಊರ ಮಂದೀಗೆಲ್ಲ ಮದವಿ ಮಾಡಸೀನಿ. ನಿಂಗ ಮಾಡ್ಸುಂಗಿಲ್ಲನ?' ಮತ್ತೆ ಮೆತ್ತಗೆ ತಲೆ ಸವರಿದ. ಕೌಸಲ್ಯಳ ಗಂಟಲ ತನಕ ಬಂದ ಹೆಸರೊಂದು ಹೊರಗೆ ಬರಲಿಲ್ಲ. ಉಗುಳು ನುಂಗಿದ ಅವಳನ್ನ ಗಮನಿಸಿ ಮತ್ತೆ ಮೆತ್ತಗೆ ತಲೆ ನೇವರಿಸಿ ನೀರು ಕುಡಿಸಿದ.

'ಹೇಳವಾ ಮಗಳ, ಯಾರನರ ಇಷ್ಟಪಟ್ಟಿದ್ರ ಮಾತಾಡತೀನಿ ಕರಸಿ'ಅಂದಾಗ ದನಿ ಕಾಳಜಿಯಿಂದ ಕೂಡಿತ್ತು.

'ನಮ್ಮ ಪಿಯುಸಿ ಕ್ಲಾಸ್ಮೇಟು ರೇ...ರೇ...ರೇಣಕಪ್ಪ... ಈಗ ನಮ್ಮನೀಗೆ ಕೆಲಸಕ್ಕ ಬರತಾನಲ' ತಡೆ ತಡೆದು ಹೆಸರು ಹೇಳಿದವಳೇ ಅಪ್ಪ ಏನಂದುಕೊಳ್ಳುವನೋ ಎಂಬ ಆತಂಕದಲ್ಲಿ ಮುಖ ನೋಡಿದಳು. ರಾಘವೇಂದ್ರನಿಂದ ಕಲಾವತಿಗೆ ತಾಳಿ ಕಟ್ಟಿಸಿದ್ದರ ಬಗ್ಗೆ ಅವಳಿಗೂ ಹೆಮ್ಮೆಯಿತ್ತು. ಆ ಧೈರ್ಯದಿಂದ ರೇಣಕಪ್ಪನ ಮೇಲಿದ್ದ ತನ್ನ ಪ್ರೇಮವನ್ನು ಹೇಳಿಕೊಂಡಳೇನೋ?

ಮುಗುಳ್ನಕ್ಕ ಸರದೇಸಾಯಿ 'ಹುಚ್ಚಿ ಇಷ್ಟಕ್ಕ ಇಷ್ಟು ಆತಂಕಗೊಂಡಿಯನು? ಅವನು ಗಟ್ಟಿಮುಟ್ಟ ಹುಡುಗ ಅದಾನಾಳ. ಚೊಲೊ ಹುಡುಗ ಅದಾನ. ಮದವಿ ಬಗ್ಗೆ ಮಾತಾಡ್ತೀನಿ. ಇದನ ಹೇಳಾಕ ಇಷ್ಟ ಹೆದರಿದೆನು? ನಾಳೇನ ಅವನ್ನ ಕರಸಿ ಮಾತಾಡ್ತೀನಿ. ನೀ ಮಕ್ಕೋ'ಅವಳನ್ನು ರೂಮಿನಲ್ಲೇ ಬಿಟ್ಟು ಎದ್ದು ಹೊರಗೆ ಬಂದ. ಕಣ್ಣುಗಳು ಕೆಂಪಗಾಗಿದ್ದವು. ಮನಸ್ಸಿನ ತುಂಬಾ ಅವನನ್ನು ಹಿಡಿದು ಕೊಂದು ಬಿಡಲೇ ಅನಿಸತೊಡಗಿತ್ತು. ಹೊರಗೆ ಬಂದ ಕೂಡಲೇ ಭದ್ರಾಪೂರದ ಪಾಟೀಲರಿಗೆ ಫೋನ್ ಮಾಡಿದ ಸರದೇಸಾಯಿ 'ಮಗಳೀಗೆ ಆರಾಮಿಲ್ಲ. ಎಂಟ್ಹತ್ತು ದಿನ ಬಿಟ್ಟು ಬರ್ರಿ ನೋಡಾಕ' ಅಂದ. ಆಗಲೇ ಕಣ್ಮುಂದೆ ದೊಡ್ಡಣ್ಣ ದೇಸಾಯಿಯ ಚಿತ್ರ ಮೂಡಿ ಮರೆಯಾದಂತಾಯಿತು. ಸರದೇಸಾಯಿ ತನ್ನ ಜೀವನದಲ್ಲೇ ಮೊದಲ ಸಲ ಅಷ್ಟು ಅಂಜತೊಡಗಿದ್ದ. ಹೊರಗೆ ಶತಪಥ ತಿರುಗತೊಡಗಿದವನ ಕಾಲುಗಳು ಒಂದು ಕಡೆ ನಿಲ್ಲುತ್ತಲೇ ಇರಲಿಲ್ಲ. ದೊಡ್ಡಣ್ಣ ದೇಸಾಯಿ ನೆನಪಾದ ಹಿಂದೆಯೇ ಊರಿನ ನಾಲ್ಕೈದು ದೊಡ್ಡ ಜನರ ಹೆಸರುಗಳು ಒಂದರ ಹಿಂದೊಂದು ನೆನಪಾಗಿ, ಈ ಸೂಳೆ ಮಕ್ಕಳಿಗೆ ಸುದ್ದಿ ತಿಳಿದರೆ ಹೇಗೆ? ಬೆವರಿದ. ಕೆಲಕ್ಷಣ ಯಾರೊಂದಿಗೂ ಮಾತನಾಡದೆ, ಯೋಚಿಸಿ ಹೊರ ಬಿದ್ದವನು ಮೋಬೈಲು ಕೈಗೆತ್ತಿಕೊಂಡು 'ಲೇ ಮಹಲಿಂಗ ಎಲ್ಲದೀ, ದೌಡ ಇಂಜನ್ ಮನೀ ಕಡೆ ಬಾ. ತಡ ಮಾಡಬ್ಯಾಡ' ನಡೆಯತೊಡಗಿದವನ ಹೆಜ್ಜೆಗಳಲ್ಲಿ ಅವಸರವಿತ್ತು. ತಲೆಯ ತುಂಬಾ ನೂರೆಂಟು ವಿಚಾರಗಳು ಮಿಸುಗಾಡತೊಡಗಿದ್ದವು. 'ಈ ಮಹಲಿಂಗನ್ನ ದಲಿತ ವೇದಿಕೆ ಜಿಲ್ಲಾ ಅಧ್ಯಕ್ಷ ಮಾಡಿದ್ದು ನಾನ. ಹೇಳಿದ್ರ ಈ ಕೆಲಸ ಮಾಡತಾನಾ? ಇಲ್ಲ ತಿರಗಿ ಬೀಳತಾನಾ?' ಅಂದುಕೊಳ್ಳುತ್ತ ನಡೆದವನಿಗೆ ಎಂಜಿನ್ ಮನೆಗೆ ಬಂದಿದ್ದೇನೆ ಅಂತ ಖಬರಾದದ್ದು ದೂರದ ತೆಂಗಿನ ಗಿಡದ ಬುಡದಲ್ಲಿ ಅದಾಗಲೇ ಬಂದು ನಿಂತಿದ್ದ ಮಹಲಿಂಗಪ್ಪ ಕಂಡಾಗ.

ನೋಡುತ್ತಲೇ ದೂರದಿಂದಲೇ ನಮಸ್ಕಾರ ಮಾಡಿ ಕೈ ಕಟ್ಟಿಕೊಂಡು ಬಂದ ಮಹಲಿಂಗಪ್ಪ. ಅವನ ಹೆಗಲ ಮೇಲೆ ಕೈ ಹಾಕಿ ಭುಜ ಅಮುಕಿದ ಸರದೇಸಾಯಿ ಒಂದಷ್ಟು ರೊಕ್ಕ ಕೈಗಿಟ್ಟ. ಚೂರು ಹೊತ್ತು ಮಾತುಗಳೇ

ಇರದೆ, ಬೀಸತೊಡಗಿದ್ದ ಗಾಳಿಗೆ ತೆಂಗಿನ ಗಿಡದ ಎಲೆಗಳ ಸಪ್ಪಳವೇ ಸುತ್ತ ತುಂಬಿಕೊಂಡಿತ್ತು. ಹಗಲ ಮೇಲೆ ಎಂದೂ ಕೈಹಾಕದಿದ್ದ ಸರದೇಸಾಯರ ಆತ್ಮೀಯತೆಗೆ ಮಹಲಿಂಗಪ್ಪ ಹಿಗ್ಗತೊಡಗಿದ್ದ. ನೂರರ ನೋಟಿನ ಕಟ್ಟು ಕೈಗೆ ಸಿಗುತ್ತಲೇ ಕಣ್ಣಗಲಿಸಿ ಖುಷಿಗೊಂಡಿದ್ದನಾದರೂ ಕೊಟ್ಟಿದ್ದೇಕೆ ಎಂಬುದು ತಿಳಿಯದೆ ಗಲಿಬಿಲಿಯಲ್ಲಿದ್ದ.

'ಕೇರಿ ರೇಣಕ್ಯಾ. ನಮ್ಮನೀಗೆ ಕೆಲಸಕ್ಕ ಬರತಾನಲ, ಅಂವಾ ಇವತ್ತ್ ರಾತ್ರಿಯಿಂದನ ಎಲ್ಲೂ ಕಾಣಸಬಾರದು. ಊರ ತುಂಬಾ ನಾಪತ್ತೆಯಾದ. ಹುಬ್ಬಳ್ಳಿ ಕಡೆ ಹೊಕ್ಕೀನಿ ಅಂದಾವ ಕಂಡಿಲ್ಲಂತ ಸುದ್ದಿಯಾಗಬೇಕು. ಅವರವ್ವನ ಕಡೆಯಿಂದ ಒಂದ ಕಂಪ್ಲೇಟ ನೀನ ಕೊಡಸು.' ದನಿಯಲ್ಲಿ ಉದ್ವೇಗದಲ್ಲಿತ್ತು.

'ಅಂಥಾದ್ದ್ ಏನ್ ಮಾಡ್ಯಾನ್ರಿ ಧಣ್ಯಾರ. ನಮ್ಮ ಹುಡುಗನ ಅವ' ಹಿಂಜರಿಕೆಯಿಂದ ಮಾತನಾಡಿದ ಮಹಲಿಂಗಪ್ಪನಲ್ಲಿ ಪ್ರಶ್ನೆಗಳೇಳತೊಡಗಿದ್ದವು.

'ಹೇಳ್ದಷ್ಟ್ ಮಾಡಲೇ. ನಿನ್ ಕೈಲಿ ಆಗತ್ತಿಲ್ಲ. ಅದನರ ಹೇಳ. ಇಲ್ಲಂದ್ರ ನಿನ್ನ ಅಧ್ಯಕ್ಷ ಸ್ಥಾನ ಬಿಟ್ಟ್ ಕೊಡು, ಬ್ಯಾರೇದವ್ರನ ಮಾಡಿ ಕೆಲಸ ತಗೋತೀನಿ'.

ತನ್ನ ಆದಾಯದ ಮೂಲವಾಗಿದ್ದ ಅಧ್ಯಕ್ಷ ಸ್ಥಾನಕ್ಕೇ ಸರದೇಸಾಯಿ ಕುತ್ತು ತರುವ ಮಾತನಾಡಿದ್ದಕ್ಕೆ ಮಹಲಿಂಗಪ್ಪ ಅಂಜಿ ಗಾಬರಿ ಬಿದ್ದ. ಇದು ನನ್ನ ತಳಕ್ಕ ಬರಂಗದ ಅನಿಸಿ 'ಅಲ್ಲ ಧಣ್ಯಾರ. ಅಂವಾ ಮಾಡಿದ್ ತಪ್ಪರ ಗೊತ್ತಾಗಬೇಕಲ್ರಿ. ಅದಲ್ದ ನಮ್ಮ್ ಹುಡುಗನ ಅದಾನವ' ಅಂದವನ ಮಾತಲ್ಲಿ ಕಾರಣ ಅರಿಯುವ ವಿನಂತಿಯಿತ್ತು.

ವಿಷಯ ಹೇಳುವ ತನಕ ಇವ ಬಿಡುವುದಿಲ್ಲ ಅನಿಸಿತು. ಹೇಳಲೋ ಬೇಡವೋ ಅಂತನಿಸಿದರೂ ಅಧ್ಯಕ್ಷ ಸ್ಥಾನಕ್ಕೆ ಕುತ್ತು ತರುವ ಮಾತಾಡಿದ ಕೂಡಲೇ ಮಹಲಿಂಗಪ್ಪನ ಮಾತಿನ ವರಸೆ ಬದಲಾಗಿದ್ದನ್ನು ಸ್ಪಷ್ಟವಾಗಿ ಗುರುತಿಸಿದ್ದ ಸರದೇಸಾಯಿ. 'ನಿಮ್ಮ್ ಹುಡುಗುರಾದ್ರ ನಮ್ಮ್ ಮನೀ ಹೆಣ್ಮಕ್ಕಳನ ಮುಟ್ಟ ಅಂದ್ಯೆತೆನು? ನಿಮ್ಮ್ ಸಲವಾಗಿ ನಾನ್ ಏನೆಲ್ಲಾ ಮಾಡಿಲ್ಲ. ಉಂಡ ಮನೀ ಜಂತೀ ಎಣಿಸ್ಯಾನ. ಅವನ್ನ್ ಮುಗ್ಸು. ಬರೂ ಜಿಲ್ಲಾ ಪಂಚಾಯ್ತಿ ಎಲೆಕ್ಷನ್ನಿಗೆ ಎಸ್ಸಿ ರಿಜರ್ವ್ ಇದ್ದಲ್ಲಿ ನಿನ್ನ ನಿಲ್ಲಸ್ತೀನಿ' ಸಿಟ್ಟಿನಲ್ಲೇ ಗಟ್ಟಿಯಾಗಿ ಮಾತನಾಡಿದ ಸರದೇಸಾಯಿ.

ಸುದ್ದಿ ಕೇಳಿ 'ಹಾಂ' ಎಂದ ಮಹಲಿಂಗಪ್ಪನಿಗೆ ಎರಡು ಕ್ಷಣ ಮಾತೇ ಹೊರಡಲಿಲ್ಲ. ಹಿಂದೆಯೇ ಜಿಲ್ಲಾ ಪಂಚಾಯ್ತಿ ಎಲೆಕ್ಷನ್ನಿಗೆ ನಿಲ್ಲಿಸೂ ಮಾತು ಬಂದದ್ದೇ ತಡ, ಅಂಬಾಸಿಡರ್ ಕಾರಿನ ಮುಂದೆ 'ಜಿ.ಪಂ ಸದಸ್ಯರು' ಬೋರ್ಡ್ ಹಾಕಿದ್ದ ಚಿತ್ರ ಕಣ್ಮುಂದೆ ಬಂದಂತಾಯಿತೇನೋ? ಖುಷಿಗೊಂಡಿದ್ದ. ಸರದೇಸಾಯಿ ಒಡ್ಡಿದ ಒಂದೇ ಆಮಿಷಕ್ಕೆ ಅದೇ ಕ್ಷಣದಲ್ಲೇ 'ಆಯ್ತು ಧಣಿ' ಎಂದು ಅಣಿಗೊಂಡ. ತನ್ನ ಮುಖ ನೋಡತೊಡಗಿದ್ದ ಮಹಲಿಂಗಪ್ಪನ

ನಗು ಕಾಣುತ್ತಲೇ ಸರದೇಸಾಯಿಗೆ ಅವನ ಮನದಿಂಗಿತ ಅರಿಯುವುದು ಕಷ್ಟವಾಗಲಿಲ್ಲ. 'ಮಾಲಿಂಗ್ಯಾ ನಿನಗ ರೊಕ್ಕ ಇನ್ನು ಸಿಗ್ತದ. ಮುಂದ ಪದವೀನೂ ಸೈತ. ಸುದ್ದಿ ಯಾರ ಕಿವಿಗೂ ಬೀಳಬಾರ್ದು. ಯಾರಗರ ಗೊತ್ತಾತೋ ನಿನ್ನ ನಾಲಗೀನ ಕತ್ತರಿಸಬೇಕಾಗ್ತದ'ಸಿಟ್ಟು ಮಿಶ್ರಿತ ದನಿಯಲ್ಲಿ ಭುಸುಗುಟ್ಟುತ್ತ ಎಚ್ಚರಿಕೆ ಕೊಟ್ಟ ದೇಸಾಯಿ. ಆಗಲೇ ಕರೆಂಟ್ ಬಂತೇನೋ? ತೆಂಗಿನ ಗಿಡಕ್ಕೆ ನೀರು ಹಾಸಲು ಶುರು ಮಾಡಿದ್ದ ಪಂಪ್ ಸೆಟ್ ಒಮ್ಮೆಲೆ ನೀರು ಹೊರಹಾಕತೊಡಗಿತು.

'ಇಲ್ರಿ ಧಣ್ಯಾರ. ಜೀತ ಮಾಡಾವ್ನ ಮಗಾ ನಾ. ನಿಮ್ಮಿಂದ ಕಾರ್ ಒಳಗ ತಿರಗಾಕತ್ತೇನಿ. ಜೆಡ್ಪಿ ಮೆಂಬರ್ ಮಾಡ್ತೀನಿ ಅಂದೀರಿ. ನಿಮಗ ಮೋಸ ಮಾಡಿದ್ರ ಒಳ್ಳೇದಾಕ್ಕೇತೆನ್ರಿ. ಇವತ್ತ ರಾತ್ರೀನ ಕೆಲಸ ಆತು ಅಂತ ತಿಳಕೋರಿ. ಅಗಸದೇ ಬಗಸದೇ ಬಂದ ಅದೃಷ್ಟ ಯಾಕೆ ಬಿಡಲಿ ಎಂದುಕೊಂಡವನಿಗೆ ಮತ್ತಷ್ಟು ದುಡ್ಡು ಸಿಗುತ್ತೆ ಅಂದಾಗಲೇ ರೆಕ್ಕೆ ಮೂಡಿದ್ದವು.

'ನೀ ಇನ್ನ ನಡೀ, ಇವತ್ತ ಕೆಲಸ ಮುಗಸೂ' ಆಜ್ಞೆಗೆ 'ಹಮ್ಮ್'ಎಂದಷ್ಟೇ ನಡೆದ ಮಹಲಿಂಗಪ್ಪ ಹಾದಿಯಲಿ ಕಣ್ಮರೆಯಾದ. ಪಂಪ್ಸೆಟ್ಟಿನ ನೀರಲ್ಲೇ ಮುಖ ತೊಳೆದುಕೊಂಡು ಉಟ್ಟಿದ್ದ ವಲ್ಲಿಯಲ್ಲೇ ಮುಖ ಒರೆಸಿಕೊಂಡು ಕೂತ ಸರದೇಸಾಯಿ ಎದೆಯಲ್ಲಿ ಏನಾಗುವುದೋ ಎಂಬ ಆತಂಕ. ತಲೆಯಲ್ಲಿ ಮೂಡತೊಡಗಿದ್ದ ಯೋಚನೆಗಳಿಗೆ ವಿರಾಮವಿಲ್ಲದಂತಾಗಿತ್ತು.

'ಸುತ್ತೂರಾಗ ನನ್ ತಂಟೇಕ ಯಾಂವನು ಬರಬಾರ್ದು ಅಂತ ಸಾಕಿದ್ಯಾ. ಊರಾಗ ದೊಡ್ಡ ದೊಡ್ಡ ಮಂದೀ ಮಕ್ಕು ಇವ್ರ ಮಕ್ಳ ಜೊತಿ ಮಕ್ಕೊಂಡಿದ್ಕ ಮದ್ವಿ ಮಾಡಸಿದ್ರ ನನ್ನ ಮನ್ಯಾನ ಎಡೀಗೆ ಬಾಯಿ ಹಾಕ್ಯಾರ. ಭದ್ರಾಪೂರ ಪಾಟೀಲನ ಮಗನ್ನ ಒಲ್ಲೆ ಅಂದ್ರ ಈಕೀನ ಕೊಂದು ಹುಗಿಯೂದು ನಂಗೇನ್ ದೊಡ್ಡ ಮಾತಲ್ಲ'ಅಂದುಕೊಳ್ಳುತ್ತಲೇ ನಡೆಯತೊಡಗಿದ್ದ. 'ಇನ್ನ ಬ್ಯಾರೇ ಆಟ ಹೂಡಬೇಕ. ಇಲ್ಲಂದ್ರ ಇದು ಬಗೆಹರಿಯಂಗಿಲ್ಲ' ಅನ್ನುವಷ್ಟರಲ್ಲಿ ಮನೆ ಬಂದಾಗ ಬಿಸಿಲು ಚೂರು ಕಡಿಮೆಯಾದಂತಾಗಿತ್ತು.

ಮಹಲಿಂಗ ಮೊದಲೇ ಹೇಳಿದಂತೆ ರಾತ್ರಿ ಅಂಗಳದಲ್ಲೇ ಮಲಗಿಕೊಂಡಿದ್ದ ರೇಣಕಪ್ಪ. ಅವನವ್ವ ಉಣ್ಣು ಅಂದರೂ ಊಟ ಆಗೇತಿ ಅಂತ ಸುಳ್ಳು ಹೇಳಿದವನ ತಲೆಯಲ್ಲಿ ಎಣ್ಣೆ, ಬಿರಿಯಾನಿ ವಾಸನೆಯೇ ಹರಿದಾಡತೊಡಗಿತ್ತು. ಹೊತ್ತಾದ ಮೇಲೆ ರೇಣುಕಪ್ಪನನ್ನ ಊರ ಹಳ್ಳದ ಕಡೆ ಬರಲು ಹೇಳಿದ್ದ ಮಹಲಿಂಗಪ್ಪ. ಹಳ್ಳದ ಬಳಿ ಅವನು ಬರುತ್ತಲೇ ತನ್ನ ಬಳಿ ಶೆರೆ ಕುಡಿಯಲು ಬರೋದನ್ನು ಯಾರಿಗೂ ಹೇಳದೆ ಇರುವುದು, ಬರುವಾಗ ಯಾರೂ ನೋಡದ್ದನ್ನು ಎರಡೆರಡು ಸಾರಿ ಕೇಳಿ ಖಚಿತಪಡಿಸಿಕೊಂಡ. ಇಷ್ಟುದ್ದದ ಚೆಂದನೆಯ ಎಣ್ಣೆ ಬಾಟಲಿ ತೋರಿಸುತ್ತಲೇ ಹಿರಿ ಹಿರಿ ಹಿಗ್ಗಿದ್ದ

ರೇಣಕಪ್ಪ. ಮಹಲಿಂಗಪ್ಪ ಮೂರು ಸಂಜೀಮುಂದ ಸಿಕ್ಕು 'ಕುಡಿಯಾಕ್ ಹೋಗಾಣ್ ಲೇ ರೇಣ್ಯಾ, ಯಾರಗೂ ಹೇಳಬ್ಯಾಡ' ಅಂದಾಗಲೇ 'ಹವಾ ಇರೂ ಮಹಲಿಂಗಣ್ಣನ್ ಜೊತೀ ಎಣ್ಣಿ ಹೊಡಿಯಾದಂದ್ರೇನ್'ಅಂದುಕೊಂಡು ಹಿಗ್ಗಿದ್ದ ಇವ. ಕಳ್ಳಿಸಾಲಿನ ಹಾದಿ ಹಿಡಿದು ಹಳ್ಳ ದಾಟಿ ಎಂಜಿನ್ ಮನೆಯಾಚೆ ಬಂದ ಇಬ್ಬರೂ ಒಂದು ಕಡೆ ಕೂತರು. ಕಿಮ್ಮತ್ತಿನ ಎಣ್ಣೆ ಅನ್ನುವುದ ತಿಳಿದಿದ್ದ ರೇಣಕಪ್ಪ ನಿಲ್ಲಲು ಬಾರದಂತೆ ಬರಗೆಟ್ಟು ಕುಡಿದ. ಕುಡಿಯುವವರಂತೆ ನಟಿಸಿದ ಮಹಲಿಂಗ ಇದ್ದ ಎಣ್ಣೆಯನ್ನೆಲ್ಲ ರೇಣ್ಯಾನ ಗ್ಲಾಸಿಗೆ ಆಗಾಗ ಸುರಿದಿದ್ದ. ಮಾರನೇ ದಿನ ಬೆಳಿಗ್ಗೆ ಸೂರೀಕೆರೆ ಎಂದಿನಂತೆಯೇ ಇತ್ತು. ಸಂಜೆ ವೇಳೆಗಾಗಲೇ ರೇಣಕಪ್ಪನ ಅವ್ವ ಅಳತೊಡಗಿದ್ದರಿಂದ ಅವನು ಕಾಣೆಯಾದ ಸುದ್ದಿ ಊರಿಗೆಲ್ಲಾ ಹಬ್ಬಿತು. ಕೌಸಲ್ಯ ರೇಣಕಪ್ಪ ಬರದೆ ಇದ್ದುದರಿಂದ ಬಹಳಷ್ಟು ಚಿಂತಾಕ್ರಾಂತಳಾಗಿದ್ದಳು. ರೇಣಕಪ್ಪನ ತಾಯಿಯೇ ಸರದೇಸಾಯರ ಬಳಿ ಬಂದು 'ಮಗ ಕಾಣವಲ್ಲ ನೋಡ್ರಿ ಯಪ್ಪಾ. ಎಲ್ಲೇ ಹೋಗ್ಯಾನನ ಏನ? ನೀವ ಏನರ ಮಾಡ್ರಿ ಸಾವ್ಕಾರ್ರ'ಎಂದು ಕಾಲಿಗೆ ಬಿದ್ದು ಗೋಗರೆದಳು. ಈ ಸುದ್ದಿ ಕೌಸಲ್ಯಳ ಕಿವಿಗೆ ಬೀಳುವಂತೆ ಎಚ್ಚರದ ಜಾಣ್ಮೆ ವಹಿಸಿದ ಸರದೇಸಾಯಿ. ತಾನೇ ಅವಳೊಂದಿಗೆ ಹೋಗಿ ಕಂಪ್ಲೇಟು ಕೊಡಿಸಿದ್ದನ್ನು ಮಗಳಿಗೆ ತಿಳಿಯುವಂತೆ ನೋಡಿಕೊಂಡ. ಅವತ್ತು ರಾತ್ರಿಯೇ ಗುಲ್ಯಾನಮ್ಮ ಗುಟ್ಟಾಗಿ ಮನೆಗೆ ಬಂದು ಹೋದಳು. ರೇಣಕಪ್ಪ ಕಾಣದೆ ಸರಿಯಾಗಿ ಊಟಮಾಡದ ಕೌಸಲ್ಯಳ ಅಶಕ್ತಿ ಹೆಚ್ಚಾಗಿತ್ತು. ಗುಲ್ಯಾನಮ್ಮ ಅಶಕ್ತೀಗೆ ಔಷಧಿ ಅಂತ ಎಂಥದೋ ಎಲೆಗಳನು ಕುಟ್ಟಿ ಕುಡಿಸಿದಳು. ಎರಡು ದಿನ ಹೊಟ್ಟೆ ನೋವಿನಿಂದ ನರಳಿದ ಕೌಸಲ್ಯ ಸಂಡಾಸಿಗೆ ಹೋದಾಗಲೂ ವಿಪರೀತ ತ್ರಾಸುಪಟ್ಟಳು. ಈ ನಡುವೆ ರೇಣಕಪ್ಪನ ಹುಡುಕಿಸಲು ಕಂಪ್ಲೇಟು ನೀಡಿದ್ದರ ಬಗ್ಗೆ, ಅವನು ಬರುವತನಕ ತಾಯಿಗೆ ಜೀವನೋಪಾಯಕ್ಕೆ ಹಣ ನೀಡುವ ಆಶ್ವಾಸನೆಯ ಬಗ್ಗೆ ಮಗಳಿಗೆ ಹೇಳಿದ್ದ. 'ಅವನು ಬರಲಿ. ಬಂದರೆ ಖಂಡಿತ ಅವನ ಜೊತೆಗೆ ಮದುವೆ. ಅಲ್ಲಿಯವರೆಗೂ ಈ ಸುದ್ದಿ ಹೊರಗೆ ಬರುವುದು ಬೇಡ. ಮರ್ಯಾದೆ ಪ್ರಶ್ನೆ. ಒಮ್ಮೆಲೆ ಮದುವೆ ಕಾರ್ಡು ಕೊಟ್ಟಾಗ ಜನ ಹೆಚ್ಚು ಖುಷಿಪಡತಾರ' ಎಂದು ಅನುಮಾನ ಬಾರದಂತೆ ನಡೆದುಕೊಂಡಿದ್ದ. ನಮ್ಮಪ್ಪ ದೇವರಂಥಾವ ಎಂದುಕೊಂಡ ಕೌಸಲ್ಯ ಆರು ತಿಂಗಳು ಕಾದಳು. ರೇಣಕಪ್ಪನ ಬಗ್ಗೆ ಒಂದು ಸುದ್ದಿಯೂ ಬರಲಿಲ್ಲ.

ಒಂದಿನ 'ನಿನ್ನ ಮದುವೆ ನೋಡುವುದೊಂದು ನನ್ನ ಕನಸು. ಎಷ್ಟ ದಿನ ಅಂತ ಕಾಯಿತೀ ಮಗಳ. ನಿನ್ನ ಮೊಮ್ಮಗನ್ನ ಎದಿ ಮ್ಯಾಲ ಆಡಿಸಿದ್ರ ಜೀವನ ಪಾವನಾಕ್ಕೇತಿ. ಹೆಣ್ಣ ಹುಟ್ಟಿದ್ರ ಮತ್ತ ನಿಮ್ಮವ್ವ ನಿನ್ನ ಹೊಟ್ಟ್ಯಾಗ ಹುಟ್ಟಿ ಬಂದಂಗ. ವಯಸ್ಸ ಹೊಕ್ಕಾವು ಹೊರತು ಬರಂಗಿಲ್ಲ. ನಾನು ಇವತ್ತಲ್ಲ

ನಾಳೆ ಬಿದ್ದ ಹೋಗು ಮರ' ಎನ್ನುತ್ತ ಕಣ್ಣೀರಾದ. ಅಪ್ಪನ ಮಾತಿಗೆ ಏನು ಹೇಳಬೇಕೆಂದೆ ತೋಚದ ಕೌಸಲ್ಯ ಮಾತಾಡಲಿಲ್ಲ. ಇದಾಗಿ ತಿಂಗಳೊಳಗೆ ಭದ್ರಾಪೂರ ಪಾಟೀಲರ ಮಗನ ಜೊತೆಗೆ ಸಂಬಂಧ ನಿಕ್ಕಿಯಾಯಿತು. ಧಾಂ ಧೂಂ ಅಂತ ಮದುವೆ ದೊಡ್ಡಮಟ್ಟದಲ್ಲಾಯಿತು. ಮದುವೆಯ ದಿನ ಸುತ್ತಲ ಹಳ್ಳಿಗಳ ಜನರೆಲ್ಲ ಮನೆಯಲ್ಲಿ ಒಲೆ ಹೊತ್ತಿಸಲಿಲ್ಲ.

ಕೌಸಲ್ಯಳ ಮದುವೆಯಾಗಿ ಒಂದೆರಡು ವರ್ಷಗಳೇ ಕಳೆದಿವೆ. ಇತ್ತೀಚೆಗೆ ರಾಜ್ಯ ಸರಕಾರ 'ಸಮಾಜೋದ್ಧಾರಕ' ಪ್ರಶಸ್ತಿಯನ್ನು ಶಂಕರಗೌಡರಿಗೆ ಘೋಷಿಸಿದಾಗ ಬೆಂಬಲಿಗರೆಲ್ಲ ಇಡೀ ಊರಿನ ಮೂಲೆಗೂ ಬಣ್ಣಬಣ್ಣದ ಹಾಳೆಗಳ ಪರಿಪರಿ ಕಟ್ಟಿ, ಪಟಾಕಿ ಸಿಡಿಸಿ ಸಂಭ್ರಮಿಸಿ ಗೌರವಿಸಿದ್ದರು. ಪ್ರಶಸ್ತಿ ಪ್ರದಾನ ಮಾಡಿದ್ದ ಮಂತ್ರಿಗಳು ತಮ್ಮ ಭಾಷಣದಲ್ಲಿ ಹೇಳಿದ್ದ 'ಸರದೇಸಾಯರು ನಮ್ಮ ಕಾಲದ ಶಾಹು ಮಹಾರಾಜರಿದ್ದಂತೆ' ಎಂದಿದ್ದ ಸಾಲೇ ಪತ್ರಿಕೆಗಳಲ್ಲಿ ಮುಖ್ಯಾಂಶವಾಗಿ ಅಚ್ಚಾಗಿತ್ತು. ಸದ್ಯ ಮಹಲಿಂಗಪ್ಪ ಜೆಡ್ಪಿ ಚುನಾವಣೆ ತಯಾರಿಯಲ್ಲಿದ್ದಾನೆ. ರೇಣಕಪ್ಪನ ತಾಯಿ ಮಗ ಇವತ್ತಲ್ಲ ನಾಳೆ ಬಂದೇ ಬರುತ್ತಾನೆ ಎಂಬ ಭರವಸೆಯಲ್ಲಿ ಇಂದಿಗೂ ದಾರಿ ಕಾಯುತ್ತಿದ್ದಾಳೆ.

ಸದಾ ಅನ್ಯಮನಸ್ಕಳಾಗಿರುವ ಕೌಸಲ್ಯ ಮೊದಲಿಗಿಂತ ಹೆಚ್ಚು ಸೂಕ್ಷ್ಮತೆಯಿಂದ ಸಂಸಾರದ ಬಂಡಿ ಸಾಗಿಸುತ್ತಿದ್ದಾಳೆ.

ಉಂಚುಕಚುಕ

ಹರೀಶ್ ಕೇರ

ಅಪ್ಪಯ್ಯ ಬಂಟಮಲೆ ಕಾಡಿಗೆ ಹೋದಾಗ ಅವರಿಗೆ ನಲುವತ್ತು ವರ್ಷ. ಅಷ್ಟರಲ್ಲಾಗಲೇ ಅವರಿಗೆ ನಾವು ಮೂವರು ಮಕ್ಕಳು ಹುಟ್ಟಿದ್ದೆವು. ಒಂದು ಮುಂಜಾನೆ ಯಾಕೋ ಬಂಟಮಲೆಗೆ ಹೋಗಿ ಬರುತ್ತೇನೆ ಎಂದು ಹೇಳಿ ಹೋದರು. ಯಾರೂ ಅವರನ್ನು ಹುಡುಕಲು ವಿಶೇಷ ಪ್ರಯತ್ನ ಮಾಡಿರಲಿಲ್ಲ. ಅಮ್ಮ ಕೂಡ ತಲೆ ಕೆಡಿಸಿಕೊಂಡಿರಲಿಲ್ಲ. ಬಹುಶಃ ಅವರಿಗೂ ನಾನು ಇಲ್ಲಿ ಇದ್ದರೂ ಹೆಚ್ಚಿನ ಪ್ರಯೋಜನವೇನೂ ಇಲ್ಲ; ಅಥವಾ ಇಲ್ಲಿ ಇರುವುದೂ ಬೇರೆಲ್ಲೋ ಇರುವುದೂ ಒಂದೇ ಎಂದು ತೋರಿತ್ತೆಂದು ಕಾಣುತ್ತದೆ. ಹೊರಟುಬಿಟ್ಟಿದ್ದರು.

ಹಾಗೆ ಕಣ್ಮರೆಯಾದವರು, ಒಂದು ವರ್ಷ ವಾಪಸಾಗಲಿಲ್ಲ. ಆಗ ನನಗೆ ಹನ್ನೆರಡು ವರ್ಷ, ತಮ್ಮನಿಗೆ ಹತ್ತು ಮತ್ತು ತಂಗಿಗೆ ಎಂಟು. ಒಂದು ವರ್ಷ ಆದ ಮೇಲೆ ಮರಳಿ ಬಂದರು. ಒಂದು ವರ್ಷದಲ್ಲಿ ನೋಡುವುದಕ್ಕೆ ತುಂಬ ಬದಲಾಯಿಸಿದ್ದರು. ಗಡ್ಡ ಬೆಳೆದು ಹೊಕ್ಕುಳವರೆಗೂ ಬಂದಿತ್ತು. ಹೋಗುವಾಗ ಅವರು ಒಂದು ಲುಂಗಿ ತೊಟ್ಟಿದ್ದವರು. ಬರುವಾಗ ಪೈಜಾಮ–ಅಂಗಿ ತೊಟ್ಟಿದ್ದರು. ಕೈಯಲ್ಲಿ ಏನೂ ಇರಲಿಲ್ಲ. ಅವರು ಹಾಗೇ ಇದ್ದರೋ ಏನೋ. ಅಂದರೆ ಪೇಟೆಯಿಂದ ಮರಳುವಾಗಲೂ ಅವರು ಮಕ್ಕಳಿಗಾಗಲೀ ಮನೆಗಾಗಲೀ ಏನೂ ತರುವ ಕ್ರಮ ಇರಲಿಲ್ಲ. ಹೀಗಾಗಿ ನಾವು ಅವರ ಕೈ ನೋಡುವುದನ್ನು ಬಿಟ್ಟಿದ್ದೆವು ಅನಿಸುತ್ತದೆ.

ಅವರು ಹಾಗೇ ಬಂಟಮಲೆಯ ಕಾಡಿನಿಂದ ಇಳಿದು ಬರುವುದು ಕಾಣಿಸಿತು. ನಿಜಕ್ಕೂ ಅವರು ಬಂಟಮಲೆಗೆ ಹೋಗುತ್ತೇನೆಂದು ಹೇಳಿ ಬೇರೆ ಎಲ್ಲೋ ಹೋಗಿರಲಿಲ್ಲ. ಊರಿನವರಿಗೂ ಮನೆಯವರಿಗೂ ಅವರ ಚಾರಿತ್ರ್ಯದ

ಬಗ್ಗೆ ಯಾವ ಅನುಮಾನವೂ ಇರಲಿಲ್ಲ. ಹೀಗಾಗಿ ಬಂಟಮಲೆಯಿಂದಲೇ ಮರಳಿ ಬಂದಿದ್ದೇನೆ ಎಂಬ ಅವರ ಮಾತಿನಲ್ಲಿ ಅವಿಶ್ವಾಸ ತೋರಿಸುವುದಕ್ಕೆ ನಮಗೆ ಕಾರಣವೇನೂ ಇರಲಿಲ್ಲ. ಬಂದ ಮೇಲೆ ಅವರು ಅಮ್ಮ ಮಾಡಿದ ಕಾಫಿ ಕುಡಿದು ದೋಸೆ ತಿಂದು ಸುಧಾರಿಸಿಕೊಂಡರು. ಆಮೇಲೆ ಅಮ್ಮ ಸೊಪ್ಪು ತರುತ್ತೇನೆ ಎಂದು ಹೇಳಿ ತೋಟಕ್ಕೆ ಹೋದರು. ಅಪ್ಪ ಒಂದು ವರ್ಷ ಕಾಲ ಬಂಟಮಲೆಯ ಕಾಡಿನಲ್ಲಿ ಏನು ಮಾಡಿದರು ಎಂದು ಕೇಳುವ ಉತ್ಸಾಹವೇನೂ ಅಮ್ಮನಿಗೆ ಇದ್ದಂತಿರಲಿಲ್ಲ.

ಅಪ್ಪ ಆಮೇಲೆ ಹೇಳಿದ ಕತೆಗಳನ್ನು ಕೇಳಿ ನಮಗೆ ಆಶ್ಚರ್ಯವಾಯಿತು. ಅವರು ನಮ್ಮ ಮೂವರೂ ಮಕ್ಕಳನ್ನು ಎದುರಿಗೆ ಕೂರಿಸಿಕೊಂಡು ಕತೆ ಹೇಳಿದ್ದರು. ಬಂಟಮಲೆಗೆ ಹೋಗುವಾಗ ಅವರಿಗೆ ಇದ್ದ ಉದ್ದೇಶ ಕಾಟು ಮಾವಿನಹಣ್ಣು ಹೆಕ್ಕಿಕೊಂಡು ಬರುವುದಾಗಿತ್ತು. ಹಾಗೇ ಹೋಗುತ್ತ ಹೋಗುತ್ತ ಅವರು ಒಂದು ಗುಹೆಯಂಥ ಜಾಗವನ್ನು ನೋಡಿದರಂತೆ. ಅಲ್ಲಿ ಗುಹೆಯ ಬಾಗಿಲನ್ನು ಜೇಡರ ಬಲೆಗಳು ಕಟ್ಟಿಕೊಂಡಿದ್ದವು. ದಪ್ಪ ದಪ್ಪ ಜೇಡರ ಬಲೆಗಳು. ಬಲೆಯ ಒಂದೊಂದು ಎಳೆಯೂ ಒಂದೊಂದು ಹಲಸಿನ ಮರದಷ್ಟು ದಪ್ಪವಂತೆ. ಅಂಥ ಹತ್ತಾರು ಎಳೆಗಳು. ಅದನ್ನು ಕಟ್ಟಿದ ಜೇಡ ಎಷ್ಟು ದಪ್ಪವಿರಬೇಕು? ಆದರೆ ಜೇಡ ಅಲ್ಲೆಲ್ಲೂ ಕಾಣಲಿಲ್ಲ. ಬಹುಶಃ ಗುಹೆಯೊಳಗೆ ಪವಡಿಸಿರಬಹುದು ಎನ್ನುತ್ತ ಅಪ್ಪ ಎಳೆಯೊಂದನ್ನು ಮುಟ್ಟಿದ್ದರು. ಅದು ಬಟ್ಟೆಯಂತೆ ಇಷ್ಟಿಷ್ಟೆ ಸರಿಯುತ್ತ ಬಾಗಿಲಿನಂತೆ ರಂಧ್ರವೊಂದನ್ನು ತೆರೆಯಿತು.

ಅಪ್ಪ ಕೂಡಲೇ ಅದರೊಳಗೆ ಏನಿದೆ ಎಂದು ನೋಡಿಬಿಡುವ ಕುತೂಹಲದಿಂದ ಅದನ್ನು ಹೊಕ್ಕರು. ಅದು ಒಂದು ಸುರಂಗದ ದಾರಿಯಂತೆ ಊ..ದ್ದಕ್ಕೂ ಹಾಸಿತ್ತು. ಅಪ್ಪ ಆ ಸುರಂಗದ ತುದಿಯಲ್ಲಿ ಏನಿದೆ ನೋಡಿಯೇ ಬಿಡುವ ಎಂದು ಅತ್ತ ನಡೆದರು. ಹಾಗೆ ಹೋಗುತ್ತಾ ಹೋಗುತ್ತಾ ಅವರಿಗೆ ಏನೋ ಒಂದು ತೋಳಿಗೆ ಚುಚ್ಚಿದಂತಾಯಿತು. ಅರಿವು ಕಳೆಯುತ್ತಾ ಮತ್ತು ಆವರಿಸುತ್ತಾ ಬಂತು. ಒಂದು ಹಂತದಲ್ಲಿ ಅವರು ಅಲ್ಲೇ ಕುಸಿದು ನಿದ್ದೆಹೋದರು.

ಕಣ್ಣು ಬಿಟ್ಟು ನೋಡಿದಾಗ ಅವರು ಯಾವುದೋ ಮರದ ಬುಡದಲ್ಲಿ ಇದ್ದರು. ಹತ್ತಾರು ಜನ ಅವರ ಸುತ್ತ ನೆರೆದಿದ್ದರು. ಅವರು ಮಾತನಾಡುತ್ತಿದ್ದ ಭಾಷೆ ಇವರಿಗೆ ಅರ್ಥವಾಗುತ್ತಿತ್ತು. ಆದರೆ ಅದು ಕನ್ನಡ ಆಗಿರಲಿಲ್ಲ. ಅವರ ಪ್ರಶ್ನೆಗಳಿಗೆ ಉತ್ತರ ಕೊಡೋಣವೆಂದು ಬಾಯಿ ತೆರೆದರೆ ಆ ಭಾಷೆಯೇ ಸಲೀಸಾಗಿ ನಾಲಿಗೆಯಲ್ಲಿ ಹರಿದು ಬಂತು. ಯಾವುದೇ ಪ್ರಯತ್ನವಿಲ್ಲದೆ ಅವರು ಆ ಭಾಷೆಯನ್ನು ಮಾತಾಡಿದರು. ತಾನು ಎಲ್ಲಿಂದ ಬಂದೆ ಎಂಬುದನ್ನು ಅವರು ಹೇಳಿದರು. ಆ ಜೇಡರ ಬಲೆಯನ್ನು ತೋರಿಸು

ಎಂದು ಅಲ್ಲಿದ್ದವರು ಕೇಳಿದರು. ಆದರೆ ಅದೆಲ್ಲಿತ್ತು? ಅಂಥ ಬಲೆ ಯಾವುದೂ ಕಾಣಲಿಲ್ಲ. ಮತ್ತೆ ಅಲ್ಲಿನವರಿಗೆ ಬಂಟಮಲೆ ಅಂದರೇನು ಎಂಬುದೂ ಗೊತ್ತಿರಲಿಲ್ಲ. ಅವರೆಲ್ಲ ಅಪ್ಪನನ್ನು ಬಿಟ್ಟು ತಮ್ಮ ತಮ್ಮ ಕೆಲಸಗಳಲ್ಲಿ ತೊಡಗಿಕೊಂಡರು.

ಮುಖ್ಯವಾಗಿ ಅಲ್ಲಿನ ಜನರ ಕೆಲಸ ಮೀನು ಹಿಡಿಯುವುದಾಗಿತ್ತು. ಅದೊಂದು ಸಮುದ್ರ ತೀರ. ಸಾಲಾಗಿ ಮೀನುಗಾರರ ಮನೆಗಳಿದ್ದವು. ಅಪ್ಪ ತೀರಕ್ಕೆ ಹೋಗಿ ನಿಂತರು. ಸಂಜೆಯಾಗುತ್ತಿತ್ತು. ಮೀನುಗಾರರು ಕಡಲಿನಿಂದ ಮನೆಗೆ ಮರಳುತ್ತಿದ್ದರು. ಬಲೆಗಳಲ್ಲಿ ಮೀನುಗಳಿದ್ದವು. ಅವುಗಳನ್ನು ಬಿಡಿಸಿ ಕುಕ್ಕೆಯಲ್ಲಿ ಹಾಕಿಕೊಳ್ಳಲು ಅಪ್ಪ ಅವರಿಗೆ ನೆನಪಾದರು. ನಂತರ ಅವರೆಲ್ಲಾ ಅವರವರ ಮನೆಗಳಿಗೆ ತೆರಳಿದರು ಎಂದು ಕಾಣುತ್ತದೆ. ತಾನು ಎಲ್ಲಿಗೆ ಹೋಗಬೇಕು ಎಂದು ಅಪ್ಪನಿಗೆ ಗೊತ್ತಾಗಲಿಲ್ಲ. ಹಾಗಾಗಿ ತೀರದಲ್ಲಿ ಕುಳಿತೇ ಇದ್ದರು. ಅಷ್ಟರಲ್ಲಿ ತುಂಬಾ ಹೊತ್ತಿನಿಂದ ಅವರನ್ನು ಗಮನಿಸುತ್ತಾ ಇದ್ದ ಒಬ್ಬ ಹಿರಿಯರು ಅವರ ಬಳಿಗೆ ಬಂದರು. 'ನೀವ್ಯಾರು? ಹಿಂದೆ ಯಾವತ್ತೂ ನಿಮ್ಮನ್ನು ನೋಡಿರಲಿಲ್ಲ?' ಎಂದು ಪ್ರಶ್ನಿಸಿದರು. ಅಪ್ಪ ತನ್ನ ಕತೆ ಹೇಳಿದರು. ಆ ಹಿರಿಯರಿಗೆ ಆಶ್ಚರ್ಯವಾಯಿತು.

'ನೀನು ಹೇಳುವ ಊರು, ಕಾಡು ಯಾವುದೂ ನನಗೆ ಗೊತ್ತಿಲ್ಲ. ನಾನು ಹುಟ್ಟಿದ ಬಳಿಕ ಈ ಕಡಲು ಮತ್ತು ಕಡಲೂರು ಬಿಟ್ಟು ಬೇರೆ ಕಡೆ ಹೋಗಿಲ್ಲ. ಈ ಕಡಲು ಬಿಟ್ಟರೆ ನಮ್ಮ ಲೋಕದಲ್ಲಿ ಬೇರೆ ಏನೂ ಇದೆ ಎಂದು ನನಗೆ ಅನಿಸುವುದಿಲ್ಲ. ನಿನಗೆ ಮನಸ್ಸಿದ್ದರೆ ನಮ್ಮ ಮನೆಗೆ ಬಾ.' ಎಂದು ಕರೆದರು. ನಾನು ಎಲ್ಲಿಗೆ ತಾನೆ ಹೋಗಿ ಏನು ತಾನೆ ಮಾಡಬೇಕಿದೆ? ಅವರನ್ನು ಹಿಂಬಾಲಿಸಿದೆ. ಅಲ್ಲಿ ಉಣ್ಣಲು, ಹಾಸಲು, ಹೊದೆಯಲು ಸಿಕ್ಕಿತು. ಆ ಹಿರಿಯರ ಪತ್ನಿ ಅಪ್ಪನನ್ನು ಅತ್ಯಂತ ಪ್ರೀತಿಯಿಂದ ಕರೆದು ಉಪಚರಿಸಿದರು. ಅವರಿಗೆ ಒಬ್ಬ ಮಗಳಿದ್ದಳು. ಆಕೆಯ ಹೆಸರು ಉಂಚುಕಚುಕ.

ಅವರ ಹೆಸರುಗಳೆಲ್ಲ ಈಕೆಯ ಹೆಸರಿನ ಹಾಗೇ ವಿಚಿತ್ರವಾಗಿದ್ದವು. ಆದರೆ ಅವರೂ ಬಹುತೇಕ ಎಲ್ಲದರಲ್ಲೂ ನಮ್ಮ ಹಾಗೇ ಇದ್ದರು. ಹಸಿವು ನಿದ್ರೆ, ಭಯ, ಸಂಬಂಧ, ಸಿಟ್ಟು, ಪ್ರೇಮ, ಕಾಮ ಎಲ್ಲದರಲ್ಲೂ. ಉಂಚುಕಚುಕ ಕೂಡ ಹಾಗೇ. ನಾನು ಅವರ ಮನೆ ಸೇರಿಕೊಂಡು ಮೊದಲ ಒಂದೆರಡು ದಿನ ನನ್ನನ್ನು ಕಿಟಕಿ ಸಂದಿಯಿಂದ ಕದ್ದು ನೋಡಿದಳು. ನಂತರ ನೇರವಾಗಿ ಪಡಸಾಲೆಗೆ ಬಂದು ಮಾತನಾಡತೊಡಗಿದಳು. ಆಮೇಲೆ ಆಕೆಯ ಅಪ್ಪನೂ ಅಮ್ಮನೂ ಇಲ್ಲದ ಹೊತ್ತು ಹುಡುಕಿಕೊಂಡು ಬಂದು ಮಾತನಾಡಿಸಿದಳು. ಮುಖ್ಯವಾಗಿ ಆಕೆಯ ಕುತೂಹಲ ನಾನು ಎಲ್ಲಿಂದ ಬಂದೆ ಎಂಬುದೇ ಆಗಿತ್ತು. ಅಂಥದೊಂದು ಜಾಗದ ಹೆಸರನ್ನೂ ಆಕೆ ಕೇಳಿರಲಿಲ್ಲ; ಅಂಥ ಜಾಗಗಳನ್ನೂ

ಆಕೆ ನೋಡಿರಲಿಲ್ಲ. ದಟ್ಟವಾದ ಕಾಡುಗಳಿರುತ್ತವೆ ಅಂತ ಆಕೆಗೆ ನಾನು ಗೊತ್ತು ಮಾಡಿಸಬೇಕಾಯಿತು. ಮುಂದೆ ನನ್ನ ಎದೆಯ ಮೇಲಿನ ಪೊದೆಗೂದಲಿನಲ್ಲಿ ಆಕೆ ಬೆರಳಾಡಿಸುತ್ತಾ ಕಾಡು ಅಂದರೆ ಹೀಗಿರುತ್ತದಾ ಅಂತ ಆಕೆ ಕೇಳಿದಾಗ ನಾನು ಹೌದು ಎಂದು ಹೇಳಿ ಕಾಡಿನ ಮರಗಳ ವಿಸ್ತಾರ ಮತ್ತು ದಟ್ಟತೆಯನ್ನು ವಿವರಿಸಿದೆ. ಬೆಟ್ಟಗಳು ಎಂದರೆ ಏನು ಎಂದು ಆಕೆಯ ಎದೆಯನ್ನು ಉದಾಹರಣೆಯಾಗಿ ಇಟ್ಟುಕೊಂಡು ವಿವರಿಸಿದೆ. ಬೆಟ್ಟವೇರುತ್ತಾ ಹೋದಾಗ ಹೇಗೆ ಉಲ್ಲಾಸ ಮತ್ತು ದಣಿವು ಎರಡೂ ಆಗುತ್ತದೆ ಎಂಬುದನ್ನೂ ವಿವರಿಸಿದೆ. ಹಾಗೇ ಅವಳು ನನಗೆ ದೋಣಿಯಲ್ಲಿ ಕಡಲ ಮೇಲೆ ಹೋಗುವುದು ಕೂಡ ಎಷ್ಟು ಉಲ್ಲಾಸ, ರೋಮಾಂಚನ, ಉದ್ರೇಕದ ಕ್ರಿಯೆ ಎಂಬುದನ್ನು ನನಗೆ ಹೇಳಿಕೊಟ್ಟಳು. ದಡದ ಬಳಿ ಅಲೆಗಳ ರಭಸವಾಗಿರುತ್ತವೆ; ದೋಣಿಯನ್ನು ಕಡಲು ಹಾಗೂ ಕಡಲನ್ನು ದೋಣಿ ಮೊದಮೊದಲು ಸ್ವೀಕರಿಸಲು ಒಪ್ಪುವುದೇ ಇಲ್ಲ; ದೋಣಿಯನ್ನು ಕಡಲು ದಡಕ್ಕೆ ದೂಡುತ್ತದೆ. ನಂತರ ಒಪ್ಪಿಕೊಳ್ಳುತ್ತದೆ ಎಂದು ಆಕೆ ಹೇಳಿದಳು. ಹಾಗೇ ಒಂದು ದಿನ ನಾವು ನಡುಗಡಲಿನಲ್ಲಿ ಪ್ರಶಾಂತವಾಗಿ ತೇಲುವ ದೋಣಿಯ ಮೇಲೆ ಒಬ್ಬರನ್ನೊಬ್ಬರು ಶೋಧಿಸುತ್ತಾ, ಕಾಡುಗುಡ್ಡ ಕಡಲು ಬೆಟ್ಟಗಳನ್ನು ಅನ್ವೇಷಿಸುತ್ತಾ ರೋಮಾಂಚಿತರಾದೆವು.

ಹೀಗೇ ಕೆಲವು ತಿಂಗಳು ಕಳೆದಿರಬೇಕು. ಅವಳ ಅಪ್ಪ ಅಮ್ಮ ನನ್ನ ಬಳಿ ಮದುವೆಯ ಪ್ರಸ್ತಾಪ ಎತ್ತಿದರು. ನೀನು ಹೇಗಿದ್ದರೂ ಈಗ ನಮ್ಮವನು, ನೀನು ಹಿಂದಿರುಗಿ ಹೋಗಲಾರೆ ಎಂಬುದೂ ನಮಗೆ ಗೊತ್ತಿದೆ. ಹೀಗಾಗಿ ಉಂಚುಕಚುಕಳನ್ನು ಮದುವೆಯಾಗು ಎಂದು ಹೇಳಿದರು. ನಿರಾಕರಿಸಲು ನನಗೂ ಯಾವುದೇ ಕಾರಣ ಇರಲಿಲ್ಲ. ಹಾಗೇ ನಮ್ಮಿಬ್ಬರ ಮದುವೆಯಾಯಿತು. ಅಲ್ಲಿ ಮದುವೆ ಎಂದರೆ ಕಡಲಿನ ಸಾಕ್ಷಿಯಾಗಿ ಕೈ ಹಿಡಿಯುವುದು ಮಾತ್ರಾ. ಸಾಕ್ಷಿಯಾಗಿ ಕೆಲವರು ಇರುತ್ತಾರೆ. ಹುರಿದ ಮೀನಿನ ಊಟ ಇರುತ್ತದೆ. ಅಂದು ರಾತ್ರಿ ನಾವು ಕಡಲ ತೀರದಲ್ಲಿ ಬೆಂಕಿ ಹಾಕಿ ಕುಣಿದಾಡಿದೆವು. ವಿಧ್ಯುಕ್ತವಾಗಿ ಸತಿಪತಿಗಳಾದೆವು.

ಆದರೆ ಕಡಲ ಆ ತೀರದ ಊರಿನಲ್ಲಿ ಮಾತ್ರ ಕಾಲ ಬೇಗನೆ ಸರಿಯುವುದೇ ಇಲ್ಲ. ಕಡಲು ಹಾಗೇ ಅಬ್ಬರಿಸುತ್ತಾ ಅಲೆಗಳನ್ನು ದಡಕ್ಕೆ ತಂದುಹಾಕುತ್ತ ಇರುತ್ತದೆ. ಮೀನುಗಾರರು ಕಡಲಿಗೆ ಹೋಗಿ ಮೀನುಗಳನ್ನು ಹಿಡಿದುಕೊಂಡು ಬರುತ್ತಾ ಇರುತ್ತಾರೆ. ಅವರ ಹೆಂಡತಿಯರು ಅವನ್ನು ಗುಡಿಸಿಲಿಗೆ ಕೊಂಡು ಹೋಗಿ ಬೇಯಿಸುತ್ತಾರೆ. ಉಳಿದದ್ದನ್ನು ಪೇಟೆಗೆ ಕೊಂಡೊಯ್ದು ಮಾರಾಟ ಮಾಡುತ್ತಾರೆ. ಪೇಟೆ ಎಂದರೆ ಹತ್ತು ಮನೆ ಹೆಚ್ಚೆಗೆ ಅಷ್ಟೇ. ನಾನು ಕೂಡ ಉಳಿದವರ ಜೊತೆ ಹೋಗಿ ಮೀನು ಹಿಡಿದು ತರುತ್ತಿದ್ದೆ. ಉಂಚುಕಚುಕ ಅದನ್ನು ತೆಗೆದುಕೊಂಡು ಹೋಗಿ ಪೇಟೆಯಲ್ಲಿ ಮಾರುತ್ತಿದ್ದಳು. ಮನೆಗೆ

ಬೇಕಾದ್ದನ್ನು ತರುತ್ತಿದ್ದಳು. ಉಳಿದ ಗಂಡಸರಿಗೆ ಇದ್ದಂತೆ ಕುಡಿಯುವ ಚಟ ನನಗಿರಲಿಲ್ಲ. ಆದರೂ ಆಕೆ ಅದನ್ನು ಗುಟ್ಟಾಗಿ ತಂದು ನನಗೆ ಕುಡಿಸಿ, ತಾನೂ ಕುಡಿಯುತ್ತಿದ್ದಳು. ಹಾಗೆ ಸೇವಿಸಿದ ದಿನ ಮನೆಯೊಳಗೆ ಕಾಮನ ಹುಣ್ಣಿಮೆ.

ಹೀಗೇ ಹಲವು ವರ್ಷಗಳು ಕಳೆದವು. ಏನೆಂದಿರಿ? ಹಲವು ವರ್ಷಗಳೆಂದಿರಾ? ಅದೇ ನನಗೂ ಆಶ್ಚರ್ಯ. ವರ್ಷಗಳು ಕಳೆದುದೇ ನನಗೆ ಗೊತ್ತಾಗಲಿಲ್ಲ. ಹೇಗೆ ಎಂದರೆ ನನಗೂ ಉಂಚುಕಚುಕಳಿಗೂ ಮೂವರು ಮಕ್ಕಳಾದವು. ಮೂವರಲ್ಲಿ ಎರಡು ಹೆಣ್ಣು ಒಂದು ಗಂಡು. ಅವರಲ್ಲಿ ಹೆಣ್ಣು ಮಕ್ಕಳಾದಷ್ಟೂ ಖುಷಿ. ಯಾಕೆಂದರೆ ಅವರಲ್ಲಿ ಮದುವೆಯಾಗಿ ಗಂಡು, ಹೆಣ್ಣಿನ ಮನೆಗೆ ಬರಬೇಕು. ಹೆಣ್ಣು ಮನೆಯ ಯಜಮಾನತಿ. ಗಂಡು ದುಡಿಯಬೇಕು, ಹೆಣ್ಣು ಮನೆಯನ್ನು ಮುನ್ನಡೆಸಬೇಕು. ಇರಲಿ. ಹೀಗೇ ಮೂರು ಮಕ್ಕಳಾದವು ಅಂದೆನಲ್ಲ. ಮೂರೂ ಒಂದೊಂದು ವರ್ಷದ ಅಂತರದಲ್ಲಿ ಆಗಿರಬೇಕು. ಕಾಲ ತಿಳಿಯೋಣ ಅಂದರೆ ನನ್ನ ಬಳಿ ಗಡಿಯಾರ, ಕ್ಯಾಲೆಂಡರ್ ಏನೂ ಇರಲಿಲ್ಲ. ಸೂರ್ಯ ಸಮುದ್ರದ ಆಚೆಯಿಂದ ಉದಯಿಸುತ್ತಿದ್ದ. ಈಚೆಗೆಲ್ಲೋ ಮುಳುಗುತ್ತಿದ್ದ. ಕಾಲ ಹೊರಳುತ್ತಿತ್ತು. ಮಕ್ಕಳು ದೊಡ್ಡವರಾದರು. ಶಾಲೆಗೆ ಕಳಿಸುವ ಪದ್ಧತಿಯೆಲ್ಲಾ ಅವರಲ್ಲಿ ಇರಲಿಲ್ಲ. ನಾನೂ ಒತ್ತಾಯಿಸಲಿಲ್ಲ. ಹೆಣ್ಣುಮಕ್ಕಳಿಗೆ ಹದಿನೇಳು, ಹದಿನೆಂಟು ವರ್ಷವಾಗಿರಬೇಕು. ಮಗನಿಗೆ ಇಪ್ಪತ್ತು ವರ್ಷ. ಮಗನನ್ನು ಕರೆದುಕೊಂಡು ನಾನು ದೋಣಿಯಲ್ಲಿ ಹೋಗಲು ಶುರುಮಾಡಿದೆ. ಅವನೂ ನನ್ನ ಹಾಗೆಯೇ ಕಡಿಮೆ ಮಾತಾಡುವವನು, ಏಕಾಂತಪ್ರಿಯ. ದೋಣಿಯಲ್ಲಿದ್ದರೂ ನಾವಿಬ್ಬರೂ ಒಂದೊಂದು ತುದಿಯಲ್ಲಿ ಇರುತ್ತಿದ್ದೆವು. ಅವನೊಳಗೆ ಏನಾಗುತ್ತಿದೆ ಎಂಬುದನ್ನು ನಾನೂ, ನನ್ನೊಳಗೆ ಏನಾಗುತ್ತಿದೆ ಎಂಬುದನ್ನು ಅವನೂ ಗ್ರಹಿಸಲಾರದೆ ಇರುತ್ತಿದ್ದೆವು. ಅವನಿಗೆ ಈಜು ಸಲೀಸಾಗಿತ್ತು; ಅವನು ಕಡಲಿನೊಳಗೆ ಮುಳುಗಿ ಚಿಪ್ಪುಗಳನ್ನು ಹೆಕ್ಕುತ್ತಿದ್ದ. ಅವನು ತರುತ್ತಿದ್ದ ಚಿಪ್ಪುಗಳು ಚೆಲುವಾಗಿ ಇರುತ್ತಿದ್ದವು. ಎಲ್ಲರೂ ಅದನ್ನು ಅವನನ್ನು ಹೊಗಳುತ್ತಿದ್ದರು. ಅದೇ ಊರಿನ ಮೀನುಗಾರರ ಮುಖಂಡನ ಮಗಳು ಮತ್ತು ಇವನು ಆಗಾಗ ಇಬ್ಬರೇ ಕಡಲಿಗೆ ದೋಣಿಯಲ್ಲಿ ಹೋಗುವುದು ಶುರುವಾಗಿತ್ತು. ಬಹುಶಃ ನಾನು ಮತ್ತು ಉಂಚುಕಚುಕ ಮಾಡಿದಂತೆ ಕಾಡು ಗುಡ್ಡ ಕಡಲುಗಳನ್ನು ಅನ್ವೇಷಿಸುತ್ತಿದ್ದರು ಅನಿಸುತ್ತದೆ.

ಇತ್ತ ಹೆಣ್ಣುಮಕ್ಕಳು ಕೂಡ ಚೆಲುವೆಯರಾಗಿ ಬೆಳೆಯುತ್ತಿದ್ದರು. ಅವರ ಲೋಕ ಬೇರೆಯಾಗಿರುವುದು ಕಂಡುಬರುತ್ತಿತ್ತು. ಯಾರ್ಯಾರೋ ಹೊಂತಕಾರಿ ಹುಡುಗರೆಲ್ಲಾ ಮನೆಯ ಬಳಿ ಸುಳಿದಾಡುತ್ತಿದ್ದರು. ಅವರೆಲ್ಲ ಯಾಕೆ ಬರಬೇಕು ಇಲ್ಲಿ ಎಂದು ನಾನು ರೇಗುತ್ತಿದ್ದೆ. ಮಕ್ಕಳು ನಗುತ್ತಿದ್ದರು. ನಿಮಗೇನೂ ಗೊತ್ತಾಗೋಲ್ಲ ಸುಮ್ಮನಿರಿ ಎಂದು ಉಂಚುಕಚುಕ ನನ್ನನ್ನು

ಸುಮ್ಮನಾಗಿಸುತ್ತಿದ್ದಳು. ನಿಧಾನವಾಗಿ, ನಾನು ಇಲ್ಲಿಗೆ ಸೇರಿದವನಲ್ಲ ಎಂಬ ಭಾವ ನನ್ನೊಳಗೆ ಮೂಡಲು ಶುರುವಾಗಿತ್ತು.

ಹಾಗೇ ಒಂದು ದಿನ ನಾನು ಒಬ್ಬನೇ ದೋಣಿ ಮೀಟುತ್ತ ಕಡಲಿನಲ್ಲಿ ಸಾಗಿದ್ದೆ. ಇದ್ದಕ್ಕಿದ್ದಂತೆ ಒಂದು ಖಾಲಿ ಹಡಗು ದೂರದಲ್ಲಿ ಕಾಣಿಸಿತು. ಅದು ಶತಮಾನಗಳ ಹಿಂದೆ ಯಾರೋ ಬಿಟ್ಟು ಹೋದ ನಿರ್ಜನ ಹಡಗು; ಅಲ್ಲಿಗೆ ಹೋಗಬೇಡ ಎಂದು ಕೇರಿಯವರೆಲ್ಲಾ ಹೇಳಿದ್ದರು. ಆದರೂ ಅದರಲ್ಲಿ ಏನಿದೆ ನೋಡೋಣ ಎಂಬ ಕುತೂಹಲದಿಂದ ಅದರ ಪಕ್ಕದಲ್ಲೇ ದೋಣಿ ನಿಲ್ಲಿಸಿ, ನೌಕೆಗೆ ಏರಿಕೊಂಡೆ. ನೌಕೆ ಲಂಗರು ಹಾಕಿದಂತೆ ನಿಂತಿತ್ತು. ನೌಕೆಯಲ್ಲಿ ಏನೂ ಇರಲಿಲ್ಲ. ಆದರೆ ಉದ್ದೋ ಉದ್ದಕ್ಕೆ ಕಾರಿಡಾರುಗಳು, ಖಾಲಿ ಹೊಡೆವ ರೂಮುಗಳಿದ್ದವು. ಅಲ್ಲಿ ರೌರವ ಮೌನ. ಗೋಡೆಯಿಂದ ಗೋಡೆಗೆ ಬಲೆ ಕಟ್ಟಿದ ಜೇಡ, ಜೇಡ ಕಟ್ಟಿದ ಬಲೆಗಳು.

ಹಾಗೇ ಒಂದು ಬಲೆಯ ಎಳೆಯನ್ನು ಮುಟ್ಟಿದೆ. ಅದು ತೆರೆದುಕೊಂಡಿತು. ಎಷ್ಟೋ ವರ್ಷಗಳ ಹಿಂದೆ ಇಂಥದೇ ಒಂದು ಜೇಡನ ಬಲೆಯೊಳಗೆ ನುಗ್ಗಿ ಇಲ್ಲಿಗೆ ಬಂದುದು ನೆನಪಾಯಿತು. ಹಾಗೇ ಬಲೆಯೊಳಗೆ ಕಾಲಿಟ್ಟೆ. ಸುರಂಗದಂಥಾ ದಾರಿ, ತುದಿಯಲ್ಲಿ ಬೆಳಕು. ನಡೆದೆ ನಡೆದೆ. ಅರಿವು ತಪ್ಪಿತು. ಎದ್ದು ನೋಡುತ್ತೇನೆ, ಬಂಟಮಲೆಯ ಬುಡದಲ್ಲಿದ್ದೆ.

ನನಗೆ ಆಶ್ಚರ್ಯವಾಗುವುದು ಏನು ಗೊತ್ತಾ? ಅಲ್ಲಿ ನಾನು ಮೂರು ಮಕ್ಕಳ ತಂದೆಯಾಗಿ, ಸಂಸಾರಿಯಾಗಿ ಕನಿಷ್ಠ ಪಕ್ಷ ಇಪ್ಪತ್ತು ವರ್ಷ ಕಳೆದಿದ್ದೇನೆ. ಆದರೆ ಇಲ್ಲಿ ಒಂದು ವರ್ಷ ಮಾತ್ರ ಸರಿದುಹೋಗಿದೆ. ಅದೇ ಬೇರೆ ಲೋಕ, ಇದೇ ಬೇರೆ ಲೋಕ ಅನಿಸುತ್ತಿದೆ. ಅಲ್ಲೊಂದು ಬೇರೆಯೇ ಕಾಲವಿದೆ, ಇಲ್ಲೊಂದು ಬೇರೆಯೇ ಕಾಲವಿದೆ ಎನಿಸುತ್ತಿದೆ. ಆದರೆ ಇದೆಲ್ಲ ಹೇಗೆ ಎಂದು ಮಾತ್ರ ಅರ್ಥವಾಗುವುದಿಲ್ಲ. ಆದರೆ ನನ್ನಂಥ ಮನುಷ್ಯನ ಪಾಡು ಮಾತ್ರ ಎಲ್ಲ ಕಡೆಯೂ ಒಂದೇ ಅಂತಲೂ ಅನಿಸುತ್ತದೆ. ನನಗೆ ಈಗ ಆ ಊರಿನ ಹೆಸರಾಗಲೀ, ಕಡಲಿನ ಹೆಸರಾಗಲೀ ನೆನಪಿಲ್ಲ. ನೆನಪಿರುವುದು ಉಂಚುಕಚುಕಳ ಹೆಸರು ಮಾತ್ರ. ಉಳಿದದ್ದೆಲ್ಲವೂ ಮೈಯಿಂದ ಆಚೆ ಹೋದ ಬೆವರಿನಂತೆ ಆವಿಯಾಗಿಹೋಗಿವೆ ಎಂದು ಮಾತು ಮುಗಿಸುತ್ತಿದ್ದರು ಅಪ್ಪಯ್ಯ.

ಈ ಮೇಲಿನ ಕತೆಯಲ್ಲಿ ಉಂಚುಕಚುಕ ಮತ್ತು ಅಪ್ಪಯ್ಯನ ನಡುವಿನ ಸಾಂಗತ್ಯದ ಕೆಲವು ವಿವರಗಳನ್ನು ನಮಗೆ ಅಪ್ಪಯ್ಯ ಹೇಳಿದ್ದಲ್ಲ. ಅಂಥದ್ದನ್ನೆಲ್ಲ ಅವರು ಹೇಳುತ್ತಿದ್ದುದು ನಮ್ಮ ಕೆಲಸದ ಚನಿಯನ ಹತ್ತಿರ. ಆಮೇಲೆ ಎಷ್ಟೋ ವರ್ಷದ ಬಳಿಕ ಚನಿಯ ನನಗೆ ಇದನ್ನೆಲ್ಲ ಹೇಳಿದ್ದ. ಇದರಲ್ಲಿ ಅಪ್ಪಯ್ಯ ಹೇಳಿದ್ದೆಷ್ಟು, ಚನಿಯ ಸೇರಿಸಿದ್ದೆಷ್ಟು ಎನ್ನುವುದು ಗೊತ್ತಾಗಿರಲಿಲ್ಲ.

ಅಪ್ಪ ಈ ಕತೆಯನ್ನೆಲ್ಲ ಹೇಳಿದ ಬಳಿಕ ಒಮ್ಮೆ ನಾನು ನನ್ನ ತಮ್ಮ ಮತ್ತು ತಂಗಿಯ ಜೊತೆಗೆ ಸೇರಿಕೊಂಡು, ಆ ಜೇಡರ ಬಲೆ ಎಲ್ಲಿದೆ ನೋಡೋಣ ಎಂದು ಹುಡುಕಾಡಿದ್ದೆ. ಆದರೆ ಗಹನವಾದ ಆ ಕಾನನದಲ್ಲಿ ನಮ್ಮ ಉದ್ದೇಶ ಸಫಲವಾಗಿರಲಿಲ್ಲ. ಅಪ್ಪನ ಕತೆಯನ್ನು ಊರಿನ ಇನ್ನೂ ಹಲವು ಮಂದಿ ಕೇಳಿಸಿಕೊಂಡಿದ್ದರು. ಹಾಗೆ ಕೇಳಿಸಿಕೊಂಡವರು ಅದನ್ನು ನಂಬಿದ್ದರೋ ಇಲ್ಲವೋ ಗೊತ್ತಾಗಲಿಲ್ಲ. ಬಹುಶಃ ಯಾರೂ ಇಂಥ ಕತೆಗಳನ್ನು ನಂಬಲಾರರು. ಹಾಗಾಗಿ ಯಾರೂ ಆ ಜೇಡರ ಬಲೆಯನ್ನು ಹುಡುಕುವ ದುಸ್ಸಾಹಸವನ್ನೂ ಮಾಡಲಿಲ್ಲ. ಬಹುಶಃ ಅಪ್ಪಯ್ಯನ ಹಿಂದಿನಿಂದ ನಕ್ಕಿರಬಹುದು.

ಈಗ ಅಪ್ಪ ಇಲ್ಲ. ತೀರಿಕೊಂಡು ಹಲವು ವರ್ಷಗಳಾಗಿವೆ. ಈಗ ಬಂಟಮಲೆ ಕಾಡಿಗೆ ನುಗ್ಗಿ ಆ ಜೇಡರ ಬಲೆಯನ್ನು ಹುಡುಕುಬೇಕು, ಅದರೊಳಗೆ ಒಂದು ಸಲವಾದರೂ ನುಗ್ಗಿ ಹೊರಗೆ ಬರಬೇಕು ಎಂದು ಆಸೆಯಾಗುತ್ತಿದೆ. ಅಪ್ಪನಿಗೇನೋ ಅದೃಷ್ಟವಿತ್ತು. ಹೊರಗೆ ಬಂದರು. ನನಗೆ ಆ ಅದೃಷ್ಟವಿಲ್ಲದಿದ್ದರೆ? ಅಥವಾ ಅಲ್ಲಿಯೇ ಇರಬೇಕು ಎಂದು ನನಗೆ ಅನಿಸಿ ಉಳಿದುಹೋದರೆ? ನಾನು ಇಲ್ಲಿ ಕಟ್ಟಿಕೊಂಡ ಮನೆ ಸಂಸಾರ ಊರಿನ ಕತೆ? ಇಂಥ ಯೋಚನೆಯೆಲ್ಲ ಬರುತ್ತದೆ. ಸುಮ್ಮನೇ ಇದ್ದೇನೆ.

ವೀರಲೋಕದ ಪ್ರಕಟಣೆಗಳು